சூரியனை அணிந்த
ஒரு பெண்

சூரியனை அணிந்த
ஒரு பெண்

கே.ஆர். மீரா

தமிழில்
மோ. செந்தில்குமார்

எதிர்
வெளியீடு

சூரியனை அணிந்த ஒரு பெண்
கே.ஆர். மீரா
தமிழில்: மோ. செந்தில்குமார்
முதல் பதிப்பு: ஜனவரி 2025
இரண்டாம் பதிப்பு: ஜூலை 2025
எதிர் வெளியீடு,
96, நியூ ஸ்கீம் ரோடு, பொள்ளாச்சி – 642 002
தொலைபேசி: 04259 226012, 99425 11302

விலை: ரூ. 650

Curiyanai aninta oru pen
K.R. Meera
Translated by M. Senthilkumar

First Edition: January 2025
Second Edition: July 2025
Published by
Ethir Veliyeedu, 96, New Scheme Road, Pollachi – 2
email: ethirveliyedu@gmail.com
www.ethirveliyeedu.com

ISBN: 978-93-48598-84-4
Cover Design: Santhosh Narayanan
Printed at Jothy Enterprises, Chennai.

அகரத்தில் தொடங்கி மலையாளத்திலிருந்து மொழிபெயர்க்குமளவுக்கு என்னை உயர்த்திய எனது வளர்ப்புத் தந்தையும் 90 வயதுத் தோழருமாகிய வணக்கத்துக்குரிய ஆசிரியர் பத்மஶ்ரீ **சிற்பி பாலசுப்பிரமணியம்** அவர்களுக்கு இந்த மொழிபெயர்ப்பை அர்ப்பணிக்கிறேன்.

மொழிபெயர்ப்பாளர் முன்னுரை

“நான் பெண்ணியவாதிகளுக்காக எழுதவில்லை. எனது எழுத்து வாசகர்களைப் பெண்ணியலாளர்களாக மாற்றவேண்டும் என்பதற்காக எழுதுகிறேன்” என்பது தனது எழுத்தைக் குறித்த கே.ஆர். மீராவின் அடிநாதமான கருத்து. அந்தக் கருத்தை மெய்ப்பிக்கும்படியான எனது மொழிபெயர்ப்பில் வெளியாகும் 6வது நூல் சூரியனை அணிந்த ஒரு பெண் புதினம். “இப்போதும் எனது கனவில் உள்ள பெரிய புத்தகம் ஒன்றின் ஒரு பகுதிமட்டுமே ஜெஸபெல்லின் கதை” என்ற அவரது அறிமுகத்தோடு 2018இல் வெளியான அவரது எழுத்தின் இன்னொரு மைல்கல் இந்த நூல்.

எல்லோரும் கைவிட்ட நிலையில் திக்கற்றுக் கிடக்கும் எதிர்காலத்தைச் சிந்திக்க முடியாமல், இருண்டு திரண்டு மூர்க்கமாகக் காட்சிப்படும் அந்தக் கண்ணுக்குத் தெரியாத எதிர்காலத்தின் மகிழ்ச்சியைப் பிடுங்கி வைத்துக்கொண்டவர்களிடமிருந்து பறித்துக் கொடுப்பதற்கு யாரோ இருக்கிறார்கள் என்று நம்பவைத்து, தான் கற்ற கல்வியில் பெற்ற பகுத்தறிவுச் சிந்தனைகளையெல்லாம் உதறித் தள்ளிவிட்டுப் பாவ ஆத்மாவாகத் தன்னைத்தானே கருதவைத்து, மூடநம்பிக்கைகளின் கூடாரங்களாக விளங்கும் சமயச் சடங்கியல் படுகுழிகளில் தள்ளப்பட்ட ஒரு பெண், அதில் யாரை நம்புவது, யாரிடம் தன் துயரங்களைக் கொட்டுவது என்றறியாத அபலையாக அலைவுற்று முங்கி முங்கி மூச்சுமுட்டி வெளியே வருகின்ற ஒரு காட்சியை எந்தப் பெண்ணும் தன்னுடைய வாழ்க்கையோடு பொருத்திப் பார்த்துத் தனது இருப்பின் நிலையை உணர்ந்துகொள்ளாமல் இந்தக் கதையைக் கடந்துசென்றுவிட முடியாது.

எந்த ஒரு மதத்துக்கும் தன்னைப் புனிதமாக அறிவித்துக் கொள்வதற்கோ, மதக்கடவுளர்களைக் கருணைக் கடலாக உருவகித்துக் கொள்வதற்கோ உரிய தகுதிப்பாடு உண்டா என்ற கேள்விக்கு அந்தந்த மதப்புத்தகங்களே இல்லை என்று சான்று பகரும் கதைகளால் நிறைந்துள்ளன. அது, தீமையை அழித்து நன்மையை நிலைநாட்டிய செயல் என்று முட்டுக்கொடுப்பதில் உள்ள பொருந்தாமையைக் குறித்து மத உடல்களாக ஆகிப்போனவர்களுக்குக் கவலை இல்லை. ஆனால், ஒவ்வொரு மதத்துக்கும் மாற்று மதங்கள், மாற்றுச் சிந்தனைகள் தீயதாகவே தோன்றியிருக்கின்றன என்பதை அவையவையே அப்பட்டமாக வெளிப்படுத்துகின்றன. பல தெய்வக் கொள்கையை அழித்து ஒரு தெய்வக் கொள்கையை நிலைநாட்டுவதை ஜெஸபெல் கதையின் மூலம் பைபிள் தனது உயிர்க்கருணையின்மையை அறிவித்துக்கொண்டதோடு அது நின்றுவிடவில்லை. நூற்றாண்டுகளுக்குப் பிறகும் மதப்புத்தகங்களுக்குள் துவேஷக்கதைகள் உயிர்ப்புடன் இருப்பதை கே.ஆர். மீராவின் சூரியனை அணிந்த ஒரு பெண் நாவல் அம்பலப்படுத்துகிறது. அந்தப் பெயருடையவளாக இருக்கின்ற ஒரே காரணத்துக்காக வன்மத்தை வளர்த்துக்கொள்ளும் மாமனாரில் தொடங்கி அவள் படும் அல்லல்கள் நாவலின் இறுதி வரை நீள்கிறது. அதே மதப்புத்தகத்திலிருந்து அவளுக்குள் கருணை சுரக்கும் ஒருத்தி உயிர்த்தெழுவதையும் இந்த நாவல் பேசுகிறது. இது ஒரு சரடு என்றால், இரண்டாவது சரடு, திருநம்பிக்கும் ஓரினச் சேர்க்கையாளர்களுக்கும் இடமற்ற சமூக - பண்பாட்டு மனத்தின் குற்ற உணர்வற்ற மனநிலை. மூன்றாவது சரடு, மத, ஆணாதிக்க உடல்களாகிப்போன சமூகப் பொதுப்புத்தியின் மொண்ணைத்தனமான பார்வை. நான்காவது சரடு, நீதிபரிபாலனத்தின் ஆணாதிக்க முரட்டு மூடத்தனம். ஐந்தாவது சரடு, ஒருநாளாவது வாழ்ந்துவிட மாட்டோமா என்று தன் வாழ்வை எவர் எவர் முகங்களிலோ தேடியலையும் ஒரு பெண்ணின் மனதுக்குள் நடக்கும் பெரும் போராட்டம். இவைமட்டுமன்று வாசிப்பில் இன்னும் நிறைய நிறைய உணர்வீர்கள். பெண், சமூகத்தின் எந்த வர்க்கப் படிநிலையில் இருந்தாலும் ஆணாதிக்கம் தன் சாட்டையைச் சுழற்றாமல் விடாது என்ற பழைமைவாதச் சமூகத்தின் கோர முகம் அம்பலப்படுவதைத் தவிர்க்க முடியாது.

ஆணோ, பெண்ணோ ஆணாதிக்கக் கருத்தியலைச் சுமப்பவர்கள் எவரையும் எதிர்நிலையில் நிறுத்தி அவர்கள் தங்கள் வாழ்வின் இடையிலோ இறுதியிலோ தங்களது நிலைப்பாட்டை

மாற்றிக்கொள்ளும்வரை போராடும் நாயகியின் வழியாக, ஒரு பக்கச்சார்பற்ற பாலினச் சமத்துவத்தை எழுதியதோடு, உயிர்த்தெழல் என்பது தனக்கு இழைக்கப்பட்ட கொடுமைகளிலிருந்தும் துயரங்களிலிருந்தும் தன்னை மீட்டுக்கொண்டு வலிமையாகப் பெண் எழுந்து நிற்பதே என்ற புரிதலைக் கொடுத்து, பெண்ணுக்கான தர்க்கரீதியான உயிர்த்தெழுதலை எழுதிக்காட்டி, பகைவனுக்கு அருளும் நன்னெஞ்சினளை நம் முன் நிறுத்திவிட்டார் கே. ஆர். மீரா.

இக்கதையை வாசித்து முடிக்கும்போது தேவகுமாரனுக்குச் சற்றும் குறையாத தேவகுமாரியை மீரா எழுதிக்காட்டியுள்ளதை உணரத்தவறமாட்டோம். தன்னுடைய ஒட்டுமொத்த வாழ்க்கையையும் சிலுவையில் அறைந்தவர்களுக்கே தன் கருணையால் மறுமொழிகூறும் ஒருத்தியை; தன்னைப் புதைத்தவர்கள் முன்பாகவே கல்லறையிலிருந்து உயிர்த்தெழும் ஒருத்தியை; இதுவரை வாசித்தறியாத ஒரு பெண் தீர்க்கதரிசியை, போதகியை, தேவகுமாரியை ஜெஸபெல்லுக்குள் கண்டடையாமல் இருக்க முடியாது.

ஆணாதிக்கச் சாக்கடைக்குள் மூழ்கிக்கிடக்கும் அறிவுஜீவிகளுக்கு கே.ஆர். மீரவின் மற்ற படைப்புகளைப் போலவே இந்த நாவலும் ஒவ்வாமையைத் தராமல் போகாது. முட்டுச் சந்தில் நிறுத்தி வைத்து அவர்கள் முகத்தில் மூத்திரம் பெய்யவோ, அடித்துத் தோலை உரிக்கவோ செய்கின்ற இடங்களை அவர்களால் தாங்கிக்கொள்ள முடியுமா என்று தெரியாது. எல்லாவகைப்பட்ட ஆதிக்கக் கட்டுமானங்களையும் கேள்விக்குள்ளாக்கும் ஜெஸபெல்லின் பாட்டி ஜெஸபெல்லுக்கு மட்டுமல்ல விடுதலையைக் கோரிநிற்கும் எல்லா மனங்களுக்கும் ஒரு வலிமையான பிடிமானம். உளவியல் மருத்துவர் பிரசாந்த் நாராயணனின் சிந்தனையிலிருந்து ஆணாதிக்கச் சமூகம் தலைகுனியும் இடங்களும் இளஞ்ஞிக்கல் பாதிரியாரின் 90 வயது அனுபவங்களிலிருந்து மத அடிப்படைவாதம் தலைகுனியும் இடங்களும் இந்தச் சமூகத்துக்கான படிப்பினைகள்.

உக்கிரமாகக் கொந்தளிக்கும் ஒரு பெண்ணின் மனம் தன்னைச் சமூகத்தின் கட்டமைப்புகளுக்குள் ஒப்புக்கொடுக்க முடியாமல் தவிக்கும் தவிப்பு கதைநாயகியின் குரலில் மிகத்துல்லியமாக வெளிப்படுகிறது. “பேசியோ ஊசிபோட்டோ ஆப்பரேஷன் செஞ்சோ என் மனச மத்தவங்க விரும்பற மாதிரி கொஞ்சம் மாத்திக்கொடுப்பீங்களா? என்னை நான் அல்லாம ஆக்கித்தருவீங்களா? தயவு செஞ்சு, குறைந்தபட்சம், என்னோட

சிந்திக்கிறதுக்கான சக்தியவாச்சும் இல்லாம பண்ணுவீங்களா?'' என்று கேட்கும்போது, பெண்ணிடம் எதை இந்தச் சமூகம் மறுக்கிறது என்பதும் எதை எதிர்பார்க்கிறது என்பதும் அம்பலப்பட்டுவிடுகிறது. மருத்துவமனைச் சூழலில் இருந்து கதைக்குள் வரும் பெண்களும் பெண் குழந்தைகளும் அல்லல்படும் துயரக் கதைகள் மனதை நெகிழவைக்கின்றன.

வரலாறு தொடங்கிய காலத்திலிருந்து ஆணாதிக்கம் கட்டமைத்த அதிகாரக் கட்டமைப்புகளை இடித்து நிரவி பெண்ணுக்கு உரிய இடத்தை எல்லா நிலைகளிலும் வழங்கும் இக்கதையில் மொழி நிலையில் செய்துள்ள ஆக்கங்கள் மதிக்கத்தக்கன. ஆணாதிக்கக் கருத்தியலால், மொழியால் மற்றமையாக்கப்பட்ட - இரண்டாம் பாலினமாக்கப்பட்ட பெண்ணைச் சுட்டுவதற்குத் தேவகுமாரனுக்கு நிகரான, போதகருக்கு நிகரான, புனிதருக்கு நிகரான, தீர்க்கதரிசிக்கு நிகரான, தூதனுக்கு நிகரான, நீதிமானுக்கு நிகரான சொற்கள் இல்லாமையையும் இந்தக் கதை சமன் செய்கிறது. தேவகுமாரன் x தேவகுமாரி, போதகர் x போதகி, புனிதர் x புனிதை, தீர்க்கதரிசி x தீர்க்கதரிசினி, தூதன் x தூதை, நீதிமான் x நீதிமதி என்று மொழி நிலையில் பாலின சமத்துவத்தை வலிமையாக நிறுவுகின்றது இக்கதை.

எவ்வகையான வாழ்க்கையைக் கதைப்பொருளாக எடுத்துக் கொண்டாலும் அக்கதைப்பொருளின் இயங்குவெளியை அவ்வளவு துல்லியமாக எடுத்துரைக்கும் பேராளுமை கே.ஆர். மீரா என்று சொல்லத் தோன்றுகிறது. மருத்துவத்துறையின் நுட்பங்களெல்லாம் கதைப்போக்கில் வெளிப்பட்டு நம்மை ஆச்சரியத்திலும் அதிர்ச்சியிலும் ஆழ்த்துகிறது. பைபிளில் சொல்லப்படும் ஜெஸபெல் பற்றிய உண்மைகளுக்கு *Lesley Hazleton* எழுதிய *The Untold Story of the Bible's Harlot Queen* என்ற நூலைச் சார்ந்திருப்பதாகக் கூறும் கே.ஆர். மீராவின் எழுத்தில், கிறிஸ்தவ சமயத்தின் ஆணாதிக்க முகத்தை பைபிளைக் கொண்டே உடைத்துப் போடுகின்ற நேர்மை, எல்லா நிலைகளிலும் வரலாறு நெடுகிலும் ஒடுக்கப்பட்டு, அறிவற்ற உடலாகக் கட்டமைக்கப்பட்ட பெண்ணுக்குள் இருந்து கலகக் குரலாக எழுவது மட்டுமல்ல, இன்னொரு புதிய ஏற்பாட்டை, பெண்ணுக்கானதை எழுதிப்பார்க்கும் நுண்ணிய அறிவை மெச்சாமல் நகர முடியாது.

முடிக்கும் முன் உங்கள் முன்னால் ஜெஸபெல்லுடன் சில வார்த்தைகள் பேசிக்கொள்கிறேன். சுமார் இரண்டு ஆண்டுகளாக

எனக்காக நீதிமன்றக் கூண்டில் கால்கடுக்கக் காத்திருந்தாய் ஜெஸபெல். உனக்கு நன்றிசொல்லக் கடமைப்பட்டுள்ளேன். துயரம் அப்பிக்கிடக்கும் எந்த முகத்துக்குள்ளும் என்னால் உன்னைக் காணமுடிகிறது ஜெஸபெல். அமைதிக்கொந்தளிப்பு நீ. எவரெவர் முகங்களிலோ என்னைப் போலவே வாழ்க்கையைத் தேடியலைந்த ஒருத்தி நீ தேவகுமாரீ. உனக்கும் எனக்குமான உறவில் இந்த வாழ்பனுபவமும் சேர்ந்துகொண்டது ஜெஸபெல். உன்னைச் சந்திக்காமல் போயிருந்தால் என்னைப் புரிந்துகொள்ளாமல் போயிருப்பேனாக இருக்கும். இந்தச் சந்திப்புக்குக் காரணமான கே.ஆர். மீராவுக்கு நாம் இருவரும் கடமைப்பட்டுள்ளோம்.

பைபிள் அறிந்தவர்கள் கே.ஆர். மீரா பைபிள் வசனங்களைக் கையாண்டுள்ள நுட்பம் குறித்துப் புரிந்துகொள்ள முடியும். பொது வாசகருக்குப் புரியாமை வந்துவிடக்கூடாது என்பதற்காக பொது அறிமுகமற்ற சிலவற்றுக்கு மொழிபெயர்ப்பில் அடிக்குறிப்புகளைக் கொடுத்துள்ளேன்.

இந்த மொழிபெயர்ப்பில் கிறிஸ்தவம் குறித்த இடர்ப்பாடுகளைத் தீர்த்துக்கொள்வதற்கு உதவியதோடு வாசித்துச் செம்மைப்பட உதவிய அன்புக்குரிய பேராசிரியர் செ. ஐஸ்வர்ய சுகிலாவுக்கும் அவரது கணவருக்கும் நன்றியும் அன்பும். நாவல் முழுதும் படித்துப் பிழைத்திருத்தம் செய்து உதவியதோடு, புரியாதவற்றைச் சுட்டிக்காட்டிச் செம்மைப்பட உதவிய அன்புக்குரிய பேராசிரியர் செ.மு. நஸீமா பர்வீனுக்கும், ஒவ்வொரு வாக்கியமாகக் கூர்ந்து ஆராய்ந்து நாவலைச் செம்மைப்படுத்துவதில் தனது அறிவு நுட்பத்தை அக்கறையோடு வெளிப்படுத்திய பாசத்துக்குரிய பேராசிரியர் சி. லுபுனா லிலானிக்கும் நிறையவே கடமைப்பட்டுள்ளேன். புரியாத இடங்களிலெல்லாம் தனது அறிவை எனக்குக் கொடுத்து மொழிபெயர்ப்புச் செம்மைப்பட உதவிய அன்பு நண்பர் மொழிபெயர்ப்பாளரும் எழுத்தாளருமான அரவிந்த் வடசேரி அவர்களுக்கு எனது அன்பு.

எப்போதும் எனது உந்துசக்தியாக விளங்கும் அன்பு மகன் செ. தருண்குமாருக்கும் தாயார் மோ. வேலம்மாளுக்கும் நன்றியும் அன்பும்.

மோ. செந்தில்குமார்

8.11.2024

9042033413

senthiephoto@gmail.com

1

கணவனைக் கொல்வதற்காக வாடகைக் கொலைகாரர்களுக்குப் பணம் கொடுத்தவள் என்று கல்லெறியப்பட்டுக் குடும்ப நீதிமன்றத்தில் நிற்கையில், ஜெஸபெல்லிடம் வெளிப்பட்டது:

குரூர சித்தரவதை அனுபவங்களைக் கடந்து செல்வதற்குத் தன்னையே ஏசுவென்று கற்பனை செய்துகொண்டால் போதும்.

பாதி வேலை முடிக்கப்படாத கட்டடத்தில் இருக்கும் நீதிமன்ற அறையில் நிற்கும்போது நெஞ்சில் தொங்குகின்ற பாரம் மரச்சிலுவையுடையதென்று கருதுங்கள். உயரம் குறைவான தடித்த எதிர்த்தரப்பு வக்கீல் கேள்வி கேட்கத் தொடங்கும்போது சிலுவையோடு கல்வாரி மலை ஏறுகிறோம் என்று கற்பனை செய்யுங்கள். கேள்விகளில் வெளிப்படையாகவும் மறைவாகவும் உள்ள அவமதிப்புகளைச் சாட்டையடியாகக் கணக்கில் எடுங்கள். ஒவ்வொரு முறை ஆத்மா கொல்லப்படும்போதும் மூன்றாம் நாள் உயிர்த்தெழுவோம் என்றும் அதன் பிறகு வேதனை இல்லையென்றும் உணருங்கள்.

ஒருபோதும் கட்டுமானப்பணி முடியாத கட்டடமாக இருந்தது குடும்ப நீதிமன்றம். சாலையின் ஒரு பக்கம் தேவாலயம். அங்கே மனிதர்கள் சேர்த்து வைக்கப்பட்டிருந்தனர். மறுபக்கம் நீதிமன்றம். அங்கே மனிதர்கள் பிரித்து வைக்கப்பட்டிருந்தனர். ஆரம்ப சுகாதாரநிலையத்தின் வாசலை அடுத்து நீதிமன்றத்துக்கு இறங்குகின்ற படிக்கட்டு இருந்தது.

அதற்குக் கைப்பிடிகள் இருக்கவில்லை. பாட்டியின் கையைப்பிடித்துக்கொண்டு அந்தப் படிக்கட்டுகளில் முதன்முறையாக இறங்கும்போதே ஜெஸபெல், தனக்குத்தானே ஒரு தீர்க்கதரிசினியாக மாறி யாரோ ஒருவருடைய முதலாவது தீர்க்கதரிசனத்தை அறிவித்தாள். மேலே இருந்து தவறி விழுகின்ற ஓர் உடலை அவள் கண் முன்னால் கண்டாள். கீழே உள்ள நீதிமன்றக் கட்டடத்தின் தாழ்வாரத்தின் ஒரு கோடியில் உள்ள பெட்டிக்கடையின்மேல் அது விழுவதையும் மிட்டாய் பாட்டில்கள் உடைந்து சிதறுவதையும் அவள் கண்டாள். இஸ்ரேல் நாட்டு ராணி ஜெஸபெல் கீழே எறியப்பட்டது அப்படித்தானே இருந்தது.

அவ்வாறு விழும்போது மனித உடலுக்கு என்ன நேரும்? முதுகெலும்பு உடையும். இதயத்திலிருந்து ரத்தத்தை எடுத்துச் செல்கின்ற பெருந்தமனி உடைந்துபோகும். கழுத்து ஒடியும். மூளைக்குச் செல்கின்ற ரத்த ஓட்டம் நிற்கும். அவனோ அவளோ செத்துப்போவார்கள். இல்லையென்றால் இறந்ததுபோன்று வாழ்வார்கள். அந்த விழுகை ஓர் அறிகுறியாக இருக்கவேண்டும். ஏசு, சீடர்களுடன் உவமைகளின் வழியாக உரையாடியதுபோன்று ஜெஸபெல்லுடன் விதி அறிகுறிகளின் வழியாக உரையாடியது. ஏழு வருடத்திற்கு முன்பு வாழ்க்கையில் வெளிப்பட்ட பெரியதொரு அறிகுறியைத் தான் கவனிக்காமல் போனதில் அவள் எப்போதும் விரக்தியடைந்தாள்.

ஏழு வருடத்திற்கு முன்பு, அது ஒரு ஜூன் பதினாறு. அவள் அப்போது *M.D.* இரண்டாம் வருட மாணவி. பகலில் வகுப்பும் இரவில் மருத்துவப் பணியுமாக இருந்தாள். அன்று காலையில் தீவிரச் சிகிச்சைப் பிரிவில், தீக்காயமடைந்த எட்டுவயதுப் பையன் ஒருவன் வந்து சேர்ந்திருந்தான். அவனுடைய உடலைக் கிடத்திய ஸ்ட்ரெச்சர் உருண்டு வந்த வழியெங்கும் புகைப்படலம் தங்கியிருந்தது. எட்டரை மணிக்கான வகுப்பிற்கு முன்பு மருத்துவக் கல்லூரிக்குத் திரும்பிச் செல்வதற்காக அவசரப்பட்டு ஸ்கூட்டரில் வீட்டை நோக்கிப் பாயும்போது, நாட்கணக்கில் பெய்த கனத்த மழையில் மூழ்கிச் செத்துப்போய்விட்டது போன்று வானம் கருவளித்துக் கவிழ்ந்து கிடந்தது. ஒளி இழந்த சூரியன் மூளைச்சாவு அடைந்தவருடைய துருத்திய கண்மணி போன்று வெளியே தெரிந்தது. அசௌகரியமானதொரு குளிர் தன்மேல் ஆர்வம் கொண்டிருப்பதாக அவள் உணர்ந்திருந்தாள்.

‘பரிசுத்தத்தின் பிறந்தவீட்டுக்குச் செல்லும் வழி’ என்ற பலகை வைத்திருக்கும் இடத்திலிருந்து இடதுபுறம் திரும்பிய உடனேயே தன்னுடைய வீட்டையும் வாசலில் நிறுத்தி வைத்திருந்த அழுக்கடைந்த பச்சை நிறமுள்ள இன்டிகோ காரையும் அவளால் பார்க்க முடிந்தது. காருக்கு அருகில் ஸ்கூட்டரை நிறுத்திவிட்டு, தோளுக்குக் குறுக்கே கட்டிவைத்திருந்த துப்பட்டாவை நேராகப் போடுவதற்கு மெனக்கெடாமல், ஸ்டெத்தும் கோட்டும் அடங்கிய கேரிபேக்கைக் கையில் எடுக்கும்போதே ‘ஜான் சார் கைவிட்டுட்டா செத்தாத்தான் விமோசனம்’ என்ற சோஷா அத்தையின் கெஞ்சலையும் கேட்க முடிந்தது.

வீட்டினுள், நிரந்தர இருப்பிடமான சாய்வு நாற்காலியில் அவளுடைய அப்பா, குரிசும்மூட்டில் பூந்தோட்டத்தில் யோகன்னான் மகன் ஜான், கண்ணாடியைக் கழற்றிக் கையில் பிடித்துக்கொண்டு சிந்தனையில் ஆழ்ந்தவராக உட்கார்ந்திருந்தார். உள்ளே செல்வதற்கான கதவில் சாய்ந்து, நீலப்புள்ளிகள் போட்ட பழுப்புநிற நூல் புடவையின் முந்தானையை எடுத்து இடுப்பில் செருகிக்கொண்டு, அவளுடைய அம்மா பொன்பள்ளியைச் சேர்ந்த வரம்பேல் பீட்டரின் மகள் சாரா உற்சாகத்துடன் நின்றுகொண்டிருந்தார். ‘ஒரு ஊருக்கு ஒரு தேவாலயம் மட்டுமே இருக்க முடியும் என்று சட்டம் இருந்த காலத்தில், பெரிய தேவாலயத்துக்குப் பக்கத்திலேயே தேவாலயம் கட்டவேண்டும் என்ற பிடிவாதத்தைச் சாதிப்பதற்காக, சொந்த ஊரின் வடகிழக்கு எல்லையை அன்றிருந்த சந்தையின் மேற்கு என்று கொண்டுவந்து, பெரிய தேவாலயத்துக்கு மிக அருகிலேயே சிறிய தேவாலயம் கட்டுவதற்கு ஔஸேப்பு பாதிரியாருக்குத் தந்திரம் உபதேசித்த கொள்ளுத்தாத்தாவின் வித்து’ என்று பாட்டி சிறப்பித்துச் சொல்லக்கூடிய வகையில் ஒரு உறவினரான சோஷா அத்தை, விளிம்புகளில் எம்பிராய்டரி போட்ட பளபளக்கும் ஆரஞ்சு சைனீஸ் சில்க் சேலையும் அதே துணியில் பிளவுசும் அணிந்துகொண்டு, சிறிதளவே உள்ள முடியை இழுத்துச் சீவி உச்சந்தலைக்குக் கொஞ்சம் கீழே கட்டிவைத்துக்கொண்டு நிறுத்தாமல் பேசிக்கொண்டிருந்தார். அவருடைய கணவர் மோனிச்சன் மாமா, குறுக்கே மஞ்சள் பட்டைகள் போட்ட டீ சட்டையும் இன்னும் கொஞ்சம் தளர்வும் இறக்கமும் இருந்திருக்கலாம் என்று தோன்றச்செய்கின்ற பேண்ட்டும் அணிந்துகொண்டு, தேநீர்க் குவளையைக் கையில் எடுத்துச் சூடு பரிசோதித்துக்கொண்டிருந்தார்.

ஜெஸபெல்லைப் பார்த்ததும், ‘இதா வந்துட்டா’ என்று அம்மா சொன்னார். அப்பாவின் முகத்தில் அசௌகரியம் பரவியது. அவள் புரிந்துகொள்ள வேண்டி, ‘இப்பப் பார்க்கத் தொடங்கினாத்தான் படிப்பு முடியறப்ப பையன் கிடைப்பான்’ என்று அம்மா தனக்குத்தானே சொல்லிக்கொண்டார். ‘சாரா சொன்னது சரி’ என்று சோஷா அத்தை வழிமொழிந்தார். ‘ஜெஸபெல்லுக்கும் உங்களுக்கும் பையனப் பிடிச்சுதுன்னா யோசிச்சாப் போதுமே, சாரா… அவன் வந்து பார்க்கட்டுமே’ என்று மீண்டும் கேட்டார்.

சோஷா அத்தையின் மகள் தெரசாவுக்கு வந்த வரன். வேறொரு நகரத்தில் பிறந்து வளர்ந்த மருத்துவர். எம்.பி.பி.எஸ்., எம்.டி. (பேத்தாலஜி). சோஷா அத்தையின் ஒரு உறவினர் அவர்களுடைய வீட்டைப் போய்ப் பார்த்துவந்தார். பெண் பார்ப்பதற்கான தேதி நிச்சயிக்கப்பட்டது. அவர்கள் இங்கே வருவதற்குப் புறப்பட்டுவிட்டனர். ஆனால், காலையில் பார்க்கும்போது தெரசா இல்லை. இவ்வளவுதூரம் தாண்டி பையனின் வீட்டார் வரும்போது ஒரு பெண்ணைக் காட்டியே ஆகவேண்டும். ஜான் சார் மனசு வைக்கவேண்டும். உண்மையாய்ச் சொன்னால் தெரசாவைக் காட்டிலும் இந்த வரன் ஜெஸபெல்லுக்குப் பொருந்தும். மோனிச்சன் மாமா பிஸ்கட்டைச் சாப்பிட்டு முடித்து, தேநீரைக் குடித்துத் தீர்த்து, வாயைத் துடைத்துக்கொண்டு நிறைந்த கண்களோடு ‘நான் ஜான் சாரோட காலப் புடிக்கறேன்’ என்று கட்டாயப்படுத்தியபோது அப்பா பலவீனமடைந்தார். ‘இன்று வகுப்புக்குப் போகவேண்டாம் தங்கம்’ என்று ஜெஸபெல்லிடம் கேட்டுக்கொண்டார்.

ஏழாவது முத்திரை உடைந்தபோது பூமியிலும் வானத்திலும் பரவிய மௌனத்தைத் தனக்குள்ளும் ஜெஸபெல் உணர்ந்தாள். ஒரு பகுதியில் உணவு மேசையும் மறுபகுதியில் டிவியும் அதைப் பார்ப்பதற்கு வசதியாகச் சுவரோடு சேர்த்துப் போடப்பட்ட பிரம்பு சோஃபா செட்டும் உள்ள கூடத்தைக் கடந்து அவள் தன்னுடைய அறைக்குச் சென்றாள். கேரிபேக்கை மேசையின்மேல் வைத்துவிட்டுக் கட்டிலில் உட்கார்ந்தாள். உடலில் எரிச்சலையும் குளிரையும் உணர்ந்தாள். ஒரு கத்தோலிக்க இளம்பெண்ணுக்குத் திருமணத்தைப் பற்றிக் கேட்கும்போது தோன்றவேண்டிய குளிர் அல்லவே இதுவென்று வருத்தப்பட்டாள். எட்டரை மணிக்கு லைலா மேடம்

எடுக்கவிருக்கும் வகுப்பைப் பற்றிக் கவலைப்பட்டாள். என்னவானாலும் என்றைக்காவது திருமணம் செய்யத்தானே வேண்டும் என்று யோசித்தாள். வருகிறவன் நல்லவனாக இருப்பான் என்று நம்பினாள். ‘அட்லஸ் ஷ்ரக்டு’ படத்தில் வரும் ஜான் கால்ட்டைப் போலவோ ‘பௌண்டன் ஹெட்’ படத்தில் வரும் ஹொவார்டு ரோர்க்கைப் போலவோ ஒருவனைக் கற்பனை செய்தாள்.

‘என்னடி, முகத்துல வாட்டம், உன் மனசுல எவனாவது இருக்கானா’ என்று கேட்டுக்கொண்டு அம்மா உள்ளே வந்து கண்களை உருட்டினார். ‘எவனாவது இருந்திருந்தால்’ என்று ஜெஸபெல் பரிதவித்தாள். ‘இவனை அடைந்தே தீருவேன்’ என்று தோன்றச்செய்த யாரையும் அவள் பார்த்ததில்லை. சிலரோ ரகசியமாகக் காதலித்தனர். சிலரோ காதலை ஒளிரச்செய்தனர். சிலசமயங்களில் சிலர்மீது இதயம் பதிந்திருந்தது. சிலசமயங்களில் சிலருடைய நெருக்கம் இதயத்தில் காதலை முளைவிடச்செய்தது. ஆனால், ஒரு பாட்டை முணுமுணுத்துக்கொண்டே ஸ்கூட்டரில் வீடு வந்து, ஏபெல்லுடனும் அப்பாவுடனும் அன்றைய செய்திகளைப் பகிர்ந்துகொண்டு படிப்பதற்காக உட்காரும்போது ஆண்கள் அவளுடைய அந்தரங்கத்திலிருந்து காற்றில் பஞ்சுபோன்று பறந்து போயிருந்தனர்.

ஆனால், மூன்றாமாண்டு படிப்பவனான ஒரு சீனியர் மாணவன் இருந்தான். நடைகூடங்களிலும் கேண்டீனிலும் மருத்துவ வார்டிலும் எதிர்ப்படும்போதெல்லாம் அவன் அவளைப் பார்த்துக் கண்களால் புன்னகைத்தான். அவள் அவனைக் கன்னக்குழிகளால் வாழ்த்தினாள். அவனுடைய பெயர் ரஞ்சித். அவர்களுக்கிடையில் காதல் என்று அவளுடைய தோழிகள் பழி சுமத்தினர். அதில் துளிகூட உண்மை இருக்காதா என்று அவளும் சந்தேகித்தாள். ஆனால், அவள் மூன்றாமாண்டை அடைந்த காலத்தில், ‘வந்ததுக்கப்புறம் பார்க்கலாம், ஒரு விசயம் சொல்லணும்’ என்று விடைபெற்றுக்கொண்டு அவன் இரண்டு நண்பர்களோடு சேர்ந்து பிக்னிக் போனவன் நிலச்சரிவில் சிக்கிக்கொண்டான். அதன்பிறகு ஒருபோதும் அவள் கண்களால் சிரிக்கின்ற யாரையும் பார்க்கவில்லை. மற்றொரு மழைக்காலத்தில், ஜெரோம் ஜார்ஜ் மரக்காரனின் உடைந்த காரைத் தண்ணீரில் இருந்து கட்டித் தூக்கியதைப் பார்த்துக்கொண்டிருக்கும்போது, ரஞ்சித் மண் துகள்கள்

ஒட்டிய கண்ணிமைகளோடு ஏறிவந்தான். இடிந்து விழுந்த பெரிய குன்றுகளுக்கும் பெரும் பாறைக் கற்களுக்கும் அடியில் தான் உயிரோடு இருப்பதாக வாதிட்டான். மண் துகள்களைத் தட்டிவிட்டுக்கொண்டு அவளை நோக்கிக் கண்களால் புன்னகைத்தான். அவனுக்காக அவளுடைய கன்னக்குழிகள் மலர்ந்தன. அவளுடைய உடல் விழித்துக்கொண்டது. அது தீண்டல்களுக்காக ஏங்கியது.

குடும்ப நீதிமன்றத்தில் உள்ள சாட்சிக்கூண்டில் ஏறி நின்றபோது அவள் மீண்டும் ஜூன் பதினாறு அன்று நடந்தவற்றை நினைத்தாள். அவளுடைய உடல் நடுங்கியது. ஜெரோம் ஜார்ஜ் மரக்காரனும் அவனுடைய தாய் லில்லி ஜார்ஜ் மரக்காரனும் அவனுடைய தந்தை ஜார்ஜ் ஜெரோம் மரக்காரனும் லில்லி ஜார்ஜ் மரக்காரனின் சகோதரர் ஆபிரஹாம் சம்மநாட்டுடன் அவளைப் பெண் பார்த்து முடிவுசெய்ய வந்தனர். சோஷா அத்தையும் மோனிச்சன் மாமாவும் அவர்களை அவசர அவசரமாகக் கூட்டிக்கொண்டு வந்தார்கள். இறையியல் பாடசாலையிலிருந்து வெளியேறிய பிறகும் பழைய ஏற்பாட்டிலிருந்து ஒருபோதும் விடுவித்துக்கொள்ளாத அப்பா 'ஜெருசலேம்' என்று பெயர் வைத்த ஜெஸபெல்லின் வீடு, கிறிஸ்துவைப் போன்று இரண்டு கைகளையும் விரித்து நின்று அவர்களை வரவேற்றது.

முன்பக்கம் நீண்ட, கதவு இருக்கவேண்டிய இடத்தில் கிரில் பதிக்கப்பட்ட அந்த வீட்டின் வரவேற்பறைக்கு அகலத்தைவிட நீளம் அதிகமாக இருந்தது. சுவர்களைவிட அதிகமாக கதவுகளும் ஜன்னல்களும் இருந்தன. வெள்ளையடிக்கப்பட்ட சுவர்கள், தேக்குமரத்தாலான உட்கூரை. கிரில்களுக்கு நேராக இருக்கும், உள் வரவேற்பறைக்குப் போகின்ற கதவுக்கு மேல் குருத்தோலைப் பெருநாளின் காய்ந்த குருத்தோலை செருகி வைத்த ஸ்டேண்டில், நெஞ்சில் தமனிகளுக்குப் பதிலாக நட்சத்திரங்கள் மின்னும் இதயத்தை வெளிப்படுத்திக்கொண்டு கிறிஸ்து துயரம்நிறைந்த ஒரு புன்னகையைப் பொழிந்துகொண்டிருந்தார். அவளோ, குளித்துத் தயாராகி, வெள்ளை ரோஸ் சில்க் சுடிதார் உடுத்து, முத்துமாலையும் கம்மலும் அணிந்துகொண்டு, 'நேரமாகிறது, என் பிரியனே விரைந்து வருக, விரைந்து வருக' என்று அவசரப்படுகின்ற இதயத்தைச் சமாதானப்படுத்த முடியாமல் உற்சாகம்கொண்டிருந்தாள்.

கிளீன் சேவ் செய்து முழுக்கை சட்டையை இன்ஸெர்ட் செய்த முப்பது வயதுக்காரனாக இருந்தான் அன்று ஜெரோம் ஜார்ஜ் மரக்காரன். அவன் அவளைவிட வெளுத்திருந்தான். ஆறடி உயரமும் அதற்கேற்ற பருமனுமாக இருந்தான். அவனுடைய ஈரமான சிவந்த தடித்த உதடுகளைத்தான் முதல் பார்வையில் அவள் பார்த்தாள். பார்த்தபோதெல்லாம் அவளுடைய கண்கள் அவனுடைய உதடுகளுக்குப் பயந்து ஓடின. அதற்கிடையில் ஜார்ஜ் ஜெரோம் மரக்காரன் அவளிடம் அந்தப் பிரச்சனைக்குரிய கேள்வியைக் கேட்டான்:

"பாப்பா பேரு என்ன?"

கர்த்தரையும் குருத்தோலையையும் சாட்சியாக்கித் தட்டில் தேநீர்க் குவளைகளைப் பரிமாறிக்கொண்டிருந்தாள் ஜெஸபெல். பெயர் கேட்டதும் ஜார்ஜ் ஜெரோம் மரக்காரன் கையில் எடுத்த தேநீர்க் குவளையைத் திரும்பவும் தட்டிலேயே வைத்தான்.

"ஜெஸபெல்லா? உலகத்துல எங்காவது உண்மையான கிறிஸ்தவர் சொந்த மகளுக்கு இந்தப் பேரு வைப்பாங்களா?"

அதுவொரு உடைந்து சிதறிப்போதலாக இருந்தது. ஜெஸபெல் அதிர்ந்துவிட்டாள். அப்பாவின் முகம் சிவந்தது. அப்பா பக்கவாட்டில் இருந்த அலமாரியில் அடுக்கி வைக்கப்பட்டிருந்த தியாலஜிகல் புத்தகங்களின்மீது கண்களை ஓடவிட்டார்.

"ஜெஸபெல் ஒரு தீர்க்கதரிசினியா இருந்தாங்க." அப்பா சொன்னார்.

"தீர்க்கதரிசிகளுக்கு இடையிலான அரசுரிமைப் போரில் எலியா தீர்க்கதரிசிகிட்ட சவால்விட்ட பெண்தான் ஜெஸபெல். அவரைவிட வலிமையான ஒரு பெண்ணைக்கூட நான் பைபிள்ல பார்க்கல..."

"அந்த அளவுக்குச் சபிக்கப்பட்ட வேறொருத்திய நானும் பைபிள்ல பார்க்கல. இந்தப் பேர மாத்தணும். இந்தப் பேர மாத்தியே ஆகணும்."

ஜெஸபெல்லுக்கு அது எதிர்பாராத அடியாக இருந்தது. அவமானம் அவளுடைய கை கால்களைப் பலவீனமாக்கியது. அவளுடைய மனம் ஒரு நிலச்சரிவில் இடிந்து இடிந்து புதைந்தது.

அப்பா எழுந்து வேட்டியை மறுபடியும் இறுக்கிக் கட்டிக்கொண்டு ஜார்ஜ் ஜெரோம் மரக்காரனைப் பார்த்தார்.

"பேர மாத்துறது சாத்தியமில்லை ஜார்ஜ் சாரே. பேர் மட்டுமல்ல. எங்களோட வாழ்க்கைல எதையும் உங்களோட அபிப்பிராயப்படி மாத்திக்கப்போறதில்லை. என்னோட மகள் ஜெஸபெல். உங்க மகனுக்கு அவளைப் பிடிச்சிருந்துதுன்னா, அவளுக்கும் பிடிச்சிருந்துதுன்னா நாம இந்த பந்தத்தப்பத்திப் பேசலாம். வரதட்சணை எதிர்பார்க்காதீங்க. என்னோட சொத்த சரிசமமாப் பிரிச்சு என்னோட ரெண்டு மக்களுக்கும் கொடுப்பேன். அது என்னோட காலத்துக்கும் என் மனைவியோட காலத்துக்கும் அப்புறம் அவங்க அனுபவிக்கலாம்... இதெல்லாம் சம்மதம்னா மட்டும் நாம மேற்கொண்டு பேசலாம்..."

"சம்மதமா..."

சொன்னது ஆபிரஹாம் சம்மநாட்டு. அப்பாவின் புத்தக அலமாரியில் ஒரு பக்கத்தில் அடுக்கி வைத்திருந்த அவளுடைய சான்றிதழ்களையும் மெடல்களையும் பார்த்துக்கொண்டு நின்றிருந்தார் அவர். பத்தாம் வகுப்பிலும் பிரீடிகிரியிலும் முதல் ரேங் பெற்றதன் மெடல்கள், லேமினேட் செய்த செய்தித்தாள் கட்டிங்குகள், மருத்துவ நுழைவுத்தேர்வில் அனைத்திந்திய நிலையில் மூன்றாம் ரேங் பெற்றதன் செய்தித்தாள் கட்டிங், எம்.பி.பி.எஸ்.இன் புரொஃபிஸியென்ஸி அவார்டுகள்.

"சம்மதமா." ஆபிரஹாம் சம்மநாட்டு திரும்பவும் கேட்டார்.

"ஜார்ஜ்குட்டீ, இவளுக்கு எதுக்கு வரதட்சணை? இவளே ஒரு சொத்துதான்."

அப்போது அம்மாவின் கண்கள் நிறைந்தன. அப்பா திரும்பவும் உட்கார்ந்தார். ஜார்ஜ் ஜெரோம் மரக்காரன் சிறிது நேரம் கைகளைப் பிசைந்துகொண்டிருந்தான். பின்னர் தேநீர்க் குவளையை எடுத்து உதட்டில் வைத்தான். லில்லி ஜார்ஜ் மரக்காரன் உரக்க பெருமூச்சு விட்டார். ஜெரோம் ஜார்ஜ் மரக்காரன் எழுந்து சென்று சான்றிதழ்களை ஆராய்ந்தான். எல்லா ட்ரோஃபிகளையும் பார்த்து முடித்து, எல்லாச் செய்தித்தாள் கட்டிங்குகளையும் வாசித்த பிறகு, அவன் அவளைப் பார்த்தான். அப்போது, அவனுடைய கண்கள் புன்னகைத்ததாக அவள் நம்பினாள்.

“இருந்தாலும்... ஜெஸபெல்...!”

தேநீர் குடித்தபிறகும் ஜார்ஜ் ஜெரோம் மரக்காரன் பிறுபிறுத்தான். தன்னுடைய பெயர் எவ்வளவு பயங்கரமானது என்று ஜெஸபெல் அன்றுதான் புரிந்துகொண்டாள். அவர்களுக்கு அது பிசாசுக்கு ஒப்பானதாக இருந்தது. ஜெரோமுடன் சேர்ந்து வாழ்ந்த இரண்டரை வருடமும் அவளைப் பார்க்கும்போதெல்லாம் ஜார்ஜ் ஜெரோம் மரக்காரன் அந்தப் பெயரைச் சொல்லி முணுமுணுத்தான். படுக்கையறையில் ஜெரோம் ஜார்ஜ் மரக்காரன் அந்தப் பெயரைச் சொல்லிக் கூப்பிட்டு அவளை அவமானப்படுத்தினான். பல வருடங்களுக்குப் பிறகு, நீதிமன்றத்தில் எதிர்த்தரப்பு வக்கீலும்கூட அந்தப் பெயரின் பேரில் அவளை அவமானப்படுத்தினார்.

“ஜெஸபெல் - இந்தப் பெயர் அத்தனை சாதாரணமானது அல்லவே. உங்களுடைய இந்தப் பெயருக்குப் பொருள் என்னவாம்?”

எதிர்பாராத அந்தக் கேள்விக்கு முன்னால் ஜெஸபெல் நடுங்கிப்போனாள்.

“வெர்ஜின் - ஃபியூர்...”

அவள் உமிழ்நீரை இறக்கிக்கொண்டு பதில் சொல்ல முயன்றாள். வேறு ஏதோ ஆணுடன் காமக்களியாட்டம் போடுவதற்காகச் சொந்தக் கணவனைக் கொல்வதற்கு முயன்ற பெண்மீதான வெறுப்பும் பகையும் காரணமாக நீதிமன்ற அறையில் இருந்த புழுதிப்படலங்கள்கூட கோபாவேசமாகிக் காற்றில் பேயாட்டம் போட்டன... அவை ஜெஸபெல்லை வெட்கத்தை உடுக்கவைத்தன. விலாசமான அறையில் கம்பிகள் இடப்பட்ட கூண்டுக்குள் முடியை வெட்டிக்கொண்டு சட்டையும் ஜீன்ஸ் பேண்ட்டும் அணிந்துகொண்டு நிற்கையில், அவள் ஒரு பன்னிரண்டாம் வகுப்புப் படிப்பவளைப் போன்றுதான் இருந்தாள். தடுமாறுகின்ற ஒரு பதின்மப் பருவத்தினள். கண்ணாடிப் பாத்திரம் போன்றிருக்கும் இதயம் நெடுக்காக வெடித்துப்போன ஒருத்தி.

பரிகாசம் நிறைந்த சிரிப்போடு வக்கீல், கையில் தயாராக வைத்திருந்த பைபிளில் அடையாளம் வைத்த தாளைத் திறந்து உரக்க வாசித்தார்:

“இருந்தாலும், உனக்கு எதிராக என்னிடம் சொல்வதற்கு இருக்கிறது: தீர்க்கதரிசி என்று உரிமை கோரவும் விபச்சாரம் செய்யவும் சிலைகளுக்குப் படைத்தவற்றை உண்பதற்கும் என்னுடைய ஊழியக்காரர்களுக்குக் கற்பிக்கவும் வசீகரிக்கவும் செய்கின்ற ஜெஸபெல் என்ற பெண்ணிடம் நீ சகிப்புத்தன்மையைக் காட்டுகிறாய். ஆனால், அவள் தன்னுடைய விபச்சாரத்தைக் குறித்து வருந்துவதற்குத் தயாரில்லை... இதோ நான் அவளைக் கட்டில் கிடையில் தள்ளிவிடுகிறேன்... அவளோடான தகாத உறவு குறித்து வருத்தப்படவில்லையென்றால் அவளுடனே விபச்சாரம் செய்பவர்களையும் பெரும் துன்பத்தில் நான் எறிவேன்... அவளுடைய குழந்தைகளையோ, மரணத்தால் நான் தண்டிப்பேன்...”

அவர் அவளைச் சவாலுக்கு அழைப்பது போன்று பார்த்தார்.

“வாசிக்கும்போது இது உங்களைப் பற்றியது என்று தோன்றுகிறதல்லவா?”

யாரெல்லாமோ சிரித்தார்கள். அவளுடைய வக்கீல் தணிந்த குரலில் ஏதோ சொன்னார். இரண்டு வக்கீல்களுக்குமிடையில் வாக்குவாதம் ஆகிவிட்டது. சந்தனப்பொட்டு வைத்த நீதிபதி சலிப்போடு ‘விசயத்துக்கு வாங்க’ என்று உத்தரவிட்டார். வக்கீல் பைபிளை மூடிவைத்துவிட்டு, ‘சரி, ஜெரோம் ஜார்ஜ் மரக்காரனை முதன்முதலாகப் பார்த்தபோது உங்களுக்குள் பேசிக்கொள்ளவில்லையா’ என்று கேட்டார்.

அவ்வாறாக அந்த முதல்நாளின் நினைவுகளை ஜெஸபெல் நினைவுக்குக் கொண்டுவந்தாள். ‘அவங்களுக்கு எதாச்சும் பேசவேண்டி இருக்கும்’ என்று சோஷா அத்தைதான் வற்புறுத்தினார். ஜெஸபெல் வேண்டாவெறுப்போடு அறைக்குச் சென்று காத்திருந்தாள். சிறிது நேரம் கழித்து முதலில் ஃபார்மலினின் மெல்லிய வாடை உள்ளே நுழைந்தது. பின்னாலேயே ஜெரோம் ஜார்ஜ் மரக்காரன் வந்தான். அவளுடைய அறையில் அவன் நிறைந்து நின்றான். ஒரு பெரிய மனிதன். கசங்காத ஆடைகள், முகம், அசைவுகள்.

“டாடி கோபப்படறத பெருசா எடுத்துக்க வேண்டாம்... மனசளவுல பிரியமானவர்தான்...”

அவனுடைய சிவந்த தடித்த ஈர உதடுகள் முணுமுணுத்தன.

"என்னுடைய ஃபிரண்ட் எனக்கு கல்ஃப் போற ஒரு சான்ஸ்க்கு ஏற்பாடு செஞ்சிருக்கான்... அப்புறம் ஜெஸபெல்லுடைய எம்.டி. படிப்பு முடிஞ்சப்புறம் நாம் சேர்ந்து போகலாம், இல்லையா?"

அவனுடைய உதடுகளுக்குப் பயந்து அவள் முகம் தாழ்த்தினாள். அவன் புத்தக அலமாரியில் கண்களை ஓடவிட்டான்.

"குட்! என்னுடைய ஹாபியும் ரீடிங்தான்..."

அவளுடைய உடல் நடுங்கியது. இதயம் படபடவென்று துடித்தது. தனக்குக் காய்ச்சல் தொடங்கிவிட்டதென்று அவளுக்கு உறுதியாகத் தெரிந்தது.

"எனக்கு லீவு இல்லை. மூணு மணி ஃபிளைட்லயே நான் திரும்பிப் போகணும்... மெயில் ஐடி கொடுத்தா - ஐ ஷெல் கீப் இன் டச்..."

அன்றிரவு, ஒரு பாராசிட்டமலையும் விழுங்கிவிட்டு, அடுத்த நாளுக்கான கருத்தரங்கிற்கான குறிப்புகளை மடிக்கணினியில் தட்டச்சுச் செய்துகொண்டு டியூட்டி ரூமில் உட்கார்ந்திருக்கும்போது, அவனுடைய மின்னஞ்சல் வந்தது.

"ஐ ஏம் வெய்ட்டிங் ஃபார் யுவர் ரிப்ளை."

அவள் எழுந்து அமர்ந்தாள். அவனுடைய உதடுகளை நினைத்தாள். ஒரு ஆணை வெறுப்பது உதடுகளை வைத்தல்ல என்று தன்னைத்தானே திட்டிக்கொண்டாள். பதில் அனுப்பினாள்:

"எனக்குத் திருமணத்தைப் பற்றி நிறைய கனவுகள் உண்டு... கலீல் ஜிப்ரான் எழுதியதுதான் எனது கனவில் இருக்கும் திருமணம்... *And the oak tree and the cypress grow not in each other's shadow...*"

அவனுடைய பதில் மின்னல் வேகத்தில் வந்தது:

"உண்மையான திருமணத்தில் ஆணுமில்லை பெண்ணுமில்லை. இரண்டு மனிதர்கள் மட்டுமே இருப்பார்கள். அவர்களுக்கு இடையில் உள்ள பரஸ்பர நம்பிக்கையும் பரஸ்பர மரியாதையும் மட்டுமே இருக்கும். என்னுடைய கற்பனையில் இருக்கும் திருமணம் அதுதான்... *Who could refrain that had a heart to love and in that heart courage to make love known? I love you, Jezebel. And believe that we are made for each other.* எனக்கு இந்தத் திருமணமே போதும் என்று நான் டாடியிடம் சொல்லிவிட்டேன்."

ஜெஸபெல்லின் உடல் அதிர்ந்தது. கன்னக்குழிகள் தாமாய் மலர்ந்து கணினித் திரையிடம் புன்னகைத்தது. அறையில் இருந்த பச்சை நிற விரிப்பு விரிக்கப்பட்ட இரும்புக் கட்டிலும் பழைய பிரம்பு நாற்காலியும் கருத்து நூலாம்படை பிடித்த மின்விசிறியின் இதழ்களும் மேசைமேல் இருந்து பறந்து உயர்வதற்கு முயற்சிக்கின்ற நோய் விவரங்கள் எழுதிய தாள்களும் அவளைப் பார்த்துப் புன்னகைத்தன. அருகருகே, இருவருக்கும் கிளைகளை விரிப்பதற்கான இடத்தை ஒருவருக்கொருவர் அனுமதிக்கின்ற ஒரு ஓக் மரத்தையும் சைப்ரஸ் மரத்தையும் கற்பனை செய்து அவள் பூரித்தாள்.

அதன்பிறகு, யோசிப்பதற்கு நேரம் கிடைக்கவில்லை. சிந்திக்கவேண்டியது இருக்கிறது என்று அவளுக்குத் தோன்றவும் இல்லை. அடுத்த நாளே ஜார்ஜ் ஜெரோம் மரக்காரனும் ஆபிரஹாம் சம்மநாட்டும் மீண்டும் வந்தார்கள். அப்பாவைக் கட்டாயப்படுத்தினார்கள். 'உறுதிப்படுத்தட்டுமா?' என்று அப்பா கேட்டார். அவள் கன்னக்குழிகளை மலர்த்திப் புன்னகைத்தாள். இரண்டாவது வாரம் உறுதிப்பேச்சு நடத்தினார்கள். ஜூலை முதல் வாரத்தில் நிச்சயதார்த்தம் நடத்தினார்கள். திருமணத்தை ஊரில் இருக்கும் தேவாலயத்தில் நடத்துவதாக முடிவு செய்யப்பட்டது. திருமண முன் ஆலோசனை ஜெரோமுக்கு அவனது சொந்த நகரத்திலும் அவளுக்கு ஊரிலும் வழங்கப்பட்டது. இங்கிலாந்துக்கு ஸ்காலர்ஷிப் கிடைத்துச் சென்ற ஏபெல் திருமணத்திற்காகப் பறந்து வந்தான். வரும் வழியில் ஜெரோமின் வீட்டைப் பார்ப்பதற்காக அவன் ஜெரோமின் நகரத்தில் இறங்கினான். அன்று இரவு ஜெருசலேமிற்கு வந்து சேரும்போது அவன் சோர்ந்து போயிருந்தான்.

"இது வேண்டாம் ஜெஸபெல்." ஏபெல் அவளிடம் சொன்னான்.

உறுதிப்பேச்சு முடிந்துவிட்டது, நிச்சயதார்த்தம் முடிந்துவிட்டது, ஹால் புக் செய்தாகிவிட்டது, கேட்டரிங் ஏற்பாடும் முடிந்துவிட்டது, அழைப்பிதழ் அச்சடித்தாகிவிட்டது, நண்பர்களையும் உடன் பணியாற்றுபவர்களையும்

உறவினர்களையும் அழைத்து முடித்தாகிவிட்டது. இவ்வளவும் நடந்தபிறகு எப்படி வேண்டாமென்று விடுவது? ஜெஸபெல் மனமுடைந்தாள்.

- அதாக இருந்தது முதலாவது மரணம்.

நீதிமன்றத்தில் நீண்ட விசாரணை முடிந்து வெளியே வந்தபோது அவளுடைய இதயம் நனைந்த சாக்குப் போன்று கனத்துத் தொங்கியது. ஒருவர் மட்டுமே நடப்பதற்கான இடுங்கிய நடைகூடம் ஒரு குகை போலத் தோன்றியது. பார்வையாளர்களுக்கு இடையில் உட்கார்ந்திருந்த பாட்டி தடி ஊன்றி நடந்து வந்து அவளுக்கு நேராக பிரியத்தோடு கையை நீட்டியபோது அந்தக் கையைப் பிடித்துக்கொண்டதைத்தவிர ஒரு வார்த்தைகூடப் பேசுவதற்கு அவளுக்குச் சக்தி இருக்கவில்லை. அவள் பாட்டியை முன்னால் நடக்க அனுமதித்தாள். கையில் சுற்றிக்கட்டிய பெல்ட்டைப் பிடித்துக்கொண்டு கைத்தடி ஊன்றி சல்வார் கம்மீஸ் உடுத்திய பாட்டி அதிவேகமாக முன்னோக்கி நடந்தார். தாழ்வாரத்தை அடைந்தபோது ஜெஸபெல் மூச்சுவாங்கினாள். பகல் வெளிச்சத்தில் அவளும் பாட்டியும் ஒருவர் முகத்தை ஒருவர் பார்த்துக்கொண்டனர். ‘சோர்ந்து போயிட்டியாடீ குஞ்சூ’ என்று பாட்டி காருண்யத்தை வெளிப்படுத்தினார். அவள் புன்னகைக்க முயன்றாள்.

அப்போது அட்வகேட் ஃபிலிப் மேத்யூஸ், அவளுடைய வக்கீல் கட்டணத்துக்கு வேண்டி மட்டுமே தான் இந்த வழக்கை எடுத்துக்கொண்ட முகபாவத்தோடு அருகில் வந்தார்.

“அடுத்த ஹியரிங் அக்டோபர் பதினொான்று அன்றைக்கு.” நாற்பது வயதின் நரை ஏறிய முடியிழைகளை ஒதுக்கிக்கொண்டு வக்கீல் சொன்னார்.

“இது எவ்வளவு நாள் நடக்கும்? இந்த விசாரணை?” பாட்டி அவரைப் பார்த்தார்.

“அவங்க கேட்கவேண்டியது இன்றைக்கு முடிஞ்சுது.”

“அவங்களுக்கு வேண்டியதை மட்டும் கேட்டாப் போதுமா? நமக்கு வேண்டியதைச் சொல்லறதுக்கு நேரம் வேண்டாமா?”

"அதை அடுத்த தடவை கேட்பேன். நம்மளோட மறு விசாரணையும் எதிர்த்தரப்பாரோட குறுக்கு விசாரணையும் அன்றைக்கு நடக்கும்."

பாட்டி பெருமூச்சு விட்டார்.

"கட்டுனத அவுக்கறதுக்கு இத்தனை பாடா வக்கீலே? கட்டறதுக்கு இது எதுவும் வேண்டியதில்லை, இல்லையா?"

பாட்டி வாசலுக்கு இறங்குவதற்குச் சிரமப்பட்டார்.

"கட்டறதுக்கு முன்னாடிதா இதெல்லாம் நடத்தவேணும். பணம் கட்டி ரெஜிஸ்டர் பண்ணணும், வக்கீலுங்கள ஏற்பாடு பண்ணணும். கல்யாணம் கட்டிக்கறவனையும் கட்டிக்கிறவளையும் கேள்வி கேட்டு அவங்களோட மனசுல இருக்கறத வெளிய கொண்டாரணும். கொழந்த பொறக்குமா பொறக்காதா இல்ல வேண்டாமா அப்படீங்கறதை எல்லாம் பரிசோதிக்கணும். எவ்வளவு சொத்து இருக்கு, இனிமேல் சம்பாதிக்கிற சொத்து யாருக்கு எவ்வளவுன்னு முடிவுசெய்யணும். உடம்புலயோ மனசுலயோ நோய் இருக்கான்னு தெரிஞ்சுக்கணும். அதுக்கப்புறம் நீதிபதி சொல்லணும், சரி... இவங்க கட்டிக்கட்டும். இல்லாட்டி இவங்க கட்டிக்க வேண்டாம்..."

பாட்டியின் குரல் ஓங்கியது. தாழ்வாரத்தில் நின்றவர்கள் திரும்பிப் பார்த்தனர். ஜெஸபெல் வாசலில் இறங்கி பாட்டியின் கையைப் பிடித்தாள். அப்போது 'ஒரு முக்கியமான விசயம்' என்று சொல்லி வக்கீல் தாழ்வாரத்தின் ஓரத்துக்குச் சற்று நகர்ந்து நின்றார்.

"ஆமாம், மறு விசாரணைக்கு வரும்போது கொஞ்சம் டீசண்டா வரணும். புரிஞ்சுதா..."

ஜெஸபெல்லின் முகம் வெளிறிப்போனது. அவள் தன் உடலைப் பார்த்தாள்.

"நான் சொன்னது, அங்க டிரஸப் பத்தியெல்லாம் கேட்டத கேட்காமயா இருந்தீங்க? இந்த ஜீன்சும் சட்டையும் வேண்டாம். கேஸ் எல்லாம் முடிஞ்சதுக்கு அப்புறம் முடியை வெட்டிக்கிட்டா நல்லது. அது கிடக்கட்டும். எப்படியோ அன்றைக்கு வரும்போது சேலை கட்டிக்கிட்டு வந்தால் போதும். இல்லாட்டியுங்கூட

பாட்டி மாதிரி சுடிதார் போட்டுட்டாக்கூட போதும். ஆனா, ஷால் போடணும், கேட்டீங்களா...”

ஜெஸபெல் அதிர்ந்துபோனாள். அவன் சங்கடத்தோடு சிரித்தான்.

“ஜட்ஜோட இம்ப்ரசன் ரொம்ப முக்கியம்... இப்பவே அது போயிருச்சு. இனி இருக்கறதையும் போக்கடிச்சிறாதீங்க...”

“அதுசரி... துணிமணியெல்லாம் பார்த்துத்தானா வக்கீலே, ஜட்ஜுங்க கேஸ்ல தீர்ப்புச் சொல்வாங்க?”

பாட்டி பரிகாசத்தோடு சிரித்தார். வக்கீல் நொந்துபோனார்.

“அப்படியில்ல பாட்டீ... ரொம்ப மாடர்ன் ஆன பொண்ணுன்னெல்லாம் சொன்னாலே பிருஜுடிஸ் ஆயிடுவாங்க. அதனாலதான்.”

பாட்டி இன்னும் உரக்கச் சிரித்தார்.

“எங்க பாட்டிமாருங்க காலத்துல துணி உடுக்கறவங்கதான் தம்பீ, மாடர்ன். எங்க அம்மாக்களோட காலத்துல சேலை கட்டறதும் பிளவுஸ் போடறதும் ரொம்ப மாடர்னா இருந்துச்சு. எங்க காலத்துல பிரேஸியரோட பெல்ட் எங்காவது வெளிய தெரிஞ்சிட்டா அப்புறம் போயித் தொங்கிச் சாகவேண்டியதுதான். அதுக்கப்புறம் பிரேஸியர் போடாதது பெரிய குத்தமாச்சு. ஆனா இப்ப எப்படி? பிரேஸியர் மட்டும் போட்டுக்கறதுதானே மாடர்ன்? அவ்வளவுதான் மாடர்ன்னு சொல்லறதுக்கும் பழம்பஞ்சாங்கம்னு சொல்லறதுக்குமான அர்த்தம். நீங்க வக்கீலுங்க அதெல்லாம் ஜட்ஜுங்களுக்குச் சொல்லிக்கொடுக்க வேண்டாமா?”

வக்கீல் வினோதமான ஒரு சிரிப்புச் சிரித்தார். அதைப் பார்ப்பதற்கு நிற்காமல் பாட்டி படிக்கட்டுக்கு நேராக நடந்தார். படி ஏறுவதற்குப் பாட்டிக்கு ஜெஸபெல் உதவினாள். போலியோ தடுப்பூசியின் பெரிய பேனர் நிறம் மங்கிப்போய் ஆடுகின்ற ஆரம்ப சுகாதார நிலையத்தைத் தாண்டி ஜெஸபெல் காருக்கு அருகில் வந்தாள். பாட்டியை முன் இருக்கையில் உட்காரவைத்துக் கதவைச் சார்த்திவிட்டு ஓட்டுநர் இருக்கையில் ஏறும்போது மோசமான ஒரு தளர்ச்சி அவளை ஆட்கொண்டது. கோமாவில் விழும்போது இப்படித்தான் உடல் தளர்ந்து

போய்விடுமாக இருக்கும்; ஒவ்வொரு செல்லாக அல்ல, சட்டென்று, ஒரு பல்ப் வெடித்துச் சிதறுவது போன்று என்று அவள் சிந்தித்தாள். அவளுக்கு அழுகை வந்தது. ‘அழாதே, அழாதே, அழுது ஒரு பயனும் இல்லை’ என்று செத்துப்போன ஒரு பெண் அவளைத் திட்டினாள்.

அழுகையைத் தோற்கடிப்பதற்காக அவள் அந்த நீதிமன்ற அறையை வேறொரு கோணத்தில் கற்பனை செய்தாள். அங்கே இருக்கும் குற்றவாளிக்கூண்டில் ஜெரோம் ஜார்ஜ் மரக்காரனும் ஜார்ஜ் ஜெரோம் மரக்காரனும் அவர்களுடைய வக்கீலும் அவளுடைய வக்கீலும் நீதிபதியும் அவளைப் பார்த்துச் சிரித்தவர்கள் எல்லோரும் நெருக்கியடித்துக்கொண்டு நின்றனர்.

அவள் அவர்களை இவ்வாறு கேள்வி கேட்டாள்:

- இஸ்ரேலில் இருந்த ஜெஸபெல் ராணியின் பெயர் ‘இதா-பல்’ என்பதை நீங்கள் விசாரித்துத் தெரிந்துகொள்ளாமல் இருந்தது எதனால்?

- ‘இதா-பல்’ என்பதன் பொருள் ‘கர்த்தருடைய பெண்’ என்பதாகும் என்று புரிந்துகொள்ளாமல் இருந்தது எதனால்?

- பின்னர் அந்தப் பெயர் ‘இஸா பெல்’ அல்லது ‘சாணத்தின் பெண்’ என்று ஆனதற்குக் காரணம் என்னவென்று யாரும் விசாரித்துத் தெரிந்துகொள்ளாமல் இருந்தது எதனால்?

- அதிகாரத்தைக் கைப்பற்றுவதற்கு ஆசைப்பட்டவர்களைக் கேள்வி கேட்ட பெண்களெல்லாம் எதனால் விபச்சாரிகள் என்று அழைக்கப்பட்டார்கள் என்று விசாரித்துத் தெரிந்துகொள்ளாமல் இருந்தது எதனால்?

“யாரும் சொல்லவில்லையே. யாரும் கற்றுக்கொடுக்கவில்லையே” - அவர்கள் அவளுடைய நீதிமன்றத்தில் வருத்தத்துடன் ஒப்புக்கொண்டனர்.

ஆகவே, ஜெஸபெல் தன்னைப் பற்றிய ஒரு புதிய ஏற்பாட்டை எழுதத் தொடங்கினாள்:

> *பதினாறாம் நூற்றாண்டில் பெரிய தேவாலயத்தைப் புதுப்பித்துக் கட்டுவதற்காக போர்ச்சுகீசில் இருந்து வந்த அந்தோணி மேஸ்திரியின் உதவியாளன் லூயீஸ் மேஸ்திரிக்கு அன்றைய அரசன் துணையாகக் கண்டுபிடித்த மரியம்மையின்*

மகளுடைய கால்வழியில் பிறந்த சாராம்மாவின் மகளான ஏலியாம்மாவின் மகளான சூஸன்னாவின் மகள் சாராவின் மகள் ஜெஸபெல்லின் வம்சாவழி: சாராம்மா ஏலியாம்மாவின் தாயாக இருந்தார். ஏலியாம்மா சூஸன்னாவின் தாயாக இருந்தார். சூஸன்னா சாராவின் தாயாக இருந்தார். சாரா ஜெஸபெல்லின் தாயாக இருந்தார். ஜெஸபெல் வேறு யாருடைய தாயாகவும் இல்லை.

அதனால் அவள் அவளையே கருத்தரித்தாள். பாதங்களுக்கு அடியில் சந்திரனும் சிரசில் பன்னிரண்டு நட்சத்திரங்களின் கிரீடமுமாக அவள் அவளையே கண்டாள். சூரியனை அணிந்த ஒரு பெண்.

- இருப்பவளும் இருந்தவளும் வரவிருப்பவளுமான அவளில் இருந்து மட்டுமே அவளுக்குக் கிருபையும் சமாதானமும்!

2

ஜெஸபெல்லின் தாயார் சாராவின் பிறப்பு இப்பிரகாரமாக இருந்தது: அவருடைய தாயாரான சூஸன்னாவும் வரம்பேல் தாமஸின் மகன் பீட்டரும் சேர்ந்து வாழ்வதற்கு முன்பு, காட்டில் ஜோசப்பால் சூஸன்னா மணம் முடிக்கப்பட்டார். அதன்காரணமாக அவர் சாராவுக்கு முன்பே இரண்டு மகன்களின் தாயாக இருந்தார். ஜோசப் ஒரு மழைக்காலத்தில் பாம்பு கடித்து இறந்துவிட்டார். அதற்கு அடுத்த வருடம் சூஸன்னா பீட்டர் தாமஸைத் திருமணம் செய்துகொண்டார். பீட்டர் மூலமாக சாராவைப் பெற்றெடுத்தார். பொ.ஆ. 1125இல் ராஜா கட்டியது என்று சொல்லக்கூடிய தேவாலயத்தில் வைத்து ஒரு செப்டம்பர் இருபதன்று குரிசும்மூட்டில் பூந்தோட்டத்தில் யோஹன்னான் மகன் ஜான், சாராவை மணம் முடித்தார். ஒன்றரை வருடம் கழித்து ஜெஸபெல் ஜான் பிறந்தாள். இரண்டு வருடம் கழித்து ஏபெல் ஜான் பிறந்தான். சூஸன்னா தன்னுடைய கன்னக்குழிகளை ஜெஸபெல்லிற்கும் ஏபெல்லுக்கும் கொடுத்தார். கன்னக்குழிகளை மட்டுமல்ல, தான்தோன்றித்தனத்தையும் என்று சாரா பரிதவித்தாள். பேரப்பிள்ளைகள் இருவரும் உலகத்தைப் பார்த்துச் சிரிக்கவேண்டும் என்று சூஸன்னா ஆசைப்பட்டார். அவர்கள் இருவரும் பரிசுத்த ஆத்மாவில் கலந்துவிடவேண்டும் என்று சாரா ஆசைப்பட்டாள்.

“பாட்டிகூட என்ன அம்மாவுக்கு இத்தனை சண்டை?” பத்துப் பன்னிரண்டு வயதில் அம்மாவின் குடும்ப வீட்டில் செலவிட்ட கோடை விடுமுறையில் ஜெஸபெல் கேட்டாள்.

“நான் ரண்டாவதா ஒண்ண கட்டிக்கிட்டேனில்லையாடீ, குஞ்சே...”

பாட்டி உரக்கச் சிரித்தார்.

“பாட்டி எதுக்காக ரண்டாவதா கட்டிக்கிட்டீங்க?”

“எனக்கு ஒரு ஆம்பளை வேணும்னுதான்!”

“பாட்டிக்கு என்னத்துக்கு ஆம்பளை?”

“ஏண்டீ குஞ்சே, எனக்கு ஒரு பொட்டப்புள்ள வேணும்னு இருந்துச்சு. என்னெக் கட்டுனவன் செத்துப்போனான். எனக்கு இன்னொன்னு பெத்துக்க வேண்டி நான் ஒரு ஆம்பளைய கண்டுபுடுச்சேன். உன்னோட தாத்தாவோட பொண்டாட்டி ரண்டாவது பிரசவத்துல செத்துப்போய்ட்டா. ஒரு பொட்டப்புள்ளைய வச்சுக்கிட்டுச் சிரமப்பட்டாரு. எனக்கு அவரப் புடிச்சிருந்துச்சு. நான் அவர கட்டிக்கிட்டேன்.”

“தாத்தாவ கட்டிக்கிட்டதுல அம்மாவுக்கு எதுக்கு பாட்டிமேல கோபம்?”

“தாத்தாவ கட்டிக்கிட்டதுக்கல்ல. அவளோட அம்மா ரண்டாவது கல்யாணம் கட்டிக்கிட்டதுக்குத்தான். அவளப் போகச்சொல்லு...”

பாட்டி அப்புறமும் சிரித்தார். அப்போது பாட்டியின் கன்னக்குழிகள் மலர்ந்தன. தேன் நிறமுள்ள முகத்தில் இரண்டு கருத்த பூக்கள் மலர்வது போன்றிருந்தது, பாட்டியின் கன்னக்குழிகள். ஜெஸபெல்லுக்கு நினைவு தெரிந்த காலம் முதல் பாட்டி அம்மாவைவிட இளமையாக இருந்தார். அம்மா வாயில் சேலையும் வெள்ளைச் சேலையும் உடுக்கும்போது பாட்டி சல்வார் கம்மீசும் பின்புறம் ஜன்னல் கம்பிகள் வைத்த பிளவுசும் தைத்தார். அம்மா மேலும் மேலும் மூடிப் போர்த்தியபோது பாட்டி மேலும் மேலும் சுதந்திரத்தைப் பிரகடனப்படுத்தினார். அம்மா எப்போதும் அவமதிக்கவும் குற்றம்சாட்டவும் செய்தபோது பாட்டி எப்போதும் பாராட்டவும் பெருமைப்படவும் செய்தார்.

“அம்மாவோட முகத்துல எப்பவும் கோபந்தான். பாட்டியோட முகத்துல சந்தோசம். அதென்ன அப்படி?” ஒருமுறை ஜெஸபெல் கேட்டாள்.

“அது நான் ரெண்டு ஆம்பளைங்ககூட இருந்ததனாலடீ குஞ்சே...”

பாட்டி கலகலவென்று சிரித்தார்.

“அப்ப மூணு ஆம்பளைங்ககூட இருந்திருந்தா?”

“இன்னுங்கொஞ்சம் சந்தோசத்தப் பார்த்திருப்பேன்...”

"அப்படீன்னா நான் வளர்ந்ததும் பத்து ஆம்பளைங்க கூட இருப்பேன். நான் பத்துத்தடவ கட்டிக்குவேன்..."

"நீ இருந்துக்கோ ஆனா, கட்டிக்காத. கட்டிக்காம வாழறதுதாண்டீ செல்லமே அறிவு!"

பாட்டி வயிறு குலுங்கும்படியாக வாய்விட்டுச் சிரித்தார்.

"என் குஞ்சே, சாரா உன்னைப் புடிச்சு கன்னியாஸ்திரி மடத்துல சேர்க்கறதுக்கு முன்னாடி எவனாவது ஆம்பளப் பையன்கூட நீ ஓடிப்போயிரு... அதுதான் உனக்கு நல்லது..."

"பாட்டி பேத்திகிட்டச் சொல்லக்கூடிய விசயமா இது?" கேட்டுக்கொண்டு வந்த அம்மா பேயாட்டம் போட்டார்.

"நீங்க இனிமேல் இந்த வாசல் படிய மிதிக்காதீங்க... என்னோட புள்ளைங்க தப்பான வழியில போறதுக்குச் சம்மதிக்க முடியாது..."

"உன் புள்ளைங்கள நீயே வழிதப்பிப் போகவச்சுக்கோடீ... நான் ஒண்ணும் சண்டைக்கு நிற்கல..."

பாட்டி மறுபடியும் உரக்கச் சிரித்தார்.

தேவாலயத்தில் சுவர் ஓவியங்கள் வரைவதற்காக வந்த துப்பாயியுடன் ஓடிப்போன பெரிய அத்தையின் கதையைப் பாட்டி நினைவுபடுத்தினார். அதுவும் எந்தக் காலத்தில்? டச்சுக்காரர்களின் பள்ளிக்கூடத்துக்குக் கற்றுக்கொடுப்பதற்கு வந்திருந்தார் துப்பாயி. அவரை அழைத்து வீட்டுக்குள் விட்ட கொள்ளுத்தாத்தாவின் இதயம் மகள் ஓடிப்போனபோது நொறுங்கிப்போனது. அதற்குப்பிறகு அங்கே பெண்கள் வாழாமல் போனார்கள்.

அந்தக் கதையைக் கேட்டு மேலும் பைத்தியம் பிடித்த அம்மா ஜெஸபெல்லைப் பாட்டியிடமிருந்து பிரிப்பதற்கு முயன்றார். ஜெஸபெல் பாட்டியின் மார்பில் முகம் புதைத்துக் கிடந்தாள். அம்மா தலையில் அடித்துக்கொண்டு அழுது புலம்பினார். பாட்டி அவளைக் கட்டிப்பிடித்துக்கொண்டு இன்னும் அதிகமாக வாய்விட்டுச் சிரித்தார். மகளைப் பெறுவதற்காகப் பாட்டி இரண்டாவது திருமணம் செய்துகொண்டார். இரண்டாவது திருமணம் செய்துகொண்டதற்காக மகள் பாட்டியை வெறுத்தார். வழிதவறிப்போன தாய்க்காக அம்மா

மாலைநேரப் பிரார்த்தனையில் கர்த்தரிடம் மன்னிப்புக் கோரினார். 'என்னை இனியும் வழிதப்பிப் போகச்செய்யுங்கள், கர்த்தாவே' என்று பாட்டி திருப்பித்தாக்கினார்.

உறுதிப்பேச்சின்போதிருந்தே பாட்டி 'ஜெருசலே'மில் இருந்தும்கூட வழக்கம்போல ஜெஸபெல்லின் அறையில் குடியேறியும்கூட முன்பே தீர்மானிக்கப்பட்ட தேசியக் கருத்தரங்கின் காரணமாக அவளுக்குப் பாட்டியுடன் பேசுவதற்கு நேரம் கிடைக்கவில்லை. ஒருங்கிணைப்பாளராகவும் பங்கேற்பாளராகவும் இருந்தமையால் அவள் பரபரப்பாக இருந்தாள். பெரும்பாலான நாட்களும் காலையில் ஓடிவந்து குளித்துவிட்டு உடை மாற்றிக்கொண்டு திரும்பவும் கல்லூரிக்கு ஓடினாள். பெருநகரத்துக்குப் போவதற்கு நேரம் கிடைக்காததால் திருமணத்திற்கும் நிச்சயதார்த்தத்துக்குமான சேலைகளை அருகில் உள்ள நகரத்தில் எடுத்தார்கள். நிச்சயதார்த்தத்துக்கு முந்தைய நாளும் வேலை இருந்தது. அவ்வப்போது ஜெரோம் ஜார்ஜ் மரக்காரன் கூப்பிட்டபோதும் அவனுடைய உரையாடல் என்ன ஏது என்பதாக மட்டுமே இருந்தது. நிச்சயதார்த்தத்திற்கு மேடையில் உட்கார்ந்திருக்கும்போதுதான் அவள் அவனை முழுமையாகப் பார்த்தாள். 'இதுவா என்னுடைய கணவன்' என்று தனக்குத்தானே கேட்டுக்கொண்டாள். ஆனால், அதற்குள் காலம் கடந்துவிட்டிருந்தது. எல்லாம் - எல்லோரும் கூடிவிட்டார்கள். வீட்டுக்கு வண்ணமடித்தலும் மராமத்துப் பணியும் முடிந்திருந்தன. பந்தல் போட்டாகிவிட்டது. ஏபெல் வந்துவிட்டான். வீடு நிறைய உறவினர்கள். எல்லாம் முடிவுசெய்யப்பட்டுவிட்டன.

வைனும் வெள்ளைப்போளமும் நறுமணத் திரவியங்களுமாக வந்துசேர்ந்த வர்கீஸ் மாமாவுக்கும் கோஸி மாமாவுக்கும் அவர்களுடைய மனைவிகளான ரீனா அத்தைக்கும் லிஸி அத்தைக்கும் காண்பித்த மாலைகளையும் புடவைகளையும் அலமாரியில் திரும்ப வைக்கும்போது, வெள்ளை பிரில் உள்ள நீலவண்ண நைட்டி அணிந்து கட்டிலில் உட்கார்ந்துகொண்டு பாட்டி தன்னைக் கவனித்துக்கொண்டிருந்ததையும் ஏபெல் எதையோ சாப்பிட்டுக்கொண்டு வந்து பாட்டிக்கு அருகில் உட்கார்ந்திருந்ததுமான நிமிடங்களை ஜெஸபெல் பின்னர் பல நேரங்களில் வருத்தத்தோடு நினைத்தாள். அலமாரியை மூடிவிட்டு ஜெஸபெல் ஏபெல்லுக்கும் பாட்டிக்கும் இடையில் இருந்த

இடத்தில் கட்டிலில் குறுக்கே படுத்தாள். பாட்டி கண்ணாடியைச் சரிசெய்துகொண்டு இடது கையை எடுத்து அக்காலத்தில் நீண்டு அடர்ந்து கிடந்த அவளுடைய தலைமுடியைக் கோதிக்கொண்டு ஏபெல்லைப் பார்த்து 'இவளுக்கு என்னடா மந்தமா இருக்கா?' என்று கவலைப்பட்டார்.

"அவ செய்யறது என்னன்னு அவளுக்குத் தெரியல..." ஏபெல் சொன்னான்.

"அவளே அவளை மன்னிக்கட்டும்..."

அது அதிர்ச்சியின் கணமாக இருந்தது. தன்னுடைய முகத்தில் யாரோ தண்ணீரை முகந்து ஊற்றியதுபோன்று ஜெஸபெல்லுக்குத் தோன்றியது. அலமாரியின் கண்ணாடியில் அவளால் அவர்கள் மூவரையும் பார்க்க முடிந்தது. அவன் அவளைவிட உயரமாக இருந்தான். ஆனால், அதைவிட்டால் அவன் அவளுடைய ஆண் பதிப்பாக இருந்தான். அவனுடைய உதடுகளும் மெலிந்தவையாக இருந்தன. அவனுடைய கன்னங்களிலும் கன்னக்குழிகள் ஒளிந்திருந்தன. அவனும் வேறு யாரைப் போன்றும் இல்லாதவர்களைத் தேடினான். அவனும் அவளைப்போன்றே கந்தகம் எரிகின்ற நெருப்புத்தடாகங்களில் நீந்துவதற்கு இறங்கினான். வெந்து கரிந்த உடலோடு கரையேறினான்.

"அந்த வீடு, அந்தச் சூழ்நிலை, அங்க இருக்கறவங்களோட பர்சனாலிட்டி - எதுவும் எனக்குப் பிடிக்கல, பாட்டீ. இவள் எதைப் பார்த்துட்டு இதுக்குச் சம்மதிச்சா? யூ ஷுட்டிண்ட் ஹேவ் பீன் சோ ஃபூலிஷ், ஜெஸபெல்!"

ஜெஸபெல்லின் தன்மானம் புண்பட்டது. அகந்தை காயம்பட்டது. அது அவள் அவளிடம் கேட்க மறந்த கேள்வியாக இருந்தது. எதைப் பார்த்துவிட்டு ஜெரோம் ஜார்ஜ் மரக்காரன் போதுமென்று தீர்மானித்தாய்? அந்தக் கேள்வி அவளைப் பயமுறுத்தியது. அவள் மிரண்டுபோனாள்.

"ஹி ஈஸ் டீசன்ட். ஃபோன்ல பேசுறப்பவும் ஈமெயில் அனுப்புறப்பவும் அவர் ரொம்ப மரியாதையோடதான் பேசுறார்..." அவள் வாதிட்டாள்.

அது ஏபெல் அவளுக்குப் பதினைந்தாம் வயதில் கற்பித்த பாடமாக இருந்தது. ஒருநாள் பேருந்து இறங்கி பள்ளிக்கூடத்துக்கு நடக்கும்போது முதல்நாள் காதல் கடிதம் கொடுத்த பையன்

எதிரில் வந்து தெரியாததுபோல் பின்புறத்தில் இடித்த அன்று கற்பித்தது. அது காதல் வெளிப்பாடு என்று ஜெஸபெல் தவறாகப் புரிந்துகொண்டாள். கன்னக்குழிகளை மலர்த்தத் தயாரானாள். சற்றுத் தள்ளி அவளுக்காகக் காத்திருந்த ஏபெலின் நெற்றி சுருங்கியது. மாலையில் அவள் வீட்டுப்பாடம் செய்யும்போது அவன் அருகில் வந்து அமர்ந்து நீட்டி முறித்துப் பெருமூச்சு விட்டான். 'பெண்கள மதிக்கிற ஆண்கள மட்டுந்தான் நேசிக்கணும்' என்று யாருடன் என்றில்லாமல் உபதேசித்தான். 'மரியாதை உள்ளவன் ரோட்ல நடந்துட்டு இருக்கும்போது எதிர்ல வந்து பிட்டத்த கிள்ளமாட்டான்' என்று தீர்க்கதரிசனம் அறிவித்தான். 'அவன் உனது கால் நோகாமல் இருப்பதற்காக ரத்தினக்கம்பளம் விரிப்பான். முள் தைக்காமல் இருப்பதற்காகக் கைகளில் வாரியெடுத்து நடப்பான். ராஜகுமாரியைப் போன்று அவன் உனக்குப் பணிவிடை செய்வான்' - தீர்க்கதரிசியின் குரலில் அவன் சொன்னான்.

அன்று அவன் வெறும் எட்டாம் வகுப்புப் படிப்பவன். ஆனால், அவன் என்றும் தன்னுடைய தீர்க்கதரிசி என்று நினைத்து ஜெஸபெல் பதற்றமடைந்தாள். அவளுடைய முதல் குழந்தை என்ற உரிமையைப் பறித்துக்கொண்டவன். இரண்டு வயது இளையவனாக இருந்தபோதிலும் அவனைவிட நான்கைந்து வயதின் முதிர்ச்சியைக் காட்டினான். அவள் அதிக பட்டங்களைப் பெற்றாள். அவனைவிடக் கஷ்டங்களை எதிர்கொண்டாள். இருந்தாலும் அவனிடத்தில் அதிக பக்குவம் இருந்தது. தாடையைத் தடவிக்கொண்டு அமைதியாக அவன் எப்போதும் அவளைக் கவனித்தான். 'நீ என்ன ஒரு முட்டாளா இருக்கே ஜெஸபெல்' என்று பெருமூச்சுவிட்டான்.

ஜெரோம் ஒரு ஜென்டில்மேன் - அவள் நிறுவுவதற்கு முயன்றாள். ஜெரோம் ஒழுக்கமானவன். அவனோடு பேசுவது எளிதாக இருந்தது. அவனுடைய ஃபோன் கால்கள் சரியாகவும் சுருக்கமாகவும் இருந்தன: 'என்ன விஷேசம்? இன்னைக்கு டியூட்டி எப்படிப்போகுது? நிறைய பேஷண்ட்ஸ் இருக்காங்களா? டியூட்டி டாக்டர் லஞ்சம் வாங்கறவனா? வேண்டிய அளவுக்கு நர்ஸிங் ஸ்டாப் இருக்காங்களா? சவுதிக்குப் போறதுக்கு நேத்தைக்கி ஒரு ரெக்ரூட்டிங் இருந்துச்சு. நான் அப்ளை பண்ணினேன். ஆனா, போகல. இப்போதைக்குக் கல்யாணம் முடியட்டும். ஜெஸபெல்லோட கோர்ஸ் முடியட்டும். ஏபெல்

யு.கே.யில இருக்கறது நல்லதாப்போச்சுன்னு டாடி சொல்றார். எப்படியாச்சும் அவனுக்கு சோப்புப் போட்டு நாமும் போகலாம். அப்புறம் பயப்பட என்ன இருக்குது?'

அவர் நல்ல மனசுக்காரர் - அவள் நிறுவ முயன்றாள். 'அவனுக்கு என்னடா பிரச்சனை' என்று பாட்டியும் கேள்வி கேட்டார். 'வேண்டாம்னு தோனுது பாட்டீ... பார்க்கறதுக்கும் பொருத்தமே இல்லை. ஆளையும் அவனையும் பாருங்க. ஆறடி உசரம்.' என்று ஏபெல் விரக்தியுற்றான். 'ஓ... உசரத்துலயும் எடையிலயும் என்ன இருக்கு' என்று பாட்டி குறும்போடு கேட்டார். சுருங்கிய கன்னங்களில் குறும்புத்தனத்தின் கன்னக்குழிகள் மலர்ந்தன - 'நீ மயில பார்த்திருக்கிறயா? ஆண் மயில? அந்தக்காலத்துல நம்ம வாசப்படிக்குப் பறந்து வரும். இப்பவெல்லாம் பார்க்கமுடியறதில்லை. ஹூம், ஆம்பளைங்க ஆண் மயில் மாதிரி. கல்யாணம் வரைக்கும் நிறைய தோகைகள் இருக்கும். அத விரிச்சுட்டு ஆடும். என்ன ஒரு அழகு, பார்க்கப் பார்க்க. ஆனா, கல்யாணம் முடிஞ்சுட்டா இருக்குது, தோகையெல்லாம் உதுந்துபோகும். அப்புறம் தலையில ஒரு கிரீடம் மட்டும் இருக்கும். அதை அவனுங்க விடவேமாட்டானுங்க தெரியுமா...!'

"அந்த ஆளு ஸ்ரெயிட் ஃபார்வேடுன்னு எனக்குத் தோணல. அவன் எதையோ மறைக்கிறான். அதுமட்டுமில்ல, இவளை விரும்பித்தான் அவன் கட்டிக்கப்போறானான்னும் தோணமாட்டேங்குது. எனக்கு இப்படிப்பட்டவங்களப் பிடிக்கல. ஒரு பொண்ண விரும்பி, அவளோட சேர்ந்து வாழறதுக்கு வேண்டியல்ல, அவங்களுக்குக் கல்யாணம். அது அவங்களுக்கு பாஸ்போர்ட். வாழ்க்கைல வேற எதோ டெஸ்டினேஷனுக்குப் போறதுக்குப் பயன்படுத்தறது. இவங்களுக்கெல்லாம் வாழ்க்கைல என்ன சந்தோசம் இருக்கும்? எனக்குப் புரியல." ஏபெல் கொதித்தான்.

பாட்டியின் முகத்தில் கவலை நிறைந்தது. 'மத்தவங்களோட ஒப்பிடறபோது ஜெரோம் நல்லவர்' என்று ஜெஸபெல் பலவீனமாகக் கூறினாள். 'ஆகாதவனுங்க கூட்டத்துல இருந்து தரமான ஒருத்தனையா இல்ல தரமானவங்க கூட்டத்துல இருந்து ரொம்ப நல்ல ஒருத்தனையா கட்டறது' என்று ஏபெல் கேள்வி கேட்டான். 'அப்படி ஒருத்தன் கிடைக்கவேண்டாம் டா' என்று ஜெஸபெல் விரக்தியுற்றாள். 'காத்திருக்கணும் எதுக்கு

அவசரம்' என்று ஏபெல் ஏளனம் செய்தான். அப்போது அதைக் கேட்டுக்கொண்டு வந்த அம்மா குறுக்கிட்டார்:

“ஏண்டா, அவன் நல்ல பையந்தான். நல்ல தெய்வ பயமும் பக்தியும் உள்ள குடும்பம். பார்த்துக்கோ, கல்யாணம் முடிஞ்சா அஞ்சு வருசத்துக்குள்ள அவன் இவங்களுக்கு ஒரு வீடு கட்டுவான், ஒரு நல்ல காரும் வாங்குவான், பத்து வருசத்துக்குள்ள ஒரு ரப்பர் எஸ்டேட்டும் அவம்பேர்ல இருக்கும். அப்படியில்லாம உன்னையும் உங்க அப்பனையும் மாதிரி கெடைக்கற காசுலயெல்லாம் புத்தகம் வாங்கிப் படிச்சுக்கிட்டு, பியானோவும் வயலினும் கத்துக்கிட்டு, கண்டகண்ட ஸீடியவும் வாங்கிக்கிட்டுத் தெக்கையும் வடக்கையும் நடக்கமாட்டான்... ஏண்டா, உன்னமாதிரி ஒருத்தனவிட ஒரு பொண்ணக் கட்டிக்கொடுக்கறதுக்குத் தகுதியானவன் அவனைமாதிரி ஒருத்தன்தாண்டா. நீயா கண்டதையும் சொல்லி அவளோட மனசக் கெடுக்கவேண்டாம்...”

அம்மா ஜெஸபெல்லுக்கு நேராகத் திரும்பினார்.

“சொந்தக்காரங்களக் கூப்புட்டாச்சு, சர்ச்சுல அறிவிச்சாச்சு, கல்யாணப் புடவையும் வாங்கி முடிச்சாச்சு. இனி வேண்டாத கண்டதையும் சொன்னேன்னாப்பாரு...! தெய்வம் உனக்குச் சொல்லியனுப்பின மாப்பிள்ளை அவன்தான்... அவங்களுக்கென்ன நல்ல ஆளுங்கதான்! வரதட்சணை விசயத்துல வேண்டாத கசமுசா வந்துச்சா? கொடுக்கமாட்டேன்னு அப்பா சொன்னாரு. வேண்டாம்னு அவங்களும் சொல்லிட்டாங்க! ஜெஸபெல், அவன் கெடச்சது உன்னோட பாக்கியம்!”

ஏபெல் அதைக்கேட்டுச் சிரித்தான்: ‘ரொம்ப நல்ல ஆளுங்கதான், சொந்தக்காரங்க எல்லாம் பாக்கெட் மணியப்பத்திக் கேட்கறாங்க. அப்பாவுக்குச் சொல்லிப் புரியவைக்கவேணும்னு அவனோட அப்பா என்கிட்டச் சொல்லிவிட்டிருக்காரு’ என்று ஏளனம் செய்தான். இடையில் எப்போதோ வந்து வாயிலில் நின்றிருந்த அப்பாவின் முகமும் மங்கியது. ஏபெல் வெளியே சென்றான். அம்மாவும் அப்பாவும் பின்னாலேயே சென்றனர். பாட்டியும் மரத்துப்போன இதயத்தோடு ஜெஸபெல்லும் தனித்து இருந்தனர்.

பாட்டி அவளைக் கருணையோடு பார்த்தார்.

“குஞ்சே, புடிக்கலைன்னா புடிக்கலைன்னு சொல்லீரு... கொஞ்சம் சண்டை சச்சரவு வரும். இருந்தாலும் பரவாயில்ல... வாழ்க்கை முழுக்க ஒரு நுகத்தச் சுமக்கறதவிட நல்லது அதுதான்... ஆனா, சொல்லணும்னா உடனே சொல்லணும்... வச்சுட்டுக் காலங்கடத்தற உண்மை பொய்யைவிடப் பெருங்கொடுமையாப் போயிரும்...”

ஜெஸபெல் உளைச்சலடைந்தாள். உளைச்சல் அவளைப் பலவீனமடையச் செய்தது. தான் தவறுசெய்துவிட்டோமா என்று கவலைப்பட்டாள். யோசிக்காது முடிவெடுத்திருக்கவேண்டாம் என்று வருத்தப்பட்டாள். காத்திருந்திருக்கலாம். இன்னும் கொஞ்சம் காலம் எடுத்துக்கொண்டிருந்திருக்கலாம். ஜெரோம் ஜார்ஜ் மரக்காரனின் வண்ணப்பீலிகள் கடன் வாங்கியவையோ என்று அவள் சந்தேகப்பட்டாள். பார்த்தமாத்திரத்தில் அடையாளம் காணமுடியாத அளவுக்குத் தற்காலிகத் தேவைக்கு வேண்டி வாலில் செருகி வைத்தவை. தொட்டுப் பார்ப்பதற்குத் துணிந்தபோதே அவை கழன்று விழுவதாக ஐயப்பட்டு அவள் பதறினாள்.

‘ஏபெல்லுடன் பேசினதுக்கு அப்புறம் என்ன தோணுச்சு’ என்று அவள் கேட்டபோது ஜெரோமின் பதில், ‘அவன் ரொம்ப பிராக்டிகல் இல்லையா’ என்பதாக இருந்தது. ‘அவன் குணமானவன்’ என்று ஜெஸபெல் வாதிட்டாள். ஜெரோம் ஜார்ஜ் மரக்காரன் இளக்காரமாகச் சிரித்தான்.

“குணத்தக் கொடுத்தா அரிசியும் கோதுமையும் கிடைக்குமா?”

ஜெஸபெல்லுக்கு அடிவாங்கியது போலத் தோன்றியது.

நிச்சயதார்த்தத்திலும் இதுபோலவே அவளுக்கு அடிகிடைத்தது. ஜார்ஜ் ஜெரோம் மரக்காரனின் உறவினர்கள் மிகக் குறைவானவர்களே ஊரில் இருந்து வந்திருந்தனர். மேடையில் நின்று போட்டோவுக்கு போஸ் கொடுக்கும்போது எண்ணெயும் தண்ணீரும் போல் இரண்டு குடும்பங்களும் ஒன்றுகலக்காமல் கிடப்பதை ஜெஸபெல் கவனித்தாள். அவளுக்குச் சஞ்சலம் தோன்றியது.

“ஜெரோமோட நண்பர்கள் யாரும் வரலையா?” போட்டோ எடுப்பதற்கிடையில் அவள் கேட்டாள்.

“எனக்கு அப்படி நண்பர்கள் இல்லை. படிக்கறதுக்கு நடுவுல மத்தவங்களோட சேர்றதுக்கு எங்க நேரம்? என்னோட ரொம்பப் பெரிய நண்பர் எங்க டாடிதான்...”

“கல்ஃபிக்குப் போறதுக்கு எல்லா ஏற்பாடும் செய்யறேன்னு சொன்ன ஃபிரண்ட்?”

ஜெரோமின் முகம் சிவந்ததுபோன்று ஜெஸபெல்லுக்குத் தோன்றியது.

“ஓ... அவனா... ம்... அவன் இருக்கான்... ஆனா, அவன் வெறும் ஃபிரண்ட் அல்ல... ஹி ஈஸ் மச் மோர் தேன் தட்...”

அவள் எதோ கேட்பதற்கு முன்பு அவன் விசயத்தை மாற்றினான். அன்று மாலை ஊரில் இருக்கும் ஒரு மருத்துவமனைக்கு நேர்காணலுக்குப் போவதாகச் சொன்னான். ஜெரோமின் அண்ணனைப் பற்றிக் கேட்டபோதும் அதுவே நடந்தது. நிச்சயதார்த்தத்துக்கு ஜெரோமின் அண்ணன் வரவில்லை. ‘கல்யாணத்துக்கு வருவார்’ என்று ஜெரோம் தவிர்த்தான்.

“உங்க அண்ணன் ஏன் இதுவரைக்கும் கல்யாணம் கட்டிக்கல?”

“ஒத்துவரவேண்டாமா?”

“உங்களுக்கு இடையில எத்தனை வயசு வித்தியாசம்?”

“அதிகமில்லை...”

வெற்றுப் பதில்கள். மழுப்பலான பதில்கள். அவை அவளைக் குழப்பியிருந்தன. வேதனைப்படுத்தியிருந்தன. ஒருவருக்கொருவர் திறந்த புத்தகங்கள் போன்று வாசிக்க முடிகின்ற இருவர் சேர்ந்து வாழ்வதின் ஆனந்தம்தான் திருமணம் என்ற கற்பனை உயிரோடு ஃபார்மலினில் மூழ்கி அமிழ்கிறது என்று கலங்கிப்போயிருந்தாள்.

“பையன் பார்க்கறதுக்கு மோசமில்லை. அந்த அப்பா கொஞ்சம் முத்தலு... அந்த அம்மா ஒரு புள்ளப்பூச்சி... அந்த அம்மாவோட சகோதரன்தான் எல்லா விசயத்தையும் முடிவு செய்யறாரு. அவருதா காச எறக்குறாரு... அப்புறம், உனக்கு அவன முழு மனசோட புடிச்சுதா இல்லையா? அது மட்டும் பார்த்துக்கிட்டா போதும்...” பாட்டி சொன்னார்.

அப்போது ஜெஸபெல் மேலும் கலங்கிப்போனாள். 'இதல்ல, என்னோட மனசுல இருக்கற கல்யாணம், இவனல்ல என்னோட புருஷன்' என்று யாரோ தீர்க்கதரிசனம் உரைப்பதை அவள் கேட்டாள்.

"அப்புறம் ஒரு விசயத்த பாட்டி சொல்றேன்... இத வேண்டாம்னு சொன்னதுக்கப்புறம் இதைவிட நல்லது கெடைக்கும்னு நெனைக்காத, புரிஞ்சுதா. கல்யாணம் முடிஞ்சு ஒரு அஞ்சாறு மாசம் வரைக்குந்தான் வித்தியாசமாத் தெரியும்... அதுக்கப்புறம் எல்லா ஆம்பளைங்களும் ஒரேமாதிரிதான்... கொஞ்சம் நடிப்பு, கொஞ்சம் திருட்டுத்தனம், அப்புறம் நெறைய பிடிவாதம். தொடக்கத்துல பெருங்காதல். அப்புறம் கொஞ்சம் அடிதடி. அடிச்சு அடிச்சு ரெண்டுபேரும் களச்சுப்போவாங்க. அதுக்கப்புறம் இனி போறதுக்குக் கொஞ்சநாள்தானே இருக்குதுன்னு நெனச்சிட்டு ரெண்டுபேரும் அடங்கிருவாங்க..."

'வேண்டாம்னு முடிவு பண்றது பெரிய பொறுப்பு.' - பாட்டி பெருமூச்சுவிட்டார். 'வேணும்னு முடிவுசெய்யறது அதைவிடப் பெரிய பொறுப்பு. யோசிச்சு ஒரு முடிவெடு.'

ஜெஸபெல் யோசிப்பதற்குப் பயந்தாள். வேண்டாம் என்று விடுவதைவிட எளிதானது, வேண்டும் என்று முடிவுசெய்வதாகும் என்று உணர்ந்தாள்.

"ஜெரோம் ஜார்ஜ் மரக்காரனுடனான உங்களுடைய உறவு எப்படி இருந்தது?" குடும்ப நீதிமன்றத்தில் எதிர்த்தரப்பு வக்கீல் அவளிடம் கேட்டார்.

"முரண்பாடு இருந்தது..."

"முரண்பாடு முரண்பாடு என்று சொன்னால் போதுமா? என்ன முரண்பாடு? நீங்கள் வேலைக்குப் போகவேண்டாம் என்று அவர் சொன்னாரா? அல்லது படித்துக்கொண்டிருந்த படிப்பை மாற்றி வேறு ஒன்றைப் படிக்கவேண்டும் என்று சொன்னாரா?"

"மேற்கொண்டு படிக்கவேண்டாம் என்று சொன்னார்..."

"நம் ஊரில் சாதாரண ஒரு நல்ல டாக்டர் என்று சொன்னால் எம்.டி. வரைதானே படிக்கிறார்கள்? அதற்கு மேலும் படிப்பதைக் கொண்டு சிகிச்சை செய்வதில் பெரிய வேறுபாடு இருக்குமா?"

"நான் மேற்கொண்டு படிக்க விரும்பினேன்..."

“நீங்கள் எம்.டி.க்குத்தானே படித்துக்கொண்டிருந்தீர்கள்? அது முடிந்தபிறகுதானே அடுத்த டிகிரி படிக்கமுடியும்? அதுபோகட்டும், அதுமட்டும்தானா முரண்பாடு?”

“எனக்கு நாவல் படிப்பது பிடிக்கும். ஆனால், ஜெரோமுக்கு ஒரு சிறுகதை வாசிப்பதற்குக்கூடப் பிடிக்கவில்லை...”

“ஐயையோ! பெரிய முரண்பாடுதான்! எம்.டி.க்கு படித்துக் கொண்டிருந்த ஒரு டாக்டருக்கு நாவல் வாசிப்பதற்கெல்லாம் நேரம் இருக்கிறதா என்று எனக்குத் தெரியவில்லை... இந்தக் கோர்ட் வேலைகளை முடித்துவிட்டுப் போனாலே எனக்கு நேரமில்லை, தெரியுமா... இல்லாவிட்டாலும்கூட இந்தக்காலத்தில் வாசிக்கும் அளவுக்கு என்ன நாவல் இருக்கிறது?”

அவளிடத்தில் பதில் இல்லை.

“சரி, போகட்டும்... உங்களுக்கு இடையில் உடல்ரீதியாக எப்படி இருந்தது? பொருத்தமின்மை இருந்ததா?”

அவள் தலைகுனிந்து நின்றாள்.

“நான் கேட்ட கேள்விய கேட்டீங்களா? உங்களுக்கு இடையில் உள்ள உடல் ரீதியான உறவு திருப்திகரமாக இருந்ததா என்று?”

அவள் பதில் சொல்லவில்லை. காரணம், அது அவளுக்கு மட்டுமான பதிலாக இருந்தது. வேறு யாருக்கும் கேட்க உரிமையற்றது. அவளுடைய வீட்டில் செலவிட்ட அவர்களுடைய முதல் இரவில் ஜெரோம் அறைக்குள் வந்ததும் கழிவறைக்குச் சென்றதும் அவள் படபடக்கும் இதயத்தோடு கட்டிலில் உட்கார்ந்திருந்ததும் தலையணைக்குக் கீழே அவளுடைய டைரி இருந்து துடித்ததும் அவள் எப்படிப் பழக்கமில்லாதவர்களிடத்தில் விவரிப்பாள்? அவளுடைய டைரி. திருமணமாகும்போது கணவனுக்குப் பரிசளிப்பதற்காக பிரீடிகிரி காலம் முதல் பாதுகாத்து வைத்திருந்தது. அவளுடைய வாழ்க்கை. அவளுடைய உலகம். அவளுடைய இதயம்.

அன்று, அவன் கழிவறையிலிருந்து திரும்பி வந்தான். கையைத் துடைத்துக்கொண்டு புத்தக அலமாரிக்கு அருகில் சென்றான். அவன் புத்தகங்களைப் பார்த்துக்கொண்டு ஒரு நிமிடம் நின்றான். அவளுடைய இதயத்தில் காதல் பெருகியது. அவள் அருகில் சென்றாள். அலமாரியின் ஒரு கதவைத் திறந்தாள்.

“சேதுவோட கதைகள் பிடிக்குமா?” அவள் நெருக்கத்தை அதிகரிப்பதற்காகக் கேட்டாள்.

“பெண்களுக்கு எப்பவும் பாராட்டறதும் கொஞ்சறதும்தான் பிடிக்கும்னு ஒரு கதையில இருக்கு. படிச்சிருக்கீங்களா?”

அவள் திறந்த கதவை அவன் மூடினான்.

“மலையாளம் நான் வாசிக்கறதில்லை... ஆல் தீஸ் ரைட்டர்ஸ் ஆர் பெர்வெர்ட்ஸ்... அதோட எங்க ஸ்கூல்ல ஹிந்திதான் இருந்துச்சு...”

அவளுடைய மனம் இடிந்துபோனது. இருந்தாலும் நம்பிக்கையைக் கைவிடாமல் எந்த ஆங்கிலப் புத்தகம் அவனுக்குப் பிடிக்கும் என்று கேட்டாள். “ஜிப்ரான்? என்னோட ஃபேவரேட் ஆத்தர் மார்கேஸ். ‘தி தேர்டு ரெஸிங்னேஷன்’ வாசிச்சிருக்கேன் நான்...” என்று சொன்னாள்.

அவன் சட்டெனக் கை நீட்டி அவளுடைய சிரிப்பு மலர்ந்த கன்னத்தில் இருக்கும் கன்னக்குழியைத் தொட்டான். அவள் சொல்லவந்ததை மறந்து சிலிர்த்துப்போனாள். உடலின் செல்கள் ஏழு எக்காளங்களை முழக்கின. அவன் கட்டிலில் அமர்ந்தான். அவளைக் கைபிடித்துத் தனக்கு முன்னால் நகர்த்தி நிறுத்தினான். அவள் பூத்துக்குலுங்கினாள். அந்த நிமிடம் திரண்டுவந்துவிட்டது. நான் எனது ஆணுடன் சேரப்போகிறேன் - அவளுடைய இதயம் தீர்க்கதரிசனம் உரைத்தது. எனது கணவன். எனது ஆண். நாங்கள் காதலால் ஞானஸ்நானம் பெறுவோம். மரணம் பிரித்து வைப்பது வரைக்கும் ஒருடலும் ஒருயிரும் ஆவோம். அவன் கை உயர்த்தி அவளுடைய கழுத்தைத் தொட்டான். அவள் மீண்டும் சிலிர்ப்புற்றாள். அப்போது முன்னறிவிப்பின்றி அவன் அவளுடைய தலையைப் பிடித்துத் தாழ்த்தினான். அவள் அவனுடைய காலடியில் மண்டியிட்டு விழுந்தாள். அவன் அவளுடைய முகத்தைப் பிடித்துப் பலமாகத் தன்னுடைய மடியைநோக்கி அழுத்தினான். தன்னுடைய லிங்கத்தை அவளுடைய வாய்க்குள் தள்ளினான். அவளுக்கு உடலில் இருந்து உயிர் பிரிந்துபோனது போன்று தோன்றியது. அவளுடைய தலை அவனுடைய கையில், கழுத்தொடிந்த பொம்மை குறும்புக்காரக் குழந்தையின் கையில் இருப்பது போன்று, விருப்பமே இன்றி ஆடியது.

“படிக்கவேண்டியதைத் தவிர நான் இந்தக் கீழ்த்தரமான புத்தகம் எதையும் வாசிச்சதில்லை. இனிமேல் என்கிட்ட கிப்ரான் குப்ரானுன்னெல்லாம் சொல்லாதே... அப்புறம், உன்னோட பேரு. அது எனக்குப் பிடிச்சிருக்குது! ஜெஸபெல்ங்கற பேரோட அர்த்தம் தெரியுமா? ஹோர், ஹோர், ஹோர்...!”

அவன் மூச்சுவாங்கிக்கொண்டு சிரித்தான். ஜெஸபெல்லுக்கு ஒரு நிமிடம் நினைவு தப்பிப்போனது. எதிர்பாராத அந்த அடியை எதிர்கொள்வதற்கு அவளுக்கு ஒரு முன்னேற்பாடும் இருக்கவில்லை. மூளையின் ஒரு பாதி மரத்துப்போனது. மறுபாதி அந்த நிமிடங்களைக் கடந்துசெல்வதற்காகப் பழைய பாடப்புத்தங்களுக்குப் பின்வாங்கியது.

ஆண் உறுப்பிற்குத் தனித்துவமான நான்கு பாகங்கள் உண்டு, மருத்துவரான ஜெஸபெல் புதுமணப் பெண்ணான ஜெஸபெல்லிடம் நற்செய்தி அறிவித்தாள்: க்ளான்ஸ், கார்பஸ் கவெர்னோஸம், கார்பஸ் ஸ்பாஞ்சியோஸம், யூரீத்ர. க்ளான்ஸ் என்றால் லிங்கத்தின் முனை. அது பிங்க் நிறத்தில் இருக்கும். மியூகோஸால் பொதியப்பட்டிருக்கும். கார்பஸ் கவெர்னோஸம் என்றால் லிங்கத்தின் இருபுறமும் உள்ள தசைத் திசுக்களின் அடுக்குகள். இந்தத் திசுக்களில் ரத்தம் வேகமாகப் பாயும்போது விறைத்துக்கொள்ளல் நடக்கிறது. கார்பஸ் ஸ்பாஞ்சியோஸம் என்றால் லிங்கத்தின் முன்பாகத்தில் க்ளான்ஸ் வரைக்கும் நீள்கின்ற ஸ்பாஞ்ச் போலிருக்கும் திசுக்கள். விறைத்துக்கொள்ளும்போது இந்தத் திசுக்களிலும் ரத்தம் வேகமாகப் பாய்வதும் யூரீத்ர திறப்பதும் நடக்கிறது. கார்பஸ் ஸ்பாஞ்சியோஸத்தின் திசுக்களுக்கு இடையில் செல்கின்ற நாளம்தான் யூரீத்ர. இதன்வழியாகத்தான் சிறுநீரும் விந்தும் வெளியே வருகின்றன.

“உன் பேரோட நியாயத்தக் காட்டே... நியாயத்தக் காட்டு... உன்னோட சாமார்த்தியத்த நான் பார்க்கறனே... யூ ஹோர், ஹோர், ஹோர்...!”

அவன் பைத்தியக்காரனைப் போன்று மூச்சுவாங்கினான். ஜெஸபெல் தகர்ந்துபோய்க்கொண்டிருந்தாள். அவன் அவளுடைய தலையைத்தவிர வேறு எந்த இடத்தையும் தொடவில்லை. இருந்தபோதும் அவளுடைய உடல் இரண்டாகப் பிளந்து போட்டதுபோன்று வலித்தது. ஆணிடம் பாலுறவு

இச்சை விழித்தெழுவதைப் பற்றிப் படித்ததை நினைத்துப்பார் - மருத்துவரான ஜெஸபெல் உபதேசித்தாள். மூளையில் இருக்கும் அடானமிக் நெர்வஸ் சிஸ்டத்தில் இருக்கும் பாராஸிம்பதட்டிக் செல்கள் அசிடைல்கோலினை உற்பத்தி செய்கின்றன. அது என்டோதீலியல் செல்களில் நைட்ரிக் ஆக்ஸைடை உற்பத்தி செய்கின்றது. இந்த நைட்ரிக் ஆக்ஸைடு, கார்பஸ் கவெர்னோஸத்தின் ட்ராபிக்யூலார் ரத்தக்குழாய்கள் விரிவடைவதற்குக் காரணமாகிறது. அதனைத் தொடர்ந்து கூடுதல் ரத்தம் லிங்கத்தை நோக்கி வேகமாகப் பாய்கிறது. ஆண்குறியின் அடிப்பகுதியில் உள்ள செல்கள் சுருங்கி அந்த ரத்தம் வெளியேறாமல் நிலைநிறுத்துகின்றன. அதன்மூலம் கார்பஸ் கவெர்னோஸம் திசுக்கள் திடப்படுகின்றன...

கொஞ்சம் நைட்ரிக் ஆக்ஸைடு - ஜெஸபெல் தன்னைத்தானே சமாதானப்படுத்தினாள்.

மூளையில் இருக்கும் பாராஸிம்பதட்டிக் திசுக்களில் செயல்பாடுகள் நின்றபோது ஜெரோம் ஜார்ஜ் மரக்காரன் எழுந்தான். அவனுடைய உடலில் ரசாயனங்களின் உற்பத்தி நின்றிருந்தது. உடல் திசுக்களில் இருந்து வந்த ரத்தம் திரும்ப வடிந்து அவை பழைய நிலைக்குச் சுருங்கியிருந்தன. அவன் கழிவறைக்குச் சென்று வந்து ஒரு வார்த்தைகூடப் பேசாமல் படுக்கையில் விழுந்தான். அவனுடைய உடல் மெலடோனினை உற்பத்தி செய்தது. அவன் உறங்கினான்.

அன்று, ஜெஸபெல்லின் முதலிரவு, வெளியே வெறுக்கப்பட்ட மழை ஆரவாரித்துப் பெய்தது. வௌவால்கள் நனைந்த சிறகுகளைச் சக்தியோடு வீசிப் பறந்தன. ஆந்தை நிறுத்தாமல் அலறியது. பாதையோரத்தில் இருக்கும் பாம்பாகவும் பாதையில் இருக்கும் விரியன் பாம்பாகவும் வேதனை ஒளிந்திருந்தது. அவளுடைய உறக்கம் குதிகாலில் கடிபட்ட குதிரையைப் போன்று நுரையும் சலைவாயும் கக்கிச் செத்துப்போனது. அவள் எழுந்தாள், படுத்தாள். திரும்பத்திரும்ப வாயைக் கழுவினாள். திரும்பத் திரும்ப வாந்தியெடுப்பதற்குப் பரபரத்தாள். கடைசியில் பகலின் கிணற்றின்மேலிருந்து இருட்டின் பெருங்கல்லை யாரோ உருட்டித்தள்ளினார்கள். தாகம் கொண்ட ஆட்டுக்குட்டியைப் போன்று அவள் ஒளியின் தண்ணீரைக் குடிப்பதற்காக வெளியே குதித்தாள். அவள் வலையில் சிக்கிய மீனைப் போன்று

துடித்தாள். அவள் அழவெல்லாம் இல்லை. ஆனால், கண்கள் வீங்கிக் காந்தின.

அவளுடைய வானத்தில் அன்று உதித்த நட்சத்திரத்தின் பெயர் வேம்பு. தீப்பந்தம் போன்று எரிந்துகொண்டு அது அறுந்து விழுந்தது. அவளுடைய வாழ்க்கையில் மூன்றில் ஒருபாகம் கசப்பானதாக்கப்பட்டது. முதலாவது ஆகாயமும் முதலாவது பூமியும் கடந்துபோயின. கடலும் காணாமல் போனது.

"நீங்கள் படிப்பும் வருமானமும் உள்ள பெண். உங்களுடைய வீட்டிலுள்ளவர்களும் படித்தவர்கள்; சமூகத்தால் மதிக்கப்படுபவர்களும்கூட. இந்த உறவு பிடிக்காதிருந்திருந்தால் இரண்டரை வருடம் எதற்காக அந்த மனிதனோடு வாழ்ந்தீர்கள்?" எதிர்த்தரப்பு வக்கீல் கேட்டார்.

நான் படித்த புத்தகங்களிலெல்லாம் உத்தமபத்தினிகள் கணவர்கள் நல்லவர்கள் ஆவது வரைக்கும் காத்திருக்கத் தயாராக இருந்தனர் - அவள் சொல்ல ஆசைப்பட்டாள். நான் பார்த்த திரைப்படங்களிலெல்லாம் தவறாகப் புரிந்துகொள்ளப்பட்ட கணவர்கள் இறுதியில் தம்முடைய அப்பாவித்தனத்தை வெளிப்படுத்தி மனைவியரை ஆச்சரியப்பட வைத்திருக்கின்றனர். மன்னிக்கவும் சகிக்கவும் காத்திருக்கவும் செய்பவர்களுக்கு நல்லது நடக்கும் என்றுதான் தேவாலயத்திலும் பள்ளிக்கூடத்திலும் எல்லோரும் எனக்குச் சொல்லிக்கொடுத்தார்கள். எல்லோரும் என்னிடம் பேச்சடக்கவும் ஆசையடக்கவும் வலியுறுத்தினார்கள்...

- ஆனால், அவள் எதுவும் சொல்லவில்லை. சொன்னாலும் அந்த வக்கீலுக்கோ நீதிபதிக்கோ புரியப்போவதில்லை. அவர்களெல்லாம் காலாவதியான நூல் சரடுகளில் துணையைத் தேடிப்பிடித்து எழுந்து பறக்கின்ற பலூன்களாக இருந்தனர். நூல் அறுந்துபோவது தெரிந்தால் அவர்களும் உடைந்து சிதறிப்போவார்கள். அதன்பிறகு மீண்டும் மாலை மங்கியபோது ஜெரோம் ஜார்ஜ் மரக்காரனிடம் பேசுவதற்காகத் தைரியமாக படுக்கையறைக்குச் சென்றாள் என்றாலும் அதை விளக்கிச் சொல்லி அவர்களைச் சங்கடத்தில் நெளியவைக்காமல் இருந்தமைக்காக அவள் பிற்காலத்தில் வருத்தப்பட்டாள்.

அது இரண்டாவது இரவு. உடைத்துப் பேசியே தீருவது என்று முடிவுசெய்துகொண்டு அறைக்குள் செல்லும்போது ஜெரோம்

ஃபோனில் யாருக்கோ குறுஞ்செய்தி அனுப்பிக்கொண்டிருந்தான். அவளைப் பார்த்ததும் அவன் ஃபோனை அணைத்துத் தள்ளி வைத்துவிட்டு உடற்பயிற்சிக்குத் தயாராவது போன்று தயாரானான்.

“ஜெரோம் எனக்குக் கொஞ்சம் பேசணும்...”

ஜெஸபெல் தொடங்கினாள். ஜெரோம் ஆர்வத்துடன் முன்னோக்கிச் சாய்ந்து உட்கார்ந்தான்.

“என் பேரு ஜெஸபெல். இந்தப் பேர பிடிக்காம இருந்திருந்தா நீங்க கல்யாணம் வேண்டாம்னு விட்டிருக்கலாம்...” அவளுடைய குரல் சிதறியது.

“ஹ! இதென்ன நீ இப்படியெல்லாம் சொல்றே, செல்லம்? பிடிக்காமயா நான் இவ்வளவு கஷ்டப்பட்டு இவ்வளவு தூரம் வந்து உன்னைக் கட்டிக்கிட்டேன்?”

அவன் சிவந்து தடித்த உதடுகளை நாக்கை நீட்டி ஈரப் படுத்தினான்.

“அப்படீன்னா என்னோட பேரப்பத்தி ரொம்பப் பேசாதீங்க...”

அவளுடைய முகம் சிவந்தது, கண்கள் நிறைந்தன.

“நான் சும்மா கேலிதான் செஞ்சேன், ஜெஸபெல்?”

ஜெரோம் புண்பட்டது போன்று நடித்தான்.

“ஜெரோம், உங்களுக்குத் தெரியுமான்னு தெரியாது, ஜெஸபெல் ஃபினீசியா நாட்டு அரசியா இருந்தா. இஸ்ரேல் ராஜாவான ஆகாப்புக்கு மனைவியா சமாரியாவுக்கு வரும்போது ஜெஸபெல்லுக்குப் பதினஞ்சு வயசு. அவள் வாழ்ந்த டைர் நகரம் உலகத்துலயே முதல் கடற்படை நகரமா இருந்துச்சு. தண்ணிக்கும் சுதந்திரத்துக்கும் நடுவுல இருந்து ஜெஸபெல் வந்துசேர்ந்தது பாலைவனத்துக்கும் பழங்குடியினச் சட்டங்களுக்கும் நடுவுல...”

‘உனக்கு வரலாறெல்லாம் நல்லாத் தெரியுந்தானே’ என்று ஜெரோம் அவமானத்தோடு சிரித்தான். ‘அதெல்லாம் விடு, நாம படுக்கலாம்’ என்று சமாதானப்படுத்தினான். அவளைப் பிடித்து உட்காரவைத்தான். பின்னர் அவன் எழுந்து அவளைப் பார்த்து நின்றான். ஜெஸபெல்லுக்கு உதறவேண்டி இருந்தது. ஆனால்,

அவள் திரும்பவும் மரத்துப்போனாள். அன்றும் அவன் “எனக்கு உன்னோட பேரு ரொம்பவும் பிடிக்கும்டா’ என்று ஏளனமாகச் சொன்னான். அந்த நினைவிலும்கூட ஜெஸபெல்லின் வாயில் கசப்பு நிறைந்தது.

நீதிமன்றத்தில் நின்ற அந்த நம்பிக்கையற்றவளான ஜெஸபெல்லிடம் இவ்வாறு கேள்வி கேட்டாள்: எதைக் காண்பதற்காக நீ பாலைவனத்துக்குப் போனாய்? காற்றில் பூத்தாடும் நாணல் புல்லைப் பார்க்கவா? இல்லையென்றால் வேறு எதைக் காண்பதற்காக நீ போனாய்? மென்மையான ஆடைகள் உடுத்தியவளைப் பார்க்கவா? அதுவும் இல்லையென்றால் எதைக் காண்பதற்காக நீ போனாய்? தீர்க்கதரிசியையா? ஆமாம், நான் உனக்குச் சொல்கிறேன், தீர்க்கதரிசியைவிட வலியவளைத்தான். ஆனால் உண்மையை உண்மையாகச் சொல்கிறேன் - எந்தப் பெண்ணும் சொந்த வீட்டிலும் சொந்த நாட்டிலும் தகுதிக்குத் தக மதிக்கப்படுவதில்லை.

அதனால் அவர்களுக்கிடையே நடந்து, அந்த இடத்தை விட்டுப் போவதுதான் அவளுக்கு நல்லது.

3

ஜெஸபெல்லின் பிறப்பு இவ்விதமாக இருந்தது:

அவளுடைய தாயான சாராவும் தந்தையான ஜானும் தங்களுடைய திருமண நிச்சயதார்த்தம் முடிந்தபோதே, அவர்கள் சேர்ந்து வாழ்வதற்கு முன்பே, சாரா பாவ உணர்வால் பீடிக்கப்பட்டிருந்தார். சாராவின் மனம் நிரந்தரமான அமைதியின்மையைக் கருத்தரித்தது. அவளுடைய கணவன் ஜான், நீதிமான் ஆனதாலும் அவளை அவமானப்பட்டவளாக ஆக்குவதற்கு விரும்பாததாலும் அவளுடைய நடவடிக்கைகளை அமைதியாகச் சகித்துக்கொண்டார். ஜான் பெரும் சாகசம் செய்து சாராவிடம் இரண்டு குழந்தைகளைப் பிறக்கவைத்தார். முதல் குழந்தை ஆணாக இருக்கும் என்ற எதிர்பார்ப்பில் அவனுக்காக ‘இம்மானுவேல்’ என்ற பெயரைத் தேர்ந்தெடுத்து வைத்திருந்தார். ‘மனதளவில் கன்னியாக இருக்கும் தாயின் மகனுக்கு வேறு என்ன பெயர் வைப்பது’ என்று அவர் சொன்னார். ஆனால், எதிர்பார்ப்பு தவறிப்போய் மகள்தான் பிறந்தாள். அவளுக்குப் பொருந்தக்கூடிய பெயருக்காக ஜான் பைபிள் முழுக்கத் தேடினார். வெளிப்பாட்டின் புத்தகத்தை அடைந்தபோது ‘ஜெஸபெல்’ என்ற பெயரைப் பார்த்தார். பழைய ஏற்பாட்டில் இருந்து அந்த ஒரு பெயர் மட்டுமே வெளிப்பாட்டின் புத்தகத்திற்கு வந்துள்ளது என்பதைப் பார்த்து அவர் குதூகலமடைந்தார். குழந்தைக்கு ‘ஜெஸபெல்’ என்றே பெயர் வைத்தார். மகளைப் பெற்றும் மகனைப் பெற்றும்கூட ஜான் சாராவை அறியவில்லை. சாரா கணவனையும் அறியவில்லை.

சொந்தத் தாயைவிட சாரா நேசித்ததும் நம்பியதும் கணவனின் தாய் மரியம்மாவைத்தான். முப்பத்து மூன்றாம் வயதில் விதவையான மரியம்மா தன் ஒரே மகனை வளர்ப்பதற்கு வேண்டி வாழ்க்கையை அர்ப்பணித்த ஆசிரியையாக இருந்தார். சகிப்பின் புனிதையுடைய பிறந்தவீட்டை ஒட்டி இருந்தது மரியம்மாவின் வீடு. புனிதை தனது குழந்தைப்பருவத் தோழி

என்று மரியம்மா உரிமை கொண்டாடினார். புனிதையைப் போலவே, ஆண்டவரின் அனுக்கிரகமே நோய் என்றும் வேதனையை அனுபவிப்பதைக் காட்டிலும் பெரிய பிரார்த்தனை எதுவும் இல்லை என்றும் அவர் உறுதியாக நம்பினார்.

புனிதையை ஆசிர்வதிக்கப்பட்டவராக அனுக்கிரகம் செய்யப்பட்ட காலத்தில் ஜெஸபெல்லுக்கு நான்கு வயது ஆகியிருந்தது. சட்டையும் வேட்டியும் உடுத்திக்கொண்டு காதில் தொங்கட்டான் மாட்டிக்கொண்டு குழந்தையான புனிதை பழமையான தேவாலயத்தில் உட்கார்ந்து அழுகிறாள் என்று அலறி அவ்வப்போது மரியம்மா எல்லோருடைய உறக்கத்தையும் கெடுத்தார். அவள் மற்றேம்மா என்று அழைக்கின்ற மரியம்மாவும் அம்மாவும் எழுந்து உட்கார்ந்து இரவு முழுதும் மாதாவின் படத்துக்கு முன்னால் மெழுகுவர்த்தி ஏற்றிவைத்துத் தலைமீது சேலைத் தலைப்பைப் போட்டு அழுதுகொண்டு பிரார்த்திக்கின்ற காட்சியை ஜெஸபெல் பெரியவளானபிறகும் கனவில் காண்பதுண்டு. சப்தம் கேட்டு இரண்டு வயதாகியிருந்த ஏபெல் திடுக்கிட்டு விழித்து அழுவதையும் குழந்தையைக் கையில் எடுத்து ரவிக்கையை உயர்த்தி முலைக்காம்பை வாயில் திணித்து வைத்துவிட்டு அம்மா பிரார்த்தனையைத் தொடர்வதையும் அவள் தெளிவாக நினைவில் வைத்திருந்தாள்.

ஏபெல்லைக் கருத்தரித்தபோது அம்மா ஜெஸபெல்லைத் தனியாகப் படுக்கவைத்தார். பக்கத்து அறையில் சிறியதொரு தலையணையைக் கட்டிப்பிடித்துக்கொண்டு தூங்குவதற்கு அன்று முதல் அவள் பயிற்சி எடுத்தாள். ஏபெல்லுக்கு இரண்டு வயதானபோது அவனையும் அம்மா தள்ளிப் படுக்கவைத்தார். ஏபெல்லுக்கு நான்கு வயதானபோது அப்பாவையும் தள்ளிப் படுக்கவைத்தார். அம்மாவுக்கு உடம்பைப் பார்க்கப் பயமாக இருந்தது. அதன் இன்பங்களை வெறுத்தார்.

இரண்டாம் இரவு இருண்டு வெளுத்தபோது, பாத்திரங்களின் ஓசை தெளிவின்றிக் கேட்டதும் ஜெஸபெல் சமையலறைக்கு ஓடினாள். அவளுக்கு அம்மாவின் நெஞ்சு வேண்டுமென்று இருந்தது. அவளுக்கு அம்மாவின் நெஞ்சில் தலை சாய்த்து அழவேண்டும் என்றிருந்தது.

சமையலறையில் வெளிச்சம் இருந்தது. அம்மாவும் இருந்தார். அம்மா முந்தையநாள் கொன்று உப்பும் மஞ்சளும் புரட்டி வைத்த

விறைத்துப்போன வாத்துகளைக் குளிர்சாதனப் பெட்டியிலிருந்து வெளியே எடுத்திருந்தார். இறகுகளை இழந்ததன் சிலிர்ப்புகள் அவற்றின் உடலில் எழுந்து நின்றிருந்தன. தலையில்லாத வாத்துகளின் நீண்ட கழுத்துகள் குண்டாவிற்கு வெளியே தொங்கிக்கொண்டிருந்தன. பனிக்கட்டிகள் தெறித்து விழுந்தன. அம்மா அவற்றைப் பச்சைத்தண்ணீரில் போட்டார். அப்போது அவற்றிலிருந்து புகை எழுந்தது. மிளகாய்ப் பொடியையும் மஞ்சள் பொடியையும் மசாலா கூட்டுகளையும் ஒரு பாத்திரத்தில் எடுத்துக்கொண்டே அம்மா அவளைப் பார்க்காமல் பார்த்தார். அவள் தளர்ச்சியோடு நின்றாள்.

“புகார் சொல்லணும்னா வேண்டாம்...” அம்மா கத்தியைக் கையில் எடுத்து அதன் வாய்ப்பகுதியில் விரலை ஓடவிட்டுக்கொண்டு இரக்கமின்றிச் சொன்னார்.

“ஆண்டவர நெனச்சுட்டு அடங்கி ஒடுங்கி வாழப்பாரு...”

அம்மா பின்னர் வெங்காயம் அரிந்தார். அப்பத்துக்கு மாவு புளித்துவிட்டதா என்று பார்த்தார். மட்டன் ஸ்ட்யூவிற்கு உருளைக்கிழங்கு நறுக்கினார். மசாலா அரைத்தார். அடுப்பில் கேஸின் நீல நெருப்புத் தோன்றியது. பாத்திரங்கள் ஒன்றையொன்று சந்திப்பதும் தண்ணீர் நிறைவதும் காலியாவதும் நடந்தன. வயல் நடுவில் பச்சை நிறக் குளங்களில் நீந்திக்களித்திருந்த வாத்துகள் சிறிய துண்டுகளாகி ரத்த நிறமுள்ள சாற்றில் கொதித்தன.

ஜெஸபெல் இன்னொரு முறையும் தகர்ந்துபோனாள். அம்மா அவளைக் கொஞ்சியதேயில்லை. ஏபெல் பிறந்த பிறகு, அம்மா அவனுக்குப் பால் கொடுக்கும்போது ஜெஸபெல் மன உலைவுற்றாள். வெள்ளைத்தோலுக்கு வெளியே கருத்த முலைக்காம்புகளைப் பார்த்து அவள் ஏங்கினாள். ஒருமுறை அவள் அம்மாவின் நைட்டியின் பிளவுகளுக்கிடையில் மார்பை மெதுவாகத் தொட்டாள். அம்மா திடுக்கிட்டுத் திரும்பி, கண்ணில் கனலோடு அவளை ஓங்கி அறைந்தார். பிந்தைய நாட்களில் ஏபெலுக்குப் பால் கொடுப்பதற்கு முன்பு அவளை வெளியே தள்ளிக் கதவடைத்தார். அதற்குப் பிறகு, அவள் சொந்த மார்பில் எறும்புகளைப் போன்றிருக்கும் வடுக்களைத் தொட்டுத் திருப்தியடைந்தாள். பக்கத்து வீட்டிலிருக்கும் ஸெபினுடன் விளையாடும்போது அவள் அவனுடைய மார்பில்

உதடு வைக்கவும் அவன் கிச்சுக்கிச்சு மூண்டு சிரித்தான். அவ்வாறு அவர்கள் அம்மாவும் குழந்தையும் விளையாட்டைக் கண்டுபிடித்தனர். ஒவ்வொரு சுற்றிலும் ஐந்து முறை அவள் அம்மாவானாள். ஐந்து முறை அவனும் அம்மா ஆகவேண்டியிருந்தது.

அம்மா இந்த விளையாட்டைக் கண்டுபிடித்துவிட்டார். கத்தினார். ஜெஸபெல்லை அடியடியென்று அடித்தார். அவளுடைய எலும்பும் தோலுமான உடல் நிறைய இரும்புக் கம்பியின் சிவந்த வடுக்கள் பதிந்தன.

"சாத்தானோட வாரிசு! முட்டைக்குள்ள இருந்து வாரதுக்கு முன்னாடியே அவ பாவம் செய்யறா!"

அம்மா தேவையே இல்லாமல் கத்தோ கத்தென்று கத்தினார். அப்பா ஒன்றும் செய்யமுடியாதவராக இருந்தார். செய்த பாவத்திற்கு அம்மா ஜெஸபெல்லைக் கடுமையாகத் தண்டித்தார். திரும்பத் திரும்ப அடித்தார். திரும்பத் திரும்பத் திட்டினார். தேவாலயத்திற்குக் கூட்டிச்சென்று 'உன்னோட பாவங்களுக்கு ஆண்டவர்கிட்ட வருத்தப்படு' என்று கண்களை உருட்டினார். அவளுடைய விரிந்து பயந்த குழந்தைக் கண்களைப் பிற்காலத்தில் குடும்ப நீதிமன்றத்தின் நீதிபதி பார்த்ததைவிட இரக்கமின்றிப் பார்த்தார். நேருக்கு நேர் பார்க்கும்போதெல்லாம் அம்மாவின் உதடுகள் 'பாவி' என்று கூப்பிடுவதாக அவள் உணர்ந்தாள். அவளைவிட வேகமாகக் குற்ற உணர்வு வளர்ந்ததோடு அவளுடைய தன்னம்பிக்கையைத் தகர்க்கவும் செய்தது. சிரிக்கும்போதும் பேசும்போதும் விளையாடும்போதும் படிக்கும்போதும் அவளுடைய மனதில் பாவியான ஒருத்தி காயம்பட்டுத் துடித்தாள். அதனால், வாய்ப்புக் கிடைத்தபோதெல்லாம் அவள் வாய்விட்டு அழவும் அழுதுகொண்டே விழித்தெழவும் எழுந்தாலும் முழங்காலின் மேல் தலை வைத்துத் தேம்பித் தேம்பி அழவும் செய்தாள். அப்பா வந்து 'அழாதே தங்கம், அப்பா பொண்ணல்ல' என்று கொஞ்சுவார். அவரது அன்பின் முன்னால் அவள் உடைந்து அழவும் செய்திருந்தாள். ஆனால், அவளுடைய குரல் எழும்போதெல்லாம் அம்மா பாய்ந்து வந்து 'என்னடீ, உன்னோட அப்பாவும் அம்மாவும் செத்தாபோயிட்டாங்க' என்று குரூரமாகக் கேள்விகள் கேட்டார். அம்மாவைப் பார்க்கும்போது ஜெஸபெல் துடித்தெழுந்தாள். அவசர

அவசரமாகப் பல் தேய்த்தாள், குளித்தாள், அம்மா கொடுத்த உடைகளை உடுத்துக்கொண்டாள். அம்மா கொடுத்த உணவை உண்டாள். பள்ளிக்கூடம் போவதற்கு வண்டி வரும் வரைக்கும் முந்தைய நாள் பாடங்களைப் படித்தாள். ஸெபினின் வீட்டார் வேறொரு இடத்திற்கு வீடு மாறிச் சென்றதோடு அவளுக்கு நண்பர்கள் இல்லாமல் போனது. விளையாட்டு இல்லாமல் போனது. அவ்வாறாக அவள் தனிமைப்பட்டவளானாள்.

ஏபெல்லுக்குச் சமாதானப்படுத்தத் தெரிந்துகொள்ளும் வரைக்கும் அவள் அழுதுகொண்டே எழுவது வழக்கமாகி இருந்தது. பின்னர் ஏபெல் அவளுக்கு முன்பே எழுந்து அவள் எழுவதற்காகக் காத்திருந்தான். அவள் அழத் தொடங்கும்போதே 'அழக்கூடாது' என்று வேண்டினான். இருந்தாலும் ஒன்றுமில்லாத விசயத்துக்குக்கூட உடைந்து புறப்படுவதற்காகக் கண்ணீர் அவளுடைய சுரப்பிகளில் முட்டிக்கொண்டு நின்றது. ஒரு கணக்குத் தவறாகிப்போனாலோ ஒரு காற்புள்ளி மறந்துபோனாலோ ஒரு மதிப்பெண் குறைந்து போனாலோ அதைச் சொல்லிச் சொல்லி அவள் மணிக்கணக்காக உடைந்து அழுதாள். பத்தாம் வகுப்பில் ரேங் கிடைத்தபோதுதான் நிலை மாறத்தொடங்கியது. பிரீடிகிரி படிக்கும்போது கேலி பேசுவது வரைக்கும் தைரியம் வந்தது. எம்.பி.பி.எஸ். ஆனபோது அம்மாவுடன் சிறு உரையாடல் நடத்தக்கூடிய அளவுக்குக் கூச்சம் போய்விட்டது.

எம்.டி.க்கு உரிய 'நார்மல் குரோத் அண்டு டெவலப்மெண்ட்' தாள் படித்த அன்று அவள் அம்மாவை எதிர்கொள்ளும் அளவுக்குத் தைரியம் வந்தது.

"குழந்தைங்க உடம்பத் தொட்டுப் பார்க்கறது வளர்ச்சியோட ஒரு கட்டம்... அதைப் பார்த்தா அன்பா உடம்பப் பத்திச் சொல்லிக் கொடுக்கணும்..." மாலையில் மருத்துவக் கல்லூரியில் இருந்து வந்து தேநீரும் தோசையும் சாப்பிட்டுக்கொண்டிருக்கும்போது, அவள் அம்மாவைச் சவாலுக்கு அழைப்பதுபோன்று சொன்னாள்.

எதிரில் இருந்த அம்மாவின் முகம் கடுத்தது.

"அம்மா என்னை இரும்புத் தடியால அடிச்சது ஞாபகம் இருக்கா?"

அவள் மன்னிப்பை எதிர்பார்த்து அம்மாவைப் பார்த்தாள்.

"நீ செஞ்சது பாவம்..." அம்மா பெருமிதமாகச் சொன்னார்: "அது அன்னைக்கும் பாவந்தா... இன்னைக்கும் பாவந்தா..."

"என்ன சொன்னீங்க?" ஜெஸபெல்லுக்குக் கோபம் வந்தது.

"பைபிள எடுத்துப் படிச்சுப் பாரு..."

"அம்மா மாடர்ன் மெடிஸின் படிச்சுப் பாருங்க..."

"பைபிள்ல சொல்லாதது எதுவும் உலகத்துல இல்ல. அது தெய்வத்தோட வசனம்... தெய்வத்தவிட புத்தியும் வெவரமும் இருக்காடீ உனக்கு?"

அம்மா கோபித்தார். ஜெஸபெல் திகைத்துப் போனாள். அம்மாவின் சக்தியை அவள் தெளிவாகக் கண்டாள். அது அறியாமையின் சக்தியாக இருந்தது. அம்மா எப்போதும் தன்னுடைய நாவை அடக்குவதையும் ஆனால், ஏபெல்லுக்கு முன்னால் சொந்த நாவை அடக்குவதையும் அவள் கவனித்தாள். அம்மாவின் தெய்வம் ஆண்தான் என்பதை அவள் கண்டுபிடித்தாள். தன் வாழ்க்கை ஆணுக்கான புனிதச்சடங்கு என்று நம்புவதைக் கண்டறிந்தாள்.

ஜெரோம் ஜார்ஜ் மரக்காரன் தனக்குச் செய்த பாவத்தைப் பற்றி அம்மா என்ன சொல்லப்போகிறார் என்பதைத் தெரிந்துகொள்ள ஜெஸபெல் ஆசைப்பட்டாள். அது காதலற்ற பாவச்செயல் என்று சொல்வதற்கும் ஆசைப்பட்டாள். அவளால் அவனைப் புரிந்துகொள்ள முடியவில்லை. அவனுடைய உடலையும் புரிந்துகொள்ள முடியவில்லை. தனது உடலையும் அவளால் புரிந்துகொள்ள முடியவில்லை.

தூங்கி எழுந்து வந்த ரீனா அத்தையும் லிஸி அத்தையும் ஜெஸபெல்லிடம் கிண்டல் பேசத் தொடங்கியபோது அம்மா கோபித்தார். அம்மாவுக்குக் கிண்டலடிப்பது பிடிக்காது. அதனால் டேப் ரெக்கார்டரில் கிறிஸ்துவ பக்திப் பாடல்களின் கேசட்டைப் போட்டார். 'தாய் தந்தையரை மறந்துவிடாதே' என்ற வரிகள் கருணை பொங்க ஒலித்தது. அம்மா குவளையில் காஃபி கொடுத்தார்.

"விடிஞ்சுபோச்சு ...!" அம்மா அறிவித்தார்:

“அவனுக்குக் காஃபி கொடு...!”

அது உத்தரவாக இருந்தது. ஜெஸபெல் எதிர்க்க நினைத்தாள். ஆனால், முடியவில்லை. காஃபியை எடுத்துக்கொண்டு அறைக்குள் சென்றாள். அப்போது ஜெரோம் ஜார்ஜ் மரக்காரன் திடுக்கிட்டு எழுந்து நீட்டி முறித்து ‘ஹலோ குட்மார்னிங்’ என்று மரியாதை செய்தான். அவன் கழிவறைக்குப் போனான். திரும்பி வந்து, காஃபி குவளையை வாங்கிக்கொண்டு ‘நல்லாத் தூங்கினேன்’ என்று பெருமிதப்படவும் ‘ராத்திரி மழை பெஞ்சுதா’ என்று விசாரிக்கவும் செய்தான். ஜெஸபெல் பதில்கள் இல்லாமல் நின்றாள். அவன் எதுவும் நடக்காதது போன்று அவளுடன் பேசினான். அவள் இடையிடையே சொற்களைத் தேடினாள்.

பாட்டி மட்டும் அவளுடைய மனதைக் கண்டுகொண்டார். ‘இங்க வந்து உட்கார்’ என்று அவளை அருகில் அழைத்தார். அவளுடைய முகத்தைப் பிடித்து உயர்த்திக் கண்களைப் பார்த்தார். ஜெஸபெல் அவமானத்தோடும் குற்ற உணர்வோடும் தலைகுனிந்தாள்.

“ஏ சாரா, கல்யாணப் பொண்ணுக்கு முகம் இப்படியா இருக்கறது?” அறைக்குள் வந்த அம்மாவைப் பார்த்து பாட்டி சூடானார்.

அம்மா போர்க்கோலம் பூண்டார்:

“இதா, அம்மா, சும்மா என் மகளோட வாழ்க்கையக் கெடுக்காதீங்க... இங்கிருந்து போகப்போறீங்களா இல்லையா? நான் அண்ணங்ககிட்டச் சொல்லப்போறேன், உங்கள எவ்வளவு சீக்கிரம் முடியுமோ அவ்வளவு சீக்கிரம் மூட்டை கட்டறதுக்கு...”

“என்னெ மூட்டை கட்டறதுக்கு உங்க அப்பனால கூட முடியாதுடீ... கூறுகெட்டவளே...” பாட்டி கொந்தளித்தார்.

அதன்பிறகு, ‘ஜெஸபெல்லே, நீ படிப்பும் விவரமும் உள்ளவ, முடியாதுன்னு தெரிஞ்சா அந்த நிமிசமே அறுத்து முறிச்சுக்கோ’ என்று உத்தரவிட்டார். ஜெஸபெல் அதிர்ந்துபோனாள். ‘அதெப்படி பாட்டீ, ஊருக்காரங்க, உறவுக்காரங்க, வீட்டுல இருக்கறவங்க...’ என்று அவள் பதறினாள்.

“வாழ்க்கை உன்னோடது குஞ்சூ... இப்பச் சொன்னவங்களெல்லாம் தின்னா உனக்கு நிறையுமா? அவங்க குடிச்சா உன்னோட தாகம்

தீருமா? உனக்கு எது சந்தோசம்னு உனக்குத்தான் தெரியும்…” பாட்டி முடிவாகச் சொன்னார்.

ஆனால், முடிவெடுப்பதற்கு ஜெஸபெல் பயந்தாள். ‘அவனத் தூக்கி எறிஞ்சிட்டு இந்த வீட்டுக்குள்ள வராதே’ என்று அம்மா பயமுறுத்தினார். அப்பாவையும் வர்கீஸ் மாமாவையும் கோஸி மாமாவையும் பார்த்து ஜெஸபெல் தைரியம் இழந்தாள். எதுவும் நடக்காதது போல் இருக்கும் ஜெரோமின் முகத்தைப் பார்த்து மேலும் தைரியம் இழந்தாள். அவன் மிகுந்த சந்தோசத்தோடு இருந்தான். அப்பாவுடனும் மாமாக்களுடனும் முக்கியமான விசயங்களைப் பேசினான். அவளுடைய மூச்சுத்திணறலைக் கண்டுகொள்ளாமல் அவளைச் சில உறவினர்களின் வீடுகளுக்குக் கூட்டிச்சென்றான். உறவினர்களுக்குப் பெருமிதத்தோடு அறிமுகப்படுத்தினான். அவளுடன் மருத்துவக்கல்லூரிக்குச் சென்றான். அவளுடைய நண்பர்களிடம் அறிமுகமானான். ஏபெல்லை அனுப்பிவைப்பதற்குப் போனான். திரும்பி வந்து இரவு உணவு உண்டான்.

“இல்லை, உண்மையாகச் சொன்னால் ஜெரோம் மேல் உங்களுக்கு என்ன புகார் இருக்கிறது? அவர் கதை படிக்கமாட்டார், கவிதை சொல்லமாட்டார், பரதநாட்டியம் ஆடமாட்டார் என்றெல்லாம் சொல்வது கிடக்கட்டும்… அதல்லாமல்… சாதாரணமாக ஒரு வீட்டில், ஒரு சாதாரணப் பெண்ணின் நிலையில் இருந்து சொல்லுங்கள், அவருக்கு என்ன குறை?” குடும்ப நீதிமன்றத்தில் ஜெரோமின் வக்கீல் கேட்டார்.

வக்கீலால் புரிந்துகொள்ளக்கூடிய குறைகள் ஜெரோமுக்கு இருக்கவில்லை. அவனுக்கு ஆறடி உயரமும் தொண்ணூறு கிலோ எடையும் இருந்தது. அவன் எம்.டி. பட்டம் பெற்ற மருத்துவன். அவன் கசங்காத ஆடைகள் அணிந்து வேலைக்குப் போகவும் சரியான நேரத்துக்கு வீட்டுக்குத் திரும்பி வரவும் செய்தான். அவன் கூடுதல் சம்பளம் கிடைக்கின்ற மருத்துவமனைகளைத் தேடிக் கண்டுபிடித்திருந்தான். கிடைகின்ற பணத்திற்கான கணக்கைத் துல்லியமாக எழுதிவைப்பதும் பணத்தை வங்கியில் போடுவதும் கூடுதல் லாபம் பெறுவதற்கான வழிகளைப் பற்றி யோசிக்கவும் செய்தான். அவனுக்கு நல்ல ஆடைகள் அணிந்துகொண்டு திருமணங்களுக்கும் ஞானஸ்நானங்களுக்கும் இறுதிச்சடங்குகளுக்கும் போவது விருப்பமாக இருந்தது. தொலைக்காட்சியில் வரும் சீரியல்களும் திரைப்படங்களும்

தவறாமல் பார்த்துவந்தான். எப்போதும் இரவு உறங்குவதற்கு முன்பு அவன் அன்று நடந்தவற்றையெல்லாம் தன் தந்தையிடம் விவரித்து, அபிப்பிராயங்களையும் வழிகாட்டல்களையும் பெற்றான். தொலைக்காட்சியில் காமெடி டைம் பார்த்து வாய்விட்டுச் சிரித்தான்.

“சொல்வதற்கு ஏதாவது புகார் இருந்தால் இப்போது சொல்லுங்கள் கேட்கிறேன்...” வக்கீல் சவால் விட்டார்.

“நீங்கள் படித்த வகுப்பிலெல்லாம் முதல் ரேங் எடுத்து ஜெயிச்சீங்க... பெரிய பட்டமெல்லாம் வாங்கியிருக்கீங்க. உங்களுடைய தொழில்சார்ந்த திறமைகளைப் பற்றி எல்லோருக்கும் நல்ல அபிப்பிராயம் இருக்கு. ஆகையால் நீங்கள் ஒரு சாதாரணப் பெண் அல்ல. பிறகென்ன, ஏதாவது கருத்து வேறுபாடு உங்களுக்கிடையில் இருந்திருந்தால் பேசித்தானே தீர்த்திருக்கவேண்டும்?”

வக்கீலின் மழுங்கிய முகத்தைப் பார்த்தபோது ஜெரோமின் நகரத்திற்குச் செல்வதற்கான புறப்பாடு அவளுக்கு நினைவு வந்தது. அது நாட்டின் முதலாவது பெண் குடியரசுத்தலைவர் சத்தியப்பிரமாணம் செய்த நாள். ஆபிரஹாம் சம்மநாட்டின் வீட்டில் நான்கு நாட்களாகத் தங்கியிருந்த ஜார்ஜ் ஜெரோம் மரக்காரனும் லில்லி ஜார்ஜ் மரக்காரனும் மகன் ஜான் ஜார்ஜ் மரக்காரனும் அவர்களுடன் வந்தனர்.

‘வரதட்சணையெல்லாம் கணக்குச் சொல்லி வாங்கியிருந்தா ஏஸியில போயிருக்கலாம்’ என்று ஜார்ஜ் ஜெரோம் மரக்காரன் பலமுறை தனது எண்ணத்தை வெளிப்படுத்தினான். ஜெஸபெல் பேச்சற்றுப் போனாள். ஸ்லீப்பர் கிளாஸின் வெப்பத்திலும் கூட்டத்திலும் வியர்வையில் குளித்துக்கொண்டு உட்கார்ந்திருக்கையில் அவள் ஜெரோமுடன் பேச விரும்பினாள். ஆனால், அவன் மொத்த நேரமும் டாடியோடு சேர்ந்து திருமணச் செலவுகளைத் திரும்பத் திரும்பக் கணக்குப் பார்த்துக்கொண்டிருந்தான். அவன் கழிவறைக்குப் போனபோது அவள் பின்னாலேயே சென்றாள். கதவருகில் காத்திருந்தாள்.

காற்று வீசிக்கொண்டிருந்தது. வெளியே இயற்கை அழகாக இருந்தது. ரயிலின் கதவருகில் காற்றுக்கும் குளிருக்கும் உடலையும் மனத்தையும் கொடுத்துக்கொண்டு அவனுடன் சேர்ந்து நிற்கவேண்டும் என்று அவள் பேராசை கொண்டிருந்தாள்.

அப்போது அவன் வெளியே வந்தான். அவளைப் பார்த்து 'இங்க நிக்காத' என்று உத்தரவிட்டான். அவள் தன்னையறியாமல் தைரியமடைந்தாள்.

"நம்மளோட முதல் பயணத்தப் பத்தி நான் நினைச்சிட்டிருந்தது இப்படியல்ல..." அவளுடைய குரல் இடறியது.

"செக்ஸப் பத்தி நான் இப்படி நினைக்கல..."

அவனுடைய முகம் இருண்டது: "அதெல்லாம் பேசறதுக்கு இதுவா நேரம்?"

அவன் இருக்கைக்குத் திரும்பிப் போனான். திரும்பவும் காற்று வீசியபோது ஜெஸபெல்லுக்கு அழுகை வந்தது. இது தொடக்கம்தான், அவள் தன்னைத்தானே சமாதானப்படுத்திக் கொண்டாள். எல்லாம் மாறும். பயணம் தொடரும்போது, வாகனம் லட்சியத்தை அடையும்போது எல்லாம் எல்லாம் மாறும்; உனது கால், பொறியில் மாட்டிக்கொள்ளாமல் அதிலிருந்து காப்பான்.

ஆனால், எதுவும் மாறவில்லை. அந்நிய நகரத்திலிருந்த வீடு ஏபெல் சொன்னதுபோலவே இருந்தது. எல்லா ஜன்னல்களும் அடைத்துக் கிடப்பதால் எப்போதும் இருளடைந்திருந்தது. காலையில் தொலைக்காட்சியில் ஏதாவது கிறிஸ்தவ பக்தி சேனலில் யாரெல்லாமோ தெய்வ மகத்துவத்தை வெளிப்படுத்தினர். ஜார்ஜ் ஜெரோம் மரக்காரன் தேவையில்லாமல் குரல் உயர்த்தினான். அவன் அவளை அம்மாவைவிட கோபத்துடன் பார்த்தான்.

இரவு, ஜெரோம் படுக்கையறையில் வழக்கம்போல் அவளுடைய தலையைப் பிடித்துத் தன் உடலைநோக்கிக் குனியவைத்தான். ஜெஸபெல் துடித்தாள்.

"எப்பவும் இப்படி போதுமா? குழந்தைகள் வேண்டாமா?" அவள் சிரமப்பட்டுக் கேட்டாள்.

அவளுடைய உடல் விழிக்கவும் தளரவும் செய்தது.

"நீ படிக்கிறேதானே?"

"ஆனா, அதுக்கு வேற பல வழிகளும் இருக்கில்லையா?"

ஜெரோம் அவளை விட்டான். அவனுடைய முகத்தில் வெறுப்பு நிறைந்தது. "இந்தமாதிரி விசயங்களத் தீர்மானிக்க வேண்டியது கணவன்தான்... மனைவியல்ல..." அவனுடைய குரல் உயர்ந்தது.

"எங்க குடும்பத்துல பெண்கள் செக்ஸப்பத்திப் பேசமாட்டாங்க... அது நல்ல குடும்பத்துல பொறந்த பொண்ணுங்களுக்கு ஆனதல்ல..." அவன் பெருமிதம் காயம்பட்டதுபோன்று விளக்கை அணைத்துவிட்டுப் படுத்துவிட்டான்.

அதைத் தொடர்ந்து, ஜெஸபெல் நடுங்கும் உடலோடு இருட்டில் உட்கார்ந்திருந்தாள். அவளுக்கு அதெல்லாம் உண்மைதான் என்று நம்புவதற்கு முடியாமல் இருந்தது. இது எந்த நூற்றாண்டு? எந்த உலகம்?

அந்த அறையில் கந்தக நெடி நிறைந்திருந்தது. அந்த நாட்களிலெல்லாம் அவள் மிகவும் வேதனைப்பட்டாள். அவள் கையறுநிலையினளாகவும் இருந்தாள். அவளுக்குக் கணவன்மேல் ஆசை இருந்தது. ஆனால், அவன் அதைக் கேவலமாக எடுத்துக்கொண்டிருந்தான். அவளுடைய உடல் தோல் பையில் இருக்கும் தண்ணீரைப் போன்று அலையடித்துக்கொண்டிருந்தது.

அறிமுகமற்ற நகரத்தில் இருக்கும் அந்த பிளாட்டில் ஜன்னல் தட்டில் ஆஸ்துமா நோயாளியைப் போன்று புறாக்கள் பெருமூச்சு விட்டன. ஜெஸபெல் கூவல்களுக்குக் காது கொடுத்தாள். அவள் அவற்றை எண்ணிட முயன்றாள். தகன பலிக்கும் பாவ பரிகார பலிக்கும் ஆட்டுக்குட்டிக்குப் பதிலாகச் சமர்ப்பிப்பதற்கு யாரோ திருஷ்டி சுற்றிப் போட்ட புறாக்குஞ்சுதான் தானென்று பதறினாள்.

வீடு மாறிப் போனதற்குப் பிறகு, ஸெபினை ஜெஸபெல் பார்க்கமுடியவில்லை. அவள் அவனை மறப்பதற்கு விரும்பினாள். ஒருகட்டத்தில், அவனுடைய நினைவுகள் குற்ற உணர்வைப் பற்றி எரியவைத்தது. பெரியவளானபோது அவனைப் பார்க்கவேண்டும் என்று தோன்றியது. அதேசமயம், பார்ப்பதற்குப் பயமும் தோன்றியது. இருந்தாலும், ஜெரோம் ஜார்ஜ் மரக்காரனுக்கு விபத்து நடந்த அன்று எதிர்பாராதவிதமாக ஸெபினைப் பார்த்தபோது அவளுடைய இதயத்தில் பாசம் தளும்பியது.

விபத்தில் சிக்கிய ஜெரோமை மருத்துவமனையில் சேர்த்த நான்கு இளைஞர்களில் ஒரு ஆள் அவனாக இருந்தான். மருத்துவமனையில் வைத்து அவன் அப்பாவையும் அம்மாவையும் அடையாளம் கண்டுகொண்டான். அப்படித்தான் ஜெஸபெல்லை அடையாளம் கண்டுபிடித்தான். அவன் அவளை மருத்துவராக மதித்தான். அவளுக்கு முன்னால் நோயாளிகளைப் போன்று எளியவனானான்.

"ஸெபின், உன்ன நான் நினைக்கறதுண்டு..." ஜெஸபெல் நட்பாவதற்கு முயன்றாள்.

அவன் சுருங்கிப்போய் நின்றான். அவன் முற்றாக மாறியிருந்தான். கருத்துத் தொங்கிய கன்னங்களும் உப்பிய வயிறும் பான்பராக்கின், மதுவின், சிகரெட்டின் நெடியுமாக இருந்தான். அவனுடைய முகம் கல்லீரல் உருகத்தொடங்கிவிட்டதைச் சொல்லியது, கன்னங்களில் இருந்த கருவளிப்புகள் அவளை விசனமடையச் செய்தன.

"நீ படிச்சு பைலட் ஆயிருப்பேன்னு நினைச்சேன்..." அவள் சொன்னாள்.

"ஓ... நான் அப்பவே ஒண்ணுத்துக்கும் ஆகாதவன்தானே?"

அவனுடைய கண்களில் தாழ்வு மனப்பன்மை மினுங்கியது. அதைப் பார்த்து, ஜெஸபெல்லுக்குக் குற்ற உணர்வு உண்டானது.

அவள் அவனை ஏமாற்றியிருந்தாள். அம்மாவும் குழந்தையும் விளையாடும்போது ஒவ்வொருவரும் ஐந்து முறை பால் குடிக்கவேண்டியிருந்தது. அந்த வயதிலும் அவள் தப்பில்லாமல் நூறு வரை எண்ணினாள். ஆனால், அவன் பாவப்பட்டவனாக இருந்தான். அவனுக்கு எப்போதும் எண்ணிக்கை பிசகியது. அவன் அ... அஞ்சு என்று சொல்லும்போது அவள் நான்கு என்று மறுத்தாள். 'அஞ்சுக்கு அப்பறமா நாலு' என்று அவன் சந்தேகப்பட்டான். மூன்றுக்கும் நான்குக்கும் பிறகு நிறைய நேரம் கழிந்தே ஐந்து வரும் என்று அவள் வலுக்கட்டாயமாக நம்பவைத்தாள்.

"ஸெபின், இருந்தாலும் நீ என்னை நினைக்கல இல்லையா!" அவள் வருத்தப்பட்டாள்.

அவன் மேலும் நெளிந்தான்.

“நான் அப்பப்ப நினைப்பேன்...”

“அப்புறம் ஏன் வரல?”

“அது வந்து... நீ அப்பவே அத்தனை அறிவா இருந்தயே ஜெஸபெல்!”

தான், விபத்தில் சிக்கித் தீவிர சிகிச்சைப் பிரிவில் கிடக்கின்ற கணவனின் உயிருக்குக் காவலிருக்கின்ற மனைவி என்பதை அவள் மறந்தாள். கன்னங்களில் கன்னக்குழிகள் மலர்ந்தன.

“உம்? அதுக்கென்ன?”

அவனுடைய கருத்து வீங்கிய கன்னங்களில் தீனமான புன்னகை மலர்ந்தது.

“நம்மளவிட புத்தியான பொட்டப்புள்ளைங்க பின்னாடி சுத்துனாலும் கட்டிக்கிட்டாலும் செக்குமாட்டு வேலதான் கெடைக்கும்...!”

ஜெஸபெல் அவனையே பார்த்துக்கொண்டு நின்றாள். அவளுக்கு அறிவு அதிகமாக இருந்தது. ஆனால், அவனுக்கு அனுபவம் அதிகமாக இருந்தது. அவன் சொன்னது உண்மை என்று அவள் அறிந்தாள். அந்த உண்மையைப் புரிந்துகொள்ளாமல் செக்குமாட்டு வேலை கிடைத்து உள்ளே கிடந்த ஜெரோமிடம் அவள் ஆத்மார்த்தமாக இரக்கப்பட்டாள்.

முதல் விசாரணையில் எதிர்த்தரப்பு வக்கீல் கேட்டார்:

“உங்களுடைய கணவரான ஜெரோம் ஜார்ஜ் மரக்கானைக் கொல்வதற்கு நீங்கள் சுரா ஸெபின் என்ற ஒப்பந்தக் கொலைகாரனுக்கு இருபத்தைந்தாயிரம் ரூபாய் கொடுத்தீங்க, சரிதானே?”

“நான் யாருக்கும் ஒப்பந்தம் கொடுக்கவில்லை...”

“நீங்க பணம் கொடுத்தீங்களா இல்லையா?”

“கொடுத்தேன்...”

“கொல்லறதுக்கு இல்லைன்னா பிறகு எதற்காகப் பணம் கொடுத்தீர்கள்?”

பார்த்துப் பலமாதங்களுக்குப் பிறகு நடந்தது அது. ஸெபின் இருபத்தைந்தாயிரம் ரூபாய் தேவைப்படுகிறது என்று சொன்னான். ‘திருப்பிக் கொடுக்கறதுக்கு என் கையில பணம் இல்ல, ஜெஸபெல்’ என்று அவன் வருத்தப்பட்டான். ‘ஆனா, உனக்கு நான் அத வேறொரு விதத்துல திருப்பித் தருவேன்’ என்று வாக்குறுதி கொடுத்தான்.

“உனக்காக நான் யாரோட காலையோ கையையோ ஒடிப்பேன். தேவைப்பட்டா தட்டியெறியலாம்!”

“ஐயோ, அது கொல கேஸ் இல்லையா?”

“இப்பவே நாலு கேஸ் இருக்குது. இனி இன்னொன்னு கூடினா என்ன, குறஞ்சா என்ன?”

அன்று, அவளும் அவனும் சிரித்தனர். நீதிமன்றத்தில் வைத்து அவளுக்குச் சிரிப்பு வந்தது. எதிர்த்தரப்பு வக்கீலின் முகத்தைப் பார்த்தபோது சிரிப்பு மறைந்தது.

‘நான் யாரையும் கொல்லவில்லை’ ஜெஸபெல் சொன்னாள். அது உண்மையாக இருந்தது. யாரையும் கொல்லக்கூடிய அளவுக்கு அவள் இல்லை. அதனால், அவள் யாரையும் கொல்லவில்லை.

அவள் நதியில் இருந்து கொஞ்சம் நீரை அள்ளி நிலத்தில் ஊற்றினாள். அது ரத்தமாக மாறியது - அவ்வளவுதான் நடந்திருக்கிறது.

4

தன்னுடைய தலைக்கு மேலே ஒரு சிவப்பு நட்சத்திரம் உதித்திருக்கிறது என்று ஜெஸபெல் கண்டுபிடித்தது இப்படியாக இருந்தது:

பள்ளிக்கூடத்துக்கு நடந்து செல்லும்போது 'சரக்கு' என்று அழைக்கப்பட்டாள். வீட்டிற்கு நடந்து வரும்போது பின்னால் இருந்து சைக்கிளில் பாய்ந்து வந்த 'ஷ்ஷ்ஷ்' அழைப்புக் கேட்டது. பேருந்தில் நிற்கும்போது பரபரப்பிலிருந்து ஒரு கை வந்து முழு வளர்ச்சியடையாத மார்புகள் தேடப்பட்டன. பேருந்து இறங்கும்போது கூட்ட நெரிசலுக்கிடையில் கைகள் நீண்டு வந்து அடிவயிறு தடவப்பட்டது. தள்ளுமுள்ளுகளைச் சகித்துக்கொண்டு வீட்டிற்கோ பள்ளிக்கோ சென்று சேரும்போது சீருடையின் நீலப்பாவாடையில் சளி போன்று ஒட்டிய விந்து காணப்பட்டது. நகரத்தில் இருக்கும் பேருந்துகளிலும் பேருந்து நிறுத்தங்களிலும் நல்லவர்களைப் போன்று நடிப்பவர்களின் உறுப்புகள் எதிர்பாராத நேரத்தில் காட்சிப்படுத்தப்பட்டன. குழந்தை ஏசுவை மேரி மாதா ஒளித்து வைத்திருந்தது போன்று தன்னுடைய உடலை ஏரோதுமார்களின் கண்களில் இருந்து ஒளித்து வைக்கவேண்டும் என்று அவள் கற்றுக்கொண்டாள். இருந்தாலும், அவளுக்கு உறுதியான வெளிப்பாடு நல்கியது திருமணம்தான். அந்த வெளிப்பாடு இதுவாக இருந்தது: உடல் நிரந்தரமான சிலுவையாகிறது.

ஜெரோம் ஜார்ஜ் மரக்காரனின் குடும்பத்தோடு சேர்ந்து வாழ்ந்த நாட்களில்தான் அவள் திருமணம் என்பது எவ்வளவு பெரிய கல்வாரி மலையென்று புரிந்துகொண்டாள். இதுவரை பார்த்ததுபோன்றில்லாத வீடு. இதுவரை பார்த்தவர்களைப் போன்றில்லாத மனிதர்கள். இதுவரை உண்டதுபோல் இல்லாத உணவு. இதுவரை பரிச்சயப்படாத விதத்திலான நடத்தைகள். மரணப்படுக்கையில் இருக்கும் ஆஸ்த்துமா நோயாளிகளைப் போன்று நிறுத்தாமல் ஒலியெழுப்புகின்ற புறாக்களும் பெரும் சத்தத்துடன் பாயும் வாகனங்களும்.

அவளுக்கு மூச்சு முட்டியது. என்னவாக இருக்கும், எதுவாக இருக்கும், தன்னை மூச்சுமுட்ட வைப்பது என்று அவளுக்குத் தெளிவாகவில்லை. அவளுடைய பகல்கள் தரிசாகிப்போயின. இரவுகள் கெட்ட உறவாகிப்போயின. விடியற்காலை நான்கு மணிக்கு லில்லி ஜார்ஜ் மரக்காரனின் இடறிய குரலிலான பைபிள் வாசிப்பில் அவளுடைய இரவுகள் முடிந்துபோயின. அவருடைய எளிய உடலுக்குள் தொண்டை கிழிந்த ஒரு குயில் அழுதது. அது முடிந்ததும் ஜார்ஜ் ஜெரோம் மரக்காரன் இயக்கும் தொலைக்காட்சியில் ஏதாவது ஒரு பக்தி சேனலில் இருந்து நற்செய்தியின் ஓசை உயர்ந்தது. அது இரவு பகலாக ஒலித்தது.

நற்செய்தியின் சப்தத்தை விட்டால், அந்த நான்கு சுவர்களுக்குள்ளே ஒலித்தது ஜார்ஜ் ஜெரொம் மரக்காரனின் சப்தமாக இருந்தது. அவன் ஜெரோமிடம் பேசினான்; மற்றுள்ள எல்லோருக்கும் உத்தரவுகளைப் பிறப்பித்தான். ஜெரோமின் அண்ணன் ஜானும் அந்த வீட்டில்தான் இருந்தான். ஆனால், அவனுடைய சப்தம் வெளியே கேட்கவில்லை. அவனுக்கு லில்லி ஜார்ஜ் மரக்காரனின் பெரிய ஆதரவின்மையை வெளிப்படுத்தும் கண்கள். மெலிந்த உடலும் பயன்படுத்தி வெளுத்த பொருத்தமில்லாத உடைகளும். ரயில் பயணத்தில்கூட அவன் எப்போதும் எங்கேயோ மறைந்திருந்தான்.

"ஜான் எங்க வேலை செய்யறீங்க?"

பயணத்திற்கிடையில் ஒரு முறை ஜெஸபெல் பழகிக் கொள்ள முயன்றாள். ஆனால், ஜான் ஜெஸபெல்லை அறிமுகமின்மையோடு பார்த்தான்.

"ஒரு பிரைவேட் கம்பெனியில." ஜார்ஜ் ஜெரோம் மரக்காரன் ஓடிவந்து பதில் சொன்னான். 'அவன் அதிகம் பேசறதுக்கு விரும்பமாட்டான் டாக்டரே... ரொம்பவும் குத்திக் குத்திக் கேட்கவேண்டாம், புரிஞ்சுதா' என்று பயப்படுத்தவும் செய்தான்.

வீட்டுக்குள்ளேயும் ஜான் பெரும்பாலும் இருக்குமிடம் தெரியாமல் இருந்தான். அறையின் விரிசல்களிலோ ஆணித்துவாரங்களிலோ உலகம் உறங்கும்வரைக்கும் ஒளிந்திருக்கின்ற பாச்சையைப்போன்றும் பல்லியைப்போன்றும் அவன் அந்தச் சிறிய பிளாட்டில் எங்கேயோ பதுங்கியிருந்தான். காலை நேரங்களில் அவன் வரவேற்பறையில் இருக்கும் சோஃபாவில் கால்களைச் சேர்த்துப் பிடித்து அடி வாங்கிய

குழந்தையைப் போன்று சரிந்து கிடந்து உறங்குவதைக் காணமுடிந்தது. ஜெஸபெல் எழுந்து வருவதற்குள் அவன் காணாமல் போய்விடுவான்.

கணவன் வீட்டில் முதல் காலைப்பொழுதில், தலைவலியோடுதான் ஜெஸபெல் எழுந்தாள். சமையலறையில், லில்லி ஜார்ஜ் மரக்காரன் காலைச் சிற்றுண்டி தயாரித்துக்கொண்டிருந்தார். புட்டும் ஒரு குழைந்த பயற்றுக் குழம்பும். அவளைப் பார்த்ததும் அவருடைய முகத்தில் சிரிப்பு போன்று எதுவோ நிகழ்ந்தது. 'நான் எதாச்சும் உதவட்டுமா மம்மீ' என்று அவள் கேட்கவும் 'வேண்டாம் தங்கம், நான் செஞ்சுக்கறேன்' என்று அவர் குரல் தாழ்த்திக் கிசுகிசுக்கவும் செய்தார். அவள் சமையலறையில் இருக்கும் அழுக்குப்படிந்த டெஸ்கில் சாய்ந்து நின்று அவர் கொடுத்த வறக்காப்பியைக் குடிக்கும்போது சிவந்த டீசர்ட்டும் கட்டம் போட்ட லுங்கியும் அணிந்த ஜார்ஜ் ஜெரோம் மரக்காரன் சமையலறை வாயிலுக்கு வந்தான்.

"நேரம் மத்தியானம் ஆயாச்சில்ல. டாக்டருங்க இந்த நேரத்துல எழுந்திரிக்கறதுக்கா எம்.பி.பி.எஸ்.ல சொல்லிக்கொடுத்தாங்க?"

அவனுடைய குரலில் இருந்த அவமதிப்பையும் இகழ்ச்சியையும் ஏற்றுக்கொள்வதற்கு அந்தக் காலைப்பொழுதில் அவள் சக்தியற்றவளாக இருந்தாள். லில்லி ஜார்ஜ் மரக்காரனின் முகம் வெளிறியது. பக்கத்தில் இருக்கும் பால்கனியில் இருந்து எதையோ எடுக்கப்போவது போன்று அவர் அங்கிருந்து தப்பித்துக்கொண்டார். ஜெஸபெல் மரத்துப்போய் நின்றாள். தன்னுடைய அடியை எப்படி வாங்கவேண்டுமோ அப்படி வாங்கிக்கொண்டாள் என்பதைப் பார்த்து ஜார்ஜ் ஜெரோம் மரக்காரன் மகிழ்ச்சியடைந்தான்.

"அப்புறம், உங்க வீட்டு நடைமுறை அப்படிப்பட்டதுதானே. தெய்வ நினைப்பும் சொன்னபேச்சுக் கேக்கறதும் அங்க ரொம்பக் குறைவு, இல்லையா? ஆனா, இங்க அப்படியல்ல, புரிஞ்சுதா... இங்க சில முறைகளெல்லாம் இருக்குது. எல்லாமே ஒத்துப்போறதுக்குச் சிரமமா இருக்கும். ஆனா, ஒத்துப்போயித்தான் ஆகணும். இது, சபைக்கும் தேவாலயத்துக்கும் ஆண்டவனுக்கும் கட்டுப்பட்டு வாழற குடும்பம், புரிஞ்சுதா... சிரமமாத்தான் இருக்கும். ஆனா, சகிச்சுத்தான் ஆகணும், கேட்டுச்சா!"

ஜார்ஜ் ஜெரோம் மரக்காரனின் வார்த்தைகள் வழவழப்பான தவளைகளைப்போன்று அவளுடைய உடலைநோக்கித் தாவின. பார்த்துக்கொண்டிருக்கும்போதே அவை பெருகின. அவளுடைய ஆடைகளிலும் தரையிலும் காஃபி குவளையிலும் மாவு கரைக்கின்ற பாத்திரங்களிலும் அவை பெருகின. அவளுடைய உடலின்மேல் தாவி விழுந்து ஒட்டிக்கொண்டன. ஜெஸபெல் அருவருப்புற்று நெளிந்தாள்.

“அவங்க வீட்டுல அவள சமையலறைக்குள்ள விடமாட்டாங்க, டாடீ… அவளோட அம்மாதான் வீட்டு வேலை செய்வாங்க… இவ ஒரு படிப்புக்காரியல்லவா…” கேட்டுக்கொண்டு வந்த ஜெரோம் டாடியை முழு மனத்துடன் ஆதரித்தான்.

ஜார்ஜ் ஜெரோம் மரக்காரன் உற்சாகமடைந்தான்.

“ஓ, படிப்புக்காரி! படிப்புக்காரி ஆனப்புறம் அடுக்களைக்குப் போனா எல்லாம் கொறஞ்சுபோயிடும் இல்லையா? ஆனா, மருமகளே, இப்படிப் பல சமாச்சாரங்களையும் நீ உன்னோட வீட்டுல இருந்து படிச்சிட்டு வந்திருப்பே. ஆனா, என்ன சொல்றது, உன்னோட கஷ்டகாலம் இந்த வீட்டுல அது எதுவும் நடக்காது, புரிஞ்சுதா. இங்க, சபையோட நாதன் ஆண்டவனும் குடும்பத்தோட நாதன் கணவனுந்தான். இங்க இருக்கற பொம்பளைங்க கணவன்மாருக்கு அடங்கி நடப்பாங்க, கேட்டுச்சா. அதனால மருமகளே ஒரு வேலை செய்யி. நேரத்த வீணாக்காம சமையலறைக்குப் போயி என்னோட மகன் ஜெரோமுக்குப் பிடிச்ச குழம்பும் பலகாரமும் எல்லாம் செய்யறதுக்கு நீங்க படிச்சுக்கோங்க. இப்படிச் சொல்லறதக் கேட்டு நீங்க நடந்துக்கிட்டா நாம ரொம்ப காலத்துக்கு முன்னோக்கிப் போகலாம். இல்லாட்டி பெரிய சிக்கலாப்போகும், புரிஞ்சுதா?”

தன்னை இழிவுபடுத்துவதில் ஜார்ஜ் ஜெரோம் மரக்காரன் மகிழ்வதாக ஜெஸபெல்லுக்குத் தோன்றியது. அந்த வீட்டிற்குச் சென்ற நாள் முதல் திரும்பிப் போவது வரைக்கும் அவள் எவ்வளவு மோசக்காரி என்று நம்பவைப்பதற்கு அவன் உற்சாகம் காட்டினான். கிளீன் சேவ் செய்த முகத்தில் வளைந்து நிற்கின்ற உதட்டோரத்தில் பரிகாசச் சிரிப்போடு அவன் அவளிடத்தில் அவமதிப்பின் பாடங்களைப் பரிசீலனை செய்தான்.

“இங்க வா, தீர்க்கதரிசினி. தீர்க்கதரிசினி பெரிய வரலாற்று அறிஞைன்னு கேள்விப்பட்டேனே. ஒண்ணு சொல்லட்டுமா, இந்த ஜெஸபெல் ராணியோட கதையெல்லாம் கேட்கறதுக்கு எனக்கும் ரொம்ப ஆசைதான் தெரியுமா… ஏன்னா, இதொண்ணும் நாம படிக்கிற வேதப்புத்தகத்துல இல்லாததுனாலதான்.”

தான் ஜெரோமிடம் தனிப்பட்ட முறையில் சொன்னதைத்தான் அவனுடைய அப்பா கேட்கிறார் என்று நினைத்து ஜெஸபெல்லின் இதயம் உடைந்து நொறுங்கியது. தனக்கு முன்னால் அவள் வெறும் புல் என்று ஏற்றுக்கொள்ள வைப்பதுதான் ஜார்ஜ் ஜெரோம் மரக்காரனின் லட்சியம் என்பதை அவள் புரிந்துகொண்டாள்.

“கட்டிக்கிட்டுப் போற வீட்டுல ரூம் எதையும் கூட்டி எடுக்கவேண்டாம்னு எம்.பி.பி.எஸ்.க்கும் எம்.டி.க்கும் பிரத்யேகமா சொல்லிக்கொடுக்கறதுண்டு, இல்லையா தீர்க்கதரிசினீ? இல்ல ஜெஸபெல் தீர்க்கதரிசினியோட நற்செய்தியில எங்காவது இருக்குதோ?”

“இந்த சோஃபா கவர் எல்லாத்தையும் கீழ கொண்டுபோயி தொவச்சு டெரஸ்ல கொண்டுபோயி காயப்போட்டா எம்.டி. காரி டாக்டரோட அந்தஸ்த்து குறஞ்சுபோகும், இல்லையா தீர்க்கதரிசினீ?”

“இந்த ரூமையெல்லாம் தொடச்சு எடுக்கறதுக்கு இனி உங்க அப்பா வேலைக்காரிங்களையும் வேலைக்காரன்களையும் அனுப்பி வைப்பாரு, இல்லையா ஜெஸபெல் ராஜகுமாரீ?”

ஜார்ஜ் ஜெரோம் மரக்காரன் எப்போதும் கவனமாக இருந்தான். எல்லோரும் அவரவருடைய வேலையைச் செய்து சோர்ந்துபோனதாகத் தெரிந்தால் உடனே அவன் அவர்களைத் தெய்வத்தின் கரங்களிலும் மதபோதகரின் கரங்களிலும் சமர்ப்பித்துவிடுவான். ஸீடியைப் போட்டு ஆன் செய்ததும் ஜார்ஜ் ஜெரோம் மரக்காரனின் ‘லில்லீ’ என்ற ஒரு சப்தத்தில் லில்லி ஜார்ஜ் மரக்காரன் நனைந்த கைகளை அழுக்குப் படிந்து கருப்பாகிப்போன நீல நிற நைட்டியில் துடைத்துக்கொண்டு சமையலறையில் இருந்து வெளியே வந்து தரையில் உட்கார்ந்து தொலைக்காட்சியை உற்றுப் பார்த்தார். பாதம் வரைக்கும் நீண்டு கிடக்கின்ற பைஜாமாவின் நாடாக்களை ஆட்டிக்கொண்டு ஜான் அறையில் இருந்து ஓடி வந்து அம்மாவுக்கு அருகிலேயே

உட்கார்ந்தான். ஜெரோம் அவசரமின்றி நடந்து வந்து சோஃபாவில் சாய்ந்து உட்கார்ந்தான். ஜெஸபெல் இனியாவது தான் அறைக்குப் போகலாம் என்று ஆசுவாசப்பட்டாள். ஆனால், ஜார்ஜ் ஜெரோம் மரக்காரன் அவளைக் கடுமையாகப் பார்த்தான்.

“இதைக் கேட்டா ஜெஸபெல் தீர்க்கதரிசினியோட டிகிரி மரியாதை குறஞ்சு போகும், இல்லையா?”

“நான் இதெல்லாம்...” அவள் வெள்ளந்தியாக முணுமுணுத்தாள்.

ஜார்ஜ் ஜெரோம் மரக்காரனின் முகம் மேலும் கடுத்தது.

“கேட்கறதில்லைன்னு!!! ஐயோ... கேட்கக்கூடாது, கேட்கக் கூடாது!!! மனச நல்லாக்கற வசனம் எதையும் கேட்கக்கூடாது!!! மூளை கெட்டுப்போகும், டாம்பீகம் குறஞ்சுபோகும், கேட்டுச்சா...!”

“அப்பா சொல்வாங்க...”

“அப்பா அப்படிப் பலதும் சொல்லுவாரு - உங்க வீட்டுல. ஆனா, என்ன செய்யறது மருமகளே, இது என்னோட வீடாப்போச்சு இல்லையா? இங்க இப்ப நான் சொல்றத கேட்க மாட்டீங்களோ?”

ஜெஸபெல் வாடிப்போய் நின்றாள். ‘உட்காரு... டாடிக்கு பதிலுக்குப் பதில் பேசறது பிடிக்காது’ என்று ஜெரோம் திட்டினான். நான்கு நாட்கள் கழிந்தால் திரும்பிப் போய்விடலாம் என்று தன்னைத்தானே சமாதானப்படுத்திக்கொண்டு ஜெஸபெல் சோஃபாவில் உட்கார்ந்தாள்.

“ஓ, மாமியார் தரையில உட்கார்ந்திருக்கறபோது மருமக சோஃபாவுலயா உட்கார்றது. மதில் மேலயே ஏறி உட்காரணும் சரியா! கொஞ்சமும் குறையக்கூடாது!”

ஜெஸபெல்லின் கண்கள் தளும்பின. அவள் தரையில் லில்லிக்குப் பக்கத்தில் உட்கார்ந்து தொலைக்காட்சியைப் பார்த்தாள். பிரசங்கம் நடத்துகின்ற மதபோதகரின் உதவியாளர் மேடை ஏறி நின்று வாயில் புற்றுநோய்வந்த ஒரு அனுபவ சாட்சியக்காரரின் கடிதத்தை வாசிக்கத் தொடங்கியபோது அவளுக்குத் தலை கனத்தது.

“மாமியார் சண்டை கேட்டிருக்கறேன். மாமனார் சண்டைன்னு சொல்றது இதுதானோ?” அன்று இரவு அவள் அடக்கமுடியாமல் ஜெரோமிடம் கேட்டாள்.

“ஷ்ஷ்! டாடி கேட்பாரு!” ஜெரோம் பீதியோடு தலையுயர்த்தினான்.

“எதுக்கு ஜெரோம் என்னை இப்படி எப்பவும் இன்ஸல்ட் செய்யறாரு? நான் என்ன தப்புச் செஞ்சேன்?”

ஜெஸபெல்லின் கண்கள் தளும்பின. அவளுடைய இதயம் தாங்க முடியாமல் விம்மிக்கொண்டிருந்தது. ஜெரோம் நெற்றியைச் சுளித்தான்.

“டாடி தமாசுக்குச் சொல்றத, நீ எதுக்கு இவ்வளவு பெருசு பண்ணறே?”

“தமாசா? இதுவா தமாசு? எங்க ஊர்ல இத கேவலப்படுத்தறது, அவமானப்படுத்தறதுன்னுதான் சொல்வாங்க.”

“அது டாடியோட ஒரு ஸ்டைல்.”

“அந்த ஸ்டைல் அவ்வளவு நல்லதா எனக்குப் படல...”

ஜெரோமின் முகம் இருண்டது. ஜெஸபெல் எழுந்து பர்ஸைத் திறந்து ஒரு மாத்திரையை எடுத்து வாயில் போட்டுத் தண்ணீர் குடித்தாள்.

“அதென்ன மாத்திரை?”

“OCP...” ஜெஸபெல் முணுமுணுத்தாள்.

ஜெரோமின் நெற்றி திரும்பவும் சுளிந்தது. ஆனால், அவன் எதுவும் பேசவில்லை.

“இதோட தேவை ஒண்ணும் இங்க இல்லை... இருந்தாலும்...” ஜெஸபெல் மேலும் சொன்னாள்.

ஜெரோமின் முகம் மேலும் இருண்டது. அவன் பேசாமல் நீட்டிப் படுத்தான். மாத்திரையின் ஸ்ட்ரிப்பைத் திரும்ப பர்ஸில் வைக்கும்போது அதற்குள் இருந்த நோட்டுகள் அவளுடைய கண்ணில் படவும் ஆறு ஐநூறு ரூபாய் நோட்டுகளில் மூன்றே மீதியுள்ளன என்பதைத் தெரிந்துகொண்டாள்.

“ஜெரோம் இதுல இருந்து காசு எதுவும் எடுத்தீங்களா?” அவள் நட்பாகக் கேட்டாள்.

“ஹ்ம்... நான் காலையில எடுத்தேன்... தௌஸண்ட் ஃபைவ் ஹன்ட்ரட்” ஜெரோமின் வார்த்தைகளில் வெறுப்பு கலந்திருந்தது.

“எதுக்கு ஜெரோம்?”

அதற்குப் பதில் இல்லை.

“எதாவது வாங்கறதுக்கா?” அவள் கலக்கமின்றிக் கேட்டாள்.

ஜெரோம் ஜார்ஜ் மரக்காரன் அவளை உற்றுப் பார்த்தான்.

“பொண்டாட்டியோட பர்ஸ்ல இருந்து காசு எடுக்கறதுக்கு அனுமதி கேட்கணும்னு எனக்குத் தெரியாது.” அவன் முகம் இறுகியது.

அவளுக்கு அப்போது யாருடன் என்றில்லாமல் காதல் தோன்றியது. அதனால் அவளுடைய குரல் மேலும் மென்மையானது.

“இல்ல, காலையில எங்க போயிருந்தீங்க?”

ஜெரோமின் முகம் மேலும் நிறம் மாறியது. குரல் கடுமையானது.

“ஆம்பளைங்களுக்கு அப்படி பல இடங்களுக்கும் போகவேண்டி இருக்கும்...!”

ஜெஸபெல் அதிர்ந்துபோனாள். அவனுடைய சொற்கள் அவளுடைய சொற்களை விழுங்கிவிட்டன. ஜெரோம் விளக்கை அணைத்துவிட்டுப் படுத்தான். உறங்கினான். அவள் அப்படியே உட்கார்ந்திருந்தாள். அவளுக்குத் தன்னையே புரியவில்லை. திருமணம் பெண்ணின் சுயமரியாதையை எப்படிப் புரட்டிப் போடுகிறது என்று அவள் அறிந்துகொண்டிருந்தாள். இதயம் சூளை போன்று பற்றி எரிந்தது. சூளையில் உள்ள சாம்பலைக் கை நிறைய வாரி வானத்தில் தூவியது யார்? அது தன்னுடைய இதயத்துக்குள் எப்படி இரணங்களை உண்டாக்கியது? காயங்கள் – நவீன மருத்துவத்தில் சொல்லப்படாத அளவு காயங்கள். அவளுக்குப் பீதி உண்டானது. வேதனைப்பட்டாள். பாதி உறக்கத்தில் கண்ணீர் வெளியே வந்து அவளை வெட்கப்பட வைத்தது.

அடுத்தநாள் காலை உணவு சாப்பிட்டதும் ஜார்ஜ் ஜெரோம் மரக்காரனின் அழைப்பு வந்தது.

“டாக்டர் ஜெஸபெல் தீர்க்கதரிசினிக்கு வேற அசௌகரியம் ஒண்ணும் இல்லைன்னா கொஞ்சம் இங்க முகத்தக் காட்டேன்!”

ஜெஸபெல் சமையலறையில் இருந்து வெளியே சென்றாள். அவன் சோஃபாவில் உட்கார்ந்துகொண்டு கண்களை ஒரு கோடுபோலச் சுருங்கும்படியாக நெற்றியைச் சுருக்கி அவளைப் பார்த்தான்.

“மாத்திரையெல்லாம் சாப்பிடறதுண்டு, இல்லையா?”

ஜெஸபெல் அதிர்ந்துபோனாள். எதிர்பாராமல் ஆடையைப் பிடித்து அவிழ்க்கப்பட்டது போன்று அவமானப்பட்டாள்.

“யாருகிட்டக் கேட்டுட்டு இதச் சப்பிடறெ? இல்ல, தெரிஞ்சுக்கறதுக்கு வேண்டிக் கேட்கறேன்.”

ஜெஸபெல் சிரமப்பட்டு குரலை வெளியே எடுத்தாள்.

“என்னோட ஃபிரண்டு கைனகாலஜிஸ்ட் ஸ்மிதாகிட்ட.”

“ஓ… அப்படி….! ஹூம்… டாக்டருங்க ஆயிட்டா அப்படித்தானே இருக்கணும்… அதில்லாம வேற யாருகிட்டையாவது கேட்கணும்னு தோணுச்சா? இல்ல, கணவன்னு சொல்ற ஒரு மூடன் இங்க இருக்கானில்லையா. அந்த மூடனோட அப்பன் மூடனும் இங்க இருக்கான். அதுமில்லாம அவனோட அம்மா இருக்கா, சகோதரன் இருக்கான்…”

ஜெஸபெல்லின் ரத்தம் கொதித்தது. ஆனால், அவள் இதயத்தைக் கடினமாக்கினாள். அறைக்கு வேகமாகச் சென்று கட்டிலில் விழுந்து கவிழ்ந்து படுத்துக்கொண்டு அழுதபோது ஜெரோம் பின்னாலேயே வந்தான்.

“இப்ப அழறதுக்கு என்ன வந்துச்சு?”

அவள் கோபத்தோடு அவனைப் பார்த்தாள்.

“நான் மாத்திரை சாப்பிடறேன்னு ஜெரோம் தானே டாடிகிட்டச் சொன்னது?”

“பின்ன? டாடிகிட்டச் சொல்லவேண்டாமா?”

ஜெஸபெல் மேலும் அதிர்ந்துபோனாள்.

"ஜெரோம் இது நம்மளோட பர்சனல் விசயமில்லையா?"

"என்னோட டாடிக்குத் தெரியாத ஒரு பர்சனல் விசயமும் எனக்கு இல்ல."

"இல்லைன்னா வேண்டாம். ஒரு பெண்ணுக்குக் குழந்தை எப்ப வேணும்னு முடிவெடுக்கறதுக்குச் சட்டப்படி உரிமையில்லையா?"

"என்ன சட்டம்? குடும்பத்துல கணவன் சொல்றதுதான் சட்டம்."

"அப்படீன்னா இந்த நாட்டுல அரசியலமைப்போட தேவை இல்லையே..."

"உனக்கென்ன பைத்தியமா ஜெஸபெல்? வீட்டுக்குள்ள என்ன அரசியலமைப்பு?"

அவனுடைய திகைப்பு உண்மையாக இருந்தது. ஜெஸபெல்லுக்குப் பதில் வரவில்லை.

"எனக்கு ஸானிடரி பேடு வாங்கணும்னாலும் ஜெரோம் டாடிகிட்ட அனுமதி வாங்குவீங்களா?" அவனுக்குப் புரியும்படியாக அவள் இன்னொரு கேள்வியைக் கேட்டாள்.

"டாக்டர் ஜெஸபெல் தீர்க்கதரிசினீ, இருந்தாலும் கேட்டுக்கோ, கஷ்டகாலத்துக்கு இங்க அதுவும் வேண்டிவரும்."

ஜார்ஜ் ஜெரோம் மரக்காரன் உள்ளே வந்தான்.

"அப்புறம் இந்த வீட்ல அப்படி மாசாமாசம் நூறும் நூத்தியிருபதும் இப்பச் சொன்ன பொருள வாங்கறதுக்குச் செலவு பண்ணறதுக்கு முடியாது, தெரிஞ்சுதா... எங்க குடும்பத்துப் பொம்பளைங்க பழைய துணியத் தொவச்சுக் காயப்போட்டுத்தான் கட்டிக்குவாங்க. இந்த வீட்டுக்கு வந்ததுக்கு அப்புறம் மருமகளும் அதையே செஞ்சாப் போதும்..."

அவளை அவன் இரக்கமின்றிப் பார்த்தான்.

"அரசியலமைப்பையும் லா பாயிண்ட்டையும் தாங்கள் பார்லிமெண்ட்லயும் கோர்ட்லயும் வச்சுக்கோங்க. இந்த வீட்ல நான் சொல்லறதுதான் சட்டம். கல்யாணம் கட்டி முடிஞ்சா பொம்பளைக்குச் சொந்தமா பணமும் சொத்தும் இல்ல.

கட்டறதுக்கு முன்னாடி அது அப்பனோடது. கட்டி முடிஞ்சா கட்டுனவனோடது... சம்பளம் வாங்கினா காச ஜெரோம்கிட்டக் கொடுத்துடணும். வேணுங்கறத அவன் தருவான். அதுதா இந்த வீட்டோட சட்டம்."

அவன் வெளியே போனான்.

இனி வாழ்க்கையில் ஒருபோதும் இந்த மனிதனோடு எதுவும் பேசுவதற்கு இல்லை என்று அவள் புரிந்துகொண்டாள். அவளுடைய வார்த்தைகளை அவனுடைய வார்த்தைகள் விழுங்கின. அவளுடைய உடலை அவை வேகவைத்தன. அவளுடைய இதயத்தில் இருந்த சந்தோசத்தின், நம்பிக்கையின் புறாக்குஞ்சுகளை அவை கழுத்தைப் பிடித்து முறித்து, இரண்டாகப் பிளக்காமல் சிறகுகளைப் பிடுங்கிக் கிழித்தன. சிறகுகள் இரண்டும் சிறிய உடலில் இருந்து ஒடிந்த பூங்கொத்துக்களைப் போன்று தொங்கின.

"ஆகட்டும், உங்க பர்ஸில் என்னவெல்லாம் இருக்கும், சாதாரணமா?" நீதிமன்றத்தில் வக்கீல் கேட்டார்,

"பணம், ஏ.டி.எம். கார்டு..."

"அப்புறம்?"

"சிலசமயம் முக்கியமான எதாவது பேப்பர்ஸ்..."

"இன்னொருமுறையும் ஞாபகப்படுத்திப் பாருங்க."

ஜெஸபெல்லுக்கு ஞாபகப்படுத்திப் பார்க்க முடியவில்லை.

"உங்க பர்ஸில் கருத்தடை உபகரணங்கள வச்சிருக்கலையா?"

ஆடையைப் பிடித்து அவிழ்க்கப்படுவதை ஜெஸபெல் இன்னொருமுறையும் அனுபவித்தாள்.

"ஜெரோம் ஜார்ஜ் மரக்காரனிடத்திலிருந்து கர்ப்பம் தரிக்காமல் இருப்பதற்காக நீங்கள் தொடக்கத்திலிருந்தே எல்லா தற்காப்பு நடவடிக்கைகளையும் எடுத்திருந்தீங்க, சரிதானே?"

ஜெஸபெல்லுக்குக் குரல் வெளியே வரவில்லை.

"அல்லது, இந்த உபகரணங்களுக்கு வேறு எங்காவது உபயோகம் இருந்ததா?" வக்கீல் இயல்பான உற்சாகத்தோடு கேட்டார்.

"உதாரணத்துக்கு உங்கள் காதலனான டாக்டர் சந்தீப் மோகனைப் பார்ப்பதற்கு அவருடைய கோட்டர்ஸ்க்குப் போகும்போது?"

ஜெஸபெல் அழுதுவிட்டாள். ஆனால், கண்ணீர் வரவில்லை.

"டாக்டர் சந்தீப் மோகனைத் திருமணம் செய்ய வேண்டித்தானே நீங்கள் உங்களுடைய கணவனான ஜெரோம் ஜார்ஜ் மரக்காரனை வாகன விபத்தில் கொல்வதற்கு முயன்றீர்கள்?"

"நான் யாரையும் கொல்ல முயற்சிக்கவில்லை..."

"ஆனால், நீங்கள் சந்தீப்பைக் காதலிப்பதை ஒத்துக்கறீங்க?"

ஜெஸபெல் கையறுநிலையோடு தலையாட்டி மறுப்பதற்கு முயன்றாள்.

"சந்தீப்பின் கையில் இருந்தல்லவா நீங்கள் இருபத்தைந்தாயிரம் ரூபாய் கடன் வாங்கி சுரா ஸெபினுக்குக் கொடுத்தீங்க?"

"ஹூ ஈஸ் திஸ் சந்தீப்?" நீதிபதி ஆர்வத்துடன் கேட்டார்.

வக்கீல் உற்சாகமடைந்தார். நீதிமன்றத்தில் இருந்தவர்கள் எல்லோரும் உற்சாகமடைந்தனர். அது ஒரு நல்ல சஸ்பென்ஸ் கதையாகப் பட்டது அவர்களுக்கு. எம்.டி.க்குப் படித்துக்கொண்டிருந்த இளம்பெண்ணான லேடி டாக்டர், டாக்டரான கணவனைக் கொல்வதற்குக் காதலனான டாக்டரிடமிருந்து பணம் கடன் வாங்கி வாடகைக் கொலைகாரனுக்குக் கொடுத்தாள். பின்னர் என்ன நடந்தது? லேடி டாக்டரின் கணவனை யார் விபத்துக்குள்ளாக்கியது?

எண்ணிக்கையற்ற தவளைகளைப் போன்ற வார்த்தைகள். அவை செத்தொழிந்தன. அவர்கள் அவற்றைப் பெரிய குவியல்களாகக் குவித்தனர். அவள் மனதில் கெட்ட வாடை வியாபித்தது. அழாதே அழாதே - ஜெஸபெல் கண்களின் காலைப் பிடித்தாள். உண்மையாக நான் உங்களிடம் சொல்கிறேன், வலிமையான ஒருத்தியின் வீட்டிற்குள் நுழைந்து பொருட்களைத் திருடவேண்டுமென்றால் முதலிலேயே அவளைக் கட்டிப்போட வேண்டும்.

5

அதன்பிறகு பிசாசால் மேலும் சோதிக்கப்படுவதற்காக ஜெஸபெல்லை அவளுடைய ஆத்மா பாலைவனத்துக்கு வழிநடத்திச் சென்றது. மழைக்காலத்தில் ஆற்று மீன் பிடிப்பதற்காகத் தாத்தா உருவாக்கியதும் பிற்காலத்தில் மாட்டுத் தொழுவத்தின் திண்ணையில் கரையான் அரித்துக் கிடந்ததுமான மீன் கூடு போன்றது தாம்பத்தியம் என்று அவள் தெரிந்துகொண்டாள்.

மீன் கூடு தயாரித்தது இவ்விதமாக இருந்தது: சீவிக் காயவைத்து எடுத்த ஈர்க்கில் மூன்று வீதம் சேர்த்தெடுத்து மெல்லிய நார் கொண்டு முடைவார்கள். அப்படி முடைந்து உருவாக்குகின்ற கூட்டுக்குப் பலம் கிடைப்பதற்காக அதே அகலம் கிடைக்கும்படியாக நீளமான மூன்று பலமான மரக்குச்சிகளையும்கூட சீவி சூடுபடுத்திப் படியச்செய்து வளைத்து முடைந்துள்ள கூட்டோடு சேர்க்கின்றனர். கூட்டின் பின்பாகத்தில் ஒரு தேங்காய்ச் சிரட்டையின் அளவுள்ள இரண்டு வளையங்கள் இணைக்கப்படுகின்றன. அதனுடன் நாக்கூடு அல்லது நாக்குள்ள கூடு சேர்க்கப்படுகிறது. முதலில் உருவாக்கிய கூட்டின் இருபக்கங்களிலும் கூரிய முனையுடைய வலுவான ஈர்க்குகள் கயிற்றால் கட்டி வரியப்படுகின்றன. குதிரை லாடம் போன்று வளைந்த மற்றொரு மரக்குச்சியை அதன் முன்பாகத்தில் சேர்த்துக் கட்டுவார்கள். முதலாவது பெரிய கூட்டின் வாய்க்குள் இதைச் செருகி வைத்துக் கயிற்றால் வரிந்து கட்டப்படுகிறது. இந்தக் கூட்டைப் பெருக்கெடுத்து ஓடும் நீரோடையின் வாய்ப்பகுதியில் வைக்கிறார்கள். நீரோட்டத்தில் மீன்கள் நாக்கூடையின் வழியாக உள்ளே செல்கின்றன. திரும்பி நீந்த முடியாமல் அதற்குள் அகப்பட்டுக்கொள்கின்றன. காலையில் கூடையை எடுக்கும்போது அதற்குள் கெளுத்தியும் விராலும் துள்ளுகின்றன. இவ்வாறாக அவற்றின் வாழ்க்கை என்றென்றைக்குமாக முடிந்துபோகிறது.

டைர் நகரத்திலிருந்து வந்த ஜெஸபெல் ராணியின் நிலையும் இதுவாகத்தானே இருந்தது என்று நினைத்து அவள் ஆசுவாசப்படுத்திக்கொள்வதற்கு முயன்றாள். பதினைந்து வயதுடைய ஒரு பெண் பிள்ளை, கடல் அலைகளின் சங்கீதம் ஒலிக்கின்ற அரண்மனையிலிருந்து, தண்ணீருக்காகப் போரிடுகின்ற பாலைவனத்திற்குத் திருமணம் செய்துவைத்து அனுப்பப்படுகின்றாள். ஒருநாள் விழித்தெழுந்து பார்க்கும்போது அதுவரை பார்த்துப் பழக்கப்பட்ட ஆயிரம் கைகளால் கைகாட்டி அழைக்கின்ற கடலின் நேசத்திற்குப் பதிலாகச் சுட்டெரிக்கின்ற மணல் துகள்களின் கடலைக் காண்கிறாள். அவளுக்கு எந்த அளவுக்கு மூச்சு முட்டியிருக்கும்? அவளுடைய கண்கள் எவ்வளவு வெறுத்திருக்கும்? அவள் கடலின் பிள்ளை; கணவன் மணலின் பிள்ளை. தன்னையும் ஜெரோமையும் போலவே. ஜெஸபெல் துடிக்கும் இதயத்தோடு நினைத்தாள். தங்களை ஒன்றுசேர்த்தவர்கள் பாவிகள். அவர்கள் காளையையும் கழுதையையும் ஒன்றாகப் பூட்டி உழுதனர். அது மறுக்கப்பட்டது என்பதை மறந்தனர். தங்களில் ஒருவர் கழுதை என்பதை இன்னொருவருக்குத் தெரிவிக்காமல் இருப்பது அவளுடைய சுமையானது. அவளுக்கு மட்டுமான பொறுப்பானது.

அவளுடைய வாழ்க்கைக்கும் ஜெரோம் ஜார்ஜ் மரக்காரனுடைய வாழ்க்கைக்கும் ஜார்ஜ் ஜெரோம் மரக்காரன் வரைபடம் தயாரித்து வைத்திருந்தான். அதை அனுசரித்து வாழ்வதை மட்டுமே அவர்கள் செய்யவேண்டியிருந்தது. ஊருக்குப் புறப்படுகின்ற அன்று, மூன்று நாற்பத்தி ஐந்துக்குப் புறப்படவேண்டிய ரயிலில் ஏறுவதற்குப் பத்து மணிக்கு முன்பே தயாராகிவிட்ட அவளுடைய அவசரத்தையும் உற்சாகத்தையும் நுணுக்கமான பார்வைகளோடு கவனித்துக்கொண்டிருந்த ஜார்ஜ் ஜெரோம் மரக்காரன் உரக்க பிரஸ்தாபித்தான்:

“வாடகை வீடு கண்டுபிடிச்சாச்சு, கேட்டுச்சா டாக்டர் ஜெஸபெல் தீர்க்கதரிசினீ...!”

ஜெஸபெல் கலங்கிப்போனாள். ஜார்ஜ் ஜெரோம் மரக்காரன் வெற்றியாளனாக உதடுகளைக் கோணிக்காட்டினான்.

“எங்க குடும்பத்துல ஆம்பளைங்களோட வீட்டுக்குப் பொண்ணுங்களக் கட்டிக் கூட்டிக்கிட்டு வாரதுதான் வழக்கம்,

டாக்டரே. பொண்ணுங்க வீட்டுக்கு ஆம்பளைங்களக் கட்டிக்கிட்டுப் போகமுடியாது...”

ஜெஸபெல்லுக்கு வலித்தது. வாடகை வீட்டு விசயத்தை முன்பே சொல்லாமல் இருந்தது எதற்காக என்று அவள் கேட்டாள். ‘டாடி நம்மகூட வந்து தங்கவேண்டாமா’ என்று அவன் கோபப்பட்டான். தன்னுடைய வீட்டில் தங்கினால் என்ன பிரச்சனை என்று அவள் கேட்டாள். ‘பொண்ணு வீட்டுல தங்கறதா’ என்று ஜெரோம் அதிர்ந்தான். ‘பெண் வீடு, ஆண் வீடு...! ஜெரோமால எப்படி இவ்வளவு பழம்பஞ்சாங்கமாச் சிந்திக்க முடியுது?’ என்று அவள் கோபித்தாள். ‘ஹ்ம்... நான் கொஞ்சம் பழைய ஆளுதான்...’ என்று ஜெரோம் ஒப்புக்கொண்டான்.

“நான் பழம்பஞ்சாங்கமல்ல. அது நான் முன்னாடியே சொன்னேனில்லையா... பெரிய சதி நடந்துபோச்சு, ஜெரோம்...”

“ஏமாத்தி இருந்தா கணக்கு நேராயிருச்சு! நீ எதுக்கு ஏமாத்தறதுக்கு இடங்கொடுத்தே?” அவனுடைய குரல் உயர்ந்தது.

அப்போது கதவில் ஜார்ஜ் ஜெரோம் மரக்காரன் தலை நீட்டினான்.

“வரதட்சணை நயாபைசா கொடுக்கல. வீடு மாத்தும்போது ஃபர்னிச்சர் செஞ்சு கொடுத்தாகணும்னு கட்டாயமாச் சொல்லிடணும், கேட்டியாடா ஜெரோம்...”

“கேட்டேதானே?” என்ற நிலையில் ஜெரோம் அவளைப் பார்த்தான். பின்னர் அவன் டாடிக்குப் பின்னாலேயே போய்விட்டான்.

அது இன்னொரு பயங்கரமான நிமிடமாக இருந்தது. அவளுடைய தகர்வின் நிமிடம். வளர்ச்சியின் தருணம். வளர்ந்தும் வயதுவந்தும் பட்டங்கள் பெற்றும் வளர மறுக்கின்ற ஒரு சிறுமி அவளுக்குள் வாழ்ந்திருந்தாள். அந்தச் சிறுமி உலகத்தைக் கள்ளங்கபடமின்றி நேசிப்பவளாகவும் உண்மையையும் நீதியையும் எதிர்பார்ப்பவளாகவும் இருந்தாள். ஜெரோமும் உலகமும் அழித்தது அந்தச் சிறுமியைத்தான். மற்றொருவரை நம்புவதற்கான அறிவை அவர்கள் பறித்துக்கொண்டனர். தாம்பத்தியத்தில் அவள் ஒரு நண்பனையும் காதலனையும் ஆசைப்பட்டாள். அதற்குப் பதிலாக ஒரு யஜமானனும் யஜமானனுக்கு மேல்

மற்றொரு யஜமானனும் அனுமதிக்கப்பட்டனர். அவர்களுடைய சொல்லையும் செயலையும் சுயமரியாதைக்கு எதிரான தாக்குதலாக உணர்ந்தாள். அவள் கலகக்காரியானாள். அவளுக்கு ஜெரோமின்மேல் கோபம் வந்தது. வாடகை வீட்டில், அவர்கள் இருவரும் மட்டுமே இருக்கும்போது, வேறு எதுவும் செய்யமுடியாதபோது, அவன் அவளுடன் பிரியத்தை அதிகரிக்க முயன்றபோது அவளுக்குக் கோபம் இரட்டிப்பானது. இரவு அவன் உறங்க வருவதற்கு முன்பே அவள் கட்டிலில் தலைவரைக்கும் போர்த்திக்கொண்டு திரும்பிப் படுத்து உறங்குவது போன்று நடித்தாள். மெத்தைக்கு அடியில் அவளுடைய பழைய டைரி அழுதது. அவன் உறங்கியபிறகு அவளும் ஆத்திரத்தோடு அழுதாள்.

வீட்டில் பாதுகாக்கப்படவும் பள்ளியிலும் கல்லூரியிலும் நண்பர்களுக்கு இடையிலும் பாராட்டப்படவும் செய்கின்ற ஒரு பெண்ணின் குதிகாலைப் புண்ணாக்குகின்ற சமூகத்தின் திட்டம்தான் தாம்பத்தியம் என்று அவள் உறுதிப்படுத்தினாள். கின்னரம், வீணை, கைத்தாளம், தாரை தப்பட்டையோடு ஆனந்த ஆராவாரம் முழக்கி அவள் வரவேற்கக் காத்திருந்த தங்கக் கிரீடமும் மென்மையான சணல் நூலால் ஆன சிவந்த மேலங்கியும் அணிந்த ராஜகுமாரன் ஒரு ஆள்மாறாட்டக்காரன் மட்டும்தான் என்பதை அறிந்து அவள் நடுங்கிப்போனாள். ‘நீ வேறொருத்தியாக நடிப்பது எதற்காக’ என்று அவள் அவளுடனேயே எப்போதும் கேட்டாள். அவளுடைய ஆத்மாவில் முட்செடிகள் வளர்ந்தன.

எல்லாம் முடிந்தபிறகு அந்த நாட்களைப் பற்றிச் சிந்தித்து அவள் வருத்தப்பட்டாள். உண்மையில் அவன் யாரென்று புரிந்துகொள்ளாமல் அவனை, தான் எந்த அளவுக்கு இகழ்ந்தோமென்று நினைத்துச் சங்கடப்பட்டாள்.

அவன் காலையில் எழுந்தான். ஜிம்முக்குப் போனான். திரும்பி வந்து குளித்துவிட்டு நண்பகல் வரைக்கும் ஒரு மருத்துவமனைக்கும் நண்பகலுக்குப் பிறகு வேறொரு இடத்திற்கும் எட்டுமணி வரைக்கும் ஒரு தனியார் ஆய்வகத்திற்கும் வேலைக்குச் சென்றான். எல்லா இடத்திலிருந்தும் சம்பளத்தையும் அவளுடைய உதவித்தொகையையும் கணக்குச் சொல்லி வாங்கினான். எல்லா மாதமும் அறுபதினாயிரம் ரூபாயை அவன் ஜார்ஜ் ஜெரோம் மரக்காரனின் வங்கிக் கணக்கிற்கு மாற்றினான்.

சனிக்கிழமை மாலையில் திரைப்படத்துக்குப் போனான். இரவு, வெளியில் இருந்து வாங்கிச் சாப்பிட்டான். ஒவ்வொரு நாளும் அவன் மேலும் மேலும் மகிழ்ச்சியுடையவனானான். அவள் மேலும் மேலும் மகிழ்ச்சியற்றவளானாள். அவளுடைய மனதில் அவன்மீதான வெறுப்பு கூடிக்கொண்டே வந்தது. அது உண்மையில் வெறுப்பாக இருக்கவில்லை என்பதைப் பின்னர் புரிந்துகொண்டாள். அது ஏமாற்றமாக இருந்தது. இதயத்தின் ஏமாற்றம். உடலில் இருக்கும் அறுபதினாயிரம் கோடி உயிரணுக்களின் ஏமாற்றம். அது எதிர்ப்பாக இருந்தது. அநீதிக்கு எதிரான எதிர்ப்பு. ஒருவரையொருவர் திறந்த புத்தகங்களைப் போன்று வாசிப்பதற்கு முடிகின்ற இருவர் சேர்ந்து வாழ்வதன் ஆனந்தமே திருமணம் என்ற அவளுடைய கற்பனையை உயிரோடு பார்மலினில் அமிழ்த்துவதன்மீதான எதிர்ப்பு.

சில இரவுகளில் அவன் அருகில் வந்து உட்காருவதையும் தன்னுடைய முடியை வருடுவதையும் அவள் கனவு கண்டாள். சின்னச் சின்ன விசயங்களைப் பேசுவதையும் கனவு கண்டாள். வாய்விட்டுச் சிரிப்பதையும் வருத்தப்படுவதையும் கனவு கண்டாள். அவனுடைய உதடுகள் தனது நெற்றியின் வழியாகக் கண்ணிமைகள் வழியாக உரசிக்கொண்டு கன்னத்தில் இறங்குவதுபோன்று மருட்சியுற்றாள். உடல் நடுக்குற்றுத் திடுக்கிட்டு எழுந்தாள். திரும்பிப் படுத்து உறங்குகின்ற அவனைப் பார்த்து வெறுப்பை உள்ளுக்குள் அடக்கிக்கொண்டாள். உடல் வளர்ச்சியும் மூளைவளர்ச்சியுமற்ற குழந்தையைப் போன்று தன்னைப் பற்றி மட்டும் முறையிட்டான். சிலநேரங்களில் கட்டுப்பாட்டை விட்டு அவள் அவனைச் சொந்தமாக்குவதற்குப் பரிதாபமாக முயன்றாள்.

“என் பக்கத்துல வந்து உட்காரமாட்டீங்களா, ஜெரோம்?”

“எதுக்கு?”

“என்னைக் கொஞ்சம் பிரியத்தோட தொடக்கூடாதா?”

“டோண்ட் பீ ஸில்லி...”

அவன் எழுந்து போனான்.

அவள் பல வழிகளில் அவனுக்குக் காதலைக் கற்பிக்க முயன்றாள். அவன் கற்றுக்கொள்வதற்கு ஒப்புக்கொள்ளவில்லை. அதனால் அவள் தன்னுடைய வகுப்பில் இருக்கும் திருமணம்

முடிந்த தோழிகளைப் பொறாமையோடு பார்த்தாள். அஹானா வகுப்பில் உட்கார்ந்துகொண்டு மறைவாகப் புன்னகைத்தால், நேற்று இரவு அவளுடைய கணவன் அவளுடைய உதடுகளில் முத்தமிட்டது எப்படியாக இருக்கும் என்று கவலைப்பட்டாள். திவ்யா தன்னுடைய மொபைலில் குறுஞ்செய்தி அனுப்பிவிட்டு ஆழ்ந்து பெருமூச்சு விடும்போது அவளுடைய காதலன் அவளை எப்படியெல்லாம் கொஞ்சியிருப்பான் என்று வெறுத்துப்போனாள். கர்ப்பிணியான மனைவியைச் சேர்த்துப் பிடித்துக்கொண்டு வருகின்ற கணவனைப் பார்க்கும்போது அவமானத்தால் எரியவும் புகையவும் காரணமில்லாமல் கோபப்படவும் செய்தாள்.

அப்படியொரு நாள் தூணாக நட்டுவைத்த கல்லின்மீது எரிகின்ற தீச்சுடர் போன்று சந்தீப் மோகன் அவளுடைய வாழ்க்கைக்குள் இறங்கினான்.

அவனை முதலில் பார்த்தது ஒரு திங்கட்கிழமை. வகுப்பு முடிந்து வார்டுக்குப் போவதற்கு முன்பு அஹானா, திவ்யா மேரி வர்கீஸ், ராணியோடு சேர்ந்து காஃபி ஹவுஸில் உட்கார்ந்திருக்கும்போது, அவளுடைய கண்ணிற்குக் கீழே விழுந்த கருவளையங்களை எண்ணி, ‘உண்மையில் ஜெஸ், உனக்கு என்னாச்சு ஒரு சந்தோசமும் இல்லாம இருக்கே’ என்று அவர்கள் கேட்கவும் அவளுக்குக் கண்ணீர் அணையுடைத்தது. அவர்கள் பயந்துவிட்டார்கள். ‘என்னாச்சு, என்னாச்சு’ என்று கேள்வி கேட்டனர்.

“எனிதிங் ராங் வித் யுவர் செக்ஸ் லைஃப்?” அஹானா கேட்டாள்.

“செக்ஸ்! அவரோட குடும்பத்துல பெண்கள் யாரும் செக்ஸப்பத்திப் பேசமாட்டாங்க. அதப் பார்க்காத, கேட்காத, பேசாத...!” ஜெஸபெல்லின் கண்ணீர் தளும்பியது.

“அப்றோ? நீ அதக் கேட்டுக்கிட்டுச் சும்மா இருந்தியா? அவனோட மூஞ்சிக்கு நேரா திட்டிட்டு அடிவயித்துல ஒரு உதையும் குடுக்காம விட்டயா?” திவ்யா மேரி வர்க்கீஸ் திட்டினாள்.

“ஒரு பிரயோஜனமும் இல்ல. அவங்க குடும்பத்துல கணவனுக்கு அடங்கி வாழணுங்கறதுதான் சட்டம்...”

"அப்படீன்னா செக்ஸுக்கு நீ என்ன செய்யணுமாம்?" அஹானா நெற்றியைச் சுளித்தாள்.

"ஆசைய அடக்கணும்."

"உன்னால வாயத் தொறந்து சொல்லமுடியாதா?"

"வீட்டு மேல ஏறி நின்னுட்டு மைக் கட்டிச் சொல்லணும், இனி. அதுதான் பாக்கி."

"ஈஸ் ஹி இம்பொட்டண்ட்?"

ஜெஸபெல் உடைந்துபோனாள். தோழிகள் அவளோடு சேர்ந்து வருந்தினர்.

"ஏண்டி, ஒண்ணுமில்லாட்டியும் நீ ஒரு டாக்டர் இல்லையா? மனுசங்களுக்கு இவ்வளவும் புத்தியில்லாம இருக்க முடியாது... கஷ்டம். கல்யாணம் முடிஞ்சு இவ்வளவு காலமாச்சு. ஸ்டில் யு ஆர் எ வெர்ஜின்! பின்ன எதுக்கு வேண்டிடீ இந்தக் கல்யாணம்?"

எவ்வளவோ கட்டுப்படுத்த முயன்றும் ஜெஸபெல் அழுதுவிட்டாள். 'வெர்ஜின்' என்ற சொல் உடலில் குத்தி ஏறியது. அவளுடைய உடல் நடுங்கியது. உடல் அவளுக்கு அறைகூவல் விடுத்தது. அது அவளை ஏளனம் செய்தது. அது அவளைத் தூற்றியது. அவள் அதைக் குத்திக் கிழித்து வெட்டி நொறுக்கி நாய்களுக்கு எறிந்துவிட விரும்பினாள்.

"இவளோட தப்புத்தான்... அஞ்சாறு வருசம் இங்க ஒரு வேலையுமில்லாம சுத்திட்டு கொஞ்சம் சர்டிபிகேட்டும் ரேங்கும் வாங்கினதைத் தவுத்து ஒரு லவ் அஃபையரக்கூட ரெடிபண்ணறதுக்கு இவளுக்கு வக்கில்ல... அப்புறம் அவன எதுக்குக் குத்தம் சொல்றா?" திவ்யா கோபித்தாள்.

காதலித்தவர்களையெல்லாம் ஜெஸபெல் துரத்திவிட்டாள் என்று ராணியும் குற்றம் சாட்டினாள். பின்னர் அவர்கள் காதலையும் ஆண்களின் உளவியலையும் குறித்துக் கிண்டலடித்தனர். ஆண்களுக்கு அறிவுள்ள பெண்கள்மீது வெறுப்பென்றும் கடலைபோட்டால், 'அப்படியா?' 'உண்மையாவா? சத்தியமாவா?' என்றெல்லாம் கேட்கின்ற முட்டாள் பெண்களைத்தான் அவர்களுக்குப் பிடிக்கும் என்றும் அதனால் தாங்கள் காதலித்தபோதெல்லாம் முட்டாள்களாக நடித்ததாகவும் சொல்லி அவர்கள் ஜெஸபெல்லைச் சிரிக்கவைத்தனர்.

அப்போதுதான் சந்தீப் வந்தான். முப்பத்தைந்து வயது தோன்றச்செய்கின்ற கார்டியாலஜிஸ்ட். தலைமை மருத்துவக் கல்லூரியில் அஹானாவின் சீனியராக இருந்தான். அவன் அஹானாவைப் பார்த்து அவர்களுக்கு அருகில் வந்தான். உறவினரின் குழந்தையைப் பார்க்க வந்தேனென்று சொன்னவன், நாற்காலியை இழுத்துப்போட்டு உட்காரவும் செய்தான்.

"சந்தீப், நீ சொல்லு, அறிவுள்ள பொண்ணுங்கள ஆம்பளைங்களுக்குப் பிடிக்காதுன்னு சொல்லறது உண்மைதானே?" வெள்ளை புர்காவைத் தலையில் நேராகப் போட்டுக்கொண்டு அஹானா கேட்டாள்.

"ஒருபோதுமில்லை... எனக்குப் பிடிச்சது அறிவுள்ள பொண்ணுங்களைத்தான். ஏன்னா..."

சந்தீப் கண்ணாடியை மூக்கு நுனியில் நேராக வைத்துக்கொண்டு அவர்களைப் பார்த்துப் புன்னகைத்தான்.

"அவங்களைத்தான் வளைக்கறது ஈஸி!"

அவன் ரசிகனாக இருந்தான். புத்திசாலியாக இருந்தான். அழகாக இருந்தான். நல்ல உயரமும் கருத்துப் பளபளக்கின்ற முடியும் தெளிந்த கண்களுமாக இருந்தான். இடையிடையே கண்ணாடியைக் கழற்றுவதும் திரும்ப அணிவதுமாக அவன் இனிமையாகப் பேசினான். அழகிகளை வளைப்பது சிரமம். காரணம், அழகு இருக்கிறதென்று அவர்களுக்குத் தெரியும். நிறைய முட்டாள்கள் அவர்கள் பின்னால் அலைந்து அதை ஞாபகப்படுத்தவும் செய்வார்கள். ஆனால், புத்தியுள்ளவர்களுக்குத் தேவை குறைவாக இருக்கும். நம்பிக்கையும்கூட. அதனால், அறிவு இருந்தாலும் அது இருக்கிறதென்று உணர்த்தவேண்டும். அப்படி உணரச்செய்தால் அப்புறம் அவர்கள் காலில் விழுவார்கள்.

"அறிவாளியாகறதும் அது இருக்குதுன்னு தெரிஞ்சும் இருக்கறவங்கள?"

"அவங்கள ரொம்ப ஈஸியா வளைச்சிடலாம். ஏன்னா, அவளுங்களுக்கு அகங்காரத்துனால கண்ணுத் தெரியாதில்லையா?"

அவர்கள் மறுபடியும் சிரித்தனர். ஜெஸபெல் மட்டும் சிரிக்கவில்லை.

“இதா உட்கார்ந்திருக்கா ஒருத்தி. இவள வளைக்கறதுக்கு யாருமில்ல...!”

“ஓப்பனாச் சொன்னா ஜெஸபெல் தப்பா நினைக்கவேண்டாம்...!”

சுவாரஸ்யத்துக்கு வேண்டி அவன் ஒரு கணம் இடைவெளி விட்டான்.

“சொந்தக் கணவனாலகூட ஜெஸபெல்ல மகளாக மட்டுந்தான் நேசிக்க முடியும்!”

அவர்களெல்லாம் கலகலப்பாகச் சிரித்தபோது ஜெஸபெல்லுக்கும் சிரிப்பு வந்தது. தோழிகளைப் பிரிந்து அவள் வார்டுக்கு நடக்கும்போது சந்தீப் மோகன் கூடவே வந்தான்.

“ஒரு விசயம் சொல்லட்டுமா?”

ஜெஸபெல் திரும்பி நின்று அவனைப் பார்த்தாள்.

“சிரிக்கவேணும்னு தோணும்போது என்னைக் கூப்பிட மறந்துடாதீங்க...”

ஜெஸபெல்லின் முகத்தில் தன்னையறியாமல் கன்னக்குழிகள் மலர்ந்தன.

“உங்க தமாசெல்லாம் என்னைச் சிரிக்கவைக்காதே?”

“நான் இன்னும் மெனக்கெடத் தயாரா இருக்கேன்...”

“அதனால உங்களுக்கு என்ன பிரயோஜனம்?”

“வளைக்கறதுக்கு வேண்டியில்ல புரிஞ்சுதா...”

“அப்படிச் சொல்லாதீங்க. என்னைக் கொஞ்சம் வளைங்க, பிளீஸ்!”

“காலம் போற போக்கே! பொட்டப்புள்ளைங்க முந்தியெல்லாம் இப்படிச் சொல்றதுக்குத் தைரியப்படுவாங்களா?”

“எங்க ஃபேமிலியே இப்படித்தான். என்னோட பாட்டி இந்த வயசுலயும் பிரார்த்திப்பாங்க கர்த்தாவே, என்னை இனியும் வழிதவறிப் போகவைங்க...!”

சந்தீப் உரக்கச் சிரித்தான். அவளும். சிரித்துக்கொண்டு அவர்கள் வார்டுக்குச் செல்லும் படியில் ஏறினர். பீடியாட்ரிக் ஐசியூவுக்குத் திரும்பும் இடத்தில் அவன் நின்றான்.

"சிரிக்கணும்னு தோணும்போது நானும் ஜெஸபெல்ல கூப்பிடட்டுமா?"

ஜெஸபெல்லின் முகம் கட்டுப்படுத்தியும்கூட வாடிப்போனது. அதை சந்தீப் மோகன் கவனிக்காமல் இருப்பதற்காக அவள் வேகமாக விடைபெற்றுக்கொண்டு வார்டுக்கு ஓடினாள்.

"டாக்டர் சந்தீப் மோகனுடனான உங்களுடைய உறவு எந்தமாதிரி இருந்தது என்று கொஞ்சம் தெளிவுபடுத்தமுடியுமா?"

– நீதிமன்றத்தில் வக்கீல் அவளைக் கேள்வி கேட்டிருந்தார்.

"நண்பர்…"

"நண்பர் என்று சொன்னால்? காதலா இருந்ததோ?"

"இல்லை…"

"அதை விடு! ஆணும் பொண்ணுமா? ஒருபோதும் சாத்தியப் படாது. அது இன்நெவிட்டபிளி காதலிலும் அதுக்கப்புறம் பலதிலும் போய்ச்சேரும்! இல்லை, காதல் இல்லைன்னு எப்படித் தெரியும்? அவரிடம் கேட்டீங்களா காதலிக்கிறீங்களான்னு?"

"என்னிடம் சொல்லவில்லை…"

"அது சரி. காதலை எதுக்குச் சொல்லணும்? அது மனுசங்களுக்குச் சொல்லாமலேயே புரிஞ்சுக்கக்கூடியதுதானே?"

"காதல் இல்லை."

"சந்தீப் மோகன் மனைவியை விட்டுப் பிரிந்து இருந்தார்தானே? அதுக்கு என்ன காரணம்?"

"தெரியாது…"

"சந்தீப் மோகனுடைய மனைவி சவிதா விவாகரத்துக்குக் கேஸ் கொடுத்தது எதனால் என்று தெரியுமா?"

"இல்லை…"

“அப்படியென்றால் நான் சொல்கிறேன். அவருக்கு வேறொரு உறவில் ஒரு பெண் குழந்தை இருக்கிறாள் என்று குற்றம் சுமத்துவதாக இருந்தது கேஸ். அதுவும் அல்லாமல், மெடிக்கல் காலேஜில் தன்னுடன் வேலைபார்க்கும் டாக்டர் உட்படப் பல பெண்களோடும் முறையற்ற உறவு வைத்திருக்கிறார் என்றும் விவாகரத்து மனுவில் அவர் குற்றம் சாட்டியிருந்தார்...”

அது வேறொரு நீதிமன்றத்தில் இருக்கும் வேறொரு வழக்கு என்று சுட்டிக்காட்டி அவளுடைய வக்கீல் எதிர்ப்புத் தெரிவித்தார். அதைச் சிறிதும் கண்டுகொள்ளாமல் எதிர்த்தரப்பு வக்கீல் தொடர்ந்தார்:

“இப்படிச் சொல்லப்படுகின்ற உடன் வேலைபார்ப்பவள் நீங்கள்தான் என்று மெடிக்கல் காலேஜில் பாட்டா பாடுறாங்களே?”

“திருமணத்திற்குப் பிறகு நான் பாட்டு கேட்பதில்லை..”

“பாட்டென்று சொன்னால் எல்லாப்பக்கமும் பரவியிருக்கிற வதந்தி.”

“எனக்குத் தெரியாது.”

“ஆனால், நீங்கள் சந்தீப் மோகனின் வீட்டுக்குப் போயிருக்கீங்களா?”

“போயிருக்கேன்...”

“எதுக்காக?”

“சந்தீப் என்னுடைய நண்பர் என்னுடன் வேலைபார்த்தார்...”

“உங்களுடைய கணவருக்கு விபத்து நேர்வது காலை எட்டரைமணிக்கு. அந்த நேரத்தில் நீங்கள் எங்கே இருந்தீர்கள் என்று தெளிவுபடுத்தட்டுமா?”

ஜெஸபெல் உமிழ்நீரை விழுங்கினாள்.

“நீங்கள் அந்தச் சமயத்தில் டாக்டர் சந்தீப் மோகனின் வீட்டில் அவருடைய படுக்கையறையில் இருந்தீர்கள் என்று நான் சொல்கிறேன் - மறுக்கமுடியுமா?”

மறுப்பதற்கு ஜெஸபெல் விரும்பவில்லை. உண்மையாகவே ஜெஸபெல் அப்போது சந்தீப் மோகனின் படுக்கையறையில் இருந்தாள். அங்கே ஆன்மேரி படுத்திருந்தாள். அவளுக்கு நல்ல காய்ச்சல். அவளுடைய அழகான முகத்திலிருக்கும் பெரிய கண்கள் மூடியிருந்தன. அவள் 'நான் அவனைக் கொல்லுவேன்' என்று புலம்பிக்கொண்டிருந்தாள்.

ஜெஸபெல் அவளுடைய நெற்றியில் துணியை நனைத்துப் போட்டாள். சுடுநீரில் நனைத்த துண்டால் அவளுடைய கழுத்தும் ஐந்து வயது முதல் ஸ்பேனர் பிடித்துக் கருத்துக் காப்புக்காய்த்துப்போன பலமான உள்ளங்கைகளையும் துடைத்தாள். பேடு வைத்த பிரா அதனுடைய இடத்தை விட்டு நகர்ந்தபோது அவளுடைய பரந்த நெஞ்சு அசிங்கமாகத் தெரிந்தது. ஜெஸபெல் அவளுடைய ஆடைகளைச் சரிசெய்தாள். அவள் அலறியடித்துக்கொண்டு துடித்தெழுந்தாள்.

"பயப்படாதே குஞ்சு, இது நாந்தானே?" ஜெஸபெல் அவளுடைய நெற்றியை வருடினாள்.

"நான் அவனைக் கொல்லுவேன்!"

ஆன்மேரி தேம்பினாள். ஜெஸபெல்லுக்கும் அழுகை வந்தது. அவள் ஆன்மேரியின் தலையை வருடினாள். அவள் உண்மையில் பெண் அல்ல. அவளுக்கு மார்புகளோ கருப்பையோ இல்லை. ஆண் ஆவதற்காகப் புறப்பட்டு அதுவாக முடியாமல் பெண்ணாக முடிந்துபோன ஒரு பாவப்பட்ட கருவாக இருந்தாள் அவள். அவள் பெண்ணாக வளர்க்கப்பட்டாள். ஆகையினால், சொந்த நிர்வாணத்தைக் காணப் பயப்படவும் சொந்த உடலைத் தொடுதலில் இருந்து காப்பாற்றவும் பழக்கப்படுத்தப்பட்டவள்.

ஆன்மேரி கண் அயர்ந்ததும் ஜெஸபெல் வரவேற்பறைக்கு வந்தாள். நாற்காலியில் சாய்ந்து படுத்துக்கொண்டு, நெற்றியைத் தடவிக்கொண்டிருந்த சந்தீப் மோகன் தலையுயர்த்திப் பார்த்தான். ஜெஸபெல் நிறைந்த கண்களோடு அவனை எதிர்கொண்டாள்.

"சந்தீப், இப்படி ஆகும்னு நான் ஒருபோதும்..." அவளுடைய குரல் இடறியது.

"நான் இவள என்ன செய்வேன், ஜெஸபெல்? எனக்கு ஒரு வழியும் தெரியல!" சந்தீப் மோகனின் குரலும் இடறியது.

பெரிய பாரம் ஒன்றைச் சுமக்கின்ற இரண்டு கழுதைகளைப் போன்று அவர்கள் ஒருவரை ஒருவர் பார்த்தனர். அவள் அவனுக்கு அருகில் சென்று முடியை மெதுவாகக் கோதினாள். அவனுடைய கண்கள் நிறைந்தன. உதடுகள் வெதும்பின.

"நான் உன்ன காதலிக்கிறேன், ஜெஸபெல்." அவன் முணுமுணுத்தான்.

ஜெஸபெல்லின் முகம் சிவந்தது. நிறைந்த கண்களைப் புறக்கணித்துவிட்டு அவளுடைய கன்னக்குழிகள் மலர்ந்தன.

"மகள மாதிரிதானே?"

சந்தீப் சிரித்தான்.

"ஆன்மேரிய மாதிரி?"

அவள் கண்ணீருடன் சிரித்தாள். அவன் அவளுடைய உள்ளங்கைகளில் தனது இரண்டு உள்ளங்கைகளையும் வைத்து வருடினான். அவளுக்கு அவனுடைய சூடான உள்ளங்கைகளின் தொடுதல் பிடித்திருந்தது. அவளுக்கு அவனுக்கு முத்தம் கொடுக்கவேண்டும் என்று தோன்றியது. அவன் எதையோ சிந்தித்துக்கொண்டு கண்களை மூடி உட்கார்ந்திருந்தான். அவள் சோஃபாவில் உட்கார்ந்து அவனுடைய கைகளை இறுகப் பற்றிக்கொண்டாள். அவன் கைகளை விலக்கிக்கொண்டான்.

"என்னோட கையில ரத்தம் இருக்குது, ஜெஸபெல்."

அவனுடைய கண்கள் நிறைந்து வடிந்தன. அவன் தன்னுடைய கைகளை உற்றுப் பார்த்தான். திரும்பவும் கண்களை மூடினான். திரும்பவும் கண்ணீர் உடைந்து ஒழுகியது. ஜெஸபெல் சோர்வாக உட்கார்ந்திருந்தாள். அப்போதுதான் அவளுடைய ஃபோனில் துயருறச்செய்யும் அந்த அழைப்பு வந்தது.

"மேம் ஜெரோம் கா ஃபிரண்டு அவினாஷ் குப்தா ஹூம்... ஏம் ஐ ஸ்பீக்கிங் டு மிஸஸ் ஜெரோம்?"

"ஹாம்..."

"ஹலோ ஜெஸபெல்... முஜே கோ ஏக் கால் ஆயா... ஸம்வொன் ஃபிறம் கேரளா போலீஸ்... ஜெரோம் கோ கோயி ஆக்ஸிடண்ட் ஹோகயா?"

“ஜெரோமுக்கா? ஆக்ஸிடெண்ட்டா? வாய்ப்பே இல்லை...” ஜெஸபெல் உறுதியாகச் சொன்னாள்.

நீதிமன்றத்தில் நிற்கும்போது, அந்த நிமிடங்களைத் திரும்பவும் நினைக்காமல் இருக்க அவள் விரும்பினாள்.

“ஆக்ஸிடெண்டுக்குச் சில நாட்களுக்கு முன்பு ஆன்மேரி என்றொரு பெண் பிள்ளையை கணவனுடைய அனுமதியில்லாமல் நீங்கள் வீட்டுக்கு அழைத்துவந்து தங்கவைத்திருந்தீர்கள், சரிதானே?” நீதிமன்றத்தில் வக்கீல் கேட்டார்.

“ஜெரோம் எதிர்க்கவில்லை.”

“உங்களுக்கு இந்த ஆன்மேரியை எப்படிப் பழக்கம்?”

“மெடிக்கல் காலேஜில் வைத்து...”

“அப்படியா? அப்படியானால் அந்தப் பொண்ணுக்கு என்ன உடம்புக்கு?”

“அது நோயாளியின் தனி உரிமையைப் பாதிக்கக்கூடியதாகும். டீடெய்ல்ஸ் சொல்ல முடியாது...”

“சரி, யார் ஆன்மேரியை உங்களிடத்தில் அழைத்து வந்தது? அவளுடைய அம்மா?”

“அவளுடைய அம்மா இறந்துவிட்டார்.”

“அவளுடைய அப்பா? அதாவது அம்மாவுடைய கணவன்? அவருடைய பெயர் ம்ம்... ஜார்ஜ் ஸக்கரியா, ஒர்க்ஷாப் முதலாளி...?”

“அல்ல...”

“அப்புறம்?”

“சந்தீப்...” அவளுடைய குரல் தணிந்தது.

‘அப்படிச் சொல்லு’ என்று வக்கீல் உற்சாகமடைந்தார். நீதிமன்ற அறை உற்சாகமடைந்தது. நீதிபதி அதிக ஆர்வம் காட்டவும் செய்தார்.

“நீங்கள் இப்படி எல்லா நோயாளிகளையும் உங்களுடன் தங்கவைப்பதுண்டோ?” ஜெஸபெல் அவரை முறைத்துப் பார்த்தாள்.

“சரி போகட்டும். ஆன்மேரியை டாக்டர் ஜெரோம் வீட்டிலிருந்து வெளியேற்றிவிட்டார். அது நடந்தவுடனேதான் அவருக்கு ஆக்ஸிடெண்ட் நடந்தது...”

“வெளியேற்றவில்லை. நானும் அவளும் சேர்ந்து வெளியேறினோம்.”

ஜெஸபெல்லின் கண்கள் நிறைந்தன.

“அதற்கு நான் அப்புறம் வருகிறேன்... இந்த ஆக்ஸிடெண்ட் நடந்த விசயத்தை ஜெரோமின் நண்பர் அழைத்துச் சொன்னார். இருந்தாலும் நீங்கள் ஜெரோமின் நம்பருக்கு அழைக்கவோ விசாரிக்கவோ செய்யவில்லை. அதென்ன அப்படி? சாதாரணமாக கணவனுக்கு விபத்து நேர்ந்துவிட்டது என்று கேட்டால் மனைவி கதறி அழுதுகொண்டு அந்த நம்பருக்கு அழைப்பார்கள்... நீங்கள் அவ்வாறு செய்யவில்லை...”

“அந்த ஆக்ஸிடெண்ட் செய்தியை நான் நம்பவில்லை. அப்புறம், எங்களுக்கிடையில் சண்டையுமிருந்தது.”

“இருந்தாலும், ஆக்ஸிடெண்ட் ஆகிவிட்டதென்று கேட்டும்கூட அழைக்கத் தோன்றாத அளவுக்கு என்ன சண்டை? அதற்கு என்ன காரணம்? உங்களுக்குச் சிரமமாக இருக்கிறதென்றால், நான் சொல்கிறேன், இந்த ஆன்மேரி சந்தீப் மோகனின் தகாத உறவில் வந்த பிள்ளை. கள்ளக்காதலனுக்கு உதவுவதற்காக நீங்கள் அவருடைய முறைகேடாகப் பிறந்த பிள்ளையைத் தத்தெடுத்து வளர்க்க முடிவு செய்தீர்கள். அதை ஜெரோம் ஜார்ஜ் மரக்காரன் எதிர்த்தார். அதற்குப் பழிவாங்குவதற்காக நீங்கள் தனியாகவோ கள்ளக்காதலனின் உதவியுடனோ ஜெரோமைக் கொல்வதற்குத் திட்டம் தீட்டினீர்கள். சரிதானே?”

ஜெஸபெல் அமைதியானாள். நீதிமன்ற அறை முழுவதும் அமைதியானது. அவளுக்குத் தன்னுடைய இதயத்துடிப்புகளைக் கேட்கமுடிந்தது. அல்ல, அல்ல, அல்ல, அவன் பாவம் செய்தான் - அவளுடைய இதயம் ஓலமிட்டது. அவன் காளையையும் கழுதையும் ஒன்றாகப் பூட்டி உழுதான். ஒரே வீட்டில் பெரியதும் சிறியதுமான இரண்டு அளவுள்ள பாத்திரங்களைப் பாதுகாத்தான். முந்திரியையும் அத்தியையும் ஒரே வயலில் நட்டான். மகளை, மனைவியைப்போன்று நெருங்கினான். பாவம். கொடிய பாவம்...!

இன்னொருவனின் பாவங்களுக்கு நீ எதற்காக பிராயச்சித்தம் செய்தாய்? - சந்தேகியான ஜெஸபெல் யாருக்கும் கேட்காமல் போதகியான ஜெஸபெல்லிடம் கேட்டாள்.

அவள் சப்தமில்லாமல் இவ்வாறு பதிலும் சொன்னாள்: கூடு கட்டுபவன் அதில் சிக்கிய மீனின் கதறலைக் கேட்கமாட்டானல்லவா. அதைக் கேட்பது மற்ற மீன்கள் மட்டும்தானே?

- கேட்பதற்குக் காது உள்ளவள் கேட்கட்டும்.

6

பூந்தோட்டத்தில் என்று புகழ்பெற்ற ஒரு குடும்பத்தில் ஜான் பி. ஜான் என்றொருவர் இருந்தார். அவர், யோகன்னாவின் இளைய மகன் பத்ரோஸின் மூத்த மகன். யோகன்னாவின் மூத்த மகன் யோகன்னாவின் புத்திரன். ஜான் பி. ஜானுக்கு முன்பு யோகன்னாவுக்குப் பிறந்த நான்கு குழந்தைகளுக்கும் ஆயுள் இல்லை. அதனால், ஆரோக்கியவானாகிய முதல் மகனைத் தெய்வத்திற்குச் சமர்ப்பிக்கிறேன் என்று யோகன்னான் வேண்டிக்கொண்டார். ஜான் பி. ஜானைத் தெய்வீக அழைப்புடன் வளர்ப்பதற்கு யோகன்னானும் மனைவி மரியம்மையும் ஆர்வம் கொண்டனர். ஜான் பி. ஜான் பிரீடிகிரி படிக்கும் காலத்தில் கம்யூனிசத்தில் ஈர்க்கப்பட்டான். அக்காலத்தில் ஒரு தலித் பெண்ணுடன் அவன் காதலிலும் சிக்கிக்கொண்டான். அதை அறிந்த தந்தை யோகன்னாவின் இதயம் உடைந்துபோனது. தந்தையின் எதிர்பாராத மரணம் மகனால்தான் என்று உறுதியாக நம்பிய மரியம்மையைத் தேற்றுவதற்காக ஜான் பி. ஜான் வேதபாடசாலையில் சேர்ந்தார். ஆறு மாதம் முடிவதற்குள்ளாகவே காதலி தற்கொலை செய்துகொண்டாள். இதை அறிந்து வேதபாடசாலையில் இருந்து ஜான் ஓடிப்போனான். ‘இதற்கு மாறாக நான் செத்திருக்கவேண்டும்’ என்று சொல்லி மரியம்மையின் காலில் விழுந்து அழுதான். மகன் வேதக் கல்வி முழுமையடையாமல் திரும்பிப் போனதால் தெய்வ கோபத்தின் இடி தனது குடும்பத்தின்மேல் விழுந்துவிட்டது என்று மரியம்மை பதறினார். அதனால் அவர் பின்னுள்ள காலமெல்லாம் தெய்வத்தின் கிருபைக்காக இரவும் பகலும் பிரார்த்தனை செய்தார்.

தாயும் மகனும் ஒரே வீட்டில் அறிமுகமற்றவர்களைப்போன்று வருடக்கணக்கில் கழித்தனர். ஆசிரியர் வேலை கிடைத்தவுடன் ஜான் பி. ஜானுக்குக் கல்யாணப் பேச்சுகள் வரத்தொடங்கின. தாய்க்குப் பொருத்தமான மருமகளைச் சமர்ப்பிப்பதற்கு ஜான் பி. ஜானால் முடிந்தது. தனக்குப் பொருத்தமான இணையைக் கண்டுபிடிக்க முடியவில்லை. இருந்தபோதிலும் ஜான் பி. ஜான்

இரண்டு குழந்தைகளைச் சாராவிற்குப் பிறக்கவைத்தார். அவர்கள் இருவரும் தனது கீர்த்தி ஓங்கும்படியான புத்திசாலிகளாக ஆயினர்.

ஆனால், தனக்கு நேர்ந்தது போன்று மகளுக்கும் பொருத்தமான இணை கிடைக்கவில்லையென்று ஜெஸபெல் கணவன் வீட்டில் இருந்து திரும்பி வந்த அன்று ஜான் பி. ஜானுக்குத் தெளிவானது. ரயிலில் இருந்து இறங்கி வந்த மகளின் முகம் அவருடைய இதயத்தைத் தகர்த்தது. ‘உனக்கு என்னாச்சு, சுகமில்லையா?’ என்று முதலில் கிடைத்த சந்தர்ப்பத்தில் அவர் கேட்டார். ‘சலிப்பு, அப்பா’ என்று மட்டும் அவள் பதில் சொன்னாள். ஜெரோமின் முகத்தில் கெத்தான ஒரு கடுமை இருந்தது. ‘எங்களுக்கு ஒரு வீடு கிடைச்சிருக்கு, இன்னைக்கே மாறணும்’ என்று ஜெரோம் சொன்னான். ஜான் பி. ஜான் அதை எதிர்பார்க்கவில்லை. இருந்தாலும் ‘அதுக்கென்ன, நல்ல காரியம்.’ என்று பதில் சொன்னார். தாமதியாமல் ஆபிரஹாம் சம்மநாட்டு வண்டியோடு வந்தார். அதன்பிறகு மகள் அந்த வீட்டிற்கு இரவு உறங்குவதற்கு வந்ததில்லை. அவளைத் தனியாகப் பார்ப்பதற்கோ பேசுவதற்கோ ஜான் பி. ஜான் வாய்ப்பை உண்டாக்கிக்கொள்ளவில்லை. பறக்கவிட்ட வெள்ளைப் புறா அழுக்கடைந்தும் சிறகொடிந்தும் திரும்பி வருவதுபோன்று, இரண்டரை வருடத்திற்குப் பிறகு, அவள் வந்து சேர்ந்தபோது மேற்கொண்டு எதுவும் கேட்கவேண்டி வந்ததுமில்லை.

அப்பாவிடம் வெளிப்படையாகப் பேசுவதற்கு ஜெஸபெல்லும் தைரியமின்றி இருந்தாள். தன்னுடைய நுகம், தானே உருவாக்கிக்கொண்டது என்ற குற்றவுணர்வு அவளை அரித்தது. தான் நிமிர்ந்து நடப்பதற்கு நுகத்தின் கட்டுக்களைத் தானேதான் அறுத்தெறியவேண்டும் என்று புரிந்துகொள்ளும் வரைக்கும் சத்தியங்களால் பிறரைக் காயப்படுத்துவதற்கு அவள் சோம்பியிருந்தாள். ஜெரோம் ஜார்ஜ் மரக்காரனும் அவன்மூலமாக ஜார்ஜ் ஜெரோம் மரக்காரனும் காட்டிய வழியில் காட்டுக் கழுதையை ஒத்த ஒரு பெண்ணைப் போன்று தலையாட்டி பாரம் சுமந்து நடந்ததால் யாரும் எங்கேயும் போய்ச்சேரப் போவதில்லை என்று புரிந்துகொள்வதற்கு அவளுக்குப் பல மாதங்கள் ஆயின. ‘இதுவல்ல சரியான வழி’ என்று சொல்ல முயன்றபோது அவர்கள் அவளை அடித்தனர். அடிகளின் வடுக்கள் அவளுடைய ஆத்மாவில்

பதிந்து, காயம்பட்டு, சீழ் பிடித்தது. காயங்கள் நேசத்தின் மருந்துக்காகத் தாகம் கொண்டன. அப்படியான ஒரு நாளில்தான் அவள் அப்பாவைத் தேடிச்சென்றாள். அப்பா எவ்வளவு கையாலாகாதவர் என்று புரிந்துகொண்டாள். அவள் டாக்டர் சந்தீப் மோகனின் ஆத்மாவின் பாதுகாவலாளியாகிப்போனதும் அன்றுதான்.

அது ஒரு ஞாயிற்றுக்கிழமை. ஜெஸபெல்லுக்கு வகுப்பு இல்லாத நாள். காலையிலிருந்து துவைத்தும் ஜெரோம் உத்தரவிட்ட உணவுகளைச் சமைத்தும் பாத்திரங்கள் கழுவியும் வீடு துடைத்தும் தளர்ந்த நாள்.

ஜெரோம் பகல் உறக்கத்தில் ஆழ்ந்தபோது குளித்துவிட்டு ஒரு தேநீருடன் அவள் சோஃபாவில் சோர்ந்துபோய் உட்கார்ந்தாள். அஹானாவின் கையிலிருந்து கடன் வாங்கிய 'எ ஹிஸ்டரி ஆஃப் காட்' என்ற புத்தகம் கையில் இருந்தது. நெடுநாட்களுக்குப் பிறகு ஒரு புத்தகத்தைப் புரட்டுவதற்கு நேரம் கிடைத்ததன் மகிழ்ச்சியில் மூழ்கியிருக்கையில், ஜெரோம் கூப்பிட்டான். அவள் கேட்கவில்லை. அதனால் அவன் எழுந்து வந்தான். புத்தகத்தில் மூழ்கிய அவளுடைய இருப்பு அவனுக்குக் கோபத்தைத் தூண்டியது. 'என்ன பரீட்சைக்கு? எப்பவும் ஒரே படிப்பு' என்று கேட்டுக்கொண்டு அவன் புத்தகத்தை அவமதிப்போடு பிடுங்கி அதன் தலைப்பை வாசித்தான்.

'வேஸ்ட்!' என்று முணுமுணுத்துக்கொண்டு அவன் புத்தகத்தை வெறுப்போடு கீழே எறிந்தான். அது தரையில். குப்புற விழுந்தது. அவளுடைய முகம் சிவந்தது. அவளுடைய முகத்தை ஓரக்கண்ணால் பார்த்ததும் ஜெரோமின் எண்ணம் மாறியது. விசயத்தை மாற்றுவதற்காக 'எனக்கு ஒரு டீ கொடு' என்று அவன் உத்தரவிட்டான். அவள் அசையவில்லை. அவனை முறைத்துப் பார்த்துக்கொண்டு உட்கார்ந்திருந்தாள். 'சொன்னது கேட்கலையா, டீ கொண்டுவா' என்று ஜெரோம் திரும்பவும் உத்தரவிட்டான். 'ஃபிளாஸ்க்ல இருக்கு' என்று அவள் கடுமையாகப் பதில் கொடுத்தாள். 'ஊத்திக்கொடுத்தா என்ன' என்று அவன் கேள்வி கேட்டான். 'ஜெரோமுக்கு என்ன கையில தெம்பில்லையா? ஊத்திக் குடிங்க' என்று அவளும் மறுதலித்தாள். அவனுடைய முகம் சிவந்தது. ஆனால், அவளுடைய முகமும் சிவந்திருப்பதை அவன் பார்த்தான். அதனால், உடனே அவன் குரலை மென்மையாக்கினான்.

“கொஞ்சம் ஊத்தித்தா, ஜெஸபெல்! எதுக்குச் சும்மா என்கிட்ட கோபப்படுறே?”

ஜெஸபெல் புகைகின்ற முகத்தோடு எழுந்து சென்று தேநீர் ஊற்றினாள். சோஃபாவில் உட்கார்ந்துகொண்டு தொலைக்காட்சியைப் போட்டுக்கொண்டிருந்த ஜெரோமிடம் நீட்டினாள்.

“ஜெரோம், இனிமேல் இப்படிச் செய்யாதீங்க...” குரலைச் சாந்தமாக்குவதற்கு இயன்றவரை அவள் முயன்றாள்.

ஜெரோம் புரியாதது போன்று நடித்தான். ‘நான் என்ன செஞ்சேன்’ என்று குழம்பினான்.

“நான் படிச்சுக்கிட்டிருந்த புத்தகத்தப் பிடுங்கித் தரையில எறிஞ்சீங்க இல்லையா?”

“ஓ, அதுவா?”

அவன் உடனே தொலைக்காட்சி சேனல் மாற்றுவதில் கவனத்தைச் செலுத்தினான். அதற்கிடையில் அவனுடைய முகத்தில் நம்பிக்கையற்ற மனிதர்களின் மங்கலான சிரிப்பு வெளிப்பட்டது. ‘இதையெல்லாம் படிச்சா உனக்கு போரடிக்காதா?’ என்று அவன் அதைக் கேலியாக்கினான். அவள் நடந்து சென்று புத்தகத்தை எடுத்துத் தூசி தட்டி நெஞ்சோடு சேர்த்துக்கொண்டு அவனைப் பார்த்தாள். அவளுடைய கண்கள் எரிந்தன.

“புத்தகத்த எடுத்து எறியக்கூடிய ஒரு ஆள்னு தெரிஞ்சிருந்தா நான் ஒருபோதும் உங்களக் கல்யாணம் பண்ணியிருக்க மாட்டேன், ஜெரோம்.”

ஜெரோமின் முகத்தில் வெறுப்பு நிறைந்ததென்றாலும் அவன் உடனே சிரிப்புக் காட்டினான்.

“ஹ! நான் ஒரு தமாசுக்கு...! உடனே நீ அத சீரியஸ் ஆக்கிட்டே.”

“ஒரு ஆள் தமாசு பேசறதுலயும் தமாசு பண்றதுலயும் இருந்தே அவனோட தனிப்பட்ட குணத்தத் தெரிஞ்சுக்கலாம்.”

அவள் நேரடியான யுத்தத்திற்குத் தயாராகிறாள் என்று புரிந்தபோது அவன் கோணிய உதடுகளோடு தேநீரில்

கவனத்தைக் குவித்தான். பின்னர் தான் பலவீனமடைகிறோம் என்பதில் வெட்கம் தோன்றியதால் சற்று முணுமுணுத்தான்.

"ஹ்ம், டாடி சொன்னது சரிதான்... உன்னோட பேரோட தனிக்குணம் புருஷன மதிக்காத சுபாவம்."

"இருக்கலாம்... நான் உங்களை ஒண்ணும் கூப்பிடலயே, என்னை வந்து கட்டிக்கிட்டுப் போங்கன்னு!"

அவள் வெடித்துச் சிதறினாள். ஜெரோம் திகைப்புற்றான். அவன் தேநீர்க்குவளையை டீபாய்மேல் வைத்துவிட்டுத் தாவியெழுந்தான். பல்லை நெறித்துக்கொண்டு அவளுக்கு நேராகக் கையை நீட்டினான்.

"சீ! நிறுத்துடீ! இல்லாட்டி எங்குணம் என்னங்கறத நீ பார்ப்பே... எங்க வீட்டுப் பொம்பளைங்க புருசங்ககிட்ட இப்படிப் பேசினாத் தெரியும் - அடிச்சு பல்ல கழட்டிருவோம்...!"

"தைரியம் இருந்தா அடிச்சுப் பாருங்க. அப்பத் தெரியும்!"

ஜெஸபெல் கொதித்தாள். ஜெரோமின் முகம் வெளிறியது. அவன் கை ஓங்கினான். அவள் ஏளனத்தோடு சிரித்தாள்.

"ஆம்பளைன்னு காட்டறதுக்குப் பொண்டாட்டிய அடிக்க ஒண்ணும் வேண்டியதில்ல, கூடப் படுத்துக் காட்டு...!"

ஜெரோமின் முகம் அவமானத்தால் கருவளித்துப்போனது.

"நான் நல்ல ஆம்பளைடீ! அதனால, எனக்கு நீ பத்தாது. உன் கூடப் படுக்கறதவிட தெருவுல திரியற பொட்டநாய்கூடப் படுக்கறதுதான் எனக்குப் பிடிக்கும். எனக்கு உன்னோட உடம்பப் பார்க்கறதுக்கே வெறுப்பா இருக்கு!"

ஜெஸபெல் விறைத்துப் போனாள். ஒரு இயந்திர மனிதன் தனது முடியைப் பிடித்துத் தூக்கி ஒரு தீச்சட்டியில் எறிந்தது போன்று, அவள் வெந்து துடித்தாள். அவள் உடைந்து அழ விரும்பினாள். அதேசமயம், அழுவதற்கு வெட்கப்பட்டாள். அவன் அவளுக்கு நேராகத் திரும்பவும் கை உயர்த்தினான் என்றாலும் வேதனைப்படுத்துவதற்கு அதைவிட நல்ல வழி வேறொன்று இருக்கிறது என்ற அளவில் அவளுடைய கையில் இருந்த புத்தகத்தைப் பிடுங்கித் தூக்கி எறிந்தான். ஜெஸபெல் கட்டுப்பாட்டை இழந்தாள். அவள் மூச்சுவாங்கினாள்.

உருகினாள். கண்ணீர் அவளை அவமதித்து அணை உடைத்தபோது அவள் ஆடை மாற்றி பேக்கை எடுத்துக்கொண்டு ஸ்கூட்டர் சாவியுடன் வெளியே பாய்ந்து, வாசலில் விழுந்து கிடந்த புத்தகத்தை எடுத்து பேக்கில் வைத்தாள். ஸ்கூட்டர் ஸ்டார்ட் செய்த சப்தத்தைக் கேட்டு ஜெரோம் வாயிலுக்கு வருவதைக் கண்ணாடி வழியாகப் பார்த்தாள். திரும்பிப் பார்க்காமல் பாய்ந்தாள். ஜங்ஷனில் இருந்த நெரிசலில் ஒன்றிரண்டு முறை அவளுடைய வண்டி மற்ற வண்டிகள்மீது இடிக்கப்போனது. அவர்கள் முறைத்துப் பார்த்தார்கள். திட்டினார்கள்.

பனிக்காலத்தின் ரத்தச் சிவப்புள்ள வானமும் ஒட்டுதல் இல்லாத இயற்கையுமாக அது ஒரு மோசமான மாலைப்பொழுதாக இருந்தது. அளவுகடந்த வேகத்தில் பாய்ந்து போகும்போது மாதக்கணக்கில் நீண்டிருந்த தாம்பத்தியத்தால் தனக்கு என்ன நன்மை கிடைத்தது என்று அவள் தன்னையே கேள்வி கேட்டாள். திருமணத்திற்கு முன்பு அவளுக்குப் படிப்பதற்கு நிறைய நேரம் கிடைத்தது. மருத்துவமனை வேலைகளை முடித்து வீட்டுக்கு வரும்போது ஓய்வெடுக்க முடிந்தது. ஒரு புத்தகத்தை வாசித்து உறக்கத்தில் ஆழ்வதற்கு அனுமதியிருந்தது. அவளைவிட நீளமான பெரிய ஜீன்சுகளையும் குளியல் துண்டுகளையும் அடித்துத் துவைக்கவேண்டி இருக்கவில்லை. நைட் டியூட்டிக்கு முன்பு கிடைக்கின்ற சிறிதளவு நேரத்தில் சமையலறையில் கிடந்து சூடும் புகையும் சகிக்கவேண்டி இருக்கவில்லை. இப்படி இதயத்தைப் பிளந்து முறிக்கின்ற வலியை உணரவேண்டியிருக்கவில்லை.

வீட்டுக்குப் போகும் வழியில் இருக்கும் சாலைச் சந்திப்பில் ஏற்பட்ட போக்குவரத்து நெரிசலில் வழி அடைபட்டு நிற்கும்போது வலது பக்கத்தில் நின்ற காரில் இருந்த இளம் தம்பதிகளை அவள் பார்த்தாள். கணவன் முறைக்கும் கண்களோடு பெண்ணுடன் என்னவோ சொன்னான். பெண் கோபத்துடன் தலையை ஆட்டி பதில் சொல்கிறாள். அவர்கள் இருவரும் சிறிது நேரம் சண்டையிட்டுக்கொண்டது போன்று எதிரெதிர்த்திசைகளைப் பார்க்கின்றனர். வண்டிகள் நகரத் தொடங்குவதற்குள்ளாகவே அவர்கள் மீண்டும் ஒருவரை ஒருவர் பார்க்கவும் சிரிக்கவும் செய்கின்றனர். இவ்வளவுதான் தாம்பத்தியம், ஜெஸபெல் சிரித்தாள். சண்டைகளுக்கு இடையேயான இடைவேளைகளில் சிரிப்புகள். சிரிப்புகளுக்கு

இடையேயான இடைவேளைகளில் சண்டைகள். ஆனால், தன்னுடைய தாம்பத்தியத்தில் மட்டும் இடைவேளைகள் இல்லை. ஓய்வுகள் இல்லை.

வாழ்க்கையில் முதன்முறையாகப் பார்ப்பது போன்று அவளுக்கு முன்னால் தெரியும் காட்சிகளைப் பார்த்துக்கொண்டு சாவகாசமாக வண்டி ஓட்டினாள். வி.எச்.எஸ்.எஸ். பள்ளிக்கூடம், வரிசை வரிசையாக அக்கேஷியா மரங்கள், முருகன் கோவிலின் வளைந்த வாயில், முடி அவிழ்த்துப்போட்ட பனைகள், ஆற்று மீன் விற்கப்படும் என்ற பெயர்ப்பலகை, லாரி கழுவும் ஓடை, இரண்டு பக்கமும் உள்ள வயல்கள், முற்போக்காளர்கள் நலச்சங்கத்தின் பெயர்ப்பலகை, பஞ்சாயத்துக் காரியாலயம், பெண்கள் மேல்நிலைப்பள்ளி, கள்ளுக்கடை, தொடக்கப்பள்ளி, கடைசியில், புனிதையின் பிறந்தகம். அதற்கு அருகில்தான் ஜெஸபெல்லின் பிறந்த வீடு.

நுகத்துக்குக் கீழே குனிந்த தலையுடன் அவள் உள்ளே சென்றபோது அப்பா வாசித்துக்கொண்டிருந்தார். அப்பா புத்தகத்திலிருந்து தலை உயர்த்தினார். அவளைக் கண்டதும் கண்களில் பாசம் நிறைந்தது. ஜெஸபெல் சிரிக்க முயன்றாள். முகத்தை அழுத்தித் துடைத்துக்கொண்டு ஒரு விருந்தினரைப் போன்று சோஃபாவில் உட்கார்ந்தாள். அந்த அறையில் அப்போதும் சோஷா அத்தையும் மோனிச்சன் மாமாவும் உட்கார்ந்திருப்பதாக அவளுக்குத் தோன்றியது. அவர்களுடன் ஜார்ஜ் ஜெரோம் மரக்காரனும் ஜெரோம் ஜார்ஜ் மரக்காரனும் இருப்பதாகத் தோன்றியது. ஆபிரஹாம் சம்மநாட்டு புத்தக அலமாரிக்கு அருகில் அவளுடைய மெடல்களைப் பார்த்துக்கொண்டு நிற்பதாகத் தோன்றியது. அந்த நாளுக்குத் திரும்பிச் சென்று, ‘எனக்கு நீங்க வேண்டாம்’ என்று உரக்க கர்ஜிப்பதற்கு அவள் ஆசைப்பட்டாள். ‘உன்னோட பாட்டிக்கு சுகமில்ல, அதனால சாரா அவங்க வீட்டுக்கு அம்மாவ பார்க்கறதுக்குப் போயிருக்கா, வார நேரந்தான், தங்கம் ஏன் தனியா வந்தே, ஜெரோம் எங்கபோனார்’ என்று அப்பா உரையாடலைத் தொடங்கியபோது பெருமூச்சுடன் அப்பா வாசித்துக்கொண்டிருந்த தடித்த புத்தகத்தை அவள் பார்த்தாள். அப்பா உற்சாகத்துடன் புத்தகத்தை உயர்த்தினார்.

“மரியத்தோட நற்செய்தி இது... நீ கேட்டிருக்கியா? சீடர்கள்லயே மரியத்துகிட்டத்தான் கிறிஸ்துவுக்கு ரொம்ப பிரியம்... மக்தலேனா

மரியா பெண்ணானதால இறைத்தூதரா மதிக்கப்படல. அதனாலயா இருக்கலாம், இந்த நற்செய்தி பிற்காலத்துல போலியா உருவாக்கப்பட்டதுன்னு நினைக்கறவங்களும் உண்டு. உனக்குப் புத்தகம் வேணுமா?"

திடுமென ஜெஸபெல்லின் கண்ணீர் வெளியே குதித்தது. அவளுக்குள் இருந்து ஒரு குழந்தை 'அப்பா' என்று உரக்கக் கத்தியது. குழந்தைப் பருவத்தில் பள்ளிக்கூடம் விட்டு வந்து காஃபி குடித்து முடித்ததும் அப்பா அவளையும் ஏபெல்லையும் நூலகத்திற்குக் கூட்டிச்சென்ற நாட்களை நினைத்தாள். அப்பாவின் ஒரு கையை அவளும் மறுகையை ஏபெல்லும் பிடித்திருந்தனர். நூலகத்தை அடைந்ததும் அப்பா அவர்களைப் புத்தக அலமாரிகளுக்கு விட்டுக்கொடுத்திருந்தார். அவர்களைப் பார்த்துப் புத்தகங்கள் சதுர வடிவமுள்ள மயில்களைப் போன்று மஞ்சள் பீலிகளை விரித்திருந்தன. அவர்களின் இதயங்களுக்கு ஆயிரம் கண்களைக் கொடுத்திருந்தன. அவர்களின் கண்களுக்கு ஆயிரம் பேரின் பார்வையைக் கொடுத்திருந்தன. ஒருமுறை திறந்துவிட்டால் கண்கள் ஆபத்தானவை என்பதை ஜெஸபெல் தெரிந்துகொண்டாள். மூடி மூடி வைத்தாலும் ஒருமுறை பார்த்துவிட்டதை அழிப்பது என்பது சாத்தியமில்லை என்று அவள் வேதனைப்பட்டாள்.

"ஒரு விலங்க வேற இனத்தச் சேர்ந்த விலங்குகூட இணை சேர்க்கக்கூடாதுன்னு பைபிள்ல இருக்கு..."

அப்பாவின் குரல் நடுங்கியது. ஜெஸபெல் கண்களைத் துடைத்துக்கொண்டு சிரித்தாள். எழுந்து அப்பாவின் அருகில் சென்று தோளில் முகம் சேர்த்தாள். அப்பா முகத்தைத் திருப்பி அவளுடைய நெற்றியில் முத்தமிட்டார். ஊர்க்காரர்களுக்கும் உறவுக்காரர்களுக்கும் எந்தப் பிரச்சனைக்கும் தீர்வு கொடுக்கவும் எந்த வழக்கிலும் மத்தியஸ்தம் செய்யவும் கூடிய அப்பா நொறுங்கிப் போவதைப் பார்த்து ஜெஸபெல் கலக்கமுற்றாள். அப்பாவுக்கு வலிக்கும்போது அவளுக்கும் வலித்தது. வலி குறித்த மருத்துவ அறிவியல் மறந்துபோகின்ற அளவுக்கு அவளுக்கு வலி அதிகரித்திருந்தது. விசும்பலை மறைப்பதற்காக வேகமாக உள்ளே செல்கின்ற அப்பாவைப் பார்த்து ஜெஸபெல் கையறுநிலையினளாக இருந்தாள். ஒளிவட்டம் அணிந்த இதயமுள்ள இயேசு நீலக்கண்களால் வியப்போடு அவளைப் பார்த்தார். அவள் நிந்தனையோடு கிறிஸ்துவைப் பார்த்தாள்.

அதற்குள் அப்பா அழுது தீர்த்துவிட்டு முகத்தைக் கழுவித் துடைத்துக்கொண்டு திரும்பி வந்தார்.

"ரொம்பவும் முடியலைன்னு தோணுச்சுன்னா நீ இங்க வந்துடு... அப்பா இருக்கேன் உனக்கு."

தன்னம்பிக்கை இல்லாதது போன்று அப்பாவின் குரல் தொண்டையில் இடறியது. அப்போது பர்சையும் குடையையும் நெஞ்சோடு சேர்த்துப் பிடித்துக்கொண்டு அம்மா உள்ளே வந்தார். 'எங்கே ஜெரோம்' என்று கேட்டார். ஜெஸபெல் மௌனமாக இருந்தாள். அம்மா உள் கூடத்துக்குச் செல்வதற்காக வைத்த காலை திரும்ப எடுத்துக்கொண்டு அப்பாவையும் அவளையும் மாறி மாறிப் பார்த்தார். கூர்மையான குரலில் 'ஜெரோம் என்னைக் கூப்பிட்டு எல்லாத்தையும் சொல்லிட்டார்' என்று கூறினார். ஜெஸபெல் விவரிக்க முற்பட்டாள். கேட்பதற்கு நிற்காமல், அம்மா வேகமாக உள்ளே சென்றுவிட்டார். ஜெஸபெல் அப்பாவையும் அப்பா ஜெஸபெல்லையும் பார்த்தனர். உள்ளே இருந்து அம்மாவின் குரல் உயர்ந்தது:

"மனைவியரே, நீங்கள் ஆண்டவருக்குக் கீழ்ப்படிவதுபோல உங்கள் கணவர்களுக்குக் கீழ்ப்படியுங்கள். எப்படியென்றால், கிறிஸ்து தனது உடலாகிய சபைக்குத் தலையாக இருப்பதுபோன்று, கணவன் மனைவிக்குத் தலையாக இருக்கிறான். கிறிஸ்துவே சரீரத்துக்கும் ரட்சகராயிருக்கிறார். சபை கிறிஸ்துவுக்குக் கீழ்ப்படிவதுபோன்று மனைவியர் எல்லாக் காரியத்திலும் கணவன்மாருக்குக் கீழ்ப்படிந்திருக்க வேண்டும்..."

ஜெஸபெல் அப்பாவைப் பார்த்தாள். அப்பா கையறுநிலையில் இருந்தார். அப்பாவின் கண்களுக்குக் கீழே பெரிய கருவளையம் உருவாகியிருந்தது. குரல் தளர்ந்துபோயிருந்தது. புன்னகை வேதனை நிறைந்ததாக இருந்தது. அம்மாவின் முட்டாள்தனங்களுக்கான பிராயச்சித்தப் பலியாக ஆகியிருந்தது அப்பாவின் வாழ்க்கை. 'ஒவ்வொருத்தருக்கும் ஒவ்வொரு சிலுவை' என்று அப்பா முணுமுணுத்தார். ஜெஸபெல் சொல்லிக்கொள்ளாமல் வெளியே சென்றாள்.

அந்த நேரத்தில் அவள் அனாதையானாள். பலவீனமானவளாகவும் உதவியற்றவளாகவும் ஆகிப்போனாள். போக்கிடமற்றவளாகவும் நேசிப்பதற்கு யாரும் இல்லாதவளாகவும் ஆகிப்போனாள். அவளுடைய கைனெடிக் ஹோண்டா அவளை மருத்துவக்

கல்லூரிக்கு இட்டுச் சென்றது. கேட்டுக்குப் பக்கத்தில் சென்றபோது பின்னால் வந்த காரில் உரசி ஸ்கூட்டர் சரிந்தது. அவள் விழுந்தாள். அது சந்தீப் மோகனின் காராக இருந்தது. அவன் அடித்துப் பிடித்து இறங்கினான். ‘ஜெஸபெல்! என்ன இப்படி வாரே?’ என்று திட்டினான். சுற்றுகின்ற சக்கரங்களோடு சரிந்து விழுந்து கிடந்த ஸ்கூட்டரைத் தூக்கி அவளை எழச்செய்தான். அவளுடைய கையிலும் காலிலும் தோல் சிராய்த்து வலித்த பாகங்களைப் பரிசோதித்தான். அவன் கட்டாயப்படுத்தி அவளைத் தீவிரச் சிகிச்சைப் பிரிவிற்குக் கூட்டிச்சென்றான். காயங்களைத் துடைத்துச் சுத்தப்படுத்தினான். வெளியே வந்தபோது ‘எங்க போகணும்’ என்று கேட்டான். ‘எங்குமில்லை’ என்று அவள் சொன்னாள். ‘அப்படீன்னா ஒரு டிரைவ் போய்ட்டு வரலாமா’ என்று அவன் அழைத்தான். ‘சரி’ என்று அவள் சம்மதித்தாள். வெகுநேரம் கழித்து அவன் தொட்டுக் கூப்பிட்டு இறங்கச் சொன்னபோது சிந்தனையிலிருந்து திடுக்கிட்டு விழித்து ‘இது என்ன இடம்’ என்று அவள் திகைப்புற்றாள். அது அவனுடைய வாடகை வீடாக இருந்தது. அவள் சங்கடப்பட்டாள். ‘இங்கதான் வாரோம்னு சொல்லலையே...’ என்று வருத்தப்பட்டாள். ‘எங்க போறோம்னு நீ கேட்கலையே’ என்று சந்தீப் நினைவுபடுத்தினான்.

“நீ எதுக்கு அழுதுட்டு இருக்கேன்னு நானும் கேட்கல...” கதவைத் திறக்கும்போது சந்தீப் சொன்னான்.

அவள் ஆச்சரியத்துடன் தன் முகத்தைத் தடவினாள். கன்னம் நனைந்திருந்தது. கையில் இருந்த கைக்குட்டை நனைந்திருந்தது. காரின் ரியர் வியூவ் கண்ணாடியில் பார்த்த கண்களில் வெகுநேரமாக ஒழுகிய கண்ணீரின் மிச்சம் அப்போதும் இருந்தது. அவளுக்கு அவமானமாகவும் வெட்கமாகவும் இருந்தது. முகத்தைத் துடைத்துக்கொண்டு அவள் அவனுக்குப் பின்னால் உள்ளே சென்றாள்.

நேர்த்தியாக அலங்கரித்த அறையாக இருந்தது அது. சுவரில் ஒரு சுவரோவியம் இருந்தது. ஓவியத்தில் ஆரஞ்சு உடலும் ஆகாயத்தை நோக்கி மலர்ந்த நீலக் கண்களும் பச்சைத் தலைமுடியும் உள்ள பெண் உருவம், நீல உடலும் மஞ்சள் தலைமுடியும் பூமியைநோக்கிப் பாதி மூடி உறங்கிச் சிவந்த கண்களுள்ள ஒரு ஆணின் தோளில் தலைசாய்த்து நின்றிருந்தாள். ஓவியத்தின் மேலே இருக்கும் மஞ்சள் விளக்கிலிருந்து வரும்

ஒளி அந்த நான்கு கண்களையும் ஜொலிக்கச் செய்தது. அந்தக் கண்களில் இருந்து கண்ணை எடுப்பதற்கு முடியாமல் ஜெஸபெல் நின்றாள்.

“அது ஒரு பெண் வரைந்தது...” உள் அறைக்குச் சென்று திரும்பி வந்த சந்தீப் சொன்னான். அவனுடைய குரல் சற்று ஈரமானதை அவள் கவனித்தாள்.

“ஓவியத்தை இன்னும் அழகாக்குற ஃபிரேம்!”

“அது நான் செஞ்சது.”

ஜெஸபெல் சுற்றிலும் பார்த்தாள். காய்ந்த ரத்தத்தின் நிறமுள்ள பிரம்பில் செய்த பர்னிசர்கள் புதுமையும் கலையழகும் நிறைந்தவையாய் இருந்தன.

“நல்ல இன்டீரியர் டெகரேஷன்! இந்த பர்னிச்சரெல்லாம் எங்கிருந்து வாங்கினீங்க?”

“வாங்கினதல்ல... நானே செஞ்சது...”

அவள் ஆச்சரியத்தோடு அவனைப் பார்த்தாள். அவன் கண்ணாடியைக் கழற்றித் துடைத்துத் திரும்பவும் போட்டுக்கொண்டு உள்ளே சென்றான். அவள் வீட்டைச் சுற்றிப் பார்த்தாள். இரண்டு படுக்கையறைகள், சமையலறை, ஒரு படிப்பறை. படிப்பறையில் அடுக்கி வைத்த கார்டியாலஜி புத்தகங்கள். படுக்கையறைகளில் ஒன்று ஒரு ஐந்து நட்சத்திர விடுதியிலிருக்கும் அறைபோன்று அலங்கரிக்கப்பட்டிருந்தது. இரண்டாவது அடைத்துக் கிடந்தது.

“இது என்னோட பெட் ரூம். இது என்னோட மனைவியோடது.” திரும்பி வந்த சந்தீப் சொன்னான்.

“ரெண்டு பேருக்கும் ஒவ்வொரு அறை. இது நல்லாருக்கே!”

“சீக்கிரமா ரெண்டு வாழ்க்கை ஆகிப்போகும். அவ டைவர்ஸ் நோட்டீஸ் அனுப்பியிருக்கா.”

அவன் சிரிக்க முயன்றான். பின்னர் ‘ஐயோ காஃபி’ என்று சொல்லிக்கொண்டு சமையலறைக்கு ஓடினான். நீல நிறமுள்ள இரண்டு காஃபி குவளைகளும் பிஸ்கட் அடுக்கிவைத்த சாசர்களுமாகத் திரும்பி வந்தான். அவளுடைய

சிராய்ப்புகளும் காயங்களும் வலிக்கத் தொடங்கியிருந்தன. அவள் அசௌகரியத்தோடு சோஃபாவில் உட்கார்ந்தாள்.

"அப்ப என்னவோ சொல்லவந்தனே? ஹம்... என்னோட மனைவி! டைவர்ஸ் கேட்டிருக்கா."

அவன் அவளிடம் காஃபி குவளையை நீட்டினான்.

"எதனால?" ஜெஸபெல் கேட்டாள்.

சந்தீப் நேரம் எடுத்துக்கொண்டு காஃபி ஊதிக் குடித்தபிறகு ஜெஸபெல்லைப் பார்த்தான்.

"அந்தக் கேள்விய ஒருபோதும் யாருகிட்டையும் கேட்காதே... எதனால செத்துப்போனாங்கன்னு கேட்கறமாதிரி அது. எல்லா மனுசங்களும் எப்பவாவது செத்துப்போவாங்க. எல்லா உறவுகளும் எப்பவாவது பிரிஞ்சு போகும். சிலர் பிரிஞ்சாலும் ஒரே வீட்டில் இருப்பாங்க. சிலர் பிரிஞ்ச உடனே வீட்டவிட்டுப் போயிடுவாங்க..."

"சிலர் ஒரே வீட்டுக்குள்ள ஒருபோதும் சந்திச்சுக்காம இருப்பாங்க ..."

ஜெஸபெல் சிரிக்க முயன்றாள். சந்தீப் அவளை இரக்கத்தோடு பார்த்தான்.

"ஜெஸபெல் அழுதது எதனாலைன்னு எனக்கு இப்பப் புரிஞ்சுபோச்சு..."

"நான் அழுதேனான்னு எனக்குத் தெரியல."

"சில மனுசங்க அப்படித்தான். அவங்களுக்கு மட்டும் தெரியாது, அவங்க அழறாங்களான்னு."

"சும்மா அல்ல, உங்க மனைவி விட்டுட்டுப் போனது. வறட்டு ஃபிலாஸஃபிய சகிச்சுக்கறதுக்கும் ஒரு எல்லை இருக்கே?" ஜெஸபெல் ஏளனம் செய்தாள்.

சந்தீப் உரக்கச் சிரித்தான். காஃபியைக் குடித்து முடித்துவிட்டு ஜெஸபெல் எழுந்தாள்.

"போகப்போறேன்..."

"எங்க?"

“புறப்பட்ட இடத்துக்கே. வேற எங்க போறது?” அவளுடைய குரலில் விரக்தி நிறைந்தது.

“நான் உன்னைப் பார்க்கணும்னு ஆசைப்பட்டேன்... தேடின கொடி கால்ல சுத்தின மாதிரி நாம சந்திச்சுக்கிட்டோம்... எனக்கு ஒரு உதவி வேணும் ஜெஸபெல்...”

“பார்த்தீங்களா? ஹௌ டிப்பிகல் ஆஃப் மென்! அஹானா சொல்வா, ஆம்பளைங்க பிரியத்தோட பேசினா பீ கேர்ஃபுள், அவங்களுக்கு நம்மள வச்சு ஏதோ காரியம் சாதிக்க வேண்டியிருக்கும்னு...”

“உண்மையச் சொல்றேனே. நம்ம சமூகத்துக்கு நேர்ந்த மிகப்பெரிய கேடு பெண் கல்வி...!”

“எவ்வளவு ஃபிலாஸஃபி பேசினாலும் தமாஸ் பண்ணறதுக்கு பெண்கள்தான் வேணும், இல்லையா?”

“ஒரு பாவப்பட்ட ஆம்பளை சொந்த இன்ஃபீரியாரிட்டிய கடந்துபோறதுக்கு முயற்சி பண்ணினா, அதுக்கும் விடமாட்டீங்க, இல்லையா?”

சந்தீப்பும் ஜெஸபெல்லும் சிரித்தனர். அதன்பிறகு அவனுடைய முகத்தில் தீவிரம் நிறைந்தது.

“அஹானாகிட்ட என்னால இதச் சொல்ல முடியாது. அவளால ரகசியத்தப் பாதுகாக்க முடியும்னு தோணல.”

“சரி, வாட் கேன் ஐ டூ ஃபார் யூ?” சந்தீப் ஆழ்ந்து பெருமூச்சு விட்டான்.

“ஆன்காலஜி வார்டுல 113ஆம் நம்பர் பெட்ல ஒரு நோயாளி இருக்காங்க. பெண்தான். பேரு அனிதா... ஜெஸபெல் அங்க போய்ட்டு வரணும். அவங்களோட இப்ப இருக்கற நிலையக் கொஞ்சம் தெரிஞ்சுக்கிட்டு வரணும்... நான் கொஞ்சம் பணம் கொடுக்கறேன். அதைக் கொடுக்கணும்.”

“நான் நினைச்சேன், என்னவோ பெரிய விசயமா இருக்குமான்னு...”

“பெரிய விசயந்தான். அந்தப் பெண்கிட்ட - அவங்ககிட்ட மட்டும் சொல்லணும் - நான் சொல்லித்தான் வந்தேன்னு.”

ஜெஸபெல் எச்சரிக்கையடைந்தாள்.

"அவங்களுக்கு எதாவது ஆயிருச்சுன்னா ஆன்மேரிய நான் பார்த்துக்குவேன்னும்..."

அவனுடைய குரல் உறுதியாக இருந்தது. ஜெஸபெல் சந்தேகத்தோடு பார்த்தாள்.

"ஆன்மேரியா? அது யாரு?"

"அவங்களோட புள்ள..."

அவன் கண்ணாடியைக் கழற்றித் துடைத்துத் திரும்பவும் அணிந்தான்.

"என்னோடதும்...!"

அந்த நிமிடத்திய அதிர்ச்சியைப் பற்றியும் நெருப்பையும் நீரையும் தனக்கு முன்னால் வைத்து 'விருப்பமானதை எடுத்துக்கொள்' என்று கட்டளையிட்ட வாழ்க்கையைப் பற்றியும் பின்னாளில் சிந்தித்தபோதெல்லாம் ஜெஸபெல் பயந்து நடுங்கினாள். அவள் நீரென்று நினைத்து நெருப்பை எடுத்தாள். அப்படித்தான் சந்தீப்பின் வாழ்க்கைக்குள் இழுத்துவிடப்பட்டாள்.

அப்படிப்பட்ட ஒரு கதையை அவள் அன்றுவரை கேட்டிருக்கவில்லை. சந்தீப் மோகன் என்ற பத்தாம் வகுப்பு மாணவன் அனிதா என்ற திருமணமான முப்பது வயதுடையவளின் காதலன் ஆன கதை. வருடக்கணக்காய் நீண்ட உறவில் அவனுக்கு அவரிடத்தில் ஒரு பெண்குழந்தை பிறந்த கதை. பயந்து தப்பியோடிய சந்தீப் பின்னர் குற்ற உணர்வைத் தாங்க முடியாமல் அவரைத் தேடித் திரும்பவும் போன கதை. ஜெஸபெல் அதிர்ந்துபோயிருந்தாள். சந்தீப்பின் நேர்மை அவளைத் தகர்த்தது. அவன் அவளிடத்தில் ஒப்புதல் வாக்குமூலம் அளித்தான். 'என்னோட தப்பு என்னோட தப்பு என்னோட பெரிய தப்பு' என்று உடைந்து அழுதான். ஜெஸபெல் உதவியற்றவளானாள். ஒருவனின் ரகசியத்தை ஏற்றுக்கொண்டதன் மூலம் வாழ்க்கை முழுவதும் அந்த உறவின் சிலுவையில் அறையப்பட்டவளானாள். அடுத்தநாளே அனிதாவைப் பார்ப்பதாக அவள் அவனுக்கு வாக்குறுதி கொடுத்தாள்.

விடைபெற்றுக்கொண்டு வெளியே வந்தபோது ஜெஸபெல்லின் கண்கள் அந்தச் சுவரோவியத்தில் சிக்கிக்கொண்டது.

"இது அனிதா வரஞ்சதுதானே?" அவள் கேட்டாள்.

சந்தீப்பின் முகம் சிவந்தது.

"சும்மா அல்ல, ஜெஸபெல் ஒரு புத்திசாலின்னு தோழிமாருங்க சொல்றது..."

"அறிவால ஒரு பிரயோஜனமும் இல்லை. புத்தியுள்ள மனிதரெல்லாம் வெற்றி காண்பதில்லைன்னு ஒரு பாட்டு கேட்டதில்லையா? வெற்றின்னு சொன்னா ஜெயிக்கறது... ஜெயிக்கறவங்க எல்லாரும் புத்திசாலிங்களும் இல்லை. புத்திசாலிங்க எல்லாரும் ஜெயிக்கறதும் இல்லை..."

"வெற்றிங்கறது ஒரு மனநிலை... ரொம்ப காலம் உயிர்வாழ்ந்தா பழைய வெற்றியெல்லாம் தோல்விகளாவும் பழைய தோல்விகளெல்லாம் வெற்றிகளாவும் ஆகிப்போறதப் பார்க்கலாம்னு ஒரு ஃபெமினிஸ்ட் சொல்லியிருங்காங்க இல்லையா?"

அவன் அவளுடைய கையைப் பிடித்தான். ஜெஸபெல்லுக்கு வெட்கம் வந்து அவளுடைய உடல் சிலிர்த்தது.

"ஜெஸபெல்ல முதன் முதலா பார்த்தப்ப எனக்கு ஞாபகம் வந்தது என்னோட ஆன்மேரியத்தான்."

ஜெஸபெல்லின் உடல் வாடியது. அவளுக்குச் சிரிப்பும் அழுகையும் வந்தது.

"நீங்கள் டாக்டர் சந்தீப் மோகனின் வீட்டிற்குப் போனதைக் கையும் களவுமாகப் பிடித்த உங்களுடைய கணவர் அதை மீண்டும் செய்யவேண்டாம் என்று உங்களுக்குப் புத்திமதி சொன்னாரில்லையா?" நீதிமன்றத்தில் வக்கீல் கேட்டார்.

"கையும் களவுமாகப் பிடிக்கவில்லை. டாக்டர் சந்தீப்பின் வீட்டிற்குப் போனேன் என்று நான்தான் அவரிடம் சொன்னேன். அதைக் கேட்டபோது ஜெரோம்..."

"நிறுத்து நிறுத்து நிறுத்து... கேட்பதற்குப் பதில் சொன்னால் போதும்... நீங்கள் உங்களுடைய காரை எடுத்துக்கொண்டு

டாக்டர் சந்தீப்புடன் ஐம்பது கிலோமீட்டர் தூரத்தில் இருக்கும் அனிதாவின் வீட்டிற்குப் போனது தெரிந்த ஜெரோம் சண்டை போட்டிருக்கிறார்."

"நான் தனியாத்தான் போனேன்..."

"நீங்கள் எதற்காகப் போனீர்கள்? அங்கே இருக்கும் பீச்சில் காற்று வாங்கப் போனீங்களா?"

"ஆன்மேரியைக் கூட்டிவருவதற்காக."

"டாக்டர் ஜெரோமின் வண்டியில் பிரேக்குகள் சேதமடைந்திருந்தன. அந்த வண்டி புதியது. அதனுடைய பிரேக் பிடிக்காமல் போவதற்கு ஒரு சாத்தியமும் இல்லை..."

ஜெஸபெல் உமிழ்நீரை இறக்கினாள்.

"யாரோ வேண்டுமென்றே பிரேக்கை லூசாக்கி வைத்திருக்கிறார்கள் என்று ஜார்ஜ் ஜெரோம் மரக்காரன் சந்தேகத்தைக் கிளப்பியிருந்தார். ஆனால், அப்படி எந்தவிதச் சந்தேகமும் இல்லை என்று நீங்கள் முந்திக்கொண்டு வந்து போலீசிடம் சொன்னீர்கள்."

"ஜெரோம் டிரைவிங் கத்துக்கொண்டுதான் இருந்தார்."

"ஜெரோம் ஓட்டிய காரை அதற்கு முந்தைய நாட்களில் ஓட்டியது யார்?"

"நான்தான்..."

"நீங்கள் எப்போது டிரைவிங் கத்துக்கிட்டீங்க?"

"கார் வாங்கியபிறகு நாங்கள் ஒன்றாகத்தான் கத்துக்கிட்டோம்..."

"பார்த்தீங்களா? டாக்டர் ஜெரோம் எவ்வளவு லிபரலா இருந்திருக்கார்!"

வக்கீலின் குரலில் போற்றுதல் கலந்திருந்தது. ஜெஸபெல்லுக்குப் பரிகாசம் தோன்றியது.

அவள் சண்டையிட்டுக்கொண்டு போன அன்றுதான் ஜார்ஜ் ஜெரோம் மரக்காரன் மகனைக் கூப்பிட்டு கார் வாங்க உத்தரவிட்டான். ஜெஸபெல்லின் ஸ்கூட்டர் பயணத்தை முடிவுக்குக் கொண்டுவருவதற்கான தந்திரமாக இருந்தது

அது. சந்தீப்பின் வீட்டிலிருந்து திரும்பி வந்த அவளுடைய காயங்களையும் சிராய்ப்புகளையும் பார்த்து ஜெரோம் கவலையடைந்ததுபோன்று நடித்தான். அவளிடம் மன்னிப்புக் கேட்டான். ‘பொட்ட நாய்களுக்கு இருக்கற ஒரே வழி மன்னிப்புக் கொடுக்கறதுதான்’ என்று அவள் புகைந்தாள். ஜெரோம் அவளுடைய காலைப் பிடித்தான். பிறகு கடைசித் துருப்பாக ‘கார் வாங்கறதுக்கு டாடி அனுமதி கொடுத்துட்டாரு’ என்று சொன்னான். ‘டாடி அனுமதிக்காம இந்த வீட்ல அரிசியாவது வாங்கறதுண்டா’ என்று ஜெஸபெல் முகத்தைத் தூக்கிவைத்தாள். ‘டாடி சொன்னபடி கேட்டதால நல்லதே வந்திருக்குது’ என்று ஜெரோம் வாதிட்டான். கார் வாங்குவதற்கு வங்கிக் கடன் தேவைப்படுகிறது என்று அவன் தெரிவித்தான். ஜெஸபெல் மேலும் கோபித்தாள். அவளுடைய உதவித்தொகை அவனுடைய சம்பளத்தில் பாதிதான் இருந்தது. அப்படியென்றால் எனக்கும் டிரைவிங் கற்றுக்கொள்ள வேண்டும் என்று அவள் பிடிவாதம் பிடித்தாள். அவன் மனதே இல்லாமல் சம்மதித்தான். சொன்னவுடனேயே அவள் ஓட்டுநர் பயிற்சிப் பள்ளிக்கு அழைத்து அடுத்தநாள் காலையிலேயே வகுப்புக்கு ஏற்பாடு செய்தாள். புதியதாக எதையாவது படிப்பதன் உற்சாகம் அவளை அதீத மகிழ்ச்சியடைய வைத்தது. காலை நேர ஓட்டுநர் பயிற்சி வகுப்பு இருவருக்கும் ஒன்றாகவே இருந்தது. ஆனால், ஒரு வாரத்துக்குள் ஜெஸபெல் *H* பயிற்சி*யை முடித்துவிட்டாள். இவ்வளவு சீக்கிரத்திலா என்று ஓட்டுநர் பயிற்சியாளர் விழிபிதுங்கினார். அவளுக்கு ஓட்டுநர் உரிமம் கிடைத்து இரண்டு மாதம் ஆகியும்கூட ஜெரோம் கற்றுக்கொண்டுதான் இருந்தான். இறுதியில் ஆர்.டி.ஓ. அலுவலருக்கு லஞ்சம் கொடுத்து பயிற்சியாளர் அவனுக்கு ஒரு உரிமத்தைப் பெற்றுக் கொடுத்தார்.

“ஒன்றாகவே டிரைவிங் கத்துக்கிட்டபோதும் நீங்கள் தனியாக லாங் டிஸ்டன்ஸ் போயிருக்கீங்க. ஜெரோம் கத்துக்கிட்டுத்தான் இருந்தார்...!”

“ஜெரோம் புதிய விசயங்களைப் படிப்பதில் கொஞ்சம் ஸ்லோவா இருந்தார்.”

★ H பயிற்சி என்பது கேரளாவில் கார் ஓட்டக் கற்றுக் கொள்பவர்கள் ஓட்டுநர் உரிமம் பெறுவதற்கு H வடிவில் அமைக்கப்பட்ட பாதையில் வெளியே செல்லாமல் ஓட்டிக்காட்ட வேண்டும்

“அதோட அர்த்தம் நீங்கள் ஃபாஸ்ட்டா இருக்கீங்கன்னுதானே… அப்படியானால் காருடைய பிரேக் லூஸ் பண்ணி வைத்தது நீங்கள்தான் என்று நான் சொன்னால்?”

“நான் டிரைவிங்தான் படிச்சிருக்கேன். பிரேக் லூசாக்கறதுக்குப் படிக்கவில்லை.”

“சரி, நீங்கள் அதைச் செய்யல. அதற்கு அர்த்தம் அதை வேறு யாரோ லூசாக்கியிருக்கிறார்கள் என்பதா? நீதிமன்றத்துக்கு முன்னால் பொய் சொல்லாதீங்க… யார் அது?”

ஜெஸபெல் கனத்த இதயத்துடன் நின்றாள். ஜெரோமின் நுகத்தை உடைத்து எறிந்தும்கூட அவளது தோளில் வேறொரு நுகம் எஞ்சியிருந்தது. அதன் கட்டுக்களை அறுத்தெறிவதற்கு அவள் விரும்பவில்லை. ஏனென்றால், அது முடியக்கூடியதாக இருக்கவில்லை. ஏனென்றால், அது காருண்யத்தின் நுகமாக இருந்தது.

அவளுடைய நீதிமன்றத்தில் பிலாத்து†வான ஜெஸபெல், தீர்க்கதரிசினியான ஜெஸபெல்லை இவ்வாறு கேள்வி கேட்டிருந்தாள்: அவனுக்கு வந்துசேர்ந்த துர்விதியைத் தவிர்ப்பதற்கு ‘உனது உடலைப் பார்க்கவே எனக்கு வெறுப்பாக இருக்கிறது’ என்று அழுத அந்தப் பாவப்பட்டவனை எதனால் அன்றைக்கே நீ விடுவிக்கவில்லை? உடன் படுத்துத்தான் ஆண் என்று நிரூபிக்க வேண்டுமென்பதில்லை. அது, பெண்ணை மதித்தும் நேசிக்கச்செய்தும்தான் என்பதை ஏன் அவனுக்குச் சொல்லிக்கொடுக்கவில்லை?

தீர்க்கதரிசினியான ஜெஸபெல் இவ்வாறு பதில் சொன்னாள்: எனது உடலைப்பற்றித் தாழ்வுமனப்பான்மை கொள்வதற்கு நான் கற்பிக்கப்பட்டிருந்தேனல்லவா. சேர்ந்து படுக்கும்போது தன்னைச் சமர்ப்பிக்கவேண்டும் என்று அவனுக்கும் நீங்கள் கற்பித்திருப்பீர்கள் என்று நான் தவறாகப் புரிந்துகொண்டிருந்தேனே.

---

† பொந்தியு பிலாத்து என்பவர் பொ.ஆ.பி. 26–36 வரை உரோமப் பேரரசின் கட்டுப்பாட்டுக்குள் இருந்த யூதேயா பிரதேசத்தின் ஐந்தாம் ஆளுநராக இருந்தவர். இவர் திபேரியுஸ் அரசரின் ஆட்சிக்காலத்தில் இயேசு கிறித்துவின் வழக்கை விசாரித்து அவரைச் சிலுவையில் அறைந்து கொல்லத் தீர்ப்பளித்தார்.

7

துயரத்தின் மகளான அனிதா ஸக்கரியாவின் நற்செய்தியின் ஆரம்பம்: இதோ உமக்கு முன்பாக நான் என்னுடைய தூதுவியை அனுப்பியிருக்கிறேன். அவள் உனது வழியை ஆயத்தம் பண்ணுவாள். பாலைவனத்தில் பிரகடனம் செய்பவளின் குரல்: அவளுக்கு வழியை ஆயத்தப்படுத்துங்கள்!

அவள் அனிதா, ஒன்பதாம் வயதில் சொத்துத் தகராறில் தந்தையிடம் சண்டைக்குப் போன மாமாவைக் குத்திய வழக்கில் சிறார் இல்லத்திற்குச் சென்ற ஜார்ஜ் ஸக்கரியாவின் மனைவி. ஜார்ஜ் ஸக்கரியா பதினேழாம் வயதில் ஊரைவிட்டுப் போய்விட்டான். ஒர்க்ஷாப் மெக்கானிக்காகத் திரும்பி வந்தான். அவ்வப்போது அடிதடி வழக்கில் சிறைப்பட்டான். பின்னர் ஊரில் ஒர்க்ஷாப் வைத்தான். வரதட்சணை கொடுப்பதற்கு இயலாத பொருத்தமான ஒரு பெண்ணைத் தேடினான். அனிதாவைக் கட்டினான். ரோஸ் மேரியையும் ரூபினையும் பெற்றெடுக்கவைத்தான். கள் குடிக்கவும் பெண் பிடிக்கவும் செய்தான். ரூபினைக் கருவில் தாங்கியிருக்கும்போது, ஒரு வாரத்துக்கு வீட்டுக்குச் சென்ற அனிதா இரண்டு நாட்களுக்குள் திரும்பிச் சென்றபோது வீட்டுக்குள் கும்மாளமிடுவதைக் கண்டு அதிர்ந்துபோனாள். அங்கே பெரிய குடி ஆட்டமாக இருந்தது. கூட்டி வந்த பெண்கள் இருந்தனர். அனிதா கோபித்துக்கொண்டு போய்விட்டாள். ஜார்ஜ் ஸக்கரியா சென்று அழைத்தான். வீட்டில் உள்ளவர்கள் திட்டி அனுப்பிவைத்தனர். திரும்பவும் சண்டை வந்துவிட்டது. திரும்பவும் கோபித்துக்கொண்டு போனாள். அவ்வாறு இருக்கையில், பக்கத்து வீட்டுக்கு ஒரு பத்தாம் வகுப்புப் பையன் வந்தான். அவனுடைய பெயர் சந்தீப் மோகன் என்பதாகும்.

வயதையும் நிலையையும் மறந்து முப்பதாம் வயதில் ஒரு சிறுவனைக் காதலிக்கவும் அவனுடைய குழந்தையைப் பெற்றெடுக்கவும் செய்த பெண் எப்படி இருப்பார் என்ற ஆர்வத்தோடுதான் ஜெஸபெல் குழந்தைகள்

மருத்துவமனையிலிருந்து புற்றுநோய் வார்டுக்குச் சென்றாள். வார்டின் வடகோடியில் பச்சை விரிப்பு விரித்த இரும்புக் கட்டிலில் அவர் சுருண்டு கிடந்தார். கருத்துப்போன உடலில் தளர்ந்து தொங்கிக்கொண்டிருக்கும் பொருத்தமில்லாத நைட்டி உடுத்த ஐம்பது வயதுக்காரி. முடி கொட்டிக் கிட்டத்தட்ட மொட்டையாகிப்போன தலை. ஜெஸபெல் அருகில் சென்றபோது அவர் எழுந்திருத்தார். ஜெஸபெல் தன்னை அறிமுகப்படுத்திக்கொண்டாள். சந்தீப் சொன்னதைக் கேட்டுத்தான் வந்தேன் என்று சொன்னாள். சந்தீப்பின் பெயரைக் கேட்டதும் அவருடைய தளர்ந்து தொங்கிய கண்கள் வாடிய இலைகளில் மழைத்துளிகள் பட்டதுபோன்று துடித்துச் சிலிர்த்தன. அவை சட்டென்று தளிர்த்துப் பூ விட்டன. மரணத்தின் சாம்பல் வண்ண நிழல் வீசத்தொடங்கிய ஒட்டிய கன்னங்களில் வெட்கம் படர்ந்தது. ஜெஸபெல் அவருடைய கேஸ் சீட்டைப் பரிசோதித்தாள். 'CA Brest Stage-4' என்பதை அறிந்து நடுக்கமுற்றாள். அன்று, ஜெஸபெல் அனிதாவிடமிருந்து கண்ணீரில் ஞானஸ்நானம் பெற்றாள். ஆகாயம் பிளப்பதையும் ஆத்மா புறாவின் உருவத்தில் தன்மேல் இறங்குவதையும் அவள் அறிந்தாள்.

வெளியே வெயில் பூமிக்கு ரேடியேஷன் சிகிச்சை அளித்துக் கொண்டிருந்தது. தொண்டு நிறுவனத்தின் இலவச உணவுக்கு வரிசை நீண்டுகொண்டிருந்தது. சந்தீப் கொடுத்த பணத்தை ஜெஸபெல் அனிதாவுக்குக் கைமாற்றினாள். ஏதாவது தேவை இருந்தால் சொல்லவேண்டும் என்று சந்தீப் சொன்னதாகத் தெரிவித்தாள். 'என்னப் பத்தி நினைச்சு வருத்தப்படவேண்டாம்னு சொன்னால் போதும்' என்று அவர் சொன்னார். அவர் தனியாக இருக்கிறாரோ என்று ஜெஸபெல் சந்தேகப்பட்டாள். அப்போது இலவச உணவு நிறைத்த சோற்றுப் பாத்திரத்துடன் அவள் ஓடிவந்தாள். ஜெஸபெல் கண்கள் விரியப் பார்த்தாள். ஊனமற்றதும் சிவந்ததுமான குட்டி ஆடு போல ஒருத்தி. அவளுடைய முகத்தில் இருந்து சந்தீப்பின் விரிந்த கண்கள் ஜெஸபெல்லைப் பார்த்தன. ஜெஸபெல் அன்போடு புன்னகைத்துக்கொண்டு 'ஆன்மேரிதானே' என்று கேட்டாள். ஆமாம் என்று கரகரப்பான குரலில் அவள் சம்மதித்தாள். ஜெஸபெல் பிரியத்தோடு அவளுடைய கையைப் பிடித்தாள். அவளுடைய உள்ளங்கை ஆச்சரியப்படத்தக்க வகையில்

கரடுமுரடாக இருந்தது. காப்புக்காய்த்துப் பலமுள்ளதாகவும் இருந்தது.

பள்ளிக்கூடம் இல்லையா என்று கேட்டபோது அவளுடைய பெரிய கண்களில் விரக்தி நிறைந்தது. படிப்பை நிறுத்தி இரண்டு வருடம் ஆகிறது. அது ஏன் என்று ஜெஸபெல் நெற்றியைச் சுருக்கியபோது, 'மம்மிக்கு உடம்புக்கு முடியலை இல்லையா' என்று அவள் பாவமாகச் சொன்னாள். அனிதாவுக்கு முடியாமல் போக ஆரம்பித்தபிறகு ஆன்மேரி பள்ளிக்கூடம் போவதில்லை. மம்மிக்கு மருத்துவமனையில் கூட இருப்பதற்கு அவள்மட்டும்தான் இருந்தாள். கேன்சர் செண்டரும் மருத்துவக் கல்லூரிகளும் அவளுக்கு ஒன்றுபோலவே தெரிந்தன. கீமோ தெரப்பி முடியும்போது மம்மிக்குப் பழச்சாறு ஊற்றிக் கொடுத்துக்கொண்டிருந்தது அவள்தான். மிக்ஸியில் போட்டு அரைத்தோ கையால் கரைத்தோ மம்மிக்குக் கஞ்சி ஊற்றிக் கொடுப்பதும் மம்மி அடம் பிடித்தால் திட்டுவதும் அவள்தான். மம்மி மருத்துவமனையிலிருந்து வீட்டுக்கு வந்துவிட்டால் பிறகு அவளுக்கு ஓய்வெடுக்க நேரம் கிடைக்கவில்லை. வீட்டு வேலைகளை ஒருத்தியாகச் செய்யவேண்டியிருந்தது. அப்பாவுக்கு ஒர்க்ஷாப்பில் உதவி செய்யவேண்டியிருந்தது. வீட்டு வாசலிலேயே இருந்தது அப்பாவின் ஒர்க்ஷாப். வண்டி வேலையெல்லாம் அவள் கற்றுவைத்திருந்தாள். இருந்தாலும், டாக்டர் ஆவதுதான் அவளுடைய கனவு. அதென்ன அப்படி என்று ஜெஸபெல் கேட்டபோது 'அது அப்படித்தான்' என்று முணுமுணுத்து அவள் வெட்கப்பட்டாள்.

தனது வாழ்க்கையில் அன்றும் ஒரு அடையாளக்குறி காட்சிப்பட்டதென்று பிற்காலத்தில் ஜெஸபெல் உணர்ந்தாள். தற்கொலைக்கு முயன்ற குடும்பத்தில் இருந்து எட்டு வயதும் நான்கு வயதும் உள்ள இரண்டு பெண் குழந்தைகள் ஆபத்தான நிலையில் குழந்தைகள் மருத்துவமனைக்கு வந்த நாளாக இருந்தது அது. அவர்களின் கதையை எல்லோரும் ஒருவருக்கொருவர் சொல்லிக்கொண்டிருந்தார்கள். செவிலியான மனைவிக்கு வெளிநாடு போவதற்கு வீடு அடமானம் வைத்துத் தனியார் நிதிநிறுவனத்திடமிருந்து கடன் வாங்கினார். வேலை கிடைக்காமல் இருக்கவும் வட்டி பெருகவும் தனியார் நிதிநிறுவனத்தின் அடியாட்கள் வீடேறி வந்து தாக்கி மனைவியைப் பலாத்காரம் செய்தனர்.

அதனால் மனைவியும் கணவனும் தற்கொலை செய்துகொள்ள முடிவுசெய்தனர். குழந்தைகள் சில நாட்களுக்கு முன்பு ஃபிரைடு ரைஸ்க்கு ஆசைப்பட்டிருந்தனர். கணவன் அவருடைய சகோதரனின் விட்டுக்குச் சென்று ஆயிரம் ரூபாய் கடன் வாங்கினார். மனைவியையும் குழந்தைகளையும் கூட்டிக்கொண்டு தேவாலயத்துக்குச் சென்று பிரார்த்தனை செய்தார். ஃபிரைடு ரைஸும் கோழிக்கறியும் வாங்கினார். வீட்டுக்கு வந்து விஷக்காய் சேர்த்து அரைத்த சட்டினி வைத்து ஃபிரைடு ரைஸும் கோழிக்கறியும் சாப்பிட்டனர். அடுத்தநாள் காலையில் எட்டுமணி ஆகியும் வீடு திறக்காததால் பக்கத்துவீட்டுக்காரி ஊர்க்காரர்களைக் கூப்பிட்டுக் கூட்டினாள். ஒன்பது மணிக்கு நான்கு உடல்கள் மருத்துவக் கல்லூரி மருத்துவமனைக்கு வந்துசேர்ந்தன. பெண் இறந்திருந்தார். ஆண் செத்துக்கொண்டிருந்தார்.

அலெக்ஸான்டர் சாருடைய வகுப்புக்குப் பிறகு, ஜெஸபெல் கருத்த நூலாம்படைகள் தொங்கிக்கொண்டிருக்கின்ற தாழ்வாரம் வழியாக வார்டுக்குத் திரும்பும்போதுதான் அந்தக் குழந்தைகளின் உடல்களை வாரிப்போட்ட ஸ்ட்ரெச்சர்கள் எதிரில் வந்தன. அவள் அவர்களுக்குப் பின்னால் சென்றாள். எட்டு வயதுடைய குழந்தையின் பெயர் மிஷேல். ஒரு பொம்மைக் குழந்தையைப் போன்று சிவந்த முகமுள்ள நான்கு வயதுடையவளுடைய பெயர் ஏஞ்சல். ஏஞ்சல் பாதித் தூக்கத்தில் அம்மாவை அழைத்துக்கொண்டிருந்தாள். அம்மாவைத் தேடி உயர்கின்ற அவளுடைய வெளுத்த விரல்களில் ஜெஸபெல் தன்னுடைய விரல்களைக் கோர்த்தாள். ஏஞ்சல் அவளைக் கெட்டியாகப் பிடித்துக்கொண்டாள். அமைதியுற்று உறக்கத்திற்குத் திரும்பினாள். குழந்தை உள்ளங்கையின் கதகதப்பில் லயித்துப்போன ஜெஸபெல் வருத்தத்தோடு நின்றாள். அவளுக்கு இதயம் சுரந்தது. அவள் சொந்தக் குழந்தைகளைக் கற்பனை செய்தாள். அவர்களைப் பிரசவிப்பதையும் நெஞ்சோடு சேர்ப்பதையும் கற்பனை செய்தாள். ஆனால், ஜெரோம் மூலமாக அவர்களைக் கருத்தரிக்க வேண்டும் என்று நினைத்தபோது வயிற்றில் கொள்ளிக்கட்டையின் குத்துப்பட்டாள். அவளுடைய வயிறு எரிந்தது. வாயில் கசப்பு நிறைந்தது. ஏஞ்சலின் பிடியை விடுவித்துக்கொண்டு மற்ற நோயாளிகளைப் பார்த்துவிட்டுத் திரும்பி வருவதற்குள் மிஷேலின் மரணம் சம்பவித்திருந்தது. அவர்களுடைய தந்தையும் இறந்திருந்தார். ஏஞ்சல் மட்டும்

ஆழ்ந்த உறக்கத்தில் ஆழ்ந்து கிடந்தாள். புற்றுநோய் வார்டுக்குப் புறப்படுவதற்கு முன்பு, ஜெஸபெல் ஏஞ்சலை மறுபடியும் பரிசோதித்துவிட்டு அவளுடைய முடியைக் கோதிவிட்டாள்.

அன்றைய நாளைக் குறித்தான ஜெஸபெல்லின் நினைவில் இருந்து தீவிரச் சிகிச்சைப் பிரிவின் முன்புறம் நின்ற ஆம்புலன்ஸ் ஒருபோதும் மறைந்துபோகவில்லை. அனிதாவைப் பார்த்துவிட்டுத் திரும்பி வருவதற்குள்ளாகவே தீவிரச்சிகிச்சைப் பிரிவிற்கு முன்னால் ஆம்புலன்ஸ் தயாராக நின்றது. அதன் கதவுகள் மரணத்தின் வாய்போன்று திறப்பதும் இரண்டு ஆண்கள் சேர்ந்து அதற்குள் ஒரு உடலை ஏற்றுவதையும் இன்னும் இரண்டு உடல்கள் கதவருகில் காத்துக் கிடப்பதையும் அவள் நேற்றைக்குப் போன்று நினைத்தாள். கூடி நின்றவர்களில் ஒரு ஆணின் தோளில் ஏஞ்சலின் பிஞ்சு உடல் தொங்கிக்கிடந்தது. அப்போதும் அவளுடைய பிஞ்சு மணிக்கட்டில் டிரிப் போடுவதற்காக இடப்பட்ட கானுலா இருந்தது. குழந்தையை வைத்திருந்தவர் உள்ளே ஏறி அலட்சியமாக இருக்கையின்மேல் போட்டபோது ஜெஸபெல்லின் நெஞ்சு துடித்தது.

சில மாதங்களுக்குப் பிறகு ஜெஸபெல் அவளைத் திரும்பவும் பார்த்தாள். அதற்குள்ளாக தெய்வ கோபாக்கினையின் ஏழு கலசங்கள் ஜெஸபெல்லின்மேல் ஊற்றப்பட்டிருந்தன. காலமறிந்து கடலில் பயணம் செய்யப் புறப்படுபவன், அவன் இருக்கும் கப்பலைவிட மிகவும் பலவீனமான மரத்துண்டிடம் பிரார்த்திப்பது போன்று, ஜெஸபெல் தப்பிக்கும் வழிகளைத் தேடிக்கொண்டிருந்தாள். இவ்வாறாக, காவல் நிலையத்தில் ஆன்மேரியுடன் வக்கீலுக்காகக் காத்துக்கொண்டிருக்கும்போது, ஜெஸபெல்லின் முன்பாக காற்றில் அலைந்த செம்பட்டை முடியும் கருத்துக் கருவளித்த உடலுமாக இரண்டு பெண் காவலர்களுடன் சிரத்தையின்றி அவள் நடந்து வந்தாள். விஷம் குடித்துத் தந்தையும் தாயும் அக்காவும் இறந்துபோனதால் பெரியப்பாவின் பாதுகாப்பில் இருக்கும்போது பக்கத்து வீட்டு அறுபது வயதுக்காரன் மிட்டாய் வாங்கிக் கொடுத்து மாதக்கணக்கில் துன்புறுத்தியிருக்கிறான் என்று காவலர்கள் மூலமாக அறிந்தாள். பெயர் ஏஞ்சல். ஆலிவின் இளம் கிளைபோன்று, மூழ்கிப்போகாமல் இருப்பதற்காகக் கைநீட்டிப் பிடிக்கத்தக்க ஒரு பிஞ்சு மரத்துண்டு.

அந்த நாளைப்பற்றி வக்கீல் நீதிமன்றத்தில் வைத்துக் கேள்வி கேட்டபோது ஜெஸபெல்லுக்கு ஏஞ்சலின் பிஞ்சு முகம் நினைவுக்கு வந்தது. அவளுக்கு அன்றைக்குப் போலவே மீண்டும் நெஞ்சு வலித்தது.

"ஜெரோம் ஜார்ஜ் மரக்காரனின் விபத்துச் செய்தி தெரிந்து அவருடைய பெற்றோர் ஊருக்கு வரும்போது நீங்கள் அங்கே இல்லை... அவ்வளவு அர்ஜெண்ட்டா எங்கே போயிருந்தீங்க?"

நீதிமன்றத்தில் ஜெஸபெல்லிடம் வக்கீல் கேட்டார்.

"நீதிமன்றத்துக்கு..."

"என்ன கேஸ்?"

"ஆன்மேரியைக் கடத்திக்கொண்டு போய்விட்டதாக ஜார்ஜ் ஸக்கரியா போலீஸில் புகார் கொடுத்திருந்தார்."

"இரவு தாமதமாகத்தான் நீங்கள் திரும்பி வந்திருக்கிறீர்கள். இவ்வளவு நேரமாக எங்கே போயிருந்தாய் என்று கேட்ட ஜார்ஜ் ஜெரோம் மரக்காரனுக்கு நேராக நீங்கள் மருத்துவமனையில் வைத்துக் கை ஓங்கவும் சட்டைக் காலரைப் பிடிக்கவும் செய்ததாக புகாரில் சொல்லியிருக்கிறார். சரிதானா?"

"ஜெரோம் டாடி என்னை அடித்தார்..."

"நீங்கள் அப்படி என்ன செய்தீர்கள் என்று நான் கேட்கிறேன்..."

"நான் ஒன்றும் செய்யவில்லை..."

"இல்லை, டாக்டரே, நான் தெரியாமல்தான் கேட்கிறேன்... சொந்தக் கணவன் விபத்தில் சிக்கி ஆபத்தான நிலையில் கிடக்கும்போது உங்களால் எப்படி எவனோ ஒருத்தனுடைய பிள்ளையின் கேஸ் குறித்து விசாரிப்பதற்குப் பத்தைம்பது கிலோமீட்டர் தூரம் காரும் பிடித்துக்கொண்டு போகத் தோன்றியது?"

ஜெஸபெல் அமைதியானாள். அந்தக் கேள்விக்கான பதிலை எப்படி ஒற்றை வார்த்தையில் சொல்ல முடியும் என்று அவள் தடுமாறினாள். ஆபிரஹாம் சம்மநாட்டுக்கு ஆஞ்ஜியோபிளாஸ்டி செய்த அன்றுதான் சந்தீப்பைத் திரும்பவும் பார்த்தாள். கார்டியாலஜி வார்டில் இருந்தார் ஆபிரஹாம் சம்மநாட்டு.

அவருடைய மனைவி கிரேஸி அத்தையும் இறந்துவிட்ட சகோதரனின் மனைவி மேரி அத்தையும் அறையில் இருந்தார்கள். ஆபிரஹாம் சம்மநாட்டைப் பரிசோதித்துவிட்டு சந்தீப் வெளியே வந்தபோது ஜெஸபெல் அவனைப் பின்தொடர்ந்தாள். அனிதாவைப் பற்றி சந்தீப் கேட்டான். அவளுக்கு உதவி செய்வதற்குப் பிள்ளைகள் வந்துவிட்டார்களா என்று விசாரித்தான். ஆன்மேரி மட்டும்தான் இருக்கிறாள் என்று ஜெஸபெல் தெரிவித்தாள்.

“அவளுக்கு உங்களோட அதே சாயல்!”

ஜெஸபெல் சொன்னாள்.

“எனக்கு அவளைப் பார்க்கும்போது வெட்கம் வரும்...”

சந்தீப்பின் முகத்தில் செந்நிறம் படர்ந்தது.

“அவ்வளவு பெரிய புள்ளையோட அப்பாவாக்கும் நான்...! பெரியவளாகும்போது அவள் என்னை வெறுப்பாளா நேசிப்பாளா? என்னைப் பத்தி அவளுக்கு மதிப்புத் தோணுமா, அவமானம் தோணுமா?”

“அவளோட படிப்ப நிறுத்தினதுதான் எனக்கு வருத்தம்...”

ஜெஸபெல் சொன்னாள். சந்தீப்பின் முகம் வாடியது. கண்களில் வேதனை நிழலாடியது.

“அம்மாவோட கள்ளக்காதலனுக்கு அப்பாவுடைய உரிமை இல்லையில்லையா, ஜெஸபெல்...!”

அவனுடைய குரல் இடறியது. அழுதுவிடுவோம் என்று பயந்ததால் இருக்கலாம் அவன் உடனே டியூட்டி அறைக்குப் போனான். அவனைப் பார்த்துக்கொண்டிருக்கையில், ஜெஸபெல்லின் நெஞ்சில் முட்கள் தைத்தன. வாழ்க்கையைக் குறித்தும் அதன் அனுபவங்களுக்கான காரணங்களைக் குறித்தும் ஞானம் பெற்றவர்கள் யார் என்று அவள் தனக்குத்தானே கேட்டுக்கொண்டாள். மொழிகளின் உட்பொருளையும் விடுகதைகளின் பொருளையும் யார் அறிவார்?

அவள் அன்று அலைக்கழிக்கும் கனத்த இதயத்தோடு உதவியின்மையின் கடல் நடுவில் அவசரமின்றி நகர்ந்துகொண்டிருந்தாள். வாக்களிக்கப்பட்ட நிலமாகக் கனவு

கண்ட வீடு பாலைவனமாக எஞ்சியிருந்தது. பேரழிவுகளின் அறிகுறிகளும் தீமையின் அதிசயங்களும் அவளை அலைக்கழித்தன. தனிமைப்படலும் அனாதைத்துவமும் அவளை மூச்சுமுட்டவைத்தன. ஜெரோமும் மன உலைவோடுதான் இருக்கிறான் என்று அவள் அறிந்திருந்தாள். தன்னுடைய மனைவி என்று அழைக்கப்படுகின்ற பெண் வேறொருத்தியாக நடந்துகொள்வது அவனைத் தொந்தரவு செய்திருந்தது. ஜெஸபெல் ஆன்மேரியிடம் நெருக்கமானாள். அவளுக்குக் காஃபி ஹவுஸில் இருந்து பிரியாணியும் ஃபிரைடு ரைசும் ஐஸ்கிரீமும் வாங்கிக்கொடுத்தாள். அவர்கள் அரட்டையடித்தார்கள். ஆன்மேரி அவளைச் சிரிக்க வைத்தாள். அவளுடைய மனதில் ஈரம் நிறைத்தாள். தன்னுடைய வலியை மறப்பதற்குக் கற்றுக்கொடுத்தாள்.

'நான் செத்துப்போய்ட்டா நீ டாக்டர் ஆன்ட்டி கூட இருந்துக்கோடீ... வீட்டு வேல செஞ்சு கொடுத்தாலே போதுமே. டாக்டர் ஆன்ட்டி உன்ன நல்லா பார்த்துக்குவாங்க' என்று அனிதா தமாசாகச் சொன்னார். 'உங்க வீட்டுக்காரர் பார்த்துக்கமாட்டாரா' என்று ஜெஸபெல் கேட்டாள். அனிதாவின் கண்கள் நிறைந்தன. ஆன்மேரியின் முகம் மங்கியது. அப்பாவுக்குத் தன்மீது வெறுப்பு என்று அவள் சொன்னாள். அந்த வீட்டில் அவள் வெறுக்கப்பட்டவளாய் இருந்தாள். அனிதாவின் திருமணமான மகள் ரோஸ்மேரிக்கும் பொறியாளனான மகன் ரூபினுக்கும் அவள் கண்ணில் உறுத்தலாக இருந்தாள். அவளுக்கு அனிதா மட்டுமே இருந்தார். அனிதாவுக்கு அவள் மட்டுமே இருந்தாள்.

"நான் செத்துப்போயிட்டா இவள எதாச்சும் அனாத இல்லத்துல சேர்க்கச் சொல்லி எங்களோட ஃபாதர்கிட்ட நான் சொல்லியிருக்கேன்..."

"மத்தவங்களும் ஒத்துக்கவேண்டாமா?"

"அவங்களுக்குத் தொந்தரவு தீர்ந்தாப் போதாதா? அவங்க ஒத்துக்கலைன்னா அவள் ஓடிப்போயிடணும். இல்லாட்டி என்னோட பொட்டிய அடைக்கற வரைக்குந்தான் தாமதிப்பாங்க, இவள அவங்க விஷம் கொடுத்துக் கொன்னுடுவாங்க..."

அனாதை இல்லத்தில் சேர்ப்பதைத் தவிர வேறு வழியில்லை என்று அனிதா வருத்தப்பட்டார். அப்போதுதான் சந்தீப்பால்

அவளுக்கு உதவ முடியும். அவளுக்குப் பொறுப்பேற்க முடியும். சந்து அவளைக் கைவிடமாட்டான். அது அனிதாவுக்கு உறுதியாகத் தெரியும். சந்து நல்லவன் - அனிதா கண்களைத் துடைத்தார். மகன் ஆகின்ற வயதுள்ள பையனை இணையாக ஏற்றுக்கொள்வதற்கு எப்படி அவருக்கு முடிந்தது என்று ஜெஸபெல் வியந்தபோது, சந்துதான் தன்னை ஒரு பெண்ணாக்கினான் என்று அவர் பெருமைப்பட்டார். பெற்றோர் வளைகுடா நாட்டுக்குப் போனபோது மாமாவின் வீட்டில் தங்கியிருந்து படிப்பதற்காக வந்த பையன். அனிதாவுக்கு அவன் முதலில் பக்கத்துவீட்டுப் பையனானான். பின்னர் மகனின் விளையாட்டுத் தோழன். அனிதாவின் தாயார் தளர்ந்து கிடந்தார். அனிதாவுக்கு உறவினர்களைக் காண அனுமதியில்லை. ஜார்ஜ் ஸக்கரியாவுக்குத் தெரியாமல் அனிதாவின் தாயாருக்கு உணவும் மருந்தும் கொண்டுசேர்க்க சந்து தயாரானான். அப்படி சந்து அனிதாவின் நம்பிக்கைக்குரியவன் ஆனான். ஒருசமயம் வீட்டில் அவர் மட்டுமே இருந்த அன்று சந்து வந்தான். அன்று அவர்கள் சேர்ந்தனர்.

“அதெப்படி நடந்துச்சுன்னு நான் நினைக்கறதில்லை டாக்டரே... நாங்க பக்கத்துல பக்கத்துல உட்கார்ந்திருந்தோம். நான் அவன்கிட்ட சங்கடத்தச் சொன்னேன். அவன் என்னைச் சமாதானப்படுத்தினான். ஞாபகம் வாரபோது எல்லாம் முடிஞ்சுது...”

ஜெஸபெல் உமிழ்நீரை இறக்கினாள். அவள் அதை மனக்கண்ணில் காண்பதற்கு முயன்றாள். ஒரு ஆணுக்கும் பெண்ணுக்கும் இடையிலான உறவு. வயதோ மதமோ சாதியோ பதவியோ பிரச்சனையல்லாத உறவு. காமத்தின் நறும்பசையும் காதலின் சந்தனமும் யவ்வனத்தின் லவங்கமும் கொண்டு நறுமணமூட்டப்பட்ட காதலின் அங்கியைப் போர்த்துப் பெண்ணும் ஆணும் கலத்தல். அவர்களுடைய விரல்களையும் உதடுகளையும் குரல்களையும் பார்வைகளையும் தீண்டல்களையும் ஜெஸபெல் மனக்கண்ணில் கண்டாள். அவளுடைய இதயம் இடிந்துபோனது. அவள் தன்னைப் பற்றி நினைத்து விரக்தியுற்றாள், கோபம் கொண்டாள், விசனப்பட்டாள்.

அனிதா ஆன்மேரியைக் கருத்தரித்ததை அறிந்து சந்தீப் பதறிப்போனான். அவன் எம்.பி.பி.எஸ்.க்குப்

படித்துக்கொண்டிருந்தான். அவன் சுயநலமியானான். பயந்தாங்கொள்ளியானான். கர்ப்பத்தைக் கலைத்துவிடவேண்டும் என்று அவன் வற்புறுத்தினான்.

"அதை மட்டும் நான் கேட்கல. எனக்குக் குழந்தைய விடறதுக்கு மனசு வரல..."

இந்த விவரம் கணவனுக்குத் தெரியவில்லையா என்பதை அறிய ஜெஸபெலுக்கு ஆர்வம் மேலிட்டது. அனிதா பெருமூச்சு விட்டார்.

"எனக்கும் சந்துவுக்கும் உள்ள உறவ முதல்ல தெரிஞ்சுக்கிட்டது என்னோட மூத்த மக ரோஸ் மேரிதான். அவளும் நானும் இப்பவும் பேசிக்கறதில்ல. அவ அன்னைக்கே அவங்க அப்பங்கிட்டச் சொல்லிட்டா. அவரு அதுக்கு முன்னாடியே சண்டபோட்டுக்கிட்டு இருப்பாரு. இதுவும் சேர்ந்ததுக்கு அப்புறம் எப்பவும் அடியும் உதையும் வசவுந்தான். மாசமா இருந்தப்ப எனக்கு எங்கிருந்தோ தைரியம் வந்துருச்சு. நான் அவருகிட்டச் சொன்னேன், ஒண்ணா நாம இந்த இடத்துலயே வச்சுப் பிரிஞ்சுடலாம். என்னோட வயித்துல இருக்கறது உங்க குழந்தையல்லன்னு நான் எல்லார்கிட்டையும் ஓடச்சுச் சொல்லுவேன். நாம இதுவரைக்கும் ஒளிச்சு வச்சிருந்த நிறைய விசயங்கள் வெளிய வரும். அப்படி இல்லாட்டி நான் இத உங்க குழந்தையா பெத்து வளர்ப்பேன். இது உங்க குழந்தை அல்லங்கறது நமக்கு மட்டுந்தான் தெரியும்..."

அவருடைய சோர்ந்துகிடந்த முகத்தில் பெரிய கண்கள் விரிந்தன. ஜெஸபெல் உறைந்துபோனாள்.

"வாழ்க்கைல மொதத்தடவையா யாருகிட்டையாவது சத்தம் போட்டுப் பேசினது அதுதான். 'உன்ன நான் கொன்னுபோடுவேண்டீ'ன்னு சொல்லி அந்த ஆளு குதிச்சாரு. நான் சொன்னேன், கொல்லுவீங்கன்னா முழுசா கொன்னுடுங்க. உயிரோட ஒரு துணுக்காச்சும் மிஞ்சி இருந்துச்சுன்னா உங்க மரியாதைய நான் மிதிச்சு அரைச்சுப்புடுவேன்..."

அவர் நிறைந்து வடிந்த கண்களைத் துடைத்துக்கொண்டு புன்னகைத்தார்.

"எனக்கு அதைச் சொல்லறதுக்கு எங்கிருந்து சக்தி கிடைச்சுதுன்னு அப்புறந்தான் யோசிச்சேன். உண்மையாச் சொன்னா டாக்டரே,

யாரும் இல்லைங்கற புரிதல்ல இருந்துதான். கணவனோட அன்பு கிடைக்கல. அன்பக் கொடுத்து ஆசையூட்டினவன் நட்டாத்துல கைவிட்டுட்டான். அப்புறம் யோசிக்கறதுக்கு நம்ம முன்னாடி என்ன இருக்குது?"

அனிதாவின் தந்தை ஓவியராக இருந்தார். அவரும் ஓவியம் வரைபவராக இருந்தார். அப்பாவின் இளைய சகோதரருக்கு போர்ட்ரெய்ட் ஓவியங்கள் வரைகின்ற கடை இருந்தது. சகோதரர்கள் முன்பே விலகி இருந்தமையால், அனிதா சித்தப்பாவின் உதவியை நாடினார். வரைந்து கொடுத்தால் படம் விற்றுக் கொடுப்பதாகச் சித்தப்பா சம்மதித்தார். இருந்த ஒரே வளையலையும் விற்று கேன்வாசும் வண்ணங்களும் வாங்கினார். ஓவியங்களை வரைந்தார். வயிற்றில் குழந்தை வளர்ந்தது. அவர் வரைந்த ஓவியங்கள் மேம்பட்டன.

"சந்து பயந்தாங்கொள்ளியா இருந்தான். என்னோட வீட்டுக்காரன் அதைவிட பயந்தாங்கொள்ளி. சந்துவ நான் வேண்டாம்னு இருந்தேன். ஆனா, ஆன்மேரிக்கு ஆறு வயசா இருந்தப்ப எனக்கு கேன்சர் வந்துருச்சு. கேன்சர் சென்டர்ல வச்சுத்தான் அவனத் திரும்பவும் பார்த்தேன். முதல்ல பார்த்தப்ப அவன் ஓடி ஒளிஞ்சுக்கிட்டான். ஆனா, ரெண்டு நாளு கழிச்சு என்னைத் தேடி வந்தான். அப்ப இருந்து நான் சாகத் தயாராயிட்டேன் டாக்டரே. எனக்கு மனசு நிறஞ்சுபோச்சு. அதுக்கப்புறம் எனக்கு கீமோதெரப்பியோட வலியே தெரியல. இதா, இன்னைக்கி வந்து கூப்பிட்டாலும் நான் சாவுகூட சந்தோசமா கிளம்பிப் போவேன். ஏன்னா, இதுவரைக்கும் நான் சகிச்சுக்கிட்டது அத்தனையும் வெளிய சொல்லறதுக்கில்லாத ஒரு காதலோட பேருலதான்... அதவச்சு, நான் பெத்ததுகளும் கட்டுனவனும் எல்லாரும் என்னை வெறுத்துட்டாங்க. ஆனா, அந்தக் காதல் விலைமதிப்பில்லாத ஒண்ணுமில்ல. நான் சகிச்சுக்கிட்டது சும்மாவுமில்ல. ஏன்னா, நான் நேசிச்சது தகுதியான ஒருத்தனைத்தான். நோய் வந்துங்கூட அழகு போயிங்கூட அவன் என்னை வெறுக்கல. ஏமாத்தல. நான் நேசிச்சதுமாதிரியே அவன் என்னையும் நேசிச்சானில்லையா. நான் செத்தாலும் அவன் செத்தாலும் எங்களோட காதல் மிஞ்சி இருக்குமில்லையா!"

அனிதாவோடு சேர்ந்து ஜெஸபெல்லும் விம்மினாள். அவருடைய சொற்களும் அந்த நினைவுகளும் முடிவற்றதொரு பயணத்தில்

இருப்பது போன்று அவளுடைய ரத்தநாளங்களில் மிளகாய் எரிச்சலைக் கலந்தது. அவருடைய சொற்கள் அவளுடைய காதுகளில் ஒலித்தன. உறக்கம் வராமல் உருண்டு புரண்டு கிடந்து அவரை நினைத்து அவள் அழுதாள். மகிழ்ந்தாள். பொறாமைப்பட்டாள்.

ஆன்மேரி ஆணாகப் பிறக்கவேண்டிய குழந்தையாக இருந்தாள். ஆனால், ஹார்மோன் பிரச்சனையால் உடல் பெண்ணுடையதானது. இருந்தாலும் கருப்பை இல்லை. மார்புகள் வேண்டிய அளவுக்கு வளரவில்லை. அவளுக்கு மாதவிடாய் வருவதில்லை என்பது தெரிந்தபோது சந்தீப் கலங்கிப்போனான்.

“அனிதா இதை எப்படித் தாங்குவாங்க?”

“பிளாஸ்டிக் சர்ஜரி செஞ்சு பிரஸ்ட்ட சரிசெய்யலாம். ஆனா, குழந்தை உண்டாகாது, தெரியுந்தானே?”

“இது தெரிஞ்சா அனிதா இப்பவே செத்துப்போவாங்க...”

“சொல்லவேண்டாம்... சிகிச்சை தொடங்கியாச்சுன்னு மட்டும் சொன்னால் போதும்...”

அவள் சமாதானப்படுத்தினாள். அனிதா அதை அறியாமலேயே செத்துப்போனார். ஜெரோமிற்கு விபத்து நடப்பதற்கு ஆறு மாதங்களுக்கு முன்பு. மாரடைப்பு. கீமோதெரப்பி முடிந்து வாந்தியெடுத்துத் தளர்ந்து கிடக்கும்போது அவருக்கு நெஞ்சு வலித்தது. ஆன்மேரி ஜெஸபெல்லைக் கூப்பிட்டாள். ஜெஸபெல் சந்தீப்பைக் கூப்பிட்டாள். அனிதாவை கார்டியாலஜி தீவிரச் சிகிச்சைப் பிரிவுக்கு மாற்றினார்கள். இரண்டு இரவுகளும் பகல்களும் அனிதாவின் உயிருக்கு சந்தீப் காவலிருந்தான். ஒரு விடியற்காலை நான்கு மணிக்கு அனிதா ரத்த வாந்தியெடுத்தார். சந்தீப் அந்த அடர்த்தியான ரத்தக் கட்டிகளைத் தன்னுடைய உள்ளங்கைகளில் ஏந்திக்கொண்டான். ஒருவர் மரணிக்கும்போது இன்னொருவர் அருகில் இருக்கவேண்டும் என்ற காதலின் உண்மை யதார்த்தமாக்கப்பட்டது. அனிதாவைத் தெய்வம் எடுத்துக்கொண்டது. சந்தீப் பூமியில் விழுந்தான். ஆன்மேரி அனாதையானாள்.

“ஆன்மேரியின் அப்பா ஜார்ஜ் ஸக்கரியா உங்களுக்கு எதிராகக் கொடுத்த கேஸ் குறித்து விவரித்துத் தெளிவுபடுத்த முடியுமா?”

வக்கீல் கேட்டார்.

“குழந்தையைக் கடத்திக்கொண்டு போய்விட்டதாகப் புகார் கொடுத்திருந்தார்...”

“என்றைக்கு நீங்கள் குழந்தையைக் கடத்திக்கொண்டு வருவதற்கான சதித்திட்டத்தைத் தீட்டினீர்கள்?”

“நான் கடத்திக்கொண்டு வரவில்லை. அவள் தனியாகவே வீட்டைவிட்டு வந்துவிட்டாள். அந்த வீட்டில் அவளுக்கு உணவோ உடையோ பாதுகாப்போ இல்லை...”

“சரி... அதற்காக? அவளுக்கு உணவும் உடையும் பாதுகாப்பும் கொடுத்தீங்களா?”

அது ஒரு மோசமான கேள்வியாக இருந்தது. ஆன்மேரிக்கு அவள் உணவும் உடையும் கொடுத்தாள். அன்பைக் கொடுத்தாள். காருண்யத்தைக் கொடுத்தாள். ஆனால் பாதுகாப்பு...?

“நீதிமன்றத்திற்கு சந்தீப் மோகன் போயிருந்தால் போதாதா?”

“கேஸ் என் பெயரில். நான்தான் போகவேண்டுமென்று வக்கீல் சொன்னார்...”

“நீங்களும் போகாமல் இருந்திருந்தால் என்ன நடந்திருக்கும்?”

“குழந்தையை போலீஸ் அழைத்துச்சென்றுவிடுவார்கள் என்று வக்கீல் சொன்னார்.”

“கூட்டிட்டுப் போகட்டுமே! நீங்க பெற்ற பிள்ளை ஒன்றுமில்லையே... அப்படியா? ஆஸ்பத்திரிக்கு மருத்துவம் பார்க்க வந்த ஒரு குழந்தை. உங்களுடன் வேலை பார்க்கிறவனுடைய குழந்தையாகத்தான் இருக்கட்டுமே. அதை இங்கே கூட்டிக்கொண்டு வரும் அளவுக்கும் பிடித்து வைக்கின்ற அளவுக்கும் என்ன உறவு உங்களுக்கிடையில்? அல்லது கல்யாணத்துக்கு முன்பு நீங்கள் பெற்று, வளர்ப்பதற்காகக் கொடுத்ததா அல்லது வேறு ஏதாவது? இல்லை, அப்படியும் நடக்கலாமில்லையா, சில சினிமா கதைகளைப்போல?”

வக்கீல் ஒரு கணம் எதிர்பார்ப்பைக் கூட்டுவதற்கு வேண்டி நிறுத்தினார். பின்னர் கோபத்துடன் குரலை உயர்த்தினார்:

“இருந்தாலும் சொந்தக் கணவன் விபத்தில் சிக்கிய இரண்டாம் நாள், அவர் சாவாரா பிழைப்பாரா என்று தெரியாமல் படுத்துக்கிடக்கும்போது, அவருடைய உயிருக்காகப் பிரார்த்தனை செய்துகொண்டு அருகில் இருப்பதற்குப் பதிலாக, எவனுடையதோ குழந்தையைத் தேடிப்போனேன் என்று சொன்னதற்கு என்ன நியாயம் இருக்கிறது, டாக்டரே?”

அது ஒரு பெரிய கேள்வியாக இருந்தது. ஜெஸபெல் பதில் சொல்லவில்லை. சில பதில்கள் சொல்லப்படவேண்டியவை அல்ல. தேவனுடைய கோபாக்கினையின் கலசங்கள் சரியும்போது ஆத்மாவில் கொப்பளிக்கும் புண்கள் அவை. அவற்றின் ரகசியம் மரணம் வரைக்கும் பாதுகாக்கப்படவேண்டும். கெட்டவாடையை மறைத்து வைக்கவேண்டும். தான் இருக்கும் கப்பலைவிட பலவீனமான மரத்துண்டுகளிடம் அபயம் தேடி அடையவேண்டும்.

சில பெண்கள் அப்படிச் சபிக்கப்பட்டிருக்கிறார்கள்.

8

ஆதியில் ஒரு பெண் இருந்தாள். அவளுடைய பெயர் லில்லி. அவள் சாட்சிசொல்வதற்காக வந்தாள். ஒளிக்குச் சாட்சி சொல்வதற்காக. அவள் தன்னால் எல்லோரும் விசுவாசிக்கும்படி. அவள் ஒளியாக இருக்கவில்லை. ஆனால், உலகம் அவள்வழியாக ஒளிபெறச்செய்யப்பட்டது. அவள் மாமிசமாக நம்மிடையே பிறந்தாள். பழமையான சம்மநாட்டு குடும்பத்தில் அவள் பிறப்பெடுத்தாள். அவள் ஒரே மகளாக இருந்தாள். பதினேழாம் நூற்றாண்டில், அரசர்களின் ஆட்சிக்காலத்தில் ஒரு புதிய சந்தை வந்தபோது அங்கே வியாபாரம் நடத்துவதற்காக வந்த சிரியன் கிறிஸ்தவக் குடும்பங்களில் ஒன்றாக இருந்தது சம்மநாட்டு. வியாபாரம் மட்டுமல்ல, வேளாண்மையும் மருத்துவச் சிகிச்சையும் அவர்களுக்குச் செய்து கொடுத்தனர். லில்லிக்கு நான்கு சகோதரர்கள். அவர்கள் எல்லோரும் லில்லியை எல்லையின்றி நேசித்தனர். அவள் வீட்டின் விளக்காகவும் நாட்டின் ஒளியாகவும் இருந்தாள். குழந்தை வளர்ந்தாள், ஆத்மபலம் பெற்றாள். இருந்தாலும் தன்னைத்தானே வெளிப்படுத்திக்கொள்ள முடியும் வரைக்கும் அவளும் பாலைவனத்தில் அலையவேண்டி வந்தது.

ஆகவே எச்சரிக்கையாக இருங்கள்! என்னவென்றால், மனித உருவில் உள்ள உயிரினங்கள்தான் சில குடும்பங்களில் உள்ள பெண்கள். அவை இடம் வலம் திரும்பாமல் நேராக முன்னோக்கியே போய்க்கொண்டிருக்கின்றன. எங்கே போகவேண்டுமென்று ஆத்மா ஆசைப்பட்டதோ அங்கே மட்டுமே அவை போகின்றன. கொஞ்ச காலத்துக்குப் பிறகு அவற்றுக்கு நான்கு முகங்களும் நான்கு சிறகுகளும் முளைக்கின்றன. சிறகுகள் ஒன்றுக்கொன்று ஆறுதல் அளிப்பதற்காகவும் பாதுகாப்பதற்காகவும் உள்ளவை என்று சிலநேரங்களில் சில உணர்ந்துகொள்கின்றன.

லில்லி ஜார்ஜ் மரக்காரனும் ஜெஸபெல்லும் அப்படி நான்கு சிறகுகள் உள்ள உயிரினங்களாக இருந்தனர். சிறகுகளால்

ஒருவருக்கொருவர் துக்கங்களை மறைக்கலாமென்றும் மொத்தச் சிறகுகளையும் சேர்த்துப்பிடித்தால் ஒருவருக்கொருவர் நிர்வாணத்தை ஒளித்துவைக்கலாமென்றும் யாருக்கும் தெரியாமல் பறக்கலாமென்றும் அவர்கள் கண்டுபிடித்தனர்.

ஜெஸபெல்லின் முன்னால் லில்லியின் முகங்கள் வெளிப்பட்டது எதிர்பாராததாக இருந்தது. ஆபிரஹாம் சம்மநாட்டுதான் அவளுக்கு முதற்குறிப்பைக் கொடுத்தார். ஆபிரகாமின் ஆஞ்சியோ பிளாஸ்ட்டி முடிந்த மூன்றாவது நாள். ஐந்து மணிக்கு வகுப்பு முடிந்தபிறகு வார்டுக்குத் திரும்பிச் சென்று ஹவுஸ் சர்ஜன் எழுதிவைத்த டிஸ்ஜார்ஜ் சம்மரியைச் சரிபார்த்துவிட்டு வீட்டிற்குச் செல்வதற்குத் தயாராகிக்கொண்டிருந்தாள் ஜெஸபெல். அப்போது ஜெரோம் ஜார்ஜ் மரக்காரன் அழைத்தான்: 'கிரேஸி ஆண்டியோட கஸின் இறந்துட்டார். அடக்கம் முடிஞ்சு நாளைக்குத்தான் வருவாங்க. எனக்கு இன்னைக்கு ஓவர்டைம் இருக்கு. நீ அங்கிள் கூட இருக்கணும்னு டாடி சொன்னார்.' 'மெடிகல் காலேஜ்ல என்னோட டியூட்டி டைம் டேபிளையும்கூட டாடிகிட்ட போட்டுக்கொடுக்கச் சொல்லு.' என்று ஜெஸபெல் கொதித்தாள். அவள் ஆபிரஹாமைத் தூற்றினாள். தன்னுடைய வாழ்க்கையை அழித்தது அவர்தான் என்று நம்பினாள். இருந்தாலும் கட்டண வார்டில் இருக்கும் ஆபிரஹாமின் அறைக்குச் சென்றாள். அவருக்கு முடிந்த அளவுக்குப் பணிவிடை செய்தாள். இருந்தாலும் 'விருப்பமில்லாமையா வந்தே கண்ணு?' என்று ஆபிரஹாம் இடையில் சந்தேகப்பட்டார். ஜெஸபெல் சங்கடப்பட்டாள்.

"கல்யாணத்த உறுதிப்படுத்தறதுக்கு வீட்டுக்கு வந்தப்ப இருந்த உன்னோட முகம் எனக்கு இப்பவும் கண்ணுமுன்னாடியே இருக்குது... எவ்வளவு அழகா இருந்துச்சு. இப்ப அந்த முகம் யாரோ சாறு பிழிஞ்சு எடுத்துட்ட மாதிரி தோணுது..."

ஆபிரஹாம் பெருமூச்சுவிட்டார். ஜெஸபெல்லின் கண்கள் நிறைந்தன. அவள் பேசவில்லை. ஆபிரஹாமின் குரல் இடறியது. 'நான் செஞ்சது தப்பாயிடுச்சா கண்ணு?' என்று அவர் கேட்டார்.

"என்னோட சகோதரியாப்போயிட்டா இல்லையா? அவளுக்கு ஒரு நல்ல கணவனக் கொடுக்கத்தா முடியல... அதனால ஒரு நல்ல மருமகளையாவது கொடுக்கலாம்னு நினைச்சேன்.

வயசான காலத்துல அவளுக்கு யாரு இருக்கா? நீயா இருந்தா அவள எப்பவும் கைவிடமாட்டேன்னு எனக்குத் தோணுச்சு. அதனாலதான் நான் இந்தக் கல்யாணத்துக்குக் கட்டாயப்படுத்தினேன். செஞ்சது தப்பா இருந்தா என்னெ மன்னிச்சிடு கண்ணு...”

ஜெஸபெல் மரத்துப்போய் உட்கார்ந்திருந்தாள். ‘அங்கிள்மேல எனக்குக் கோபம் ஒண்ணும் இல்லை’ என்று துயரத்தோடு சொன்னாள். இருந்தாலும் அவள் தன்னை அலைக்கழித்த அந்தக் கேள்வியைக் கேட்டாள்: ‘எதுக்காக சகோதரிய ஜார்ஜ் ஜெரோம் மரக்காரனுக்குக் கட்டிக் கொடுத்தீங்க?’ ஆபிரஹாம் சம்மநாட்டின் முகம் வெளிறியது. ‘அப்படி நடந்துபோச்சு’ என்று மட்டும் சொன்னார். கண்களை மூடித் திரும்பிப் படுத்துக்கொண்டார்.

‘எப்படி நடந்தது’ என்று பல மாதங்களுக்குப் பிறகு ஜெஸபெல்லுக்குத் தெரியவந்தது. அனிதா இறந்த நாளில். அனிதா இறப்பதற்கு மூன்று நாட்களுக்கு முன்னர் ஜார்ஜ் ஜெரோம் மரக்காரனும் லில்லி ஜார்ஜ் மரக்காரனும் ஜானும் வந்துசேர்ந்தனர். கிறிஸ்டினா என்ற பெண்ணுடன் ஜானின் திருமணத்தை நிச்சயித்திருந்தனர். ஆபிரஹாம் சம்மநாட்டு கண்டுபிடித்த உறவாக இருந்தது அதுவும். உறுதிப்பேச்சுக்கும் நிச்சயதார்த்தத்துக்கும் பின்னர் திருமணம் வரைக்கும் அவர்கள் எல்லோரும் ஜெஸபெல்லும் ஜெரோமும் வசித்த வாடகை வீட்டில் தங்கியிருந்தனர். அனிதா இறந்த நாளன்று கிழக்கு வெளுத்ததுமே சந்தீப்பின் கார் ஜெஸபெல் வீட்டின் கேட்டுக்கு முன்னால் வந்து நின்றது. அவன் கேட்டைத் திறந்து உள்ளே வருவதை ஜெஸபெல் ஜன்னல் வழியாகப் பார்த்தாள். அவள் படபடப்புற்றாள். ஜெரோம் ஜிம்முக்குப் புறப்பட்டுப் போயிருந்தான். சிட்டவுட்டில் உட்கார்ந்து நாளிதழ் வாசித்துகொண்டிருந்த ஜார்ஜ் ஜெரோம் மரக்கான் ‘ஜெரோம் இல்லை, ஜிம்முக்குப் போயிட்டான்’ என்று சொன்னான். ‘ஜெஸபெல் இல்லையா’ என்று சந்தீப் கேட்டான். ஜார்ஜ் ஜெரோம் மரக்காரனின் முகம் இருண்டது. ‘ஜெஸபெல்லுக்கு நீங்க யாரு’ என்று அவர் நெற்றியைச் சுளித்தான். யுத்தத்துக்குத் தயாராகி எழுந்து நின்றான். ‘என்ன விசயமா இருந்தாலும் என்கிட்டச் சொல்லலாம், நான் அவளோட மாமனாரு.’ என்று போருக்கு அழைத்தான். ‘ஜெஸபெல் இல்லையா’ என்று சந்தீப்

திரும்பவும் கேட்டான். 'சொல்லவேண்டியத என்கிட்டச் சொன்னால் போதும்' என்று ஜார்ஜ் ஜெரோம் மரக்காரனும் திரும்பச் சொன்னான். தைரியத்தைத் திரட்டிக்கொண்டு ஜெஸபெல் வெளியே வந்தாள். ஜார்ஜ் ஜெரோம் மரக்காரனின் முகம் கடுத்தது. 'அனிதா இறந்துட்டாங்க' என்று தெரிவித்துவிட்டு சந்தீப் திரும்பி நடந்தான்.

வீட்டுக்குள் மழைமேகம் இடியிடித்தது. ஜெரோம் வந்தபோது ஜார்ஜ் மரக்காரன் பொங்கி எழுந்து தன்னை அவமானப்படுத்திவிட்டாள் என்று கொந்தளித்தான். தன்னுடைய சக ஊழியரை அவமானப்படுத்திவிட்டார் என்று ஜெஸபெல்லும் கோபித்தாள். 'டாடிகிட்ட எதுத்துப் பேசாதே' என்று ஜெரோம் ஆணையிட்டான். 'சகிக்கறதுக்கும் ஒரு எல்லையிருக்குது' என்று ஜெஸபெல் கர்ஜித்தாள். ஜார்ஜ் ஜெரோம் மரக்காரன் அவளது கன்னத்தில் ஓங்கி அறைந்தான். ஜெஸபெல்லின் தலைக்குள் நட்சத்திரங்கள் மின்னின. லில்லி ஜார்ஜ் மரக்காரன் ஓடிவந்து அவளைப் பிடித்து உள்ளே இழுத்துச்சென்றார். 'ஒண்ணும் பேசாத தங்கம்' என்று கெஞ்சினார். 'என்னால இங்க வாழ முடியாது' என்று ஜெஸபெல் உடைந்து அழுதாள். 'அழாதே, அழாதே' என்று குசுகுசுத்துக்கொண்டு லில்லி ஜார்ஜ் அவளை நெஞ்சோடு சேர்த்தார். ஜெஸபெல் உதறினாள். அவர் விடவில்லை. அவர் அவளை இறுக்கிப்பிடித்தார். இறுதியில் ஜெஸபெல் கட்டுக்குள் வந்தாள். அவள் அவருடைய மார்போடு சேர்ந்தாள். அவருடைய மார்பு பறவைக்கூட்டுக்கு உள்ளே இருக்கும் பஞ்சைப்போன்று மிருதுவாக இருந்தது. முகம் புதைத்துக் கண்மூடியபோது அவள் சிறகடிப்பதைக் கேட்டாள். இதயத்தால் கேட்கமுடிகின்ற சிறகடிப்பைத்தான் மனிதர்கள் அம்மா என்று அழைக்கிறார்கள் என்று அவள் கண்டுபிடித்தாள். அவள் 'அம்மா' என்று அழைத்தாள். அவருடைய சிறகுகள் அவளை இன்னும் அதிகமாகப் பொதிந்துகொண்டன.

"எங்க அம்மா சொல்லுவாங்க. முட்டவார எருமைக்கிட்டாகிட்ட வேதம் ஓதாதே. அதுக்கு ஒரு சொல்லுங்கூடப் புரியாது..." அவர் குசுகுசுத்தார். அவளுடைய எரியும் கன்னத்தில் அவருடைய உதடுகள் உரசின. ஜெஸபெல்லுக்கு அழுகையின் அணை உடைந்தது. லில்லி ஜார்ஜ் மரக்காரன் நிறுத்தாமல் பேசினார்.

“அழாதே. அழாதே. என்னைப் பாரு. நான் அழறதில்லை. அழமாட்டேன். அழுது ஒரு பிரயோசனமும் இல்லை. அழுதா ஒரு பிரச்சனையும் தீரப்போறதில்லை. கண்ணீருக்குவேண்டி ஒருத்தரும் நம்மள அதிகமா நேசிக்கமாட்டாங்க...”

ஜெஸபெல் அவருடைய மார்பில் மேலும் முகம் புதைத்தாள். அவர் அவளைக் கட்டிப்பிடித்து நெற்றியில் உதடுபதித்தார்.

“சத்தமில்லாமையும் யுத்தம் செய்யலாம். யாருக்கும் தெரியாம யுத்தத்துல ஜெயிக்கவும் முடியும். நம்மள நாமளே நேசிச்சாப் போதும்...”

ஜெஸபெல் அதிர்ச்சியோடு முகம் உயர்த்தினாள். அவரைப் பதற்றத்துடன் பார்த்தாள். பெரிய கண்களில் அதுவரை அவள் இரக்கத்தைக் கண்டிருந்தாள். அன்று முதன்முறையாகக் குறும்பைக் கண்டாள். நடுவயதை அடைந்த ஒரு பெண்ணின் கண்களில் குறும்பு! எட்டு வயதுக்காரியின் குறும்பு! அவள் தன்னுடைய கண்களை நம்புவதற்கு மனமில்லை.

“நாம நம்மள நேசிக்கிறப்பத்தான் மத்தவங்களும் நம்மள நேசிப்பாங்க. எனக்கு அது தெரியாம போச்சு. நான் எல்லாரையும் கணக்குவழக்கில்லாம நேசிச்சேன். வாங்கினவங்களெல்லாம் திருப்பித் தருவாங்கன்னு எதிர்பார்த்தேன். ரொம்பவே காத்திருந்தேன். யாரும் தரல. கடைசியில நான் இடிஞ்சுபோயிட்டேன். அப்பத்தான் புரிஞ்சுது. வேற யாருக்கும் அன்பைக் கொடுக்காதே. அவங்களுக்கு இரக்கம் போதும். அன்பை நமக்குவேண்டி ஒதுக்கி வைக்கணும். யாராவது நம்மள நேசிக்கிறப்பத்தான் நமக்குப் பலம் உண்டாகும். இடிஞ்சுபோவோம்னு தோணுச்சுன்னா மொத்த சக்தியவும் திரட்டி நம்மளயே நேசிக்கணும்...”

ஜெஸபெல் நடுங்கினாள். அவள் கலங்கிப் புரண்டாள். மெதுவாக அமைதியடைந்தாள். லில்லி அவள் புறப்படுவதற்கு உதவினார். அவளுக்குச் சாப்பாடு கட்டிக்கொடுத்தார். அவள் மருத்துவமனைக்குச் சென்றாள். மாலையில் திரும்பி வந்தபோது ஜார்ஜ் ஜெரோம் மரக்காரனும் ஜெரோம் ஜார்ஜ் மரக்காரனும் வீட்டில் இல்லை. லில்லி அவளுக்குத் தேநீரும் இலை அப்பமும் பரிமாறினார். ஜெஸபெல் அவரைச் சேர்த்தணைத்துத் தோளில் முகம் சேர்த்தாள்.

“மம்மி உண்மையச் சொல்லுங்க. இந்த மனுசன மம்மியோட வீட்டுக்காரங்க மம்மியோட முதுகுல எதுக்காகக் கட்டி வச்சாங்க? வேற யாரும் கிடைக்கலையா?” அவள் கேட்டாள்.

“இல்ல...”

அவர் பரிவோடு சிரித்தார்.

“அவங்க அவர என்மேலயில்ல, என்னை அவருமேலதான் கட்டி வச்சாங்க.”

லில்லி தன்னுடைய பெரிய கண்களை உயர்த்தி அவளுடைய கண்களை எதிர்கொண்டார்.

“கல்யாணம் நடக்கறப்பொ என்னோட வயித்துல ஜான் இருந்தான்...”

ஜெஸபெல் நடுங்கிவிட்டாள்.

அவள் லில்லியின் மற்ற முகங்களைக் கண்டாள். பழைய லில்லி. நிறுத்தாமல் பேசவும் உரக்கச் சிரிக்கவும் செய்கின்ற லில்லி. பி.ஏ. இலக்கியம் இரண்டாம் ரேங்குடன் தேர்ச்சிபெற்று நகரத்தில் இருக்கும் மகளிர் கல்லூரியில் எம்.ஏ. படித்துக்கொண்டிருந்த லில்லி. வீட்டார் கல்யாணத்தை நிச்சயித்தார்கள். பையன் அழகாக இருந்தான். பணக்காரனாக இருந்தான். பெரிய குடும்பமாக இருந்தது. விடுமுறைக்காக விடுதி மூடப்பட்ட நாள். மாப்பிள்ளை, பார்க்கப் போனான். அவர்கள் பைக்கில் நகரத்தைச் சுற்றினார்கள். நண்பனின் வீடு என்று சொல்லி அவன் ஒரு இடத்துக்குக் கூட்டிச்சென்றான். அங்கே வைத்து லில்லியோடு சேர்ந்தான். அது முடிந்ததோடு அவனுடைய போக்கு மாறியது. பின்னர் அவன் பேசவில்லை. ‘நான் என்ன தப்புச் செஞ்சேன்’ என்று லில்லி வருத்தப்பட்டாள். பேருந்து நிறுத்தத்தில் இறக்கிவிட்டுவிட்டு அவன் திரும்பிப் போனான். மனம் இடிந்து லில்லி வீட்டுக்குச் சென்றாள். விடுமுறை முடிந்து போவது வரைக்கும் அவன் அழைக்கவில்லை. எழுதிய கடிதங்களுக்குப் பதில் அனுப்பவில்லை. கல்லூரி திறப்பதற்கு முந்தைய நாள் திருமணத்திலிருந்து பின்வாங்குவதாகச் செய்தி கிடைத்தது. லில்லி நொறுங்கிப்போனாள். முதலில் கோபித்தாள். பின்னர் அழுதாள். அதற்கிடையில் வயிற்றில் குழந்தை வளர்கிறது என்பதைப் புரிந்துகொண்டாள். அவனைத் தேடிச்சென்றபோது அவன் அவமானப்படுத்தினான்.

கர்ப்பத்தைக் கலைப்பதற்கு உதவுகிறேன். ஆனால், கல்யாணம் கட்டிக்கமாட்டேன். ‘நீ நல்ல பொண்ணா இருந்திருந்தா கல்யாணம் ஆகறவரைக்கும் என்கூடப் படுத்திருக்க மாட்டே. நல்ல பொண்ணா இருந்திருந்தா சீ தள்ளி நில்லுடான்னு நீ சொல்லியிருப்பே. நல்ல பொண்ணா இருந்திருந்தா நீ என்னோட கன்னத்துல ஒண்ணு கொடுத்திருப்பே. ஒரு ஆம்பளை தொட்ட உடனே மல்லாந்து படுத்துட்டுக் கொடுக்கற ஒருத்தி எனக்குத் தேவையில்லை.’

லில்லி ஜார்ஜ் மரக்காரன் ஜெஸபெல்லின் உள்ளங்கையைக் கையில் எடுத்து வைத்துக்கொண்டு வருடினார்.

“கலைக்கறதுக்கு நான் தயாரா இருந்தேன். ‘அப்படிப்பட்ட ஒருத்தனோட சந்ததியப் பெத்து வளர்த்தி எனக்கு என்ன புண்ணியம்?”

ஆனால், மதம் தலைகீழாகச் சிந்தித்தது. அதனால் வீட்டிலுள்ளோர் பொறுப்பானவனைத் தேடினார்கள். ஆபிரஹாம் சம்மநாட்டுடன் படித்த அருட்தந்தை மேத்யூ அரய்க்கல் ஜார்ஜ்குட்டியைப் பற்றிச் சொன்னார். அருட்தந்தை அரய்க்கல் அவருடைய திருச்சபையில் சிறிது காலம் இருந்தவர்தான். ஒரு நசிந்துபோன குடும்பம். அதிக வரதட்சணைக்காக லில்லியைத் திருமணம் செய்துகொள்ள ஜார்ஜ்குட்டி சம்மதித்தான். திருமணத்தை நடத்தினார்கள். வேறொரு நகரத்துக்கு இருப்பிடத்தை மாற்றினான். அடித்து ஒடுக்கினான். உதைத்து மிதிக்கவும் செய்தான். நேசிப்பதற்கு லில்லி முயன்றார். அவமானங்களைத் தாங்கிக்கொண்டார். ஜான் பிறந்தபோது துன்புறுத்தல் இரட்டிப்பானது. குழந்தை அழுதால், குறுநடை நடந்து கண்ணில் பட்டால் கொடூரமாகத் தாக்கினான். உதைபட்டும் பட்டினி கிடந்தும் ஜான் வளர்ந்தான். பேசும்போது அவன் விக்கினான். நடக்கும்போது இடறினான். பின்னர் ஜெரோம் பிறந்தான். ஜெரோமுக்குப் பிறகு லில்லி பிரசவிக்கவில்லை. அது ஏன் என்று கேட்பதற்கு முன்பே கண் சிமிட்டிச் சிரித்தார்.

“பத்து வருசம் சமயலறையில மசாலா பொட்டிக்குள்ள நான் மாத்திரைய பாதுகாத்து வச்சிருந்தேன். அப்புறம் அம்மா கடைசிக் காலத்துல ஆஸ்பத்திரியில படுத்திருந்தப்ப அவங்ககூட

இருக்கறதுக்காகப் போன நான் யாருக்கும் தெரியாம அதை அங்கயே எடுத்தெறிஞ்சிட்டேன்."

வகுப்பில் ஆசிரியருக்குத் தெரியாமல் ரகசியத்தைப் பகிர்ந்துகொள்கின்ற தோழியைப் போன்று ஜெஸபெல் 'ஸ்ஸோ' என்று புளகாங்கிதம் அடைந்தாள். வீட்டுக்குப் பக்கத்திலேயே தோழியான கைனகாலஜிஸ்ட் டாக்டர் மினி தங்கியிருந்தாள் என்று லில்லி கண் சிமிட்டித் தெரிவித்தார். அவர்கள் இருவரும் சிரித்தனர். பின்னர் லில்லி ஜார்ஜ் மரக்காரனைப் பார்த்தபோதெல்லாம் ஜெஸபெல்லின் மனதில் சிரிப்பு மலர்ந்தது. மனதுக்குள் லில்லி வேறு சிறகுகளையும் மடக்கி வைத்திருந்தார். கண்களில் குறும்பை மறைத்து வைத்திருந்தார். ஜெஸபெல்லும் தனது சொந்தச் சிறகுகளை அடையாளம் கண்டுகொண்டாள். அவர்கள் மனிதர்களின் உருவமும் பறவைகளின் சிறகுகளுமுள்ள உயிர்களாக இருந்தனர். அவர்களின் தலைக்கு மேல் ஸ்படிகம் போன்று ஒளிர்கின்ற ஒரு விதானம் இருந்தது. அந்த விதானத்திற்குக் கீழே ஒன்றின் சிறகு அடுத்ததன் சிறகைத் தொடுமாறு விரித்துப் பிடித்திருந்தனர். அவர்களுக்குத் தங்களுடைய உடலை மறைப்பதற்கு ஆளுக்கு இரண்டு சிறகுகளும் இருந்தன.

ஜானின் திருமணம் பெயரளவில் முடிந்தது. ஜார்ஜ் ஜெரோம் மரக்காரன் கைகளைப் பின்புறம் கட்டியவாறு தாடையை நூற்றியிருபது டிகிரி கோணத்தில் உயர்த்திப் பிடித்துக்கொண்டு விறைப்பாக நின்றான். சந்தன நிறமுள்ள சில்க் ஜிப்பாவும் தங்கக் கரைபோட்ட வேட்டியும் அவனுக்குத் தொலைக்காட்சித் தொடர்களில் வரும் அப்பா கதைப்பாத்திரத்தின் சாயலைக் கொடுத்தன. மாநிறத்தில் சற்று தடித்த சிரிக்காத முகமுள்ள கிறிஸ்டினாதான் மணப்பெண். அவளிடத்தில் ஜெஸபெல்லுக்குப் பாசம் தோன்றியது. ஜான் ஒட்டுதலின்றித் தலைகுனிந்து நின்றான். அவனிடத்திலும் ஜெஸபெல்லுக்குப் பாசம் தோன்றியது.

மணமக்களை கிறிஸ்டினாவின் வீட்டிற்குக் கொண்டுபோய் விட்டுவிட்டு வாடகை வீட்டிற்குத் திரும்பும்போது லில்லி ஜார்ஜ் மரக்காரனும் ஜெஸபெல்லும் மிகவும் மகிழ்ந்தனர். அவர்கள் ஏறிய காரில் ஜார்ஜ் ஜெரோம் மரக்காரனும் ஜெரோம் ஜார்ஜ் மரக்காரனும் இல்லை. லில்லி ஜார்ஜ் மரக்காரன் வெளியே பார்த்து ஒரு சிறுமியைப்போன்று குதூகலமடைந்தார்.

‘இதா இந்த வழிதான் பாட்டி வீட்டுக்குப் போகுது, இந்தச் சன்னதியப் பார்த்தியா, இது தாத்தாவோட அப்பா கட்டிவச்சது, பள்ளிக்கூடத்துல இருந்து இடதுபக்கம் திரும்புற வழியப் பார்த்தியா. அங்க தெரியுதுபார் என்கூடப் படிச்ச சூஸியோட வீடு, கிளாஸ் கட் அடிச்சிட்டு இங்க வந்ததுக்கு வேண்டி அப்பா என்னை எத்தனை அடி அடிச்சாரு.’ லில்லிக்குச் சிரிக்கத் தெரிந்திருந்தது. சிரிக்கவைக்கத் தெரிந்திருந்தது. முப்பத்தியிரண்டு வருடம் ஜார்ஜ் ஜெரோம் மரக்காரனின் சமையலறையில் கரியும் புகையும் ஏற்று வாழ்ந்தும்கூட அவருக்குள் ஒருபோதும் எரிந்து தீராத மெழுகுவர்த்திகள் எரிந்துகொண்டிருந்தன.

அனிதாவின் சவ அடக்கத்துக்கு ஜெஸபெல்லால் போக முடியவில்லை. ஜானின் கல்யாணப் பரபரப்பில் சந்தீப்புடன் பேசவும் முடியவில்லை. கல்யாணம் முடிந்த அடுத்தநாள், வார்டில் டியூட்டி முடிந்து, வகுப்பு தொடங்குவதற்கு முன்பாக அவள் சந்தீப்பைப் பார்க்கச் சென்றாள். அவனுடைய டியூட்டி அறையில் அவன் தனியாக இருந்தான். சந்தீப் அவளை உற்றுப் பார்த்தான். அவன் அழுவான் என்று ஜெஸபெல் பயந்தாள்.

“உன்ன நான் ரொம்ப மிஸ் பண்ணிட்டேன், ஜெஸபெல்...”

சந்தீப்பின் குரல் ஈரமாக இருந்தது.

“இந்தப் பூமியில உன்னைத்தவிர வேற யாரும் இல்ல என்னோட கஷ்டத்தக் கேட்கறதுக்குன்னு தோணிப்போச்சு...”

“காதல்?” ஜெஸபெல் மனக் கலக்கத்தை மறைப்பதற்காக கண் சிமிட்டிக் கன்னக்குழிகள் மலர்த்திக் கேலி பேச முயன்றாள்.

“வெளிப்படையா பேசறதுக்கு நீ மட்டுந்தான் இருக்கே...”

ஜெஸபெல்லுக்கு அவனிடத்தில் பாசம் தோன்றியது. சந்தீப் விரக்தியோடு இருந்தான். ஆன்மேரியைப் பற்றித் தகவல் ஒன்றும் இல்லை. அங்கே போவதற்கு அவனுக்குத் தைரியம் இல்லை. ஃபோன் செய்வதற்குக்கூட மன உறுதி இல்லை. ‘நீ கொஞ்சம் போய்ட்டு வரமுடியுமா?’ சந்தீப்பின் வருத்தத்திற்கு முன்னால் ஜெஸபெல் உருகிவிட்டாள்.

ஜார்ஜ் ஜெரோம் மரக்காரனும் பரிவாரங்களும் அவர்களின் நகரத்திற்குத் திரும்பிச் சென்றதற்கு அடுத்த நாள் வகுப்பு முடிந்தவுடனேயே அவள் புறப்பட்டாள். ஐந்து மணிக்கு

அனிதாவின் நகரத்தை அடைந்தாள். ஓர்க்ஷாப்பைக் கண்டுபிடித்தாள். நிறுத்தி வைக்கப்பட்டிருந்த காருக்கு அடியிலிருந்து அழுக்குப் படிந்த உடலும் உடுப்புகளுமாக ஆன்மேரி உருண்டு வெளியே வந்தாள். ஜெஸபெல்லைப் பார்த்து அவளுடைய அழகான முகத்தில் இருக்கும் பெரிய கண்கள் நிறைந்தன. அப்போது 'நீங்க யாரு?' என்று முழங்குகின்ற கேள்வி கேட்டது. ஜார்ஜ் ஸக்கரியா கதவில் முகம் காட்டினான். அவனுடைய கண்ணிமைகளுக்குக் கீழே குடி அடிமைத்தனத்தின் பெரிய பைகள் தொங்கிக்கொண்டிருந்தன. கல்லீரல் நோயின் தொடக்கத்தை அவனுடைய முகத்திலிருந்து வாசிக்கமுடிந்தது. 'டாக்டர்' என்று கேட்டபோது அவன் நெற்றியைச் சுளித்தான். சட்டையை எடுத்து அணிந்துகொண்டு கூடத்திற்கு வந்து ஜெஸபெல்லை உள்ளே அழைத்தான்.

கான்கிரீட் முகப்புடன்கூடிய ஒரு சிறிய வீடாக இருந்தது அது. ரெக்ஸின் கிழிந்த சோஃபாவுக்கு மேல் ஒரு படுக்கை விரிப்பு விரிக்கப்பட்டிருந்தது. வருடக்கணக்காய்த் துவைத்துப் போடவில்லை என்று தோன்றச் செய்கின்ற துணியிட்ட சாய்வு நாற்காலியும் இரண்டு பிரம்பு நாற்காலிகளும் அந்த அறையில் இருந்த மற்ற இருக்கைகள். சுவரில் பிளாஸ்டிக்கில் செய்த ஏசு கிறிஸ்துவினுடையதும் மரியம்மையினுடையதும் உருவங்கள் மாட்டப்பட்டிருந்தன. 'கிறிஸ்து இந்த வீட்டின் ஆண்டவர்' என்று உள்ளே செல்கின்ற கதவின் மேல்பாகத்தில் எழுதிவைக்கப்பட்டிருந்தது. ஆன்மேரி வந்து கதவருகில் பயந்துபோய் நின்றாள். ஜார்ஜ் ஸக்கரியா கண்களை உருட்டிப் பார்த்தபோது அவள் தலை தாழ்த்தி வெளியே சென்றாள். அவன் ஜெஸபெல்லின் கண்களைக் கூர்ந்து பார்த்தான். 'அனிதாவோட சாவக் கேட்டு வரக்கூடிய அளவுக்குப் பழக்கம் இருந்ததா டாக்டருக்கு, கேன்சருக்கு மருத்துவம் பார்க்கறவங்களா டாக்டர்' என்று இவ்வாறு கேள்விகள் தொடங்கின.

"இல்லை... நான் உண்மையில் ஆன்மேரியோட டாக்டர்... ஆன்மேரிய பார்க்கறதுக்குத்தான் நான் வந்தேன்..."

"அவளுக்கு என்ன நோவு?"

"அவளுக்கு இதுவரைக்கும் மாசமுறை தொடங்கலைன்னு அனிதா என்னோட பிரண்ட் டாக்டர் ஒருத்தர்கிட்டச் சொல்லியிருக்காங்க. மெடிக்கல் காலேஜ்ல எனக்குத்

தெரிஞ்சவரைக்கும் இப்படி கேஸ்கள அதிகமா பார்த்ததில்லை. அதனால நான் அவளைத் தேடிக்கிட்டு வந்தேன்...”

அவன் அவளை மேலும் கூர்ந்து பார்த்தான். பின்னர் பலவீனமாகச் சிரித்தான்.

“தேவைக்கு வேண்டிப் பொய் சொல்றதுல தப்பில்லை, டாக்டரே. ஆனா, இது பிரயோஜனமில்லாத பொய். டாக்டர இங்க அனுப்பினது அவந்தானே? அந்த சந்தீப் மோகன்?”

ஜெஸபெல்லின் முகம் வெளிறியது. அவள் உமிழ்நீரை இறக்கினாள். ஜார்ஜ் ஸக்கரியா அவளை ஏளனத்துடன் பார்த்தான்.

“அவன் அங்க வேலை பார்க்கற விவரம் எனக்குத் தெரியும். அதனாலதா அனிதா அங்க போயி அட்மிட் ஆனாங்கறதும் எனக்குத் தெரியும். ஆனா, அதுல எனக்குச் சங்கடம் ஒண்ணும் தோணல. ஏன்னா, அதுக்காகக் கவலப்பட்டுக் கவலப்பட்டு என்னோட வாழ்க்கை எப்பவோ முடிஞ்சுபோச்சு. டாக்டருக்கு ஒரு விசயம் தெரியுமா, நாங்க ஆம்பளைங்க ஆயிரம் பொம்பளைங்க பின்னாடி போவோம். ஆனா, எங்க பொண்டாட்டி ஒருத்தன இன்னொருக்காத் திரும்பிப் பார்த்தான்னு தெரிஞ்சாப் போதும், சகிச்சுக்க முடியறதில்லை. அது ஏன் அப்படின்னு நான் எப்பவும் யோசிக்கறதுண்டு...”

தன்னம்பிக்கை இல்லாததால்தான் என்று சொன்னால், ஜெஸபெல் யோசித்தாள். அவன் அதைப் புரிந்துகொள்ள வேண்டும் என்பதில்லை. அதனால் அவள் மௌனம் காத்தாள். அவன் மீண்டும் பேசினான்.

“ஆன்மேரி என்னோட புள்ளை இல்லைன்னு எனக்குத் தெரியும். அவளுக்கும் தெரியும். என்னோட புள்ளைங்களுக்கும் தெரியும். அவள் பொறந்த நாள்ல இருந்து எனக்கு ஒரு மூச்சுமுட்டலாவே இருக்குது. அவளப் பார்க்குறபோது என்னோட நெஞ்சுல ஒரு தீ புடிக்கும். அதுக்காக அவமேல கோபப்பட்டுப் பிரயோஜனமில்லைன்னும் எனக்குத் தெரியும். எனக்கெதுக்கு அவகிட்ட கோபம்? அவ என்ன தப்புப் பண்ணினா? தப்புப் பண்ணினது நானும் அனிதாவும் சந்தீப் மோகன்கற அப்பனில்லாத தேவிடியா மவனும்.

“உங்களுக்கு அவள வேண்டாம்னா சந்தீப்கிட்ட கொடுத்தற வேண்டியதுதானே? அவரு வளர்த்தட்டுமே.”

ஜார்ஜ் ஸக்கரியா ஒரு சிரிப்புச் சிரித்தான்.

“அதெப்படி டாக்டரே அது சரியாகுமா? அதைவிட நல்லது என் பொண்டாட்டி தப்பாப்போயிப் பெத்தான்னு மைக்கு வெச்சுக் கூப்புட்டுச் சொல்லறதுதானே? இவ்வளவு காலமும் நான் அனுபவிச்ச மூச்சுமுட்டலுக்கு அதுக்கப்புறம் என்ன மதிப்பிருக்கும்?”

ஜெஸபெல் அவனைப் பார்த்து மரத்துப்போய் உட்கார்ந்திருந்தாள்.

“அப்படீன்னா அவளோட செலவுக்கான பணத்த வரவைக்கறேன். தயவு செஞ்சு அவள படிக்க அனுப்புங்க.”

“எப்படி? எப்படி? என் பொண்டாட்டியோட கள்ளக்காதலங் கையில இருந்து காசு வாங்கி அவொ தப்புப் பண்ணிப் பெத்த கொழந்தையப் படிக்க வைக்கணுமா? நல்லா இருக்கே!”

“பின்ன என்னதான் நீங்க செய்யப்போறீங்க?”

“ஓர்க்ஷாப்ல அவ எனக்கு ஒத்தாசையா இருக்கா... அவ இங்கயே இருக்கட்டும். எனக்கு இங்க நாலஞ்சு பசங்க வேலைக்கு இருக்காங்க. மாச முறை ஆகாதது நல்லதாப்போச்சு... ஆம்பளப் பசங்க இல்லையா? அவனுங்க தோண்டுனாலும் புடிச்சாலும் அவளுக்கு வயித்துல ஒண்ணும் உண்டாகாதில்லையா?”

ஜெஸபெல் அதிர்ந்துபோனாள். அவள் கொதித்தெழுந்தாள். இவ்வளவு குரூரமாக எப்படிப் பேச முடிகிறது என்று அவள் குரலை உயர்த்தினாள். அவன் உதட்டின்மேல் கையை வைத்துக்கொண்டு கண்களை உருட்டினான்.

“ஸ்ஸ்! வேண்டாம்! இப்போதைக்கு அவ இங்கயே இருக்கட்டும் என் கூட. அவளப் படிக்கவைக்கறதுக்கு எனக்குத் தெம்பில்ல. இந்த வீட்டுச் செலவு நடக்கணும்னா அவளுந்தான் வேல செய்யணும். எனக்கு ஏழெட்டு லட்சம் கடன் இருக்குது.”

“அது அவ உண்டாக்கினது இல்லையே...”

“ரோஸ்மேரிய கட்டிக்குடுத்த வகையில கொஞ்சம் காசு பாக்கியிருக்குது. ரூபினைப் படிக்கவச்ச வகையிலயும்

கொஞ்சம்... அப்புறம் அனிதாவோட மருத்துவத்துக்கும் நிறையா செலவாயிருச்சு...”

“தயவு செஞ்சு நீங்க அந்தக் குழந்தையோட எதிர்காலத்த அழிச்சிடாதீங்க.”

“நான் செத்துப்போயிட்டாலும் அவளுக்கு அரிசி வாங்கிக்கறதுக்கான வழியத்தான் நான் பார்க்கறேன்... டாக்டருக்குத் தெரியுமா? அவளுக்கு என்னைவிட நல்லா வண்டி ரிப்பேர் பார்க்கத் தெரியும்...”

“ஒரு மைனர் குழந்தைய வச்சு இப்படிப்பட்ட வேலைகளச் செய்யவைக்கறது சட்டத்துக்குப் புறம்பானது.”

“நாட்டுல அப்படிப் பல சட்டங்கள் இருக்குதுதானே, டாக்டரே. அதையெல்லாம் நாம கடைப்பிடிக்கறோமா? அதையெல்லாம் கடைப்பிடிச்சிருந்தா ஆன்மேரின்னு சொல்லற ஒரு ஜென்மம் இந்தப் பூமியில உண்டாகியிருக்குமா? என்னோட வீட்ல நான் நினைக்கறதுதான் சட்டம்.”

ஜெஸபெல் எழுந்தாள்.

“நாம ரெண்டுபேரும் கிறிஸ்தவங்க... நமக்குத் தப்புப் பண்ணறவங்கள மன்னிக்கணும்னுதான் பைபிள்ல சொல்லியிருக்காங்க...”

“எனக்கு ஆசையில்லாம இல்ல டாக்டரே. முடியவேண்டாமா?”

அவனுடைய கண்கள் நிறைந்தன. ஜெஸபெல்லுக்கு எதுவும் சொல்வதற்கு இருக்கவில்லை. அவள் வெளியே வந்தாள். அப்போது ஒரு வெள்ளை இண்டிகா காருக்கு டயர் மாட்டிக்கொண்டிருந்த ஆன்மேரி துடித்தெழுந்தாள். டயர் கைநழுவி உருண்டது. உருண்டு உருண்டு வாசல் புழுதியில் சரிந்து விழுந்தது. அவள் அதைக் கவனிக்காமல் ஜெஸபெல் அருகில் ஓடிச்சென்றாள். அவளுடைய முகத்தைப் பார்க்காதிருப்பதற்கு ஜெஸபெல் சிரமப்பட்டாள். அவள் சந்தீப்பின் கண்களால் ஜெஸபெல்லை உற்றுப் பார்த்தாள். இறுதியில் ஜெஸபெல் அவளுடைய கண்களை நோக்கிக் கண்களை உயர்த்தினாள். ஆன்மேரியின் கண்கள் உணவை எதிர்பார்த்துக் காத்துக்கொண்டிருக்கும் நாய்க்குட்டியுடையது போன்று இருந்தது.

"எனக்கு யாருமில்லாம போய்ட்டாங்க, ஆன்ட்டீ..."

ஆன்மேரியின் குரல் இடறியது. அவள் சிரிக்க முயன்றாள். அந்தக் காட்சி மனதைத் தகர்ப்பதாக இருந்தது. சின்னக் குழந்தை. அழுதுகொண்டிருப்பவள். அதை மறைத்துச் சிரிக்க முயற்சிப்பவள். ஜெஸபெல்லுக்கு அவளைச் சமாதானப்படுத்துவது எப்படி என்று தெரியவில்லை. தாய் இறந்துபோன குழந்தையின் அனாதைநிலை மட்டுமல்ல ஆன்மேரிக்கு நேர்ந்திருப்பது. கள்ளப்புருஷ சந்ததியின் தாழ்வுமனப்பான்மையும் சேர்ந்து இருந்தது. பகல்களிலும் இரவுகளிலும் அவளுடைய அழகான முகம் ஒரு ஐம்பத்தியைந்து வயதுக்காரனின் மனதில் பகையின் தீக்கனலை மூட்டிக்கொண்டிருந்தது.

"அப்பாவுக்கு ரொம்ப முடியல..." ஆன்மேரி சொன்னாள்.

"ராத்திரி முழுக்க மூச்சுவாங்கறதும் இருமலுந்தான். எனக்குப் பயமா இருக்கு..."

ஜெஸபெல்லுக்குள் ஒரு குளிர்ந்த தீ மெதுவாகப் பற்றிப் படர்ந்தது.

"அன்னைக்கி மம்மி சொன்னமாதிரி என்னையும் கூட்டிட்டுப் போவீங்களா?"

ஆன்மேரி நிறைந்த கண்கள் தளும்பாமல் இருப்பதற்குச் சிரமப்பட்டாள். ஜெஸபெல் சிரமப்பட்டுக் குரலெடுத்தாள்:

"உங்க அப்பா விடனுமில்லையா குஞ்சு?"

"இங்கத்த ஃபாதர் சொன்னா அப்பா கேட்பாரு - மைக்கேல் ஃபாதர்."

ஜெஸபெல் பதிலின்றி நின்றாள். அவளுடைய கையில் சந்தீப் கொடுத்தனுப்பிய பணம் இருந்தது. ஆனால், அதை ஆன்மேரிக்குக் கொடுப்பதற்கு அவளுக்குத் தைரியம் வரவில்லை. காரணம், கூடத்தில் ஜார்ஜ் ஸக்கரியா பார்த்துக்கொண்டு நின்றான்.

"பாதுகாவலருடைய அனுமதியில்லாமல் குழந்தையை உங்களுடன் தங்கவைத்தால் கேஸ் ஆயிடும் என்று உங்களுக்குத் தெரியாம இருந்துச்சா?"

நீதிமன்றத்தில் வக்கீல் கேட்டார்.

"அவளைப் பாதுகாப்பதற்கு வேறு வழி எதுவும் தெரியவில்லை."

"அப்படியானால் வேறு வழியில்லை என்று தெரிந்தால் நீங்கள் எந்தச் சட்ட மீறலையும் செய்வீங்க?"

"அவள் மைனர் பொண்ணு. இருந்தாலும் அவளை ஒர்க்ஷாப்பில் வேலை செய்யவைத்தார். அங்கே அவளுக்கு உயிருக்கும் உடலுக்கும் பாதுகாப்பு இல்லை.."

"அதற்காக? அப்படிப்பட்ட பிள்ளைங்களையெல்லாம் நீங்கள் அழைத்துக்கொண்டு வந்து உங்களுடன் தங்கவைப்பீர்களா? போலீசில் புகார் கொடுக்கத்தானே செய்யணும்?"

"சைல்டு லைனில் புகார் கொடுத்திருந்தேன். ஆனால், இனி திரும்பவும் செய்யமாட்டேன் என்று ஜார்ஜ் ஸக்கரியா வாக்குக் கொடுத்திருந்தார். கொஞ்சநாள் கழித்து அவர் வாக்குத் தவறிவிட்டார்..."

"வாக்குத் தவறிவிட்டார் என்று உங்களுக்கு எப்படித் தெரிந்தது? அதன் பொருள் நீங்கள் கணவனுக்குத் தெரியாமலோ சம்மதம் இல்லாமலோ திரும்பவும் அந்தக் குழந்தையைத் தேடிப் போனீர்கள் என்பதல்லவா?"

"ஒவ்வொரு குழந்தையும் சமூகத்தோட ரெஸ்பான்ஸிபிளிட்டி என்பதுதான் எனது நம்பிக்கை..."

"உங்களுக்கு அப்படித் தனிப்பட்ட பல நம்பிக்கைகள் இருக்கலாம். எல்லாவற்றையும் இங்கே விளம்பவேண்டாம். உங்களுடைய தூண்டுதலால் குழந்தை அவளுடைய அப்பாவை விட்டுவிட்டு ஓடிவந்திருக்கிறாள். அதுதானே உண்மை?"

குழந்தை ஓடிவந்தாள். எல்லாம் உண்மைதான். ஜெஸபெல்லின் எம்.டி. பரீட்சைக்கு ஆறு மாதமே எஞ்சியிருந்தது. அவள் கால அட்டவணை தயாரித்துக் கொண்டிருந்தாள். புத்தகங்களையும் நோட்டுக்களையும் அடுக்கி வைத்து ஒவ்வொரு வாரத்திலும் படித்துத் தீர்க்கவேண்டிய பாகங்களைக் குறித்து வைத்தாள். ஜெரோம் ஜார்ஜ் மரக்காரன் குறட்டை விட்டுத் தூங்கிக்கொண்டு இருந்தான். அப்போது கேட்டில் சந்தீப்பின் காரும் போலீஸ் ஜீப்பும் வந்து நின்றன. காரில் இருந்து சந்தீப்பும் ஜீப்பிலிருந்து இரண்டு காவலர்களும் அவர்களுக்குப் பின்னால் பழைய

பள்ளிப் புத்தகப்பை ஒன்றை நெஞ்சோடு சேர்த்துப் பிடித்தவாறு ஆன்மேரியும் இறங்கினார்கள். ஜன்னல் வழியாக அவர்களைப் பார்த்து ஜெஸபெல் அதிர்ந்துபோனாள். அவள் ஜெரோமை எழுப்பிவிட்டாள். ஆன்மேரியை பேருந்து நிறுத்தத்தில் இருந்து காவலர்கள் பிடித்திருக்கிறார்கள். அவள் சந்தீப் பெயரையும் ஜெஸபெல் பெயரையும் சொன்னாள். சந்தீப்பின் வீட்டில் பெண்கள் இல்லாததால் காவலர்கள் அவளை ஜெஸபெல்லிடம் கொண்டுவந்தனர்.

“குழந்தையைத் தங்கவைக்க முடியாது என்று ஜெரோம் முடிவாகச் சொன்னார் இல்லையா?”

“ஜெரோம் எதிர்க்கவில்லை...”

“என்னுடைய வீட்டிலெல்லாம் எனக்கு ஒரு விசயத்தில் விருப்பம் இல்லையென்று சொன்னதற்குப் பிறகு என்னுடைய மனைவி அப்படியொரு காரியத்தை யோசிக்கக்கூட மாட்டாள், கேட்டீங்களா...”

“வீட்டில் கணவனுக்கும் மனைவிக்கும் சம உரிமை உண்டு என்று நான் நம்புகிறேன்.”

“ஓ... அப்படி! அதாவது கணவன் கள்ளுக்குடித்தால் நீங்களும் குடிப்பீங்க. கணவன் ஒரு சட்டி உடைத்தால் நீங்க இரண்டு சட்டி உடைப்பீங்க?”

“என்னுடைய சிகிச்சையில் இருக்கும் ஒரு குழந்தைக்கு ஒரு தேவை வந்தால் உதவவேண்டிய கடமை எனக்கு இருக்கிறது. எனக்குப் பிடிக்காத எத்தனையோ விசயங்களை நான் ஜெரோமுக்காகச் செய்திருக்கிறேன். அப்போது என்னுடைய விருப்பங்களைக் கருத்தில் கொள்ளவதற்கு ஜெரோமுக்கும் பாத்தியதை இருந்தது...”

“அதெப்படி நடக்கும், டாக்டரே? உங்களுடைய விருப்பம் வேறு ஒருத்தனுடன் படுக்கவேண்டும் என்பதாக இருந்தால் அதையும் கணவன் அங்கீகரிக்க வேண்டுமா?”

வக்கீல் உரக்கச் சிரித்தார். நீதிபதியின் முகத்தில் ஏளனச் சிரிப்புத் தோன்றியது. பாட்டியைத் தவிர, நீதிமன்றத்தில் இருந்தவர்கள் எல்லோரும் உரக்கச் சிரித்தனர்.

ஜெஸபெல்லுக்குச் சிரிப்பு வரவில்லை.

‘ஒரு இடத்தில் இரண்டு பெண்கள் இருந்தனர். இருவரும் காதலுக்காக ஒருத்தனுடனும் சமூகத்திற்கு வேண்டி இன்னொருத்தனுடனும் பொய்யாக இருக்கிறார்கள். உயிர்த்தெழுதலில் அவர்கள் அவர்களில் யாருடைய மனைவியாக இருப்பார்கள்?’ என்று கேட்பதற்கு அவள் ஆசைப்பட்டாள். பெண்களின் உருவத்தில் உள்ள உயிரினங்களுக்கும் கண்ணுக்குத் தெரியாத நான்கு சிறகுகள் இருக்கும் என்று சொல்வதற்கும் அவள் ஆசைப்பட்டாள்.

பறக்கும்போது சிறகுகளின் சப்தம் எழும். அது மலையிலிருந்து வரும் வெள்ளத்தின் சலசலப்புப் போலவும் எல்லாம் வல்லவனுடைய கம்பீர நாதம் போலவும் படையின் ஆரவாரம் போலவும் ஒலிக்கக்கூடியதாக இருக்கும். பெண்ணின் உருவமுள்ள ஒவ்வொரு உயிரினத்துக்கும் உடலை மறைக்கின்ற இரண்டு சிறகுகளும் அருகில் நிற்கின்ற உயிரினத்தின் சிறகுகளைத் தொடுகின்ற இரண்டு சிறகுகளும் இருக்கும்.

ஜெஸபெல்லின் சிறகுகள் ஆன்மேரிக்காக விரிந்தன. அவளுடைய சிறகடிப்புகள் அவளையே பதறச்செய்தன.

9

ஜெஸபெல், தான் ஜெரோம் ஜார்ஜ் மரக்காரனுடன் தங்குவதற்காகக் கண்டுபிடித்த நியாயப்படுத்தல் இவ்வாறாக இருந்தது:

ஏசு கிறிஸ்துவைப் பார்ப்பதற்காகக் காட்டத்தி மரத்தில் ஏறி உட்கார்ந்திருந்த சக்கேயுவை அவன், 'சக்கேயு, சீக்கிரம் இறங்கி வா. இன்று எனக்கு உனது வீட்டில் தங்கவேண்டியிருக்கிறது' என்று அழைத்தான் அல்லவா. இதைப் பார்த்தவர்கள் இவன் பாவியின் வீட்டில் விருந்தாளியாகத் தங்குகிறானே என்று முணுமுணுக்கும்படி ஆகிவிட்டதல்லவா. சக்கேயு தன்னுடைய சொத்தில் பாதியை ஏழைகளுக்குக் கொடுத்தானல்லவா. ஏமாற்றிப் பறித்தவற்றை நான்கு மடங்காகத் திருப்பிக் கொடுத்தானல்லவா. இன்று இந்த வீட்டிற்கு இரட்சிப்புக் கிடைத்திருக்கிறது என்றும் இவனும் ஆபிரஹாமின் குமரனாகிறான் என்றும் ஏசு சொன்னாரில்லையா. ஒருவேளை ஜெரோமின் வீட்டுக்கும் அப்படி இரட்சிப்புக் கிடைக்கவேண்டியிருக்கும். இழந்துபோனதைக் கண்டுபிடித்து இரட்சிப்பதற்காகத்தானே மனிதகுமாரத்திகள் சிலுவையில் அறையப்படவேண்டும்.

அப்படியே இருந்தாலும் ஜெஸபெல் எதிர்ப்பைக் காட்டவில்லை என்றில்லை. அது ஜெரோம் ஜார்ஜ் மரக்காரனைச் சஞ்சலப்படுத்தியிருந்தது. அவன் அதைப் பிதாவாகிய ஜார்ஜ் ஜெரோம் மரக்காரனிடம் தெரிவித்திருந்தான். பிதா, பெண்ணையும் பாம்பையும் முதுகெலும்பை ஒடித்துத்தான் அடக்கவேண்டும் என்று மகனுக்கு உபதேசித்திருந்தான். ஆனால், ஜெஸபெல்லுக்கு முன்னால் ஜெரோம் ஒரு எல்லைவரை தாழ்வாக உணர்ந்தான். அவள் தனக்கு நல்லதொரு கவசம் என்று அவன் அறிந்திருந்தான். அவள் சேர்ந்து இருப்பதற்கு ஏற்றவளாக இருந்தாள். அவளிடத்தில் உண்மையும் நீதியும் தர்மமும் இருந்தன. அதனால் அவளைக் கட்டுப்படுத்துவது எளிதாக இருந்தது. அவள் கண் பார்வையிலிருந்து மறையாமல்

இருப்பதற்கு அவன் முயன்றான். அவள் தூர விலகிப் போகாமல் இருப்பதற்காக அவன் எப்போதும் உடனிருந்தான். அவன் அவளிடத்தில் கூடுதலான கருணையை வேண்டினான். அழுதும் கால் பிடித்தும் அவமானப்பட்டும் முறையிட்டும் அவளைக் கட்டுப்படுத்தினான். அவளுக்கு ஆடைகளும் நகைகளும் பரிசளித்தான். உடல்ரீதியாகத் தொந்தரவு செய்யாமல் இருந்தான். நாட்களும் மாதங்களும் பறந்துசெல்லச் செல்லத் தாம்பத்தியத்தின் கூட்டில் நேசத்தின் முட்டைகள் தானாக விரியும் என்று அவளைப் பேராசை கொள்ளச்செய்தான்.

ஜெஸபெல்லின் வீட்டிற்குச் செல்வதையும் உறவினர்களைச் சந்திப்பதையும் ஜெரோம் முன்பே முடிவுக்குக் கொண்டுவந்திருந்தான். ஜெரோமின் உறவினர்களின் வீடுகளுக்குப் போவதை ஜெஸபெல்லும் முடிவுக்குக் கொண்டுவந்திருந்தாள். அப்பா அவ்வப்போது வேலைசெய்யும் இடத்திற்கு வந்து அவளைப் பார்த்தார். அம்மா அவ்வப்போது வாடகைவீட்டுக்கு வந்து அவளைப் பார்த்தார். பாட்டியும் குடும்பப் பரிவாரங்களோடு சேர்ந்து இரண்டு மூன்று முறை அவளைக் காண்பதற்கு வந்தார். ஒன்றிரண்டு முறை அவளும் அம்மாவைப் பார்ப்பதற்குப் போனாள். ஏபெல் எப்போதாவது ஃபோன் செய்தான். அவ்வப்போது ஏபெல்லுக்கு அவள் மின்னஞ்சல் அனுப்பினாள். மீதி நேரங்களில் அவள் புத்தகங்களிலும் படிப்பிலும் மூழ்கினாள்.

ஆன்மேரி வந்த இரவு ஜெரோம் ஜார்ஜ் மரக்காரன் ஜெஸபெல்லோடு சண்டையிட்டான். டாடியிடம் சொல்வேன் என்று பயமுறுத்தினான். சொன்னால் நான் கிளம்பிவிடுவேன் என்று ஜெஸபெல் பதிலுக்குப் பயமுறுத்தினாள். சண்டையின் முடிவில் அவர்கள் இருவரும் திரும்பிப் படுத்து உறங்குவதற்கு முயன்றனர்.

அடுத்த நாள் காலை ஐந்து மணிக்கு அலாரம் அடித்தபோது ஜெஸபெல் எழுந்தாள். அவளுடைய நாள் தொடங்கியிருந்தது. எட்டரைக்கு வகுப்பு. அதற்கு முன்பு, காலை, மதிய உணவு. மதிய உணவுக்குப் பொரித்த மீனோ மாட்டிறைச்சி வறுவலோ வேண்டும். கோழிக்குழம்போ மீன் குழம்போ செய்யவேண்டும். அவன் முந்தையநாள் உடுத்திய ஆடைகளை சோப்பு நீரில் நனைத்து வைக்கவேண்டும். அவனுக்கு அன்று உடுத்துவதற்கான ஆடைகளுக்கு இஸ்திரி போடவேண்டும்.

காலையில், ஜெரோம் சுகமாகப் படுத்திருப்பதைப் பார்க்கும்போது அனுபவப்படுகின்ற எதிர்ப்புணர்வோடு சமையலறைக்குள் நுழைகையில், ஜெஸபெல் பதறிப்போனாள். உள்ளே ஆன்மேரி காய்கறிகளை அரிந்துகொண்டிருந்தாள். இட்லி மாவு எடுத்து வெளியே வைக்கப்பட்டிருந்தது. சாம்பாருக்கு வேண்டிய காய்கறிகளை அவள் அரிந்து முடித்திருந்தாள்.

'ஆன்ட்டி வேணும்னா இன்னுங் கொஞ்ச நேரம் தூங்கிக்கிங்க... இத நான் செய்யறேன். எனக்கு எல்லாம் வைக்கத் தெரியும்' என்று எஜமானனை மகிழ்விப்பதற்காக வாலாட்டி நிற்கின்ற நாய்க்குட்டியின் முகத்தோடு அவள் சொன்னபோது ஜெஸபெல்லின் இதயம் நடுங்கியது. அன்புக்காக ஏங்குகின்ற சின்னக்குழந்தை. உலகம் தாய்க்குக் கொடுத்த தண்டனையின் பங்கை வாங்கித் தானும் அனுபவிக்கும் குழந்தை. வேறு யாரும் இல்லாத குழந்தை. இது என்னுடைய இறுதியான அபயம் என்று சொல்லாமல் சொல்கின்ற குழந்தை. ஜெஸபெல் தேம்பும் இதயத்துடன் நின்றாள்.

ஆன்மேரி சமையலறையின் மேலாதிக்கத்தை நிறுவியிருந்தாள். பார்த்துக்கொண்டிருக்கும்போதே அவள் தேங்காய் துருவி, தேங்காய்ச் சட்டினியும் காரச்சட்டினியும் அரைத்தாள். அடுப்பில் கொதித்த சாம்பாரில் பக்குவத்திற்குச் சேர்க்கவேண்டியவற்றைச் சேர்த்தாள். சமையலறையில் பெருங்காயத்தின் வாசனை நிறைந்தது. ஒரு அடுப்பில், பிரஷர் குக்கரில் சோறு வெந்துகொண்டிருந்தது. அவள் அதை அனாயாசமாகத் தூக்கி எடுத்துத் தண்ணீர் வடிவதற்காகச் சாய்த்து வைத்தாள். நண்பகலுக்கு என்னவெல்லாம் குழம்புகள் வைக்கவேண்டும் என்று கேட்டாள். ஜெஸபெல்லுக்குச் சோறு கட்டிக்கொடுப்பதற்குத் துவையலும் முட்டைப் பொரியலும் பொரித்த மீனும் தயாராக்கினாள்.

ஜெஸபெல் என்ன செய்வதென்று தெரியாமல் கதவில் சாய்ந்து நின்றாள். தேநீர் குடிப்பதற்காக எழுந்து வந்த ஜெரோமும் இதையெல்லாம் பார்த்துக்கொண்டு சிறிது நேரம் நின்றான். 'இவள வச்சிருக்கறது சம்பளத்துக்காகவா' என்று குரூரமாகக் கேட்டான். ஜெஸபெல் சமையலறையில் எதையோ செய்வதற்கு முயன்றபோது ஆன்மேரி தடுத்தாள். 'ஆன்ட்டி ஒரு இடத்துல உட்கார்ந்தாப் போதும், எல்லாம் நான் பார்த்துக்கறேன்.' என்று கட்டாயப்படுத்தினாள். 'எத்தனை நாளைக்கு நீ இதச் செய்வே'

என்று ஜெஸபெல் கவலைப்பட்டாள். 'ஆன்ட்டி சம்மதிக்கிற வரைக்கும்' ஆன்மேரி புன்னகைத்தாள். 'இப்படி வேல செஞ்சிட்டிருந்தா நீ எப்படி டாக்டர் ஆவே?' என்று ஜெஸபெல் திட்டினாள். 'அதெல்லாம் நடக்காத ஆசையில்லையா ஆன்ட்டீ' என்று சொல்லி அவள் வாய்விட்டுச் சிரித்தாள். 'படிப்பு விசயத்துல சமரசமே கிடையாது' என்று ஜெஸபெல் கடிந்துகொண்டாள். ஆன்மேரியின் முகம் வாடியது.

"டீஸி கிடைக்கணும்னா அப்பா மனசு வைக்கணும். என்னால இனியும் அங்க போக முடியாது..."

"இருந்தாலும் சொல்லாம வந்தது ரொம்ப கஷ்டமாயிருச்சு..."

"நான் அங்க இருந்தேன்னா ஜெயிலுக்குப் போகவேண்டி வரும், ஆன்ட்டீ. ஓர்க்ஷாப்ல என் வயசுல புள்ளை இருக்கற ஒருத்தன் இருக்கான். ஜானிக்குட்டி அவன் பேரு. அவன் நேத்து என்னத் தொட்டான். அதிலல்ல எனக்கு வருத்தம். அப்பாகிட்டப் போயிச் சொன்னப்ப என்ன சொன்னாருன்னு தெரியுமா? அவன் தொட்டா என்ன நீ உருகிப்போயிருவயான்னு...!"

ஜெஸபெல்லின் இதயம் துடித்தது. கருப்பு மிடியும் வெள்ளை மேல்சட்டையும் உடுத்தி, தோளில் ஒரு துண்டைப் போட்டுக்கொண்டு எத்தனையோ காலமாக அந்தச் சமையலறையில் வேலை செய்கின்ற ஒரு இல்லத்தரசியைப் போன்று செயல்படுகின்ற அவளைப் பார்த்துக்கொண்டிருக்கும்போது ஜெஸபெல்லுக்கு யாருடன் என்றில்லாமல் ஆத்திரமும் கோபமும் தோன்றியது. அவளுடைய வயதில், தான் எவ்வளவு கொடுத்துவைத்தவளாக இருந்தாள். அந்தப் பாக்கியங்களுக்குப் பதிலாக உலகத்திற்குத் தான் எதைக் கொடுத்தாள்? ஆன்மேரி தன்னுடைய துணிகளையும் ஜெரோமின் துணிகளையும் துவைக்கப் போடும்போதும் இஸ்திரி போடுவதற்காக எடுத்தவற்றைத் தட்டிப் பறித்து அழகாக இஸ்திரி போடும்போதும் ஜெஸபெல் பலவீனமடைந்தாள். அவள் ஆன்மேரியின் உற்சாகத்தைத் துடிக்கும் இதயத்தோடு பார்த்தாள். புனிதையின் கல்லறையில் ஏற்றிவைத்த மெழுகுவர்த்தியைப்போன்று அணையாமல் இருப்பதற்காகப் பாடுபடுகின்ற ஒரு தீநாளமே அவள் என்றும் கண்டாள். காற்று ஓங்கியடிப்பதை ஜெஸபெல் கண்டாள். அவள் பயப்பட்டாள்.

ஆன்மேரி சமைத்த காலைச் சிற்றுண்டியும் நண்பகல் உணவுக்குச் சமைத்த குழம்புகளும் ஜெரோமிற்குப் பெருஞ்சுவையாக இருந்தன. 'சம்பளம் வேண்டாம்னா அவ இங்கயே இருந்துட்டுப் போகட்டும், இல்லையா' என்று அவன் கருணையாளனானான். 'டாடிகிட்ட அவளச் சொல்லி அனுப்பிட்டேன்னு சொல்லிக்கலாம்' என்று தியாகியானான். ஜெஸபெல் உடை மாற்றிக்கொண்டு புறப்பட்டு வரும்போது ஆன்மேரி லஞ்ச் பாக்ஸுடன் வந்தாள். கதவை அடைத்துக்கொள் என்று புத்திமதி சொல்லிவிட்டு அவள் ஸ்கூட்டரிலும் ஜெரோம் காரிலும் வேலைக்குப் புறப்பட்டனர்.

காலையில் வெளிநோயாளிகள் பிரிவு நல்ல பரபரப்பாக இருந்தது. நோயாளிகளில் பெரும்பாலானவர்கள் காய்ச்சலும் இருமலுமாக வந்திருந்தனர். அதற்கிடையில் இடைவிடாத வயிற்றுவலியோடு பத்து வயதுக்காரி சினேகா வந்தாள். வீட்டு வேலை செய்து இரண்டு குழந்தைகளை வளர்க்கின்ற ஜெயந்தி என்ற தாயுடன், முழங்காலுக்குக் கீழே இறக்கமுள்ள கருப்புப் பாவாடையைச் சுருட்டிப் பிடித்துக்கொண்டு அவள் குற்றவாளியைப் போன்று முகம் தாழ்த்தி நின்றதை ஜெஸபெல் பிற்காலத்திலும் நினைப்பதுண்டு. அவள் மெலிந்து வெளிறிய குழந்தையாக இருந்தாள். வேறு யாரோ தானம் கொடுத்தது போன்று பொருந்தாமல் தொளதொளத்துக் கிடந்த சிவப்பு நிறத்தில் மேலாடை உடுத்தியிருந்த அவளுடைய உடல் துயரத்தை விழித்தெழச்செய்தது. கண்களில் ஒரு மோசமான வெறுமை குடிகொண்டிருந்தது. சினேகாவின் நோய் ஆறுமாதமாக இருக்கிறது. பல மருத்துவமனைகளில் நடத்திய பரிசோதனைகளின் அறிக்கைகளைக் கொண்டுவந்திருந்தனர். ஜமீலா மேடமும் பிற மருத்துவர்களும் அந்த அறிக்கைகளைப் புரட்டிப் பார்த்தனர். சிறுமியுடன் பேசுவதற்கு ஜெஸபெல் பணிக்கப்பட்டாள்.

ஜெஸபெல் சினேகாவை அருகில் அழைத்தாள். குசலம் விசாரித்தாள். உடையைப் பற்றியும் அவளுடைய தம்பியைப் பற்றியும் கேட்டாள். வயிற்று வலியைப் பற்றிக் கேட்டபோதெல்லாம் அவளுடைய உதடுகள் இறுகின. ஜெஸபெல் அணைத்துக்கொள்ள முயன்றபோது அவள் சுட்டதுபோன்று திமிறி நகர்ந்தாள். ஜெஸபெல் அவளுடைய முடியிழைகளை ஒதுக்கிவிட்டாள். கன்னத்தில் ஒட்டியிருந்த

தூசியை எடுத்தெறிந்தாள். ஒவ்வொரு தொடுதலிலும் சினேகாவின் உடல் மேலும் விறைத்தது. எவ்வளவோ முயன்றும் அவள் சிரிக்கவில்லை. இறுதியில் ஜெஸபெல் சொன்னாள்: 'இதேமாதிரி எனக்கும் முந்தி வயித்துல ஒரு வலி வந்துச்சு. அப்ப ஸ்கூல மாத்தினதும் வலி போயிருச்சு. ஸ்கூல மாத்திப் பார்க்கலாமா?' சினேகாவின் அவிந்துபோன கண்களில் சட்டென்று எதிர்பார்ப்பின் தீ நாளம் மின்னியது. ஜெஸபெல் சிறுமியை கௌண்டரில் இருந்து உளநோய் மருத்துவரிடம் அனுப்பி வைத்தாள். இரண்டு மணி நேரம் கழித்து குழந்தை வழிகாட்டு மையத்தில் இருந்து டாக்டர் விநோத் அழைத்தார் - யூகம் சரிதான். குழந்தையிடம் அவளுடைய கணக்கு மாஸ்டர் தவறாக நடந்திருக்கிறார்.

ஜெயந்தியை மட்டும் உள்ளே அழைத்து ஜமீலா மேடம் அதை விளக்கினார். அவர் ஆசிரியரைத் திட்டுவார் என்றுதான் ஜெஸபெல் எதிர்பார்த்தாள். ஆனால், அவர் மகளைத்தான் சபித்தார். 'அகங்காரி! அவள நான் இன்னைக்கிக் கொல்லப்போறேன். மொட்டு விரியறதுக்கு முன்னாடியே இதுதானா அவளோட வேல? அப்படியொரு மக எனக்கு வேண்டாம்.' ஜெஸபெல் பயந்துவிட்டாள். அவள் ஜெயந்தியில் தன்னுடைய அம்மாவைக் கண்டாள். அவள் அவரைப் பிடித்து நிறுத்தினாள். 'சின்னப் புள்ள, அவள ஒருத்தன் தொந்தரவு செஞ்சது எப்படி அவளோட குற்றமாகும்' என்று கேட்டாள்.

"வேற என்ன? அங்க எத்தனையோ புள்ளைங்க படிக்கறாங்க? அவங்க யாருக்கும் இல்லாத பிரச்சனை இவளுக்கு மட்டும் எப்படி வந்துச்சு?"

"மத்த புள்ளைங்ககிட்ட அந்த ஆள் எப்படி நடந்துகிட்டான்னு நமக்குத் தெரியாதில்லையா?"

"இவ எதுக்கு அந்த ஆளுகிட்டப் போனா? அந்த ஆளு தொட்டப்ப இவ எதுக்கு நின்னு கொடுத்தா?"

அவர் பைத்தியக்காரியைப் போன்று கத்தினார்.

"அந்த ஆள் எதுக்குத் தொட்டான்னுதானே முதல்ல கேட்கணும்? அதுக்கு இந்த பிஞ்சுக் குழந்தைக்கா தண்டனை?"

"டாக்டரே, நீங்க ரொம்பவே வேத உபதேசம் பண்ணறீங்க. நாங்க ஏழைங்க. இருக்கற ஒரே சொத்துன்னு சொன்னா மானந்தான்...

ஒருத்தன் தொட்ட இவள இன்னொருத்தன் கல்யாணம் கட்டிக்குவானா?"

அவர் உடைந்து அழுதார். ஜெஸபெல் திகைத்துப்போனாள். 'நீங்கள் எந்த நூற்றாண்டில் வாழறீங்க அக்கா' என்று ஜெஸபெல் சக்தியில்லாமல் கேட்டாள். 'எந்த நூற்றாண்டிலா இருந்தாலும் பொண்ணு தப்பிப்போனா எல்லாமே தப்பிப்போவும் டாக்டரே' என்று அவர் மார்பில் அடித்துக்கொண்டு அழுதார். 'கவுன்ஸிலிங் கொடுக்கவேண்டியது குழந்தையின் தாய்க்குத்தான்' என்று ஜெஸபெல் டாக்டர் வினோத்திடம் சொன்னாள். 'குழந்தைக்குப் புத்திமதி சொல்லிச் சரிப்படுத்தலாம், ஆனா, அம்மாவோட விசயத்துல நான் ஹெல்ப் லெஸ்' என்று வினோத் கை விரித்தார்.

"தயவு செஞ்சு இந்தக் குழந்தைய நீங்க அழிச்சிடாதீங்க. அந்த வாத்தியார் அவளோட உடம்ப நாசம்பண்ணி இருக்கான். நீங்க அவளோட மனசையும் கெடுக்காதீங்க. அவளுக்கு அன்பும் தைரியமும் கொடுக்கறதுக்குப் பதிலா சாவுல தள்ளிவிடாதீங்க..."

ஜெஸபெல் அவரிடம் கெஞ்சினாள். ஆனால், ஜெயந்தியின் கண்கள் ஜொலித்தன.

"அவ இனி எதுக்காக உயிரோட இருக்கறா? அவ செத்துப்போனாப் போதும்னு இருக்குது!"

ஜெஸபெல் தளர்ந்தாள். 'பத்து வயசு குழந்தையப் பத்தியா நீங்க பேசறீங்க? நீங்க நொந்து பெத்த புள்ளைய ஒரு நாய் கடிச்சாலும் இதையேதான் சொல்வீங்களா' என்று கொதித்தாள். 'நாய் கடிச்சாலும் அதுக்கப்புறமும் மதிப்பு இருக்கும் டாக்டரே. இது ஒரு ஆம்பள தொட்டது... அதோட கற தேச்சாலும் குளிச்சாலும் போகுமா?' அவர் உடைந்து அழுதுகொண்டு வெளியேறினார். ஜெஸபெல் பின்னாலேயே சென்றாள். அந்தப் பெண் குழந்தையின் கையைப் பிடித்து இழுத்துக்கொண்டு ஒரு கொடுங்காற்றுப் போன்று போய்க்கொண்டிருந்தார். நடக்கும்போது குழந்தை திரும்பி ஜெஸபெல்லைப் பார்த்தாள். 'நான் என்ன தப்புச் செஞ்சேன்' என்று அவளுடைய கண்கள் ஜெஸபெல்லிடம் கேட்டன. அந்தப் பார்வை, தான் என்றும் காலையில் கண்ணாடியில் தனது கண்களில் காண்பதல்லவா என்று நினைத்து ஜெஸபெல் மேலும் தளர்ந்துபோனாள்.

அஹானாவிடமும் திவ்யாவிடமும் ராணியிடமும் இதைப்பற்றிச் சொல்லும்போது ஜெஸபெல் பொங்கினாள். அவர்கள் மூக்கின்மேல் விரல் வைத்தனர். ஒரு பக்கம் நவீன மருத்துவம் விரிவடைகிறது. மறுபக்கத்தில் மூடநம்பிக்கைகளும் சமூக இழிவுகளும் முன் எப்போதையும்விடக் கெட்டிதட்டிப் போகின்றன, என்னவொரு கொடுமை என்று அவர்கள் வருத்தப்பட்டனர். உடலைத் தவறாகப் பயன்படுத்துதல் எல்லோருக்கும் ஒரேமாதிரிதான் என்று ஜெஸபெல் நினைத்தாள். அவள் தன்னுடைய இரவுகளை நினைத்தாள். அவளுக்கும் வயிறு வலித்தது. நண்பகல் வகுப்பிற்கு ஓடுவதற்குமுன்பு ஆன்மேரி கொடுத்துவிட்ட லஞ்ச் பாக்ஸைத் திறந்தபோதும் ஜெஸபெல்லின் வயிறு வலித்தது. சோற்றுருண்டையை வாயில் வைக்கும்போது அவளுடைய கண்கள் நிறைந்தன. குழந்தைகளைப் பற்றி நினைத்து அவள் பயந்து நடுங்கினாள். இவ்வளவு கொடூரமான உலகத்தில் இத்தனை குழந்தைகள் தேவையில்லை என்று அவளுடைய இதயம் முறையிட்டது.

வகுப்பு நடக்கும் சமயத்தில் மருத்துவர்கள் போராட்டத்தை அறிவித்திருந்தனர். யாரோ சிலர் வார்டுக்குள் வந்து மருத்துவரை அடித்ததாக இருந்தது காரணம். எந்த டிபார்ட்மெண்ட்டில்? கார்டியாலஜியில். எந்த டாக்டர்? டாக்டர் சந்தீப் மோகன்!

அஹானாவும் திவ்யாவும் ராணியும் ஜெஸபெல்லும் குழந்தைகள் மருத்துவமனையிலிருந்து கார்டியாலஜி பிளாக்கிற்கு ஓடினார்கள். டாக்டர் சந்தீப் மோகனை அப்சர்வேஷனில் படுக்கவைத்திருந்தனர். அவனுடைய படுக்கையைச் சுற்றி நின்ற பி.ஜி. மாணவர்களைத் தள்ளி விலக்கிக்கொண்டு ஜெஸபெல் முன்புறம் சென்றாள். அவளைப் பார்த்தபோது அவன் சிரித்துக்கொண்டு ஸலைன் ட்ரிப் குழாயைக் கவனமாக நகர்த்திவைத்து எழுந்து உட்கார்ந்தான். அவனுடைய ரத்தநிறமுள்ள சட்டை பொத்தான் துளை சகிதம் கிழிந்துபோயிருந்தது. 'அடி முதுகில் விழுந்திருந்தது' கண்ணாடியின் வளைந்த கால்களைக் கண்டுகொள்ளாமல் அவன் அதை மீண்டும் போட்டுக்கொண்டான்.

"ஜார்ஜ் ஸக்கரியா தனியா வந்தாரா?"

ஜெஸபெல் அவனிடம் ரகசியமாகக் கேட்டாள். சந்தீப் மோகன் நம்பிக்கையின்றி அவளைப் பார்த்தான்.

“ஜெஸபெல், நீ நல்ல புத்திசாலி!”

“அவர் என்னோட வீட்டுக்கும் போயிருப்பாரு...”

ஜெஸபெல் கணித்தாள்.

அது உண்மையாக நடக்கவும் செய்தது. அவன் அவளுடைய வீட்டுக்கும் போயிருந்தான். ஆனால், கேட்டுக்கு வெளிப்பக்கம் பூட்டியிருந்ததால் என்னசெய்வதென்று யோசித்துக் கொண்டிருந்தான். ஜெரோம் ஜார்ஜ் மரக்காரன் காலைநேரப் பணி முடிந்து திரும்பி வந்தான். கேட்டுக்கு முன்னால் நிற்கின்ற ஆட்களைப் பார்த்ததும் ஜெரோமின் புத்தி விழிப்புடன் செயல்பட்டது. அவன் பக்கத்து வீட்டில் திறந்திருந்த கேட்டுக்குள் வண்டியை ஏற்றினான். அந்த வீட்டின் சமையலறை வாசலில் இருந்து தன்னுடைய வீட்டுக்கான விக்கெட் கேட்டைத் தாண்டிக் கடந்தான். சமையலறைப் பக்கம் சென்று ஆன்மேரியைக் கூப்பிட்டு வெளியே கூட்டிவந்து பக்கத்துவீட்டில் உட்காரவைத்தான். பின்னர் ஒன்றும் தெரியாதது போன்று காரை ஓட்டிக்கொண்டு வீட்டுக்குச் சென்றான். ஜார்ஜ் ஸக்கரியாவும் உதவிக்கு வந்தவர்களும் மதில் ஏறிக் குதிப்பதைப் பற்றி ஆலோசித்துக்கொண்டிருந்தனர். ஜெரோம் அவர்களிடம் என்னவென்று விசாரித்தான். ஆன்மேரியைத் தேடித்தான் வந்தார்கள் என்பதைக் கேட்டபோது ‘அந்தக் குழந்தையை இன்னக்கிக் காத்தால போலீஸ் கூட்டிட்டுப் போய்ட்டாங்களே’ என்று தெரிவித்தான். ஒரு அவசரமும் பதற்றமும் இல்லாமல் கேட்டையும் வரவேற்பு அறையையும் திறந்து ஜார்ஜ் ஸக்கரியாவை உள்ளே அழைத்தான். குழந்தை இருக்கிறதென்றால் கூட்டிச்செல்வதற்கு அனுமதித்தான். ஜார்ஜ் ஸக்கரியா அவ்வப்போது இருமியபோது ஜெரோம் மேசையைத் திறந்து ஜெஸபெல்லுக்கு சேம்பிளாகக் கிடைத்த காஃப் சிரப் பாட்டிலைக் கொடுக்கக்கூடச் செய்தான். ஜார்ஜ் ஸக்கரியாவுக்கு ஜெரோமைப் பிடித்துப்போய்விட்டது. அவன் மன்னிப்புக் கேட்டுக்கொண்டு திரும்பிச் சென்றான். ஜெஸபெல் ஸ்கூட்டரில் பாய்ந்து வந்துசேரும்போது ஜெரோம் ஆன்மேரி கொடுத்த தேநீரைக் குடித்துவிட்டு நகரத்தில் உள்ள மற்றொரு லேப்புக்குப் போவதற்குப் புறப்பட்டுக்கொண்டிருந்தான்.

“எவனோ ஒருத்தன், ஒருத்தியைத் தவறாக நடக்கவைத்து உண்டாக்கிய குழந்தையை வளர்ப்பதற்கு ஜெரோம்

சம்மதிக்கவில்லை. அதுதானே உங்களுக்கு இடையிலான கருத்து வேறுபாட்டுக்குக் காரணம்?”

நீதிமன்றத்தில் வைத்து வக்கீல் கேட்டார்.

“இப்போதைக்கு எங்களுடன் இருக்கட்டும் என்பதுமட்டும்தான். எதிர்காலத்தைப் பற்றித் தீர்மானிக்கவில்லை.”

“அப்படியானால் மேலே சொன்ன அன்றைக்கு எதற்காக நீங்களும் டாக்டர் ஜெரோம் ஜார்ஜ் மரக்காரனும் உங்களுக்குள் சண்டைபோட்டுக்கொண்டீர்கள்?”

அதற்கு என்ன பதில் சொல்வதென்று ஜெஸபெல் யோசித்தாள். ஜார்ஜ் ஸக்கரியா தேடி வந்ததற்குப் பிறகு ஆன்மேரியை ஜெஸபெல் காலையில் தன்னுடன் அழைத்துச்செல்லத் தொடங்கியிருந்தாள். முதல் நாள் அங்கே செல்லும்போது ஆட்டோவிலும் இங்கே வரும்போது சந்தீப்பின் காரிலும் வந்தனர். இரண்டாவது நாள் சந்தீப்பின் காரில் செல்வதைத் தவிர்ப்பதற்காக ஜெரோம் காரை விட்டுக்கொடுத்தான். டியூட்டி முடியும் வரைக்கும் ஆன்மேரியை ஜெஸபெல் ஒரு தொண்டு இல்லமான ‘புனர்ஜனி’யில் விட்டாள். மாலையில் அவளையும் கூட்டிக்கொண்டு திரும்பி வந்தாள். அவள் ஜெஸபெல்லின் எதிர்ப்பைப் புறக்கணித்துவிட்டு சமையலறை வேலைகளை வேகமாகவும் சுத்தமாகவும் செய்தாள். ருசியான உணவுகளைத் தயாரித்தாள். வீட்டைப் பெருக்கித் துடைத்தாள். ஜெஸபெல்லுக்குப் படிப்பதற்கு அதிக நேரம் கிடைத்தது. ஜெரோமிற்கு ருசியான உணவு கிடைத்தது. வாழ்க்கை சிக்கலில்லாமல் கழிந்தது - எல்லாம் கடைசி சண்டை வரைக்கும், விபத்துக்கு இரண்டு நாட்கள் முன்புவரை.

அந்த நாளன்று இரண்டு சம்பவங்கள் நடந்தன. ஜெஸபெல் மாலை மூன்று மணிக்கு வகுப்பு முடிந்து வார்டில் மஞ்சள் காமாலையால் பாதிக்கப்பட்ட ஐந்து வயதுக்காரியின் டிஸ்ஜார்ஜ் சம்மரியை எழுதிவிட்டு வெளியே வரும்போது ஜார்ஜ் ஸக்கரியா வழிமறித்தான். ‘அவ எங்கே’ என்று கேட்டான். ‘யார்’ என்று ஜெஸபெல் கேட்டாள். ‘என்னோட மக’ என்று அவன் கொதித்தான். ‘எனக்கெப்படித் தெரியும்!’ என்று ஜெஸெபெல்லும் பொங்கினாள். ‘உனக்கு நான் காட்டறேண்டீ’ என்று அவன் பயமுறுத்தினான். கோபத்தால் அவனுக்கு இருமல் தொடங்கியது. ஜெஸபெல்லுக்கு அவனைப் பிடித்து

மருத்துவமனையில் படுக்கவைத்து மருத்துவம் பார்க்க ஆசை தோன்றியது. அவன் நோயாளியாக இருந்தான். அவன் தூள் தூளாகத் தகர்ந்துகொண்டிருந்தான்.

பார்க்கிங் ஏரியாவுக்கு நடக்கும்போது அவன் அவளைப் பின்தொடர்ந்தான். 'என் கொழந்தையைத் தரலைன்னா ஏண்டீ, நீ எங்கத்த டாக்டரா இருந்தாலும் உன்ன நான் கொல்லுவேன்' என்று திரும்பத் திரும்பச் சொன்னான். ஜெஸபெல் அவனைக் கண்டுகொள்ளாததுபோல் காட்டிக்கொண்டு காரை எடுத்துக்கொண்டு நேராக அஹானாவின் பிளாட்டுக்குப் போனாள். சிறிது நேரம் அவளுடன் பேசிக்கொண்டிருந்தாள். அதன்பிறகு ஆன்மேரியைக் கூட்டிக்கொண்டு வந்தாள். வீட்டிற்கு வந்தபோது ஆன்மேரிக்கு லேசான காய்ச்சல் இருந்தது. ஜெஸபெல் அவளுக்கு மருந்து கொடுத்தாள். கஞ்சி வைத்துக் குடிக்கவைத்தாள். தூங்குவதற்காக அவளைப் படுக்கவைத்தாள். படிக்க உட்கார்ந்தாள். ஆனால், அன்று நைட் டியூட்டி பார்க்கவேண்டியிருந்த மருத்துவரின் தாயார் இரவு எட்டுமணிக்கு இறந்துவிட்டதால் கண்டிப்பாக டியூட்டிக்குப் போகச்சொல்லி ஜெஸபெல்லிடம் சூரியன் சார் கேட்டுக்கொண்டார். ஜெரோம் டிவி பார்த்துக்கொண்டிருந்தான். அவனிடத்தில் விவரத்தைச் சொல்லிவிட்டு அவள் மருத்துவமனைக்கு ஓடினாள்.

இரண்டாவது சம்பவம் அன்று இரவு இரண்டு மணிக்கு நடந்தது. ஜெரோமின் போனில் இருந்து ஒரு அழைப்பு வந்தது. ஜெஸபெல் டியூட்டி அறையில் உட்கார்ந்து படித்துக்கொண்டிருந்தாள். அவள் கை நீட்டி போனை எடுத்தாள்.

"ஆன்ட்டீ, ஓடி வா ஆன்ட்டீ..."

காயம்பட்ட முயலின் குரலில் ஆன்மேரியின் அலறல் கேட்டது. ஜெஸபெல் பயந்து சில்லிட்டுப்போனாள். அவள் சந்தீப்பின் எண்ணுக்கு அழைத்துப் பார்த்தாள். அழைப்புப் போனபோதிலும் அவன் எடுக்கவில்லை. ஐந்து நிமிடத்தில் வருகிறேன் என்று டியூட்டி நர்ஸிடம் சொல்லிவிட்டு ஜெஸபெல் வீட்டுக்கு ஓடினாள். பல முறை கைகள் ஸ்டீரிங்கில் இருந்து நழுவின. பலமுறை வண்டி தடுமாறியது. எப்படியோ வீட்டை அடைந்தாள். கேட்டின் பூட்டைத் திறக்கும்போது சாவி கிடுகிடுவென்று நடுங்கியது. கதவைத் திறந்துகொண்டு ஆன்மேரி ஓடிவந்தாள். ஆன்மேரியின் உடலை ஜெஸபெல் வேறொன்றாகப்

பார்த்தாள். மெலிந்து பளபளக்கின்ற உடல். எல்லா உடல்களும் ஒரேமாதிரி இல்லை. யாராவது கேட்கலாம், செத்தவரை எப்படி உயிர்ப்பிப்பது? எத்தகைய உடலோடு அவர்கள் காட்சிப்படுவார்கள்?

'எதற்காக ஜெரோம் ஜார்ஜ் மரக்காரனுடன் சச்சரவு ஏற்பட்டது' என்று வக்கீல் திரும்பவும் கேட்டபோது ஜெஸபெல்லுக்கு நினைவு வந்தது சினேகாதான். ஆண் தொட்டு அழிக்கப்பட்ட குழந்தை. அவளுடைய வாழ்க்கை என்னவாகியிருக்கும்?

"மன்னிக்கமுடியாத ஒரு தவறை ஜெரோம் என்னிடம் செய்தார்..."

ஜெஸபெல் சொன்னாள். ஆன்மேரியை நீதிமன்றத்திற்கு இழுப்பதற்கு அவளுக்கு விருப்பமிருக்கவில்லை.

"அதென்ன, ஒரு கணவனிடம் மனைவியால் மன்னிக்க முடியாத தவறு?"

அவருடைய முகத்தில் நம்பிக்கையின்மை நிறைந்தது.

"சரி, மன்னிக்க முடியாத தவறைக் கணவர் செய்தார். அதாவது அவரைக் கொல்வதற்கு உங்களுக்கு ஒரு மோட்டிவ் உண்டாக்கிவிட்டார்...?"

'இது மாஜிஸ்ட்ரேட் நீதிமன்றமல்ல, குடும்ப நீதிமன்றம்' என்று நீதிபதி கோபத்தைக் காட்டினார். தேவையில்லாமல் நாடகம் நடத்துகிறார் எதிர்த்தரப்பு வக்கீல் என்று அவளுடைய வக்கீல் மென்மையாக நினைவுபடுத்தினார். எதிர்த்தரப்பு வக்கீல் அது ஒன்றும் தன்னைப் பாதிக்காது என்ற நிலையில் அவளை உற்றுப் பார்த்தார்.

அப்போது, ஆன்மேரியை அணைத்துக்கொண்டு தான் நின்ற அந்த நிமிடங்கள் அவளுடைய நினைவில் தோன்றியது. அந்நேரம், பார்வை மங்கியிருந்தது. காதுகள் அறைந்து சார்த்தப்பட்டிருந்தன. உடல் எரிந்துகொண்டிருந்தது. ஒவ்வொரு உயிரணுவில் இருந்தும் நெருப்பு உமிழ்ந்துகொண்டிருந்தது. நீ எதற்காகப் பயப்படுகிறாய் என்று ஜெஸபெல் தனக்குத் தானே கேட்டாள். ஆன்மேரியும் எரிந்துகொண்டிருந்தாள். அவளுடைய கன்னத்தில் கட்டில் கால் இடித்ததால் ஏற்பட்ட கன்றலில் ரத்தம் செத்து நீலம்பாய்ந்து கிடந்தது.

‘பயப்படாதே, பயப்படாதே’ - ஜெஸபெல் தன்னிடம் சொல்லவேண்டியதை ஆன்மேரியிடம் சொன்னாள். பயம் நம்முடைய மனதில் இருக்கும் ஒரு கற்பிதம். நீ டாக்டராகும்போது படிப்பாய், மூளையில் அமிக்டாலான்னு ஒரு பகுதி இருக்கிறது. பயத்தை அங்கேதான் உணர்கிறோம். அமிக்டாலா ஹைப்போதாலமஸைத் தட்டி எழுப்புகிறது. ஹைப்போதாலமஸ் ஒரே சமயத்தில் சிம்பதடிக் நெர்வஸ் சிஸ்டத்தையும் பிட்யூட்ரி சுரப்பியையும் தட்டி எழுப்புகிறது. நெர்வஸ் சிஸ்டத்தப் பத்தி உனக்குத் தெரியாதா? நம்முடைய நரம்புகள். உடல் விறைப்பது போன்று தோன்றச்செய்வது அதனுடைய வேலைதான். பயப்படாதே. பயம் வரும்போது, பிட்யூட்ரி சுரப்பி அட்ரினல் கோர்டிகல் சிஸ்டத்தைத் தூண்டி அட்ரினலினை ரத்தத்தில் பம்ப் செய்கிறது என்பதை மனதில் வைத்தால் போதும். அது தசைகளைத் தூண்டும். அப்போது பாவப்பட்ட இதயத்துக்கு ரத்தத்தைக் கூடுதலாகப் பம்ப் செய்யவேண்டி வரும். அது அதிவேகமாகத் துடிக்கும். பயப்படாதே, பயப்படாதே. நம்முடைய உடலைப்பற்றி உனக்கு ஒன்றும் தெரியாது. அது சில இரசாயனங்கள் மட்டுமே. அன்பும் பயமும் கருணையும் எதுவும் நம்முடைய செயலல்ல, நமக்குள் இருக்கும் இரசாயனங்களுடைய அளவு மட்டுமே.

“எனக்குப் பயமில்லை...” ஜெஸபெல்லின் பிடியை விடுவித்துக் கொண்டு ஆன்மேரி கத்தினாள்.

“எனக்கு அவனக் கொல்லணும்... எனக்கு அவனக் கொல்லணும்...”

உடலை அமைதிப்படுத்துகின்ற ஹார்மோன் வெகுவிரைவாக அவளுடைய ரத்தத்தில் கலந்துவிடவேண்டும் என்று ஜெஸபெல் ஆசைப்பட்டாள். சாந்தமடையவேண்டும். மனம் சாந்தமடையவேண்டும். அவள் ஆன்மேரியை மேலும் இறுக்கமாக அணைத்துக்கொண்டாள். உனக்கு நான் இருக்கிறேன், அவள் முணுமுணுத்தாள். என்ன நடந்தாலும் உனக்கு நான் இருக்கிறேன். ‘ஆனா ஆன்ட்டீ, ஆன்ட்டியோட வீட்டுக்காரன்’ என்று அவள் ஓலமிட்டாள். அது என்னுடைய கணவனல்ல என்று ஜெஸபெல் வருத்தப்பட்டாள். ஒரு குழந்தைக்குத் துரோகம் செய்பவன் என்னுடைய கணவனல்ல. அவன் பாவம் செய்திருக்கிறான். எனது மகளின் உடலைத்

தாக்கியவன் எனக்கு எதிரியாகிறான். அவனிடத்தில் எனக்கு விரோதம் மட்டுமே தோன்றுகிறது.

தன்னுடைய உடலில் அட்ரினலின் உற்பத்தி குறைந்துள்ளதை அவள் கண்டுபிடித்தாள். மனம் சாந்தமாகிக்கொண்டிருந்தது. அது கடினமாகிக்கொண்டிருந்தது. அவள் வீட்டுக்குள் நுழைந்தாள். ஆன்மேரி வெளியிலிருந்து அடைக்கப்பட்டிருந்த அறைக் கதவைத் திறந்தாள். ஜெரோம் ஜார்ஜ் மரக்காரன் வெளியே வந்தான். காரின் சப்தத்தை அவன் கேட்டான். ஜெஸபெல் வந்துவிட்டாள் என்பதைப் புரிந்துகொண்டான். ‘ஜெஸ், இவள் நம்ம அலமாரியில இருந்து நகைகளத் திருடப் பார்த்தா’ என்று அவன் சப்தமிட்டான். ஆனால், அவனுடைய குரல் கரகரத்துப்போனது. ஆன்மேரி மேலும் சீற்றமடைந்தாள். முன்னோக்கிப் பாய முயன்ற அவளை ஜெஸபெல் தடுத்தாள்.

“அலமாரி நம்ம ரூம்லதானே இருக்குது ஜெரோம்? நீங்க எதுக்கு இவளோட ரூமுக்கு வந்தீங்க?”

மனம் மேலும் மேலும் சாந்தமடையட்டும் என்று ஜெஸபெல் ஆசைப்பட்டாள். குரல் மேலும் மென்மையடையட்டும். உடல் மேலும் அமைதியடையட்டும். ‘அவ என்னைப் பார்த்துப் பயந்து இந்த ரூமுக்கு ஓடினா’ - ஜெரோம் சப்தத்தைக் கூட்டினான். அவனுடைய முகம் மஞ்சளித்தது. சிவந்தது. பின்னர் கருவளித்தது. ஜெஸபெல் உரக்கச் சிரித்தாள். வெடித்து வெடித்துச் சிரித்தாள்: ‘நல்லதாப்போச்சு, ஜெரோம். ரொம்ப நன்றி. இந்த ரெண்டரை வருச காலத்துக்குள்ள எனக்குக் கொடுத்த எல்லா புதிய அறிவுகளுக்கும் நன்றி’ ஜெரோம் மேலும் பதறினான். ‘ஜெஸ், நான் சொல்றத நீ கேளு. அவசரப்பட்டு எதையும் முடிவு பண்ணாத. நீ உன் புருஷன நம்பு. நேத்துப் பார்த்த இவள நீ நம்பாதே. இவ திருடி. இவ நம்மள அழிக்கறதுக்கு இங்க வந்திருக்கா. டாடிகிட்ட நான் அவளப்பத்திச் சொல்லல. சொல்லியிருந்தா டாடி அடுத்த வண்டி ஏறி வந்திருப்பாரு’ என்று பிதற்றினான். ஜெஸபெல் உரக்கச் சிரித்தாள். ஆன்மேரியை உடை மாற்றி வரச்சொன்னாள். அவளுடைய ஆடைகளை பேக்கில் எடுத்தாள். தனது சர்ட்டிபிகேட்டுகளையும் அத்யாவசியமான ஆடைகளையும் எடுத்தாள்.

“ஜெஸ், நீ எங்க போறே எல்லாத்தையும் வாரிக்கட்டிக்கிட்டு?”

ஜெரோம் கவலையோடு அவளைப் பின்தொடர்ந்தான்.

“ஒரு கிரிமினல் கூட நான் வாழமாட்டேன்...”

ஜெஸபெல்லின் குரலில் முதன்முறையாகத் துயரம் நிறைந்தது.

“கிரிமினலா? மைன்டு யுவர் வாய்ஸ்...”

“வயசுக்கு வராத புள்ளைய கற்பழிக்கப் பார்க்கறவனப் பின்ன என்னன்னு கூப்பிடறதாம்? தேவன்னா?”

ஜெரோம் அடிபட்டதுபோன்று நின்றான். அவன் பற்களைக் கடித்தான்.

“அதுக்காக? நீ என்ன செய்யப்போறே?”

“அது உடனே தெரியும்...”

உடனே ஜெரோமிற்கு அழுகை வந்துவிட்டது. ஆண்களின் இறுதி அடைக்கலம் கண்ணீர் என்று பிற்காலத்தில்தான் ஜெஸபெல் கண்டறிந்தாள். ஜெரோம் அழுதபோது அவளுக்குக் குமட்டிக்கொண்டு வந்தது. பிற்காலத்திலும் ஆண்களின் அழுகையைப் பார்க்கும்போதெல்லாம் அவளுக்குக் குமட்டிக்கொண்டு வந்தது.

“நான் எவ்வளவு அகங்கரிச்சேன்! உன்னமாதிரி புத்திசாலியும் அறிவாளியுமா ஒரு மனைவி கிடைச்சதுல நான் மதிமறந்துபோனேன்! எனக்கு நல்லா வேணும்! நான் உனக்குவேண்டி என்னவெல்லாம் தியாகம் செஞ்சேன்! உனக்கு வேண்டி நான் மும்பைய விட்டுட்டு இங்க வந்தேன். என்னோட டாடியவும் மம்மியவும் விட்டுட்டு. பொறந்து வளர்ந்த ஊர விட்டுட்டு, மொழிகூட சரியாத் தெரியாத ஒரு இடத்துக்கு வந்தேன். எனக்கு இங்க ஒரு நல்ல நண்பன்கூட இல்லை. எங்க வீட்டுக்காரங்க நான் இல்லாம என்ன கஷ்டப்படறாங்க? அங்கயே இருக்கச்சொல்லி எங்க டாடியும் அவினாஷும் எவ்வளவு கட்டாயப்படுத்துனாங்க? உன்கூட இருக்கணும்னுதான் நான் என் டாடிகிட்டக்கூட சண்டைபோட்டேன். இருந்தாலும் நான் இங்க என்ன சந்தோசமாவா இருக்கேன்? காலைல எட்டு மணிக்குப் போனா ராத்திரி பத்துமணி வரைக்கும் வேலமேல வேல செய்யறேன். யாருக்குவேண்டி? எதுக்காக நான் இப்படிக் கஷ்டப்படுறேன்? உனக்கு வேண்டியும் நம்ம குடும்பத்துக்கு வேண்டியும். அதையெல்லாம் நீ மறந்துட்டுத் தூக்கி எறிஞ்சிட்டே ஜெஸபெல்... அயேம் ரியலி ஸேட்...!”

“அதுக்காக? அபயம் தேடி வந்த ஒரு மைனர் குழந்தைய ரேப் பண்ணலாமா?”

ஜெஸபெல் பேக்கின் ஜிப்பை இழுத்து மாட்டிக்கொண்டு குரலுயர்த்தாமல் கேட்டாள்.

“கண்டதையும் சொல்லாதே...!”

“இல்ல... போலீஸ்ல புகார் கொடுக்கத்தான்போறேன்...”

ஜெரோம் ஜார்ஜ் மரக்காரன் நடுங்கிப்போனான். அவன் வேறு ஏதோ கணக்குப்போடுவது போலத் தோன்றியது. ஜெஸபெல் காரின் சாவியைக் கையில் எடுத்தபோது அவன் வழிமறித்தான்.

“கார் என்னோடது...”

அவன் சாவியைப் பிடித்து வாங்கினான். காரின் சாவியை அவனிடம் தூக்கிப் போட்டுவிட்டு அவள் ஸ்கூட்டரின் சாவியுடன் வெளியே பாய்ந்தாள். நல்ல குளிராக இருந்தது. ஆன்மேரி கால்களை இரண்டு பக்கமும் போட்டு அவளைக் கட்டிப்பிடித்து ஸ்கூட்டரின் பின் இருக்கையில் உட்கார்ந்தாள். அவளுடைய மெலிந்த உடல் காய்ச்சலால் எரிவதையும் நடுங்குவதையும் அவ்வப்போது தேம்புவதையும் ஜெஸபெல் அறிந்தாள். அவள் மரத்துப்போன நிலையில் வண்டியை ஓட்டினாள். சந்தீப் மோகனின் வீட்டுக்குச் செல்லும் வழியில் திரும்புமிடத்தில் மின்சாரக் கம்பத்தின் அருகில் அவள் ஸ்கூட்டரை நிறுத்தினாள். வழி ஆளரவமற்று இருந்தது.

“உன்ன நான் உங்க அப்பாகிட்டக் கொண்டுபோய் விடட்டுமா?”

ஜெஸபெல் கொஞ்சம் பிரயாசைப்பட்டுக் குரலெடுத்தாள். ஆன்மேரி அவளுடைய தோளில் இருந்து முகம் உயர்த்துவதை அவள் ரியர்வியூவ் மிர்ரரில் பார்த்தாள். பின்னர் ஆன்மேரி அவளுடைய தோள்மீதே முகம் புதைத்துக்கொண்டாள். ஜெஸபெல் அவளுடைய பதிலுக்காகக் காத்திருந்தாள். அவ்வாறு உட்கார்ந்திருக்கையில், தன்னுடைய தோளில் கொதிக்கும் சூடுள்ள ஒரு பறவைக்குஞ்சு துடிப்பதாக ஜெஸபெல்லுக்குத் தோன்றியது. சிறகுகள் ஒடிந்து கீழே தொங்கிக்கொண்டிருக்கும் ஒரு பறவைக்குஞ்சு. அவளுடைய இதயம் ஈரமானது. ஒரு சிறுமி. மனதும் உடலும் காயமுற்றவள். தாயின் காதலின்

பலிபீடத்தில் பிராயச்சித்தப் பலியாகிப்போன ஒரு தவிட்டுப்புறா, இல்லையென்றால் மாடப்புறா.

“அங்க... அங்க வேற யாரும் இருக்கமாட்டாங்களா?”

ஆன்மேரி மூச்சிரைப்போடு கேட்டாள். ஜெஸபெல் மிர்ரர் வழியாக அவளையே பார்த்தாள். ஆன்மேரி முகம் உயர்த்தாமல் முணுமுணுத்தாள்: ‘அப்பா என்னை மகளேன்னு கூப்பிட்டதில்லை. மகளா ஏத்துக்கல. அப்புறம் நான் எப்படிப் போவேன்? அது மட்டுமல்ல, அப்பாவுக்கு மனைவி இருக்காங்கல்ல? அவங்க சண்டை போட்டுக்கிட்டது மம்மிய வச்சுத்தானே? இனி நான் போனா அப்பாவோட வாழ்க்கை அழிஞ்சிடுமில்லையா? அப்பாவுக்கு இளவயசுதானே, ஆன்ட்டீ? பெரிய டாக்டரில்லையா? அப்பாவோட பேரு கெட்டுப்போகுமில்லையா? கதையெல்லாம் எல்லாருக்கும் தெரிஞ்சிடுமே?’

நான்கு மணி ஆகிக்கொண்டிருந்தது. தொலைவில் உள்ள கோவிலில் இருந்து சங்கு ஊதும் ஓசை கேட்டது. ஜெஸபெல் சற்று நடுங்கினாள். ஒரு பதினைந்து வயதுக்காரி தன்மேல் சாய்ந்து உட்கார்ந்துகொண்டு அவளுடைய தந்தையின் எதிர்காலத்தைக் குறித்துக் கவலைப்படுகிறாள்! ஜெஸபெல்லுக்குச் சில்லிட்டுப்போனது. அவள் மெதுவாக முகத்தைச் சாய்த்தாள். ஆன்மேரியின் முகம் அவளுடைய தோள்மீதுதான் இருந்தது. கழுத்தைச் சாய்த்தபோது ஜெஸபெல்லின் உதடுகள் அவளுடைய நெற்றியில் முட்டியது. ஜெஸபெல் அவளுக்கு ஒரு முத்தம் கொடுத்தாள். ‘அப்பாவோட எதிர்காலத்தப்பத்தி நீயல்ல, உன்னமாதிரி ஒரு மகளோட எதிர்காலத்தப்பத்தி அப்பாதான் கவலைப்படணும்’ என்று இடறிய குரலில் சாந்தப்படுத்தினாள். அவள் சந்தீப்பின் வீட்டை நோக்கித்தான் ஸ்கூட்டரை ஓட்டினாள்.

ஜார்ஜ் ஸக்கரியா தாக்குவதற்கு முன்பே தூக்கமாத்திரை சாப்பிட்டுவிட்டுத்தான் சந்தீப் தூங்கினான். வலி நிவாரணிகளும் சேர்ந்தபோது உணர்வின்றி உறங்கிப்போயிருந்தான். அதனால், எழுப்புவதற்குப் பாடுபடவேண்டி வந்தது. ஆன்மேரியை அவனிடம் ஒப்படைத்துவிட்டு ஜெஸபெல் மருத்துவக்கல்லூரிக்குத் திரும்பிப் போனாள். டியூட்டி அறையை அடைந்தாள். நாற்காலியை இழுத்துப்போட்டு உட்கார்ந்தபோது,

தான் குழைந்து வீழ்ந்துவிடுவோம் என்று அவளுக்குத் தோன்றியது. தலை கனத்தது. மயக்க ஊசி போட்டது போன்று மூளையில் உயிரணுக்கள் கூம்பின.

வேலை முடிந்து அவள் அஹானாவும் ரமிதாவும் வசிக்கின்ற பிளாட்டுக்குப் போனாள். ஜெரோமுடன் ஒரு பிரச்சனை இருக்கிறது என்று மட்டும் சொன்னாள். அவர்கள் மேற்கொண்டு கேட்கவில்லை. குளித்துவிட்டு அவள் வார்டுக்குப் போனாள். மதியம் சந்தீப் மோகனின் வீட்டுக்குச் சென்றாள். ஆன்மேரிக்கு நல்ல காய்ச்சல் இருந்தது. சந்தீப் அவளுக்குப் பணிவிடை செய்துகொண்டு அருகிலேயே இருந்தான். ஜெஸபெல் அவளைப் பரிசோதித்தாள். மருந்து கொடுத்தாள். புறப்படும்போது சந்தீப் அவளுடன் கேட்டு வரைக்கும் வந்தான்.

"ஆன்மேரிக்கு மனசுல பெரிய ஷாக் அடிச்சிருக்கு... பயமா இருக்கு..."

"கவுன்சிலிங் கொடுக்கலாம்... காய்ச்சல் தீரட்டும்..."

ஜெஸபெல்லின் குரல் பலவீனமடைந்தது.

"அவ என்கிட்ட எதுவும் பேசமாட்டேங்கறா, ஜெஸபெல்..."

சந்தீப்பின் குரல் கம்மியது.

"அவளால உங்க எதிர்காலம் அழிஞ்சிபோயிடுமோங்கறதுதான் உங்க மகளோட பயம்..."

சந்தீப்பின் கண்கள் நிறைந்தன. 'நான் எப்படிப்பட்ட பாவி ஜெஸபெல்' என்று அவன் பெருமூச்சுவிட்டான். ஜெஸெபெல்லால் அதிக நேரம் அங்கே இருக்க முடியவில்லை. அவள் அவசரமாக வகுப்புக்குத் திரும்பிச் சென்றாள். மிகுந்த சோர்வாக இருந்தபோதிலும் வகுப்பில் கவனம் செலுத்தினாள். மனம் பிடிமானமற்றுப் போவதற்கு அவள் அனுமதிக்கவில்லை. வகுப்பு முடிந்து வெளியே வரும்போது ஜெரோம் ஜார்ஜ் மரக்காரனின் அழைப்பு வந்தது.

"எப்ப வீட்டுக்கு வருவே?"

"இனி நாம சேர்ந்து ஒரு வீட்டுல இருக்கப்போறதில்லை..."

"அப்படீன்னு சொன்னா? டைவர்ஸ்?"

“ஆமாம், டைவர்ஸ்...”

ஜெரோம் உரக்கச் சிரித்தான். நல்ல ஆசை. ஆனால், நம்முடைய சபையில் டைவர்ஸ் இல்லை. வேண்டாம், திருமணத்தை ரத்து செய்யலாமில்லையா - ஜெஸபெல்லும் சிரித்தாள். இருவரில் ஒருவருக்கு மனநோய் உள்ள சூழலில் திருமணத்தை ரத்து செய்யலாம். மைனர் சிறுமிகளைத் தாக்குவது ஒருவித மனநோயல்லவா. ஜெரோம் இந்தியிலும் ஆங்கிலத்திலும் வசவுகளை உச்சரித்துகொண்டு ஃபோனை வைத்தான். அது முடிந்த உடனேயே ஜார்ஜ் ஜெரோம் மரக்காரனின் அழைப்பு வந்தது.

“டாக்டர் ஜெஸபெல் என்ன நடிக்க ஆரம்பிச்சுட்டே? என் பையனோட வாழ்க்கைய நாசம்பண்ணறதுக்கா?”

ஜெஸபெல் பதில் சொல்லவில்லை. சொல்லிப் பயனில்லை என்பது அவளுக்கு உறுதியாகத் தெரியும். அவளுடைய மௌனம் ஜார்ஜ் ஜெரோம் மரக்காரனைத் தவிடுபொடியாக்கிவிட்டது. அவனுடைய குரலில் மிரட்டல் ஒலித்தது:

“சாயந்திரம் மரியாதையா வீட்டுக்குப் போயிடணும். எம்.பி.பி.எஸ்சும் எம்.டி.யும்மெல்லாம் ஆஸ்பத்திரியில வச்சுக்கோ. வீட்ல நீ ஒரு பொண்டாட்டி மட்டுந்தான். புருஷனுக்கு அடங்கி வாழணும். அது எங்க வீட்டோட சட்டம்.”

“அந்தச் சட்டத்த ஏத்துக்கறதுக்கு எனக்குச் சிரமமா இருக்கு.”

ஜெஸபெல் ஃபோனை கட் பண்ணினாள். அவளுக்கு அதுவரை இல்லாத ஒரு தைரியம் அனுபவப்பட்டது. ஸ்கூட்டரை எடுத்து அஹானாவின் பிளாட்டுக்குச் சென்று குளித்து உடை மாற்றிக்கொண்டு சந்தீப்பின் வீட்டுக்குத்தான் அவள் போனாள். ஆன்மேரி சோர்வாக உறங்கிக்கொண்டிருந்தாள்.

“உன்னோட முகத்தப் பார்க்கறதுக்கே பயமா இருக்கு, ஜெஸபெல்.”

சந்தீப் சொன்னான். ஜெஸபெல் சிரிக்க முயன்றாள். ஆனால், முடியவில்லை. அவளுடைய கண்களில் ஒரு காட்சியும் தட்டுப்படவில்லை. எல்லாவற்றையும் திருமண நாளன்று அணிந்திருந்த முகபடாம் வழியாகப் பார்த்ததுபோன்று அவள் பார்த்தாள். ‘நீ என்ன செய்வே’ என்று சந்தீப்

கவலைப்பட்டுக்கொண்டிருந்தான். ஜெஸபெல்லிடம் பதில் இல்லை. சந்தீப்பின் வீட்டிலிருந்து மருத்துவக் கல்லூரியை அடைந்த சிறிது நேரத்துக்குள்ளாகவே ஜெரோம் ஜார்ஜ் மரக்காரன் நேரில் வந்தான். அவனுடைய முகத்தில் ஆன்மேரி கொடுத்த காயங்கள் இருந்தன. அவன் அவளை எதிர்கொள்வதற்காக செயற்கையான ஒரு கோபத்தை எடுத்து அணிந்திருந்தான். ஜெஸபெல்லின் ரத்தம் கொதித்தது. இருந்தாலும், அவள் அறிமுகமில்லாத ஒருவனுடன் பேசுவது போன்று 'எஸ், வாட் கேன் ஐ டூ ஃபார் யூ' என்று கேட்டாள். 'ஜெஸபெல் நீ வீட்டுக்கு வரணும்' என்று ஜெரோமும் 'ஸாரி எனக்கு வீடு எதும் இல்லை' என்று ஜெஸபெல்லும் சொன்னார்கள். ஜெரோம் முதலில் கிளர்ந்தெழுந்தான். பின்னர் கெஞ்சினான். திரும்பவும் பொங்கினான். ஜெஸபெல் விரக்தியோடு எல்லாவற்றையும் கேட்டுக்கொண்டிருந்தாள்.

"நாளைக்குக் காத்தால எட்டு மணிக்கு வீட்ல இருக்கணும்!"

அவன் இறுதி எச்சரிக்கை போன்று உத்தரவிட்டான்.

"இல்லாட்டி?"

ஜெரோமின் முகம் சிவந்தது.

"உன்ன வரவைக்கறதுக்கு எனக்குத் தெரியும்..."

அவன் ஜெஸபெல்லுக்கு அறைகூவல் விடுவதுபோன்று பார்த்தான்.

"இன்னொருக்கா என்னை இங்க வரவச்சிடாத!"

அவன் வெடுக்கென்று திரும்பி நடந்து சென்றான். ஜெஸபெல் கைகட்டி நின்று அவனைப் பார்த்துக்கொண்டிருந்தாள். அவன் காரின் கதவைத் திறந்து ஏறுவதையும் சிரமப்பட்டுக் காரை ரிவர்ஸ் எடுத்துக்கொண்டு போவதையும் அவள் கண்ணெடுக்காமல் பார்த்தாள். கேட்டை நெருங்கியபோது கார் சற்றுத் தடுமாறியது. மண் புகைபோன்று பறந்தது. அச்சமயத்தில் ஜெஸபெல்லுக்குள் இருந்து யாரோ இவ்வாறு தீர்க்கதரிசனம் உரைத்தார்: நாங்கள் ஒருவரையொருவர் இனி ஒருபோதும் பார்க்கமாட்டோம்; அவன் எனக்கானவன் அல்ல.

10

ஜெரோம் ஜார்ஜ் மரக்காரன் சென்றதும், ஜெஸபெல் தனக்குத்தானே இவ்வாறு அருளிச்செய்தாள்:

நீ என் பின்னால் வர விரும்புகிறாயென்றால் உன்னை நீயே புறக்கணித்துவிட்டு உனது சிலுவையையும் எடுத்துக்கொண்டு என் பின்னால் வா. தன்னுடைய மகிழ்ச்சியைப் பாதுகாக்க ஆசைப்படுபவள் அதை இழந்துவிடுவாள். அதனால், சின்னச் சின்ன மகிழ்ச்சிகளை வேண்டாம் என்று விடுபவள் பெரிய ஆனந்தத்தைக் கண்டடைவாள். ஒருத்தி முழு உலகத்தையும் பெற்றாலும் சொந்த ஆத்மாவை இழந்துவிட்டால் அவளுக்கு அதனால் என்ன பயன்?

அஹானாவின் பிளாட்டிற்குப் புறப்படும்போதும் ஆன்மேரியைப் பார்ப்பதற்காக சந்தீப்பின் வீட்டிற்குப் போகும்போதும் ஜெரோமை எதிர்கொள்வதற்கான வழிகளைப் பற்றித்தானே யோசித்துக்கொண்டிருந்தோம் என்று பின்னர் ஜெஸபெல் வருத்தத்துடன் நினைத்துப்பார்த்தாள். வக்கீலிடம் அவள் சொன்னது உண்மையாக இருந்தது. சந்தீப்பின் வீட்டில் இருக்கும்போது, அவினாஷ் குப்தா அழைத்தபோதுகூட ஜெரோமிற்குத் தீவிர விபத்து நேர்ந்துள்ளது என்பதை அவள் நம்பவில்லை. அது, 'உன்னை வரவைக்கறதுக்கு எனக்குத் தெரியும்' என்ற மிரட்டலை நிறைவேற்றுவதற்கு அவன் கண்டுபிடித்த குறுக்குவழியாக இருக்கலாம் என்று சந்தேகப்படவும் செய்தாள். அதனால், சிறிதும் பதற்றமின்றி அவள் அப்பாவை அழைத்தாள். ஜெரோமின் கார் விபத்தில் சிக்கியதா என்பதை விசாரிக்கச் சொன்னாள். பின்னர் போலீஸ் அழைத்தபோது ஏதோ நேர்ந்திருக்கிறது என்று அவள் உணர்ந்தாள். மழை வருவதுபோன்றிருந்ததால் சந்தீப்பின் காரைக் கடன் வாங்கிக்கொண்டு விபத்து நடந்த இடத்திற்குச் சென்றாள்.

அந்த நேரத்தில் அவளுடைய மனம் முற்றிலும் வெறுமையாக இருந்தது. பயம், கவலை, பதற்றம் எதுவும் தோன்றவில்லை. கண்ணும் காதும் மூளையும் பாதி உறக்கத்தில் இருப்பதுபோன்று

மந்தமடைந்திருந்தன. கார் ஓட்டும்போது அவள் கண்ணுக்கு முன்னால் விபத்தில் சிக்கியவரைத் தீவிரச் சிகிச்சைப் பிரிவுக்குக் கொண்டுவருகின்ற காட்சிகள் மட்டுமே தெரிந்தன. சிவப்பு விளக்குகள். பீப் சப்தங்கள். ஆம்புலன்ஸ்கள். இரைச்சலோடு வந்து நிற்கின்ற ஆம்புலன்ஸ்களின் எரிந்துகொண்டிருக்கின்ற முகப்பு விளக்குகளும் மின்னிக்கொண்டிருக்கின்ற இண்டிகேட்டர்களும் காட்சிப்பட்டன. வேகவேகமாக முழுக்கத் திறக்கப்படுகின்ற கதவுகள். உருள்கின்ற ஸ்ட்ரெச்சர்கள். ரத்தத்தில் குளித்த உடல்கள். திரைப்படத்தில் வருவதுபோன்று காட்சிகள் அவளுடைய கண் முன்னால் மின்னி மறைந்துகொண்டிருந்தன. விபத்து நடந்த இடத்தை நெருங்க நெருங்க எதிரில் வருகின்ற வாகனங்கள் ஊரத் தொடங்கின. பேருந்துக்குள் இருந்து சாரல் மழையைக் கண்டுகொள்ளாமல் சனங்கள் தலையை வெளியே நீட்டி எட்டியெட்டிப் பார்ப்பதைக் காணமுடிந்தது. இருசக்கர வாகனங்களை ஓட்டிவந்தவர்கள் தங்களுடைய வண்டிகளை மிகவும் மெதுவாகத்தான் முன்னோக்கி நகர்த்தினர். நடந்து செல்பவர்கள் காட்சியைக் காண்பதற்கான ஆவலில் இடத்தைச் சுற்றி வளைத்திருந்தனர்.

மில்லுக்குக் கொண்டுசெல்வதற்காக வைத்திருக்கும் மரக்குவியலுக்குப் பக்கத்தில் காரை நிறுத்திவிட்டுச் சனக்கூட்டத்தைப் பார்த்தபிறகு ஜெஸபெல் பாதித் தூக்கத்தில் நடப்பது போன்று பாலத்துக்கு நேராக நடந்தாள். ஆறு, கலங்கலோடு ஓடிக்கொண்டிருந்தது. பாலத்தில் போலீஸ் ஜீப் நிறுத்தப்பட்டிருந்தது. ஜீப்பின் மேல் இரண்டு கைகளையும் ஊன்றிச் சாய்ந்து நின்ற எஸ்.ஐ.க்கு முன்னால் இருந்த பாலத்தின் கைப்பிடிச் சுவர் இடித்துத்தள்ளப்பட்டதால் உள்ளே இருக்கும் கம்பிகள் வெளியே வளைந்திருந்தன. அவள் எஸ்.ஐ. அருகில் சென்று தன்னை அறிமுகப்படுத்திக்கொண்டாள். போலீஸ்காரர் சுறுசுறுப்படைந்து விபத்து விவரத்தை விவரிக்கத் தொடங்கினார். அப்போது கீழே ஆற்றில் தூண்டிலில் சிக்கிய மீனைப்போன்று கிரேனின் கொக்கியில் தொங்கியவாறு கார் தண்ணீரிலிருந்து மேலே வந்தது. அதன் முன்பாகம் இடித்துத் தகர்ந்துபோயிருந்தது. ஜெரோமை வெளியே எடுப்பதற்காகத் திறந்த கதவு ஒடிந்த சிறகுபோன்று அந்தரத்தில் ஆடிக்கொண்டிருந்தது. தண்ணீர், முதலில் வாரி ஊற்றியது போலவும் பின்னர் பிழிந்து எடுக்கப்பட்டது போலவும் சொட்டிக் கொண்டிருந்தது. ஸ்டீரிங் வீலுக்குப் பின்னால்

ஜெரோம் உட்கார்ந்திருக்கிறான் என்று ஜெஸபெல்லுக்குத் தோன்றியது. அங்கே நிற்கும்போது, நெடுங்காலத்திற்குப் பிறகு எம்.பி.பி.எஸ். படித்த காலத்தில் பிரியம் தோன்றியிருந்த ரஞ்சித் மறதியிலிருந்து உயிர்த்தெழுந்தான்.

ஜெரோமை முன்பே அவர்கள் மீட்டெடுத்திருந்தனர். கார் இடித்துப் புகைந்துகொண்டு தண்ணீரில் விழுவதைப் பார்த்த மறுகரையில் குளித்துக்கொண்டிருந்த இளைஞர்கள் எட்டிக் குதித்தார்கள் என்றும் அவர்கள் காரின் கதவைத் திறந்து ஜெரோமை வெளியே எடுத்தார்கள் என்றும் எஸ்.ஐ. சொன்னார். அந்தவழியாக வந்த ஆட்டோரிக்ஷாவில் இருந்த இளைஞர்கள் அவனை அருகில் உள்ள தனியார் மருத்துவமனையில் சேர்த்தனர். அதற்கு முன்பு அவர்களில் ஒருவர் ஜெரோமின் பேன்ட் பாக்கெட்டில் இருந்து மொபைலை எடுத்து போலீஸிடம் ஒப்படைத்திருந்தார். நல்லவேளை அதற்கு ஒன்றும் ஆகவில்லை. கால் லிஸ்டில் 'வைஃப்' என்ற நம்பர் இருந்தபோதும் அதற்கு அழைத்தபோது ஒரு ஹிந்திக்காரன்தான் பேசினான் என்றும் அதற்குக் கீழே இருந்த 'டாடி' என்ற நம்பருக்குப் பலமுறை அழைத்தும் எடுக்கவில்லை என்றும் அதன்பிறகுதான் 'ஜெஸ்' என்ற பெயரைப் பார்த்ததாகவும் எஸ். ஐ. சொன்னபோது அவள் எவ்வித உணர்ச்சியும் இன்றிக் கேட்டுக்கொண்டு நின்றாள்.

அடுத்த பாலத்திற்கு அருகில் உள்ள ஒரு சிறிய மருத்துவமனையில் தான் அவர்கள் ஜெரோமைச் சேர்த்திருந்தார்கள். அந்த மருத்துவமனையை அவள் முதன்முறையாகப் பார்க்கிறாள். மருத்துவக் கல்லூரியில் பெயர்பெற்ற மருத்துவர் தம்பதி ஓய்வுக்குப் பிறகு கட்டியது அது. அவர்களின் மரணத்திற்குப் பிறகு பிள்ளைகளுக்கிடையில் சொத்துக்காக வழக்கு நடந்துகொண்டிருந்ததால் பராமரிப்புப் பணிகள் நடக்காமல் இருந்தன. தீவிரச் சிகிச்சைப் பிரிவுக்கு முன்னால் உள்ள கூடத்தின் மேல்கூரை ஒழுகிக்கொண்டிருந்தது. தரையில் வைத்திருந்த வாளியில் குறிப்பிட்ட இடைவேளைகளில் தண்ணீர் 'ப்ளக்' சப்தத்தோடு சொட்டியது. ஜெஸபெல் அந்தவழியாக வந்த ஒரு நர்ஸிடம் தன்னை அறிமுகப்படுத்திக்கொண்டாள். உள்ளே இருக்கும் மருத்துவர்களில் யாரையாவது அழைக்கமுடியுமா என்று கேட்டாள். உடனடியாக அவள் உள்ளே அழைக்கப்பட்டாள். உள்ளே பச்சை விரிப்பு விரிக்கப்பட்ட ஒரு கட்டிலில் உடல் முழுதும் கட்டுப்போடப்பட்ட நிலையில்,

முகத்தில் ஆக்ஸிஜன் மாஸ்க்குடன் ஜெரோம் ஒரு விண்வெளிப் பயணியைப் போன்று படுத்திருந்தான். அவனுக்கு அருகில் இளம் வயதுடைய இரண்டு மருத்துவர்கள் இருந்தார்கள். அவளைப் பார்த்து அவர்களில் ஒருவர் உற்சாகத்துடன் சொன்னார்:

"வீ ஹேவ் ரிஸஸிடேட்டேடு ஹிம்... டோண்ட் வொரி."

"ஹார்ட் பீட்ஸ் ஆர் நார்மல் நௌ."

இன்னொருவர் சொன்னார்.

ஜெஸபெல் ஜெரோமைத் திரும்பவும் பார்த்தாள். அவளுக்கு, தான் ஆழ்ந்த உறக்கத்தில் இருக்கிறோம் என்றும் ஏதேதோ கனவுகள் காண்கிறோமென்றும் தோன்றியது. அந்தரத்தில் எழும்பிப் போவதுபோலவும் நிலைதடுமாறிக் கீழே வேகமாக விழுவதுபோலவும் தோன்றியது. மருத்துவமனையும் அதில் உள்ள கருவிகளும் மங்கல் மங்கலாகத் தெரிந்தன. அது எந்த இடம் என்றும் யாரென்றும் எதுவென்றும் அவளுக்கு நினைவிருக்கவில்லை. ஆனால், தான் மருத்துவர் என்பது அவளுக்கு நினைவிருந்தது. படித்த பாடங்கள் அவளுக்கு நினைவிருந்தன.

"கான்ஷியஸ்?" ஜெஸபெல் பாதி மயக்க நிலையில் கேட்டாள்.

"இல்லை... உணர்வில்லை..."

முதலாமவர் சொன்னார்.

அரை மயக்க நிலையிலேயே ஜெஸபெல் ஜெரோமுக்கு அருகில் சென்று அவனுடைய மூடிய கண்ணிமைகளைப் பிடித்துத் திறந்தாள். மருத்துவர்களில் ஒருவர் கண்ணில் பென் டார்ச் லைட் அடித்தார். டார்ச் லைட் வெளிச்சத்தில் அவனுடைய சாம்பல் நிறக் கண்மணிகளைக் காணமுடிந்தது. அவை சலனமற்று இருந்தன. லட்சியமின்றி வெறித்துப் பார்த்துக்கொண்டிருந்தன. பயமுறுத்துபவையாக இருந்தன. அவளால் அவனுடைய கண்மணிகளிலிருந்து கண்ணெடுக்க முடியவில்லை. இதெல்லாம் உண்மையிலேயே நடக்கின்றதா அல்லது ஏதோ மயக்கத்தில், தான் கற்பனை செய்வதா என்று அவள் தன்னைத்தானே கேட்டுக்கொண்டாள். பெரிய மலைகளுக்கும் குன்றுகளுக்கும் இடையில் இருந்தாள் அவள். பெரிய மலைகள் ஆட்டுக்கிடாய்களைப் போலவும் குன்றுகள்

ஆட்டுக் குட்டிகளைப் போலவும் துள்ளுவதாக அவள் உணர்ந்தாள். அறை அவளிடமிருந்து ஓடி அகன்றது. ஒரு கணம் கழித்து, அந்தச் செய்தியைக் கேட்டபிறகு முதன்முறையாக ஜெஸபெல்லின் மூளையும் உடலும் துடித்தெழுந்தன. அவள் பயப்பட்டிருக்கவேண்டும். அவளுடைய உடல் கூடுதலான ஹார்மோன்களை ரத்தத்தில் பாய்ச்சியிருக்க வேண்டும். இதயம் முன்னறிவிப்பின்றிப் பேரிகை கொட்டியது. பயம், என்னவொரு பயம்! பயம் ஒரு நிலைப்பாடன்று. ஒரு முன்னேற்பாடு. வரவிருப்பதை எதிர்கொள்வதற்காக உடலும் உள்ளமும் செய்யும் முன்னேற்பாடுகள்.

ஜெரோமின் சாம்பல் பூத்த வெறித்த கண்மணிகள் பிற்காலத்தில் அவளுடைய கெட்ட கனவுகளில் திரும்பத் திரும்ப வந்தன. இருட்டில் இரண்டு கண்களின் இமைகள் திறப்பதையும் வெறித்த, விரிந்த, சாம்பல் நிறமுள்ள கண்மணிகள் முடிவற்ற இருளில் இருந்து வெறித்துப் பார்ப்பதையும் கண்டு அவள் பயப்பட்டாள். தன்னுடைய கணவனாக இருந்தவன்தான் அடிமுதல் முடிவரை மருந்துக் கட்டுடன் அவ்வப்போது நடுங்கிக்கொண்டு மருத்துவமனைப் படுக்கையில் படுத்திருப்பதாகச் சிந்தித்தபோதெல்லாம் அவளுக்குத் தலை பிளப்பதுபோன்று உணர்ந்தாள்.

தீவிரச் சிகிச்சைப் பிரிவில் இருந்து வெளியே வந்தபோது எங்கிருந்தோ அப்பாவும் அம்மாவும் அவளிடம் ஓடிவந்தனர். அப்பா தன்னிலை இழந்திருந்தார். குற்றம் சாட்டுவதும் கேள்வி கேட்பதுமான கண்களுடன் அம்மா அவளை உற்றுப் பார்த்தார். வெள்ளை பருத்திப் புடவைத் தலைப்பைத் தலைமீது இழுத்துப் போட்டுக்கொண்டு குடையையும் சிறிய பர்சையும் இரண்டு கைகளாலும் நெஞ்சோடு சேர்த்துப் பிடித்துக்கொண்டு கண்களில் ‘நீ அவனை என்ன செய்தாய்’ என்ற மௌனக் கேள்வியுமாக நிற்கின்ற அம்மாவைப் பார்த்தபோது அழுவதற்கான அவளுடைய விருப்பம் ஆவியாகிப்போனது. இரண்டு நாட்கள் கழித்து ஏபெல் வந்தபோதும் அவள் அழ விரும்பினாள். பேக்கைத் தோளில் போட்டுக்கொண்டு அவன் ஓடிவந்தபோது அவள் அருகில் சென்றாள். ஆனால், தன்னுடைய கன்னக்குழிகளை மலர்த்திப் பரிவோடு புன்னகைப்பதற்கு மட்டுமே அவளால் முடிந்தது. ஆனால், ஏபெல் உடைந்து அழுதான். அவளுக்காக அவன் பின்னரும் பலமுறை அழுதான்.

ஒரு குண்டுவெடிப்புக்குப் பிறகு வானவெளியில் தங்கியிருக்கின்ற தூசிப்படலம் போன்று அவளுடைய மனதில் தங்கியிருந்த உணர்வு அவநம்பிக்கையாக இருந்தது. தனது வாழ்க்கையைக் குறித்து நினைப்பதன் அவநம்பிக்கை. இது சாத்தியமேயில்லை என்று அவள் தனக்குத்தானே நினைவூட்டிக்கொண்டிருந்தாள். இது ஒரு நீண்ட உறக்கத்தில் காண்கின்ற கெட்ட கனவு. இல்லையென்றால், தான் ஒரு கதை வாசிக்கிறாள். கதையில் புத்திசாலியாகப் படித்துக்கொண்டு மகிழ்வாக வாழ்கின்ற நாயகி, அறிமுகமில்லாத ஒருத்தனைத் திருமணம் செய்கிறாள், ஒருமுறைகூட உடல் உறவில் சேராமல் இரண்டரை வருடம் ஒன்றாகக் கழிகிறது, ஆன்மேரியைப் போன்ற ஒரு சிறுமியை வீட்டில் தங்கவைக்கிறாள், அவளிடத்தில் அவன் அத்துமீறியதன் சாட்சியாகிறாள், அதற்கு அடுத்த நாள் அவன் விபத்தில் சிக்குகிறான், உணர்வற்றவனாகப் படுத்திருக்கும் அவனை நேசிப்பதற்கும் வெறுப்பதற்கும் முடியாமல் உடனிருக்கிறாள்... இதெல்லாம் உண்மையாகவே நடந்ததா? இந்த மனுசன் தன்னுடைய கணவனாக இருந்தானா? தன்னுடன் படித்த ரஞ்சித் என்ற இளைஞன் உண்மையாகவே இருந்தானா? அவன் மண்ணுக்கு அடியில் இப்போதும் இருக்கிறானா? டாக்டர் சந்தீப் மோகன் என்ற மனிதன் ஒரு யதார்த்தமா? அவன் நேசித்த அனிதா என்ற பெண் உண்மையாகவே இருந்தாரா? ஜெஸபெல்லுக்குப் பைத்தியம் பிடித்தது. அப்போது அருகில் உட்கார்ந்துகொண்டு அம்மா பைபிளில் இருக்கும் நீதிமொழிகளை உருவிடுவது கேட்டது: ‘உத்தமமான மனைவியைக் கண்டுபிடிக்க யாரால் முடியும்? அவள் ரத்தினங்களைவிட மதிப்புமிக்கவள். கணவனின் இதயம் அவளிடத்தில் விசுவாசத்தை வைக்கிறது; அவனுடைய வரும்படிகள் அதிகரிக்கவும் செய்கின்றன. அவள் உயிருள்ளவரை கணவனுக்கு நன்மை அல்லாமல் தீங்கு செய்யமாட்டாள்...’

இருபத்திநான்கு மணி நேரம் அப்படியே காத்திருக்கவேண்டி இருந்தது. அதற்கிடையில் ஜார்ஜ் ஜெரோம் மரக்காரனின் ஃபோன் வந்தது. ‘என் பையனுக்கு என்னாச்சு’ என்பதாக இருந்தது முதல் கேள்வி. ‘விபத்தா அல்லது நீயும் உன்னோட கள்ளக்காதலனும் சேர்ந்து தட்டியெறிஞ்சதா’ என்பதாக இருந்தது இரண்டாவது கேள்வி. ஜெஸபெல்லுக்குத் தலையில் அடிவாங்கியது போன்று தோன்றியது. பள்ளிக்கூடத்துக்கு மதிய உணவு கொண்டுசெல்கின்ற சில்வர் பாத்திரத்தை டெஸ்கின் மூலையில் இடித்துத் திறக்கும்போது நடப்பதுபோன்று

மண்டையோட்டுக்குள் மூளை கலங்கிப் புரண்டு சிதறி விழுந்திருக்கவேண்டும் என்று அவளுக்குத் தோன்றியது. ஜெரோம் ஜார்ஜ் மரக்காரனுக்கு நடந்ததும் அதுவாக இருக்குமல்லவா.

அந்த விபத்தை அவளால் கண்முன்னால் காண முடிந்தது. அவன் காரை ஓட்டிக்கொண்டு போயிருக்கவேண்டும். ஒருவேளை எதிரே வந்த லாரிக்கு வழி கொடுப்பதற்காக இடதுபக்கம் திருப்புவதற்குப் பதிலாக வலப்பக்கம் திருப்பியிருக்க வேண்டும். இல்லாவிட்டால் ஓட்டும்போது இடதுபக்கம் இழுத்துச்சென்றதைச் சரிசெய்வதற்காக வலதுபக்கம் ஸ்டீரிங்கை வேகமாகத் திருப்பியிருக்கவேண்டும். கார் கட்டுப்பாட்டை இழந்து வலதுபக்கம் நேராகச் சென்று பாலத்தில் இடித்துக் கைப்பிடிச்சுவரைத் தகர்த்து ஆற்றில் தலைகுப்புறக் கவிழ்ந்திருக்க வேண்டும். அவனுடைய தலை ஸ்டீரிங்கில் இல்லாவிட்டால் விண்ட் ஷீல்டில் இடித்திருக்கவேண்டும். தலை முன்னால் இடித்துப் பின்நோக்கித் தெறித்து, அதே வேகத்தில் திரும்பவும் வந்து மீண்டும் ஸ்டீரிங்கில் இடித்திருக்கவேண்டும். அப்போது மூளை மண்டையோட்டுச் சுவர்களில் வேகமாக மோதி, மூளையைப் பொதிந்துவைக்கின்ற ரப்பர் போன்ற டியூரா மேட்டரும் நனைந்த பஞ்சுமிட்டாய் போன்றிருக்கும் அராக்னாய்டு அடுக்கும் அதற்கு அடியில் உள்ள பியா மேட்டரும் சேர்ந்த மூளைப் பொதிக்குப் பாதிப்பு உண்டாகியிருக்கக்கூடும். அதனால், ஃபிரண்டல் லோப்போ இல்லையென்றால் டெம்போரல் லோப்போ தகர்ந்துபோயிருக்கக்கூடும். அதன்வாயிலாக டிஃப்யூஸ் ஆக்ஸோனன் இஞ்சுரி ஏற்பட்டிருக்கவேண்டும். குழந்தைகள் வரைகின்ற சூரியகாந்திப் பூவைப்போன்று ஒரு நியூரான் பாடியும் அதனுடைய தண்டுபோன்ற ஒரு ஆக்ஸோனும் சேர்ந்த நெர்வ் ஃபைபரின் ஓவியத்தை அவள் மனக்கண்ணில் கண்டாள். ஆக்ஸோன் ஒடியும்போது நெர்வ் ஃபைபர் சிதைவதும் மூளையிலிருந்து வெளியேயும் வெளியிலிருந்து உள்ளேயும் போகவேண்டிய எல்லாத் தகவல் தொடர்புகளும் நின்றுவிடுவதும் ஆக்ஸோன் நீர் கோர்த்து வீங்குவதும் அப்போது மண்டையோட்டுக்குள் அழுத்தம் உண்டாவதும் அதன் பலனாக மூளை கண் குழிகளில் அழுத்தப்படுவதும் கண்மணிகள் பார்வை இழந்து வெறிப்பதும் அவளுடைய மூளையில் மின்னி மறைந்தன - டி.பி.ஐ! - ட்ரோமாட்டிக் பிரெய்ன் இஞ்சுரி!

அவளுக்கும் கண்களில் இருள் சூழ்ந்தது. எண்ணங்கள் சிதறின. உடலிலிருந்து வெப்ப அலைகளும் குளிர் அலைகளும் உமிழப்படுவதாக உணர்ந்தாள். ஜெரோமின் விபத்து தன்னை எப்படிப் பாதிக்கும் என்று நினைத்து அவள் கவலைப்படவும் அவ்வாறு சிந்தித்ததற்காக வெட்கப்படவும் செய்தாள். அதனால், சந்தீப் மோகன் அழைத்தபோது அவள் ஒட்டுதல் இல்லாமல் பேசினாள்.

"நேத்து நான் ஜெரோம ரொம்பவே வெறுத்திருந்தேன், சந்தீப். ஆனா, இப்ப என்னோட மனசுல என்ன இருக்குதுன்னு என்னால புரிஞ்சுக்க முடியல. என்னோட வாழ்க்கையில முதல் ஆம்பளை அவன். ரெண்டரை வருசம் சேர்ந்து வாழ்ந்த ஒருத்தன். அவனுக்கு நான் சமைச்சுப் போட்டேன்; அவனோட துணிகளத் தொவச்சேன். அவங்கிட்ட இருந்து விலகிப்போகறதுக்கு நான் விரும்பினேன். ஆனா, அவன் இல்லாம போகணும்னு கனவுலகூட சிந்திச்சதில்லை. என்னாலதானா ஜெரோமுக்கு இப்படி நடந்துபோச்சு?"

"ஜெஸபெல், உங்களோட உறவப்பத்தி மதிப்பீடு செய்யற நேரமல்ல இது. சிகிச்சையப் பத்தி யோசிங்க. முடிஞ்சவரைக்கும் சீக்கிரமா மெடிகல் காலேஜுக்கு மாத்துறதுதானே நல்லது?"

"நேத்து வரைக்கும் நான் ஒரு டாக்டரா இருந்தேன். ஆனா, இப்ப ஒரு பேஷண்டோட மனைவி. எனக்குத் தெரியல என்ன செய்யறதுன்னு. என்னோட மனசு சூனியமாகிப்போகுது..."

மனைவி ஆவதைக்காட்டிலும் மருத்துவர் ஆவதுதான் இப்படிப்பட்ட ஒரு சூழலில் நல்லதென்று அவள் கண்டறிந்தாள். மனைவியாக இருக்கும்போது கணவனுக்கு விபத்து நேர்ந்தது தன்னுடைய எதிர்காலத்தை எப்படிப் பாதிக்கும் என்ற கவலைதான் உண்டாகும். மருத்துவராக இருக்கும்போது விபத்து நேர்ந்த அவருக்கு என்ன ஆகும் என்ற கவலை மட்டுமே இருக்கும். விசும்பலோடு அவள் உரையாடலைப் பாதியிலேயே முடித்துக்கொண்டு அழைப்பைத் துண்டித்தாள். அவளுக்கு அழவேண்டும் என்றிருந்தது. ஆனால், அழமுடியாத அளவுக்கு மனம் தளர்ந்துபோயிருந்தது. அதற்கிடையில் இரண்டு போலீஸ்காரர்கள் வந்தனர். அவர்கள் அப்பாவுடன் எதையோ பேசுவதையும் தனக்கு அருகில் வருவதையும் அவள் பனிமூட்டத்தினூடாகப் பார்ப்பதுபோன்று பார்த்தாள்.

அவர்கள் தங்களை அறிமுகப்படுத்திக்கொண்டு, ஜெரோமின் விபத்து தொடர்பாக ஜெஸபெல்லுக்கு ஏதாவது புகார் இருக்கிறதா என்று விசாரித்தனர்.

“இல்லை...”

ஜெஸபெல் யாருடன் என்றில்லாமல் சொன்னாள்.

“இது விபத்துதான்னு உறுதியா நம்பறீங்களா?”

காவலர்களில் ஒருவர் கேட்டார்.

“உறுதியா...”

அவள் அரைத்தூக்கத்தில் சொன்னாள்.

“காரணம்?”

“ஜெரோம் டிரைவ் பண்ணும்போதெல்லாம் வண்டி தடுமாறும்...”

கடைசியாக நாங்கள் சந்தித்தபோதும் அது நடந்தது - வார்த்தைகள் வெளியே வரவில்லையென்றாலும் அவள் சொல்ல விரும்பினாள். நாங்கள் சண்டைபோட்டுக்கொண்டபோது, என்னைப் பயப்படுத்திவிட்டு வண்டியை எடுத்தபோது, அது தடுமாறியது. புழுதி எழுந்தது. எல்லாமே புகைபோல ஆகியிருந்தன. அந்த வண்டி போனபோதே எனக்குத் தெரியும்...

“பேஷண்ட்ட போயிப் பார்த்தீங்களா? பேசினீங்களா?”

ஒரு காவலர் கேட்டார். ஜெஸபெல்லுக்கு அந்தக் கேள்வி புரியவில்லை. தனக்கு ஜெரோமிடம் பேசுவதற்கு என்ன இருக்கிறது? கண் திறக்கும்போது என்னிடம் சொல்வதற்கு அவனிடம் என்ன இருக்கும்? சிலசமயம் அவன் தன்னைப் பார்த்துப் பரிகாசத்துடன் சிரிப்பான். ஹோர்! ஹோர்! ஹோர்! என்று கூப்பிடுவான். மருத்துவர்கள், செவிலியர் முன்னால் வைத்து அப்படிக் கூப்பிடுவான், ‘உன்னோட பேருக்கே உண்டான தனிக்குணத்தக் காட்டுடீ’ என்று உளறினானென்றால்...? அவள் வெட்கப்பட்டு வியர்த்து நடுங்கினாள்.

“சுயநினைவு வரவில்லை...”

அப்பா சொன்னார். பின்னர் காவல்துறையினரும் அப்பாவும் பேசிக்கொண்டு அகன்று போனதையும் ஜெஸபெல் பனிமூட்டத்தினூடாகத்தான் பார்த்தாள். அதற்கிடையில் அஹானாவும் ரமிதாவும் ராணியும் பதற்றத்துடன் ஓடிவந்தனர். 'என்னாச்சு, தங்கம்' என்று அஹானா கேட்டபோது ஜெஸபெல் தளர்ச்சியோடு அவளுடைய தோள்மீது சாய்ந்தாள். ரமிதா அவளை அணைத்துக்கொண்டாள். ராணி தீவிரச் சிகிச்சைப் பிரிவின் வாயிலுக்குச் சென்று மருத்துவர்களில் ஒருவரைக் கூப்பிட்டுப் பேசினாள். ஜெஸபெல்லிடம் அஹானாவும் ரமிதாவும் என்னவெல்லாமோ கேட்டார்கள். ஜெஸபெல்லுக்கு எதுவும் புரியவில்லை. 'நீ என்னவெல்லாமோ கேட்கறயே', அவள் சிரித்தாள், 'டி.பி.ஐ. ஆயிட்டா அப்புறம் நினைவு தப்பிடும், தெரியாதா? சிலசமயம் ஷார்ட் டேர்ம் மெமரி லாஸ், சிலசமயம் லாங் டேர்ம்...'

அப்போது, ஜெஸபெல்லுக்குப் பழைய விசயங்கள் நினைவுக்கு வந்தன. 'உனக்கு ஞாபகம் இருக்கா நாம ஃபைனல் இயர் எக்ஸ்கர்ஷன் போனது' என்று அவள் கேட்டாள். 'பத்து நாள் போனோம். ரண்டாவது நாள் ராத்திரி தனியா சீட்ல தூங்குறபோது யாரோ ஒருத்தன் எனக்குப் பக்கத்துல வந்து உட்கார்ந்து கன்னத்துல முத்தம் கொடுத்தான். ஆனா, கண்ணைத் திறக்கறதுக்குள்ள அவன் போயிட்டான். நான் அதை உங்ககிட்டச் சொன்னேன். ஆனா, நீங்க என்னைக் கிண்டலடிச்சீங்க. கனவு கண்டேன்னு பரிகாசம் பண்ணுனீங்க. நீங்க என்னை நம்பல. ஆனா, அது உண்மையா நடந்துச்சு. நீங்க நினைச்சிருந்தா நாம ஆளக் கண்டுபிடிச்சிருக்கலாம். உனக்கு ஞாபகம் இருக்கா, அது தாடி வளர்க்காத மீசையுள்ள ஒருத்தன். நம்ம கிளாஸ்ல ஆறுபேர் இருந்தாங்க மீசை வச்சவங்க. நீங்களெல்லாம் தோழிகளா இருந்து எனக்கு என்ன பிரயோஜனம்? அது யாருன்னு கண்டுபிடிக்கறதுக்கு எனக்கு யாராச்சும் உதவுனீங்களா? எனக்கு ஒரு பையனக் கண்டுபிடிக்கறதுக்கு நீங்க யாராச்சும் உதவுனீங்களா? அப்படி உதவியிருந்தா எனக்கு இன்னைக்கு இப்படி வருமா? அப்படி ஒருத்தன் இருந்திருந்தா நான் அவனையே கல்யாணம் கட்டியிருப்பேன். அவன் என்னை நேசிச்சிருப்பான். அவன் எனக்கு நிறைய முத்தம் கொடுத்திருப்பான். உங்களுக்குத் தெரியுமா, ஜெரோம் எனக்கு முத்தம் கொடுத்ததேயில்ல. என்கிட்ட ஒரு நல்ல வார்த்தைகூடப் பேசினது இல்லை.

என்னை அவனுக்குப் பிடிக்கல. என்னோட முகத்தப் பார்க்கறதுக்கு அவனுக்குப் பிடிக்கல. என்னோட உடம்புமேல அவனுக்கு வெறுப்பு இருந்துச்சு. தெரியுமா? அந்த அளவுக்கு மோசமானவளா நான்? ஒருத்தனுக்குக்கூட என்கிட்ட காதல் தோணாத அளவுக்கு குட் ஃபார் நத்திங்கா நான்?'

அவள் ரமிதாவின் தோளில் அவமானத்தோடு அடித்தாள். 'நீ என்னடா தங்கம் சொல்றே' என்று அவள் வருத்தப்பட்டாள். அஹானா திரும்பி நின்று கண்களைத் துடைத்துக்கொண்டாள். ஜெஸபெல் முகத்தைக் கடுமையாக்கிக்கொண்டு தொலைவில் இருந்த நாற்காலியில் சென்றமர்ந்தாள். அவர்கள் சிறிது நேரம் அவளுக்கு அருகில் வந்து உட்கார்ந்து சமாதானப்படுத்த முயன்றனர். 'நீங்க கொஞ்சம் போறீங்களா' என்று அவள் கோபப்பட்டாள். இறுதியில் 'உன்னோட மூட் சரியாகட்டும்' என்று சொல்லிவிட்டு அவர்கள் போய்விட்டனர். அவர்கள் போனபிறகு அவர்கள் போகாமல் இருந்திருக்கலாம் என்று தோன்றியது. அதனால், அஹானாவைக் கூப்பிட்டு, 'இருந்தாலும் நான் போகச்சொன்னதும் உடனே நீ என்னை விட்டுட்டுப் போயிட்டேதானே' என்று அழுதாள்.

அடுத்த சில மணி நேரங்கள் அந்த மருத்துவமனையின் நடைகூடத்தில் காத்திருந்தது அவளுடைய கனவுகளில் திரும்பவும் வந்திருக்கிறது. அன்று, அவள் பசியையும் தாகத்தையும் உணரவில்லை. அம்மா தொடர்ந்து பைபிள் நீதிமொழிகளை உருப்போட்டுக்கொண்டிருந்தார். குழந்தைப் பருவத்தில் அவளையும் ஏபெல்லையும் அம்மா அதை மனப்பாடம் செய்யவைத்திருந்தார். 'புத்தகத்தின் உட்பொருள்' முதல் 'உத்தமமான மனைவி' வரை அவள் பிழையின்றி உருவிட்டிருந்தாள்.

அப்போதுதான் வெளியே இருந்து ஸெபினும் அப்பாவும் வந்தார்கள். ஸெபினை அடையாளம் கண்டபோது ஜெஸபெல் முடிந்தவரைக்கும் புன்னகைக்க முயன்றாள். அவன் அவளருகில்தான் நின்றான். ஜெஸபெல் அடிக்கடி தீவிரச் சிகிச்சைப் பிரிவுக்குப் போனாள். மருத்துவர்கள் அவளை மகிழ்வோடு வரவேற்றனர். இம்ப்ரூவ்மெண்ட் இருக்கிறது என்றும் கூப்பிட்டபோது கூப்பிட்டதைக் கேட்டார் என்றும் மூச்செடுக்கத் தொடங்கியுள்ளார் என்றும் ஸீஷுட்ஸ் (வலிப்பு) கட்டுப்பாட்டில் இருக்கிறது என்றும் சமாதானப்படுத்தினர்.

வேண்டுமானால் மருத்துவக் கல்லூரி மருத்துவமனைக்கு மாற்றுமாறு பரிந்துரைத்தனர்.

அப்போது மூத்த மருத்துவர் உள்ளே வந்தார். அவர் ஜெஸபெல்லைக் கவனிக்காமல் அங்கிருந்த மருத்துவர்களிடம் ‘எப்படி... முடிஞ்சிருமா’ என்று கேட்டார். இளைய மருத்துவர்கள் அவசர அவசரமாக மூத்த மருத்துவருக்கு அறிமுகப்படுத்தி வைத்தனர். மூத்த மருத்துவர் சங்கடத்தை மறைத்துப் புன்னகைப் பாசாங்கு செய்தார்.

“பயப்படறதுக்கு ஒண்ணுமில்லை. ஆக்ஸிடெண்ட் ஆனபோது கார்டியாக் அரஸ்ட் ஆயிருக்குது. அது இயல்புதான்...”

மருத்துவர் சமாதானப்படுத்த முயன்றார். ஜெஸபெல்லுக்கு எரிச்சல்தான் வந்தது.

“இப்ப எப்படியிருக்குன்னு சொல்லுங்க, டாக்டர்.”

“இங்க கொண்டுவந்தப்ப இ.ஸி.ஜி. ஒரு பிளாட் லைனா இருந்துச்சு. இந்த ரெண்டு டாக்டரும் எவ்வளவோ போராடித்தான் இதயம் திரும்பவும் துடிக்கத் தொடங்குச்சு. நான் அவங்களுக்குக் கை கொடுத்தேன். தெ ஹேவ் டன் எ வொண்டர்புல் ஜாப்...”

மருத்துவர் அவளுடைய கண்களைத் தவிர்த்தார்.

“டாக்டர் ப்ளீஸ். இப்ப எப்படி இருக்கு? வாட் எக்ஸாக்ட்லி ஈஸ் ஹிஸ் கண்டிஷன்? எனக்கு அதுதான் தெரியணும்...”

“ஹைபோக்ஸியா வந்தால் என்ன நடக்கும்னு டாக்டருக்குத் தெரியுமில்லையா? குலோபல் ஹைப்போக்ஸியா. இதயம் டக்குனு நின்னுபோச்சு. அப்பொ மூளைக்குப் போகிற ஆக்ஸிஜன் நின்னுடுச்சு. அதனால மூளையில் இருக்கற உயிரணுக்கள் எல்லாம்...”

மூத்த மருத்துவர் சொல்லவந்ததை நிறுத்திவிட்டு அவளைப் பார்த்தார்.

“ஸிடி ஸ்கேனும் இ.ஸி.ஜியும் பெட்சைடு எக்கோகார்டியோகிராமும் நார்மல்தான்...”

கேட்டுக்கொண்டிருந்த இளைய மருத்துவர் வேகமாகக் குறுக்கிட்டார்:

“யெஸ். பயப்பட ஒண்ணுமில்லை.”

“இல்லையா?”

ஜெஸபெல்லின் குரல் தடுமாறியது.

“இல்லை... இதைவிட மோசமான நிலையில் இங்க வந்தவங்க இருக்காங்க. அவங்கவெல்லாம் இங்கிருந்து எழுந்து நடந்து போயிருக்காங்க. யூ கேன் டிரஸ்ட் அஸ்... டாக்டர் அனுமதிச்சா நாம ஹைப்போதெர்மியா பரிசோதனை செய்யலாம். ஹைப்போக்ஸியாவுக்கு உலகத்துல பல பாகத்துலயும் இத பரிசோதிச்சு உபயோகமா இருக்கறதையும் பார்க்கறாங்க.”

ஜெஸபெல் இதுவா அதுவா என்று குழம்பிப்போய் நின்றாள். ஹைப்போதெர்மியாவை இரண்டு முறைகளில் செய்யலாம் என்று மூத்த மருத்துவர் விவரித்தார். உடலில் குளிர்ந்த அமிலங்களை ஏற்றி உடல் வெப்பத்தைக் குறைக்கலாம். ஆனால், அதற்கு ஆபத்து அதிகம். சிலசமயம் இதயம் திடீரென்று நின்றுபோனாலும் போகும். இரண்டாவது முறை ஐஸ் வைத்து தலைப்பாகத்தைக் குளிர்விப்பது. மூளையின் வெப்பம் மொத்தத்தையும் உடலின் வெப்பத்தைவிடக் குறைப்பதன் மூலம் மூளைக்கு ஏற்பட்ட பாதிப்பைக் குறைக்கலாம்.

“முதலாவது வழிக்குத்தான் அதிக பலன். ஆனால், அதற்கு ஆபத்துக்கான வாய்ப்பு அதிகம்...”

“வேண்டாம். இரண்டாவது வழி போதும்...”

“அதல்ல டாக்டர் ஜெஸபெல், இரண்டுல எதைப் பரிசோதிச்சாலும் திரும்பக் கிடைக்கும்போது ஆள் பழையமாதிரி ஓடியாடி வேலை செய்வார்ன்னு எதிர்பார்க்க முடியாது. அதனால முதலாவது வழிதான் நான் சஜ்ஜஸ்ட் பண்றது...”

ஒன்று பிழைப்பான், இல்லையென்றால் சாவான். அதுதான் முதலாவது வழியின் இயல்பு. ஜெஸபெல்லின் ரத்தம் கொதித்துப் புரண்டது. மூளைக்குள் என்னவெல்லாமோ இரைந்தது. ஜெரோமை ஒரு பரிசோதனைப் பொருளாக்குவதற்கு அவளால் முடியவில்லை. அவளுடைய மனதில் கனவு வாழ்க்கை வாழும் ஒருத்தி எஞ்சியிருந்தாள். அது என்னுடைய கணவன் - அந்தக் கனவுலகவாதி அழுது புலம்பினாள் - அவன் என்னை வாழ்க்கைத் துணையாக ஏற்றுக்கொண்டான்.

நாங்கள் சந்தோசமாக வாழ்ந்தோம். ஓக் மரமும் சைப்ரஸ் மரமும் போன்று ஒருவர் இன்னொருவருக்கு நிழலானோம். ஒருவரின் கிளைகள் இன்னொருவரின் கிளைகளில் உரசின. இருவரும் ஒருவரையொருவர் காதலித்தோம். எதையும் ஒளித்து வைக்கவில்லை. ஒருபோதும் காயப்படுத்தியதில்லை. நாங்கள் மகிழ்ந்தவர்கள். நேசித்தவர்கள் - புலம்பியதில் கேட்டதையெல்லாம் நம்புவதற்குக் கனவுலகவாதியான ஜெஸபெல் ஆசைப்பட்டாள். அவள் அழ விரும்பினாள். ஆனால், கண்ணீர் நரம்புகள் கோமாவில் இருந்து எழுவதற்கு ஒப்புக்கொள்ளவில்லை.

அன்றே ஜெரோமை மருத்துவக் கல்லூரி மருத்துவமனைக்கு மாற்றினாள். கல்லூரி முதல்வர் தலையிட்டுக் கட்டண வார்டில் அவளுக்கு ஓர் அறை கொடுத்தார். அறைக்குச் சென்றதும் அம்மா பைபிள் வாசிக்கத் தொடங்கினார். காலையிலிருந்து ஜெஸபெல் எதுவும் சாப்பிடவில்லை. அஹானாவும் திவ்யாவும் ரமிதாவும் ராணியும் வந்தார்கள். அவர்கள் அவளுக்குத் தூக்கமாத்திரை கொடுத்தார்கள். மாத்திரையைச் சாப்பிட்டுவிட்டு அவள் உறங்கிவிட்டாள். இரவில் எப்போதோ திடுக்கிட்டு எழுந்தபோதும் அம்மாவின் சப்தம் கேட்டுக்கொண்டிருந்தது: 'பரலோகத்திற்குப் போகவும் வரவும் செய்தவர் யார்? சமுத்திரங்களை வஸ்திரத்திலே கட்டிவைத்தவர் யார்? மண்ணுலகின் எல்லைகளையெல்லாம் ஸ்தாபித்தவர் யார்?'

தூக்கம் கலையாத கண்களை வலுக்கட்டாயமாகத் திறந்து ஜெஸபெல் தீவிரச் சிகிச்சைப் பிரிவுக்குச் சென்றாள். ஜெரோமின் தலைமாட்டில் தொங்கவிட்டிருந்த தாள்களைப் புரட்டினாள். அவள் மீண்டும் ஒருமுறை மருத்துவர் ஆனாள். படுக்கையில் கிடந்த உடலை அவள் கவனமாகப் பரிசோதித்தாள்.

"டாக்டர் ஜெரோம் ஜார்ஜ் மரக்காரனை மருத்துவமனையில் சேர்த்தபோது அவருக்குச் சுயநினைவு இருந்ததுதானே?"

எதிர்த்தரப்பு வக்கீல் அவளிடம் கேட்டார்.

"இல்லையென்றுதான் டாக்டர்கள் சொன்னார்கள்..."

"நீங்கள் ஒரு மருத்துவரில்லையா? பார்த்தபோது உங்களுக்கு என்ன தோன்றியது?"

“சுயநினைவு இல்லை...”

“இல்லை. அவருடைய கண்டிஷன் எப்படி இருந்தது?”

“ப்யூப்பிள்ஸ் டயலேட் ஆகியிருந்தன. ஸீஷட்ஸ் வந்திருந்தது...”

“டாக்டரே, அப்படீன்னா என்ன அர்த்தம்?”

“கண்மணிகள் விரிவுற்றால் மூளைக்குப் பாதிப்பு ஏற்பட்டிருக்கிறது என்று பொருள். உடல் ஃபிட்ஸ் அல்லது வலிப்பு வந்ததுபோன்று இழுப்பது அந்தச் சமயத்தில் வழக்கமாக நடப்பதுதான்...”

“அப்படியானால், உங்களுக்கு அன்றைக்கே புரிந்துவிட்டது, கணவர் போய்ச் சேர்ந்துவிடுவார் என்று...”

“இல்லை. கூப்பிட்டபோது ரெஸ்பான்ஸ் இருந்ததாக முதலில் சேர்த்த மருத்துவமனை டாக்டர்கள் சொன்னார்கள், அதை நான் நம்பினேன்...”

“ஹ்ம், அதைத்தான் கேட்டேன். அன்றைக்குக் கூப்பிட்டதைக் கேட்டார் என்று டாக்டர்கள் சொன்னார்கள். அவர்களை நாம் சந்தேகப்படவேண்டிய தேவை ஒன்றுமில்லை. அப்போது உண்மையாவே கூப்பிட்டதைக் கேட்டார். பிறகு எதற்காக அன்றைக்கு அந்த ஹாஸ்பிடலில் இருந்து மெடிக்கல் காலேஜ்க்குக் கட்டித் தூக்கிக்கிட்டுப் போனீங்க?”

“மெடிக்கல் காலேஜில் நிறைய நல்ல டாக்டார்கள் இருப்பதால் அதுதான் நல்லதென்று எல்லோரும் சொன்னார்கள்...”

“அல்லது காசை வீணாக்கவேண்டாம், போனால் போய்ச்சேரட்டும் என்று நினைத்துக்கொண்டா?”

“இல்லை”

“இல்லாவிட்டால் மெடிக்கல் காலேஜுக்குக் கொண்டுபோய் போட்டுவிட்டு நீங்கள் அடுத்தநாள் பத்தைம்பது கிலோமீட்டர் தாண்டி டூர் போவீங்களா? நீங்கள் தொடக்கத்தில் இருந்தே ஜெரோம் பிழைக்க மாட்டார் என்றும் சொல்லிக்கிட்டிருந்தீங்க, இல்லையா?”

ஜெஸபெல் பதில் சொல்லவில்லை. அப்போது வக்கீல் மேலும் குரலை உயர்த்தினார்.

“இல்லாவிட்டாலும், கணவன் இவ்வளவு பெரிய ஆபத்தில் சிக்கியதற்குப் பிறகு உங்களுடைய கண்ணிலிருந்து ஒரு துளி கண்ணீராவது வந்ததா? நீங்கள் அழுவதை யாராவது பார்த்தார்களா?”

ஜெஸபெல் அமைதியானாள். குழந்தையை வலுக்கட்டாயமாகப் பிடித்து வைத்திருக்கிறாள் என்ற ஜார்ஜ் ஸக்கரியாவின் புகாரின்பேரில் நீதிமன்ற உத்தரவுடன் காவல்துறையினர் மீண்டும் வந்ததை அவள் நினைத்தாள். ஜெஸபெல் நீதிமன்றத்திற்குச் செல்லவேண்டி வந்தது. நீதிபதியின் முன்னால் வாக்குமூலம் கொடுத்தாள். குழந்தையைத் தற்காலிகமாக ஒரு ஷார்ட் ஸ்டே ஹோமில் தங்கவைக்க உத்தரவிடப்பட்டது. திரும்பி வந்தபோது ஜார்ஜ் ஜெரோம் மரக்காரனும் லில்லி ஜார்ஜ் மரக்காரனும் காரில் வந்து இறங்கிக்கொண்டிருந்தனர். இருட்டியிருந்தது. ஜார்ஜ் ஜெரோம் மரக்காரன் மருத்துவமனை வாசலில் எல்லோரும் பார்த்துக்கொண்டிருக்கும்போதே அவளுடைய கழுத்தை இறுக்கிப் பிடித்து ‘நீ என் மகன என்ன செஞ்சேடீ?’ என்று கர்ஜித்தான். ஜெஸபெல் அவமானத்தோடு அறைக்கு ஓடினாள். அவன் சத்தம்போட்டுத் திட்டிக்கொண்டே அவளைப் பின்தொடர்ந்தான். அறையில் ஜெஸபெல்லின் ஆசிரியர்களான டாக்டர் சுகுமாரனும் டாக்டர் ஜான் ஜோஸப்பும் அப்பா அம்மாவுடன் பேசிக்கொண்டிருந்தார்கள். அவர்களுக்கு முன்னால் வைத்து ஜார்ஜ் ஜெரோம் மரக்கரான் ஜெஸபெல்லை மீண்டும் அடிக்கக் கை ஓங்கினான். ஜெஸபெல் அங்கிருந்து ஓடி தீவிரச் சிகிச்சைப் பிரிவுக்குப் போனாள். ஜெரோமின் படுக்கைக்கு அருகில் நாற்காலியை இழுத்துப் போட்டு அவள் மூச்சுவாங்கிக்கொண்டு உட்கார்ந்தாள். அந்த நிலையிலும் அவள் அழவில்லை. ஆனால், அந்த நிலையில் அவளுடைய மனம் சொன்னது - இனி ஒருபோதும் இவன் எழமாட்டான்.

அது உண்மையாகிப்போனது. ஒரு வாரத்திற்குப் பிறகு எம்.ஆர்.ஐ. ஸ்கேன் எடுத்தபோது அவனுடைய மூளையில் படர்ந்திருந்த வெள்ளைத் திட்டுகள் தெளிவாகத் தெரிந்தன. மூளை சுருங்கத் தொடங்கியிருந்தது.

தீவிரச்சிகிச்சைப் பிரிவின் நடைகூடத்தில் வைத்து ஆபிரஹாம் சம்மநாட்டும் லில்லி ஜார்ஜ் மரக்காரனும் அவளிடம் ஜெரோமின் நிலையைப் பற்றிக் கேட்டனர். கோமாவில் இருக்கிறார், அவள் சொன்னாள்.

"எப்ப எழுந்திருப்பான்?" பின்னால் வந்த ஜார்ஜ் ஜெரோம் மரக்காரன் கோபத்துடன் கேட்டான்.

"தெரியாது..."

ஜெஸபெல் ஒட்டுதல் இல்லாமல் சொன்னாள். லில்லி ஜார்ஜ் மரக்காரன் திகைத்துப்போனார். ஜார்ஜ் ஜெரோம் மரக்காரனின் விழிகள் பிதுங்கின. ஆபிரஹாம் சம்மநாட்டின் முகமும் மாறியது.

"எம்.ஆர்.ஐ. ஸ்கேன் பார்த்ததுக்கு அப்புறம் எனக்கு நம்பிக்கை போயிடுச்சு..."

ஜெஸபெல்லின் குரல் சாந்தமாக இருந்தது.

"இப்படிப்பட்ட நோயாளிங்க இருபத்திநாலு மணி நேரத்துக்கு அப்புறம் விழிக்கணும். இருபத்திநாலு மணி நேரம் ஆனதுக்கு அப்புறம் எழுபத்திரண்டு மணி நேரம் ஆகணும் மாற்றம் வாரதுக்கு. அதுக்கப்புறம் ஒரு வாரம். அப்பவும் மாற்றம் இல்லைன்னா நாலு வாரம்... அதுதான் கோமாவுக்கான ப்ரோக்னோஸிஸ்..."

"அப்படீன்னா என் மகன் இப்படி எவ்வளவு நாளைக்கு வேணும்னாலும் படுத்துக்கிடப்பான்னு அர்த்தமா?"

ஜார்ஜ் ஜெரோம் மரக்காரன் வெடித்தான்.

"உங்க மகனல்ல, இந்த நிலையில இருக்கற எந்த நோயாளியும் அப்படித்தான்..."

"கட்டுன புருஷனையாடீ, நீ இப்படி மனுசத்தன்மையில்லாம பேசறே?"

"என்னோட புருஷன்கறதுக்காக மெடிக்கல் சயின்ஸ மாத்தி எழுத முடியுமா?"

"நீ உள்ள போயி இருந்துட்டு அவனுக்கு ஏதோ ஊசியப் போட்டுத்தானேடீ இந்த நிலைக்குக் கொண்டுவந்தே?"

அவன் ஜெஸபெல்லின் கழுத்தைப் பிடிப்பதற்குக் கையை நீட்டினான்.

"நான் ஊசி போட்டேன்னா உங்க பையனோட பிரெய்ன் சுருங்குமா?"

ஜெஸபெல்லும் கோபப்பட்டாள். அவளுக்குத் தன்மேல் ஒரு கட்டுப்பாடும் இல்லாமல் போயிருந்தது. அவளுடைய கண் முன்னால் கசங்காத ஆடைகள் உடுத்தி, கிளீன் சேவ் செய்து ஜெரோம் ஜார்ஜ் மரக்காரன் வந்து நின்றான். அவனைச் சுற்றிலும் ஃபார்மலின் நெடி பரவியது. அவன் கட்டிலில் உட்கார்ந்தான். அவளுடைய தோளில் கை வைத்தான். அப்போது அவளுடைய உடல் நடுங்கியது. வாயில் கசப்பு நீர் நிறைந்தது. அவளுக்குக் குமட்டிக்கொண்டு வந்தது. அவளுக்கு எல்லாரிடமும் கோபம் வந்தது. அவளுடைய உடல், 'நீ எனக்கு அநீதி இழைத்தாய்' என்று அவளிடம் கொந்தளித்தது. அவளுடைய இதயம், கிடைக்காமல் போன காதலுக்கும் நேர்மைக்கும் கணக்குக் கேட்டது. அவளுக்கு யார்மீதும் கருணை தோன்றவில்லை. காரணம், யாரும் அவளிடம் கருணை காட்டவில்லை. இரண்டரை வருடம் அவள் ஒரு ஆணுடன் சேர்ந்து வாழ்ந்தாள். அவன் அவளைக் காதலித்தானா, செல்லம் கொஞ்சினானா, மகிழ்வித்தானா, அவளுக்குப் பிடித்ததைப் பேசினானா, அவளோடு பயணித்தானா, வயதுக்கு வராத ஒரு குழந்தையைத் தாக்கினானா என்று யாரும் கேட்கவில்லை. அவன் அவளுக்கு எத்தனை ஆடைகள் வாங்கிக் கொடுத்தான், எவ்வளவு நகைகள் வாங்கிக் கொடுத்தான், அவன் எவ்வளவு சம்பாதித்தான் என்பதை மட்டும் கேட்டார்கள். அவளுக்கு அவர்கள்மீது வெறுப்புத் தோன்றியது. யாரும் மகிழ்ச்சியாக இருக்கவேண்டாம் - அவளுக்குள் அடிமுதல் முடிவரை காயம்பட்ட ஒருத்தி கதறி அழுதாள். எனது வாழ்க்கையின் மொத்த சந்தோசத்தையும் துடைத்தெறிந்துவிட்டு நீங்கள் யாரும் மகிழ்ச்சியாக இருக்கவேண்டாம்.

ஜார்ஜ் ஜெரோம் மரக்காரன் அவளை மறுபடியும் தாக்க முற்பட்டான். அப்போது எங்கிருந்தோ ஸெபின் பாய்ந்து வந்தான். அவன் ஜார்ஜ் ஜெரோம் மரக்காரனைத் தாவிப் பிடித்துச் சுழற்றிச் சுவரோடு சேர்த்து நிறுத்தி மூக்குக்கு நேராக முஷ்டியை ஓங்கினான். ஏபெல்லும் அப்பாவும் சேர்ந்து அவனைத் தடுத்தனர். ஜார்ஜ் ஜெரோம் மரக்காரன் குரலை உயர்த்தினான்: 'என் மகனக் கொல்லப் பார்த்தவதாண்டா அவ. ஒரு முந்திரித் தோட்டத்துக்காக நாபோத்தக் கொல்லப் பார்த்தமாதிரி அவ என் மகனக் கொன்னுட்டா. அவள நீ கொல்லு. உனக்கு எவ்வளவு காசு வேணும்னாலும் நான் தாரேன்.' அவனுடைய கழுத்தை நசுக்குவது போன்று ஸெபினின்

கை விரல்கள் விரிந்தன. தசைகள் முறுக்கேறின. நரம்புகள் எழுந்தன. 'இனி அவ மேல கை வைச்சே அப்பவே அப்பனையும் மகனையும் போட்டுத்தள்ளிடுவேன்' என்று அவன் கர்ஜித்தான்.

ஜார்ஜ் ஜெரோம் மரக்காரனை ஆபிரஹாம் சம்மநாட்டும் லில்லி ஜார்ஜ் மரக்காரனும் அப்பாவும் சேர்ந்து உள்ளே கூட்டிச்சென்றபோது கூடத்தில் பார்த்துக்கொண்டிருந்தவர்கள் கலைந்து சென்றனர். என்ன செய்வதென்று தெரியாமல் ஜெஸபெல் சுவரில் சாய்ந்து நின்றாள். அவளுக்கு முன்னால் ஸெபின் மட்டுமே இருந்தான். அவர்கள் ஒருவரை ஒருவர் பார்த்துக்கொண்டனர். அவளுக்கு அவனிடத்தில் பாசம் தோன்றியது. அவன் தெம்பின்றி இருந்தான். அவனது கல்லீரல் கிட்டத்தட்ட கரையத் தொடங்கியிருந்தது. இளம் வயதிலேயே அவன் போய்ச்சேரத் தயாராகிவிட்டான்.

"நீ ஒரு கம்ப்ளீட் மெடிக்கல் செக்கப் செய்யவேண்டிய நேரம் வந்தாச்சு..."

ஜெஸபெல்லின் உதடுகள் முணுமுணுத்தன.

"இனி கள்ளு குடிச்சா நீ போயிடுவே, ஸெபினே..."

கேட்டதை நம்ப முடியாமல் ஸெபின் அவளையே பார்த்துக்கொண்டு நின்றான். அவள் சிரிக்க முயன்றாள். அவனுடைய மஞ்சள் நிறம் படர்ந்த கண்கள் நிறைந்தன.

"எனக்கு இனி என்ன வாழ்க்கை. ஆனா, உன்னோட விசயம் அப்படியில்லையே ஜெஸபெல்லே..."

திடீரென்று அவன் ஏதோ நினைவு வந்ததுபோன்று நெற்றியைச் சுளித்தான்.

"இல்ல, யாரு அந்த நாபோத்து? அவன எதுக்காக நீ கொல்லப்பார்த்தே? போடனும்னா என்கிட்டச் சொன்னா போதாதா?"

ஜெஸபெல்லின் கன்னக்குழிகள் தன்னையறியாமல் மலர்ந்துவிட்டன. அது பைபிள் கதை என்று தெரிந்தபோது அவன் சங்கோஜப்பட்டான். இருமலை மறைப்பதற்காக அவன் கண்களை உருட்டினான்:

“அந்தக் கெழவன் உன் மேல இன்னொருக்கா கை வச்சான்னு எனக்குத் தெரிஞ்சுது....!”

அவன் கண்களைத் துடைத்துக்கொண்டு அங்கிருந்து சென்றான். ஜெஸபெல் பரிதாபகரமாக நின்றாள். அதற்குள் யாரோ சொல்லிக் கேட்டு அஹானாவும் திவ்யாவும் ரமிதாவும் ராணியும் வந்தனர். அவர்கள் அவளை பிளாட்டுக்குக் கூட்டிச் சென்றனர். குளிக்குமாறு கட்டாயப்படுத்தினர். குளித்து முடித்ததும் தேநீரும் பன்னும் சாப்பிடச்சொல்லிக் கட்டாயப்படுத்தினர். பிடித்துச் சென்று படுக்கையில் படுக்க வைத்தனர். போர்வையைப் போர்த்திவிட்டு அவர்கள் அவளுக்கு அருகிலேயே உட்கார்ந்திருந்தனர். அப்போது ஜெஸபெல்லுக்கு ஸெபின் நிற்பதும் பேசியதும் நினைவுக்கு வந்தன. அவளுக்குச் சிரிப்பு வந்தது. சிரிக்கத் தொடங்கியபோது கண்கள் நிறைந்தன. அவள் சிரித்துக்கொண்டே அழுதாள். கடைசியில் சிரிப்பு போய் அழுகை மட்டும் இருந்தது. அவள் உடைந்து உடைந்து அழுதாள். அஹானாவும் திவ்யாவும் ரமிதாவும் ராணியும் அவளைக் கட்டிப்பிடித்துக்கொண்டு சேர்ந்து அழுதனர். விசும்பல்கள் அடங்கி மூளையின் எல்லா உயிரணுக்களும் தளர்ந்து அவள் உறங்கிப்போனாள். உறக்கத்தில் அவள் அம்மாவின் குரலைக் கேட்டாள். அம்மா நீதிமொழிகளை உருவிட்டுக்கொண்டிருந்தார்: ‘நான்கு விசயங்கள் சகிக்க முடியாதவை. ராஜாவாக உயர்ந்த அடிமை, போஜனத்தால் திருப்தியடைந்த முட்டாள், எஜமானியின் இடத்தை அபகரித்துக்கொண்ட வேலைக்காரி, அன்பற்ற மனைவி.’

நான்கில் மூன்று ஆண்களால் சகித்துக்கொள்ளமுடியாதவையாக இருந்தன. நான்காவது மட்டும் பெண்ணால் சகித்துக்கொள்ள முடியாது. ஜெஸபெல் அதை மீண்டும் மீண்டும் ஓதினாள்: அன்பற்ற மனைவி, அன்பற்ற மனைவி, அன்பற்ற மனைவி...!

11

அப்போதிருந்தே, ஜெஸபெல் தனக்கு ஜெருசலேமிற்குப் போகவேண்டியிருக்கிறதென்றும் பிரபுக்களையும் முதன்மையான புரோகிதர்களையும் சட்ட வல்லுநர்களையும் நிறையவே சகித்துக்கொள்ளவேண்டி வருமென்றும் தான் கொல்லப்படுவோம் என்றும் ஆனால் என்றாவது ஒரு நாள் உயிர்த்தெழுவோம் என்றும் தனக்குத் தானே சொல்லத் தொடங்கினாள். 'தெய்வ அருள் கிடைக்கட்டும், ஜெஸபெல், இது ஒருபோதும் உனக்கு நடக்காமல் இருக்கட்டும்' என்றும் அவளே அவளுக்குச் சமாதானம் சொன்னாள். 'சாத்தானே என் முன்னால் இருந்து போய்விடு, நீ எனக்குத் தடையாக இருக்கிறாய், உனது எண்ணத்தில் தெய்வீகமில்லை, மனிதனுடையவைதான் இருக்கிறது' என்று அவள் தன்னைத்தானே திட்டினாள்.

தீவிரச் சிகிச்சைப் பிரிவுக்கு முன்னால் வைத்துப் பார்த்தபோதெல்லாம் ஜார்ஜ் ஜெரோம் மரக்காரன் தன்னைப் பார்த்துச் சாபச் சொற்களை முணுமுணுப்பதை ஜெஸபெல் கேட்டாள். அந்தச் சமயத்தில் அவனுடைய முகத்தில் மனநோயாளிகளிடத்தில் காணக்கூடிய கிறுக்குத்தனத்தை அவள் கண்டாள். முதல் நாள் ஜெஸபெல்லுக்குக் கடுஞ்சீற்றம் ஏற்பட்டது. பின்னர், சில யுத்தங்களை இப்படியும் வெல்லலாம் என்று அவள் நினைத்தாள். அவள் சோர்ந்திருந்தாள். அவளுடைய இதயம் சந்தேகங்களில் மூழ்கிக்கிடந்தது. சரி எது, தவறு எது என்ற சந்தேகம். நல்லது எது, கெட்டது எது என்ற சந்தேகம். அவள் தன்னுடையவனைத் தீவிரமாகக் காதலிக்கவும் விரும்பவும் செய்தாள். ஆனால், ஜெரோம் ஜார்ஜ் மரக்காரனிடம் அவளுக்குக் காதல் வரவில்லை. காரணம், அவள் ஒருபோதும் அவளுடையவன் ஆவதற்கு ஆசைப்பட்டதில்லை. இருந்தாலும், அவனிடத்தில் இரக்கம் உள்ளவளாக இருந்தாள். அவன் வேதனைப்படுவதும் மரணிப்பதும் அவளையும் வேதனைப்படுத்தியது. அதேசமயம், அவன் எழுந்து வந்துவிடுவான் என்பதே அவளைப் பயமுறுத்தியது.

ஜெரோம் ஜார்ஜ் மரக்காரனின் நிலையை மதிப்பீடு செய்த நரம்பியல் மருத்துவரின் அறிக்கையை வாங்குவதற்குச் சென்ற அன்றுதான் தன்னுடைய மனம் தன்னுடைய பிடியை விட்டுப் போய்விட்டதாக அவள் உணர்ந்தாள். நரம்பியல் மருத்துவரின் பெயர் டாக்டர் கிரண் வர்கீஸ்; அவளுக்கு முன்பே அறிமுகமில்லாதவர். அவளுடைய முகத்தையும் அறிக்கையையும் மாறி மாறிப் பார்த்துவிட்டு, 'கல்யாணம் முடிஞ்சு எவ்வளவு காலமாச்சு' என்று அவர் கேட்டார். 'இரண்டரை வருடம்' என்று அவள் சொன்னாள். குழந்தைகள் இருக்கா? - அவர் கேட்டார். இல்லை, அவளுடைய குரல் தாழ்ந்தது. அவர் ஆசுவாசத்தோடு சிரித்தார்:

"நல்லவேளை! குழந்தைங்க இருந்திருந்தா நீங்க மாட்டிக்கிட்டிருப்பீங்க. இப்ப நீங்க தப்பிச்சுக்கிட்டீங்க. இவர் இனி இந்தப் படுக்கையில இருந்து எழுந்திருக்கமாட்டார். எழுந்திரிச்சாலும்..."

தான், தன்னையறியாமல் குதித்தெழுந்ததைப் பற்றிப் பிற்பாடு ஜெஸபெல் சங்கடமாக உணர்ந்தாள். 'ஷேம் ஆன் யூ' என்று அவள் கூச்சலிட்டதை நினைத்துப் பிற்பாடு இரக்கப்பட்டாள். கிரண் வர்கீஸின் கையில் இருந்து காகிதங்களைப் பறித்துக்கொண்டு அவரை அடிக்கப்போனதன் குற்றவுணர்வை அனுபவித்தாள். கிரண் வர்கீஸ் அழைப்பு மணியை அடித்தார். யாரெல்லாமோ ஓடிவந்தனர். அவர்கள் ஏபெல்லை அழைத்துக்கொண்டு வந்தனர். ஏபெல் அவளைப் பிடித்து இழுத்து வெளியே கொண்டுவந்தான். 'ஒரு டாக்டர் ஒருபோதும் இப்படிச் சொல்ல முடியாது; இவன் டாக்டரல்ல, கசாப்புக் கடைக்காரனுக்குக்கூட இதைவிட இரக்கம் உண்டு' அவள் சப்தம்போட்டுக்கொண்டிருந்தாள். ஏபெல் அவளுடைய வாயைப் பொத்தினான். பின்னர் பலவந்தமாக அங்கிருந்து வெளியே கூட்டிவந்தான். ஒருவாறு வெளியே வந்ததும் அவன் அவளை ஒரு ஆட்டோவில் ஏற்றி அருகில் இருக்கும் உணவகத்துக்குக் கூட்டிச்சென்றான்.

பகல் பதினொரு மணி ஆகியிருந்தது. மேசைகள் காலியாகக் கிடந்தன. மூலையில் உள்ள இருக்கைகளில் காதலர்கள் என்று தோன்றச்செய்கின்ற இரண்டு இளவயதினர் அசௌகரியத்தோடு உட்கார்ந்திருந்தனர். அவன் ஜூஸ் ஆர்டர் செய்தான். அவள் கொஞ்ச நேரம் பொங்கிக்கொண்டிருந்தாள். பின்னர்

மெல்ல அடங்கினாள். நெற்றியைக் கையில் தாங்கியபடி அவள் கண்ணாடி பதித்த மேசைமேல் விரிக்கப்பட்ட பேப்பரில் இருக்கும் கார்டூன் ஓவியங்களில் கண்களைப் பதித்து உட்கார்ந்திருந்தாள். ஏபெல் கை நீட்டி அவளுடைய கையைத் தொட்டான். அவனைப் பார்ப்பதற்கு அவள் தயங்கினாள். அவன் தன்னை வெறுத்துவிடுவான் என்று பயந்தாள். பைபிளில் வரும் ஜெஸபெல் தீர்க்கதரிசினியைப் போல அவள் சபிக்கப்பட்டவளாக இருந்தாள். அவளுடைய உடலை நாய்கள் தின்னுமென்று விதிக்கப்பட்டிருந்தது. அவளுக்குத் தலை கனத்தது.

"என்னால உன்னப் புரிஞ்சுக்க முடியல, ஜெஸபெல். யூ ஹேவ் சேஞ்சிடு ஸோ மச். நான் போனப்ப பார்த்த நீ அல்ல இது... என்னாச்சு உனக்கு?"

ஏபெல் கேட்டான். அவன் அவளுடைய கண்களைக் கேள்வியோடு பார்த்தான். இரண்டரையாண்டு இடைவெளியை அவள் புரிந்துகொண்டாள். அவன் மின்னஞ்சல் அனுப்புவது அபூர்வமாகியிருந்தது. வாராவாரம் அவன் அப்பாவையும் அம்மாவையும் அழைத்தான். அவர்களிடம் அவளைப் பற்றி விசாரித்தான். அவள் நன்றாக இருப்பதாக அவர்கள் சொன்னார்கள். அதை நம்புவதாக இருந்தது அவனுடைய விருப்பம். அவன் அப்படியே நம்பவேண்டும் என்பதுதான் அவளுடைய விருப்பமாகவும் இருந்தது.

"ஆக்ஸிடென்ட்டோட ஷாக்க என்னால புரிஞ்சுக்க முடியும். ஆனா, இது அதல்ல. நான் வந்ததுல இருந்தே பார்க்கறேன். உன்னோட பர்சனாலிட்டியே மாறிப்போச்சு. ஒருவிதமான இருட்ட உன்னோட முகத்துல பார்க்கறேன். உன்னோட சாயலே மாறிப்போச்சு, ஜெஸபெல்..."

ஜெஸபெல்லின் கண்களில் துயரம் நிழலாடியது. அவள் அந்த இளைஞன்மீது கண்களைப் பதித்து, காதுகளைப் பொத்திக்கொண்டாள். 'எனக்கு எதையும் கேட்கவேண்டாம்' - அவள் கொந்தளித்தாள். 'நீ என்னை நேசிக்க வேண்டாம். நீ ஒருத்தன் மட்டுமே என்னை நேசிக்க வேண்டாம்.'

"ஜார்ஜ் ஜெரோம் மரக்காரன் சொல்றதுல எதாச்சும் உண்மை இருக்கா?"

"நாபோத்தோட முந்திரித்தோட்டத்தப் பிடுங்கிக்கிட்டு அவனக் கல்லால அடிச்சுச் கொன்னேன்னு சொன்னதா?"

அவள் பரிதாபகரமாகச் சிரிக்க முயன்றாள்.

"இது ஆக்ஸிடென்ட் இல்லைன்னு அந்த ஆள் சொல்றான். நீயும் ஏதோ ஒரு டாக்டரும் சேர்ந்து சதி செஞ்சுட்டீங்களாம். அந்த டாக்டரோட உனக்கு அஃபையர் இருக்குதாம். அவனோட புள்ளைய நீ உன்கூடத் தங்கவச்சிருந்தியாம். அந்தப் புள்ள பணம் திருடினத ஜெரோம் கையும் களவுமா பிடிச்சிட்டானாம். அத வச்சு பிரச்சனை பண்ணிட்டு நீ வீட்ட விட்டுப் போயிட்டியாம். நீ அந்த டாக்டரோட வீட்டுலதான் தங்கியிருக்கியாம்..."

ஜெஸபெல் ஏபெல்லின் கண்களை எதிர்கொண்டாள்.

"அவங்க சொல்றத முழுசா நான் நம்பல. உன்னால யாரையும் கிள்ளிவச்சு நோகடிக்கக்கூட முடியாதுன்னு எனக்குத் தெரியும். ஆனா, அந்த அஃபையர் பார்ட் ஆஃப் த ஸ்டோரி அது உண்மையா?"

"ஆமான்னா?"

ஜெஸபெல் பிடிவாதத்தோடு கேட்டாள். ஏபெல் அவளைத் திரும்பவும் கேள்வியோடு பார்த்தான். இருந்தாலும் இரக்கத்தோடு சிரித்தான்.

"ஜெஸபெல், உன்னோட சாயல் மட்டுந்தான் மாறியிருக்குது. சுபாவம் பழசுதான்..."

ஜெஸபெல்லுக்கு அழுகை உடைந்து பெருகியது. இருந்தாலும் அவள் உடைந்துபோகாமல் இருப்பதாகக் காட்டிக்கொள்ள முயன்றாள். ஜெரோமுடன் வாழ்ந்த வாழ்க்கையைப் பற்றி ஏபெல் கேட்டான். ஜெஸபெல் கோபத்தோடு விவரித்தாள். ஏபெல் திகைத்துப்போனான். அவன் கொதித்தான், அவளைத் திட்டினான், ஜெரோமைத் திட்டினான். 'நீ எதனால கேட்கல, உடைச்சுப் பேசல, அவன சைக்யார்டிஸ்ட்கிட்ட கூட்டிட்டுப் போகல' என்று கேட்டான். அவளுக்குச் சிரிப்பு வந்தது: ஒரு மனிதனுக்கு இன்னொரு மனிதனை அளப்பதற்கு ஒரே அளவுகோல்தான் இருக்கிறது. அது அவனவனேதான்.

அதற்குள் பணியாளர் பழச்சாறு கொண்டுவந்து வைக்கவும், அவள் அதை எடுத்து ஒரே மடக்காகக் குடித்துத் தீர்த்தாள்.

ஆனால், ஏபெல் உறிஞ்சு குழலை வைத்துக் கலக்கிக்கொண்டு அப்படியே உட்கார்ந்திருந்தான். அவனது கண்ணீர் பழச்சாறில் சொட்டிக்கொண்டிருந்தது. பழச்சாறில் உப்பு அதிகமாகிவிடும் என்று ஜெஸபெல் கிண்டலடித்தாள். அவன் கண்ணீரைத் துடைத்துக்கொண்டு சிரிக்க முயன்றான். 'திரும்பிப் போகணும்' என்று ஜெஸபெல் சொன்னாள்.

"உன்ன இந்த நிலையில தனியா விட்டுட்டு நான் எப்படிப் போவேன்?"

"நீ எவ்வளவு யோசிச்சாலும் சில நேரத்துல நான் தனிமைப்பட்டுப் போவேன், ஏபெல். சில சிலுவைகள நாம தனியாத்தான் சுமக்கணும். அது நம்மளோட விதி."

"கர்த்தருக்குக்குக்கூட ஒரு மலை ஏறுற தூரந்தான் அதைச் சுமக்கவேண்டி இருந்துச்சு. நீ எவ்வளவு காலம் சுமக்கணும்?"

அவன் விசனப்பட்டான். ஜெரோம் இனி ஒருபோதும் எழுந்திருக்கமாட்டானோ என்று அவன் கவலைப்பட்டான். எழுந்தால்கூட எப்படியாக இருக்கும்? அவன் நடப்பானா? பேசுவானா? அப்படி நடந்தால்கூட உன்னால் இனி அவனோடு சேர்ந்து வாழ முடியுமா? அந்த மருத்துவரிடம் நீ எதற்காகக் கோபித்தாய்? உண்மையில் அவர் சொன்னது உண்மைதானே? இப்படி நடந்தால் பாக்கியமாப்போகும் - அவன் சொன்னான்.

"ஆமாம், நான் ரொம்ப பாக்கியவதி. கோமாவுல கிடக்கற கணவன். முடிக்கறதுக்கு வாய்ப்பே இல்லாத எம்.டி. படிப்பு. அன்புச் செல்வமான மாமனார். எப்பேர்ப்பட்ட பாக்கியம், எப்பேர்ப்பட்ட பாக்கியம்" அவள் சீறினாள்.

ஏபெல் அவளைச் சமாதானப்படுத்தினான். அவளுடைய எதிர்காலத்தைப் பற்றி முடிவெடுக்க வேண்டும் என்று வற்புறுத்தினான். அவனுடைய வற்புறுத்தலை ஏற்றுக்கொண்டு வீட்டுக்குப் போகலாம் என்று சம்மதித்தாள். 'ஜெஸபெல்ல நான் வீட்டுக்குக் கூட்டிட்டுப் போறேன், இன்னைக்கி ராத்திரி ஆஸ்பத்திரியில ஜெரோம் டாடியும் மம்மியும் இருங்க' என்று ஏபெல் தெரிவித்தான். 'அவ இங்க இல்லாம எப்படி' என்று ஜார்ஜ் ஜெரோம் மரக்காரன் குரலுயர்த்தினான். 'அவளும் இதேமாதிரி படுத்துட்டா என்ன செய்யறது' என்று ஏபெல் சாந்தமாகக் கேட்டான். ஜார்ஜ் ஜெரோம் மரக்காரன் அதன்பிறகு

எதிர்க்கவில்லை. அவனுடைய முகத்தைப் பார்த்து, அம்மாவும் எதிர்க்கவில்லை.

'ஜெருஸலேமுக்கான' பயணம் வாடகைக் காரிலாக இருந்தது. யாரும் பேசவில்லை. அம்மா ஜெபமாலை மணிகளை எண்ணிக்கொண்டிருந்தார். பின்பக்க இருக்கையில் அம்மாவுக்கும் அவளுக்கும் இடையில் அவளைச் சேர்த்துப் பிடித்துக்கொண்டு ஏபெல் உட்கார்ந்திருந்தான்.

வீட்டைத் திறந்ததும் ஜெஸபெல் தன்னுடைய அறைக்குச் சென்றாள். நீண்ட காலமாக அடைத்து வைத்திருந்ததால் புழுதியின் கந்தமும் நூலாம்படையின் கந்தமும் அதற்குள் நிறைந்திருந்தன. அவளுக்கு அந்த அறை பரிச்சயமற்றதாகத் தோன்றியது. பிறந்தது முதல் தான் படுத்துறங்கிய அறைதான் அதுவென்று நம்புவதற்குச் சிரமமாக இருந்தது. அவளுடைய கட்டில், படுக்கை, அவளுடைய புத்தகங்கள் அடுக்கி வைத்த அலமாரிகள், அவளுடைய படிப்பு மேசை, அறையின் இன்னொரு பகுதியில் அவளுடைய திருமணப் புடவையையும் நகைகளையும் பாதுகாத்து வைத்திருக்கும் ஸ்டீல் அலமாரி - எல்லாம் பழைய நிலையிலேயே இருந்தன. அவள் விளக்கைப் போடவோ ஜன்னல்களைத் திறக்கவோ செய்யாமல் கட்டிலில் உட்கார்ந்தாள்.

பெரும் போர் ஒன்றில் தோல்வியுற்றும் காயம்பட்டும் திரும்பி வந்த போராளியாக இருந்தாள் அவள். யுத்தம் அவளுடனாகத்தான் இருந்தது. தாக்கியதும் வெட்டி வீழ்த்தப்பட்டதும் அவளாகவே இருந்தாள். ஜெரோம் முதன்முதலாக அந்த அறைக்குள் வந்ததை அவள் நினைத்தாள். அவனுடைய ஈரமான தடித்த உதடுகளின் பளபளப்பைத் தன் முன்னாள் பார்த்தாள். ஒன்றாக இருந்த ஒவ்வொரு நாளும் கண் முன்னால் கடந்து போயின. அதே கட்டிலில் அவன் கால்களை விரித்து வைத்து உட்கார்ந்திருப்பதாகத் தோன்றியது. அவளுக்குக் குமட்டலும் அழுகையும் வந்தது. அவள் அந்தநிலையில் இருக்கும்போது, ஏபெல் உள்ளே வந்து விளக்கைப் போட்டுவிட்டு அருகில் அமர்ந்தான். அவனுக்குப் பின்னால் அப்பாவும் வந்து நாற்காலியை இழுத்துபோட்டு உட்கார்ந்தார். அம்மா கதவில் சாய்ந்து நின்றுகொண்டிருந்தார். ஜெஸபெல்லின் இதயம் பூரித்தது. தான் தனியாக இல்லை என்று

அவளுக்குத் தோன்றியது. தனக்கு எல்லோரும் இருக்கிறார்கள். அப்பா, அம்மா, தம்பி - அவளுடைய இதயம் உருகியது.

அக்காலத்திய அந்த நாள் தனது வாழ்க்கையில் எவ்வளவு முக்கியமானதாக இருந்தது என்பதை நெடுங்காலத்திற்குப் பிறகு ஜெஸபெல் நினைத்துப் பார்த்திருக்கிறாள். அம்மாவின் முதல் கேள்வி 'நேத்து நீ எங்கிருந்தே?' என்பதாக இருந்தது. 'அம்மாவுக்குத் தெரியாதா' என்று அவள் கேட்டாள். 'யாருகிட்டக் கேட்டுட்டுப் போனே?' அம்மா சண்டைக்குத் தயாரானார். ஜெஸபெல்லுக்குக் கோபம் வந்தது.

"நீங்களெல்லாம் பார்த்துக்கிட்டு இருக்கறபோதுதானே அந்த மனுசன் என்னை அடிச்சான்? கெட்டவார்தைல திட்டினான்? அம்மா ஒரு வார்த்தகூடப் பேசலயே. அப்பா தடுக்கக்கூட இல்லையே..."

அவளுடைய குரல் சிதறியது. கண்ணீர் பொங்கியது. அம்மா அருகில் வந்தார்.

"ஜெஸபெல், மத்தவங்கள வச்சுச் சொல்லவைக்கணும்னா அது இங்க நடக்காது. நீ நேத்து ஆஸ்பத்திரியில இருந்திருக்கணும். எங்க போறேன்னுகூடச் சொல்லாம போயி, கண்டவங்க வீட்டுக்குப் போயிப் படுத்திருந்தது கொஞ்சமும் சரியில்ல. அங்க படுத்துக்கெடக்கறது உன்னக் கட்டுனவன்கறத நீ மறந்துட்டே. என் புள்ளையா நீ? ச்சை, ஊரு சனம் என்ன பேசும்?"

ஏபெல் அம்மாவைத் தடுத்தான். 'அம்மா பழைய மாதிரி சிந்திக்காதீங்க. அவ வேற என்ன செய்யணும்? அவளுக்கு அங்க ஒரு நிமிசமாச்சும் நிம்மதியுண்டா? நீங்க எல்லாரும் சேர்ந்து அவளுக்கு உண்டாக்கிக் கொடுத்த உறவுக்காரங்களோட தரத்தப் பார்த்தீங்கதானே? இப்படி ஒரு விபத்து நடந்திருக்குது, அதுல அவளச் சமாதானப்படுத்தறதுக்குப் பதிலா குத்தஞ்சொல்லிட்டுத்தானே இருக்காங்க?'

"அது அவளோட கையிலதா இருக்குது! நீ என்னத்தத் தெரிஞ்சுக்கிட்டு இப்படிப் பேசறே? அந்தப் பையன இவளுக்குப் புடிக்கல. மொத நாள்ல இருந்தே அவளுக்கு அவன்கிட்ட கோபந்தான். அவ எதுக்குக் கண்ட புள்ளையவெல்லாம் கொண்டாந்து ஊட்டுல தங்கவச்சா? ஆம்பளைங்கன்னா வசதியா பொட்டப்புள்ளைங்க கெடச்சாத் தொடாம இருப்பாங்களா?

பைபிள்ல சொல்றது தெரியுமா? எனக்குத் தெரியாதது நாலு இருக்குது - பாற மேல பாம்போட வழியும் கடல்ல கப்பலோட வழியும் வானத்துல கழுகோட வழியும் கன்னிகைய நாடின ஆம்பளையோட வழியுந்தான்! அந்தப் பொண்ணு இங்க யாரு? அவளோட அப்பன் இங்க யாரு? அவனுக்கும் இவளுக்கும் என்ன உறவு? மத்தவங்க கேட்கறாங்கன்னு குத்தம் சொல்லமுடியுமா? கட்டுனவன் பொழைப்பானா போவானான்னு தெரியாமா சாகக் கெடக்கறபோது அவ தூரத்துல இருக்கற கோர்ட்டுக்குப் போயிருக்கா - கண்டவளும் தப்புப்பண்ணிப் பெத்த புள்ளைக்கு வக்காலத்து வாங்கறதுக்கு! அன்னைக்கே அடிச்சுக் கொன்னிருக்கணும் நான்!"

ஏபெல் திரும்பவும் குறுக்கிட்டான். 'அம்மா சொல்றதுல எனக்கு உடன்பாடில்ல. வயசுக்கு வராத ஒரு பொட்டப்புள்ள வீட்ல தனியா கிடைச்சா உடனே புடுச்சுருவானுங்களா ஆம்பளைங்க? நாகரிகமான எவனும் அதச் செய்யமாட்டான். அதச் செய்யறவன என்னால ஏத்துக்க முடியாது. அப்படிப்பட்ட ஒருத்தங்கூட என் அக்கா இருக்கவேண்டாம்.'

அம்மா அதைக் கண்டுகொள்ளாமல் திரும்பவும் அவளைத் திட்டினார். இறுதியில் அப்பா தலையுயர்த்தி: 'சாரா, நிறுத்து' என்று கடுமையாகச் சொன்னார். அப்போது அம்மா நிறுத்தினார். அப்பா ஏபெல்லைப் பார்த்துத் திரும்பி - 'உன்னோட முடிவு என்ன?'

ஏபெல் சற்று ஆழ்ந்து மூச்செடுத்தான்.

"நான் நாளைக்குத் திரும்பிப் போறேன். அங்க போன உடனே ஜெஸபெல்ல அங்க கூட்டிட்டுப் போறதுக்கான வழியப் பார்க்கறேன். அதுக்கப்புறம் யாரும் இதுக்கு எதிரா எதுவும் சொல்லக்கூடாது..."

"அவ புருசன் எந்திரிக்காம நீ அவள எங்கயும் கூட்டிட்டுப் போக முடியாது..."

அம்மாவும் கோபாவேசமானார். ஜெஸபெல் திடீரென்று எழுந்தாள். கைப்பையை எடுத்தாள். 'நீ எங்க போறே, அங்க உட்காரு' என்று ஏபெல் சொன்னான். அவள் பதில் சொல்லவில்லை. அறைக்குள் அமைதி நிறைந்தது. போகவேண்டாம் என்று கெஞ்சிக்கொண்டு ஏபெல்

பின்னாலேயே சென்றான். ஜெஸபெல் கண்டுகொள்ளவில்லை. இரவு எட்டுமணி ஆகியிருந்தது. இருந்தாலும் கேட்டைக் கடந்து வெளியே வந்தபோது ஒரு ஆட்டோரிக்ஷா கிடைத்தது. அதில் அவள் சந்தீப் மோகனின் வீட்டுக்குப் போனாள். அது பூட்டிக் கிடந்தது. அவள் சந்தீப் மோகனின் எண்ணுக்கு அழைத்தாள். அவனுடைய ஃபோன் அணைத்து வைக்கப்பட்டிருந்தது. ஜெஸபெல் அதே ஆட்டோவில் அஹானாவின் பிளாட்டுக்குப் போனாள். அதுவும் பூட்டிக்கிடந்தது. அவள் மருத்துவமனைக்கே திரும்பினாள். தீவிரச்சிகிச்சைப் பிரிவுக்கு முன்னால் இருந்த நாற்காலிகள் ஒன்றில் சோர்ந்துபோய் உட்கார்ந்தாள்.

அன்று முதல் நீண்ட இருபத்தியொரு நாட்கள் அவள் பிடிவாதத்தோடு மருத்துவமனையிலேயே இருந்தாள். தனக்குப் போக்கிடம் வேறு எதுவும் இல்லை என்று அவள் புரிந்துகொண்டிருந்தாள். போவதற்கு இடம் இல்லாததால் அல்ல, வாய்ப்பின்மையால். 'காயம்பட்ட மான்குட்டி காயம் ஆறும்வரை அல்லது மரணமடையும் வரை குகையில் தனித்திருக்கும் வாழ்க்கையைக் கடைப்பிடிக்கும்' என்ற ஜிப்ரானின் வரிகளை உருவிட்டுக்கொண்டு அவள் காத்திருந்தாள்.

எல்லா நாளும் காலை ஆறரை மணிக்கு அப்பாவும் அம்மாவும் வந்தார்கள். அவர்களைப் பார்த்தவுடன் மருத்துவமனை அறையிலிருந்து ஜார்ஜ் ஜெரோம் மரக்காரன் வாடகை வீட்டுக்குப் போய்விடுவான். அந்தச் சமயத்தில் ஜெஸபெல் அறைக்குச் சென்று குளித்து உடை மாற்றினாள். அஹானாவோ ராணியோ ரமிதாவோ அவளுக்குக் காலை உணவோடு வந்தனர். அவளுடைய அழுக்குத் துணிகளை வாங்கிக்கொண்டு போகவும் செய்தனர். ஜார்ஜ் ஜெரோம் மரக்காரன் திரும்பி வந்ததும் அவள் அறையிலிருந்து வெளியேறினாள். இருந்தாலும் அவ்வப்போது ஜார்ஜ் ஜெரோம் மரக்காரன் வந்து தீவிரச்சிகிச்சைப் பிரிவுக்குள் ஜெரோமிற்கு மருந்து கொடுப்பதில்லை என்றோ செவிலியர் கூத்தடிக்கிறார்கள் என்றோ புகார் சொன்னான். ரவுண்டிங் வருவதற்கு மருத்துவர் கொஞ்சம் தாமதித்தாலும் 'அவரப் போயி கூட்டிக்கிட்டு வா' என்று ஜெஸபெல்லிடம் கர்ஜித்தான். அவள் பேசாமல் போனாள். கேள்விகளோ பதில்களோ இல்லை. இருபத்தொன்றாம் நாள் ஜெரோமை வெண்டிலேட்டரில் இருந்து மாற்றினார்கள். அன்று அவளுடைய ஹெட் ஆஃப் த டிபார்ட்மெண்ட் டாக்டர் குரியன் பி. ஜார்ஜ் அவளைப் பார்க்க

வந்தார். நாற்காலியில் சடைந்து உட்கார்ந்திருந்த ஜெஸபெல் அவசரமாக எழுந்தாள்.

“எத்தனை நாளா இங்க இப்படி நீ உட்கார்ந்திட்டிருக்கே?”

அவருடைய குரல் நடைகூடத்தில் முழங்கியது. ஆங்காங்கே நின்றுகொண்டிருந்த நோயாளிகளும் உதவியாளர்களும் எழுந்து நின்று கவனித்தனர். ஜார்ஜ் ஜெரோம் மரக்காரனும் அப்பாவும் அம்மாவும் எழுந்து வந்தனர்.

“இன்னும் எவ்வளவு நாளைக்கு இங்க உட்கார்ந்திருப்பே?”

அவர் குரலுயர்த்தினார். ஜெஸபெல் முகம் தாழ்ந்தாள். உள்ளுக்குள் கண்ணீரின் ஒரு கடல் சலனித்தது.

“நீ ஒரு டாக்டர் இல்லையா? நீ இங்க உட்கார்ந்திருந்தா உள்ள படுத்திருக்கறவன் வெளிய எழுந்திரிச்சு வந்துருவானா? அவனோட கண்டிஷன் உனக்குத் தெரியுந்தானே?”

திரும்பவும் அமைதி நிறைந்தது. டாக்டர் குரியனின் குரல் மறுபடியும் உயர்ந்தது.

“எம்.பி.பி.எஸ்.ல கோல்டு மெடல் வாங்கி பாஸானவ. இருந்தாலும் உன்னோட எதிர்காலத்தப் பத்தியோ சமூகப் பொறுப்பைப் பத்தியோ ஒரு புரிதலும் இல்லாம இங்க வந்து உட்கார்ந்துட்டு இருக்கே! எழுந்திரு. இனிமேல் உன்ன இங்க பார்க்கக்கூடாது. நாளைக்கு கிளாசுக்கு வரலைன்னா நான் யாருன்னு தெரிஞ்சுக்குவே...”

அவர் ஜார்ஜ் ஜெரோம் மரக்காரனைக் கடுமையாகப் பார்த்தார்.

“இவள நீங்கதானே கிளாசுக்குப் போகச்சொல்லணும்? உங்களுக்கு வெட்கமா இல்லையா, எந்தப் பொறுப்புமில்லாம பேசறதுக்கு?”

‘அவளோட கணவன் உள்ள படுத்துக்கெடக்கறபோது’ என்று ஜார்ஜ் ஜெரோம் மரக்காரன் தொடங்கினான். டாக்டர் குரியன் அதைத் தொடர அனுமதிக்கவில்லை.

“கிடக்கறவன் உள்ள கிடக்கட்டும். உள்ள அவனப் பார்த்துக்கறதுக்கு வேற டாக்டர்களும் சிஸ்டர்களும் இருக்காங்க. இவ இங்க உட்கார்ந்துட்டு இருந்தா அவனுக்கு எந்த மாற்றமும்

வந்துடாது. உங்க சொந்த மகளா இருந்தா நீங்க இப்படி இவளோட எதிர்காலத்த அழிக்கப் பார்ப்பீங்களா?"

ஜார்ஜ் ஜெரோம் மரக்காரனுக்குப் பதில் வரவில்லை. சூரியன் சார் கொடுங்காற்று போன்று அங்கிருந்து வெளியேறினார். ஜெஸபெல் அப்பாவையும் அம்மாவையும் ஜார்ஜ் ஜெரோம் மரக்காரனையும் பார்த்தாள். ஜார்ஜ் ஜெரோம் மரக்காரன் துள்ளியெழுந்து உள்ளே சென்றான். சிறிது நேரம் கழித்து வெளியே வந்தான்.

"இங்க இருந்தது போதும்... நேரா வீட்டுக்குப் போய்க்கோ..."

ஜெஸபெல்லுக்கு அவன் குறிப்பிட்டது என்னவென்று புரியவில்லை.

"உங்க வாடக வீட்டுக்குப் போ. அங்க ஜெரோமோட மம்மி இருக்கா. அங்க போயி இரு. இங்க தேவப்பட்டா கூப்பிடறேன். இந்த ஆள் என்ன, சாமியே வந்து சொன்னாலும் என் பையன் எழுந்திரிக்காம நீ ஒரு கிளாசுக்கும் போகவேண்டாம்..."

அந்தக் குரலில் திண்மை நிறைந்து நின்றது. ஜெஸபெல் கொள்ளிக்கட்டையால் குத்துப்பட்டதுபோன்று குமைந்தாள்.

"போவேன்!" ஜெஸபெல் சொன்னாள்.

"சாமியே தடுத்தாலும் நான் கிளாசுக்குப் போவேன்..."

அவளுடைய குரல் கடினமானது. ஜார்ஜ் ஜெரோம் மரக்காரன் சற்று தடுமாறினான். ஜெஸபெல் எழுந்து புத்தகத்தை மூடிவைத்தாள். அறைக்குள் சென்று கைப்பையை எடுத்தாள். அப்பா அம்மாவுக்கு அருகில் சென்றாள்.

"நாளையில இருந்து நான் கிளாசுக்குப் போவேன். எனக்குப் பரீட்சை எழுதணும்..."

"அப்ப இங்க யாரு இருப்பா?"

ஜார்ஜ் ஜெரோம் மரக்காரன் பாய்ந்து வந்தான்.

"எனக்கு முடியாம ஆயிருச்சு... வயசு பத்தறுபத்தஞ்சாச்சு... சுகரும் பிரஷரும் இருக்குது..."

"இங்க நாங்க இருக்கறோம்..." அப்பா உடனே சொன்னார்.

"ஜெஸபெல் பரீட்சை எழுதிக்கட்டும்."

ஜார்ஜ் ஜெரோம் மரக்காரன் அசறவில்லை. மீண்டும் சலசலப்பு உண்டானது. மேற்கொண்டு பேசுவதற்கு நிற்காமல் ஜெஸபெல் கைப்பையை எடுத்துக்கொண்டு அஹானாவின் பிளாட்டுக்குப் போனாள்.

அடுத்தநாள் முதல் அவள் வகுப்புக்குச் சென்றாள். பிடிவாதத்தோடு படித்தாள். ஒவ்வொரு நாளும் காலையிலும் மாலையிலும் தீவிரச்சிகிச்சைப் பிரிவுக்கு வந்தாள். ஜெரோமின் கேஸ் ஷீட்டைப் பரிசோதித்தாள். படுக்கையில் அவன் சலனமற்றுப் படுத்திருந்தான். வெண்டிலேட்டரை எடுத்திருந்தனர். அவனுடைய முகத்தில் இருந்த கட்டுகளை அவிழ்த்திருந்தனர். காயம் ஆறியதன் தழும்புகள் நெற்றியிலும் கன்னத்திலும் பதிந்து கிடந்தன. சிலநேரங்களில் ஜெஸபெல் அவனை உற்றுப் பார்த்துக்கொண்டு நின்றாள். அவள் இஸ்திரிபோட்டுக் கொடுக்கின்ற சட்டையும் பேண்டும் அணிந்துகொண்டு, அவள் பாலிஷ் போட்டு வைக்கின்ற பளபளக்கும் ஷூவை மாட்டிக்கொண்டு, தலைமுடியில் ஜெல் தடவி கோதி வைத்துக்கொண்டு கக்கத்திலும் நெஞ்சிலும் பெர்ஃப்யூம் பூசி, கூலிங் கிளாஸ் மாட்டிக்கொண்டு அவன் காலையில் வேலைக்குப் புறப்படுகின்ற காட்சிகள் கண்முன்னால் தோன்றின. அவன் பணம் எண்ணுவதையும் செலவு கணக்கு எழுதுவதையும் இரவில் கேவலமான சிரிப்போடு நெருங்கி வருவதையும் பார்த்தாள். நீங்கள் எதற்கு என்னுடைய வாழ்க்கையைச் சுக்குநூறாக்குவதற்கு வந்தீர்கள் என்று அவளுடைய இதயம் எல்லா நாளும் அவனைக் கேள்வி கேட்டது. அவனைப் பார்க்கும்போதெல்லாம் அவளுக்குத் தன்னுடைய மீதி வாழ்க்கையை நினைத்து பயம் உண்டானது. அவனுடைய தசையும் தோலும் செல்களும் சாகத்தொடங்கியிருப்பதை அவளால் பார்க்க முடிந்தது. அவனுடைய முகச்சாயல் மாறுவதும் தெளிவாகத் தெரிந்தது. அவனுடைய உடல் எடை குறைந்துகொண்டிருந்தது. அவன் சுருங்கிக்கொண்டிருந்தான். சீக்கிரத்தில் அவன் ஒரு பிடி எலும்பும் தோலுமாக மாறுவான் என்பது உறுதியானது.

"உங்களுடைய கணவரை ஆபத்தான நிலையில் அவருடைய வீட்டுக்கு எடுத்துச் சென்றபோது நீங்கள் உடன் செல்லவில்லை. என்ன காரணம்?"

நீதிமன்றத்தில் வக்கீல் கேட்டார்.

"எனக்குப் பரீட்சை இருந்தது..."

"பரீட்சையா ஒரு மனைவிக்கு முக்கியம்? அல்லது கணவனுடைய உயிரா?"

"கணவனுடைய உயிருக்கு ஆபத்து ஒன்றும் இருக்கவில்லை..."

"அது சரி, தலையில் அடிபட்டுச் சாவோமா பிழைப்போமா என்று தெரியாமல் கிடக்கின்ற ஒரு மனிதனைக் கொண்டுபோகிறார்கள் என்று தெரிந்த உடனேயே அழுதுகொண்டு உடன் செல்வதில்லையா சாதாரண மனைவிமார்?"

மனைவி எதனால் அழவில்லை என்று விளக்கவேண்டிய பாத்தியதையின் நுகம் அவளுடைய கழுத்தில் மட்டும் வைத்துக் கட்டியிருக்கிறாயல்லவா, கர்த்தரே நீ, என்று ஜெஸபெல் சிந்திக்காமல் இருந்ததில்லை. தேர்வு தொடங்குவதற்கு முந்தைய நாள் ஜெரோமை அவனுடைய நகரத்திற்குக் கொண்டுபோனதைப் பற்றி அவளுக்கு நினைக்க விருப்பமில்லை. காலையில் ஜெரோமைப் பார்ப்பதற்காக அறைக்குச் சென்றபோது அங்கே லில்லி ஜார்ஜ் மரக்காரன் பைகளை அடுக்கிக்கொண்டிருந்தார். அப்பாவும் அம்மாவும் திகைப்போடு நின்றுகொண்டிருந்தனர். அவளைப் பார்த்ததும் ஜார்ஜ் ஜெரோம் மரக்காரன் வெட்டவெளியில் வார்த்தைகளை எய்தான்.

"சாயுங்காலம் 3.30க்கு ஆம்புலன்ஸ் ஏற்பாடு செஞ்சிருக்கேன். நாங்க எங்களோட ஊருக்குப் போறோம். இனிச் செய்யவேண்டிய சிகிச்சை அங்கதான்."

ஜெஸபெல் அதிர்ந்துபோனாள். 'நாளைக்கு பரீட்சை' என்று அவள் முணுமுணுத்தாள். அம்மா தொண்டையைச் செருமினார்.

"பரீட்சையெல்லாம் அடுத்த வருசமும் எழுதலாம்..."

ஜெஸபெல் அப்பாவைப் பார்த்தாள். அப்பாவும் முகத்தைத் திருப்பிக்கொண்டார்.

"புது ஆஸ்பத்திரிக்குக் கொண்டுபோறபோது எல்லாத்தையும் சொல்றதுக்கு டாக்டர் கூட இருந்தா நல்லது. அதனாலதான் காலப் புடிக்கிறேன். சாயந்திரம் மூன்றரைக்கு காஷுவாலிட்டிக்கு முன்னாடி வண்டி வரும். போயி பேக்க எடுத்துக்கிட்டு வா..."

ஜார்ஜ் ஜெரோம் மரக்காரன் மீண்டும் உத்தரவிட்டான். ஜெஸபெல் சிறிது நேரம் உணர்விழந்து நின்றாள். அவள் உதவிக்காகச் சுற்றிலும் பார்த்தாள். யாரும் அவளைப் பார்த்ததாகக் காட்டிக்கொள்ளவில்லை. அவள் கனமான பாதங்களோடு வெளியே நடந்தாள். மரணத்தைப் பற்றிச் சிந்தித்தாள். உடனே சாவதற்கு உதவுகின்ற மருந்துகளை நினைவில் தேடினாள். அப்போது பின்னால் இருந்து லில்லி ஜார்ஜ் மரக்காரன் கூப்பிட்டார் - தங்கோ, ஒரு நிமிசம். அவள் திரும்பி நின்றாள். அவர் ஓடிவந்தார்.

“பேக் எடுத்துக்கிட்டு வரும்போது சர்டிபிகேட்டையும் எடுத்துக்கிட்டு வரச்சொன்னாரு...”

அவர் மூச்சிரைப்போடு சொன்னார், திரும்பி வாயிலைப் பார்த்து, யாரும் இல்லையென்று உறுதிப்படுத்திக்கொண்டு ஜெஸபெல்லின் கையைப் பிடித்தார்.

“ஆனா, பேக் எடுத்துக்கிட்டு வரவேண்டாம். நீ அங்க வரவே வேண்டாம். என் மகன் செத்துப்போய்ட்டான்னு எனக்குத் தெரியும். தங்கோ, நீ போயி பரீட்சை எழுது. பெரிய டாக்டராகு. எவ்வளவோபேர சாவுல இருந்து காப்பத்தறதுக்குத்தா உன்னோட வாழ்க்கை. செத்துப்போன ஒருத்தனுக்காக பாழக்கறதுக்கில்லை...!”

அவர் சொல்லி முடித்துவிட்டுக் காற்றைப் போன்று உள்ளே சென்றார். ஜெஸபெல் மேலும் மரத்துப்போனாள்.

மூன்றரைக்குத் தீவிரச்சிகிச்சைப் பிரிவுக்கு முன்னால் ஆம்புலன்ஸ் தயாராக இருந்தது. அம்மா ஜெபமாலையை எண்ணிக்கொண்டு நின்றுகொண்டிருந்தார். அப்பாவும் வேறு இருவரும் சேர்ந்து ஜெரோமை ஆம்புலன்ஸுக்குள் படுக்கவைத்துவிட்டனர். ஜெஸபெல்லைப் பார்த்து ஜார்ஜ் ஜெரோம் மரக்காரனின் முகத்தில் வெற்றித்தோரணை பிரகாசித்துக்கொண்டிருந்தது. ஜெஸபெல் ஆம்புலன்ஸுக்குள் ஏறினாள். ஜெரோமின் முகத்தைப் பார்த்தாள். அவன் வேறொருத்தனாக மாறியிருந்தான். முன்பு தடித்திருந்த கன்னங்கள் ஒட்டிப்போய்க்கிடந்தன. தோல் வெளுத்து வறண்டு கிடந்தது. அவள் ஜெரோமின் குளிர்ந்து மரத்துப்போனதும் மினுமினுப்புற்றதுமான கையைப் பிடித்தாள்.

ஆம்புலன்ஸிலிருந்து அவள் இறங்கியபோது ஜார்ஜ் ஜெரோம் மரக்காரனின் நெற்றி சுளிந்தது. அவள் அவனுக்கு முன்னால் சென்று நேருக்கு நேராகப் பார்த்தாள்.

“எனக்குப் பரீட்சை எழுதணும்.”

ஜார்ஜ் ஜெரோம் மரக்கரானின் முகத்தில் ரத்தம் வேகமாகப் பாய்வதை அவள் பார்த்தாள். லில்லி ஜார்ஜ் மரக்காரன் இது எதையும் பார்க்கவோ கேட்கவோ மாட்டேன் என்பதுபோன்று ஒரு பெரிய பையைத் தூக்கிக்கொண்டு நின்றார். ஜெஸபெல் அவருடைய கையை ஒரு நிமிடம் இறுகப் பற்றினாள். அவர் அவளைப் பார்க்காதது போன்று கையை விடுவித்துக்கொண்டு ஆம்புலன்ஸுக்குள் ஏறினார். ஜெஸபெல் மருத்துவக்கல்லூரியை நோக்கி நடந்தாள். ஜார்ஜ் ஜெரோம் மரக்காரன் கோபத்துடன் என்னவெல்லாமோ கத்துவதைக் கேட்க முடிந்தது. அவள் பொருட்படுத்தவில்லை.

அவள் தீவிரச்சிகிச்சைப் பிரிவுக்குள் சென்றாள். கண் முன்னால் தெரிந்த படிக்கட்டு எங்கே போகிறது என்பதைக் கண்டுகொள்ளாமல் ஓடி ஏறினாள். இரண்டு மூன்று படிகட்டுகள் ஏறிமுடித்து, முதலில் பார்த்த ஜன்னல் வழியாகக் கிழே பார்த்தாள். ஆம்புலன்ஸ் நகரத் தொடங்கியிருந்தது. அவள் கண்ணிமைக்காமல் அதைப் பார்த்துக்கொண்டு நின்றாள். இருபுறமும் வாகை மரங்கள் நிழல் விரிக்கின்ற பாதையின் வழியாக ஆம்புலன்ஸ் மெதுவாக வெளியேறியது. பார்த்துக்கொண்டிருக்கும்போதே தன்னுடைய உடலில் இருந்து ஏதோ ஒன்று இரைச்சலோடு வெளியேறுவது போன்று உணர்ந்தாள். பெரியதொரு வெறுமை உள்ளுக்குள் நிறைந்தது. உடல் பின்னால் இருந்து குத்துப்பட்டதுபோன்று நெளிந்தது. ‘என்னுடையவன் போய்விட்டான்’ - உடல் அலறியது. ஆண் பெண் உறவின் ரகசியத்தை ஒருமுறைகூட அனுபவிப்பதைத் தவிர்த்துவிட்டு அவன் போய்விட்டான் - அது சாபமிட்டது.

யெகூ★ தீர்க்கதரிசி இஸ்ரேலுக்கு வந்திருக்கிறார் என்பதைக் கேள்விப்பட்டபோது ஆகாப்பின் பத்தினி, பைபிளில்

★ யெகூ – ஆகாப் அரசன் கொல்லப்பட்ட பிறகு, எலியா தீர்க்கதரிசியால் இஸ்ரேலின் அரசனாக அபிசேகம் செய்யப்பட்டு 28 ஆண்டுகள் ஆட்சி செய்தவர். ஜெஸபெல் மூலம் இஸ்ரேலில் நுழைந்து நிலைபெற்றிருந்த உருவ வழிபாட்டைப் (பாகால் தெய்வத்தை) பின்பற்றியவர்கள் அனைவரையும் கொன்றொழித்தவர். ஜெஸபெல்லை ஜன்னல் வழியாகக் கீழேதள்ளிக் கொல்லச் செய்தவர்.

வரும் ஜெஸபெல், கண்ணுக்கு மை தீட்டி சிகையலங்காரம் செய்துகொண்டு வெளியே பார்த்துக்கொண்டு உட்கார்ந்திருந்தாள். 'யெகூவே என்னை ஏற்றுக்கொள்ளுங்கள்' என்று கூப்பிட்டாள். ஆனால், யெகூ அவளை ஏற்றுக் கொள்ளவில்லை. அவன் உத்தரவிட்டது, 'அவளைக் கீழே எறியுங்கள்' என்றுதான். பைபிளில் வரும் ஜெஸபெல் தீர்க்கதரிசினிக்காகப் பரிதாபப்பட்டுக்கொண்டு ஜெஸபெல் அப்படியே நின்றாள். அவளுடைய உடல் நடுங்கியது; கால்கள் சக்தி இழந்தன. எவனாவது ஒருத்தன் தன்னைக் காதலுடன் மேலே இருந்து தூக்கி எறிந்திருந்தால் என்ன என்று அவள் ஆசைப்பட்டாள். விழுந்து சிதறுகின்ற உடலை நாய்கள் கடித்துக் குதறியிருந்தால் என்ன என்று அவள் பிரார்த்தனை செய்தாள்.

பாவம், யாரும் அவளை ஏற்றுக்கொள்ளவில்லை.

12

வாழ்க்கை ஜெஸபெல்லிடம் இவ்வாறு தீர்க்கதரிசனம் உரைத்தது: அன்று இரவு ஒரு கட்டிலில் இரண்டு பேர் படுத்திருப்பார்கள். ஒருவன் எடுத்துக்கொள்ளப்படுவான்; மற்றவன் கைவிடப்படுவான். இரண்டு பெண்கள் சேர்ந்து மாவரைத்துக்கொண்டிருப்பார்கள். ஒருத்தி எடுத்துக்கொள்ளப்படுவாள்; மற்றொருத்தி கைவிடப்படுவாள். வாழ்க்கையே! எங்கே எடுத்துச்செல்லப்படுவேன் என்று ஜெஸபெல் கேட்டாள். வாழ்க்கை சொன்னது, பிணம் எங்கே இருக்கிறதோ அங்கே கழுகுகள் வந்து கூடும். ஆகையால் நித்திய ஜீவனுடன் நிலைத்திரு.

'கோமாவில் விழுந்த கணவனைப் பிய்ந்து கிழிந்த மிதியடியைப் போன்று தூக்கி எறிந்துவிட்டுத் தன்னுடைய சுகத்துக்காகத் தன்னைப் பாதுகாத்துக்கொண்ட இளம்பெண்ணான லேடி டாக்டர்' என்று பெயரெடுப்பதற்காக ஜெஸபெல்லுக்கு உதவிய அனுபவங்களின் தீச்சட்டிகள் கணக்கின்றி இருந்தன. அணைந்துபோன தீச்சட்டிகள். அவற்றிலிருந்து சேகரித்த கரிக்கட்டைகளைக் கொண்டு உலகத்திற்காகச் சில ஓவியங்களை வரைவதற்கு அவள் ஆசைப்பட்டாள். அவற்றில் சிலது பெண்ணை மன்னிக்க முடியாத ஆண்களுடைய ஓவியங்களாக இருந்தன. வேறு சிலது தன்னுடைய அரைகுறை ஓவியங்கள்.

ஜெரோம் தனது வாழ்க்கையிலிருந்து காணாமல் போனபிறகு அறிமுகமான உளநோய் மருத்துவரான டாக்டர் பிரசாந்த் நாராயணன் ஆலோசனை கூறியது போன்று ஜெரோமின் விபத்துக்குப் பிந்தைய தனது அனுபவங்களையும் கவலை உணர்ச்சிகளையும் ஜெஸபெல் ஐந்து நிலைகளாக வகைப்படுத்தினாள். எலிசபெத் குப்ளர் ரோஸ் சொன்னது போன்று, *DABDA.*★ முதல் கட்டத்தில் டினையல் அல்லது மறுத்தல்.

★ நோய்த்தடுப்பு சிகிச்சையில் உளவியலாளர் எலிசபெத் குப்ளர்–ரோஸ் அவர்கள் கோடிட்டுக் காட்டிய, மறுப்பு (denial), கோபம் (anger), பேரம்பேசுதல் (bargaining), மனச்சோர்வு (depression), ஏற்றுக்கொள்ளுதல் (acceptance) ஆகியன மரணத்தின் ஐந்து உளவியல் நிலைகள்.

அடுத்தது ஏங்கர் அல்லது கோபம். அதன்பிறகு பார்கெய்னிங் அல்லது பேரம்பேசல், டிப்ரஷன் அல்லது மனச்சோர்வு. இறுதியில் அக்ஸெப்டன்ஸ் அல்லது ஏற்றுக்கொள்ளல். அவளைப் பொறுத்தவரை டினையல் அல்லது 'எனக்கு ஒருபோதும் இது நடக்காது' என்ற மறுப்பின் கட்டம் இருக்கவில்லை. அப்படி இருந்திருக்குமென்றால்கூட அது முன்பே இருந்திருக்கவேண்டும். அவளைப் பொறுத்தவரை மறுப்பது என்பது ஓடிப்போவதாகிவிட்டது. அவள் மறுக்கவில்லை, அதற்குப் பதிலாக 'நான் இதைக் கேட்கவேண்டாம்' என்று சொல்லி ஓடிவிட்டாள். ஓடியபோது அவள் பயந்தாள். அவள் ஓடஓட ஜார்ஜ் ஜெரோம் மரக்காரனுக்குப் பிடிவாதமும் மூர்க்கமும் கூடியது. அவன் அவளை நிறைய ஓடவைத்தான். அவள் நிறையவே ஓடினாள்.

முதலாவது தேர்வாகிய அடிப்படை அறிவியல் தேர்வன்று அந்த ஓட்டம் தொடங்கியது. தேர்வு தொடங்குவதற்குக் கிட்டத்தட்ட ஒரு மணி நேரம் முன்னதாக அவன் அழைத்தான்:

"சாத்தானோட வாரிசே, என் பையன கொன்னுட்டு நீ பரீட்சையெழுதி அறிவாளி ஆகப்போறயாடீ? உன்ன தெய்வம் தண்டிக்குமடீ. உன்னோட அழிவப் பார்க்கறதுக்கு நானும் என் மகனும் உயிரோட இருப்போம். போ, போயி பரீட்சைய எழுதி உண்டாக்கு..."

ஜெஸபெல் நடுங்கிப்போனாள். ஓடிக்கொண்டிருந்த ஆம்புலன்ஸில் இருந்து அவன் தனது மனதில் இருக்கும் தீவினை முழுவதையும் வார்த்தைகளில் வெளிப்படுத்தத் தொடங்கினான். அவள் அதுவரை கேட்டறியாத சொற்கள். அவற்றை அவளிடம் பேசக்கூடாத ஆளிடமிருந்து. தேர்வுக்காக விறைப்புற்றிருந்த நரம்புகள் அறுத்தெறியப்பட்டது போன்று வலித்தன. கால் விரல்களில் இருந்து ஒரு உணர்வின்மை தலைக்கேறியது. உடல் நடுங்கியது. கை கால்கள் மரத்துப்போயின. அவள் நடுங்கிக்கொண்டிருந்தாள். அதைக் கவனித்த அஹானா அவளுடைய கையிலிருந்து ஃபோனைப் பிடுங்கித் தன்னுடைய காதில் வைத்தாள். மறுமுனையில் இருந்துவரும் வார்த்தைகளைக் கேட்டு அவளுடைய முகம் சிவந்தது. ஃபோனை அணைத்துத் தன்னுடைய பையில் போட்டுக்கொண்டு, 'பரீட்சை முடியறவரைக்கும் உன்கூட இனி யாரும் பேசவேண்டாம்' என்று உத்தரவிட்டாள். ஜெஸபெல்

சக்தியைத் திரட்டிக்கொள்ள முயன்றாள். ஒரு காலை இழந்துவிட்ட குழந்தை எழுவதற்காக முயலும்போது உலகம் மறுகாலில் அடித்து வீழ்த்திக்கொண்டிருந்தது.

தேர்வு ஒருநாள் விட்டு ஒருநாள் இருந்தது. மொபைலை அதன்பிறகு உயிர்ப்பிக்கவில்லை என்றாலும் இரண்டாவது தேர்வுக்கு வகுப்பை நோக்கி நடக்கும்போது அலுவலக கிளார்க் ஒருவர் அழைத்து லேண்ட் லைன் ரிசீவரைக் கையில் கொடுத்தார். 'ஏண்டீ, தேவிடியா, ஃபோன சுவிட்ச் ஆஃப் செஞ்சிட்டா உன்ன என்னால கூப்பிட முடியாதுன்னு நினைச்சியா' என்று ஜார்ஜ் ஜெரோம் மரக்காரன் மறுமுனையில் கர்ஜித்தான். 'இனி ஒரு ஃபோனும் அட்டன்ட் பண்ணவேண்டாம்' என்ற தோழிகளின் பிடிவாதத்தின் பலத்தால் மூன்றாம் நான்காம் நாட்களில் இருந்த தேர்வுகளைக் கடந்துபோனாலும் ஜார்ஜ் ஜெரோம் மரக்காரன் எப்போது வேண்டுமானாலும் கூப்பிடலாம் என்று நினைத்து அவள் எப்போதும் பயந்தாள். யாருடையதாவது மொபைல் ஃபோனோ அல்லது ஏதாவது லேண்ட் லைன் ஃபோனோ ஒலித்தால் அது ஜார்ஜ் ஜெரோம் மரக்காரன்தான் என்று கருதி அவளுடைய உடல் நடுங்கியது. அவனுடைய குரல் மனதில் ஒலித்தபோதுகூட அவளுடைய தைரியம் வடிந்துபோனது. அந்தக் குரலில் உள்ள வெறுப்பு, அவள்மேல் கல்மாரி பெய்தது.

எழுத்துத் தேர்வுகள் முடிந்த அன்று அஹானா மொபைலைத் திரும்பக் கொடுத்தும் அதை உயிர்ப்பிப்பதற்கு அவள் தயங்கினாள். அவன் அழைக்காமல் இருப்பதற்காக அவள் புதிதாக ஒரு சிம் வாங்கினாள். தேர்வு முடிந்ததில் ஆசுவாசம் கொள்ள முயன்றாள். ஆனால், அது கணப்பொழுதே இருந்தது. முன்னால் எடுத்து வைக்கின்ற ஒவ்வொரு அடியும் நிம்மதியின்மையின் சதுப்பு நிலத்தில் புதைந்தது. அவள் ஸ்கூட்டரில் இலக்கின்றிப் பயணித்தாள். ஒவ்வொரு பயணமும் ஏதாவது ஒரு கசப்பான நினைவுகளை உயிர்ப்பித்தது. தளர்ந்தும் மனங்கலங்கியும் அவள் தோழிகளின் பிளாட்டுக்குத் திரும்பினாள்.

தேர்வு முடிந்தவுடன் சாத்தானின் சோதனைகள் திரும்பவும் தொடங்கின. அஹானாவும் திவ்யாவும் ஊருக்குப் போகவும், பிளாட்டிற்கு ரமிதாவுடன் அவளது கணவன் ஷான் முஹமத் வந்துசேர்ந்ததோடு அது தொடங்கியது. அவர்கள் புதுப் பகட்டில் இருந்தனர். அது ஒரு புயலைக் கிளப்பிய காதல் திருமணம்.

ரமிதாவின் அப்பா கூலித்தொழிலாளி. ஷானின் அப்பா முஹம்மது ஒரு என்.ஆர்.ஐ. கோடீஸ்வரன். ரமிதாவும் ஷானும் திரைப்படத்திற்குப் போனபோது பிளாட்டில் ஜெஸபெல் மட்டும் இருந்தாள். அவள் குளித்துவிட்டு, நூடுல்ஸ் சமைத்துச் சாப்பிட்டாள். படித்துக்கொண்டு படுத்திருந்தாள். அப்படியே தூங்கிப்போனாள். ஏதோ சப்தம் கேட்டு பன்னிரண்டரை மணிக்குத் திடுக்கிட்டு எழுந்து கதவைத் திறந்தபோது வரவேற்பு அறையில் இருக்கும் சோஃபாவில் ஷானும் ரமிதாவும் டி.வி. ரிமோட்டுக்குச் சண்டைபோட்டுக் கொண்டிருந்தார்கள். ரிமோட்டைப் பிடுங்க முயன்ற ரமிதாவை ஷான் கட்டிப்பிடித்து மடியில் அமர்த்தினான். அவளுடைய காதிலும் கழுத்திலும் கடித்தான்.

அதைப் பார்த்துக் கருகிய கண்களோடு ஜெஸபெல் பின்வாங்கினாள். திரும்பவும் தூங்க முயன்றபோது அவள் தன்னுடைய பரிதாபகரமான இதயத்துடிப்புகளைக் கேட்டாள். ரமிதாவும் ஷானும் மகிழ்கின்ற அந்த வீடு அவள்மீது தீக்கனலைப் பெய்தது. அவளுடைய நெஞ்சு ஏதோ பெரிய தவறைச் செய்துவிட்டதுபோன்று அடித்துக்கொண்டது. அவளுக்குக் காரணமில்லாமல் தாழ்வுமனப்பான்மை உண்டானது. அவளுடைய உடல் நடுங்கிக்கொண்டிருந்தது. மனம் மிகப்பெரிய விபத்தில் மோதித் தெறித்தது போன்று உடலுக்குள் கிடந்து சப்தமிட்டது. அவள் அழத்தொடங்கினாள்.

அழுது அழுது உறங்கிப்போனாள். அப்போது பிணவறையின் காவல்காரனைக் கனவு கண்டாள். அவனுக்கு நாற்பத்தைந்து வயதுக்குமேல் ஆகியிருந்தது. தலையில் கட்டியிருந்த சிவப்பில் பச்சை நூல்கள் பாவிய சிறிய கட்டம்போட்ட துண்டை அவிழ்த்து உதறித் தோளில் போட்டுக்கொண்டு, நரைத்த முடியிழைகளைக் கைகளால் ஒதுக்கி விட்டுக்கொண்டு, அவன் பிளாட்டுக்குள் வந்து காக்கிச் சட்டையின் பொத்தான்களைக் கழற்றுவதை அவள் மரத்துப்போனவளாகப் பார்த்தாள். அவன் அருகில் வந்து ‘என் செல்லக்கிளியே’ என்று அவளைக் கொஞ்சினான். அவளுக்கு அவனிடம் அன்பு தோன்றியது. அப்போது அவனுடைய முகம் ஜார்ஜ் ஜெரோம் மரக்காரனுடையதாக மாறியது. அவள் நடுங்கித் துடித்தாள். ஜார்ஜ் ஜெரோம் மரக்காரன் அவளுடைய கழுத்தை

இறுக்கமாகப் பிடித்துக்கொண்டு ‘தேவிடிச்சீ’ என்று கத்தினார். அவனுடைய கையில் ஒரு பெரிய கத்தியை அவள் பார்த்தாள்.

யாரோ கதவைத் தட்டிக் கூப்பிடுகின்ற சப்தம் கேட்டு அவள் திடுக்கிட்டு எழுந்தாள். அவள் வியர்வையில் குளித்திருந்தாள். விளக்கைப் போட்டு கதவைத் திறந்தபோது ரமிதாவும் ஷானும் ‘என்னாச்சு’ என்று கேட்டுக்கொண்டு உள்ளே வந்தனர். ஜெஸபெல் நிறைந்த கண்களோடு சிரிப்பதற்கு முயன்றாள். ரமிதா அவளுடைய முடியிழைகளைக் கோதி, ‘தனியா படுத்திருக்க பயமா இருக்கா’ என்று கேட்டாள். ‘பயமா இருக்குதுன்னா? நீ உன்னோட வீட்டுக்காரனத் தனியா விட்டுட்டு என்கூட வந்து படுத்துக்குவியா?’ என்று ஜெஸபெல் கோபப்பட்டாள். ரமிதா பிரியமாகச் சிரித்தாள்.

“வீட்டுக்காரன் கிடைச்சது ரெண்டு மாசத்துக்கு முன்னாடிதானே? நீ கிடைச்சு வருசம் அஞ்சாறாச்சில்லையா? நீ எனக்கு ஃபீஸ் கட்டறதுக்கு காசு கொடுத்திருக்கே, காய்ச்சல் வந்தப்ப கூடவே இருந்தே, பாடம் சொல்லிக் கொடுத்திருக்கே. அதனால உனக்குத் தனியா படுத்திருக்க பயமா இருக்குதுன்னா நான் இங்கயே படுத்துக்குவேன்...”

அப்போது ஜெஸபெல்லின் கண்ணீர் உடைந்து பெருகியது. அவள் சங்கடத்தோடு தலையணையில் முகம் புதைத்தாள். ‘நான் தமாசுக்குச் சொன்னேன், நீ போயி படுத்துக்கோ’ என்று முகத்தை உயர்த்தாமல் சொன்னாள். அன்பு அவளை அழவைத்தது. அது அவளுடைய மனக்காயத்தை மேலும் புரையோடச் செய்தது. ரமிதா அவளுக்குப் போர்த்திவிட்டு நெற்றியை வருடி, கன்னத்தில் முத்தமிட்டு வெளியேறினாள். எஞ்சியிருந்த இரவு முழுவதும் ஜெஸபெல் உறங்காமல் உருண்டு புரண்டுகொண்டிருந்தாள். அவளுடைய கண்களுக்கு முன்னால் காட்சிகள் குழைந்தன. தன்னுடைய வாழ்க்கையை ஒரு செத்த உடலைப்போன்று பிளந்தெறிய முயன்றாள். எவையெல்லாம் நோயின் உயிரணுக்கள்? ரஞ்சித்தின் மரணமாக இருக்குமோ? ஜெரோமைத் திருமணம் செய்ததாக இருக்குமோ? அம்மாவுடைய சுபாவமாக இருக்குமோ? ஆன்மேரியைச் சந்தித்ததாக இருக்குமோ? ஆன்மேரிக்கு என்ன ஆனதோ என்று அவள் கவலைப்பட்டாள். எந்தத் தகவலும் கொடுக்காமல் அவளையும் கூட்டிக்கொண்டு காணாமல்போன சந்தீப்பை அவள் வெறுத்தாள். அவளுக்குப் போவதற்கு இடமில்லை. இருட்டின்

ஒரு பெரிய சவப்பெட்டியில் தன்னை யாரோ அடக்கம் செய்துவிட்டதாக அவள் உணர்ந்தாள். தனது வாழ்க்கையில் சோதனைகள் இப்போதுதான் தொடங்கியே இருக்கின்றன என்று கலங்கினாள்.

எம்.டி. படிப்பு முடிந்துவிட்டதால் மருத்துவக் கல்லூரியின் வேலையும் முடிந்திருந்தது. எதுவும் செய்வதற்கு இல்லாமலும் எங்கேயும் போகமுடியாமலும் பேசுவதற்கோ சமாதானப்படுத்துவதற்கோ யாருமில்லாமலும் அவள் திக்கற்று அலைந்துகொண்டிருந்தாள். இரண்டு வாரத்துக்குப் பிறகு நடக்கவிருக்கும் செய்முறைத் தேர்வும் முடிந்துவிட்டால் வாயைப் பிளந்துகொண்டு காத்திருக்கின்ற வெறுமையைத் தன்முன்னால் பார்த்து அவள் மேலும் பயந்தாள். மாமாக்களையும் அவர்களின் மனைவிகளையும் எதிர்கொள்வதற்குப் பயந்து பாட்டியைப் பார்க்கப் போவதற்குத் தயங்கினாள்.

ஒருநாள் ரமிதாவும் ஷானும் வெளியே சென்றபோது சிறிது நேரம் அவள் டிவி பார்க்க முயன்றாள். அதில் தோல்வியுற்றபோது உடை மாற்றிக்கொண்டு குழந்தைகள் மருத்துவமனைக்கே சென்றாள். தன்னை வெளியேற்றிய வீட்டைச் சுற்றிலும் ஒரு ஜன்னலாவது திறந்திருக்குமா என்று தெரிந்துகொள்வதற்காகப் பயந்து பயந்து நடக்கின்ற குழந்தையைப்போன்று அவள் உள்ளே சென்றாள். மருத்துவர் பாபு மேத்யூஸ் நோயாளிகளைப் பார்க்கப் போவதற்காக வெளியே வந்துகொண்டிருந்தார். எதுவும் கேட்காமல் அவருடன் வரச்சொன்னார். நோயாளிகளைப் பரிசோதிக்கும்போதும் மருந்து எழுதும்போதும் அவர் அவளுடைய கருத்துக்களைக் கேட்டார். ரவுண்ட்ஸ் முடிந்தபிறகு அவளைத் தன்னுடைய அறைக்கு வருமாறு அழைத்தார். அவள் முதன்முதலாகப் பார்த்தபோது பாபு சார் இளமை மாறாத ஒரு நாற்பத்தொன்பது வயதுக்காரராக இருந்தார். அங்கொன்றும் இங்கொன்றுமாக நரை கண்ட முடியும் மீசையும் எப்போதும் பளிச்சென்றிருக்கும் முகமும் உள்ள சாரை மாணவர்களும் நோயாளிகளும் ஒரேமாதிரி நேசித்தனர்.

"துன்பங்கள் எல்லாருடைய வாழ்க்கையிலும் இருக்கும். சிலருக்கு லார்ஜ் ஸ்கேல்ல. சிலருக்கு ஸ்மால் ஸ்கேல்ல. பெரிய மனுசங்களுக்கும் பெரியவங்களாகறதுக்குத் தகுதியுள்ளவங்களுக்கும் பெரிய துன்பங்கள் வரும்.

சின்னவங்களுக்குச் சின்னத் துன்பங்கள். அதுதான் அதோட கணக்கு...”

பாபு சார் முன்னுரையின்றிச் சொன்னார். ஜெஸபெல் சிரிக்க முயன்றாள். அவருடைய மனைவியும் மகனும் மகளும் மருமகனும் மகளின் இரண்டாவது குழந்தையும் ஒரு கார் விபத்தில் கொல்லப்பட்டது அவள் இரண்டாம் வருடம் படித்துக்கொண்டிருந்தபோது. விபத்துச் செய்தியைத் தெரிவிப்பதற்காக ஆள் வந்தபோது அவர் பாடம் நடத்திக்கொண்டிருந்தார். ‘ஒரு அவசரம், இப்ப வந்தர்றேன்’ என்று சொல்லிவிட்டு பாபு சார் வெளியே சென்றார். மருத்துவக் கல்லூரியின் தீவிரச்சிகிச்சைப் பிரிவில் கிடத்தப்பட்டிருந்த சிதைந்த உயிரற்ற உடல்களைத் தொலைவில் இருந்து ஒரு பார்வை பார்த்தபிறகு அவர் வகுப்புக்குத்தான் ஓடிவந்தார். நிறுத்திவைத்த பாடத்தை மூச்சிரைப்போடு திரும்பவும் தொடங்கினார். யாரெல்லாமோ வந்து கட்டாயப்படுத்தி அழைத்துச்செல்ல முயன்றபோதும் அவர் மென்மையாக, ‘ப்ளீஸ்... லெட் மி ஃபினிஷ் திஸ்... எனக்குக் கொஞ்சம் நேரம் வேணும்... ப்ளீஸ்...’ என்று வேண்டுகோள் வைத்தார். பத்துப் பதினைந்து நிமிடங்கள் அவர் நிறுத்தாமல் பேசினார். அந்த நேரத்தில் பெரிய தீச்சட்டிக்குப் பக்கத்தில் நின்றதுபோன்று அவருக்கு வியர்த்துக் கொட்டியது. இறுதியில் ஒரு வாக்கியத்தைச் சொல்லத் தொடங்கி அது நிறைவுறாமல் சிறிது நேரம் மௌனமாக நின்றார். ‘நௌ அயேம் ஆல் ரைட்’ என்று சொல்லிக்கொண்டு நெற்றியையும் கழுத்தையும் துடைத்துக்கொண்டு வகுப்பை விட்டு வெளியேறினார். அடுத்தநாள் சவ அடக்கம் செய்யும் சமயத்தில் தேவாலயத்தில் வைத்துப் பார்த்தபோது ஜெஸபெல்லால் அவரை அடையாளம் காண முடியவில்லை. அவருடைய தலை முழுதாக நரைத்திருந்தது. ஒரே நாளில் ஒருவருக்கு முழுமையாக நரைப்பதன் மருத்துவக் காரணங்கள் என்னவென்று அவளும் அவளது வகுப்புத் தோழிகளும் விவாதித்தனர்.

“சில துயரங்கள் நமக்கு மிகப்பெரிய வாய்ப்பு. நம்ம மாத்திக்கறதுக்கு...”

அவருடைய சொற்களைக் கேட்டு ஜெஸபெல்லின் துக்கம் அணை உடைத்தது. ‘எனக்கு எதனால இப்படி நடந்துச்சு? எனக்கு நடந்த துயரம் எனக்கு என்ன வாய்ப்பத் தரும்?’ என்று அவள் பரிதவித்தாள்.

"நடக்கறதுக்கெல்லாம் காரணத்தத் தேட வேண்டியதில்லை, குட்டூ... மனப்பூர்வமா பிரார்த்தனை பண்ணு. பதில் கிடைக்காது. ஆனால், முன்னேறிப் போறதுக்கான சக்தி கிடைக்கும். இந்த வாழ்க்கையில நம்மளமாதிரி இருக்கறவங்களுக்கு அதுதான் முக்கியம்..."

அவர் அவளைப் பரிவோடு பார்த்தார்.

"இங்க சைல்டு டெவலப்மென்ட் கிளினிக் தொடங்கப்போறோம். உன்னால நாளைக்குக் காலையில் இருந்து அங்க போயி உட்கார முடியுமா? டைரக்டர் அனில்குமார் ஒரு ஆள் வேணும்னு சொன்னார்... அது நீயா இருந்தா அவருக்குச் சந்தோசம்...!"

உடைந்து அழுதுவிடுவோமோ என்று ஜெஸபெல் பயந்தாள்.

"வாழ்க்கைல பேரிழப்பு வாரபோதுதான் நம்மளோட ரொம்பப் பெரிய எதிரி யாருன்னு தெரியும். அது காலந்தான். நிறைய கைகள் உள்ள ஒரு பூதம் மாதிரிதான் காலம். அதோட எல்லாக் கைகள்லயும் எதையாவது ஒப்படைக்கணும். இல்லாட்டி ஃபிரீயா இருக்கற கையால நம்மளோட கழுத்தையே பிடிக்கும். பிறாண்டிக் காயப்படுத்தும். மனசு நோகுறப்பப் புரிஞ்சுக்கோ, உன்னோட காலத்துக்கு ஒரு கை அதிகமா முளைச்சிருக்குது. அந்தக் கையில ஒரு வேலைய திணிக்கிற நேரம் வந்தாச்சு! சும்மா இருக்காத. எப்பவும் எதையாச்சும் செஞ்சுக்கிட்டே இருக்கணும். கஷ்டம் கூடுறப்பொ அதிகமா பொறுப்பு எடுத்துக்கோ. நிறைய படி. இல்லாட்டி கூடுதலா இன்னொரு வேலையவும் இழுத்துப்போட்டுக்கோ..."

ஜெஸபெல் கேட்டுக்கொண்டிருந்தாள்.

"இனிமேல் உன்னோட வாழ்க்கை ஈஸியா இருக்காது. அத எப்பவும் நினைப்புல வச்சுக்க. தளர்ந்து போயிடுவோம்னு தோணும். இல்லையா. தளர்றோம்னு தோணறப்ப இன்னொரு நோயாளியவுங்கூடச் சேர்த்துப் பரிசோதனை பண்ணு. அதுதான் நம்மளோடு சோர்வுக்கு ரொம்ப நல்ல மருந்து..."

பாபுசார் அதன்பிறகு என்னவெல்லாமோ பேசினார். நீ ஒரு சாதாரணப் பெண்ணல்ல. உன்கிட்ட நான் பார்க்கறது ஒரு பெரிய மருத்துவரை. மருத்துவ அறிவியலுக்கே பெருமை சேர்க்கிற ஒரு மூளை. அதைப் பிறாண்டிப் பிய்த்துப் பிடுங்கிப் பாழாக்கிடாதே. போ, போயி படி, வேல செய். வாழ்ந்திடு - அவருடைய

சொற்களில் கொந்தளிப்பு நிறைந்தது. ஜெஸபெல்லின் கண்கள் நிறைந்தன. அந்த நாட்களில் தனக்குக் கிடைத்த ஆகச்சிறந்த வைக்கோல் துரும்பு அவருடைய பரிவாக இருந்ததென்று பிற்காலத்தில் அவள் நன்றியோடு நினைவுகூர்ந்தாள்.

"உங்கள் கணவரை அவருடைய வீட்டுக்குக் கொண்டுசென்ற போது நீங்கள் அவருடன் போகவில்லை. ஒரு தடவையாவது நீங்கள் அங்கே போனீர்களா?" நீதிமன்றத்தில் வக்கீல் கேட்டார்.

"ஒரு தடவை..."

"எவ்வளவு நாள் இருந்தீங்க?"

அதை ஞாபகப்படுத்துவதற்கு ஜெஸபெல் விரும்பவில்லை. பாபுசாரைப் பார்த்துவிட்டுத் திரும்பி வரும்போதுதான் ரமிதாவின் அழைப்பு வந்தது - அப்பாவும் அம்மாவும் அவளைப் பார்ப்பதற்காக பிளாட்டில் காத்திருக்கிறார்கள். அவள் பிளாட்டுக்குச் சென்றாள். அவளைப் பார்த்ததும் அம்மாவின் முகம் இறுகியது. கை வைக்காத மேலாடையும் சிறிய ஷார்ட்ஸும் அணிந்த ரமிதா அவர்களுக்குக் காஃபி கொண்டுவந்தாள். டீ சர்ட்டும் பெர்முடாவும் அணிந்த ஷான் பிஸ்கட் கொண்டுவந்தான். ஆடைகளுக்கு வெளியே தெரிகின்ற அவர்களுடைய உடல் அம்மாவைச் சங்கடப்படுத்தியது. உடல்களிடம் அம்மாவுக்கு எப்போதும் பகைதான். அம்மா, 'காபி குடிக்கறதுக்கு ஒண்ணும் நேரமில்ல, நீ பேக் எடு, வீட்டுக்குப் போலாம்' என்று உறுமினார். 'என்ன விசயம்' என்று ஜெஸபெல் அதிர்ந்தாள்.

"பரீட்சையும் கிளாசும் முடிஞ்சுதில்லையா? இனி கொஞ்ச நாளுக்கு அப்பறந்தானே பிராக்டிகலு? நாம கொஞ்சம் பாட்டி வீடு வரைக்கும் போயிட்டு வரலாம். அம்மாவுக்கு முடியல. உன்னப் பார்க்கணும்னு சொல்லுது..."

ஜெஸபெல் உருகினாள். பாட்டியைப் பார்க்கவேண்டுமென்ற ஆர்வம் அவளுக்கும் இருந்தது. அவள் சிரிக்க ஆசை கொண்டிருந்தாள். அழுவதற்கு ஆசைகொண்டிருந்தாள். அன்பை அனுபவிப்பதற்கு ஆசைகொண்டிருந்தாள். ஆனால், அடுத்தநாள் விடிந்ததும் அவர்கள் ஏறிய வாடகைக்கார் நேராக விமானநிலையத்திற்குச் செல்வதையும் ஜெரோமின் நகரத்திற்குத்தான் போகிறோம் என்று சொல்லவும் செய்தபோது

ஜெஸபெல் பயந்து நடுங்கினாள். ‘வேண்டாம், வேண்டாம்’ என்று அவள் சப்தமிட்டாள். ‘எனக்குப் பரீட்சை இருக்குது’ என்று ஆர்ப்பாட்டம் செய்தாள். ‘பரீட்சை ரெண்டு வாரத்துக்கு அப்பறந்தானே’ என்று அம்மா கோபித்தார். அப்பா அவளுடைய தோளில் கை வைத்து, ‘என்னவானாலும் நாம ஒரு எட்டு போயிட்டு வருவோம்.’ என்று கெஞ்சினார். ‘இப்படியெல்லாம் அவ காலப் புடிக்கவேண்டிய தேவை ஒண்ணுமில்ல... போகவேண்டியது அவளோட கடமை. அடுத்த பரீட்சை வரைக்கும் அங்க இருக்கட்டும். ஒண்ணுமில்லாட்டியும் மத்தவங்க கேட்கறப்பொ எதையாச்சும் சொல்லணுமில்லையா’ என்று அம்மா கொதித்தார். வரமாட்டேன் என்று அவள் மறுபடியும் அழுதாள். ‘வந்துதான் ஆகணும்’ என்று அம்மா குரலுயர்த்தாமல் கர்ஜித்தார்.

அது அப்பாவுக்கும் அம்மாவுக்கும் முதலாவது விமானப் பயணமாக இருந்தது; அவளுக்கும்தான். ஆனால், அந்த முதல் பயணத்தில் எப்படி விமானத்தில் ஏறினோம் என்றும் முதலாவது விமானப் பயண அனுபவம் எப்படி இருந்தது என்றும் அவளுக்குத் தெரியவேயில்லை. விமானம் இறங்கியபோது அவள் தளர்ந்துபோனாள். வாடகைக்காரில் ஏறியபோது வாந்தியெடுத்தாள். அம்மா அவளது முன்னங்கையில் கடுமையாகக் கிள்ளி ‘திமிரெடுத்துட்டு ஆடாத’ என்று திட்டினார். அப்போது அவளுக்குக் காய்ச்சலும் வந்துவிட்டது. ‘அவரு என்ன அங்கயே பிடிச்சு வச்சுக்குவாரு’ என்று அவள் குழந்தைகளைப் போன்று அழுதாள். ‘இருந்தாகணும்னு சொன்னா இருக்கணும், கொன்னு தின்னுடமாட்டாங்க’ என்று அம்மா திட்டினார். ‘என்னோட பிராக்டிகல் பரீட்சை’ என்று அவள் இதயம் உடைந்து வெதும்பினாள். ‘பரீட்சைக்கு மொதநாள் நான் வந்து உன்ன கூட்டிட்டுப்போறேன்’ என்று அப்பா சமாதானப்படுத்தினார். ஜார்ஜ் ஜெரோம் மரக்காரனின் பிளாட்டின் பழைய மாடல் கிரில் வைத்த லிப்ட் சப்தத்தோடு திறந்தபோது அவளுடைய நினைவில் ஒரு நரி ஊளையிட்டது. முற்றத்தில் இரை கொத்தித் தின்றுகொண்டிருந்த புறாக்கூட்டம் திடுக்கிட்டு ஆகாயத்தில் எழுந்தன.

லில்லி ஜார்ஜ் மரக்காரன்தான் கதவைத் திறந்தார். ஜெஸபெல்லைப் பார்த்தபோது லில்லியின் முகத்தில் பிரகாசம் நிறைந்தது. ஜெஸபெல் அவருடைய கைகளில்

விழுவதற்கு ஆசைப்பட்டாள். அவருடைய கைகள் சற்றுத் துடிக்கவும் செய்தன. ஆனால், உடனே முகத்தில் விறைப்பை வரவழைத்துக்கொண்டு அவர் உள்ளே திரும்பினார். ஜெஸபெல் கால்களை இழுத்து இழுத்து அப்பாவையும் அம்மாவையும் பின்தொடர்ந்தாள். அவளுக்குக் காய்ச்சல் அதிகரித்துக் கொண்டிருந்தது. முன்பு ஜெரோமும் ஜெஸபெல்லும் சேர்ந்து தங்கியிருந்த அறையில் ஜெரோம் படுக்கவைக்கப்பட்டிருந்தான். அம்மாவும் அப்பாவும் உள்ளே சென்றார்கள். ஜெஸபெல் வாயிலிலேயே நின்றாள். அப்போது லில்லி அவளுக்கு மட்டும் கேட்கும்படியாக, 'நீ எதுக்கு வந்தே' என்று பதறினார். ஜெஸபெல் கலங்கிப்போனாள். கண்களை உள்ளே ஓடவிட்டபோது ஆக்ஸிஜன் சிலிண்டரும், உயர்த்தவும் தாழ்த்தவும் செய்யக்கூடிய படுக்கையும் சேர்ந்து மருத்துவமனை போன்றாகிவிட்ட அறையில் இருக்கும் கட்டிலில் படுத்திருக்கும் உருவம் தெரிந்தது. அவளுக்குத் தலை கனத்தது. கண்களை நம்புவதற்கு அவள் சிரமப்பட்டாள். முதலில் பார்த்தபோது அவளுடைய அறையின் கூரையளவுக்குத் தலையுயர்த்தி நின்ற ஜெரோம் ஜார்ஜ் மரக்காரன் பத்து முப்பத்தைந்து கிலோ மட்டுமே உள்ள ஒரு சிறிய உடலாகச் சுருங்கிக்கிடந்தான். எரியும் கண்களோடு ஜெஸபெல் பின்வாங்கினாள்.

"நீ இங்க வா. அவனுக்குப் பக்கத்துல வந்து உட்காரு..."

அம்மா கோபமாகக் கூப்பிட்டார். மருமகனைப் பார்க்கின்ற நொடியில் உடைந்து அழுதுகொண்டு ஓடி அருகில் உட்காருகின்ற மகளைத்தான் அம்மா ஆசைப்பட்டார். மகள் ஒரு உத்தமி என்று உலகத்தை நம்பவைப்பதற்கு அம்மா முயன்றார். ஜெஸபெல் மரத்துச் செத்துப்போய் நின்றாள். அவளுடைய மூளையில் காய்ச்சல் பற்றிப் படர்ந்தது. உடல் வியர்த்து உடுத்தியிருந்த சாம்பல் நிறமுள்ள குர்தா கருமையுற்றது. அவளுடைய தலையிலிருந்தும் நெற்றியிலிருந்தும் வியர்வைச் சால்கள் ஒழுகி முடிக்கற்றைகள் மழையில் நனைந்தது போன்று நனைந்துபோயின. அப்போதுதான் ஜார்ஜ் ஜெரோம் மரக்காரன் வெளியே இருந்து சில பொருட்களை வாங்கிக்கொண்டு உள்ளே வந்தான், 'ஆஹாஹா, விருந்தாளிங்க, யாருகிட்டக் கேட்டுட்டு உள்ள வந்தீங்க' என்று குரலுயர்த்தினான். 'அதென்ன ஜார்ஜ் சாரே அப்படிக் கேட்கறீங்க, வரவேண்டியது எங்களோட கடமையில்லையா?' என்று அம்மா மரியாதை காட்டினார்.

ஜார்ஜ் ஜெரோம் மரக்காரன் மேலும் கோபாவேசமடைந்தான். 'அப்படிக் கடமையச் செய்யறவங்களா இருந்திருந்தா இந்த நிலையில புருஷன ஏத்தி அனுப்பறதுக்கு ஒரு பொண்டாட்டிக்கு மனசு வந்திருக்குமா' என்று கர்ஜித்தான். ஜெஸபெல் பின்னால் நகர்ந்தாள்.

"எம்புள்ளைய மன்னிச்சிடுங்க. அவளுக்கு அறிவில்ல. அப்புறம் மூணு வருசம் படிச்சது பாழாப் போகவேண்டாம்னு நெனச்சு பரீட்சை எழுதறதுக்காக இருந்துட்டா. இனி இவ இங்கயே இருந்துக்குவா..."

அம்மா சொன்னார். ஜெஸபெல்லின் உடல் எரிந்தது. காதுகள் அடைத்துக்கொண்டன. ஜார்ஜ் ஜெரோம் மரக்காரன் அவளைக் குரூரமாகப் பார்த்தான்.

"நீங்க நல்ல குடும்பத்துல பொறந்தவங்கன்னு எனக்குத் தெரியும். உங்க முகத்தப் பார்த்து நான் ஒண்ணும் சொல்லமாட்டேன், சாராம்மா... ஆனா ஒரு விசயம். அவ இங்க இருப்பான்னா இங்கதான் இருக்கணும். என் மகனோட பொண்டாட்டி அவன பார்த்துக்கிட்டு இங்க வாழணும். அவ டாக்டராவோ கலெக்டராவோ இருக்கலாம். ஆனா, இந்த வீட்டுக்குள்ள அவ என் மகனோட பொண்டாட்டி மட்டுந்தான். அவன் எழுந்திரிக்கறவரைக்கும் அவ இங்கதான் இருக்கணும். அப்படியில்லாம ரெண்டு நாள் கழிச்சு வேலைக்குப் போகணும், சம்பளம் வேணும்னெல்லாம் சொல்லிக்கிட்டு அழிச்சாட்டியம் பண்ணமுடியாது... சாவவிடக் கசப்பானவதா பொம்பள..."

அம்மாவும் அப்பாவும் ஒருவரையொருவர் பார்த்துக் கொண்டனர்.

"அவ இங்கயே இருந்துக்குவா..."

அம்மா வாக்குக் கொடுத்தார். சொல்லி முடிப்பதற்கு முன்பாகவே வெளியே ஓடுவதற்கு ஜெஸபெல்லின் மனம் வெம்பியது. அவள் பேக்கை எடுத்துக்கொண்டு வெளிய சென்றாள். ஜார்ஜ் ஜெரோம் மரக்காரன் 'நில்லுடீ அங்கயே' என்று கர்ஜித்தான். 'உள்ள நடடீ' என்று உத்தரவிட்டான். இரை தப்பிப் போவதைப் பார்த்து ஆக்ரோசமுற்ற செந்நாயைப் போன்று அவன் அவள்மீது பாய்ந்தான். கையைப் பிடித்து இழுத்தான். ஜெஸபெல் கத்துவதற்கும் கலவரம் செய்வதற்கும் விரும்பினாள். ஆனால்,

பயம் அவளை ஆட்கொண்டது. பயம் முதலில் அபகரிப்பது பெண்ணின் குரலைத்தான் என்று அவள் அறிந்தாள். அவன் அவளை அறைக்குள் இழுத்துத் தள்ளினான். இனி இருக்கும் வாழ்க்கை இதற்குள் ஒடுங்கிவிடும் என்று அவளுக்கு உறுதியாகிவிட்டது. அப்போது லில்லி ஜார்ஜ் மரக்காரன் அதிர்ந்தெழுந்தார். 'நிறுத்து!' என்று அவருடைய குரல் உயர்ந்தது.

ஜார்ஜ் ஜெரோம் மரக்காரன் நடுங்கியதை ஜெஸபெல் கண்முன்னால் கண்டாள். மனைவியின் குரல், முன்பு ஒருபோதும் உயர்ந்து கேட்டறியாததால் அது அவர்தான் என்று நம்புவதற்கு அவன் சில நிமிடங்களை எடுத்திருப்பான். லில்லி ஜார்ஜ் மரக்காரன் கீழே விழுந்த பேக்கை எடுத்து ஜெஸபெல்லின் கையில் திணித்து அவளை வாயிலை நோக்கிப் பலமாகத் தள்ளினார்.

"இந்தக் கேடுகெட்டவ இங்க இருக்கவேண்டாம்..."

அவருடைய குரலில் ஒரு அலறல் கலந்திருந்தது.

"என் மகன பார்த்துக்க நான் போதும். அவ போகட்டும். இவ இங்க வந்ததுல இருந்து என் மகனோட நாசம் தொடங்கிருச்சு. இதுக்கப்பறமும் புடிச்சு வச்சா அவ ஏதாவது ஊசியப் போட்டு அவனக் கொன்னுடுவா. அங்க படுத்துக் கெடக்கறது மட்டுந்தான் எனக்கு மிச்சம். அதையுஞ்சேர இழக்கறதுக்கு நான் தயாரில்லை..."

ஜார்ஜ் ஜெரோம் மரக்காரன் ஏதோ சொல்ல வாயெடுத்தான். அவர் அவனுக்கு நேராகத் திரும்பினார்.

"இன்னைக்கு வரைக்கும் நான் உங்க பேசுச்சுக்கு மறுபேச்சுப் பேசினதில்ல. நாய் மாதிரி சொன்னதெல்லாம் கேட்டுட்டு இருந்தேன். ஆனா, இவள இந்த வீட்ல புடுச்சு வைக்கணும்னு நினைச்சீங்கன்னா இன்னைக்கோட முடிஞ்சுது, எனக்கும் உங்களுக்குமான உறவு..."

ஜார்ஜ் ஜெரோம் மரக்காரன் திகைத்துப்போய் நின்றான். லில்லி ஜெஸபெல்லுக்கு நேராகத் திரும்பினார். 'போய்டு. என் கண் முன்னால இருந்து சீக்கிரமா போய்டு' என்று அவர் மீண்டும் கோபித்தார். அவர் அழுதார். ஆனால் அது, வாய்ப்புக் கிடைத்தும்கூட தான் ஓடித் தப்பிக்காததினால் வந்த கண்ணீர் என்பதை ஜெஸபெல் புரிந்துகொண்டாள். 'எனது மனம்

ஓயாது தேடியும் கண்டுபிடிக்க முடியாத ஒன்றை இப்போது நான் கண்டுவிட்டேன்’ என்று முணுமுணுத்துக்கொண்டு அவள் சாவகாசமாகப் படியிறங்கினாள். இரையைக் கொத்திப் பொறுக்குகின்ற புறாக் கூட்டங்கள் நிறைந்த வாசலை அடைவதற்குப் பலமணி நேரங்கள் ஆகுமென்று அவள் பயப்பட்டாள். அம்மாவும் அப்பாவும் லிப்டில் கீழே வந்துசேர்ந்திருந்தனர். அவர்களுக்குப் பின்னால் வெளியே செல்வதற்கு நடக்கும்போது அவள் மேலே இருந்த அந்த பிளாட்டை நோக்கிக் கண்களை உயர்த்தினாள். பால்கனியில் அவள் லில்லி ஜார்ஜ் மரக்காரனைப் பார்த்தாள். அவர் கண்களைத் துடைத்தார். போய்க்கோ என்று கை காட்டிவிட்டு உள்ளே சென்று மறைந்தார். அம்மா வாடகைக்காரில் உட்கார்ந்துகொண்டு அழுதார். அப்பா பயண முகவரை அழைத்து இன்னொரு பயணச்சீட்டு எடுப்பது குறித்துப் படபடத்தார். எங்கு பார்த்தாலும் வாகனங்கள் மட்டுமே உள்ள சாலையில் ஊர்ந்து நகர்கின்ற வாடகைக் காரின் பின் இருக்கையில் சாய்ந்து கிடக்கும்போது ஜெஸபெல் லில்லி ஜார்ஜ் மரக்காரனிடம் இவ்வாறு கூறினாள்:

ஆயிரத்தில் ஒருவனை நான் ஆண்மகனாகப் பார்த்தேன். ஆனால் ஒருத்தியையும் பெண்ணாகப் பார்க்கவில்லை. ஓ பெண்ணே, உன்னால் உனது கணவனைக் காப்பாற்ற முடியுமா என்று எப்படித் தெரியும்?

13

ஜெஸபெல் உழுதுவிட்டும் ஆடுமேய்த்துவிட்டும் வயலில் இருந்து திரும்பி வந்தபோது அவளிடம் யாரும், 'நீ உடனே வந்து சாப்பிட உட்கார்' என்று சொல்லவில்லை. 'நான் சாப்பிட்டும் குடிச்சும் முடிக்கும் வரைக்கும் சுருட்டிக் கட்டிக்கொண்டு எனக்குப் பரிமாறு' என்று மட்டும் அவளிடம் சொன்னார்கள். ஆணையிடப்பட்ட அனைத்தையும் செய்தும்கூட அடிமையாகக் கருதப்படுவதால் அவளுக்கு யாரும் நன்றி சொல்லவில்லை. அவளுடைய ஆன்மா ஆசைப்பட்ட கனி அவளிடமிருந்து விலகிச் சென்றது. ஆடம்பரம், அழகு என எல்லாவற்றையும் அவள் இழந்தாள். அவை எதையும் இனி ஒருபோதும் தான் காணப்போவதில்லை என்று அவள் கவலைப்பட்டாள். கடந்துவந்த நாட்களைத் திரும்பிப் பார்த்தபோதெல்லாம் எல்லோரையும் எல்லாவற்றையும் அவள் அடையாளங்களாகக் கண்டாள். எல்லாம் அப்படிக் காட்சிப்பட்டது, வரவிருக்கும் எதிர்காலத்தில் தனக்கு நேரப்போகின்றவற்றை வெளிப்படுத்துவதற்காகவே இருக்குமென்று பீதியடைந்தாள்.

அந்த நாட்களில் அவள் சகிக்கமுடியாத பசியை அனுபவித்தாள். உடலின் பசி இரண்டு வகைப்பட்டது. ஒன்று, சதைக்கானது. இரண்டாவது, ஆத்மாவுக்கானது. ஜெஸபெல்லுக்கு இந்த இரண்டு பசியும் ஒன்றாகவே தோன்றின. 'உன் கற்களிடம் அப்பமாகச்சொல்லி உத்தரவிடு' என்று அவளுக்குப் பிசாசு சபலமூட்டியது. மனிதன் அதற்காக மட்டும்தான் வாழ்கிறான் என்று அவள் தோல்வியை ஒப்புக்கொண்டாள்.

ஜெரோமின் நகரத்திலிருந்து ஊருக்குத் திரும்பும்போது வழியில் இருக்கும் ரெஸ்டாரெண்டில் வண்டியை நிறுத்தச் சொல்லி அவள் ரகளை செய்தாள். வேண்டாம் என்று அம்மா சொல்லிப்பார்த்தார். ஆனால், ஜெஸபெல் அடம்பிடிக்கவும் அப்பா அதற்கு இணங்கவும் ஓட்டுநரிடம் வண்டியை நிறுத்தச் சொல்லி நிர்ப்பந்தித்தாள். ஜெஸபெல் ரெஸ்டாரெண்டிற்கு ஓடிச் சென்று மெனு கார்டில் பார்த்ததையெல்லாம் ஆர்டர்

செய்தாள். ஜெஸபெல்லின் உணவு வந்தபோது அம்மாவும் அப்பாவும் அதிர்ந்தனர். அப்பம், இறால் வறுவல், மடவை மீன் வறுவல், பரோட்டா, மாட்டிறைச்சி ரோஸ்ட். அவள் யாரையும் கண்டுகொள்ளாமல் உணவைச் சாப்பிடத் தொடங்கியபோது அம்மா முகம் சுளித்து, ‘என்னடி இப்படி நாறத்தனம் பண்ணறே’ என்று கடிந்துகொண்டார். ‘சாப்பிடறது நாறத்தனமா அம்மா’ என்று ஜெஸபெல் முறையிட்டாள். ‘நான் இங்க முதல்தடவ வந்தது ஜெரோம் கூடத்தான், அம்மா’ என்று அவள் வாய் நிறைய மென்றுகொண்டு சொன்னாள். ‘அன்னைக்கு நான் ஒரு இறால் வறுவல் ஆர்டர் பண்ணினேன். ஜெரோம் கோபப்பட்டான். விலை அதிகமா இருக்கும்னு சொல்லி அத கேன்சல் பண்ணிட்டான். அதுக்குப் பதிலா மூணு அப்பமும் சிக்கன் கிரேவியும் வாங்கிக் கொடுத்தான். ஜெரோமுக்கு டீ மட்டும் போதும்னு சொல்லிட்டான்.’ கடைசீல அப்பமும் கிரேவியும் வந்தப்ப, ‘நீ இத வேஸ்ட் பண்ணிடுவேன்னு சொல்லி மொதல்ல ஒரு அப்பத்த எடுத்துக்கிட்டான். அப்புறம் ரெண்டாவது. சிக்கன் பீஸ் முழுக்க ஜெரோம் சாப்பிட்டுட்டான். அம்மாவுக்குத் தெரியுமா, கல்யாணம் முடிஞ்சதுக்கு அப்புறம் எனக்குன்னு எதுவும் வாங்கிச் சாப்பிடறதுக்கு எனக்கு முடியல. என்னோட பர்ஸ்ல காசு இருக்கல. நான் ஆர்டர் செய்யறத ஜெரோம் சம்மதிச்சதில்ல. மனுசங்க வாழ்றது அப்பத்தால மட்டுமில்ல, அம்மா, அன்பாலயுந்தான்.’

அவளுடைய கண்கள் நிறைந்து வழிந்தபோது அப்பாவும் அம்மாவும் ஒருவரை ஒருவர் பார்த்துக்கொண்டனர். ஓட்டுநர் டீயுடன் எழுந்து வெளியே சென்றார். ‘மெதுவாச் சொல்லுடீ, நல்ல குடும்பத்துல பொறந்த பொண்ணுங்க சாப்பாட்டுக்குக் கணக்குச் சொல்லமாட்டாங்கடீ’ என்று அம்மா வெட்கப்பட்டார். ஜெஸபெல் உரக்கச் சிரித்தாள். மென்றுகொண்டே சிரித்ததால் புரை ஏறி இருமினாள். அன்று மட்டுமல்ல, பின்னரும்கூட ஜெரோமைப் பற்றி நினைக்கும்போதெல்லாம் அவளுடைய உடல் உணவுக்காக ஏங்கியதால், வாழ்க்கையிலிருந்து அவன் இல்லாது போனபோது அவள் வஞ்சத்தோடு வாரி வாரி உண்டாள். அதுவரைக்கும், தன்னுடைய சின்னச் சின்ன விருப்பங்களை அவன் கருணையின்றிக் கொன்றுவிட்டானே என்று அவள் வருத்தத்தோடு இருந்தாள்.

பசி மட்டுமல்ல, சகிக்க முடியாத ஆத்திரத்தையும் அவள் உணர்ந்தாள். ரத்தக்கொதிப்பு அதிகரித்தது போன்று அவள் நிலைகொள்ளாது இருந்தாள். அம்மாவிடமும் அப்பாவிடமும் ஒன்றுமில்லாததுக்கெல்லாம் கோபித்தாள். முன்பு எப்போதும் இல்லாத அளவுக்கு உரக்கச் சிரித்தாள். ஓங்கி அழுதாள். மணிக்கணக்காக பிதற்றிக்கொண்டிருந்தாள். சிலசமயங்களில் பொருட்களை எடுத்தெறிந்தாள். அம்மா அவளை எதிர்கொள்ள முயன்றபோது முன் எப்போதும் செய்திராத வகையில் அவள் திரும்பி நின்றாள். 'பொண்ணுங்களுக்குப் பிடிமானம் இல்லாட்டி ஆம்பளைங்க கண்டதையும் செய்வாங்க. அதைப் பார்த்தும் புரிஞ்சும் நடந்துக்கணும். அதுதான் பொண்ணுங்களோட சாமார்த்தியம்.' என்று அம்மா பிறுபிறுத்தபோது 'அந்தச் சாமார்த்தியத்த அம்மா ஏன் முன்னாடியே எனக்குச் சொல்லிக் கொடுக்கல' என்று கொதித்தாள்.

"யாரு குத்தமடீ? உன் விருப்பத்தக் கேட்டுத்தானே இந்தக் கல்யாணத்த நடத்தினோம்?"

"வேண்டாம்னு ஏபெல் சொன்னானில்லையா... அப்ப ஒத்துக்கமாட்டேன்னது அம்மாதானே?"

"கல்யாணத்த உறுதிப்படுத்திட்டு அப்புறம் மாத்த முடியுமா?"

"அதனால என்ன, இருந்த ஒத்தப் பொண்ணோட வாழ்க்கை சீரழிஞ்சுபோச்சே? நீங்க மகள கட்டிக்கொடுக்கற வீட்டப் போயிப் பார்த்தீங்களா? அங்க இருக்கறவங்க யாருன்னு விசாரிச்சீங்களா? எவளோ ஒருத்தி தன்னோட மகளுக்கு ஏற்பாடு பண்ணினது சரியில்லைன்னு தெரிஞ்சு தூக்கிக் கொடுத்துட்டா. இங்க இருக்கறவங்க தாவிப் பிடிச்சுக்கிட்டீங்க..."

"போகற வீட்டோட முறையும் சம்பிரதாயமும் தெரிஞ்சு நடந்துக்கணும். அதில்லாம நீ பெரிய கொம்பு மொளச்ச டாக்டர்ன்னு சொல்லி ஆங்காரிச்சா இப்படித்தான் ஆகும்..."

"அந்த ஆளு கார் ஓட்டிட்டுப்போயி தலை குப்புற விழுந்தது என்னோட பிரச்சனையா?"

"அந்த ஆளா? ஏண்டீ, கட்டுனவனுக்கு மரியாதை கொடுக்காத ஒருத்திய தெய்வம் சபிக்கும். சும்மாவல்ல உனக்கு இப்படி ஆனது..."

“அந்த ஆள எப்படி மதிக்கறது? எந்த விசயத்துக்கு மதிக்கறது? வயசுக்கு வராத ஒரு பொட்டப்புள்ளைய பிடிச்சதுக்கா? கல்யாணம் முடிஞ்ச நாள்ல இருந்து என்னை மதிக்காத ஒருத்தந்தான் அவன்... என்னோட விருப்பத்தையோ ஆசையவோ அவன் ஒருதடவகூட மதிச்சதில்ல. எனக்கு அவன்கிட்ட மரியாதையுமில்ல, அன்புமில்ல...”

“வாய மூடு! புருசன் என்னதான் ஆகாதவனா இருந்தாலும் நல்ல பொண்ணு ஒருபோதும் ஒரு சொல்கூட அவனப்பத்தி மோசமாச் சொல்லமாட்டா.”

“நான் நல்ல பொண்ணு கிடையாது, அம்மா, எனக்கு அப்படி ஆகவும் வேண்டாம்...”

ஒவ்வொரு முறையும் இப்படிப்பட்ட வாக்குவாதங்களுக்கும் மோதல்களுக்கும் பிறகு தன்னுடைய ரத்தம் கொதிப்பதையும் எலும்புகள் உருகுவதையும் அவள் உணர்ந்தாள். எல்லா இரவுகளிலும் உறக்கம் வராமல் அவள் உருண்டு புரண்டுகொண்டிருந்தாள். அவளுக்கு அம்மாவிடம் கடுமையான பகை தோன்றியது. லில்லி ஜார்ஜ் மரக்காரனிடத்தில் நேசம் தோன்றியது. அம்மாவுக்கு முக்கியம், மகளுடைய சந்தோசமாக இருக்கவில்லை, சமூகத்தின் அங்கிகாரமாக இருந்தது என்று நினைத்து அவள் வருத்தப்பட்டாள். மகளை மகிழ்விப்பது எப்படி என்று அம்மாவுக்குச் சமூகம் முன்பே கற்றுக்கொடுத்திருந்தது. அவளுடைய கணவன் அவளை நேசித்தாலும் இல்லாவிட்டாலும் அவள் அவனை நேசிக்கவும் மதிக்கவும் கவனித்துக்கொள்ளவும் பாத்தியப்பட்டவளாக இருந்தாள். அவன் செய்கின்ற நாறத்தனங்களை உலகத்தின் கண்களிலிருந்து மறைத்துவைத்து அவனுடைய கபட மரியாதையைப் பாதுகாப்பதற்குக் கடமைப்பட்டவளாக இருந்தாள். அவன் நினைவு திரும்பி எழுந்து வரும் வரைக்கும் அவன் அருகில் உண்ணாமலும் உறங்காமலும் பிரார்த்தனையுடன் காத்திருப்பதற்கு விதிக்கப்பட்டவளாக இருந்தாள். அவன் நல்லவனா தீயவனா என்று தீர்ப்புச் சொல்வதற்கு அவளுக்கு உரிமை வழங்கப்படாததாலும் தெய்வம் ஏற்கெனவே தீர்ப்புக் கொடுத்துவிட்டதாலும் அவளுடைய கடமை என்னவென்றால், தனக்கு விதிக்கப்பட்ட சிலுவையை மரியாதையாகச் சுமப்பது மட்டும்தான் என்று கட்டளையிடப்பட்டிருந்தது.

இரவுகளில் அவளுடைய நரம்புகள் இறுகுவது சமூகத்தை அலட்டவில்லை. அவள் தன் உடலைக் கடித்துக் காயப்படுத்தி மனதின் வலியை உடல் வலியில் கரைப்பதற்கு முயன்றாள். சிலசமயங்களில் இரவு நெடுநேரமானபிறகும் தோழிகளை அழைத்து உடைந்து அழுதாள். சிலநேரங்களில் வாழ்க்கையைச் சபித்தாள். சிலசமயம் தொடர்பில்லாத விசயங்களைப் பற்றிப் பேசினாள். இவை எதுவும் சமூகத்தைத் தொந்தரவு செய்யவில்லை. தோழிகள் தூக்க கலக்கத்துடன் அவளைச் சமாதானப்படுத்துவதும் அவர்களுடைய கணவன்மார்கள் ஏதாவது சொல்வார்கள் என்று பயந்து, காலையில் அழைக்கிறேன் என்று சொல்லி ஃபோனை கட் பண்ணும்போது, அவள் தலையணையில் முகம் புதைத்து உடைந்து அழுவதும் சமூகத்தைக் கவலையுறச் செய்யவில்லை.

அதனால், அம்மா பிரார்த்தனை செய்தபோதெல்லாம் அவளுக்குப் பைத்தியம் பிடித்தது. ஒருசமயம் அம்மா பிரார்த்தனை செய்துகொண்டிருந்தார். அப்பா ஏதோ எழுதிக்கொண்டிருந்தார். அப்போது அவள் பாத்திரங்களைத் தூக்கிப் போட்டுச் சப்தம் உண்டாக்கினாள். அம்மா ஓடிவந்தபோது 'எனக்குப் பேசணும்' என்று கத்தினாள். அம்மா அவளை அடித்தார். அவள் அந்தக் கையை எட்டிப் பிடித்தாள். 'நான் இங்க இருக்கறதுல அம்மாவுக்கோ அப்பாவுக்கோ பிடிக்கலைனாச் சொல்லிடுங்க. எனக்கு வேறொரு இடத்தக் கண்டுபிடிக்கணும்' என்று ஜெஸபெல்லும் 'நாங்க உன்னைக் கட்டிக்கொடுத்துட்டோம், முடிச்சுப் போட்டுட்டா பொண்ணுங்க இருக்கவேண்டியது பொறந்த வீட்டுல அல்ல' என்று அம்மாவும் 'அந்த முடிச்சு அவுந்து போச்சு' என்று ஜெஸபெல்லும் 'கிறிஸ்தவங்களுக்கு அப்படி அவுந்து போறதல்ல, கல்யாணம்' என்று அம்மாவும் 'யாரு கிறிஸ்தவன்? அந்த ஆளா? ஏழைங்க மேல கருணை இல்லாத அவனா கிறிஸ்தவன்? பாதுகாப்புத் தேடி வந்த சின்னபுள்ளையச் சீண்டுன அவனா கிறிஸ்தவன்?' என்று ஜெஸபெல்லும் வாதப் பிரதிவாதம் நடத்தினர். 'நீ போயி அந்த இந்து கூட இருந்துக்கோடீ' என்று அம்மாவும் 'ஒண்ணு நான் இங்க இருக்கறேன். இல்லாட்டி எனக்குப் பிடிச்சவங்கூட...' என்று ஜெஸபெல்லும் பிடிவாதக்காரியானாள். தளரத்தொடங்கியபோது 'என் தங்கமே, உனக்கு ஒரு கட்டுனவன் இருக்கான்' என்று அம்மா சமரசத்திற்குத் தயாரானார். 'புருஷன் முடியாம

கெடக்கறப்பொ நீ இப்படிப் பேசறத ஊருக்காரங்க கேட்டா அவங்க என்னவெல்லாஞ் சொல்லிப் பரப்புவாங்க' என்று கவலைப்பட்டார். அது ஜெஸபெல்லை மேலும் கடுப்பேற்றியது.

"இவ்வளவு காலமும் நான் நீங்களெல்லாரும் சொன்னமாதிரி வாழ்ந்தேன். மூணு நேரமும் சாப்படறதுக்கு முன்னாடி பிரார்த்தனை பண்ணினேன். எல்லா ஞாயிற்றுக் கிழமையும் சர்ச்சுக்குப் போனேன், பாவமன்னிப்புக் கேட்டேன், திருவிருந்து கடைப்பிடிச்சேன். தவக்கால நோன்புக்கும் விரதம் இருந்தேன். கூடாதுன்னு அம்மா சொன்ன எதையும் செய்யல. நீங்க பார்த்த மாப்பிளைய கட்டிக்க ஒத்துக்கிட்டேன். அவன் எனக்கானவன் இல்லைங்கறது முதல் இரவுலயே எனக்குப் புரிஞ்சுபோச்சு. ஆனா, அம்மா அதுல என்னைச் சிக்கவச்சீங்க. ரெண்டரை வருசம் நான் அவனோடதும் அவனோட அப்பனோடதும் ஏச்சையும் பேச்சையும் சகிச்சுக்கிட்டு வாழ்ந்தேன். அதனால என்ன கிடச்சுது, எனக்கு? நான் ஒரு டாக்டர். நோயக் கண்டுபிடிச்சா மருத்துவம் பார்க்கலாம், குணமாக்கறதுக்கு மருந்து கொடுப்பேன். ஒரு மருந்து கேட்காட்டி வேறொரு மருந்து கொடுப்பேன். ஒண்ணும் பலிக்காட்டி ஆப்பரேசன் செஞ்சு நோய் வந்த பாகத்த வெட்டி எறிவேன். நான் இவ்வளவு காலமும் நீங்க சொன்ன மருந்தச் சாப்பிட்டேன். இருந்தாலும் எனக்கு என்ன பிரயோஜனம்? இல்லாத நோய்கூட வந்தாச்சு. இருந்த சந்தோசம் மொத்தமும் போச்சு. இனியும் சகிக்கறதுக்கு என்னால முடியாது."

அப்பா எழுந்து சென்று அவளுடைய தோளில் கை வைத்தார், தலையைத் தடவிக்கொடுத்தார். 'போகவேண்டா, நான் உயிரோட இருக்கற வரைக்கும் நீ எங்கயும் போகவேண்டாம்' என்று உடைந்த குரலில் சமாதானப்படுத்தினார். ஜெஸபெல் தோற்றுப்போய் அப்பாவின் தோளில் தலை சாய்த்தாள். 'நீ என்னோட மொத கொழந்த', அப்பா சொன்னார். 'நீதான் என்ன மொதமொதலா அப்பான்னு கூப்பிட்டது. உன்னோட சிரிப்பையும் வெளையாட்டையும் பார்த்துத்தான் என்னோட கவலைகள நான் மறந்தேன். நீதான் எனக்கு வாழறதுக்கு ஊக்கங்கொடுத்தே. இந்த வீடு உன்னோடது. போறதுக்கு இடமில்லாம அப்பாப் புள்ள எங்கயும் அலஞ்சு திரியவேண்டாம். நீ இங்கதா இருக்கணும். யார் என்ன வேணும்னாலும் சொல்லீட்டுப் போகட்டும். என் புள்ளைய எனக்குத் தெரியும்.'

அன்று உரக்க அழுதுகொண்டு அப்பாவைக் கட்டிப்பிடித்ததும் அப்பா உடைந்து அழுததும் அம்மாவிடம் சவால்விட்டுக்கொண்டு தான் தன்னுடைய அறைக்குப் போனதையும் நினைத்துப் பிற்காலத்தில் அவள் சிரித்தாள். அன்று தன்னுடைய பழைய அறையின் பழைய படுக்கையில் உட்கார்ந்ததையும் நூலாம்படை பிடித்ததும் பழையதானதின் நாற்றம் நிறைந்திருந்ததுமான அறையைக் கண் திறந்து பார்த்ததையும் ஒரு நாடகத்தில் வரும் காட்சி போன்று அவள் திரும்பவும் பார்த்துக்கொண்டிருந்தாள். அன்று அவள் ஜன்னல்களைத் திறந்து வைத்தாள். ஒட்டடை அடித்தாள். புத்தகங்களைத் தூசி தட்டி வைத்தாள். அலமாரியில் உள்ளவற்றை அடுக்கி வைத்தாள். படுக்கையில் புதிய விரிப்பை விரித்தாள். அலமாரியில் இருக்கும் கண்ணாடியில் தனது உருவத்தைப் பார்த்து அது தான்தான் என்பதை நம்பமுடியாமல் விழித்து நின்றாள். கண்கள் குழிவிழுந்தும் கன்னங்கள் ஒட்டியும் கழுத்தில் எலும்புகள் துறுத்தியும் முகத்தில் வெறுமையுமாக நிற்கின்ற ஒரு உருவம். அவள் ஷெல்பில் இருந்து ஒரு புத்தகத்தை எடுத்தாள். அது 'தீர்க்கதரிசி'யாக இருந்தது - கலீல் ஜிப்ரான். 'இனிமேல் ஜிப்ரான் குப்ரான்னல்லாம் என்கிட்டச் சொல்லாதே' என்று ஜெரோமின் குரலை அவள் கேட்டாள். அவளுடைய இதயம் பயத்தின் பெரும்பறையை முழக்கியது. அன்று, பாவம் அவள், ஒரு பாதையில் ஓடித் தப்பிக்கத் தொடங்கும்போது பாதை முடிந்துபோய்விட்டதல்லவா. அவளுக்கு முன்னால் ஆழமான பள்ளங்கள் மட்டுமே இருந்தனவே. திரும்பி ஓட முடியாத தொலைவுகள் அவளுக்குள் பயத்தை மட்டுமே நிறைந்திருந்ததல்லவா.

பசியும் மனகசப்பும் மட்டுமல்ல, அன்று தனது இதயத்தைக் கவலைகளும் எரித்துக்கொண்டிருந்ததாக அவள் பிற்காலத்தில் உணர்ந்தாள். சூளையில் வைத்த செங்கல் போன்று இதயம் வெந்திருந்தது, சுட்டுப் பழுத்திருந்தது. அதன் உடைவுகளும் விரிசல்களும் இறுகிப்போயிருந்தன. அக்காலத்தில் அவள் முற்றிலும் மூடநம்பிக்கை உள்ளவளாக ஆகிப்போயிருந்தாள். உடைந்து விழுந்த வாழ்க்கையை நம்பிக்கையின் பசை கொண்டு பழையது போன்று ஒட்டிவிடலாம் என்று பேராசையும் கொண்டிருந்தாள்.

அப்படி, தான் ஒரு பிரார்த்தனைக்குழுவில் சேர்ந்ததை நினைத்துப் பிற்காலத்தில் அவள் மிகவும் அவமானமாக

உணர்ந்தாள். கூட்டம் முட்டி மோதிக்கொண்டு நிறைந்திருந்த ஒரு சிறிய மண்டபத்தில் நடந்தது பிரார்த்தனை. எல்லா முகங்களிலும் வேதனை நிறைந்திருந்தது. எல்லோரும் மனம் உருகிப் பிரார்த்தனை செய்தனர். அவளுக்குத் தெரிந்தவன் அவளை மேடைக்கு அழைத்தான். அவளுடைய துயரக்கதையைச் சபைக்கு விளக்கிச்சொல்லவும் செய்தான். 'கிறிஸ்தவளாக இருந்தபோதிலும் இந்தப் பிள்ளை நம்பவில்லை, அதனால் கர்த்தர் தண்டித்துவிட்டார்' என்று அவன் உரக்கப் பறைசாற்றினான். அவள் எல்லோருக்கும் காட்சிப்பொருளானாள். அவளுடைய தலை தாழ்ந்தது. இது நாட்கணக்கில் திரும்பத் திரும்ப நடந்தது. தீய ஆத்மாவுக்கு உண்டாகின்ற தீமைகளோடு வாழ்கின்ற உதாரண ஆத்மாவாக எல்லா நாட்களும் அவள் மேடைக்கு அழைக்கப்பட்டாள். ஒருநாள் அவள் தனக்குத்தானே கோபித்துக்கொண்டு அந்த இடத்தை விட்டு வெளியேறினாள்.

அப்போதுதான் எதிர்பாராதவிதமாக எதிர்ப்பட்ட ஒரு பழைய வகுப்புத்தோழி, 'ரஞ்சினிங்கற தெய்வத்தப் பத்திக் கேள்விப்பட்டிருக்கியா?' என்று கேட்டாள். 'ரஞ்சினி தெய்வம்' புருவத்துக்கு அடர்த்தியாக மையிட்டு ஜிமிக்கி மாட்டிய இளம்பெண்ணாக இருந்தார். அவர் ஆயிரம் ரூபாய்க்கு இருபத்தியொரு பூஜை செய்யச்சொன்னார். 'முதல்ல ஒரு பூஜை நடத்திப் பாரு, இருபத்திரண்டாவது நாள் ஒரு மகிழ்ச்சியான செய்தியக் கேட்பே' என்று நம்பிக்கை கொடுத்தார். ஜெஸபெல் ஆயிரம் ரூபாய் கொடுத்து ஒரு பூஜை நடத்தினாள். அவளுக்கு அவர் சிவப்புச் சரடு மந்திரித்துக் கட்டிவிட்டு நெற்றியில் சிந்தூரம் இட்டுவிட்டார். மந்திரித்த சிந்தூரம் இருபத்தியொரு நாள் வகிடில் வைக்கவேண்டும் என்று அவர் அறிவுறுத்தினார். அம்மாவின் கொதிப்பைப் புறந்தள்ளிவிட்டு அவள் இருபத்தியொரு நாள் சிந்தூரம் வைத்துக்கொண்டாள். நாளும் மூன்று வேளை 'சௌந்தர்ய லஹரி'யில் இருக்கும் மந்திரத்தை உச்சாடனம் செய்தாள். இருபத்தியிரண்டாம் நாள் எதுவும் நடக்கவில்லை. இருபத்திமூன்றாம் நாளும் இருபத்திநான்காம் நாளும் ஒன்றும் நடக்கவில்லை. முப்பதாம் நாளும் நாற்பதாம் நாளும் எதுவும் நடக்கவில்லை. ஜெஸபெல் சிந்தூரத்தை அழித்தெறிந்தாள். கையில் கட்டியிருந்த கயிறுகளை அறுத்து அடுப்பில் போட்டாள். தன்னுடைய மகிழ்ச்சி வேறு யாரோ பரிசாக வழங்கக்கூடியது என்று அவள் கருதிக்கொண்டிருந்தாள் அல்லவா. தனக்குமட்டுமே

பிரத்யேகமான மகிழ்ச்சி விதிக்கப்பட்டிருக்கிறதென்றும் அதை வேறு யாரோ பிடித்து வைத்திருப்பதாகவும் அவள் மூட சொர்க்கத்தில் மூழ்கியிருந்தாள் அல்லவா. தன்னுடைய மகிழ்ச்சிக்குத் தான் மட்டுமே பொறுப்பாவாள் என்று அவள் உணர்ந்துகொள்ளாமல் இருந்தாள் அல்லவா.

பசியும் கசப்பும் கவலைகளும் மட்டுமல்ல, பலவிதமான பீதிகளும் தன்னைச் சுற்றி வரிந்து கட்டிய காலமாக இருந்தது அதுவென்று பிற்காலத்தில் ஜெஸபெல் நினைப்பதுண்டு. எம்.டி. பரீட்சையின் முடிவு வந்தது. அவள் நல்ல மதிப்பெண்ணுடன் வெற்றிபெற்றாள். இருந்தபோதிலும் அரசு மருத்துவர்களின் போராட்டம் தொடங்கியதால் போராட்டத்தை எதிர்கொள்வதற்காக எம்.டி. முடித்தவர்களை அரசுப் பணிக்கு மாற்றி அரசின் புதிய உத்தரவு வந்ததாக இருந்தது அவற்றில் ஒன்று. மருத்துவக்கல்லூரியில் இருந்து போவதை நினைத்து அவள் கவலைப்பட்டாள். புதிய இடமும் புதிய மனிதர்களும் அவளைப் பயப்படுத்தின. உடைந்து அழுகின்ற ஜெஸபெல்லைச் சமாதானப்படுத்த முடியாமல் போராடிய டாக்டர் பாபு மேத்யூ சுகாதாரத்துறை அமைச்சருக்கு ஒரு வேண்டுகோள் வைக்குமாறு அறிவுறுத்தினார். ‘விபத்தில் சிக்கி கோமாவில் இருக்கின்ற எனது கணவரின் சிகிச்சைத் தேவைகளைக் கருத்தில் கொண்டு என்னை இதே மருத்துவக்கல்லூரியிலேயே பணியமர்த்துவதற்குக் கருணை காட்டவேண்டும் என்று வேண்டிக்கொள்கிறேன்’ என்று ஒரு கடிதத்தை அவரே தயார்செய்து கொடுக்கவும் செய்தார். வேறு எங்காவது வேலை கிடைத்தால் என்ன செய்வது என்று நினைத்து உருகி, அன்று இரவு முழுவதும் தான் ராணியை அழைத்து அழுததை நினைத்து அவள் பிற்காலத்தில் வெட்கப்பட்டாள். வேறொரு இடத்திற்கு வேலைக்குப் போவதையும் மற்றவர்கள் கேலி செய்வதையும் ஜார்ஜ் ஜெரோம் மரக்காரன் அவளைப் பிடித்துக்கொண்டு போவதற்காக வருவதையும் உதவுவதற்கு யாருமில்லாமல் அவள் அவனுடன் போகவேண்டி வருவதையும் விழித்திருக்கும்போதே கனவு கண்டு அலறினாள். அடுத்த நாள் காலையில் தூக்க கலக்கத்துடன் தலைநகருக்குப் புறப்பட்டாள்.

பசியும் கசப்பும் கவலைகளும் பயங்களும் மட்டுமல்ல, யாருடன் என்றில்லாமல் இதயம் திறக்கின்ற ஒரு விசித்திர சுபாவமும் அக்காலத்தில் அவளை ஆட்கொண்டிருந்தது. பெரிய பாரத்தை அவ்வப்போது இறக்கி வைப்பதற்கு

வழியோரத்தில் இருக்கின்ற சுமைதாங்கிக் கற்களிடம் செல்கின்ற தலைச்சுமைக்காரனைப் போலத் தான் ஆகியிருந்ததை நினைத்துப் பிற்காலத்தில் அவள் வெட்கப்பட்டிருக்கிறாள். சுகாதாரத்துறை அமைச்சரின் அலுவலகத்தில் காத்திருந்தபோது அவளுக்கு அழுகை உடைந்துகொண்டிருந்தது. ஆட்கள் வெளியே இருந்து உள்ளேயும் உள்ளே இருந்து வெளியேயும் பெரிய அறைக்குள் போவதைப் பார்த்துக்கொண்டிருக்கையில், தான் சுருங்கிச் சுருங்கிச் சிறியதாகிப்போன ஒரு புழுவாகிவிட்டோம் என்று அவள் தன்னிகழ்ச்சியாக உணர்ந்தாள். ஒரு புழுவைப்போன்று தானும் பயந்து அரண்டு சுருண்டு கிடப்பதிலும் பெரிய உலகத்தைப் பீதியோடு பார்ப்பதிலும் பசிக்கும்போதும் தசைகள் இறுகும்போதும் பெரிய ஜந்துக்களின் கால்களுக்கு அடியில் மாட்டிக்கொள்ளாமல், முட்புதர்களில் சிக்கிக்கொள்ளாமல் ஓரிடத்திலிருந்து மற்றொரு இடத்திற்கு ஊர்ந்து போவதிலும் அவளுக்கு அவமானம் அனுபவப்பட்டது. தான் ஒரு புழு அல்லவென்று உலகத்திற்குத் தெரிவிப்பதற்கு மூச்சுமுட்டிப்போனது.

அருகிலிருந்த நாற்காலியில், செவிலியாக இருக்கும் மனைவிக்குப் பணியிடமாறுதல் பெறுவதற்காக வந்த ஒரு நடுத்தர வயதுக்காரர் உட்கார்ந்திருந்தார். அவர் ஏதோ கேட்டதும் அவள் தன்னுடைய வாழ்க்கைக் கதையை அவருக்கு முன்னால் கட்டை அவிழ்த்து உதறிவிட்டாள். தடித்த சொட்டை விழுந்த நெற்றியுள்ள அந்த மனிதனை அவள் வாழ்க்கையில் முதன்முறையாகப் பார்க்கிறாள் என்றோ அவரிடம் தன்னுடைய கதையைச் சொல்லவேண்டியதில்லை என்றோ அவள் சிந்திக்கவேயில்லையே. அவர் ஆர்வமுடையவராக இருப்பதைப் பார்த்து வேறொரு பெண்ணுடன் பேசிக்கொண்டிருந்த மனைவியும் அவரோடு பேசிக்கொண்டிருந்த பெண்ணும் அவளுடைய சொற்களைக் கேட்பதற்கு வேண்டிக் காதுகொடுத்தார்கள். அவள் எல்லோருக்காகவும் தன்னுடைய துயரக்கதையைக் கண்ணீரோடு விவரித்தாள்.

அமைச்சரின் கடைசி பார்வையாளராக இருந்தாள் அவள். செவிலியும் கணவனும் உள்ளே அழைக்கப்பட்டபோது வேறு இருவர் அவளுக்குப் பக்கத்தில் வந்து அமர்ந்து விசயங்களைக் கேட்கவும் அவர்களிடமும் அவள் கதையைத் திரும்பவும் சொன்னாள். எல்லாம் கேட்டு முடிந்ததும் அவர்கள்,

‘இருந்தாலும் எவ்வளவுதான் மோசமானவனா இருந்தாலும் புருஷன இந்த நிலையில போட்டுட்டுப் போலாமா’ என்று கேட்டபோது தலையில் ஒரு அடி கிடைத்தது போன்று அவள் திடுக்கிட்டு விழிப்புற்றாள். கண்ணீரை அடக்க முடியாமல் வெகுநேரம் துன்புற்றாள்.

ஓய்வுபெற்ற ஆசிரியராக இருந்தார் அமைச்சர். கண்ணாடிக்கு மேலாகக் கூர்ந்து பார்த்தபோது அவளுடைய குழந்தைத்தனம் தளும்புகின்ற முகமும் அறிவு ஒளிர்கின்ற கண்களும் அவரிடத்தில் பிரியத்தை விழித்தெழச்செய்திருக்க வேண்டும். ஜெஸபெல் அமைச்சரிடம் ‘என்னை வேறு எங்கயும் அனுப்பிடாதீங்க மேடம்’ என்று கைகூப்பிக் கெஞ்சியபோது அவர் கலக்கத்துடன் உடனடியாக செயலரை அழைத்து அவளுடைய தேவையை நிறைவேற்றச் சொல்லி உத்தரவிட்டார். அவர் அவளைச் சமாதானப்படுத்தினார். அவள் அழுகை அடங்காமலேயே வெளியே வந்தாள்.

பாவம், ஜெஸபெல், தான் அன்று பேசியது மற்றவர்களுடன் அல்ல தன்னிடம்தான் என்றும் தனது தலையில் இருந்த குப்பைக்கூடையின் கெட்டவாடையில் இருந்தும் பாரத்தில் இருந்தும் தனது கவனத்தைத் திருப்புவதற்காக என்றும் வெகுகாலம் வரை அவள் புரிந்துகொள்ளாமல் இருந்தாள் அல்லவா. ஜெரோமைக் காதலிக்க வேண்டிய கட்டாயம் தனக்கு இல்லை என்று உலகத்திற்கு உணர்த்துவதற்கு அவள் சிரமப்படவேண்டியதில்லை. ஆனால், அவள் அதைப் புரிந்துகொள்ளாமல் இருந்தாள்தானே. காரணம், ‘அவன் உன்னுடைய கணவன், அவனைப் பிரியத்தால் சரணடையச் செய்யவேண்டிய கடமை உனக்கு இருக்கிறது’ என்று உலகம் அவளை எப்போதும் குற்றம்சாட்டிக்கொண்டே இருந்ததல்லவா. அதனால், குற்றம்சாட்டமாட்டேன் என்றும் அதற்கு மாறாக அங்கிகரிப்பேன் என்றும் நடித்துக்கொண்டு உள்ளே வந்த நந்தகோபனைப் போன்று எல்லோருக்கும் தன்னை ஏமாற்றுவதற்கு அவள் வாய்ப்புக் கொடுத்துக்கொண்டிருந்தாள் அல்லவா.

அமைச்சரைப் பார்த்தபிறகு ராணியின் அக்கா ரினியின் பிளாட்டில் ஜெஸபெல் தங்கினாள். பார்ப்பவர்களிடமெல்லாம் சொந்தக் கதையை விவரிக்கின்ற அவளுடைய சுபாவத்தை முடிவுக்குக் கொண்டுவந்தது ரினிதான். பிளாட்டுக்குச் சென்று

சேர்ந்தபோது ரினியின் கணவன் வருண் ஜெஸபெல்லிடம் குடும்ப விசயங்களைக் கேட்டான். ஜெஸபெல் தன் கதையைத் திரும்பவும் சொல்லத் தயாரானபோது 'ஒரு நிமிசம்' என்று சொல்லி ரினி அவளை உள்ளே அழைத்துப் படுக்கை அறையையும் குளியலறையையும் காட்டினாள். பின்னர், குரல் தாழ்த்திச் சொன்னாள்:

"தங்கோ, உன்னோட வீட்டுக்காரர் கோமாவுல இருக்கார்னும் நீங்க சேரவே இல்லைன்னும் வருண் கிட்டச் சொல்லாதே..."

ஜெஸபெல் அதிர்ந்துபோய் அவளைப் பார்த்தபோது ரினி குரலை இன்னும் தாழ்த்தினாள்.

"பெரும்பாலான ஆம்பளைங்க நல்ல நண்பர்கள் அல்ல. அவங்களால அவங்களோடது அல்லாத ரகசியங்களக் காப்பாத்த முடியாது..."

"இதுல என்ன ரகசியம்? எல்லாருக்கும் தெரியுந்தானே என் வீட்டுக்காரன் கோமாவுல இருக்கறது?"

ஜெஸபெல் சிறு சோர்வுடன் கேட்டாள்.

"ஆனா, நீயா இதை யாருகிட்டையும் சொல்லிக்கிட்டிருக்காதே." ரினி பிரியத்துடன் அவளை அரவணைத்துக்கொண்டாள். "ஜெஸ், இதுவரைக்கும் நீ பார்த்ததல்ல யதார்த்த உலகம். இனி பார்க்கப்போறதுதான். என் தங்கச்சியோட விசயங்களக்கூட நான் என் வீட்டுக்காரன்கிட்டச் சொல்லறதில்லை. ஏன்னா, அதை அவள உபயோகிக்கறதுக்கான வழியா அவன் மாத்தமாட்டான்னு எனக்கு நம்பிக்கையில்லை. நான் பார்த்த ஆம்பளைங்களெல்லாம் கெட்டவனுங்கதான். எனக்கு இவனுங்கள பிடிக்கவே இல்லை." ரினியின் வெளுத்த முகம் சிவந்தது. கண்களில் வெறுப்புக் கலந்தது. 'எல்லா ஆம்பளைங்களும் அப்படியல்ல அக்கா' என்று ஜெஸபெல் வாதிப்பதற்கு முயன்றாள். ரினி உரக்கச் சிரித்தாள்.

திருமணமான நாட்களில் வருணை தெய்வத்தைப் போன்று ஆராதித்ததையும் எல்லா ரகசியங்களையும் பகிர்ந்துகொண்டதையும் அவள் சொன்னாள். ஒருமுறை அவளுடைய தோழி அவளுடைய கணவனின் உடல்ரீதியான பிரச்சனையைப் பற்றி ரினியிடம் சொல்லி வருத்தப்பட்டாள். அன்றைய வழக்கப்படி ரினி அதையும் வருணிடம்

பகிர்ந்துகொண்டாள். வருண் அனுதாபப்பட்டான்; அறிவுரைகள் வழங்கினான். ஆனால், சில வாரங்களுக்குள்ளாக அந்தத் தோழி ரினியை வந்து பார்த்தாள்: 'நான் உன்கிட்டச் சொன்னது, ஒரு பொண்ணு அவ ரொம்பவும் நம்பின தோழிக்கு மட்டும் தெரியவேண்டிய ரகசியம். செக்ஸுக்கான ஆசைய என்னால ரொம்பவும் அடக்க முடியாம போனா உன் வீட்டுக்காரனைத்தான் மொதல்ல கூப்பிடுவேன்னு அவன்கிட்டச் சொல்.' அடிவாங்கியது போன்று இருந்தது அது என்று ரினி சொன்னாள். "அந்தத் தோழிய அதோட இழந்துட்டேன். அதனால, உனக்குக் கொடுக்கறதுக்கு என் கையில ஒரு அறிவுரைதான் இருக்கு. நீ நேசிக்கிறவன்கிட்ட உன்னோட ரகசியங்களையோ உன்னோட குற்ற உணர்வையோ பகிர்ந்துக்காத. அது எதையும் உள்வாங்கிக்கிறதுக்கான பெருந்தன்மையக் கொடுத்தல்ல, நம்ம சமூகம் ஆம்பளைங்கள வளர்க்கறது."

ஜெஸபெல் அதை நம்புவதற்கு விரும்பவில்லை. அதனால் அவள் தர்க்கம் செய்தாள்; வாதிட்டாள். ஆனால், அடுத்தநாள் காலையில் நகரத்திற்குச் செல்வதற்கு லிஃப்ட் கொடுக்கும்போது டோர் லாக்கும் சைடு மிர்ரரும் அட்ஜஸ்ட் செய்வதற்காக மோசக்கார வருண் இரண்டுமுறை கைநீட்டும்போதும் தெரியாமல் பட்டதுபோன்று தொட்டபோது அவளுடைய கண்கள் திறந்தன. ஸ்டீரியோவில் வருண், 'உன் மணவறையிலிருக்கும் களங்கமற்ற படுக்கையில் நீலப் பட்டுவிரிப்பாய் நான் மாறினேனென்றால்' என்ற பாட்டைப் போட்டுவிட்டு அதற்கேற்பத் தாளம் போட்டதோடு, 'இல்ல, நான் யோசிக்கறது என்னன்னா ஜெஸபெல் மாதிரி தொட்டதும் தகர்ந்துபோற பொண்ண விட்டுட்டுப் போறதுக்கு உன்னோட வீட்டுக்காரனுக்கு எப்படித் தோணுச்சுன்னுதான்' என்று ஒரு மோசமான பார்வையோடு சொல்லவும் செய்தபோது அவள்மீது பெரிய மலையொன்று இடிந்து விழுந்தது.

"கணவனை அவருடைய வீட்டுக்காரர்களின் தலையில் கட்டி வைத்துவிட்டு நீங்கள் இங்கே காதலனோடு சந்தோசமாக இருக்கிறீர்கள் என்று சொன்னால் மறுக்க முடியுமா?"

நீதிமன்றத்தில் வக்கீல் கேட்டார்.

"டாக்டர் ஜெரோம் ஜார்ஜ் மரக்காரனைக் கொண்டு சென்று மூன்று மாதம் ஆவதற்குள்ளாகவே டாக்டர் சந்தீப் மோகனுடன் நீங்கள் வீட்டிலிருந்து நூறு கிலோமீட்டர் தூரத்தில் இருக்கும் ஹாலிடே ஹோட்டலில் தங்கியிருந்ததற்கான ஆதாரங்கள் இருக்கின்றதே?"

முகம் வெளிறிப்போகாமல் இருப்பதற்கும் குரல் இடறிப்போகாமல் இருப்பதற்கும் ஜெஸபெல் போராடினாள்.

"நான் சந்தீப்புடன் தங்கவில்லை..."

"ஆனால் இந்த ஹோட்டல் ஆவணங்களில் சொல்லப்படுவது டாக்டர் சந்தீப் மோகன் உங்களுடன் ஹோட்டலில் தங்கியிருந்தார் என்றுதான். பாருங்கள், ஒரு திங்கட்கிழமை பகல் ஒன்றே முக்காலுக்கு நீங்கள் அறை எடுத்திருக்கிறீர்கள். அடுத்தநாள் காலையில் ஆறு மணிக்குத்தான் நீங்கள் செக் அவுட் செய்திருக்கிறீர்கள்."

வக்கீல்மீது அவளுக்குக் கோபம் தோன்றவில்லை. கொஞ்ச காலம் கழிந்து வருண் முகநூலில் இட்ட ஃபெமினிஸ்ட் போஸ்டுகளை வாசித்து, அப்போதே மணவிலக்குப் பெற்றுத் தனியாக பிளாட்டுக்குக் குடியிருப்பை மாற்றியிருந்த ரினியை அழைத்தபோது அவள் சொன்னது ஜெஸபெல்லுக்கு நினைவிருந்தது: 'ஆமா, பெரிய ஃபெனிமிஸ்ட்! அதுக்காக எனக்கு அவன்மேல கோபம் ஒண்ணுமில்லை, ஜெஸ். நாலஞ்சு ஆம்பளைங்களைப் பார்த்தும் பழகியும் சண்டைபோட்டும் முடியுறபோது யாருமேலயும் கோபம் வராம போகும். எல்லாரும் பாவப்பட்டவனுங்க. கதிகெட்ட ஆத்மாக்கள்!'

அக்காலத்தில், ஜெஸபெல்லும் தனக்கே உரிய வழியில் ஒத்த பதில்களுக்கு வந்துசேர்ந்திருந்தாள். அதனால் சிரிப்பை மீட்டெடுக்க முடிந்தது. ஆனால், அது சாத்தியமாகின்றவரை, கண்ணில் படுபவர்மீதெல்லாம் அம்பெய்கின்ற வில்லாளனைப்போன்று, முட்டாள்களுக்கு மரியாதை கொடுக்கவும் அவர்களின் கையில் செய்தியைக் கொடுத்தனுப்பவும் செய்துகொண்டிருந்தாள்.

ஆடவனே, உனக்கும் அவளுக்கும் இடையில் என்ன?

அவளுக்கான நேரம் இனிமேல்தானே வர இருக்கிறது?

14

இல்லாத்தவளான தன்னிலிருந்து, இருப்பதாகத் தான் நினைத்ததுகூட எடுக்கப்பட்டபிறகு ஜெஸபெல் விளக்குப் பற்றவைத்து அதைப் பாத்திரத்தைக் கொண்டு மூடவோ கட்டிலுக்கு அடியில் வைக்கவோ செய்வதற்குத் தயாராக இல்லை. மாறாக உள்ளே வருபவர்கள் பார்க்கும்படியாக அவள் அதைப் பீடத்தின்மீது வைத்தாள். மறைந்திருப்பது எதுவும் வெளிப்படாமல் இருக்கப்போவதில்லை என்று அவள் எதிர்பார்த்தாள். அறியப்படாமலும் வெளிச்சத்துக்கு வராமலும் இருக்கின்ற ரகசியமும் இல்லை. ஆதலால், பழையது கடந்துபோய்விட்டது, இதோ புதியது வந்துவிட்டது என்று தனக்குத் தானே சொல்லிக்கொண்டு ஜெஸபெல் தன்னுடைய வாழ்க்கையில் நடந்த எல்லாத் தவறுகளையும் திருத்துவதற்குப் புதிய சக்திகளைக் கனவு கண்டாள்.

ஆனால், தாம்பத்தியத்துக்கும் குடும்பத்துக்குமான ஒரே தெய்வத்துக்கு அறைகூவல் விடுக்கின்ற நிமிடத்திலிருந்து ஒவ்வொரு பெண்ணும் சமாரியாவின் ஜெஸபெல் ராணியாகிவிடுவாள் என்று தன்னுடைய வாழ்க்கையிலிருந்து ஜெஸபெல் கற்றுக்கொண்டாள். இரண்டாயிரம் கிலோமீட்டர் தொலைவுக்குப் போனபிறகும் ஜெஸெபெல்மீதான ஜார்ஜ் ஜெரோம் மரக்காரனின் பழிவாங்கும் எண்ணம் அணையவில்லை. நீதிமன்றத்தில் ஒரே நிலையில் நிற்கவைத்து இரண்டு மணி நேரம் கேள்வி கேட்டபோது, 'ஜெஸபெல் ராணியின் ஆசைப்படி பாகால் தெய்வத்துக்குக் கோயில் கட்டியதை அறிந்து ஆத்திரமடைந்து இஸ்ரேலில் வறட்சி உண்டாகட்டும் என்று சபித்த எலியா தீர்க்கதரிசியைப் போன்றிருந்தான் ஜார்ஜ் ஜெரோம் மரக்காரன்' என்று சொல்ல அவள் விரும்பினாள்.

உண்மையில் எலியாவின் பகை ஆகாப்பிடமோ ஜெஸபெல்லுக்காக ஆகாப் பிரதிஷ்டை செய்த தெய்வங்களுடனோ இருக்கவில்லை. அது அந்தத் தெய்வங்களை

வழிபட்ட ஜெஸபெல்லின் நம்பிக்கையோடுதான் என்று அவள் பிற்காலத்தில் புரிந்துகொண்டிருந்தாள். யெகோவாவின் மக்கள் தண்ணீரின்றித் தவித்த நான்கு வருடங்களும் எலியா தீர்க்கதரிசி ஜெஸபெல் ராணியின் நீர்வளம் மிக்க நாட்டுக்குச் சென்று வசித்தார். கோபிக்கவும் குடிமக்களைத் தண்டிக்கவும் செய்கின்ற தெய்வத்தையும் அந்தத் தெய்வத்தின் இரக்கமற்றவனான தீர்க்கதரிசியையும் புரிந்துகொள்ளமுடியாமல் ஜெஸபெல் ராணி வேதனைப்பட்டாள். மழை பெய்யவிருந்தபோது எலியா திரும்பவும் இஸ்ரேலுக்கு வந்து மழையைப் பெய்விக்கச்சொல்லி பாகால் தெய்வத்தின் தீர்க்கதரிசிகளுக்கு அறைகூவல் விடுத்தார். ஆனால் பாகாலின் தீர்க்கதரிசிகளால் மழையைப் பெய்விக்க முடியவில்லை. அதனால் எலியா அவர்களைக் கூட்டமாகக் கொன்றார். தன்னுடைய தெய்வம் சக்திவாய்ந்தது என்பதை நிரூபிப்பதற்காக மனிதர்களைக் கொல்வதற்குத் தயங்காத தீர்க்கதரிசியை ஜெஸபெல் ராணியால் மன்னிக்க முடியவில்லை. எலியா தீர்க்கதரிசிக்கு நேராக விரல் நீட்டி, ‘இருபத்துநான்கு மணிநேரத்துக்குள் அவர்களுடைய விதி உனக்கு உண்டாகாவிட்டால் எனது தெய்வங்கள் என்னைக் கொன்றுபோடட்டும்’ என்று அறைகூவல் விடுத்தாள். ‘நீ எலியா என்றால் நான் ஜெஸபெல்’ என்று விரல் நீட்டிச் சொன்னாள். எலியா தீர்க்கதரிசி பயந்தோடி மலைமுகட்டில் இருக்கும் குகையில் அடைக்கலம் புகுந்தார். ஆனால், அதனால், எலியாவின் வஞ்சம் அணையவில்லை.

ஜெஸபெல் ராணியின் உடலை நாய்கள் கடித்துப் பிய்த்துத் தின்பதைப் பார்க்க ஆசையுற்ற எலியா தீர்க்கதரிசிக்கு உதவுவதற்கு வந்தவர்களைப்போன்று ஜார்ஜ் ஜெரோம் மரக்காரனுக்கு உதவுவதற்கும் ஆட்கள் வந்துசேர்ந்தனர். அவர்கள் ஜெஸபெல் நடந்துபோகின்ற பாதைகளிலெல்லாம் முட்களையும் கண்ணாடிகளையும் கன்னிவெடிகளையும் மறைத்துவைத்தனர். அவளோ, மூடச்சி, தனக்கு வாக்குறுதியளிக்கப்பட்ட நிலம் எங்கே இருக்கிறது என்று தேடித் தனக்கு முன்னால் தெரிந்த வழிகளில் திகைப்போடு விரைந்தாள்.

தலைநகரிலிருந்து புறப்படும் மாலைநேர ரயிலுக்கு டிக்கெட் போட்டிருந்தாள். வருணிடம் விடைபெற்றுக்கொண்டு அவள் தனது வகுப்புத்தோழனாக இருந்த ஜெயபால் வேலை செய்கின்ற தனியார் டீலக்ஸ் மருத்துவமனைக்குச் சென்றாள். ரவுண்ட்ஸ்

முடிந்து ஜெயபால் வரும்வரைக்கும் காத்திருக்கும்போது இருபக்கங்களிலும் மருத்துவர்களின் அறைகள் உள்ள நடைகூடத்தில் நந்தகோபன் சோம்பலாக நடந்துவந்தான். அவன் எந்தக்கூட்டத்திலும் தனித்துத் தெரியும் அழகனாக இருந்தான். தான் அழகன் என்பதை உணர்ந்தவனாகவும் இருந்தான். ஜெஸபெல்லின் முன்னால் வந்தபோது அவன் நின்று, 'டாக்டர் ஜெஸபெல்தானே' என்று கேட்டான். அவள் ஆச்சரியப்பட்டாள். 'ஆட்சேபனை இல்லைன்னா ஜெயபால் வாரவரைக்கும் என்னோட ரூம்ல உட்கார்ந்திருக்கலாம்' என்று அவன் அழைத்தபோது ஒரு வைக்கோல் துரும்பைப் பிடிப்பதுபோன்று தாவிப்பிடித்தாள். அவனுடைய முகத்தில் புன்னகை இருந்தது. அவனைச் சுற்றிலும் ஒரு தனித்துவமான மணம் இருந்தது. அவனுடைய நடையும் தலை சாய்த்துப் பார்க்கும் பார்வையும் நம்பிக்கை துளிர்ப்பதாக இருந்தது. எதைப்பற்றியும் எந்தச் சந்தேகமும் இல்லாத ஒருத்தன் அவன் என்று அவள் சட்டென முடிவுக்கு வந்தாள். கண்ணை மூடிக்கொண்டு அவனை நம்பவும் செய்தாள்.

இதயப்பூர்வமான வார்த்தைகள் தேன் போன்றதென்றும் அது ஆத்மாவிற்கு மதுரமும் உடலுக்கு நலமும் அளிப்பது என்றும் முதல் நாளிலேயே நந்தகோபன் அவளுக்குக் கற்பித்தான். கன்சல்டேஷன் அறைக்குச் சென்றதும் அவன் தன்னுடைய மடிக்கணினியைத் திறந்து எதையோ தேடினான். அதை அவளுக்கும்கூடப் பார்ப்பதற்கு வசதியாகத் திருப்பி வைத்தான். அதில் ஒரு பழைய பெரிய ஃபோட்டோவைப் பார்த்தாள். அது அவளுடைய எம்.பி.பி.எஸ். காலத்தில் அவளும் ராணியும் எம்.பி.பி.எஸ். முடித்த பிறகு அமெரிக்காவில் குடியேறிய ஸாஜுவும் சேர்ந்து நடந்து வருகின்ற ஃபோட்டோவாக இருந்தது. 'இத எப்ப எடுத்தீங்க' என்று ஜெஸபெல் ஆச்சரியப்பட்டாள். படத்தில் தான் மிகுந்த மகிழ்ச்சியோடு இருப்பதை அவள் பார்த்தாள். அது அவளை மகிழ்வித்தது.

"ஜெஸபெல்ல பார்க்கறதுக்காக நான் காத்துக்கிட்டிருந்தேன். உன்னைக் கட்டாயம் பார்த்தே தீரணும், படமெடுத்தே தீரணுங்கற நிர்ப்பந்தத்தோட நின்னேன்…"

நந்தகோபனின் கண்கள் ஒளிர்ந்தன.

"அப்படி நிர்பந்தம் தோணற அளவுக்கு என்னாச்சு?"

அவள் சற்றே தைரியமிழந்தாள்.

“எப்படி நிர்பந்தம் தோணாம இருக்கும்? பசங்களோட ஹாஸ்டலுக்குப் போனப்ப ஒரு கூட்டம் கம்பைண்ட் ஸ்டடி பண்ணிட்டிருந்துச்சு. ஒருத்தன் சொல்லிக்கொடுக்கலாம்னு பார்க்கும்போது மத்தவனுங்க சொல்றானுங்க, ‘நீ போடா, இதையெல்லாம் ஜெஸ் சொல்லிக்கொடுக்கணும். நாளைக்கு நாம அவகிட்ட கேட்போம்.’ எனக்கு அதக் கேட்டுட்டு பெரிய க்யூரியாஸிட்டி வந்துருச்சு. யாரு இந்த ஜெஸ்னு தேடினேன். ஜெஸபெல் ஜான்ங்கற பேரக் கேட்டதும் பட்டுனு பத்திக்கிச்சு. பத்தாம் வகுப்புலயும் பன்னிரண்டாம் வகுப்புலயும் என்றன்ஸ்லயும் ரேங்க் வாங்கியிருந்தாளே? அன்னைக்கு நியூஸ் பேப்பர்ல வந்த படம் என் மனசுல இருந்துச்சு. உனக்கு அப்பொ கன்னக்குழி இருந்துச்சு...”

அப்போது அவளுடைய முகத்தில் கன்னக்குழிகள் அனுமதி கேட்காமல் மலர்ந்தன. அவன் அவளுடைய கன்னக்குழிகளைப் பார்த்தான்.

“ஓ...! கன்னக்குழி இப்பவும் இருக்கு, இல்லையா?”

அவளுடைய முகம் சிவந்தது. ‘நான் ரொம்பவே மாறிப் போயிட்டேனில்லையா’ என்று தன்னையறியாமல் மனதில் உள்ளதை வெளிப்படுத்தினாள். அவள் புகழ்மொழிக்காகத் தாகம் கொண்டாள். அங்கிகரிக்கப்படுவதற்கு, கொஞ்சப்படுவதற்கு, பாராட்டப்படுவதற்கு அவளது இதயத்தில் பசி இருந்தது. எல்லாப் பெண்களுக்கும் இப்படியெல்லாம் தோன்றுமோ என்ற வியப்போடு அவனுக்கு முன்னால் உட்கார்ந்துகொண்டிருந்தபோது, அடர்த்தியான மீசையைத் தடவிக்கொண்டு அவன் கண்களைக் கூர்ந்து பார்க்கவும், அவளது மனதில் ஒரு பட்டாம்பூச்சி கூடுடைத்து வெளியே வந்துகொண்டிருந்தது. வெயிலில் விரிந்த சிறகுகளைப் பார்த்து இது நான்தானா என்று அதுவும் வியந்துகொண்டிருந்தது. தன்னுடைய சிறகுகளில் இருக்கும் வண்ணங்கள் இத்தனை காலமும் தனக்கே இருந்ததா என்ற நம்பிக்கையின்மையை அனுபவித்துக்கொண்டிருந்தது.

“என்னோட வாழ்க்கைல ஒரு பெரிய அடி விழுந்திருச்சு...”

அவள் வழக்கம்போல் அனுபவங்களின் சுருணையைத் திறந்தாள்.

“அத உன்னோட கண்களுக்குக் கீழ இருந்து படிச்சுத் தெரிஞ்சுக்க முடியும்...”

அவன் அவளுடைய கண்களில் தன்னுடைய கண்களைக் கோர்த்தான். அவளுடைய உடல் நடுங்கியது.

“உனக்குத் தெரியாதா, டாக்டருங்க அவதூறு பேசறதுல கெட்டிக்காரங்கன்னு? உன்னைப்பத்தி நிறைய கதையும் பழிச்சொல்லும் இங்க சுத்திக்கிட்டுத்தான் இருக்குது. ஆனா, என்கிட்டச் சொன்னவங்ககிட்ட, ஜெஸபெல்மாதிரி ஒரு பொண்ணுக்கு ஒரு எக்ஸ்ட்ரா மேரிட்டல் அஃபையர் உண்டாகுதுன்னா அதுல யாரையும் குற்றஞ்சொல்ல முடியாதுன்னு நான் சொன்னேன். அப்படி ஆயிருந்தா உங்களோட மேரிட்டல் உறவு ஃபெயிலியர் ஆயிடுச்சுங்கறதுதான் அதோட அர்த்தம். தோத்துப்போன உறவுன்னா, அது வெறும் ஃபிரண்ட்ஷிப்பா இருந்தாக்கூட நமக்கு ரொம்ப ஸ்ட்ரெஸ்ஸையும் டென்சனையுந்தான் உண்டாக்கும். அத முன்னெடுத்துட்டுப் போறதுக்கும் நாம சந்தோசமா இருக்கோங்கறத மத்தவங்களுக்கு உணர்த்தறதுக்கும் வீணடிக்கறதுக்கு எனர்ஜி இருக்குதுன்னா வேற ஏதாச்சும் நல்ல காரியங்களச் செய்யலாம். ஆனா, சந்தோசத்த எப்படி டிஃபைன் செய்யறோம்கறதுதான் முக்கியம், புரிஞ்சுதா. நான் ஒருநாளும் உன்னக் குற்றம் சொல்லமாட்டேன். உன்னைமாதிரி இவ்வளவு அறிவாளியா படிச்சு வளர்ந்த ஒரு பொண்ணால ஒருபோதும் ஒரு எல்லையத்தாண்டி முடிவெடுக்கறதுக்கு முடியாது. நமக்குள்ள நெருக்கமான பழக்கம் இல்லை, எனக்கு உன்னைப்பத்தியோ உனக்கு என்னைப்பத்தியோ தெரியாது. ஆனா, நீ ஒருபோதும் மோசமான ஒரு காரியத்தச் செய்யமாட்டேன்னு எனக்கு நம்பிக்கையிருக்குது.”

ஜெஸபெல்லின் கண்கள் நிறைந்து வடிந்தன. கண்ணையும் மூக்கையும் துடைத்துக்கொண்டு குரலைத் தீர்க்கமாக வெளியே எடுப்பதற்கு அவளுக்குச் சிரமப்படவேண்டி வந்தது.

“தேங்ஸ்... ஆனா, சந்தீப்புகூட ஒரு எக்ஸ்ட்ராமேரிட்டல் அஃபயரும் எனக்கு இருந்ததில்ல.”

நந்தகோபனின் முகம் தூண்டிலைக் கடித்த மீனைக் கண்ட குழந்தையைப்போன்று பிரகாசித்தது.

“இருந்தாத்தான் என்ன? மனுசன்னு இருந்தா உறவு உண்டாகாம இருக்குமா? அதில் என்ன குற்றம்? மனுசங்க வயிறு பசிச்சா சோறு தேடுறாங்க. மனசு பசிச்சா உறவத் தேடுறாங்க. நான் அதுக்கு அதுக்குமேல முக்கியத்துவம் கொடுக்கறதில்லை. என் விசயத்த எடுத்துக்குவோமே. எனக்கும் வொய்ஃபுக்கும் ரிலேஷன்ஷிப் மோசமானப்ப நான் அவகிட்டச் சொன்னேன், நமக்கு நடுவுல ஒருபோதும் நடிப்புத் தேவையில்ல. நேர்மைதான் எந்த உறவுக்கும் அடிப்படை. உனக்கு இன்னொரு ஆளத் தேடிக்கறதுக்கு எல்லாச் சுதந்திரமும் இருக்கு. டைவர்ஸ் பண்ணிக்கணும்னா பண்ணிக்கலாம். நான் தயார். அது வேண்டாம், இப்படியே முன்னெடுத்துப் போனாப் போதும்னா அதுக்கும் தயார்...”

ஜெஸபெல் நம்பிக்கையின்றி அவனைப் பார்த்தாள்.

“அப்ப குழந்தைங்க?”

“ரெண்டு பேர் இருக்காங்க. அவங்களுக்கு அம்மாவோட அன்பும் அப்பாவோட அன்பும் எப்பவும் இருக்கும்கற நம்பிக்கைய நான் கொடுத்திருக்கறேன். நாங்க எங்களுக்குள்ள விலகிட்டாலும் பிரிஞ்சிட்டாலும் அவங்க எங்களோட குழந்தைங்க இல்லைன்னு ஆயிடமாட்டாங்களே...”

அவனுடைய முகத்தில் தீவிரம் நிறைந்தது. ‘உண்மையாவே நீங்க பிரிஞ்சுட்டீங்களா’ என்று அவள் கவலையுற்றவளானாள். அவன் அவளுடைய கண்களைத் தவிர்த்துவிட்டுச் சிரித்தான்.

“பிரிஞ்சிட்டோம்னு நான் யார்கிட்டையும் ஒத்துக்கமாட்டேன். பிரியறதுன்னு சொல்லறது ரொம்ப அப்ஸ்ட்ராக்டான விசயமில்லையா, ஜெஸபெல்? பிரிஞ்சாலும் இல்லாட்டியும் மனுசங்க ஒரே சமாதானத்தோட வாழ்ந்தாங்கன்னா அப்புறம் பிரிஞ்சாங்களா இல்லையாங்கறது ஒரு இஷ்யூவா? இனி ஒரு உறவு உண்டாச்சுன்னா, நான் ரொம்ப கேர்புல்லா இருப்பேன்... என் வேலையோட சுபாவம் தெரிஞ்ச ஒருத்தி மட்டுந்தான் எனக்கு வேணும்... ஸீ ஜெஸபெல், பலருக்கும் நம்மளோட இந்த ஃபுரபஷன்ல இருக்கற பிரச்சனைகளப் புரிஞ்சுக்க முடியாது. இனி நான் கல்யாணம் கட்டிக்கிட்டா அது ஒரு டாக்டரையாத்தான் இருக்கும். என்னைமாதிரியே, பொருத்தமில்லாத ஒரு உறவோட பிரச்சனைகளத் தெரிஞ்ச ஒருத்தி. அதெல்லாம் விடு. அதையெல்லாம் பேசி நம்மளோட இந்த நேரத்து சந்தோசத்த எதுக்கு இழக்கணும்? நான் ரொம்ப

ஹேப்பியா இருக்கேன். இவ்வளவு காலத்துக்கு அப்புறம் ஜெஸபெல்ல பார்த்துட்டேனே.”

அவன் நாற்காலியில் சாய்ந்து உட்கார்ந்து அவளுடைய கண்களை உற்றுப் பார்த்தான்.

“பார்த்ததும் அடையாளம் கண்டுக்கிட்டதுதான் எனக்கு ஆச்சரியம்!”

அவனுடைய கனிவுக்கு நன்றியை வெளிப்படுத்துவதற்கு அவள் முயன்றாள்.

“நான் இவ்வளவு காலமும் ஜெஸபெல்ல எதிர்பார்த்துட்டு இருந்தேன். எப்பவாவது என் முன்னாடி வருவேன்னு நான் எதிர்பார்த்துட்டு இருந்தேன். வந்துட்டே... அவ்வளவுதான்...”

அவனுடைய குரல் சற்று ஈரமானதால் ஜெஸபெல்லின் மனதுக்குள் பட்டாம்பூச்சி சிறகடித்தது. பார்த்துக்கொண்டிருக்கும் போதே அவன் மேலும் அழகுடையவனாகவும் ஆசைப்படக் கூடியவனாகவும் ஆனான். ஜெயபால் வேலை முடிந்து வந்தபோது அவர்கள் மூவரும் சேர்ந்து வெளியே சென்று சாப்பிட்டனர். சாப்பிடும்போது ஜெஸபெல் தன்னுடைய வாழ்க்கைக் கதையைத் திரும்பவும் விவரித்தாள். ஜெயபால் மௌனம் காத்ததை ஜெஸபெல் கவனிக்காமல் இருக்கவில்லை. ஆனால், நந்தகோபன் மிகுந்த உணர்ச்சிவசப்பட்டவனானான். அவன் அவளைச் சமாதானப்படுத்தினான். ஜார்ஜ் ஜெரோம் மரக்காரனையும் ஜெரோமையும் திட்டினான். அவனிடம் நான் பேசுகிறேன் என்று கோபித்தான். நந்தகோபனைப் பார்க்கும்போதெல்லாம் ஜெஸபெல்லின் மனதுக்குள் இருக்கும் பட்டாம்பூச்சி சிறகுகளை அசைத்தது. தேடியலைந்த ஆண் இவன்தான் என்று அது சிலிர்த்துப்போனது. இவ்வளவு காலமும் தன்னுடைய மனதை இதுபோன்று கரைப்பதற்கு வேறுயாராலும் முடியவில்லை என்று அவள் நினைத்தாள். ஒரு ஆணைச் சந்தித்த உடனேயே அவன்மீது காதல் உறவு உண்டாவதற்கான சாத்தியம்தான் மனதில் ஓடுகிறது என்பதை நினைத்து அவள் வெட்கப்பட்டாள். அவன் எவ்வளவு அழகானவன்! எவ்வளவு அறிவாக உரையாடுகிறான்! எத்தனை இதயமுள்ளவன்! உணவுக்கு இடையில் அவன் அவளுடைய எண்ணையும் ஜார்ஜ் ஜெரோம் மரக்காரனுடைய எண்ணையும் வாங்கிக்கொண்டான். அவன் விடைபெற்றுப் பிரிந்தபோது அவள் தனிமையாக

உணர்ந்தாள். ஜெயபாலின் காரில் ரயில்நிலையத்துக்குப் போகும்போது ஜெஸபெல் நந்தகோபனைப்பற்றி மேலும் தெரிந்துகொள்ள முயன்றாள்.

“உன்னோட பர்ஸனல் விசயங்கள இவ்வளவு வெளிப்படையா அவன்கிட்டச் சொல்லியிருக்கவேண்டாம்...” ஜெயபால் சொன்னான்.

‘சொன்னால் என்ன பிரச்சனை’ என்று அவள் கேள்வி கேட்டாள். ‘நந்தகோபன் ஒரு மாதிரியான ஆள், பத்திரமா இருக்கறது நல்லது’ என்று ஜெயபால் தவிர்த்தான். ‘என் வாழ்க்கைல இனி எதைப் பாதுகாக்கறது ஜெயபால்’ என்று அவள் பெருமூச்சுவிட்டாள். ‘பாதுகாத்துப் பாதுகாத்து வாழ்ந்து கடைசியில் நடந்ததைப் பார்த்தேதானே’ என்று அவள் யாருடன் என்றில்லாமல் வருத்தப்பட்டாள். தன்னைப் புரிந்துகொள்வதற்கு ஜெயபால் முயற்சிக்கவில்லை என்று அவளுக்குத் தோன்றியது. அவனிடத்தில் அவளுக்கு வெறுப்புத் தோன்றியது.

இரவு நந்தகோபன் அழைத்தான். நெடுநேரம் பேசினான். அவள் எல்லாக் கட்டுப்பாடுகளையும் விட்டு மணிக்கணக்கில் கதை சொன்னாள். அவன் அவளைச் சமாதானப்படுத்தவும் உற்சாகமூட்டவும் சிரிக்கவைக்கவும் செய்துகொண்டிருந்தான். ஆண் நீசர்களின் கதைகளைச் சொல்லி, அவளைப் பாதுகாப்பாக இருக்கவேண்டும் என்று முன்னறிவிப்புக் கொடுத்தான். ரினி சொன்னது சரிதான் என்றும் அவளுடைய கணவனிடத்தில் தள்ளி இருப்பதுதான் நல்லது என்றும் உபதேசித்தான். மருத்துவக் கல்லூரியில் படித்து எம்.டி. தேர்ச்சியுற்றவர்களை மாற்றாமல் இருப்பதற்காக மருத்துவர்கள் வழக்குத் தொடுக்கிறார்கள் என்ற செய்தியைச் சொல்லி அவளைச் சந்தோசப்படுத்தினான். அவன் ஜிப்ரானையும் நெரூடாவையும் வாசித்திருந்தான். அவள் கேட்க ஆசைப்பட்டதையெல்லாம் சொல்வதற்கு அவனால் முடிந்தது. அவளைக் காண்பதற்காகவே அவன் பலமுறை குழந்தைகள் மருத்துவமனைக்கு வந்தான். அவர்கள் தங்களுக்கிடையிலான நட்பை நாள்தோறும் வலுப்படுத்தினார்கள். மணிக்கணக்கில் அவள் அவனுடன் ஃபோனில் பேசினாள். தன்னுடைய வாழ்க்கையில் பிரகாசமும் சங்கீதமும் நிறைகிறதென்று தவறாகப் புரிந்துகொண்டாள். அது காதல்தான் என்று கற்பனை செய்தாள். அப்படியே நம்பினாள்.

அந்த நாட்களில் ஒன்றிலாக இருந்தது, ஸஜினியின் வருகை. கணவனால் கைவிடப்பட்டதற்குப் பிறகு, பதின்மூன்று வயது மகனை வளர்ப்பதற்காக சேல்ஸ் கேள் ஆக வேலை செய்துகொண்டிருந்த முப்பத்தியாறு வயதுக்காரி. ஒருநாள் மகனின் மொபைல் ஃபோனில் தான் ஆடை மாற்றுகின்ற படத்தைப் பார்த்து அவர் அதிர்ந்தார். தான் குளிப்பதைப் பார்ப்பதற்காக மகன் குளியலறையில் உண்டாக்கிய துவாரங்களைப் பார்த்து அவருடைய மனம் தகர்ந்துபோனது. 'டாக்டரே, எனக்கு செத்தாப் போதும்' என்று அவர் உடைந்து அழுதபோது கேஸ் ஹிஸ்டரி தயாரித்துக் கொண்டிருந்த ஜெஸபெல்லும் சேர்ந்து அழுதாள். அன்று இரவு நந்தகோபன் அழைத்தபோது அவள் ஸஜினியின் பிரச்சனைகளை விவரித்தாள். நந்தகோபன் ஜெஸபெல்லைவிட உணர்ச்சிவசப்பட்டான். அந்தச் சிறுவனுக்கு வேண்டியது பிஹேவியரல் மாடிஃபிகேஷன் என்று உபதேசித்தான். 'டாக்டர் அருண் கோபாலைத் தெரியுமா? ஹைடெக் மெடி சிட்டியில இருக்கிற சைக்யாட்ரி டிபார்ட்மெண்ட் ஹெட்? என்னோட நண்பன்தான், நான் தேதி புக் பண்றேன், நீங்க அந்தப் பையனைக் கூட்டிட்டு வாங்க' என்று ஜெஸபெல்லைக் கட்டாயப்படுத்தவும் செய்தான். நந்தகோபனின் பரந்த மனப்பான்மையில் வியப்புற்றும் ஜெரோமாக இருந்திருந்தால் ஒருபோதும் இப்படிச் சிந்தித்திருக்கமாட்டான் என்று கோபம் கொண்டும் ஜெஸபெல் பயணத்துக்கான ஏற்பாடுகளைச் செய்தாள். புறப்படுவதற்கு முதல் நாள் நந்தகோபன் தானும் வருவதாகத் தெரிவித்தபோது அவளுடைய தேகம் குளிர்ந்தது. 'தப்பா எடுத்துக்கலைன்னா ஒரு விசயம் சொல்லட்டுமா' என்று அவன் கேட்டபோது இதயத்துடிப்பு கூடியது. 'நான் இன்றைக்கு அங்க ஒரு ஹோட்டல்ல ஸ்டே பண்ணப்போறேன். என்மேல நம்பிக்கை இருந்தா ஜெஸபெல்லும் அங்க ஸ்டே பண்ணுவீங்களா? என்னோட வாழ்க்கைல ரொம்ப முக்கியமான ஒரு விசயத்தப்பத்தி நான் பேசணும். அது நேர்ல பார்த்துப் பேசவேண்டியது. இந்த விசயத்துல ஜெஸபெல்லோட முடிவு தெரிஞ்சா மட்டுந்தான் என்னால முடிவெடுக்க முடியும்.' என்று சொன்னபோது ஜெஸபெல்லின் மூச்சு நின்றுவிட்டது. அவளுடைய உயிரணுக்களில் ஓராயிரம் பட்டாம்பூச்சிகள் சிறகசைத்தன. நந்தகோபன் மணவிலக்குப் பெற்றுவிட்டான் என்றும் அவன் தன்னைத் திருமணம் செய்ய முன்மொழிவதற்குத் தயாராகிறான் என்றும் அவளுடைய மனம் சொன்னது.

வாழ்க்கையில் முதன்முறையாக ஒரு ஆண் தன்னைக் காதலோடு அழைக்கிறான் என்று அவள் நம்பினாள். போவதா வேண்டாமா என்று அவள் திரும்பத் திரும்ப விவாதித்தாள். 'அவன் நம்பத்தகாதவனாக இருந்தால்' என்று புத்தி இடையிடையே சந்தேகித்தது. ஆனால், பேராசைகொண்ட இதயம் புத்தியின் வாயை அடைத்தது.

அவள் காலையில் எழுந்தாள். சிறிய பையில் இரண்டு ஜோடி துணிகளும் ஒரு இரவு உடையும் எடுத்துக்கொண்டாள். துடிக்கும் இதயத்தோடு புறப்பட்டாள். ரயில் சரியான நேரத்துக்கு வந்துசேர்ந்தது. ஸஜினியுடன் ஜெஸபெல் வண்டி ஏறினாள். நந்தகோபன் தலைநகரிலிருந்து வண்டி ஏறியிருந்தான். அவன் அவளுக்கு அருகில் வந்தமர்ந்தான். அவன் துயரமாகக் காணப்பட்டான். மருத்துவரைப் பார்க்கவும் ஸஜினியின் மகனைக் கூட்டிவரவேண்டிய தேதிக்கு அப்பாயிண்ட்மெண்ட் புக் செய்வதற்கும் அவன் உடனிருந்தான். ஸஜினியை ஆட்டோவில் ஏற்றி பேருந்துநிலையத்திற்கு அனுப்பியபிறகு ஜெஸபெல் நந்தகோபனுடன் அவன் அறை எடுத்திருந்த ஹோட்டலுக்குப் போனாள். ரிஸப்ஷனிஸ்ட் பூர்த்தி செய்வதற்கான படிவத்தைக் கொடுத்தபோது தன் கையில் அடையாள ஆதாரங்கள் இல்லையென்று நந்தகோபன் வருத்தப்பட்டான். ஜெஸபெல் தன்னுடைய ஓட்டுநர் உரிமத்தைக் கொடுத்தாள். ஆனால் நந்தகோபன்தான் படிவத்தைப் பூர்த்தி செய்தான். அவர்கள் அறைக்கு நடந்தார்கள். அவளுடைய கால்கள் நடுங்கத்தொடங்கின. உடல் சில்லிடத்தொடங்கியிருந்தது. வரப்போவது என்னவென்று அவளுக்குத் தெரிந்திருந்தது. அவளுடைய சிறிய வாழ்க்கையில் இருக்கும் ஒரே சம்பாத்தியம் அறிவு மட்டும்தான். உறங்காமல் வாசித்தும் படித்தும் தான் சம்பாதித்த அளவு அறிவு, நந்தகோபனுக்கு இருக்குமா என்று அவள் சந்தேகித்தாள். ஆனால், அவளுடைய சந்தேகம் தவறாக இருந்தது. எழுதப்பட்டிருப்பதுபோன்று, அதிகம் சம்பாதித்தவனுக்கு எதுவும் மிஞ்சியிருக்கவில்லை. சிறிதளவே சம்பாதித்தவனுக்கு எந்தக் குறையும் இருந்ததில்லை.

அறைக்குள் நுழைந்த கணத்தில் நந்தகோபனின் நிறம் மாறியது. அதுவரை நண்பனாக இருந்தவன் அப்போது முதல் எஜமானனாகவும் முதலாளியாகவும் ஆனான். அவன் அவளருகில் சென்று அவளுடைய கண்களை உற்றுப்

பார்த்தான். அவளுடைய தோளில் கை வைத்து முகத்தைப் பிடித்து உயர்த்தியபோது அவளுடைய உடல் எதிர்பார்ப்பால் சிலிர்த்துப்போனது. அவன் தன்னை மிருதுவாக முத்தமிடுவதை அவள் கனவு கண்டாள். ஆனால், அந்தக் கனவை ஒரு பட்டாம்பூச்சியின் சிறகுகளைக் கிழிப்பது போன்று கிழித்தெறிந்துவிட்டு அவன் உறுமினான்.

“உனக்கு இது வேணுங்கறது எனக்குத் தெரியும்...!”

ஜெஸபெல்லின் பூரித்துக்கிடந்த உடல் சிதறிப்போனது. முத்தமிடப்படுவதற்கான ஆசை ஒரு ஆமையைப்போன்று தலையையும் காலையும் ஓட்டுக்கு உள்ளே இழுத்துக்கொண்டது. அவளுடைய நினைவில் ஜெரோம் ஜார்ஜ் மரக்காரனும் அவர்களுடைய முதலிரவும் தோன்றின. நந்தகோபனின் கண்களிலும் காதல் இல்லையென்றும் மாறாக வெற்றிக்களிப்புதான் இருக்கிறதென்றும் அவள் அதிர்ச்சியோடு உணர்ந்தாள். அவன் தன்னை வாரியணைத்து உடலோடு அழுத்தும்போது தன்னுடைய ஒவ்வொரு உயிரணுவும் கோமாவில் வீழ்வதை அவள் உணர்ந்தாள். அவனுடைய உதடுகளிலிருந்து அவள் முகத்தைத் திருப்பினாள். ‘ஹூம்? என்னாச்சு?’ என்று அவன் எரிச்சலோடு கேட்டான். அவள் சிரிக்க முயன்றாள். அவன் திரும்பவும் நெருங்கியபோது ‘குளிச்சிட்டு வரட்டுமா’ என்று தவிர்ப்பதற்கு முயன்றாள். அவனுடைய முகத்தில் இருந்த கெட்ட சிரிப்பும் ‘நாம சேர்ந்து குளிக்கலாம்’ என்ற அழைப்பும் அவளை மேலும் மரத்துப்போகச் செய்தது. அவனுடைய கண்களில் அவள் தன்னைக் கண்டாள். தன்னுடைய நிலை எவ்வளவு பரிதாபத்துக்குரியது என்பதை அவள் அறிந்தாள். அவனுடைய வாசனை அவளுக்குப் பிடிக்காமல் போனது. அவன் வாயைத் திறந்து சிரித்தபோது பற்களின் உட்பாகத்தில் பாசம் பிடித்துக் கிடப்பதைப் பார்த்து வெறுப்புத் தோன்றியது. அவள் பின் நகர்ந்தாள். அவனுடைய விரல்கள் மீண்டும் நீண்டு வந்தது. அவளுக்குத் தொண்டையில் பித்தநீர் திகட்டியது. ஆனால், அப்போது அவனுடைய ஃபோன் ஒலித்தது. அழைத்த எண்ணைப் பார்த்து அவனுடைய முகம் நிறம் மங்குவதையும் ‘ஒன் மினிட்’ என்று சொல்லிவிட்டு அவன் ஃபோனோடு அறையின் மறுகோடிக்கு நகர்வதையும் அவள் பார்த்துக்கொண்டு நின்றாள். சிறுநீர் கழிக்கும் பாவத்தில் பேன்ட் பொத்தான்களைக் கழற்றிக்கொண்டு அவன்

கழிவறைக்குள் நுழைந்தான். கதவை அடைத்ததும் மேற்கொண்டு சிந்திக்காமல் அவள் கைப்பையை எடுத்துக்கொண்டு வெளியேறி, லிப்ட்டுக்கு ஓடினாள். ரிஸப்ஷனிஸ்ட்டைப் பார்க்காமல் அவள் ரோட்டுக்கு விரைந்து முதலில் பார்த்த ஆட்டோவில் பேருந்து நிலையத்துக்குப் போனாள்.

நகரத் தொடங்கியிருந்த ஒரு சூப்பர் ஃபாஸ்ட் பேருந்தில் வலுக்கட்டாயமாக ஏறி கூட்ட நெரிசலில் கம்பியைப் பிடித்துத் தொங்கிக்கொண்டு நிற்கும்போது அவள் 'தெய்வமே தெய்வமே' என்று மூச்சிரைத்தாள். நந்தகோபன் நிறுத்தாமல் அழைத்துக்கொண்டிருந்தான். 'என்ன ஆச்சு, நான் எதாவது தப்புப் பண்ணிட்டேனா' என்றெல்லாம் குறுஞ்செய்திகள் அடுத்தடுத்து வந்துகொண்டிருந்தன. வீட்டை அடைந்தபோது இருட்டிவிட்டது. அம்மா கேட்டதற்கு அவள் பதில் சொல்லவில்லை. குளித்தாள். உடை மாற்றிக்கொண்டு எதுவும் சாப்பிடக்கூட முடியாமல் படுக்கையில் விழுந்தாள். அவள் அழ விரும்பினாள். ஆனால், அழுகை வரவில்லை. நெஞ்சுக்குள் ஒரு பெரிய பாரம் தொங்கிக்கொண்டிருந்தது. அவளுக்குச் செத்துப்போகவேண்டும் என்று தோன்றியது. அவள் வெந்து புகைந்தாள்.

ஆணைத் தெரிந்துகொள்ள அவனுடன் சண்டையிட வேண்டும். சண்டைபோட்டபோது ஜெஸபெல் நந்தகோபனைத் தெரிந்துகொண்டாள்: 'சீ... அப்பனில்லாதவளே...! திருட்டுத் தேவடியா மவளே, நான் யாருன்னு நினைச்சே? ஆளக் கூப்புட்டு வரச்சொல்லி விளையாடறியா? உன்னத் திருப்திப்படுத்தறதுக்கு எனக்கென்ன தெம்பில்லைன்னு நினைச்சியா? சித்த படுத்துப் பாருடீ உனக்குப் புரியும்' என்று பத்து நிமிடங்கள் நிறுத்தாமல் வசைபாடினான். ஜெஸபெல் பேசுவதற்குச் சக்தியில்லாமல் அழைப்பைத் துண்டித்தாள். பின்னர் அவன் அழைக்க முயன்றபோது அவள் ஃபோனை எடுக்கவில்லை. அதற்குப் பதிலாக, 'இனி என்னைக் கூப்பிடாதீங்க, எனக்கு உங்ககூட எந்த உறவுக்கும் விருப்பமில்லை' என்று குறுஞ்செய்தி அனுப்பினாள். அவன் சமரசத்துக்கு முயன்றான். அவள் தன்னைக் காயப்படுத்திவிட்டதாக முறையிட்டான். அவள் பதில் அனுப்பவில்லை. ஆனால், அவளுக்கு உறக்கம் வரவுமில்லை. அவள் அறைக்குள் சுற்றியலைந்தாள். எல்லா இடத்திலும் இருட்டு நிறைந்திருந்தது. பகல் வாழ்வதற்காகப் பெரிய வெளிச்சமும் இரவு வாழ்வதற்காகச் சிறிய வெளிச்சமும் என

இரண்டு பெரிய வெளிச்சங்களை உண்டாக்கிய தெய்வத்தின்மீது அவளுக்குக் கோபம் வந்தது. பைத்தியம் பிடித்து உரக்க அழவும் தலையைச் சுவற்றில் இடித்துக்கொள்ளவும் செய்தாள்.

அடுத்துவந்த நாட்களில் நந்தகோபனின் தொந்தரவு கூடியபோது அவள் ஜெயபாலின் உதவியை நாடினாள். 'அவன்கிட்ட ஜாக்கிரதையா இருக்கணும்னு நான் சொன்னேனில்லையா' என்று ஜெயபால் திட்டினான். பின்னர், பெருமூச்சோடு 'சரி, அவனை நான் பார்த்துக்கறேன்' என்று தைரியம் கொடுத்தான். அப்படியாக நந்தகோபனின் அழைப்பு நின்றுவிட்டது. ஆனால், புறக்கணிக்கப்பட்ட ,ஆண் பழிவாங்கும் தாகம் கொண்டவன். 'எனக்குப் பழிதீர்க்கவும் தண்டிக்கவும் செய்கின்ற தெய்வத்திடம் நம்பிக்கையில்லை' என்று சொன்ன ஜெஸபெல் ராணியிடம் எலியா தீர்க்கதரிசி பலி தீர்த்ததுபோன்று, நந்தகோபன் அன்றைய அந்த ஹோட்டல் அறை ரசீதில் சந்தீப் மோகனின் பெயரை எழுதிச் சேர்த்து, அதை ஜார்ஜ் ஜெரோம் மரக்காரனுக்குக் கிடைக்கச் செய்தான்.

"நீங்கள் மயக்கமருந்து உபயோகிப்பீங்க, அல்லவா?"

நீதிமன்றத்தில் வக்கீல் கேட்டார்.

"இல்லை..."

"உங்களுடைய பேக்கில் இருந்து போதை மருந்து கண்டுபிடிக்கப் பட்டது என்று சொன்னால் மறுப்பீர்களா?"

"மறுப்பேன்."

"நீங்கள் தொடர்ந்து மயக்கமருந்து வாங்கிக்கொண்டிருப்பதற்கு ஆதாரம் இருக்கிறதே? அதைப்பற்றி என்ன சொல்கிறீர்கள்?"

அவள் கண்களை மூடி வலிமையைச் சேகரிக்க முயன்றாள். சண்டையிடும்போது சில ஆண்கள் பேய்களாக மாறுவார்கள். அவர்களுக்குப் பல உயிரினங்களின் முகங்கள் தோன்றவும் செய்யும். சிலருக்குச் சிங்கத்தின் முகம். சிலருக்குக் காளையின் முகம். சிலருக்குக் கழுகினுடையது.

எல்லோரைக்காட்டிலும் பயப்படவேண்டியது மனித முகம் கொண்டவர்களிடம்தான். அவர்களால் மிகுந்த செயலூக்கத்தோடு மற்றவர்களின் ஆத்மாவை அழிக்க முடியும்.

15

அந்தக் காலத்தைப் பற்றிச் சிந்திக்கும்போதெல்லாம், ஜெஸபெல் மனம் கலங்கினாள். உங்களில் ஒருத்தன் என்னைக் காட்டிக்கொடுத்துவிட்டானல்லவா என்று உண்மையாகவே துயரப்படவும் செய்தாள். அவள் நேசித்த ஒருத்தி, அவள் செய்ய இருந்ததை வேகமாகச் செய்து முடித்திருந்தாள். மனித குமாரி மகத்துவப்படுவதற்கு அது அவசியமாக இருந்தது. ஆனாலும், மூன்று விசயங்களைக் கண்டு அவள் பயந்தாள்: நகரத்தில் பரவிய அவப்பெயர், எல்லாருடைய முன்னிலையிலும் வைத்து விசாரிப்பது, பொய்ச்சாட்சி...

தனது நிலைமையின்மீது கோபம் கொண்டிருந்த அந்தக்கட்டத்தில், எதற்காகத் தான் அதுவரைக்கும் பச்சைப் புல்லின் தலையைக் கண்ட ஆட்டுக்குட்டியைப் போன்று குருடியாகவும் அறிவற்றவளாகவும் தாம்பத்தியத்தின் கண்கட்டையும் கட்டிக்கொண்டு பயணித்தோம் என்ற கேள்விக்கு, அவள் பல விடைகளுக்கான சாத்தியங்களைத் தேடினாள். சூரியனுக்குக் கீழே காதல் முளைப்பதற்கு ஒரு காலம் இருக்கிறது என்று அவள் உள்மனதில் நம்பிக்கொண்டிருந்தாளா? அவள் அம்மாவுக்குப் பயப்பட்டாளா? அவள் அப்பாவின்மீது அனுதாபம் கொண்டிருந்தாளா? கால்களுக்குப் பலம் கிடைக்கும்வரைக்கும் கண்கள் இல்லாமல் இருப்பதுதான் வசதி என்று சிந்தித்தாளா? உலகத்துக்கு முன்னால் வேறொருத்தியாக நடிப்பதில் அவள் பாதுகாப்பை உணர்ந்தாளா? வெகுகாலத்திற்குப் பிறகு இளஞ்ஞிக்கல் பாதிரியார்தான், ஒவ்வொரு உயிரும் அதனுடைய வாழ்க்கைச் சக்கரத்தை முழுமையடைய வைப்பதில் அதனுடைய சுற்றுப்புறங்களும் பங்கேற்கின்றன என்று அவளுக்குச் சொல்லிக்கொடுத்தார். தீவனத் தொட்டியும் யாத்திராகமமும் சாத்தானின் சோதனையும் கடந்தபிறகுதான் கிறிஸ்து உருப்பெற்றான். அதற்குப் பிறகுதான் மக்கள் திரள் அவனிடம் கேட்பதற்கு வந்தார்கள். அதற்குப் பிறகுதான் அவன் ஐந்து அப்பங்களைக் கொண்டு ஐயாயிரம்பேரின் பசியை அடக்கினான். அதற்குப் பிறகுதான்

அவன் உவமைக்கதைகள் வழியாகப் பேசத்தொடங்கினான். அதற்குப் பிறகுதான் அவனைச் சட்ட வல்லுநர்களும் தலைமைப் புரோகிதர்களும் பகைவனாகக் கருதத்தொடங்கினார்கள். எல்லா மனிதர்களும் அவர்களுக்கேயான வழிகளில் கடந்து போகின்ற சூழ்நிலைகள் மட்டுமே இவையெல்லாம். எல்லோருக்கும் அவரவருக்கே உரிய கல்வாரிக் கதைகள் காத்திருக்கின்றன. அவரவருக்கே உரிய சிலுவைப்பாடுகள் காத்திருக்கின்றன. அவரவருக்கே உரிய உயிர்த்தெழுதலும் இரண்டாவது வருகையும் காத்திருக்கின்றன. ஜெஸபெல்லின் வாழ்க்கையில் சாத்தானின் சோதனைகளுக்கு முடிவே இருக்கவில்லை. 'ஞானம் சரியென்று தெளிவடைவது அதை ஏற்றுக்கொள்பவர்களின் வழியாகத்தான்' என்ற திருவசனம் நிறைவேறுவதற்கு வேண்டியாக இருந்தது அது.

ஜெரோம் ஜார்ஜ் மரக்காரனின் விபத்தைவிட ஜெஸபெல்லை வேதனைப்படுத்தியது அஹானாவும் ரமிதாவும் வெளிநாட்டுக்கும் ராணி வேறொரு மருத்துவக் கல்லூரிக்கும் போனதுதான். காலையில் எழும்போதிருந்தே அவளுடைய மூளை தனிமையின் பாரம் தாங்கமுடியாமல் காலொடிந்த கழுதையைப் போன்று குழைந்து விழுந்தது. ஒவ்வொரு நாளையும் எப்படிக் கடத்துவது என்ற பீதியில் அவள் அழுதுகொண்டே எழுந்தாள்.

ஆனால், பிரபஞ்சம் அதனுடைய ஒவ்வொரு மணல் துகளுக்கும் அன்றன்றைக்கும் எல்லாக் காலத்துக்கும் உரிமையுடைய கருணையை எங்கேயாவது எழுதிவைத்திருக்கின்றதல்லவா. அது முகவரி எழுதி ஒட்டிய கடிதம் போன்று இருக்கிறதல்லவா. உள்ளே என்ன இருக்கிறது என்று தெரியாமல் யாராவது ஒருவர் ஒரு தபால்காரனாக வந்து அதை முகவரிக்கு உரியவரின் கையில் மிகச்சரியாகக் கொடுக்கத்தானே செய்வார்.

ஒருநாள், அன்றைக்கான கருணையோடு வந்த பெண்ணின் பெயர் டாக்டர் ஹரிதா சதானந்தன். அன்று காலை முதல் சாத்தான் ஒரு தீராத தலைவலியின் உருவத்தில் அவளை ஆட்கொண்டிருந்தது. ஒளிந்து பார்க்கின்ற மகனுக்கு ஆலோசனை தொடங்கிவிட்டதைத் தெரிவிக்க ஸஜினி வந்தார். அவரது கண்களுக்குக் கீழே இருக்கும் கருவளையங்களைப் பார்த்து ஜெஸபெல்லின் மனதில் வேதனையின் ஊசிகள் குத்தின. 'என் மகன் சரியாயிருவானா இருக்கும், இல்லையா டாக்டர்' என்று அவர் கேட்டபோது ஜெஸபெல்லுக்கு இதயவலி வந்துவிட்டது. அவள் கைப்பையைத் திறந்து ஐநூறு ரூபாய்

எண்ணி எடுத்து ஸஜினியிடம் கொடுத்தாள். ‘வேண்டாம் டாக்டரே’ என்று ஸஜினி சொன்னபோது தாங்கமுடியாத துக்கம் கோபமாகப் பரிணமித்தது. ஜெஸபெல் அவரைக் கணக்கின்றித் திட்டித் தீர்த்தாள். முகமாற்றத்தைப் பார்த்துப் பீதியடைந்து ஸஜினி பணத்தை வாங்கிக்கொண்டார். இருந்தபோதும் ஜெஸபெல்லின் கோபம் அடங்கவில்லை. ஸஜினியின் பிரச்சனையால்தான் மகன் இப்படியாகிவிட்டான் என்று அவள் கொதித்தாள். அந்தவழியாகப் போனவர்கள் அவர்களைத் திரும்பிப் பார்த்தனர். சிலர் விசயம் என்னவென்று தெரிந்துகொள்வதற்காகத் திரும்பி நின்றனர். கடைசியில் ஸஜினி அழத் தொடங்கினார். அவர் அழுதும் தாங்கமுடியாது வெளியே ஓடிப்போயும்கூட ஜெஸபெலுக்கு மூர்க்கம் குறையவில்லை.

அப்போது பின்புறமாக வந்து தோளைத் தட்டி, ‘ரிலாக்ஸ் டாக்டர் ஜெஸபெல், வாங்க, நாம ஒரு காஃபி குடிக்கலாம்’ என்று அழைத்துக்கொண்டுதான் டாக்டர் ஹரிதா சதானந்தன் அவளுடைய வாழ்க்கைக்குள் நுழைந்தாள். கைனகாலஜி துறையில் சீனியர் ரெஸிடண்ட். ‘இப்படி சூடாகக்கூடாது, பார்த்துப் பயந்துட்டேன்’ என்ற இணங்கச்செய்தலில் ஜெஸபெல் குளிர்ந்தாள். ஹரிதாவின் தொடுதலில் அவள் அன்பைக் கண்டாள். அவர்கள் சேர்ந்து காஃபி குடித்தனர். உலக விசயங்களை உரையாடினர். அதன்பிறகு சொந்தத் துயரங்களைப் பகிர்ந்துகொண்டனர். ‘எல்லாருக்கும் பிரச்சனை இருக்கு. என்னோட விசயத்தையே எடுத்துக்குவோமே. நானும் வீட்டுக்காரனும் டாக்டர். எங்க அப்பா அம்மாவும் டாக்டர். கணவனோட வீட்டில் எல்லாரும் டாக்டர். எல்லாம் இருக்குது. ஆனா, என் குடும்பத்துல நான் அனுபவிக்கிற மூச்சுமுட்டல ஜெஸபெல்கிட்டச் சொன்னாப் புரிஞ்சுக்க முடியுமா? எல்லாத்தையும் முடிவு செய்யறது மாமியார்தான். எனக்கு கைனகாலஜி பிடிக்கல. ஆனா, யாருகிட்டச் சொல்றது? மதர் இன் லா சொன்னாங்க - கைனகாலஜி ஸ்பெஷலைஸ் செய்யச் சொன்னாங்க. ஏன்னா, அவங்களுக்கு ஒரு ஹாஸ்பிடல் இருக்கு. அங்க வேலை செய்யறதுக்கு ஆள் வேணும். அங்கபோயி வேலை பார்க்கறதுக்கு எனக்குக் கொஞ்சமும் விருப்பம் இல்லை. சம்பளத்தக்கூட அவங்களே எழுதி எடுத்துக்குவாங்க. எல்லாச் சுதந்திரமும் போயிடும். அப்புறம் சதானந்தன் ஒரு பாவப்பட்டவன். எல்லாத்தையும் முடிவு செய்யுறது அம்மாவும் மூத்த அண்ணனுந்தான்’ என்றெல்லாம் ஹரிதா சொன்னாள்.

தன்னுடைய மாமியார் மிகவும் பாவப்பட்டவர் என்றும் அன்பானவர் என்றும் மாமனார்தான் துஷ்டன் என்றும் ஜெஸபெல்லும் சொன்னாள். மாமனாருக்குப் பயந்துதான் அவள் ஒவ்வொரு நிமிடமும் வாழ்கிறாள். எந்த நேரத்திலும் எங்கிருந்து வேண்டுமானாலும் பாயலாம். தன்னைப் பிடித்துக்கொண்டு போகலாம். அவருக்குப் பயந்து மொபைல் நம்பரை மாற்றியதாக ஜெஸபெல் சொன்னாள். 'நிஜமாவா' என்று டாக்டர் ஹரிதா ஆச்சரியத்தை வெளிப்படுத்தினாள்.

மாலையில் ஹரிதா அவளைக் கட்டாயப்படுத்தி நகரத்துக்கு அழைத்துச் சென்றாள். அவர்கள் டெக்ஸ்டைல்ஸ் ஷோரூம்களில் வெறுமனே ஏறி இறங்கினார்கள். போவதற்கு ஒரு இடமும் சேர்க்கைக்கு ஒரு ஆளும் கிடைத்தது ஜெஸபெல்லுக்குச் சமாதானத்தைக் கொடுத்தது. அன்றிரவு அஹானாவும் ரமிதாவும் அழைத்தபோது ஜெஸபெல் ஹரிதாவைப்பற்றிச் சொன்னாள். அவள் முதலில் சிரித்தாள். பிறகு அழுதாள். பிறகு உடைந்து அழுதாள். அஹானாவும் ரமிதாவும் சேர்ந்து அழுதார்கள். அப்போது ஜெஸபெல் கேலி பேசினாள். சிரித்தாள். அவர்களும் அழுதுகொண்டே சிரித்தனர். ஃபோனை வைத்தபிறகு அஹானா திரும்பவும் அழைத்தாள். 'ஜெஸபெல், நீ ஒரு சைக்யார்டிஸ்ட பார்க்கணும், ஐ திங்க் யூ நீடு ஹெல்ப்.' அது வேண்டும் என்று ஜெஸபெல்லுக்கும் தோன்றத்தொடங்கியிருந்தது. அதைப்பற்றி அவள் ஹரிதாவிடம் பேசினாள். மிகவும் நல்ல யோசனை என்று ஹரிதாவும் சொன்னாள். அவர்கள் பல மனநல மருத்துவர்களின் எண்களைச் சேகரித்தனர். அவர்களிலிருந்து டாக்டர் பிரசாந்த் நாராயணனைத் தேர்ந்தெடுத்தனர்.

ஜெஸபெல் அழைப்பதற்காகக் காத்திருந்ததுபோன்றுதான் டாக்டர் பிரசாந்த் பேசினான். 'என்னைவிட மார்க் வாங்கி என்னோட இதயத்தைத் தகர்த்த எதிராளி இல்லையா, வா, நான் பழிதீர்த்துக்கறேன்' என்று அவன் அவளை வரவேற்றான். குழந்தைமை மாறாத முகமுள்ள முப்பத்தைந்து வயதுக்காரனாக இருந்தான் அவன். இப்போதே ஒரு நகைச்சுவை எட்டிக் குதித்துவிடும் என்னும் அளவிற்கு அவனுடைய கண்களில் குறும்பும் உதடுகளில் ஒளிரும் ஒரு புன்னகையும் சமயம் பார்த்துக் காத்திருந்தன. அவளுக்கு ஒவ்வொரு பரீட்சையிலும் கிடைத்த மதிப்பெண் உட்பட அவளைப்பற்றிய எல்லாம் அவனுக்குத் தெரிந்திருந்தது. அவன் அவர்களுக்குப் பழக்கப்பட்ட

மருத்துவர்களையும் பொது நண்பர்களையும் பற்றிச் சொன்னான். மருத்துவக் கல்லூரியைப் பற்றிய நகைச்சுவைகளைப் பகிர்ந்துகொண்டான். அவள் நெடுங்காலத்துக்குப் பிறகு உரக்கச் சிரித்தாள். பின்னர், மேசைமேல் இருந்த பேப்பர் வெயிட்டை உருட்டுவதற்கு எடுத்த மௌனத்தின் இடைவேளைக்குப் பிறகு பிரசாந்த் தன் கடமைக்குள் நுழைந்தான்.

“ஜெஸபெல், இனிச் சொல்லு - நான் கேட்கத் தயாரா இருக்கேன்...”

பலமுறை திரும்பத் திரும்பச் சொல்லப்பட்ட அதே கதைதான் அவளுடைய நாவின் நுனிக்கு வந்தது. விபத்தில் சிக்கிய கணவன், கோமா, கணவனின் வீட்டார், வேலை, படிப்பு...

பிரசாந்த் சற்று பெருமூச்சு விட்டான்.

“ஜெஸபெல், இந்தக் கதை மத்தவங்ககிட்டச் சொல்றதுக்கு சரி. ஆனா, ஒரு சைக்யார்டிஸ்ட்கிட்ட இது பத்தாது... இந்தக் கதை ஒரு ட்ரஸிங் மட்டுந்தான். ஐ வாண்ட் டு எக்ஸாமின் த ரியல் வூண்ட்...”

ஜெஸபெல்லின் முகம் நிறம் மங்கியது. ‘ஜெரோமோட ஆக்ஸிடெண்ட்’ என்று திரும்பவும் அவள் தொடங்கினாள். ஆனால், பிரசாந்த்தின் கண்களில் தீவிரம் நிறைந்தது.

“உண்மையாவே எதிர்பார்க்காத ஒரு விபத்து நடந்தது உனக்குத்தான். நீ உன்னோட கணவனை விட்டுட்டு இங்க இருக்கறேன்னு சொன்னா அதோட அர்த்தம் அவனுக்கும் உனக்கும் இடையில மனதளவுல மிகப்பெரிய விலகல் அதுக்கு முன்னாடியே இருந்துச்சுங்கறதுதான். நாம கவனிக்கவேண்டியது அந்தப் பிரச்சனையத்தான்...”

ஜெஸபெல்லின் தொண்டை அடைத்தது.

“அந்த உறவு அது அந்த அளவுக்கு ஃபெய்லியர் ஆயிருந்துச்சு, இல்லையா?”

ஜெஸபெல் குற்ற உணர்வோடு தலைகுனிந்தாள். பிரசாந்த் கருணையோடு அவளைப் பார்த்தான்.

“ஜெஸபெல், எனக்கு உன்னோட ஹஸ்பண்ட முன்னாடியே தெரியும். அவனோட நண்பன் அவினாஷ் எனக்கும்

தெரிஞ்சவன்தான். அவங்க கொஞ்சகாலம் தங்கியிருந்தது என்னோட கஸினோட பிளாட்லதான். நீ தப்பிச்சுக்கிட்டேன்னு நினைச்சு சமாதானப்படுத்திக்க.”

ஜெஸபெல் மரத்துப்போய் உட்கார்ந்திருந்தாள்.

“எனக்கு என்ன செய்யறதுன்னு தெரியல, டாக்டர்...”

“கால் மீ, பிரசாந்த்...”

“சிலசமயம் எனக்குச் செத்துப்போகணும்னு தோணுது, பிரசாந்த். சிலசமயம் ஃபைட் பண்ணி நிற்கணும்னு தோணுது. என்னை யாரும் புரிஞ்சுக்கமாட்டாங்க. நான் சொல்றத யாரும் நம்பமாட்டாங்க. பெருங்கூட்டத்துல நான் தனியா நிக்கிறேன். எவ்வளவோ நாளா. என்னைக் கொஞ்சம் திரும்பிப் பார்க்கக்கூட யாரும் தயாராகமாட்டாங்க...”

ஜெஸபெல்லுக்கு வார்த்தைகள் திரும்பக் கிடைத்துக் கொண்டிருந்தன. அவளுக்குக் கண்ணீர் திரும்பக் கிடைத்துக் கொண்டிருந்தது. ஒரு மணி நேரம் சட்டெனக் கடந்து போனது. பிரசாந்த் கவனமாகக் கேட்டுக்கொண்டிருந்தான். இனி ஒரு சொல்கூட சொல்வதற்கு அவளுக்குச் சக்தியில்லை என்று தோன்றியபோது பிரசாந்த் குறுக்கிட்டான்.

“உனக்கு அக்யூட் டிப்ரஷன் இருக்கு, ஜெஸபெல். மருந்தில்லாம சமாளிக்க முடிஞ்சா, அதுதான் நல்லது. ஆனா, அது முடியாதுன்னா மருந்து எடுத்துக்கணும். நல்லா தூங்கணும். முடிஞ்சவரைக்கும் தனியா இருக்காத.”

அவன் மருந்து குறித்துக் கொடுத்தான். நம்பிக்கையூட்டி அனுப்பிவைத்தான். ஸெரடோடினை அதிகரிக்கச் செய்யும் மருந்துகளைத்தான் அவன் குறித்துக் கொடுத்திருக்கிறான் என்பதைப் பார்த்தபோது அவளுக்குச் சந்தோசம் தோன்றியது. பிரசாந்த்தைப் பார்த்துவிட்டு வெளியே வந்தபோது ஹரிதா அழைத்திருந்தாள். ‘ஹரிதாக்கா, எல்லாத்தையும் பேசினதுமே எனக்கு ரொம்ப ஆறுதலா இருந்துச்சு. என்னோட மனசுல இருந்த பாரத்த நான் இறக்கி வச்சுட்டேன். ஒரு விசயம் எனக்கு இன்னைக்குப் புரிஞ்சுபோச்சு. மனுசனுக்கு வேண்டியது சந்தோசந்தான். சந்தோசத்தக் கொடுக்கறது அவங்க அவங்களோட உடம்புதான். உடம்பால அதச் சாதிக்க முடியாம போறபோது பயப்படவேண்டியதில்லை.

செயற்கையா சந்தோசத்தக் கொடுக்கறதுக்கு ரசாயனங்கள உருவாக்கி இருக்காங்க இல்லையா. உண்மையாச் சொன்னா, எனக்கு மாடர்ன் மெடிஸின் மேல மதிப்பு வருது...' - ஜெஸபெல் சொன்னாள். 'ஆமா, ஆமா' என்று ஹரிதாவும் ஒப்புக்கொண்டாள். அடுத்த இரண்டு நாட்களும் நல்ல உறக்கத்தினுடையதாக இருந்தன. ஜெஸபெல் சிரிக்க முயன்றாள். வாழ்க்கையை மீட்க முயன்றாள். ஆனால், மூன்றாவது நாள் மருந்து எடுத்துக்கொண்டு உறக்கத்திற்குள் வழுக்கிவிழுந்து கொண்டிருக்கும்போது பெல் அடித்த ஃபோனை இயந்திரத்தனமாக எடுத்த கணத்தில் எல்லாம் சிதறித் தெறித்தது.

"ஏண்டீ, நீ ஃபோன் நம்பர மாத்திட்டீன்னா நான் கண்டுபுடிக்க மாட்டேன்னு நினைச்சியா? என் மகன நாசம்பண்ணிட்டு நீ செழிப்பா வாழறே இல்லையா? உனக்கு மனசுக்கு சுகமில்ல, இல்லையா? நீ சைக்யார்டிஸ்ட்ட பார்க்கப் போனே, இல்லையா? எங்க போனாலும் நீ தப்பிக்க முடியாதுடீ. எங்க போனாலும் நான் உன்னக் கண்டுபுடிப்பேன். உண்மையான தெய்வம் என் மகனுக்குக் காவல் இருக்குது. அவன் ரெண்டு கால்ல எந்திரிச்சு வருவான். உனக்கு முன்னாடி வந்து நின்னு அவன் கணக்குக் கேட்பான். அன்னைக்கு அவன்கிட்டச் சொல்றதுக்கு உன் கையில பதில் இருக்காடீ?"

ஜெஸபெல் திடுக்கிட்டு எழுந்தாள். உடலில் மயிர்க்கால்கள் சிலிர்த்துக்கொண்டன. படுகுழியில் வீழ்வதை அவள் அறிந்தாள். இருட்டு அவளைப் பயமுறுத்தியது. நிசப்தத்தில் கடிகாரத்தின் பெண்டுலம் ஆடுவது அவளைத் திடுக்குறச்செய்தது. ஜன்னலுக்கு வெளியே மாவிலைகள் அசைந்தபோது அவள் கிடுகிடுத்தாள். பச்சை நிற அலமாரிக்குப் பின்னால் ஜெரோம் ஜார்ஜ் மரக்காரனோ ஜார்ஜ் ஜெரோம் மரக்காரனோ நிற்பதாக அவள் பயந்தாள். பயத்தால் அவளுக்கு மூச்சடைத்தது. அவள் பதற்றத்துடன் அஹானாவை அழைத்தாள். ரமிதாவை அழைத்தாள். அஹானா டியூட்டியில் இருந்தாள். அவள் ஜெஸபெல்லைத் தேற்றினாள். ஃபோனை அணைத்து வைக்குமாறு கூறினாள். ஜெஸபெல் எழுந்து அம்மாவின் அறைக்கதவைத் தட்டிக் கூப்பிட்டாள். அம்மா அவளைத் திட்டினார். சப்தம் கேட்டு அப்பா வந்தார். அவள் அப்பாவின் நெஞ்சில் விழுந்து உடைந்து அழுதாள். அப்பா பேச்சற்று அவளைத் தாங்கிப்பிடித்தார்.

அடுத்தநாள் குழந்தைகள் மருத்துவமனையின் வாகன நிறுத்துமிடத்தை அடையும்போது தன்னுடைய காரில் சாய்ந்து டாக்டர் ஹரிதா ஒரு பொட்டலத்துடன் அவளுக்காகக் காத்திருந்தாள். பலகாரங்கள். 'நேத்து மகளோட மூணாவது பிறந்த நாள், வீட்ல செஞ்சது' என்று அவள் அன்பாகச் சொன்னாள். ஹரிதாவைப் பார்த்ததும் ஜெஸபெல் சிதறிப்போனாள். ஜார்ஜ் ஜெரோம் மரக்காரன் அழைத்ததைப் பற்றிச் சொல்லி அவள் அழுதாள். ஹரிதா அவளைச் சேர்த்தணைத்தாள். மகன் படுத்த படுக்கை ஆனதன் அதிர்ச்சியில் அழைப்பாராக இருக்கும் என்று சமாதானப்படுத்தினாள். மதியம் அவளைக் கட்டாயப்படுத்தித் திரைப்படத்துக்குக் கூட்டிச்சென்றாள். திரையரங்கின் குளிர்ச்சியில் உட்கார்ந்திருக்கையில் ஜெஸபெல்லுக்கு உறக்கம் வந்தது. டாக்டர் ஹரிதாவின் தோளில் சாய்ந்து அவள் நன்றாக உறங்கினாள். ஆனால், அன்று இரவும் ஜார்ஜ் ஜெரோம் மரக்காரனின் அழைப்பு வந்தது - 'நீ சினிமாவுக்குப் போனே இல்லையாடீ? என் மகனச் சாக விட்டுட்டு நீ சினிமா பார்த்து அனுபவிக்கிறே, இல்லையாடீ? உன்ன நான் அனுபவிக்க வைக்கறேன். என் மகன் எழுந்திரிக்கட்டும்...'

ஜெஸபெல் பதற்றத்துடன் ஹரிதாவை அழைத்து 'ஹரிதாக்கா, நான் நம்பர் மாத்தப்போறேன்' என்று அழுதாள். 'நம்பர மாத்தினாலும் அந்த ஆளு கண்டுபிடிக்கத்தான் போறான்' என்று ஹரிதா நினைவூட்டினாள். 'இருந்தாலும் உன்னோட நகர்வுகள் அந்த ஆளுக்கு எப்படித் தெரியுது' என்று அவள் பயந்தாள். 'உன்ன அந்த ஆளு ஃபாலோ பண்றான், ஜெஸபெல்' என்று அவள் கவலைப்பட்டாள். அன்றும் ஜெஸபெல் உறக்கத்தை இழந்தாள். அவள் பிரசாந்தை அழைத்தாள். பிரசாந்த் அவளுக்குத் தைரியம் கொடுக்க முயன்றான். அதற்குப் பிறகான சில நாட்கள் ஜார்ஜ் ஜெரோம் மரக்காரன் அழைக்கவில்லையென்றாலும் ஜெஸபெல் அவனுடைய அழைப்பை எப்போதும் எதிர்பார்த்தாள். ஒரு நாள் ஹரிதா அவளைக் கட்டாயப்படுத்தி அழகு நிலையத்துக்குக் கூட்டிச்சென்றாள். வேக்ஸிங்கும் மஸாஜும் செய்யவைத்தாள். 'ஹரிதாக்கா இல்லாம இருந்திருந்தா நான் என்ன செய்வேன்' என்று ஜெஸபெல் உணர்ச்சிவசப்பட்டபோது 'நான் கூட இருக்கேன்' என்று ஹரிதா சமாதானப்படுத்தினாள். அன்று இரவு ஜார்ஜ் ஜெரோம் மரக்காரன் அழைத்தான் - 'நீ கக்கத்துலயும் தொடையிலயும் முடியப் புடுங்கி மினுமினுப்பாக்கறது யாருக்குக் காட்டறதுக்குடீ?' அன்றும் ஜெஸபெல்லின் தூக்கம்

போனது. அடுத்தநாள் மருத்துவக் கல்லூரிக்கு போலீஸ் வந்தது. அவளுடைய ஸ்கூட்டர் பெட்டியில் இருந்து போதை மருந்தைக் கைப்பற்றினர்.

"உங்களுக்கு எதிரா எத்தனை கேஸ்கள் இருக்கு, டாக்டரே?"

நீதிமன்றத்தில் எல்லோரும் கேட்கிறார்கள் என்பதை உறுதிப்படுத்திக்கொள்வதற்கு வேண்டிய அளவு குரலை உயர்த்தித்தான் எதிர்த்தரப்பு வக்கீல் கேட்டார்.

"முறைகேடான உறவு, குழந்தைக் கடத்தல், கணவனைக் கொல்ல முயன்றது, போதை மருந்து உபயோகம்... - இவ்வளவுதான் இருக்கா? இல்லை நான் எதையாவது விட்டுவிட்டேனா?"

யாரெல்லாமோ உரக்கச் சிரித்தனர். ஜெஸபெல் அமைதியாக நின்றாள்.

"இல்லை, இந்த போதை மருந்து கேஸில் இருந்து நீங்கள் நழுவியது எப்படி என்று நீதிமன்றத்துக்கு முன்னால் கொஞ்சம் விவரிக்கமுடியுமா?"

'சில நாட்களில் மனிதர்கள் மரணத்தைத் தேடுவார்கள், ஆனால் கண்டுபிடிக்க முடியாது; அவர்கள் சாக விரும்புவார்கள், ஆனால், மரணம் அவர்களிடமிருந்து ஓடிப்போகும்' என்று சொல்ல ஜெஸபெல் ஆசைப்பட்டாள். 'பெண் மருத்துவரின் ஸ்கூட்டரில் இருந்து போதை மருந்து கைப்பற்றப்பட்டது' என்ற செய்தி வெளியே வந்த அன்று உண்மையிலேயே அவள் இறக்க விரும்பியிருந்தாள்.

டாக்டர் குரியன் பி. ஜார்ஜின் உத்தரவின்பேரில் ஜூனியர் ரெஸிடெண்ட் ஆனா இர்ஷாத் முஹமதுவுக்கு உதவுவதற்காகப் பிரசவ அறைக்கு அப்போதுதான் போயிருந்தாள் ஜெஸபெல். சுமிதா என்ற செவிலி வந்து டாக்டர் ஹரிதா அழைப்பதாகச் சொன்னாள். ஜெஸபெல் பிரசவ அறையின் கண்ணாடிக் கதவைத் திறந்து தலையை வெளியே நீட்டினாள். ஜெஸபெல்லின் ஸ்கூட்டரைக் கடன் கேட்பதற்காக வந்திருந்தாள் ஹரிதா. ஜெஸபெல் அறைக்குத் திரும்பிச் சென்று பர்ஸில் இருந்து சாவியை எடுத்தாள். 'ஜெஸபெல் எங்க போறீங்க' என்று இர்ஷாத் பதறினான். 'எங்கேயும் போகல' என்று ஜெஸபெல் சமாதானப்படுத்தினாள்.

அவர்களுக்கு முன்னால் இருந்தது ஒரு பிரச்சனைக்குரிய கேஸ். நோயாளி, கணவனிடம் உதைவாங்கி ரத்தம் போகின்ற இருபத்தியிரண்டு வயதுக்காரி. உணர்விழந்த நிலையிலும் அவளுடைய முகத்தில் அதிர்ச்சி பாவம் நிறைந்திருந்தது. அறுவைச்சிகிச்சைக்கு அதிக நேரம் தேவைப்பட்டது. அறுவைச்சிகிச்சை நிபுணர் வெளியே எடுத்த உடல் ஒரு பெண்குழந்தையுடையதாக இருந்தது. அவள் தாயின் வயிற்றில் இறந்த நிலையில் இருந்தாள். இரண்டு கைகளும் தளர்ந்து தொங்கிக்கொண்டிருந்தன. கால்கள் நீண்டு விறைத்துக் கிடந்தன. குழந்தையின் வாய் கதறியதுபோன்று பாதி திறந்திருந்தது. ஜெஸபெல் குழந்தையின் இதயத்துடிப்பைப் பரிசோதித்தாள். குழந்தைக்குச் செயற்கைச் சுவாசம் கொடுப்பதற்காக பேக் - வால்வ் - மாஸ்க் வெண்டிலேஷன் செய்தாள். ஜெஸபெல்லின் கையுறை அணிந்த விரல்களுக்கிடையில் குழந்தை உடல் நனைந்த துணிப்பொம்மை போன்று தொங்கிக்கொண்டிருந்தது. வரதட்சணையாகக் கிடைக்கவேண்டிய பாக்கி இரண்டு பவுன் தங்கத்துக்காகத்தான் இளம்பெண் உதைவாங்கினாள் என்று செவிலியர் குசுகுசுவென்று பேசிக்கொண்டார்கள். ஜெஸபெல் அந்தக் குழந்தை உடலைச் சுத்தம் செய்து அவளுடைய முகத்தைப் பார்த்தாள். அடர்த்தியான கண்ணிமைகள் உள்ள கண்கள் பயப்பட்டதுபோன்று இறுக மூடியிருந்தன. ஜெஸபெல் அவளைப் பார்க்காமல் இருக்க முயன்றாள். ரிப்போர்ட் எழுதுவது எப்படியென்று இர்ஷாத்துக்குச் சொல்லிக் கொடுத்துக்கொண்டிருக்கையில் போலீஸ் வந்திருப்பதாகவும் சூரியன் சாரின் அறைக்குச் செல்லவேண்டுமென்றும் தெரிவிப்பதற்கு உதவியாளர் ஓடிவந்தார்.

பிற்காலத்தில் அதைப்பற்றிச் சிந்தித்தபோது, தான் எப்படி சூரியன் சாருடைய அறைக்குச் சென்றோம் என்று நினைவுபடுத்திப் பார்க்க ஜெஸபெல்லால் முடியவில்லை. ஆட்டோரிக்ஷாவிலா? அல்லது நடந்தா? சட்டகமிட்டு மாட்டிவைத்திருந்த ஹிப்போகிரட்டஸின் படத்துக்குக் கீழே கவலை நிறைந்த முகத்தோடு சூரியன் சார் உட்கார்ந்திருந்தார். அவருக்கு முன்னால் கிளீன் சேவ் செய்த இருண்ட நிறமுள்ள திடகாத்திரமான எஸ்.ஐ. உட்கார்ந்திருந்தார். தொப்பை உள்ள, கொலஸ்ட்ரால் கூடிய லட்சணத்துடன் ஒரு போலீஸ்காரர் பின்னால் கை கட்டி நின்றுகொண்டிருந்தார். பிற்காலத்தில் அங்கே நடந்த உரையாடல்களையும் அவளால் நினைவுபடுத்த

முடியவில்லை. சூரியன் சார் அவளிடம் 'உன்னுடைய ஸ்கூட்டர் எங்கே' என்று கேட்டிருப்பார். அவள் டாக்டர் ஹரிதாவைக் கூப்பிட்டிருப்பாள். டாக்டர் ஹரிதாவிடம் தான் என்ன கேட்டோம் என்பதைக்கூட அவளால் நினைவுபடுத்த முடியவில்லை. ஆனால், அவளுடைய பதிலும் அதைச் சொல்லும்போதிருந்த அவளுடைய செயற்கையான கோபமும் அவளுடைய காதுகளில் அவ்வப்போது முழங்கியது: 'உனக்கென்ன பைத்தியமா புள்ள? எனக்கெதுக்கு உன்னோட ஸ்கூட்டர்? நான் கார்லதானே வாரேன்? அதுவுமில்லாம எனக்கு ஸ்கூட்டர் ஓட்டத்தெரியாதே...'

அவளுடைய ஸ்கூட்டரில் இருந்து ஒன்றரைக்கிலோ கஞ்சா கிடைத்ததாக எஸ்.ஐ. தெரிவித்தார். 'கஞ்சாவா? என்னோட ஸ்கூட்டரிலா?' என்று ஜெஸபெல் அதிர்ந்துபோனாள். ஜெஸபெல்லின் கண்களை இருள் சூழ்ந்தது. சாவியை எங்கே வைப்பீர்கள் என்று எஸ்.ஐ. கேட்டார். ஜெஸபெல் பர்ஸைக் கொடுத்தாள். அதில் சாவி இல்லை. வேறு பேக் எதுவும் இருக்கா என்று எஸ்.ஐ. கேட்டார். அவள் டியூட்டி அறைக்குப் போனாள். எஸ்.ஐ.யும் சூரியன் சாரும் உடன் சென்றனர். பேக் மேசைமேல் இருந்தது. அதற்குள் சாவியும் இருந்தது. ஆனால், ஜெஸபெல் காலையிலிருந்து இங்கே இருக்கவில்லை என்று சூரியன் சார் உறுதியாகச் சொன்னார். அப்போது எஸ்.ஐ. யோசனையில் ஆழ்ந்தார்.

"நீங்க சாவி கொடுத்தேன்னு சொல்ற டாக்டர் அதை வாங்கலைன்னு சொல்றாங்க. சாவி கொடுத்ததுக்கோ வாங்கினதுக்கோ சாட்சிகள் யாராவது இருக்காங்களா?"

ஜெஸபெல்லுக்கு செவிலி சுமிதாவை நினைவு வந்தது. சூரியன் சார் சுமிதாவை அழைத்தார். ஹரிதா மேடம் ஜெஸபெல் மேடத்தைக் கூப்பிடச் சொல்லிச் சொன்னார் என்று சுமிதா ஒத்துக்கொண்டாள். ஆனால், சாவி கொடுப்பதை அவள் பார்க்கவில்லை. சாவி கொடுத்ததற்கு யாராவது சாட்சி இருக்காங்களா? எஸ்.ஐ. அவளைத் தோண்டித் துருவிக் கேள்வி கேட்டார். ஸ்கூட்டர் சாவியை பர்ஸில்தான் வைத்திருப்பேன் என்று முன்பு சொன்னது பொய்யா? பேக்கில் ஒருபோதும் வைப்பதில்லையா? முன்னாடி சொன்ன டாக்டர் எதற்காக உங்களுடைய சாவியை வாங்கினார்? அந்த டாக்டருக்கு இதற்கு முன்பு இவ்வாறு சாவி கொடுத்திருக்கீங்களா? அந்த

டாக்டர் ஹாஸ்பிடலுக்கு ஸ்கூட்டரில் வாராங்களா காரில் வாராங்களா? கார் வச்சிருக்கும் டாக்டர் சாவி வேண்டுமென்று சொன்னபோது எதற்காக என்று கேட்கலையா? யாராவது சாவி கேட்டால் எதற்காக என்றுகூடக் கேட்காமல் உடனே எடுத்துக் கொடுப்பீர்களா? எஸ்.ஐ.யின் குரல் மேலும் மேலும் கடுத்தது. ஜெஸபெல்லின் சக்தி மேலும் மேலும் குறைந்தது. 'நான் எப்படிப்பட்டவன்னு என்கூட வேல பார்க்கறவங்ககிட்டக் கேட்டாத் தெரியும்' என்று ஜெஸபெல் கரகரத்த குரலில் சொன்னாள். அதைக் கேட்டு எஸ்.ஐ. ஏளனத்துடன் சிரித்தார்.

"அதெல்லாம் நாங்க விசாரிச்சாச்சு. டாக்டர் ரொம்ப புத்திசாலி டாக்டர்ன்னு எங்களுக்குத் தெரியும். ஆனா, கோமாவுல இருக்கற கணவன விட்டுட்டு வந்தவங்கதானே? எதைச் செய்யறதுக்கும் மனவலிமை உள்ள ஒரு பெண் என்பதல்லவா அதோட அர்த்தம்? டாக்டர், ஸாரி, நீங்கள் சொல்றதுக்கு ஒரு சப்போட்டிங் எவிடென்ஸ்கூட இல்லைன்னா நாங்க உங்கள அரஸ்ட் பண்ணவேண்டி வரும். ஒன்றரைக்கிலோ கஞ்சா இருக்கு. பெயில் கிடைக்காத செக்ஷன்..."

கண்களில் கூரிருள் பாய்ந்தேறுவதை ஜெஸபெல் அனுபவித்துக் கொண்டிருந்தாள். மூளைக்குச் செல்லும் ரத்தப்பிரவாகம் தடைபடுகிறது - அவள் நடுங்கினாள். ஸின்கோப். ரிஃப்ளக்ஸ் ஸின்கோப். ஒரு பயங்கர நிமிடத்தை எதிர்கொள்வதற்கான உடலின் மாய வித்தை. அவளுக்குச் சுய வெறுப்புத் தோன்றியது. விலங்கிடப்பட்ட கைகளோடு மருத்துவக் கல்லூரியின் படிகள் இறங்குவதையும் காவல்நிலையத்தின் படிக்கட்டுகள் ஏறுவதையும் லாக்கப்பின் கம்பிகளைப் பிடித்து நிற்கவேண்டி வருவதையும் தவிர்க்கவேண்டுமென்றால் பூமி பிளந்து உள்ளே போயாகவேண்டும்.

குரியன் சார் அவளைவிட அதிர்ந்துபோயிருந்தார். அவர் பிரசவ அறையில் இருந்தவர்களை ஒவ்வொருவராக வரவழைத்தார். யாரும் எதையும் பார்க்கவில்லை. இறுதியில்தான் இர்ஷாத் முஹமத் வந்தான். ஸ்கூட்டர் சாவியை டாக்டர் ஹரிதா வாங்கியதைத் தான் பார்த்ததாக இர்ஷாத் சொன்னான். எஸ்.ஐ. அவனைத் தீவிரமாக விசாரித்தார். எல்லாக் கண்களும் தன்னைநோக்கித் திரும்புவதன் அசௌகரியத்தில் இர்ஷாத்தின் வெளுத்த முகம் சிவந்துபோனது. ஆனால், அவன் உறுதியாகச் சொன்னான் - நான் பார்த்தேன், சுமிதா சிஸ்டர் வந்ததையும்

ஜெஸபெல் பேபி ரூமுக்கு வெளியே தலை நீட்டியதையும் நான் பார்த்தேன். அங்கே ஹரிதா மேடம் நிற்பதை நான் பார்த்தேன். ஜெஸபெல் உள்ளே வந்து பர்ஸைத் திறந்து, கீ எடுத்தாங்க. எங்கே போறீங்கன்னு கேட்டபோது நான் எங்கேயும் போகல என்று சொன்னாங்க. ஜெஸபெல் எங்கேயும் போகவில்லை. ஜெஸபெல் அந்தக் குழந்தையக் காப்பாத்தறதுக்குப் போராடிட்டு இருந்தாங்க - இர்ஷாதின் குரல் உறுதிப்பட்டது. கடைசியில் எஸ்.ஐ. ஜெஸபெல்லை நோக்கித் திரும்பி, 'இது சாதாரண விசயமில்லை, டாக்டர். உங்கமேல யாருக்கோ கடுமையான பகை இருக்கு' என்று சொன்னார். அந்த நேரத்தில் அவளுக்குப் பதில் சொல்வதற்கான சக்தி இருக்கவில்லை. 'தேவைப்பட்டால் திரும்பவும் வருவேன்' என்று சொல்லி எஸ்.ஐ. சென்றுவிட்டார். அவள், குரியன் சாருக்கும் சக ஊழியர்களுக்கும் முன்னால் அவமானத்துடன் நின்றாள்.

அன்றைய தொலைக்காட்சிச் செய்திகளிலும் அடுத்தநாளைய நாளிதழ்களிலும் மருத்துவக் கல்லூரியில் மருத்துவரின் ஸ்கூட்டரில் இருந்து போதைப்பொருள்களைக் கண்டுபிடித்ததன் செய்தி அவளுடைய பெயரை வெளிப்படுத்தாமல் வெளியிட்டிருந்தனர். இருந்தாலும் யார் அந்த மருத்துவர் என்று மருத்துவக் கல்லூரியில் பிரசித்தம் ஆகியிருந்தது. அன்று ஜெஸபெல் வெளியே செல்வதற்குப் பயந்தாள். ஃபோனை அணைத்து வைத்தாள். அறையைச் சார்த்திக்கொண்டு இருட்டிலேயே உட்கார்ந்திருந்தாள். பகல் வெளிச்சம் அறையின் சந்துகள் வழியாக எட்டிப்பார்த்தது. அவள் வெளிச்சத்தை வெறுத்தாள். வெளிச்சம் நுழைந்து வந்த ஒவ்வொரு சந்தையும் வெறுத்தாள். கண்களை இறுகமூடி அவள் இருட்டுக்கு வலுவூட்டினாள். அவளுடைய கண்ணுக்கு முன்னால் நினைவுகள் சுருள்களாகப் பறந்தன. சுருள்களில் இருந்து அவள் தனது பால்யத்தையும் இளமைப்பருவத்தையும் வாசித்தாள். அவள் நடந்த வழிகளைப் பார்த்தாள். அவள் சிரித்த சிரிப்புகளைக் கேட்டாள். டாக்டர் ஹரிதா திட்டுவதைக் கேட்டாள். அவளுக்கு அழுகை வந்தது. அவர்கள் சேர்ந்து பார்த்த திரைப்படங்களையும் சேர்ந்து உண்ட உணவுகளையும் சேர்ந்து நடந்த வழிகளையும் அவள் வேதனையுடன் நினைவுகூர்ந்தாள். 'நான் நம்பியவளும் என்னுடைய உணவைப் பங்கிட்டுக்கொண்டவளுமான உயிர்த்தோழி எனக்கு எதிராகக் குதிகால் உயர்த்தியது எதற்கு' என்று அவள் விசனப்பட்டாள். இல்லாவிட்டால், ஜெரோம்

ஜார்ஜ் மரக்காரன் காரணமின்றித் தனக்கெதிராக வலை விரித்ததும் காரணமின்றித் தன்னை வீழ்த்துவதற்குக் குழி தோண்டியதும் எதற்காக? இல்லாவிட்டாலும், மனிதர்கள் ஒருவருக்கொருவர் குதிகால் வெட்டுவது எதற்காக என்று நமக்கு எப்படித் தெரியும்? சிலருக்கு ஆத்ம நிறைவு அனுபவப்படுவது, எதிர்பாராத நாசத்தில் மற்றவர்கள் புலம்புவதைப் பார்க்கும்போதாக இருக்கும். தமது மக்களை நரக வேதனைக்கு இறையாக்கித் தம் பெருமையை உறுதிப்படுத்திக்கொள்கின்ற தீர்க்கதரிசிகள் அம்மக்கள் மூலமாகத் தூதுவச் செயல்பாடுகளை நிறைவுசெய்துகொள்வார்களாக இருக்கும்.

ஆனால், அந்தச் சோதனைக்கட்டத்தைத் தாண்டுவது எளிதாக இருக்கவில்லை. காலையில் கதவைத் திறக்கும்போது அப்பா தாவிக்குதித்துத் தன்னைக் குத்தி வீழ்த்துவதையும் அம்மா வறக்காஃபியில் விஷம் கலந்து கொடுப்பதையும் கற்பனையில் கண்டு ஜெஸபெல் நடுங்கிவிட்டாள். மருத்துவக் கல்லூரியில் தனது கைப்பைக்குள் இருந்து ஒரு குழந்தையின் சடலத்தையும் ஸ்கூட்டர் பெட்டிக்குள் இருந்து ஒரு பெண்ணின் தலையையும் போலீஸ் வெளியே எடுப்பதை அவள் கண் முன்னால் கண்டாள். ஏபெல் அவளை அன்போடு அழைத்து மூன்றாம் தளத்திலிருந்து தள்ளிவிடுவதையும் அஹானாவும் ரமிதாவும் சேர்ந்து தன்னுடைய நிர்வாணப் படங்களை யூ டியூப்பில் வெளியிடுவதையும் பார்த்து அவள் பயந்து வியர்த்துப்போனாள். உடல் தார் போன்று தீப்பிடித்துக் கெட்ட வாடையுள்ள கரும்புகையைக் கக்கியது. அதன்பிறகு, பரலோகத்திலிருந்து சொல்வதாக ஒரு ஒலியை அவள் கேட்டாள் - ‘எழுது, இப்போதிலிருந்து கர்த்தருக்குள் மரிக்கிறவர்கள் பாக்கியவான்கள்.’

பிரசாந்த் குறித்துக் கொடுத்த மருந்துகளில் ஒன்றை அளவுக்கு அதிகமாக எடுத்துக்கொண்டு எல்லாப் பிரச்சனைகளையும் ஒரேயடியாகத் தீர்த்துவிடலாம் என்று அவள் முடிவெடுத்தாள். மூன்று மருந்துக்கடைகளில் இருந்து அவள் மாத்திரைகளைச் சேகரித்தாள். நான்காவது மருந்துக்கடையில் நிற்கும்போது சூரியன் சார் அந்த வழியாக வந்தார். ‘நீயெங்க இங்க’ என்று கேட்டுக்கொண்டு அவளுடைய கையில் இருந்த மருந்துச்சீட்டை வாங்கிப் பார்த்தார், ‘இதெல்லாமா நீ சாப்பிடறே’ என்று திட்டினார். ‘கம் டு மை ரூம், ரைட் நௌ’ என்று உத்தரவிட்டார்.

நடுங்கும் உடலோடு அவருடைய காருக்குப் பின்னால் ஸ்கூட்டர் ஓட்டும்போதும் அறைக்குள் நுழைந்தபோதும் ஜெஸபெல்லுக்குத் தான் செத்துவிட்டதாகத் தோன்றியது. சாருக்கு முன்னால் அவள் வாடிய மரக்கன்று போன்று உணர்வற்று உட்கார்ந்தாள். அவளைப் பார்த்தபோது குரியன் சாரின் முகத்தில் கோபதாபங்களும் பின்னர் கவலையின் பேரலையும் உண்டாயின.

"உனக்கு வேண்டி நான் ஒரு டைம் டேபிள் தயார் பண்ணியிருக்கேன். இன்றைக்கிலிருந்து இதுவாத்தான் இருக்கும், உன்னோட ஷெட்யூல்..."

நிறைந்து வடிந்த கண்களைத் துடைத்துக்கொண்டு ஜெஸபெல் அவர் நீட்டிய தாளை வாசிக்க முயன்றாள். காலையில் எட்டு மணிக்கு வந்துவிடவேண்டும். பி.ஜி. ஸ்டூடண்ட்டுகளுடன் ஒவ்வொரு நாளுக்கும் உரிய டாபிக்கை விவாதிக்க வேண்டும். அது முடிந்ததும் அவர்களுடன் ரவுண்ட்ஸ் போகவேண்டும். அதன்பிறகு ஹெச்.ஓ.டி.யுடன் செல்லவேண்டிய முதன்மையான ரவுண்ட்ஸ். அதுவும் முடிந்தபிறகு செய்யவேண்டி உள்ளதை வாசித்துவிட்டு அவள் வியப்போடு அவரைப் பார்த்தாள். குரியன் சார் கண்ணாடியைக் கழற்றித் துடைத்துத் திரும்பவும் அணிந்துகொண்டு நாற்காலியில் சாய்ந்து அமர்ந்தார்.

"அண்டர் கிராஜுவேட்ஸ்க்கு நான் எடுக்கவேண்டிய கிளாஸ உனக்குக் கொடுக்கறேன்..."

குரியன் சார் அவளை அன்போடு பார்த்தார்.

"மகளே, நீ ரொம்பதூரம் போகறதுக்கு இருக்கு. மத்தவங்க உன்னோட கால வாரி விடுவாங்க, பின்னால இருந்து குத்துவாங்க, ஆனா, விழுந்துடாத."

ஜெஸபெல் விம்மிவிட்டாள். ஒரு வழியாக வீட்டுக்கு வந்துசேர்ந்து அறைக்குள் நுழைந்து கதவை அடைத்துக்கொண்டு அவள் ஓங்கி அழுதாள். தன்னுடைய அழுகையின் ஓசை காதுகளில் ஒலிப்பதைக் கேட்டுக் கேட்டு உறங்கிப்போனாள். அடுத்தநாள், முதலாவது வகுப்பு எடுப்பதற்கு நோட்ஸைத் திருப்பிப் பார்த்துக்கொண்டு டியூட்டி அறையில் உட்கார்ந்திருக்கும்போதும் அவளுடைய காதுகளில் ஒரு அழுகை ஒலித்தது. ஆனால் அது தன்னுடைய கதறலன்று, ஏதோ குழந்தையுடையது என்பதைப்

புரிந்துகொண்டபோது அவள் எழுந்து வெளியே சென்றாள். இளம் தம்பதிகளின் ஒன்றரை வயதுள்ள ஒரு ஆண் குழந்தையாக இருந்தது அது. சுடிதார் உடுத்திய தாயின் தோளில் கிடந்து குழந்தை நெளிந்து புரண்டுகொண்டு தன்னுடைய நெற்றியையே பிடித்து இழுத்துக்கொண்டிருந்தது. குழந்தையின் அழுகை ஒலியில் இருந்தே அதனுடைய மூக்கில் ஏதோ சிக்கியிருக்கிறது என்று ஜெஸபெல் யூகித்தாள். குழந்தை முந்தையநாள் இரவு முதல் அழுகிறது என்று தாய் வருத்தப்பட்டார். அவள் தொடக்கநிலைப் பரிசோதனைகளை நடத்தினாள். மூக்கில் ஏதோ சிக்கியிருப்பதாகத் தோன்றுகிறது என்று அவள் சொன்னபோது வாய்ப்பே இல்லை என்று பெற்றவர்கள் வாதிட்டனர். அவள் தன்னுடன் படித்த லால் மோகனின் எண்ணுக்கு அழைத்தாள். அவன் இ.என்.டி.யில் இருந்தான். அவர்களுடன் அவளும் சென்றாள். தன்னுடைய அனுமானம் சரிதான் என்று அவள் அவளுக்கே உணர்த்தவேண்டியிருந்தது. லால் மோகன் குழந்தையைப் பரிசோதித்தான். குழந்தையின் தலை அசையாமல் அவளும் தாயுடன் சேர்ந்து பிடித்துக்கொண்டாள். குதறல்களுக்கும் திமிறல்களுக்கும் இடையில் குழந்தை அவளுடைய கைக்கு வந்துவிட்டது. லால் மோகன் அவனுடைய மூக்கில் இருந்து ரத்தமும் சீழும் புரண்ட சிறிய கல் ஒன்றை வெளியே எடுத்தான். குழந்தை உடனே அழுகையை நிறுத்திவிட்டது. கல்லைப் பார்த்தது. தன்னுடைய மூக்கைத் தடவியது. பின்னர் கண்ணீர் வடிகின்ற கண்களும் சளி ஒழுகுகின்ற மூக்குமாக வெட்கப்பட்டுச் சிரித்தான். அதைப் பார்த்து அவனுடைய அப்பா ஆசுவாசத்தோடும் அம்மா கண்ணீரோடும் சிரித்தனர். தானும் சிரிப்பதை ஜெஸபெல் உணர்ந்தாள். அவள் குழந்தையின் முகத்தைத் துடைத்துவிட்டுத் தன்னுடைய ஸ்டெதஸ்கோப்பை அவனுடைய கழுத்தில் மாட்டிவிட்டு அவனைச் சிரிக்கவைத்தாள்.

அவர்களிடம் விடைபெற்றுக்கொண்டு வகுப்புக்குப் போகும்போது அவள் சிரித்துக்கொண்டிருந்தாள். அந்தச் சிரிப்போடுதான் அவள் மாணவர்களுக்கு முன்னால் சென்றாள். சூரியன் சார் வகுப்பின் கடைசி இருக்கையில் உட்கார்ந்திருந்தார். ‘ஒரு பீடியாட்ரீஷியனுக்கும் மற்ற டாக்டர்களுக்கும் இடையில் பெரிய வேறுபாடு இருக்கிறது... அமர்ந்திருக்கும் பறவையைச் சுடுபவர்கள்தான் மற்ற டாக்டர்கள். நாம் பறக்கின்ற பறவையைச் சுடுபவர்கள். குழந்தைகள் பறக்கின்ற பறவை மாதிரி. வயதுக்கு

ஏற்ப அவர்களின் நோயைக் கண்டுபிடிப்பதற்கான அளவுகோல் மாறுகிறது. பீடியாட்ரீஷியனுக்குப் பணம் மட்டுமல்ல, பிரதிபலன். குழந்தைகளின் சிரிப்பும்கூடத்தான். சிரித்த முகத்துடன் குழந்தைகளை அனுப்பும்போதுதான் பீடியாட்ரீஷியனின் வேலை நிறைவடைகிறது' என்று கூறிக் கற்றுக்கொடுக்கத் தொடங்கும்போது அவளுடைய நினைவில் காலையில் பார்த்த குழந்தையின் முகமும் இருந்தது. அவனுடைய பூவிதழ்கள் போன்றிருக்கும் உடலின் தீண்டலும் பால் மணமும் நினைவில் இருந்தன. அவளுக்கு அதுவரை பார்த்த எல்லாப் பிஞ்சுமுகங்களும் நினைவுக்கு வந்துகொண்டிருந்தன. அவர்களையெல்லாம் திரும்பவும் அழைத்து அன்பையும் பாசத்தையும் வாரிச்சொரிந்திட அவள் ஏங்கினாள்.

வகுப்பு வெற்றியடைந்திருந்தது. மாணவர்கள் வகுப்புக்குப் பிறகு அவளைச் சூழ்ந்துகொண்டனர். அவர்களுடைய சந்தேகங்களைத் தீர்த்துவைத்து, அனுபவங்களைப் பகிர்ந்துகொண்டு நேரத்தைச் செலவிடும்போது நெஞ்சில் தங்கியிருந்த பெரிய பாரம் கரைவதை அவள் அறிந்தாள். துறையை அடைந்தபோது சூரியன் சாரிடம் வகுப்பு எப்படி இருந்தது என்று அவள் கேட்டாள். அவர் செயற்கையான கோபத்துடன், 'ரொம்ப போரா இருந்துச்சு. அதனால இன்னும் ரெண்டு கிளாஸுங்கூடக் கொடுக்கலாம்னு முடிவுபண்ணியிருக்கேன்' என்று சொன்னபோது அவள் இன்னொருமுறையும் துயரங்களை மறந்து சிரித்தாள். தனக்குச் சிரிப்பதற்கு எவ்வளவு சிறிய காரணங்கள் போதுமாக இருக்கின்றன என்று நினைத்துப் பிற்காலத்தில் நீதிமன்றத்தில் நிற்கும்போதுகூட அவளுக்குச் சிரிப்பு வந்தது.

"பேக்கில் இருந்து கஞ்சா பிடித்த விசயத்தைக் கேட்கும்போது கூடச் சிரிப்பீர்களா? நல்லா இருக்கு, டாக்டரே!"

வக்கீலின் குரல் கடுத்தது. நீதிபதியின் முகம் அதைவிடக் கடுத்தது.

மகா சம்ஹாரத்தின் நாளில் கோபுரங்கள் விழுந்து தகரும்போது உன்னதமான பர்வதங்களிலும் குன்றுகளிலும் நிறைந்த வெள்ளத்தோடு அருவிகள் தோன்றுமென்று சொல்வதற்கு ஜெஸபெல் ஆசைப்பட்டாள். சொன்னாலும் அவர்களுக்குப் புரியப்போவதில்லை. எந்தக் கதையிலும் சில கதைப்பாத்திரங்கள் ஒருபோதும் வெளிப்படுத்தப்படாமல் இருப்பார்கள் அல்லவா.

அவர்கள் வெளிப்படுகின்ற நிமிடத்தில் கதை வேறொன்றாகிப் போய்விடுகிறதல்லவா.

சூரியன் சாரிடம் விடைபெற்றுக்கொண்டு வெளியே வரும்போது ஸெபின் அவளுக்காகக் காத்துக்கொண்டிருந்தான். அவனுடைய முகம் மேலதிகமாகக் கருவளித்துக்கிடந்தது. அவன் மிகவும் பருத்துப்போயிருந்தான். 'இவ்வளவு நடந்துங்கூட ஜெஸபெல் ஏன் என்னக் கூப்பிடல' என்று அவன் மூச்சுத்திணறலோடு கேட்டான். 'ஓ, உன்னையும் எதுக்குத் தொந்தரவு செய்யணும்னுதான்' என்று அவள் வருத்தப்பட்டாள்.

"இந்தமாதிரி பிரச்சனையெல்லாம் வாரபோது சமாளிக்கறதுக்கு என்னைமாதிரி ஆளுங்கதான் நல்லது..."

போலீஸ் வந்தவுடனேயே சொல்லாமல் இருந்ததால் பத்திரிகையில் செய்தி வந்ததைத் தடுக்கமுடியாமல் போய்விட்டது என்பதாக இருந்தது அவனுடைய ஆதங்கம். வழக்கைக் குறித்துப் பயப்படவேண்டாம் என்று அவன் சொன்னான். குற்றத்தை ஒத்துக்கொள்வதற்கு அதைச் செய்தவன் போய்விடுவான் என்று உறுதியளித்தான். செய்தது கஞ்சா சுரேஷ் என்ற போதை மருந்து விற்பவன் என்றும் அவனை வைத்து வெளியே இருந்து யாரோ செய்யவைத்திருக்கிறார்கள் என்றும் ஸெபின் சொன்னான். அவன் கஞ்சாவைக் கொண்டுவந்திருந்தான். அதை ஜெஸபெல்லின் ஸ்கூட்டரில் வைக்கவும் போலீசை அழைத்துச் சொல்லவும் பத்தாயிரம் ரூபாய் கூலி. 'உன்னோட மாமனாராத்தான் இருக்கும்' என்று ஸெபின் சொன்னபோது ஜெஸபெல்லின் தலையில் நட்சத்திரங்கள் மின்னின. ஜார்ஜ் ஜெரோம் மரக்காரனுக்குக் குரூரமாகப் பேசுவதற்கு முடியுமென்று அவளுக்குத் தெரியும். ஆனால், இவ்வளவு குரூரமாகச் செயல்படுவதற்கும் முடியுமென்று அவள் எதிர்பார்க்கவில்லை. 'நீ ஒரு வார்த்தை சொன்னாப் போதும். நான் ஒருக்கா அங்க வரைக்கும் போயிட்டு வாரேன்.' என்று ஸெபின் அவளைச் சமாதானப்படுத்தினான். 'இருந்தாலும் நீ எனக்கு வேண்டி இவ்வளவு கஷ்டப்படறே' என்று அவள் உணர்ச்சிவசப்பட்டாள். ஸெபின் அவளை ஆராதனையோடு பார்த்தான். 'உனக்காக இதாவது செய்ய முடியுதே, ஜெஸபெல்' என்று நேசத்தோடு முணுமுணுத்தான். இப்படியாக ஜெஸபெல்லைத் திரும்பவும் ஒருமுறை அழவைத்தான்.

ஸெபின் கொடுத்த வாக்கைக் காப்பாற்றினான். குற்றத்தை கஞ்சா சுரேஷ் ஒப்புக்கொண்டான். 'டாக்டரின் ஸ்கூட்டரில் கஞ்சா ஒளித்து வைத்தவனை போலீஸ் பிடித்தது' என்ற செய்தி அடுத்த நாள் பத்திரிகையில் வந்தது. அவ்வாறாக போதைமருந்து வழக்கிலிருந்து ஜெஸபெல் தப்பித்தாள். இருந்தாலும், ஹரிதா எதற்காகத் தனக்குச் சதி செய்தாள் என்ற கேள்விக்குப் பல மாதங்களுக்குப் பிறகுதான் அவளுக்குப் பதில் கிடைத்தது.

'கைனகாலஜி ஸீனியர் ரெஸிடெண்ட்டோட குழந்தை அனங்கக்கூடமாட்டேங்குது. கொஞ்சம் சீக்கிரம் வா, அக்கா' என்று ஜூனியர் ரெஸிடெண்ட் கீதா வந்து அழைத்தபோது ஜெஸபெல் வாசித்துக்கொண்டிருந்த புத்தகத்தை மூடி வைத்துவிட்டு ஓடினாள். உடல் நீலம்பாய்ந்து மரத்துப்போயும் கண்மணிகள் வெறித்தும் கிடக்கும் மூன்று வயதுக்காரியைப் பார்த்த கணத்திலேயே ஜெஸபெல்லுக்கு விஷம் ஏறியிருப்பது தெளிவாகிவிட்டது. உள்ளே சென்ற விஷம் என்னவென்றுகூட அவள் உறுதிப்படுத்தியிருந்தாள். குழந்தையின் தாய் எங்கே என்று கேட்டபோதுதான் அழுது வீங்கிய முகத்துடன் நிற்கின்ற பெண்ணை அவள் பார்த்தாள். போதை மருந்துக் கேசுக்குப் பிறகு அவர்கள் முதன்முறையாக ஒருவரையொருவர் பார்த்துக்கொள்கின்றனர். டாக்டர் ஹரிதா சதானந்தனின் முகம் வெளிறிப்போனது. 'குரியன் சாரக் கூப்பிடுங்க' என்று அவள் கீதாவிடம் ஆர்ப்பாட்டம் செய்தாள். 'என் குழந்தைய இந்தப் பொண்ணு பரிசோதிக்க வேண்டாம், எனக்கு இவங்கமேல நம்பிக்கை இல்லை' என்ற கத்தலை ஜெஸபெல் கேட்டதாகக் காட்டிக்கொள்ளவில்லை. 'குழந்தை விஷம் எதாச்சும் சாப்பிட்டுச்சா?' - ஜெஸபெல் கேட்டாள். 'இது கார்டியாக் பிராபளம், குரியன் சாரக் கூப்பிடுங்க' - ஹரிதா குரல் உயர்த்தினாள். செவிலியரும் ஜூனியர் ரெஸிடெண்ட்களும் திடுக்கிட்டுப்போய் நின்றனர். ஆனால், ஜெஸபெல் அவளைக் கண்டுகொள்ளவில்லை. ஹரிதா அரற்றிக்கொண்டு குரியன் சாரை அழைப்பதற்காக ஓடினாள். ஜெஸபெல் குழந்தையின் ஆடைகளைக் களைந்தாள். உடலைக் கழுவினாள். அட்ரோபின் ஊசி போட்டாள். ஒன்றிரண்டு நிமிடங்களுக்குள் குழந்தை கண் விழித்தது. குரியன் சாரை அழைத்துக்கொண்டு ஹரிதா வந்துசேர்ந்தபோது குழந்தை எழுந்துவிட்டிருந்தாள். ஹரிதாவின் முகத்தில் அதிர்ச்சி தோன்றியது. 'நான் சொன்னேனில்லையா, ஜெஸபெல் இருந்தா நான் வேண்டியதில்லைன்னு?' என்று

குரியன் சார் ஹரிதாவிடம் கோபித்ததைக் கேட்டு ஜெஸபெல்லின் கன்னக்குழிகள் தாமாக விரிந்தன. குழந்தையை வாரி எடுக்கின்ற ஹரிதாவைக் கண்டுகொள்ளாமல் அவள் தனது அறைக்குச் சென்று வாசிப்பைத் தொடர்ந்தாள்.

அடுத்தநாள் ரவுண்ட்ஸ்க்குப் பிறகு, குழந்தையின் உடலில் இருந்த மஞ்சள் நிறத்தைக்குறித்துச் சந்தேகம் கேட்க வந்த பத்தொன்பது வயதுடைய ஒரு தாயுடன் பேசிக்கொண்டிருக்கும்போதுதான் ஹரிதா அவளைத் தேடி வந்தாள். அழுது அழுது அவளுடைய முகம் வெளிறிப்போயிருந்தது. ஜெஸபெல் பத்தொன்பது வயதுக்காரியிடம் விடைபெற்றபோது ஹரிதா அருகில் சென்று அவளுடைய கையைப் பிடித்தாள். அவளுடைய கண்கள் நிறைந்து வடிந்தன. ஜெஸபெல்லின் மனதில் பழைய காயம் ஒன்று விழித்துக்கொண்டது. அதன் வலி கூடிக்கொண்டே போனது.

"பெரிய தப்புப் பண்ணிட்டேன். ஆனா, நான் அதச் செஞ்சது நல்ல நோக்கத்துலதான், என்னை நம்பு."

ஹரிதாவின் குரல் இடறியது. ஜெரோமும் ஹரிதாவின் கணவன் சதானந்தனும் ஜிம்மில் பழக்கப்பட்டிருந்தனர் என்றும் சதானந்தன் கேட்டுக்கொண்டதற்கு இணங்க ஜெஸபெல்லைப் பற்றி விசாரித்ததாகவும் அதன்மூலம் ஜார்ஜ் ஜெரோம் மரக்காரனுடன் பழக்கம் ஏற்பட்டது என்றும் ஹரிதா சொன்னாள். ஜார்ஜ் ஜெரோம் மரக்காரனின் கண்ணீரைப் பார்த்து ஹரிதாவின் மனம் இளகியது. எவ்வளவு சாதுவான தந்தை. ஹரிதா அவனுடைய நம்பரை வாங்கினாள். அவர்கள் அவ்வப்போது பேசிக்கொண்டனர். ஒரு நாள் அழைத்தபோது ஜார்ஜ் ஜெரோம் மரக்காரன் ஆம்புலன்ஸில் உட்கார்ந்திருந்தான். 'நான் என் மகன எடுத்துக்கிட்டு எங்க வீட்டுக்குப் போறேன் மகளே, என்னோட மருமக இருக்கறாளே, அவ வரல. வயசான காலத்துல நானும் என் மனைவியும் உயிருள்ள சவமா இருக்கற என் மகனையும் தூக்கிட்டுப் போறோம். முடியறவரைக்கும் நாங்க அவனப் பார்த்துக்குவோம். முடியாம போறப்ப நாங்க மூணு பேரும் எதாச்சும் விஷத்தக் குடிச்சிட்டு...' என்று சொல்லி அவன் தேம்பி அழுதபோது ஹரிதாவுக்கும் அழுகை வந்தது. அன்றுமுதல் ஜெஸபெல்மீது வெறுப்பு உண்டானது. கணவன் எவ்வளவு கேவலமானவனாக இருக்கட்டும், ஒரு பெண் அவனைக் கைவிடலாமா? டிகிரியா கணவனைவிடப்

பெரியது? அவ்வப்போது ஜார்ஜ் ஜெரோம் மரக்காரனுடன் பேசினாள். ஜெரோமின் உடல்நலம் குறித்த விவரங்களைக் கேட்டறிந்தாள். மகன் குணமாகிவருவதாக ஜார்ஜ் ஜெரோம் மரக்காரன் சொன்னபோது ஜெஸபெல்லின்மீதான பகை இரட்டிப்பானது. ஒருமுறை அழைத்தபோது, ஜெஸபெல் வேறொரு திருமணத்திற்குத் தயாராவதாகவும் அவளுக்கு ஒரு கள்ளக் காதலன் இருப்பதாகவும் அதற்கு நிறைய ஆதாரங்கள் தன் கையில் இருப்பதாகவும் அவளுடன் நட்பாகி அவளுடைய நகர்வுகளைக் கொஞ்சம் பார்த்துச் சொல்லவேண்டும் என்றும் அவன் கேட்டுக்கொண்டான். விபத்தில் சிக்கித் தளர்ந்துபோன கணவனைக் கைவிட்டுவிட்டுத் தன்னுடைய சுகத்தை மட்டுமே தேடிப்போன மனைவிக்கு ஒரு பாடம் கற்பிக்கவேண்டும் என்று ஹரிதாவுக்கும் விருப்பம் உண்டானது. அன்றுமுதல் அவள் ஜெஸபெல்லுடன் நட்பானாள். அவளுடைய விவரங்களை ஜார்ஜ் ஜெரோம் மரக்காரனுக்குத் தெரிவித்தாள். ஒருநாள் ஜார்ஜ் ஜெரோம் மரக்காரன் அழைத்து, ‘ஒரு பையன் வருவான், ஜெஸபெல்லோட ஸ்கூட்டர் சாவி வாங்கி அவன் கையில கொடுக்கணும். டாக்டருக்குப் பிரச்சனை ஒண்ணும் வராது. ஆனா, அவளுக்கு நான் ஒரு பாடம் கற்பிக்கணும்’ என்று சொன்னபோதும் ஹரிதா எதிர்க்கவில்லை. ஆனால், அது போதை மருந்து வைப்பதற்காக என்பதை அறிந்திருக்கவில்லை. இறுதியில் போலீஸ் விசாரித்து வந்தபோதுதான் அதன் தீவிரம் புரிந்தது. ஹரிதாவின் கணவன் ஜார்ஜ் ஜெரோம் மரக்காரனை அழைத்துத் தன்னுடைய மனைவிக்கு ஏதாவது பிரச்சனை வந்தால் சும்மா விடமாட்டேன் என்று மிரட்டினான். அதன்பிறகு ஜார்ஜ் ஜெரோம் மரக்காரனை அழைக்கவோ அவனுடைய அழைப்பை எடுக்கவோ செய்யவில்லை. ‘ஆனா, ஜெஸபெல்லுக்குச் செஞ்சதுக்கு எனக்குத் தண்டனை கிடைச்சிருச்சு. இன்னக்கி என்னோட குழந்தையக் காப்பாத்த ஜெஸபெல்தானே வேண்டியிருந்துச்சு.’

அந்தக் கதையைக் கேட்டு அவள் எவ்வளவு நடுங்கினாள் என்று பிற்காலத்தில் நினைக்காமல் இருப்பதற்கு முயன்றாள். அன்று, அவளுடைய இதயம் கரிந்துபோனது. டாக்டர் ஹரிதாவுக்குத் தன்மீது கோபம் தோன்றியது, தான் அவளுக்குச் செய்த தவறுக்கு அல்ல. மாறாகத் தன் கணவனுக்குத் தான் செய்ததாக அவள் கருதுகின்ற தவறுக்காக என்பது அவளைத் தகர்த்தது. கணவனிடம் மனைவி எப்படி நடந்துகொள்ளவேண்டும்

என்று சமூகம் தெளிவாக வரையறுத்திருக்கிறதல்லவா. அதில் கடுகளவு சமரசத்தையும் சமூகம் அனுமதிக்காதிருக்கிறதல்லவா. இருந்தாலும், தாம்பத்தியத்தில் மனைவி அனுபவித்த மூச்சுமுட்டலைப் பற்றி யாருக்கு என்ன வருத்தமிருக்கிறது?

"ஜெஸபெல்லுக்கு நான் நம்பிக்கைத் துரோகம் செஞ்சுட்டேன். ஆனா, எப்படியாவது ஜெரோம்கிட்ட உன்ன அனுப்பி வைக்கணும்னுதான் நான் ஆசைப்பட்டேன். ஜெரோமோட டாடிகிட்ட பேசினப்ப எனக்கு ரொம்ப கஷ்டமாப்போச்சு. அவருக்கு வயசாயிருச்சில்லையா? உண்மையாவே ஜெரோம பார்த்துக்கவேண்டியது உன்னோட கடமைதானே?"

"அந்தக் கேள்வியத்தான் நான் மாசக்கணக்கா என்கிட்டயே கேட்டுக்கிட்டிருக்கறேன். எனக்கு அந்த மனுசன பார்த்துக்க வேண்டிய கடமை இருக்கா? அவன் எனக்கு ஒரு நல்ல கணவனா இருந்தானா? அவன் எனக்கு வேண்டியதெல்லாம் கொடுத்தானா? அவன் செஞ்ச கிரிமினல் குற்றம் மன்னிக்கக்கூடியதா? மனசளவுல செத்துப்போன ஒரு உறவுக்குள்ள கடமையோ கடப்பாடோ மிஞ்சியிருக்குமா? மனசுலதானே தாம்பத்தியம்? இல்ல பேப்பர்லயா?"

ஜெஸபெல்லின் மெல்லிய குரலில் கூர்மை நிறைந்திருந்தது. ஹரிதா சற்று நடுங்கினாள். அவளுக்கு அந்த அளவுக்குச் சிந்திப்பதற்கான சக்தி இருக்கவில்லை. சிந்திப்பதைக் கடும் பிரயத்தனமாகக் கருதிய பெண்ணாக இருந்தாள் அவள். சிந்திக்கும்போது தளர்ந்துபோனதால் அவள் தன்னைத்தானே கேள்வி கேட்காமல் இருப்பதற்காகக் கவனமாக இருந்தாள். அதற்குப் பதிலாக மற்றவர்களின் கேள்விகளுக்கு அவர்கள் விரும்புகின்ற பதில்களைக் கற்று வைத்திருந்தாள். அதுதான் சரியான பதில்கள் என்று நம்பிக்கொண்டும் இருந்தாள்.

"எவ்வளவுதான் சொன்னாலும் சமூகம்னு ஒண்ணு இருக்குதில்லையா, ஜெஸபெல்? சமூகத்த மதிக்காம நம்மால வாழ முடியுமா?"

ஜெஸபெல்லுக்குக் கோபம் வரவில்லை. துக்கம் அனுபவப்படவில்லை. ஆனால், லேசாக உணர்ந்தாள். "செஞ்சது எல்லாத்துக்கும் நன்றி," ஜெஸபெல் சொன்னாள். "அன்னைக்கு காஃபி குடிக்கறதுக்கும் ஷாப்பிங்குக்கும் சினிமாவுக்கும் எல்லாம் நான் உங்ககூட வந்தது உங்களுக்கு உண்மையாவே

என்னை ரொம்ப பிடிக்கும்னு நம்பித்தான். பிடிக்காம என்னை ஒருத்தங்க தன்கூட கூட்டிக்கிட்டுச் சுத்தினாங்கங்கறத என்னால தாங்கிக்க முடியல. என்னைப் பிடிக்காத ஒருத்தங்கள நான் அக்காவா நேசிச்சதுக்கு என்னை நானே மன்னிக்கறதுக்குங்கூட முடியமாட்டேங்குது." அவள் அவளுடைய கண்களை உற்றுப் பார்த்தாள். "போயிடுங்க, நான் மருத்துவம் பார்த்தது உங்க குழந்தைங்கறதுனால இல்லை. நோயாளிகள பரிசோதிக்கறது என்னோட வேலை. எல்லா நோயாளிங்களும் எனக்கு ஒண்ணுதான். அதனால எனக்கு நன்றி தேவையில்லை."

பிற்காலத்தில், அந்த நாளின் ஜெஸபெல்லை ஒரு புத்தகத்தில் வாசிப்பது போன்று வாசித்துப் பார்க்க அவள் முயன்றிருக்கிறாள். அன்று உணர்ந்த சோர்வையும் அநீதியையும் அளந்தெடுக்க முயன்றாள். ஒளியின் பாதையை அறிந்துகொள்ளவோ அதில் சஞ்சரிக்கவோ செய்யாமல் அதை எதிர்ப்பவர்கள் இருக்கிறார்கள். ஏழைகளையும் ஆதரவற்றவர்களையும் கொல்வதற்குக் கொலைபாதகன் கிழக்கு வெளுக்கும் முன்பே எழுகிறான். நிழல்போன்று கடந்துபோகின்ற இந்தக் குறுகிய வாழ்க்கையில் பெண்ணுக்கு நல்லது எதுவென்று யாருக்குத் தெரியும்? சூரியனுக்குக் கீழே தனக்குப்பிறகு என்ன நடக்குமென்று அவளிடம் சொல்ல யாரால் முடியும்?

பிற்காலத்தில் தனக்குள் போதகி ஆகிவிட்ட ஜெஸபெல் சிஷ்யையான ஜெஸபெல்லிடம் இவ்வாறு கேட்டாள்: சமூகத்தை நான் எதனோடு உவமிப்பது?

போதகியே பதிலும் சொன்னாள்: ஒரு பெண் மூன்றுபங்கு மாவில் அது புளிக்கும்வரைக்கும் சேர்த்துவைத்த புளிப்பு போன்றது அது.

16

பின்னர், போதகியாகிய ஜெஸபெல் ஆயக்காரனான (வரி வசூலிப்பவன்) சுறா ஸெபினின் வீட்டிற்கு விருந்துக்குப் போனாள். ஆயக்காரர்களும் மற்றவர்களுமாக ஒரு பெருங்கூட்டம் அவளுடன் சாப்பிட உட்கார்ந்தனர். பரிசேயர்களும்★ வேதபராகரும் கேட்டனர், நீங்கள் ஆயக்காரரோடும் பாவிகளோடும் சேர்ந்து தின்னவும் குடிக்கவும் செய்வது எதற்காக? அவள் அவர்களிடம் சொல்ல முயன்றாள், ஆரோக்கியமானவர்களுக்கல்ல, நோயாளிகளுக்குத்தானே வைத்தியம் தேவை.

ஆனால், அவள் அன்று பயப்பட்டாள். அந்தக் கட்டத்தில் அவளைச் சாத்தான் பயமுறுத்திக்கொண்டுதான் பரிசோதித்தான். செந்நாய்க் கூட்டத்தைப் போன்று பலவிதமான பயங்கள் அவளைச் சூழ்ந்துகொண்டன. இனி எந்த வகையில் ஜார்ஜ் ஜெரோம் மரக்காரன் தன்னைத் தாக்குவான் என்று அவள் பல கோணங்களில் கற்பனை செய்ய முயன்றாள். எதிர்பாராமல் ஃபோன் மணி அடித்தால், நோயாளிகளின் கூட்டத்திலிருந்து ஒரு ஆள் திடீரென்று முன்னோக்கி வந்தால், ஸ்கூட்டரில் போகும்போது ஒரு லாரியோ காரோ பின்தொடர்ந்தால் - அந்த ஆள்தான் என்று அவள் அச்சம்கொண்டிருந்தாள். பயம், என்ன நடக்கும் என்ற பயம், அதற்கு முன்னால் மனிதனுக்கு உடலும் ஆசையுமில்லை; பசியில்லை, ருசியில்லை, உறக்கம்கூட இல்லை என்று உணர்ந்திருந்தாள்.

“உங்களுக்காகக் குற்றத்தை ஏற்றுக்கொள்வதற்கு காண்ட்ராக்ட் குண்டர்கள் முன்வந்ததைப் பார்த்து போலீஸ் ஆச்சரியப்பட்டுப் போனார்கள், தெரியுமா?”

நீதிமன்றத்தில் வக்கீல் ஏளனத்துடன் சொன்னார். ஜெஸபெல்லுக்குக் கோபம் வந்தது.

★ பரியேசர்கள் – கடுமையான ஆசாரங்களையும் மரபுச்சடங்குகளையும் எழுத்தியலான சட்டங்களையும் கடைப்பிடிக்கும் யூத வகுப்பினர்.

“காண்ட்ராக்ட் குண்டர்களை ஏற்பாடு செய்தது ஜெரோமுடைய டாடி…”

ஜெஸபெல்லின் குரலும் கடுத்தது. வக்கீல் நகைச்சுவையைக் கேட்டதுபோன்று சிரித்தார்.

“அது புதிய கதையா இருக்கே? கேட்டதுக்குப் பதில் சொன்னால் போதும், புரிஞ்சுதா?”

“என்னைச் சிக்கவைக்க வேண்டுமென்றே செய்ததென்று போலீசுக்கு நம்பிக்கை இருந்தது.”

ஜெஸபெல்லுக்குத் தைரியம் வந்தது. வக்கீலுக்குக் கோபம் வந்தது.

“உங்களுக்கு எதிராக ஆதாரம் இல்லையா. அதைச் சொல்!”

“ஆதாரம் இல்லாதது நான் அப்படிச் செய்யாததால்தான்…”

“டாக்டரே, எம்.பி.பி.எஸ்.ஸில் சேர்ந்ததற்குப் பதிலாக எல்.எல்.பி.க்குச் சேர்ந்திருக்கலாமே. எவ்வளவு வசதியாப் போயிருக்கும். தினமும் கேஸ் பார்க்கலாம். சொந்தக் கேஸே எத்தனையெத்தனை? நீங்களே ஒத்துக்கிட்டிருக்கீங்க. இந்தச் சின்ன வயதில் எவ்வளவு மனோதிடம் உங்களுக்கு. வேறு யாரா இருந்தாலும் எப்பவோ தகர்ந்துபோயிருப்பாங்க!”

நீதிமான்களின் வீடுகளில் நிறையச் செல்வங்கள் பதுக்கி வைக்கப்பட்டுள்ளன என்று சத்தம்போட்டுச் சொல்ல அவள் ஆசைப்பட்டாள். ஆனால், சொல்லிப் பிரயோஜனமில்லை என்று கண்டுணரவும் செய்தாள்.

“நான் சொல்கிறேன், உங்களுக்குக் கஞ்சா மாஃபியாவுடன் தொடர்பு இருந்தது! அவர்களில் பலரோடும் பணம் கொடுக்கல் வாங்கல் வைத்திருந்தீர்கள்! சுறா ஸெபின் என்ற கெட்டபெயர் எடுத்த குண்டனுடன் நெருக்கமாகப் பழகினீர்கள்! அவனைப் பல காண்ட்ராக்ட் விசயங்களுக்கும் நீங்கள் பயன்படுத்தியிருக்கிறீர்கள்! ஜெரோமுக்கு விபத்து ஏற்படுத்த வேண்டி நீங்களும் சந்தீப் மோகனும் சேர்ந்து சுறா ஸெபினுக்குப் பணம் கொடுத்திருந்தீர்கள். எவ்வளவு ரூபாய் என்று சரியாக நான் சொல்கிறேன் - இருபத்தையாயிரம் ரூபாய்! அது சந்தீப் மோகனின் அக்கௌண்டில் இருந்து எடுத்ததற்கும் சுறா ஸெபினுக்குக் கொடுத்ததற்கும் ஆதாரமும் சாட்சிகளும் இருக்கிறது. பார்க்கவேண்டுமா?”

வக்கீல் ஒரே மூச்சில் சொல்லி நிறுத்திவிட்டு ஜெஸபெல்லை அறைகூவலோடு பார்த்தார். அது நல்ல கதையாக இருக்கிறதே என்று அவளுக்குச் சிரிப்பும் அழுகையும் வந்தது.

ஒருநாள் வகுப்பு முடிந்து வெளியே வரும்போது டாக்டர் சந்தீப் மோகன் எதிர்பாராதவிதமாக முன்னால் வந்து நின்றதை விவரிக்க அவள் ஆசைப்பட்டாள். அவன் நன்றாக மெலிந்திருந்தான். கண்ணுக்கு அடியில் பெரிய கருவளையம் தோன்றியிருந்தது. தொளதொளத்த சட்டையும் தோளில் இருந்து கீழிறங்குகின்ற ஓவர்கோட்டும் அணிந்து முன்னால் வந்து நின்றபோது, அது அவன்தானா என்று நம்புவதற்கு அவள் பிரயாசைப்படவேண்டி வந்தது.

"இது பனியும் மழையும் உள்ள வேனல் காலம், இல்லையா? ஹோ, என்ன வெக்கை! என்ன வெக்கை!"

அவன் முட்டாள்தனமாகக் கேட்டபோது ஜெஸபெல் அதைக் கேட்காதது போன்று அவனை உற்றுப் பார்த்தாள். அவன் அவளுடைய பதிலை எதிர்பார்க்காதது போன்று நிறுத்தாமல் பேசிக்கொண்டிருந்தான்: 'இதுதா உண்மையாவே கிளைமேட் சேஞ்சுன்னு செல்லறது. பாரு, பழைய மழைக்காலமா வெயில்காலமா பனிக்காலமா இது? மழைக்காலமா இருந்தா குடத்தக் கவிழ்த்தினது மாதிரி வாரிச் சொரியும் ஜெஸ், இப்படியா இருந்துச்சு நம்மளோட சின்ன வயசுல மழை? அப்ப மழை பெய்யிறபோது எவ்வளவு குளிரா இருந்துச்சு, இல்லையா? பூமிக்கும் காத்துக்கும் எப்படியொரு நிம்மதியா இருந்துச்சு? இப்பப் பார்க்கிறியே, மழைக்கோ தண்ணிக்கோ ஈரமில்லை. தண்ணிய மடக்கு மடக்குனு குடிச்சாலும் தொண்டை நனையாதமாதிரி ஒரு உணர்வு, இல்லையா?'

ஜெஸபெல் கோபத்துடன் 'எனக்கு அவசரம்' என்று சொல்லி முன்னோக்கி நடந்தாள். அவன் 'எனக்கு ஒரு அவசரமும் இல்லை. காலைல ஓ.பி.ய வேகமா முடிச்சிட்டேன், வார்டுலயும் பெரிய பிரச்சனை ஒண்ணும் இல்லை. ரொம்ப அழகான ஒரு பகல். நாம காஃபி ஹவுஸ் போயி எதாச்சும் சாப்பிட்டா' என்று சொல்லிக்கொண்டு அவளுடைய பதிலுக்காகக் காத்திருக்காமல் அவளைப் பின்தொடர வைத்தான். அதற்கென்று ஒரு முகவுரையும் இல்லாமல்தான் அவன் அதைச் சொன்னான்:

“ஜெஸ், நான் கல்ஃபுக்குப் போறேன். வேல கிடைச்சிருக்குது. துபாய்ல ஒரு சூப்பர் ஸ்பெஷாலிட்டி ஹாஸ்பிட்டல்ல. நல்ல பேமெண்ட். இங்கிருந்து கொஞ்சம் தள்ளி இருக்கறதுதான் நல்லதுன்னு தோணுது.”

அதைக்கேட்டு ஜெஸபெல்லுக்கு இதயத்தில் ஒரு தூண்டில் விழுந்தது போன்று தோன்றியது. ‘நல்ல காரியம்’, அவள் ஒரு சிரிப்பை வரவழைத்தாள்: ‘நிறைய பணம் சம்பாதிங்க, பணக்காரனாகுங்க. ரொம்ப சந்தோசம்!’ அவளுக்கு அழுகை வந்துகொண்டிருந்தது. அவன் ஒரு கெட்டவன் என்றும் வாழ்க்கையில் தான் தனியள்தான் என்றும் நினைவூட்டுவதற்காகத்தான் அவ்வப்போது தன்னைத் தேடிவருகிறான் என்றும் அவளுடைய இதயம் முறையிடத் தொடங்கியிருந்தது. ‘ஜெஸ், என்னெ மன்னிச்சுரு. உன் வாழ்க்கைல நெருக்கடியான காலத்துல உன்கூட நிற்கவோ உதவவோ எனக்கு முடியல’ என்று சந்தீப் சொன்னபோது தனது கண் நிறையக்கூடாது என்று அவள் பிரார்த்தித்துக் கொண்டிருந்தாள்.

“நான் விலகி இருந்தது விருப்பத்தோட அல்ல, ஜெஸ்... நிறைய பிரச்சனைகள் இருந்துச்சு... உன்னையும் கஷ்டப்படுத்தறதுக்கு எனக்கு விருப்பமில்லை.”

“பரவாயில்ல, எனக்கு உங்களப்பத்தி எந்தவொரு வருத்தமும் இல்லை. ஏன்னா, நீங்க என்னோட யாரும் இல்லைங்கறது எனக்கு இப்ப நல்லாத் தெரியும்...”

அவள் அகங்காரத்தோடு தலை நிமிர்ந்து பாதை எதுவென்று கவனிக்காமல் வேகவேகமாக நடந்துகொண்டிருந்தாள். ‘எனக்கு இப்ப யார்மேலயும் பிரியமில்லை’ - அவள் சொன்னாள். ‘என்கிட்டக்கூட. யாரையும் நான் இனி நம்பப்போறதில்லை, யாரும் அதுக்குத் தகுதியானவங்க இல்லை.’ சந்தீப் மோகன் அவளுடைய வேகத்துக்கு நடப்பதற்குச் சிரமப்பட்டான். இருந்தாலும், அவன் நடக்கின்ற இடத்துக்குத்தான் தானும் நடக்கிறோம் என்பதைச் சிறிது காலத்துக்குப் பிறகுதான் அவள் புரிந்துகொண்டாள். அவள் திடீரென்று நடப்பதை நிறுத்தினாள். ‘நீங்க போய்க்கோங்க, எனக்கு வேலையிருக்கு’ என்று இரக்கமின்றிக் கூறினாள். அப்போதுதான் ஸெபின் அங்கே வேகமாக வந்தான்.

“ஜெஸபெல்லே, உன்ன நான் எல்லா இடத்துலயும் தேடினேன். என்னோட ஃபோன்ல காசு தீர்ந்துபோச்சு. அதனால கூப்பிடக்கூட முடியல...”

ஸெபினைப் பார்த்தபோது ஜெஸபெல்லுக்கு அதுவரைக்கும் இருந்த கொந்தளிப்பு மறைந்துவிட்டது. வேகவேகமாக நடந்ததால் இருக்கலாம், அவனுடைய தடித்த உடல் வியர்வையில் குளித்திருந்தது. சிவப்பு நிறமுள்ள சட்டையில், நெஞ்சில் பெரியதொரு கருப்பு வட்டத்தை வரைந்து வைத்ததுபோன்று ஈரம் இருந்தது.

“எனக்கு ஒரு இருபத்தையாயிரம் ரூபா தேவைப்படுது, ஜெஸபெல்லே... கடனாக் கொடுத்தாப் போதும். நான் அப்புறம் திருப்பிக் கொடுக்கறேன்...”

அவ்வளவு பணம் கையில் இல்லாததால் ஜெஸபெல் சற்றுத் தடுமாறினாள். பின்னர், கையில் இருந்த ஒற்றை வளையலைக் கழற்றத் தயாரானதைக் கவனித்து ‘பணம் நான் கொடுத்தா பரவாயில்லையா’ என்று சந்தீப் மோகன் கேட்டான். ஸெபினின் நெற்றி வழியாக வடிகின்ற வியர்வைச் சால்கள் அவனுக்குப் பணம் அவசியம் என்பதை அறிவித்தன. ‘என் கையில இருக்கு, ஜெஸ்,’ சந்தீப் மோகன் திரும்பவும் கட்டாயப்படுத்தினான். ஸெபின் அவளுடைய முகத்தை நம்பிக்கையோடு உற்றுப் பார்த்துக்கொண்டிருந்தான். அவனை ஏமாற்றுவதற்கு அவளுக்கு மன உறுதி இல்லை. அதனால் அவள் சந்தீப்பின் கையில் இருந்து பணம் வாங்கிக்கொள்ளத் தயாரானாள். சந்தீப் அருகில் உள்ள ஏ.டி.எம்.மை நோக்கி நடந்தபோது, சகோதரியின் திருமணம் உறுதியாகி இருப்பதாகவும் நிச்சயதார்த்தத்துக்கு முன்பு அவர்களுக்குக் கொடுக்கவேண்டிய பணத்தில் இருபத்தைந்தாயிரம் குறைவாக இருப்பதாகவும் ஸெபின் சொன்னான். ‘நாம பொறக்கறதுக்குப் பத்து இருபத்தஞ்சு வருசத்துக்கு முன்னாடியே இந்தியாவுல வரதட்சணை தடை செஞ்சுட்டாங்களேடா ஸெபினே’ என்று ஜெஸபெல் கிண்டலடித்தாள். ‘ஐயோ, ஆனா அது, இங்க யாருக்குமே தெரியாதே’ என்று அவனும் கிண்டலடித்தான். அவர்கள் இருவரும் சிறுவயதைப் போன்று ஒருவரை ஒருவர் பார்த்துச் சிரித்தனர். வியர்வைச் சால்களை உள்ளங்கையால் துடைத்துக்கொண்டு அவன் நின்று சிரித்த சிரிப்பில் இருந்த காதலை வக்கீலிடம் விவரிப்பதற்கான பேச்சுத்திறன் தனக்கு

இல்லாமல் போனதில் நீதிமன்றத்தில் நிற்கும்போது ஜெஸபெல் ஏமாற்றமடைந்தாள்.

‘திருப்பிக் கொடுக்க என் கையில காசு இருக்குமான்னு தெரியல ஜெஸபெல்லே... ஆனா, உனக்கு நான் அத வேற விதத்துல திருப்பித் தாரேன்’ - என்று அவன் சொன்னது அன்றுதான். ‘நீ ஒரு காரியம் செய்யி, என்ன நீ கட்டிக்க, அதுக்கப்புறம் இத வரதட்சணையா வரவு வச்சுக்கோ’ என்று அவள் கேலி செய்தாள். அவன் வெட்கப்பட்டதைப் பார்த்து மேலும் சிரித்தாள். அப்போது மருத்துவமனை அட்டண்டர் முரளி அந்தவழியாக வந்தான். அவளைப் பார்த்துப் பௌவியம் காட்டியவன், ‘என்ன விசயம்டா’ என்று ஸெபினிடம் கேட்டான். ஸெபின் சற்று தள்ளி நின்று அவனுடன் பேசினான். ஆபிரஹாம் சம்மநாட்டுக்குப் பக்கத்துவீட்டுக்காரனாக இருந்தான் முரளி. சந்தீப் மோகன் பணத்துடன் வந்துசேர்ந்திருந்தான். அவன் அதை ஜெஸபெல்லிடம் கொடுத்ததையும் ஜெஸபெல் அதை ஸெபினுக்குக் கைமாற்றியதையும் முரளி வழியாக ஆபிரஹாமும் ஜார்ஜ் ஜெரோம் மரக்காரனும் தெரிந்துகொண்டார்கள் என்று ஜெஸபெல் பிற்காலத்தில் புரிந்துகொண்டாள். ‘உடனே திருப்பிக் கொடுக்கறேன்’ என்று ஜெஸபெல் சந்தீப்பிடம் திரும்பத் திரும்பச் சொல்லியிருந்தாள். ‘அவசரமில்லை’ என்று சந்தீப் சமாதானப்படுத்தினான். அவர்கள் இருவரும் வாசலில் இருந்த வாகை மரத்தடி வரைக்கும் மௌனமாக நடந்தனர். ஜெஸபெல் சந்தீப்பிடம் விடைபெற்றுக்கொள்ளாமல் ஸ்கூட்டரில் ஏறி வீட்டுக்குப் போனாள்.

“சுறா ஸெபினுக்கு நீங்கள் பணம் கொடுத்தது நவம்பர் பதினாறு அன்று. ஜெரோம் ஜார்ஜ் மரக்காரனுக்கு நீங்கள் டைவர்ஸ் நோட்டீஸ் அனுப்பியது நவம்பர் பத்தொன்பதில். சிந்தித்துப் பார்க்கும்போது அவை இரண்டுக்கும் இடையில் ஒரு கனெக்ஷன் இருக்கிறது, என்ன அது?”

வக்கீல் பெரிய ரகசியம் ஒன்றைக் கேட்பதற்கான ஆர்வத்துடன் விசாரித்தார். அவற்றுக்கிடையிலான தொடர்பைக் குறித்து யோசித்தபோது அவளுக்குச் சிரிப்புதான் வந்தது. ஆனால், அந்தச் சிரிப்பில் இருக்கும் சிரிப்பை வக்கீலுக்கும் மற்றுள்ளவர்களுக்கும் புரியவைப்பதற்கான பேச்சுத்திறன் அவளுக்கு இல்லையே. இருந்திருந்தாலும், ஸெபினையும் சந்தீப்பையும் பிரிந்து வீட்டுக்குச் சென்ற அந்த மாலைப்பொழுதின் அனுபவங்களை

உள்வாங்கிக்கொள்வதற்கான அனுக்கிரகத்தை நல்ல தெய்வம் அவர்களுக்குக் கொடுத்திருக்கவில்லையே.

கேட் மல்லாக்கத் திறந்து கிடப்பதைப் பார்த்தபோது விருந்தினர்கள் இருக்கிறார்கள் என்பது தெளிவாகியது. வாசலில் கோஷி மாமாவின் கருப்பு குவாலிஸ் கார், மழைக்குப் பிறகு தயங்கித் தயங்கி வந்த மாலை வெயிலில் மின்னிக்கொண்டிருந்தது. அதற்கு அருகில் நின்ற வெள்ளை ஃபோர்டு ஆபிரஹாம் சம்மநாட்டின் வண்டி என்பதை அடையாளம் கண்டபோது அவளுடைய உடல் நடுங்கிக்கொண்டிருந்தது. ஸ்கூட்டரை ஸ்டேண்டில் நிறுத்தும்போதே உள்ளிருந்து உச்சத்தில் ஆண்களின் குரல்களைக் கேட்கமுடிந்தது. திரும்பி ஓடுவதற்கு அவளுடைய பாதங்கள் தவித்தன. வீட்டுக்குள் செல்லும்போது, 'இந்த விசயத்துல ஒரு முடிவு எடுத்தே ஆகணும்' என்று ஆபிரஹாம் சம்மநாட்டு இடறிய குரலில் சொல்லிக்கொண்டிருந்தார்.

அவளைப் பார்த்ததும் அறைக்குள் அசௌகரியமான மௌனம் கடினமடைந்தது. 'பாப்பா வா, உட்காரு, கொஞ்சம் பேசணும்' என்று ஆபிரஹாம் சம்மநாட்டு கண்ணாடியைக் கழற்றிக் கையில் பிடித்துக்கொண்டு சொன்னார். அவருக்கு அருகிலேயே அவரது மனைவி கிரேஸி அத்தை திருப்பலி ஆராதனையில் போன்று தலைமீது சேலையை முக்காடு போட்டுக்கொண்டு கடுமையாக உட்கார்ந்திருந்தார். கோஷி மாமா தரையை உற்றுப் பார்த்துக்கொண்டிருந்தார். அப்பா எழுத்து மேசையில் கைகளை ஊன்றி நெற்றியைத் தாங்கிப் பிடித்துக்கெண்டு உட்கார்ந்திருந்தார். அம்மா கதவில் வழியை அடைப்பது போன்று ஒரு கையைக் கதவின் குறுக்குச் சட்டத்தின்மீது நீட்டி வைத்தும் ஒரு கையை இடுப்பில் வைத்துக்கொண்டும் நின்றுகொண்டிருந்தார்.

வெளியே ஓடித் தப்பிப்பதற்கான தவிப்பு இருந்தாலும் ஓடினால் வாழ்க்கை முழுவதும் ஓடிக்கொண்டே இருக்கவேண்டி வரும் என்ற நினைவு வந்ததால் அவள் உள்ளே சென்று கோஷி மாமாவின் அருகில் காலியாகக் கிடந்த நாற்காலியில் உட்கார்ந்து 'அங்கிள் எப்ப வந்தீங்க' என்று விசாரித்தாள். 'மதியத்துக்கு முன்னாடியே' என்று மாமா மென்மையாகப் பதில் சொன்னார். 'பாப்பா, ஜெஸபெல்லே இந்த விசயத்துல நாம என்னதான் செய்யறது' என்று ஆபிரஹாம் தொடங்கிவைத்தார். ஜெஸபெல்லின் இதயத்துடிப்பு இரட்டித்தது.

“ஜார்ஜ் குட்டி கொஞ்ச நாளா நிம்மதியா இருக்க விடமாட்டேங்கிறான். நாம கத்தோலிக்கமாருங்க சில விசயங்கள்ல கடைப்பிடிக்கவேண்டிய சில விசுவாசங்களும் முறைகளும் இருக்குதில்லையா. அதெல்லாம் தவறுனா நாம இந்த சொசைட்டீல எப்படி வாழறது? பாப்பா ஒரு டாக்டர் இல்லையா. இதெல்லாம் சொல்லித்தர வேண்டியதில்லைதானே. நான் எப்பவும் எதுக்காகவும் யாரையும் கட்டாயப்படுத்த மாட்டேன். ஆனா, சில விசயங்கள்ல ஒரு முடிவு எடுத்தாகணும். ஜார்ஜ் குட்டி, கார் அவங்களுக்குக் கொடுக்கணும்னு கேட்கறான்...”

அந்தப் பெயரைக் கேட்டதும் இதயத்துடிப்பு மும்மடங்கு ஆவது கண்டு ஜெஸபெல் தன்னிகழ்ச்சியை அனுபவித்தாள். ‘அங்க வேற ஒரு கார் இருக்குதுதானே’ என்று அவள் சாந்தமாகப் பதிலளித்தாள்.

“ஆனா, இந்தக் காரு ஜெரோம் வாங்கினதுதானே...”

“வாங்கினது ஜெரோமா இருக்கலாம். ஆனா, லோன் என் பேர்லதான் இருக்கு. இனி அதை அடச்சுத் தீர்க்கவேண்டியதும் நான்தான்...”

அறை சட்டென அமைதியடைந்தது. ஒரு நிமிடத்திற்குப் பிறகு கிரேஸி அத்தை தொண்டையைச் செருமினார்.

“அப்படீன்னா கார எடுத்துக்க. ஆனா, அங்க போயி இருந்து ஜெரோம பார்த்துக்கணும்.”

“ஜெரோம இங்க கொண்டுவந்தா நான் பார்த்துக்கறேன். இங்க கொண்டுவாரதுக்கான செலவையும் பார்த்துக்கறேன். ஆனா, அந்த மனுசன் இங்க வரக்கூடாது. எனக்கு அந்த ஆளோட முகத்தப் பார்க்கப் பிடிக்கல...”

அவளுடைய குரலில் விம்மலும் நடுக்கமும் இருந்தது.

“ஜார்ஜ் குட்டியோட உயிரும் மூச்சும் ஜெரோம் தான். அவன விட்டுட்டு ஜார்ஜ் குட்டியால இருக்கமுடியாது...”

ஆபிரஹாம் சம்மநாட்டு சொன்னார்.

“எங்க அப்பா அம்மாவாலயும் என்ன விட்டுட்டு இருக்க முடியாது.”

ஜெஸபெல் சொன்னாள். கிரேஸி அத்தை கொந்தளித்தார்.

“இதென்ன பேச்சு பேசற புள்ள, ஊரு சொல்றது, பொட்டப்புள்ளைங்க அடுத்தவங்களுக்குத்தான். அவங்க இருக்க வேண்டியது கட்டுனவன் வீட்டுலதான்!”

அவள் உதவிக்காக அப்பாவையும் அம்மாவையும் கோஷி மாமாவையும் பார்த்ததையும் பெண் பிள்ளைகள் அடுத்தவர்களுக்கு உரியவர்கள் இல்லை என்று அவர்களில் யாரும் சொல்லாமல் இருந்தபோது அநாதையாக உணர்ந்ததையும் நீதிமன்றத்தில் விவரிப்பதற்கான பேச்சுத்திறன் ஜெஸபெல்லுக்கு இல்லாமல் இருந்ததல்லவா. ‘அப்படீன்னா சரி, கார ஜார்ஜ் குட்டிக்குக் கொடுத்தறணும்’ என்று கிரேஸி அத்தை இரக்கமற்றவளானபோது ஜெஸபெல்லும் பிடிவாதக்காரியானாள்.

“லோனையும் ஜெரோமோட டாடி பேருக்கு மாத்திடலாம்னா நான் கொடுத்துடறேன்...”

அறையில் மௌனம் நிறைந்தது.

“சட்டப்படி நீ அவனோட மனைவியா இருக்கறவரைக்கும், அவன் பேர்ல இருக்கற லோன அடச்சு முடிக்கவேண்டியது உன்னோட கடமை இல்லையா புள்ள?”

கிரேஸி அத்தை குரலுயர்த்தினார். அப்பாவோ கோஷி மாமாவோ அம்மாவோ ஒரு வார்த்தையும் பேசவில்லை. அது ஜெஸபெல்லின் யுத்தமென்ற அளவில் அவர்கள் மௌனம் காத்தனர். அது உண்மையாகவே ஜெஸபெல்லின் யுத்தமாக இருந்தது. போரிடவேண்டியது அவளுக்கு மட்டுமான வேலையாக இருந்தது. அவள் என்ன சொல்வதென்ற தீர்மானம் இல்லாமல் இருந்தாள். அப்போதுதான் உள்ளிருந்து தடி தரையில் ஊன்றுகின்ற சப்தம் எழுந்தது. ‘பாட்டீ’ என்ற தேம்பலுடன் அவள் குதித்தெழுந்தாள்.

வெள்ளையில் நீல எம்பிராய்டரி வேலைப்பாடு செய்த நைட்டி அணிந்து பித்தளைப் பூன் கட்டிய தடி ஊன்றி பாட்டி உள்ளே வரவும் அம்மா முகத்தைத் தூக்கி வைத்துக்கொண்டாவது வழிவிடவேண்டி வந்தது. ஆபிரஹாம் சம்மநாட்டும் கிரேஸி அத்தையும் எழுந்து நின்று மரியாதை செய்தனர். ஜெஸபெல் எழுந்து சென்று பாட்டியைப் பிடித்தாள். பாட்டி அவளது கையைப் பிடித்து கோஷி மாமாவின் அருகிலிருக்கும் நாற்காலியில் ஆயாசத்துடன் உட்கார்ந்தார். உட்கார்ந்தபிறகும்

பாட்டி ஜெஸபெல்லின் கைப் பிடியை விடவில்லை. 'அம்மா இங்கதா இருக்கீங்களா' என்று கிரேஸி அத்தை குசலம் விசாரித்தார். 'நான் இவன் கூட வந்தேன், படுத்திருந்தேன், ரொம்ப முடியல' என்று பாட்டி பதில் சொன்னார். 'என்ன இங்க பெரிய விவாதம்' என்று பாட்டி விசயத்திற்கு வந்தார். கார் விசயமாக என்று ஆபிரஹாம் சம்மநாட்டு விளக்கினார்.

"ஜெஸபெல் இப்பவும் ஜெரோமோட மனைவிதான். அப்பொ அவனோட பேர்ல இருக்கற கடன அடச்சு முடிக்கவேண்டியது அவளோட தலச்சும ஆயிடுதில்லையா?"

கிரேஸி அத்தை நம்பிக்கையோடு குரலுயர்த்தினார்.

"அது சரிதானே!" பாட்டி ஜெஸபெல்லின் கைப்பிடியை விடாமல் தடியைத் தரையில் திருப்பிப் போட்டுவிட்டுத் தலை சாய்த்து அவளைப் பார்த்தார்.

"அப்படீன்னா, நீ அந்த உறவு வேண்டாம்னு விட்டுடே குஞ்சூ... லோன அடைக்கறதுக்கு வேண்டி உனக்கு என்னாத்துக்குடீ ஒரு புருசன்?"

மௌனத்தின் பெரிய குண்டுவெடிப்பு நடந்தது போன்றிருந்தது அந்த நிமிடம் என்று பிற்காலத்தில் பலசமயத்திலும் ஜெஸபெல் நினைத்திருக்கிறாள். எல்லாம் சிதறித் தெறித்துப்போனது. அப்பா சற்று நிமிர்ந்து உட்கார்ந்தார். ஆபிரஹாம் சம்மநாட்டு இருக்கையில் நெளிந்தார். கிரேஸி அத்தையின் முகம் வெளிறிப்போனது. அம்மாவின் முகம் வாடிப்போனது.

"ஆபிரஹாமே, பேங்க்ல லோன் கட்டினா இவளுக்கு வேண்டியதையெல்லாம் பேங்க் மேனேஜர் வந்து செஞ்சு கொடுப்பான்னு நினைக்கிறியா? அதுக்கு மேனேஜர் போதுமே. புருஷன் வேணுமா? உங்க மகனுக்கு ஒரு விபத்து நடந்துபோச்சு. உங்களால பார்க்க முடியலன்னா இங்க கொண்டுவாங்க. நாங்க எல்லாரும் பார்த்துக்கறோம். அப்படி இல்லாட்டி நீங்களே பாருங்க. அது உங்க இஷ்டம். ஆனா, எங்க புள்ள அவளோட படிப்பயும் விட்டுட்டு வேலையவும் விட்டுட்டு கண்ட இடத்துக்கும் போயி கண்டவங்களோட ஏச்சும் பேச்சும் கேட்டுக்கிட்டு பார்த்துக்கணும்னு சொன்னா அத நீங்க வேற எங்காச்சும் போயிச் சொல்லுங்கன்னு நான் சொல்வேன். எங்க புள்ள எப்படி வாழனும்னு அவ முடிவு பண்ணுவா. அவளோட விசயத்த அவதா முடிவுசெய்வா...!"

ஜெஸபெல்லுக்குத் தனது கண்கள் நிறைந்து வடிகின்றன என்பது நிச்சயமாகத் தெரிந்தது. ஆனால், கையை உயர்த்தவோ கண்ணீரைத் துடைக்கவோ அவளுக்குச் சக்தி இருக்கவில்லை. அவளுடைய கையை அப்போதும் பாட்டி இறுகப்பற்றியிருந்தார். 'நம்ம நம்பிக்கை' என்று ஆபிரஹாம் சொல்லத்தொடங்கினாலும் அதை முடிக்க விடாமல் பாட்டி குறுக்கிட்டார்: "நம்மளோட நம்பிக்கை கர்த்தர் மேலதான். மனுசங்க மேலயல்ல. கர்த்தர் ஒருபோதும் ஒரு பொட்டப் புள்ளையோட வாழ்க்கைய அழிக்கறதுக்கு யாருக்கும் அதிகாரம் கொடுக்கமாட்டாரு. அதுவும் இவளமாதிரி அறிவான புள்ளையோட வாழ்க்கைய." பாட்டி தலையைத் திரும்பி கோஷி மாமாவைப் பார்த்தார். "ரொம்ப நேரமா நீ வாய மூடிக்கிட்டு இருக்கேடா! உன் தங்கச்சியோட புள்ள. அவளோட வாழ்க்கைய நாசம்பன்றதுக்கு விட்டுக்கொடுக்கமாட்டேன்னு உன்னோட நாக்க எடுத்துச் சொன்னா என்ன?" அதன்பிறகு பாட்டி அப்பாவை நோக்கித் திரும்பினார். "ஜான் சாரே, பேசவேண்டிய நேரத்துல பேசறதுக்கு இனியாவது கத்துக்கமாட்டீங்களா? சாராவுக்கு விவரமில்ல. அவளுக்குப் பைத்தியம் முத்திப்போச்சு. நீங்களே அத மாத்தணும்னு நிக்காம அதுக்கு உரம் போடாதீங்க...!"

பாட்டி எல்லாவற்றையும் சொல்லி முடித்திருந்தார். அதனால் எழுந்துவிட்டார், 'நீ வந்து எதாச்சும் சாப்புடு குஞ்சூ' என்று உத்தரவிட்டு ஜெஸபெல்லை உள்ளே அழைத்தார். உள்ளே சென்று கட்டிலில் உட்காரும் வரைக்கும் பாட்டி அவளுடைய முகத்தைப் பார்க்கவில்லை. ஆயாசத்துடன் உட்கார்ந்தபிறகு பாட்டி அவளைப் பிடித்து அருகில் உட்காரவைத்தார். அதன்பிறகு அவளுடைய கண்ணீரைத் துடைத்துவிட்டார். 'நீ எதுக்கு குஞ்சு அழுகறே' என்று மென்மையான குரலில் கேட்டார். 'நல்லா இருந்தப்ப உன்ன நேசிக்கறதுக்கு யோசிச்ச ஒருத்தனுக்காக எதுக்குடீ இந்த அழுகை? வேற வேலையில்ல. நீ அழுதா அவன் திரும்பி வருவானா? வந்தா நீ அவன பிரியத்தோட ஏத்துக்குவியா?' அன்று பாட்டியின் தோளில் விழுந்து தேம்பி அழுததும் பாட்டியின் வெளுத்துச் சுண்டிப்போன உடலுக்குள் ஒரு பெரிய நீர்த்தேக்கத்தில் அலையடிப்பது போன்று இதயம் கருணையோடு துடிப்பதைத் தொட்டு உணர்ந்ததையும் நீதிமன்றத்துக்கு முன்னால் விவரிப்பதற்கான பேச்சுத்திறனும் அவளுக்கு இருக்கவில்லையே.

அன்று இரவு, குழந்தைப் பருவத்தைப் போன்று ஜெஸபெல் பாட்டியுடன் படுத்திருந்தாள். 'ரெண்டு ஆம்பளைங்களோட வாழ்ந்தவ நான்', பாட்டி பெருமூச்சுவிட்டார். 'கொஞ்சநாள்லயே ரெண்டுக்கும் நடுவுல ஒரேயொரு வித்தியாசந்தா தோணுச்சு. ரெண்டாவது ஆளுக்குப் புத்தி கொஞ்சம் கொறவு. அதனால சொல்லற பொய்யவெல்லாம் என்னால கொஞ்சம் சீக்கிரமாப் புரிஞ்சுக்க முடிஞ்சுது.' ஜெஸபெல்லுக்குச் சிரிக்கவேண்டும் என்றிருந்தது. ஆனால், அது சிரிப்பதற்கானதல்ல என்று அவள் புரிந்துகொண்டும் இருந்தாள்.

"நீ அவன்கூட ஒருதடவகூடப் படுக்கல, இல்லையா?"

பாட்டியின் குரலில் பெருங்கவலை அலையடித்தது. ஜெஸபெல் மரத்துப்போய்க் கிடந்தாள். 'எப்படித் தெரிஞ்சுது பாட்டி' என்று அவள் கேட்க ஆசைப்பட்டாள். ஆனால், குரல் வெளியே வரவில்லை. 'ஆம்பளையத் தெரிஞ்ச ஒரு பொம்பளயோட கண்ணுல இருக்கற நோட்டத்தப் பார்த்தாலே எனக்குத் தெரியாதா குஞ்சூ, நான் இந்த உலகத்துக்கு வந்து பத்தெழுபது வருசம் ஆயிருச்சில்லையா' என்று பாட்டி அவளை ஏளனம் செய்தார். பாட்டி யாருடன் என்றில்லாமல் கேள்விகளை எய்தார்: 'அவன் உன்கிட்ட கேலி கிண்டல் பேசுவானா? தொட்டுருக்கானா? முத்தங்கொடுத்திருக்கானா? உன்ன அவன் துணி அவுத்து ஒருதடவையாச்சும் பார்த்திருக்கானா?'

ஜெஸபெல் பதில் சொல்லாமல் தேம்பிக்கொண்டு படுத்திருந்தாள். அதே அறையில் அதே கட்டிலில் ஜெரோம் ஜார்ஜ் மரக்காரன் உட்கார்ந்திருப்பதாக அவளுக்குத் தோன்றியது. அறையில் ஃபார்மலின் கந்தம் நிறைந்துகொண்டிருந்தது. அவனுடைய கஞ்சிபோட்டு இஸ்திரி செய்த பாலியஸ்டர் சட்டையின் சரசர சப்தம் அவளுடைய காதுகளில் குத்தித் துளைத்துக்கொண்டிருந்தது. பாட்டி அவளுடைய தலையைப் பிடித்து நிமிர்த்தி ஓங்கி ஒரு அடி கொடுத்தார்.

"வெட்கங்கெட்டு வாழ்க்கைல ரெண்டர வருசத்தத் தூக்கி எறிஞ்சிட்டுக் கெடந்து தேம்பறயா? நீ என்னோட ரத்தந்தானாடீ? ஓ... இது தைரியம் இல்லாத ஜான் சாரோட ரத்தந்தானே. உங்க அப்பனுக்கு என்னென்னவோ குணம் இருக்குதுன்னு சொன்னாலும் ஒரு அத்தியாவசியமான குணம் இல்ல. அது முதுகெலும்ப நிமித்தி நின்னு தன்னோட கருத்தச் சொல்றதுக்கான தைரியம்!"

பாட்டி அவளை மறுபடியும் சேர்த்தணைத்துப் படுத்துக் கொண்டார்.

“அழாத, குஞ்சூ. மத்தவங்க பலதும் சொல்வாங்க. புருஷன் இல்லாட்டி தெய்வத்த நெனச்சு பேச்ச அடக்கிட்டு, ஆசைய அடக்கிட்டு இருந்துட்டுப் போய்ச்சேருன்னு சொல்வாங்க. மத்தவங்களோட விசயத்துல முடிவெடுக்கறதுதா மனுசங்களுக்கு ரொம்ப ஈஸி. அவங்களுக்கு, சொல்லிட்டுப் போனாப் போதும். ஒரு சேதாரமும் இல்ல. அதையெல்லாம் அனுசரிச்சு வாழனும்னா உன்னோட வாழ்க்கையும் உன்னோட சந்தோசமும் போயிடும். நீ இதையெல்லாம் கண்டுக்காத. வாரப்பப் பார்த்துக்கலாம். ஒரேயொரு வாழ்க்கதான் இருக்குது குஞ்சு. வேணுங்கறதையெல்லாம் ஒடனொடனே செஞ்சுக்கணும்.”

‘ஆனா, பாட்டி,’ என்று ஜெஸபெல் தொடங்கியபோது பாட்டி கோபக்காரியானார்: ‘சாராகிட்டப் போயி வேலையப் பாருன்னு சொல்லு. அவ எதுத்து ஒரு வார்த்த பேசட்டும் நான் யாருன்னு காட்றேன்.’

அதற்கு அடுத்தநாள்தான் பாட்டியின் கட்டாயத்தின்பேரில் அப்பா ஒரு நண்பரின் உதவியுடன் அட்வகேட் பிலிப் மேத்யூஸிடம் அப்பாயிண்ட்மெண்ட் வாங்கினார். அவள் வக்காலத்தில் கையெழுத்திட்டுக் கொடுத்தாள். அப்பா பிரச்சனைகளை விவரித்தார். ஆனால், சாந்தமும் கருணையும் நிறைந்த முகத்தோடு அவளுடைய புகாரைக் கேட்பதற்குக் காதைத் தீட்டிக்கொண்டிருந்த வக்கீலின் முகம், ஜெரோம் ஜார்ஜ் மரக்காரன் அவனுடைய வீட்டில் இருக்கிறான் என்று கேட்டதும் நிறம் மாறிக் கடுகடுத்தது. ‘ஜெரோம பார்த்துக்க யார் இருக்காங்க’, ‘ஜார்ஜ் மரக்காரனோட சம்பாத்தியம் எப்படி’ என்றெல்லாம் கேட்டபோது வக்கீலின் குரலில் கவலை நிறைந்தது. ‘நீங்க இல்லாம அங்க எப்படிச் சமாளிக்கறாங்க’ என்று வக்கீல் கேட்டபோது ‘அவ இல்லாம இருக்கறதுதா அவங்களுக்கு நல்லது. அதனாலதானே, வக்கீலே அவங்க அவன இங்க விட்டுத்தரமாட்டேங்கறாங்க? இதென்ன கேள்வி?’ என்று பாட்டி திட்டினார். ‘இல்ல, முடியாம கிடக்கற கணவன விட்டுட்டு வந்துட்டதா கோர்ட்டுக்குத் தோணக்கூடாதுன்னு நினைச்சுக் கேட்டேன்’ என்று வக்கீல் வெட்கத்தோடு விவரித்தார். ‘அவனுக்கு இப்ப வேண்டியது மனைவியல்ல, ஒரு ஹோம்

நர்ஸ்தான்னு கோர்ட்டுக்குச் சொல்லிப் புரியவைக்கறதுக்குத்தா நாங்க இப்ப இங்க வந்தோம்' என்று பாட்டி கோபித்தார்.

"அதல்ல பாட்டீ, மனைவி டாக்டரா இருக்கறதால..."

வக்கீல் தன்னுடைய அவநம்பிக்கையை வெளிப்படுத்தி முட்டாள்தனமாகச் சிரித்ததை ஜெஸபெல் கவனமாக உற்றுநோக்கினாள்.

"மனைவி டாக்டரா இருக்கறதால ஹோம் நர்ஸ்தா வேணும்னு கோர்ட்டுக்குச் சொல்லிப் புரியவைக்கணும். சாதாரண மக்கள் கட்டுற வரிப் பணத்துல படிச்சு டாக்டர் ஆனவ இவ. இவளோட வேல லட்சக்கணக்கான நோயாளிங்களுக்கு மருத்துவம் பார்க்கறதுதான். அதில்லாம ஒருத்தன கல்யாணம் கட்டினேன்னு சொல்லி அவனோட மூக்குல மாட்டின டியூப்ப மாத்திக்கிட்டு இருபத்தினாலு மணிநேரமும் அவனுக்குப் பக்கத்துல உக்காந்துட்டு இருக்கறதில்ல. அத கோர்ட்டுக்குச் சொல்லிப் புரியவைக்க உங்களால முடியாதுன்னா நீங்க எதுக்கு வக்கீல்ன்னு சொல்லிக்கிட்டுத் திரியறீங்க?"

வாதாட விரும்பாத வக்கீல் 'பாட்டி வக்கீல் ஆகாதது ஜட்ஜுங்களோட பாக்கியம்' என்று நகைச்சுவையாகப் பேசி கேள்விகளில் இருந்து நழுவினார். அதற்குப் பிறகு அந்த ஆள் ஜெரோமைப்பற்றிக் கேட்பது நின்றுபோனது. அவளிடம் சில கேள்விகளைக் கேட்டார். பின் தீவிரமாக யோசித்துவிட்டு, 'ஒரு பொய் சொன்னா கேஸ் முடிஞ்சுபோகும்' என்று தயக்கத்துடன் சொன்னார்.

"கண்ஷ்யூமேட் பண்ணவே இல்லைன்னு சொன்னாலே முடிஞ்சிடும், ஆனா, நீங்க ஒரு டாக்டரா போயிட்டீங்களே? இவ்வளவெல்லாம் படிச்சிருக்கற ஒரு பொண்ணு உடலுறவு நடக்காம ஒருத்தனோட ரெண்டு வருசம் இருந்தான்னு சொன்னா கோர்ட் நம்பாது."

ஜெஸபெல் அடி வாங்கியதுபோன்று திடுக்கிட்டாள். அவள் தளர்ந்துபோய் பாட்டியைப் பார்த்தாள். பாட்டியின் முகம் சிவந்தது. அதை மறைப்பதற்காகப் பாட்டி 'கல்யாணம் பண்ணிக்கிற எவ்வளவோ பேரு அப்படித்தான வக்கீலே இருக்கறாங்க' என்று குரலை உயர்த்தினார்.

“எனக்கு எவ்வளவோ பேரத் தெரியும்! பொண்டாட்டியும் புருசனுமா ஒரே வீட்டுல இருப்பாங்க. ஆனா, கை எடுத்து ஒருத்தர ஒருத்தரு தொடக்கூட மாட்டாங்க. ஆக்கிப் போடுவாங்க, துணி துவைப்பாங்க, திருப்பலி ஆராதனைக்கும் காதல் கிளிகள மாதிரி ஒண்ணாச் சேர்ந்து போவாங்க!”

பாட்டி ஏளனமாக அப்பாவைப் பார்ப்பதையும் அப்பாவின் முகம் வெளிறிப்போவதையும் பார்க்காதது போன்று நடித்துக்கொண்டு ஜெஸபெல் தலைகுனிந்து உட்கார்ந்திருந்தாள். அவளுக்குக் குற்ற உணர்வு உண்டாகியிருந்தது. படித்த ஒரு இளம்பெண் செய்யக்கூடாததையெல்லாம் தான் செய்துவிட்டதாகப் பச்சாதாபம் உண்டாகியிருந்தது. இது தனது வாழ்க்கையின் அடுத்த அறிகுறியாக இருக்குமென்று அவள் எதிர்பார்த்தாள். ஒரு நாழிகை நேரத்து வலி, கடந்த காலத்தின் சுகங்கள் முழுவதையும் அழித்தொழிக்கின்றது என்பதை அவள் திரும்பவும் உணர்ந்தாள். அன்பு எவருக்கும் எந்தத் துரோகத்தையும் செய்யாது. எனவே, அன்புதான் சட்டத்தை நிறைவேற்றுகிறது என்பதைப் புரியவைக்க அவள் ஆசைப்பட்டாள். அந்த அளவுக்குப் பேச்சுத்திறன் தனக்கு இல்லையே என்று வருத்தப்படவும் செய்தாள்.

“இருந்தாலும் கணவன் கோமாவில் விழுந்து ஆறு மாதம் ஆவதற்குள்ளாகவே உங்களுக்கு டைவர்ஸ் வேண்டுமென்று தோன்றியதில்லையா டாக்டரே! நீங்க உண்மையாகவே பெண்தானா?!!!”

- எதிர்த்தரப்பு வக்கீல் அன்று அவளை இழிவுபடுத்தினார். அவள் பதில் சொல்லவில்லை.

‘உண்மையான பெண்’ என்று சொல்வதன் அர்த்தம் என்ன என்று திருப்பிக் கேட்டிருக்கவேண்டும். அது அவர்கள் பார்க்க விரும்பும் பெண்ணாக இருந்தாள். அப்பெண்கள் எல்லோரும் மாயத்தோற்றங்கள். அவர்களின் வார்க்கப்பட்ட சிலைகள் காற்று போன்று வெறுமையாக இருந்தன.

எந்தப் பெண்தான், தன்னிடம் பத்து நாணயங்கள் இருக்க, அவற்றில் ஒன்று தொலைந்துபோனால் விளக்கைப் பற்றவைத்து, வீட்டைக் கூட்டிப் பெருக்கி அது கிடைக்கும் வரைக்கும் உற்சாகத்துடன் தேடாதவள்?

17

கணவன் அனுபவங்கள் மூலமாக ஜெஸபெல்லுக்கு நல்கிய அருள் வாக்கு:

கணவன் அருள் வாக்குச் சொல்கிறான். நான் உன்னை நேசித்தேன். ஆனால், எப்படி நீங்கள் என்னை நேசித்தீர்கள் என்று நீ கேட்கிறாய். நான் கணவனென்றால் எனக்கான மரியாதை எங்கே? நான் எஜமானன் என்றால் என்மீதான பயம் எங்கே? ஜெஸபெல்லின் சொத்துக்கும் அறிவுக்கும் மகிழ்ச்சிக்கும் அதிபதியான கணவன் அருள் வாக்குச் சொல்கிறான்: மணவிலக்கை நான் வெறுக்கிறேன். ஒருத்தி தனது ஆடையைக் கொடுமையினால் மூடுவதையும் நான் வெறுக்கிறேன். அதனால் நீங்கள் கவனமாக நடந்துகொள்ளுங்கள். நம்பிக்கைத் துரோகம் செய்யவேண்டாம். ஜெஸபெல் கோபமுற்றாள்: உங்களுக்குப் பணிவிடை செய்வது வீண். உங்கள் கட்டளைகளுக்குக் கட்டுப்படுவதாலும் கணவனுக்கு முன்னால் துக்கம் அனுஷ்டிப்பவளைப் போன்று நடந்துகொள்வதாலும் என்ன பயன்? இனிமேல் அகங்காரம் கொண்டவர்கள்தான் பாக்கியசாலிகள் என்று நான் கருதுவேன்.

கணவனும் கணவனின் தந்தையும் மட்டுமல்ல, எல்லோரும் மணமுறிவு என்ற யோசனையை எதிர்த்தனர் என்பது அக்காலத்தில் அவளைத் திகைப்படையவும் பிற்காலத்தில் அவளை மகிழ்விக்கவும் செய்தது. தாம்பத்தியத்தின் மீன் கூண்டில் சிக்கிக்கொண்ட மீன்களும்கூடத் தப்பிப்பது பெரும்பாவம் என்று நம்பிக்கொண்டிருந்தாள். வக்கீலைப் பார்த்துவிட்டு வீட்டிற்குத் திரும்பி வந்தபோது அம்மா பாட்டியிடம் சண்டையிட்டார். மணவிலக்கு பெரும்பாவம் என்றும் பாட்டியின் தலையில் நெருப்பு இடி விழுமென்றும் சபித்தார். 'கட்டுனவன்கிட்ட பாசத்தோட ஒரு வார்த்தை பேசாத உன்னோட தலையில விழுந்ததுல மிச்சம் மீதி இருந்தா என்னோட தலையில விழட்டும்டீ' என்று பாட்டி திருப்பியடித்தார். ஜார்ஜ் ஜெரோம் மரக்காரன் திரும்பவும் ஃபோனில் அழைத்து வசைபாடியபோது

பாட்டி ஃபோனைக் கையில் வாங்கி, ‘மகளாகற வயசுல இருக்கற ஒரு சின்னப்பொண்ணுகிட்ட கண்டதையும் பேசுவியாடா? அடிச்சுப் பல்ல ஒடைச்சுருவேன்டா’ என்று கர்ஜித்ததற்குப் பிறகு ஜெஸபெல் தனக்குத் தைரியம் கூடியிருப்பதை உணர்ந்தாள். தைரியம் ஒரு போர்வை என்றும் அது தற்காலிகமாகவேனும் குளிரை அகற்றும் என்றும் அவள் கண்டுபிடித்திருந்தாள். பாட்டி தனது ஆத்மாவின் போர்வை என்று அவள் நம்பினாள். ‘போகாதீங்க பாட்டீ, என்ன விட்டுட்டுப் போகாதீங்க’ என்று அவள் கெஞ்சினாள். ‘முட்டாள்தனமா பேசாதடி குஞ்சூ, பாட்டி எப்ப வேணும்னாலும் போவேன். புறப்பட்டுட்டுப் போகாம இருப்பேன். ஆனா, உன்னோட பிரச்சனையைச் சரிசெய்யறதுக்கு முன்னாடியே கர்த்தர் என்னக் கூப்பிடமாட்டாரா இருக்கும்’ என்று பாட்டி சிரிப்பை அடக்கினார்.

வக்கீல் நோட்டீஸ் தயாராகிவிட்டதென்று தெரிவித்த நாளன்று அவளுடைய வக்கீல் புதிய ஒரு நபரை அவளுடைய வாழ்க்கைக்குள் கூட்டிக்கொண்டுவந்தார். 2004இல் இதேபோன்ற ஒரு வழக்கில் நீதிமன்றம் ‘மெண்டலி அன்செளண்டான பார்ட்னர்’ என்ற அடிப்படையில் கேரளாவுக்கு வெளியே நகரம் ஒன்றில் பணியாற்றும் ஒரு மலையாளி பத்திரிகையாளனுக்கு மணவிலக்கு அனுமதித்திருக்கிறது; அவனுடைய பெயர் பாலகோபால். அவன் வேலை செய்கின்ற பத்திரிகையின் பெயரையும் வக்கீல் சொன்னார். அவள் அவனை அழைத்தாள். அவன் பேச விருப்பமற்றவனாக இருந்தான். ஓங்கிய குரலில் அவன் ‘உங்களுக்கு என்கிட்ட பேச என்ன இருக்கு’ என்று கடுமையாகக் கேட்டபோது அவள் விக்கித்துப்போனாள்.

“உங்க கணவர் கோமாவுல இருக்காரா?”

அவனுடைய குரலில் ரத்தம் வடிகின்ற காயத்தின் வேதனை இருந்தது. அவள் அதே வேதனையோடு ‘ஆமாம்’ என்று சொன்னாள். ஜெரோமின் இப்போதைய நிலையைக் குறித்து அவன் கேட்டான். அவள் பேச்சை உடனே முடித்துக்கொண்டு அவனை அழைத்ததற்காக வருந்தினாள். பிரசவ வலிவந்த பெண்ணைப் போன்று கடும் வலி அவளையும் பற்றிக்கொண்டது. தான் செய்யாத குற்றத்திற்காகத் தண்டனை அனுபவிக்கின்ற சிறைக்கைதிதான் தான் என்றும் உண்மையைக் கண்டுபிடிக்காமலேயே தன்னைச் சிறையில்

அடைத்துவிட்டார்கள் என்றும் உண்மையான குற்றவாளி யார் என்று யாரும் விசாரிக்கவில்லையென்றும் அவள் பரிதவித்தாள்.

ஆனால், இரண்டு நாட்களுக்குப் பிறகு பாலகோபால் அவளை அழைத்து 'சண்டே நீங்க ஃபிரீயா, நான் அங்க வாரேன், பார்க்க முடியுமா' என்று கேட்டான். அவள் துடிக்கும் இதயத்தோடு ஞாயிற்றுக்கிழமைக்கு வேண்டிக் காத்திருந்தாள். 'ஆண்' என்று எழுதிக் காட்டினால்கூடத் தன் இதயம் துடிக்கும் என்று அவள் அவமானத்துடன் உணர்ந்தாள். அது ஒரு வெட்கம் கெட்ட துடிப்பு என்று தன்னைத்தானே திட்டவும் செய்தாள். ஒவ்வொரு தடவையும் நீ யாரைத் தேடுகிறாய், யாரைக் கண்டுபிடிக்கப்போகிறாய் என்று அவள் தனக்குத்தானே கேள்வி கேட்டாள். தனக்கு இழப்பதற்கு ஒன்றுமில்லை என்று அவள் அவள்மீதே கொதிப்புற்றாள். தன்னுடைய வாழ்க்கையை யாரெல்லாமோ அடித்து மிதித்து அசிங்கமானதாகவும் ஒன்றுக்கும் ஆகாததாகவும் ஆக்கிவிட்டனர் என்றும் தான் மதிப்பு மிக்கதாகக் கருதிய எதுவும் இப்போது தன்னிடம் இல்லையென்றும் அவள் அவமானப்பட்டாள். இருந்தபோதிலும் ஞாயிற்றுக்கிழமை காலை முதல் அவள் மருத்துவக்கல்லூரியில் அவனுக்காகக் காத்திருந்தாள். யாருமற்ற நடைகூடத்தில் நடக்கும்போது, தான் நேசிப்பதற்கு ஏற்ற ஒருத்தனைக்கூட இந்த உலகத்தில் கண்டுபிடிக்க முடியவில்லையே என்று விசனப்படவும் செய்தாள்.

டியூட்டி அறையில் தனியாக உட்கார்ந்துகொண்டு ஒரு பத்திரிகையைப் புரட்டிப் பார்க்கும்போது கதவை மெல்லமாகத் தட்டிக்கொண்டு அவன் உள்ளே வந்தான். அவள் முதலில் பார்த்தது அவனுடைய நரை விழுந்த அழகிய நேரான முடியைத்தான். அந்த முடியின் பளபளப்பு அவளுக்குப் பிடித்திருந்தது. அதன்பிறகு அவள் அவனுடைய கண்களைப் பார்த்தாள். அவனுடைய முகம், கண்ணுக்குக் கீழே பெரிய கருவளையங்கள் உள்ள வெளுத்த முகமாக இருந்தது. தனியன் அவன் என்று அந்த முகம் அறிவிக்கவும் அவள் தன்னையறியாமல் கன்னக்குழிகளை மலர்த்திப் புன்னகைக்கவும் செய்தாள். அவன் ஒருநிமிடம் அவளையே பார்த்தான். பின்னர் அவனுடைய முகத்திலும் ஒரு புன்னகை மலர்ந்தது. புன்னகைத்தபோது அவனுடைய முகம் மேலும் துயரம் நிறைந்ததானது. 'எனக்கு டவுன்பக்கம் வரைக்கும் போகணும்,

ஆட்சேபனை இல்லைன்னா கூட வரலாம், வண்டியில உட்கார்ந்து பேசலாம்' என்று அவன் அழைத்தான்.

வண்டியின் பின் இருக்கையில் ஆறு வயதுள்ள ஒரு ஆண் குழந்தை உறங்கிக்கொண்டிருந்தான். அவன் பின் இருக்கையில் ஏறி அமர்ந்து குழந்தையின் தலையை மடியில் எடுத்து வைத்துக்கொண்டான். அவளிடம் ஓட்டுநருக்குப் பக்கத்தில் இருக்கும் இருக்கையில் அமரச்சொன்னான். பயணத்தில் அவன் அவளுடைய வேலையைப் பற்றியும் அவள் அவனுடைய வேலையைப்பற்றியும் கேட்டுக்கொண்டனர். இரண்டு கேள்விகளுக்கும் பதில்களுக்கும் பிறகு முளைத்து வளர்ந்த ஒரு பெரிய மௌனம், குடும்ப நீதிமன்றத்தின் வழியாக இடதுபக்கம் திரும்பி, வயல்களையும் ஓடைகளையும் கடந்து, பழைய இறையியல் பாடசாலைக்கு அருகில் ஒரு பழைய வீட்டுக்கு முன்னால் வண்டி நிற்கும் வரைக்கும் அவர்கள்மேல் கிளைகள் நீட்டி நிழல் விரித்தது.

அது வெயில் குறைந்த ஒரு பகற்பொழுதாக இருந்தது. வண்டி வந்து நின்ற சப்தம் கேட்டுக் கைலி கட்டிய உடலில் தெம்புள்ள ஒரு முதியவர் வெளியே வந்து பாலகோபாலின் மடியில் இருந்து உறக்கம் கலையாத குழந்தையை வாரியெடுத்துக்கொண்டு உள்ளே சென்றார். ஜெஸபெல்லின் வீடுபோலவே ஓடுவேய்ந்த முன்பக்கம் கான்கிரீட் முகப்புள்ள வீடாக இருந்தது அது. வரவேற்பறையில் பழைய சோஃபா கம் பெட்டும் இரண்டு மூன்று பிரம்பு நாற்காலிகளும் இருந்தன. அறையின் மூலையில் தலைமேல் துணி போடப்பட்ட பழைய ஒனிடா டிவி மீதும் அதன்பிறகு குறுக்கே மரத்தாலான வரிச்சட்டம் பொருத்தப்பட்ட ஜன்னல்களில் போட்டுள்ள மங்கிய ஆரஞ்சு நிறமுள்ள திரைச்சீலைகள் மீதும் ஜெஸபெல்லின் பார்வை விழுந்தது. உள்ளே இருந்து ஒரு மூதாட்டி வெளியே வந்து குழந்தையின் உறக்கத்தைக் கலைப்பதற்கு முயன்றார். முதியவர் ஒரு துண்டை எடுத்துத் தோளில் போட்டுக்கொண்டு பிரம்பு நாற்காலியில் உட்கார்ந்தார். பாலகோபால் ஜெஸபெல்லைச் சுட்டிக்காட்டி மருத்துவக்கல்லூரி மருத்துவர் என்று அறிமுகப்படுத்தியபோது முதியவர், 'சந்தியாவ பரிசோதிக்கறதுக்கா, வீடு எங்க இருக்கு, வீட்ல யாரெல்லாம் இருக்காங்க' என்றெல்லாம் மரியாதையோடு விசாரித்தார். 'கல்யாணம் ஆச்சா' என்ற கேள்வி வந்தபோது

பாலகோபால் எழுந்து ‘வாங்க, நாம சந்தியாவ பார்க்கலாம்’ என்று சொல்லி ஜெஸபெல்லை மீட்டான்.

காரணமற்ற ஒரு கவலையும் பீதியும் ஜெஸபெல்லை ஆக்கிரமித்துக்கொண்டது. சந்தியா அவனுடைய மனைவி என்பது தெளிவாகியிருந்தது. மரத்தாலான கூரை உள்ள உயரம் குறைந்த ஜன்னல்கள் அடைத்துக்கிடந்த அறைக்கு அவளை அவன் அழைத்துச் சென்றான். ஸி.எஃப்.எல். விளக்கின் மங்கிய வெள்ளை வெளிச்சத்திற்குக் கீழே உள்ள படுக்கையில் இருந்த உடலை ஜெஸபெல் படபடக்கும் இதயத்துடன் பார்த்தாள். எலும்பும் தோலுமாக கண்கள் மூடிய இன்னொரு உடல். மூக்கிலிருந்து நீண்டு கிடக்கின்ற குழாயும் கால்களுக்கு இடையில் இருந்து கீழே தொங்கிக்கொண்டிருக்கின்ற காலியான சிறுநீர் சேகரிப்புப் பையும் கண்டாள். இதுதான் சந்தியா, என்னுடைய முன்னாள் மனைவி - பாலகோபால் சொல்லிக்கொண்டிருந்தான். அப்போது குழந்தை விழித்துச் சிணுங்குவது கேட்கத் தொடங்கியது. பாலகோபால் அவனை எடுத்துக்கொண்டுவந்து ‘குஞ்சூ, அம்மா... இதா பாரு அம்மா’ என்று படுக்கையை நோக்கிக் கை நீட்டினான். குழந்தை அதைக் கண்டுகொள்ளாமல் ஜெஸபெல்லை உற்றுப் பார்த்தது. அப்போது பாலகோபால் குழந்தையைப் படுக்கைக்கு அருகில் கொண்டு சென்று ‘அம்மாவுக்கு ஒரு முத்தம் கொடு’ என்று கட்டாயப்படுத்தினான். அந்தக் காட்சியைக் காண்பதற்கு மன உறுதி இல்லாமல் ஜெஸபெல் முகம் திரும்பி வரவேற்பறைக்கே சென்றாள்.

சந்தியாவின் தாயார் தேநீரும் பிஸ்கட்டும் கொண்டுவந்து வைத்தபோது சந்தியாவின் அப்பா பழைய பிரம்பு நாற்காலியில் வந்தமர்ந்து ஜெஸபெல்லுக்குத் தேநீர் எடுத்துக் கொடுத்துக்கொண்டு ‘கல்யாணம் ஆச்சா’ என்ற பழைய கேள்வியைத் திரும்பவும் கேட்டார். அவள் முணுமுணுத்தாள். தேநீர் குடித்து முடிக்கும் முன்பே குழந்தை ஓடிவந்து சந்தியாவின் அம்மாவுடைய கால்களைக் கட்டிப்பிடித்துக்கொண்டான். அவர் அவனைக் கொஞ்சிக்கொண்டு உள்ளே சென்றார். பின்னால் வந்த பாலகோபால் கொஞ்சம் பணத்தை எண்ணி எடுத்து சந்தியாவின் அப்பாவுக்குக் கொடுத்தான். அவர் அதை எண்ணிப்பார்க்காமல் டீபாய்மேல் பேப்பர்களுக்கு அடியில் வைத்தார்.

"என்.எஸ்.எஸ். ஸ்கூல்ல பாடஞ்சொல்லிக் குடுக்கற ஒரு புள்ளையப் பத்தித் தெரிஞ்சவர் ஒருத்தர் சொன்னார். வீட்டுக்காரன் இறந்துட்டான். ஆர்மியில இருந்தவன். பாலு போயி பார்த்தா என்ன?"

சந்தியாவின் தந்தை கேட்டார்.

"நம்ம நிலைமையச் சொல்லீட்டீங்களா?"

தேநீர்க்குவளையைக் கையில் எடுத்துக்கொண்டு உற்சாகமின்றி பாலகோபால் கேட்டான். 'அதையெல்லாம் முன்னாடியே சொல்லிட்டா எதாச்சும் நடக்குமா' என்று சந்தியாவின் தந்தை பயப்பட்டார். 'சொல்லி ஏமாத்தறதுக்கு நானில்லை' என்று பாலகோபால் உறுதியாகச் சொன்னான். தேநீரை விரைவாகக் குடித்து முடித்துவிட்டு 'அப்ப கௌம்பலாமா' என்று ஜெஸபெல்லிடம் கேட்டான். சந்தியாவின் தாயார் குழந்தையைத் தேநீர் குடிக்கவைத்து முகம் துடைத்துக் கொண்டுவந்தார். பாலகோபால் அறையின் மூலையில் இருந்த துருப்பிடித்த வாஷ் பேஸினில் வாயையும் முகத்தையும் கழுவிக்கொண்டு பாக்கெட்டிலிருந்து கைக்குட்டையை எடுத்து முகத்தைத் துடைத்துக்கொண்டு திரும்பி வந்து குழந்தையைக் கையில் வாங்குவதையும் அவனுடைய முகத்தைத் துடைத்துவிடுவதையும் தலைமுடியைச் சரிசெய்வதையும் அவள் கவனித்தாள். காரில் உட்காரும்போது தான் எதற்காக இந்த வீட்டிற்கு வந்தோம் என்ற கலக்கத்தில் இருந்தாள் அவள். குழந்தையையும் எடுத்துக்கொண்டு முன் இருக்கையில் அமர்ந்திருந்த பாலகோபால் தலை திருப்பி அவளைப் பார்த்தான்.

"டாக்டர் ஜெரோம் ஜார்ஜ் மரக்காரனப்பத்தி நான் அங்க இருக்கற சில நண்பர்கள வச்சு விசாரிச்சேன்."

இதயத்தின்மேலிருந்து ஒரு போர்வை நழுவிப்போனது போன்று இருந்தது அது. ஜெஸபெல்லின் உள்ளம் கிடுகிடுத்தது. அவளுடைய கண் முன்னால் ஜெரோம் ஜார்ஜ் மரக்காரனின் உருவம் தோன்றியது. ஜெரோம் கண்ணை உறுத்துகின்ற நீல நிற பாலியெஸ்டர் சட்டையைப் பேண்டில் டக் இன் செய்து கிளீன் ஷேவ் செய்த முகத்தில் குறுகிய கண்களும் ஈரமான தடித்த உதடுகளுமாக எழுந்துவந்து சுவர்கள் இல்லாத ஒரு அறையின் கதவைப் பிடித்துக்கொண்டு பேருருவம் பூண்டு நின்றான்.

பார்மலின் கந்தம் மூக்கில் துளைத்துக்கொண்டு நுழைவதாக அவள் பயந்தாள்.

“நானும் சந்தியாவும் வகுப்புத் தோழர்களாக இருந்தோம். பத்து வருசம் காதலிச்சோம். கல்யாணம் கட்டிக்கிட்டோம். பிரசவம் முடிஞ்சப்பத்தான் விபத்து நடந்துச்சு. குழந்தைக்குத் தடுப்பூசி போடறதுக்குப் போனது. ஆட்டோவுல கார் இடிச்சிருச்சு. ஆட்டோ கவுந்துருச்சு. சந்தியா தெறிச்சு ரோட்ல தல மோதி விழுந்ததா பார்த்தவங்க சொன்னாங்க. குழந்தை எங்க அம்மா சேலையில சிக்கி அம்மா மேல விழுந்ததுனால தப்பிச்சுக்கிட்டான். அம்மா அப்பவே செத்துப்போய்ட்டாங்க. ஆறு வருசம் ஆச்சு.”

அவனுடைய சொற்களிலோ முகத்திலோ உணர்ச்சி மாற்றமோ வேதனையோ இருக்கவில்லை. ஜெஸபெல் உமிழ்நீரை இறக்கிக்கொண்டு மேற்கொண்டு கேட்பதற்குச் சக்தியில்லாமல் உட்கார்ந்திருந்தாள். பாலகோபால் அவளைத் திரும்பிப் பார்த்தான்.

“இவன வளர்த்தறதுக்கு ஒருத்தி வேணும். வீட்டு வேலக்காரங்களுக்கு நிறைய சம்பளம். கல்யாணம் கட்டிக்கிட்டா அதச் சேமிக்கலாம். சந்தியாவோட மருத்துவத்துக்கு மாசாமாசம் பத்தாயிரம் ரூபாய் வேணும். அப்புறம் வாடகை, பெட்ரோல் செலவு... கையில் எவ்வளவு கிடைச்சாலும் ஒண்ணும் மிச்சமில்லை...”

ஜெஸபெல்லின் நெற்றி வழியாக வியர்வைச் சால்கள் ஒழுகத் தொடங்கியிருந்தன. பாலகோபால் சிறிதுநேரம் மடியில் இருந்த குழந்தையின் தலைமுடியைக் கோதிவிட்டுக்கொண்டு மௌனமாக இருந்தான்.

“சந்தியாவோட மூளை செல் எல்லாம் செத்துட்டதாச் சொல்றாங்க. அவளால நம்மள பார்க்கமுடியாது, கேட்கமுடியாது, நினைக்க முடியாது. உண்மையாவே செத்ததுக்குச் சமம். இருந்தாலும் அந்த உடம்பு இப்படி முன்னாடி கிடக்குதே? சிலசமயம் எனக்குக் கடுங்கோபம் வரும். அவள் செத்துட்டா என்னன்னு தோணும். கோபம் போனதும் குற்ற உணர்வால மனசு அடிச்சுக்கும். அவளோட இடத்துல நான் இருந்திருந்தா அப்படீன்னு நினைப்பேன். அப்படிச் சிந்திக்கறதுல அர்த்தமில்லை. அவளோட இடத்துல நானுமில்லை. என்னோட இடத்துல

அவளுமில்லை. ஒவ்வொருத்தரும் ஒரு குறிப்பிட்ட சூழ்நிலையில எப்படி நடந்துக்குவாங்கன்னு நம்மால ஒருபோதும் கணிக்க முடியாது. அவ இப்பவும் இருக்கறா, அவளுக்கு அவ சந்தியாவா இருக்கமாட்டா. நமக்கு அவ சந்தியாதான். சாகுறவரைக்கும் செத்துட்டாலும் அவ இதே சந்தியாவாத்தான் தொடர்வா."

ஜெஸபெல் மனதுக்குள் என்னென்னவோ மூச்சுத்திணறல்களை அனுபவித்துக்கொண்டிருந்தாள். பிறகு எதற்கு மணமுறிவு பெற்றான் என்று அவள் கேட்டாள். அவன் அவளைத் திரும்பிப் பார்த்தான்.

"நிர்பந்தம் சந்தியாவோட வீட்டாளுங்களுக்குத்தான்."

பாலகோபாலின் முகத்தில் வேதனை நிறைந்தது.

"நான் கல்யாணம் கட்டிக்கணுங்கறது அவங்களோட தேவ. அவங்களுக்கு எதாச்சும் நடந்துட்டா சந்தியாவ பார்த்துக்க நான் மட்டுந்தானே இருக்கேன். என்னால தனியா குழந்தைய வளர்க்கவும் சந்தியாவ பார்த்துக்கவும் முடியாதில்லையா. அதனால இன்னொருத்தங்களோட உதவி தேவைப்படுது..."

ஜெஸபெல் திரும்பி உட்காரவும், குழந்தை எழுந்து தலையை அவனுடைய தோளில் வைத்துக்கொண்டு அவளைப் பார்த்தது. அவனுடைய கன்னத்தில் ஒரு வெள்ளைத் திட்டு இருந்தது. அவள் கை நீட்டி அவனது கன்னத்தைத் தொட முயன்றபோது அவன் வெட்கப்பட்டுத் தலையைத் தந்தையின் மார்பில் புதைத்துக்கொண்டான். கார் மருத்துவக்கல்லூரிக்கு அருகில் வந்திருந்தது. ஜெஸபெல் இறங்கியபோது குழந்தையை இருக்கையில் உட்காரவைத்துவிட்டு முன் இருக்கைக்குக் கீழே வைத்திருந்த பையில் இருந்து ஒரு கவரை எடுத்துக்கொண்டு பாலகோபாலும் இறங்கினான். 'டாக்டருக்கு என்னால் ஏதாவது பிரயோஜனம் இருந்துச்சா' என்று அவன் ஒட்டுதலின்றிக் கேட்டான். 'பார்த்தது நல்லதாப் போச்சு' என்று ஜெஸபெல் சொன்னாள். பாலகோபால் கவரை நீட்டித் தன்னுடைய மணமுறிவு மனுவினுடையதும் தீர்ப்பினுடையதும் நகல்கள் என்று தெரிவித்தான். ஜெஸபெல் அதை வாங்கிக்கொண்டாள்.

"மகள் மெண்டலி அன்சவுண்ட்ன்னு சந்தியாவோட அப்பா எனக்காக நீதிமன்றத்துல வாக்குமூலம் கொடுத்தார். அதேமாதிரி

டாக்டரோட கணவர் வீட்டாளுங்க ஒரு வாக்குமூலம் கொடுத்தா விவாகரத்து ஈஸியா கிடைச்சிடும்."

பாலகோபால் சொன்னான். அப்போதுதான் ஜெஸபெல் அவனுடைய கண்களைப் பார்த்தாள். அவனுடைய கண்களில் வாழ்க்கையைப் பற்றி ஒரு சந்தேகமும் இல்லை என்று அவளுக்குத் தோன்றியது. எல்லாவற்றையும் தெளிவாகப் பார்க்கக்கூடிய பார்வையாக இருந்தது அவனுடையது. அனேகமாக, அவன் எதையும் புதிதாகப் பார்க்கப்போவதில்லை என்றும் முன்பு பார்த்தவற்றையே திரும்பவும் பார்ப்பது மட்டுமாக இருக்கும் என்றும் அவள் நினைத்தாள்.

"விபத்துல சிக்கிக்கிட்ட ஒருத்தன உதறிட்டுத் தப்பிக்க முயற்சிக்கிற ஒருத்தியாத்தான் பலரும் டாக்டரப் பத்திச் சிந்திக்கிறாங்க. நான் மட்டும் அப்படிச் சிந்திக்கல. காரணம் நீங்க கடந்த ஆறு மாசமா அனுபவிக்கறது என்னவோ அத ஆறு வருசமா அனுபவிக்கிற ஒருத்தன் நான். இந்த வயசுல உங்கள மாதிரி ஒருத்தங்களுக்கு உடல்ரீதியாவும் மனரீதியாவும் ஒரு கம்பெனி, துணை வேணும். அதனால சீக்கிரமா விவாகரத்துக்கு விண்ணப்பிச்சிருங்க. சீக்கிரமா இன்னொரு கல்யாணமும் பண்ணிக்கங்க. வேணும்னா நான் உங்க கணவரோட உறவுக்காரங்கள போயிப் பார்த்துப் பேசிப் பார்க்கறேன்."

தன்னுடைய முகத்தையல்ல, மனதைத்தான் அவன் தெளிவாகப் பார்க்கிறான் என்று உணர்ந்தியபோது ஜெஸபெல்லுக்கு அவமானம் உண்டானது. பழக்கமில்லாத ஒருத்தனுக்கு முன்னால் கண்கள் நிறையாமல் இருப்பதற்காக முயற்சிக்கவேண்டி வந்ததிலும் அவளுக்கு அவமானம் உண்டானது. 'அப்ப நான் வரட்டுமா' என்று சொல்லி அவன் மீண்டும் காரில் ஏறத்தொடங்கியபோது அவள் சக்தியைத் திரட்டித் தொண்டையைச் செருமிக்கொண்டு 'பாலகோபால்' என்று அழைக்கவும் அவன் ஆவலாக அவளைப் பார்த்தான்.

"பையனுக்குக் கீரை நிறைய கொடுக்கணும்."

அவள், குரல் இடறாமல் சொல்லிமுடித்தாள். அவன் குழந்தையைக் கவலையோடு பார்த்தான். 'காய்கறி சாப்பிடனுமே, எதையாவது சாப்பிட வைக்கணும்னா என்ன பாடுபடனும்னு தெரியுமா' என்று விரக்தியுற்றான். அவன் ஏறி உட்கார்வதையும் கார் பாய்ந்து போவதையும்

ஒரு தளர்ச்சியோடு பார்த்துக்கொண்டு நின்றாள் என்பதை அவள் பிற்காலத்தில் நினைத்துப் பார்த்தாள். அவனைப்பற்றிச் சொன்னபோது, 'பார்த்தியா, ஆணுக்கும் பெண்ணுக்கும் நடுவுல இருக்கிற வித்தியாசத்தப் பார்த்தியா?' என்று பாட்டி கோபாவேசமுற்றதோடு 'அவம்பொண்டாட்டி படுத்த படுக்கையாகிட்டாங்கறதக் கேட்டதும் அவளோட வீட்டாளுங்களே வேற கல்யாணம் கட்டிக்கச் சொல்றாங்க. அதே சமயம், எல்லாத்தையும் மறந்துட்டு அவனையே பார்த்துக்கிட்டு உட்கார்ந்திருன்னு உன்கிட்ட உன்னோட வீட்டாளுங்கதான் சொல்றாங்க. காலம் எவ்வளவோ மாறிப்போச்சுன்னு சொல்லி என்னத்துக்கு ஆச்சு?' என்று வருத்தப்படவும் செய்தார்.

"ஜெரோம் ஜார்ஜ் மரக்காரன் 'மெண்டலி அன்சவுண்ட்' என்று உங்களால் எப்படி வாதிட முடியும் டாக்டரே? கோமாவில் கிடக்கின்ற ஒருத்தனுக்கு நம்முடைய குரல் கேட்குமா நாம் சொல்வதெல்லாம் புரியுமா என்று எப்படித் தெரிஞ்சுக்க முடியும்?"

- நீதிமன்றத்தில் எதிர்த்தரப்பு வக்கீல் அவளிடம் கேட்டார்.

"பிரெய்ன் டெஸ்ட் செய்துதான் தெரிஞ்சுக்க முடியும்."

"ஆனால், பரிசோதனையில் குரல் கேட்பதாகத் தெரிகிறது."

"ஆனால், அதைப் புரிந்துகொள்ள முடியுமா என்று தெரியவில்லை. ஜெரோமின் பிரெய்ன் செல்களில் பத்து சதமானம்கூட செயல்படவில்லை. அதன் பொருள், பார்க்கவோ கேட்கவோ பேசுவதற்கு ஆசைப்படவோ - ஒன்றும் முடியாது என்பதுதான். தட் மீன்ஸ் பிரெய்ன் ஈஸ் ஆல்மோஸ்ட் டெட்..."

"ஹோ... கணவன் செத்துக்கிடக்கிறார் என்று எங்களுக்கு உணர்த்துவதற்கு டாக்டருக்கு என்னா உற்சாகம்! அதற்குப் பதிலாக அவருக்குச் சிகிச்சை அளித்துக் காப்பாற்றுவதற்கல்லவா பார்க்கவேண்டும்."

"என்ன செய்வது, நான் ஒரு டாக்டராகப் போய்விட்டேனே."

அவள் சொன்னாள். நீதிமன்றம் மௌனித்தது. அவள் மறுதலித்தமையாலோ தனக்கு எதிர்வாதம் இல்லாமல் போனதாலோ இருக்கலாம், வக்கீலின் முகம் கடுகடுத்தது; அவருடைய கண்களில் குரூரம் நிறைந்தது.

"முதலில் நீங்கள் ஒரு நல்ல பெண்ணாகவும் மனைவியாகவும் குடும்பத்தலைவியாகவும் ஆகுங்கள், அதன்பிறகு டாக்டர் ஆனால் போதும்!"

அவர் கர்ஜித்தார். 'நீங்கள் ஒரு நல்ல ஆணாகவும் கணவனாகவும் குடும்பத்தலைவனாகவும் ஆனபிறகா வக்கீலாவும் நீதிபதியாகவும் ஆனீர்கள்' என்றும் 'முதலில் நீங்கள் ஒரு நல்ல குடிமகனாகவும் மனுசனாகவும் ஆகுங்கள்' என்றும் கர்ஜிப்பதற்கு அவளுக்கும் ஆசை இருந்தது. ஆனால், அவள் ஒன்றும் சொல்லவில்லை.

ஐயோ, அப்படிச் சொல்லக்கூடாது, இருபத்தியொன்றாம் நூற்றாண்டிலும் 'நாங்கள் சொந்த அப்பத்தைச் சாப்பிட்டுக் கொள்கிறோம், சொந்த ஆடையை உடுத்திக்கொள்கிறோம், உனது பெயரால் நாங்கள் அழைக்கப்பட்டால் மட்டும் போதும், எங்களுடைய அவமானத்தைப் போக்கித்தரவேண்டும்' என்று கேட்காதவர்களுக்கு மஹாபுருஷர்கள் அவமதிப்பையும் வன்முறையையும் தீர்ப்பளிப்பதற்கு அதிகாரம் பெற்றிருக்கிறார்கள் அல்லவா.

ஆகையால் தீர்க்கதரிசினியான ஜெஸபெல் காது உள்ளவர்கள் கேட்பதற்கும் கண் உள்ளவர்கள் பார்ப்பதற்கும் வேண்டி இவ்வாறு சொன்னாள்:

உனது கண்ணில் இருக்கும் மரத்துண்டைப் பார்க்காமல், 'சகோதரீ, உனது கண்ணில் இருக்கும் தூசை நான் எடுத்துவிடட்டுமா' என்று சொல்ல உன்னால் எப்படி முடிகிறது? கபட நாட்டியக்காரா, முதலில் உனது கண்ணில் இருக்கும் மரத்துண்டை எடுத்தெறி.'

18

அதன்பிறகு, ஜெஸபெல்லின் தளர்ச்சியைப் பார்த்து, வரப்போகிறவள் நீதானா அல்லது நான் இன்னும் வேறொருத்திக்காகக் காத்திருக்கவேண்டுமா என்று பாட்டி கேள்வி கேட்டார். அப்போது ஜெஸபெல் தன்னுடைய அனேக பயங்களிலிருந்தும் மனத் துயரங்களிலிருந்தும் அசுத்த ஆவிகளிடமிருந்தும் தன்னைத்தானே குணப்படுத்திக்கொள்ளவும் தன்னுடைய கண்களுக்கு அதிக பார்வையைக் கொடுக்கவும் செய்தாள். அவள் பாட்டியிடம் சொன்னாள், பார்வையற்றவளாக இருந்தவள் பார்க்கிறாள், செவிடாக இருந்தவள் கேட்கிறாள், முடமாகிப்போனவள் நடக்கிறாள், நோயாளியாக இருந்தவள் குணப்படுகிறாள், ஏழையாக இருந்தவள் ஆத்மாவில் செழிப்பை உணர்கிறாள். தனக்குத்தானே துன்பம் உண்டாக்காதவள் பாக்கியவதி. 'துக்கங்களை நீ இரும்பும் செம்பும் ஈயமும் கொண்டு என்றென்றைக்குமாக பாறையில் எழுதுவதற்கு முயலாதே' பாட்டி நினைவூட்டினார். 'நம்பிக்கையை மரத்தைப்போல வேரோடு பிடுங்கி எறியவும் கூடாது.'

மணவிலக்கு நோட்டீஸ் பெறப்படாமல் முதலில் திரும்பி வந்த நாளில் அவள் எவ்வளவு தளர்ந்து போயிருந்தாள் என்று பிற்காலத்தில் ஜெஸபெல் சங்கடப்பட்டிருக்கிறாள். 'இதையெல்லாம் பார்த்து நீ பயப்படாதே', அன்று பாட்டி சொன்னார். 'நீதியின் காற்றும் வீசும். கடல் அவர்களை மூடும். ஈயக்கற்களைப் போல அவர்கள் கடலின் ஆழத்தில் வீழ்வார்கள்.'

பாட்டிக்குத் தன்மீது தடுமாற்றங்கள் இருந்ததில்லை. அதனால், அவள் உறக்கமில்லாமல் கஷ்டப்பட்டுக்கொண்டிருக்கையில், பாட்டி பேசிக்கொண்டும் சிரித்துக்கொண்டும் ஆழ்ந்த உறக்கத்தில் ஆழ்ந்தார். நீலநிறத்தில் வெள்ளைப் புள்ளிகளோ வெள்ளை நிறத்தில் நீலப்புள்ளிகளோ உள்ள காட்டன் நைட்டி அணிந்து, வெள்ளி நூல்களைப் போன்று பளபளக்கின்ற மிருதுவான முடியிழைகளில் ஒன்றிரண்டு விழுந்துகிடக்கின்ற நெற்றியை இடது உள்ளங்கையில் தாங்கி, பாட்டி சோம்பலாகப்

படுத்திருப்பதையும் உறக்கத்தில் பாட்டியின் சுருங்கிய கன்னங்களில் கன்னக்குழிகள் மலர்வதையும் சஞ்சலம் நிறைந்த இதயத்துடன் ஜெஸபெல் பார்த்துக்கொண்டு படுத்திருந்தாள். வயதாகும்போது தனக்கு அருகில் இருந்து பிரியத்தோடு 'என் பாட்டி என்ன அழகு!' என்று பெருமூச்சுவிடுவதற்கு ஒரு பேரக்குழந்தையை அவள் கனவு கண்டிருந்தாள். ஆனால், அந்தப் பிள்ளையும் தன்னைப்போலவே வேதனைப்படவேண்டி வந்தால் என்று நினைத்து அவள் பதற்றத்துடன் இதயத்தில் இருந்து ஆசையைக் கொன்று எறிந்திருந்தாள். அவள் விழித்திருப்பதையோ தேம்புவதையோ அறியாமல் பாட்டி உறங்கினாலும் அவள் உறக்கம் கலைந்து விழிக்கும்போதெல்லாம் தன்னைப் போர்வை போர்த்தப்பட்ட நிலையில் கண்டு, பாட்டி எப்போது தனக்குப் போர்த்திவிட்டார் என்று ஆச்சரியப்பட்டாள். அவளைப் பாட்டியின் கைகள் சேர்த்தணைத்திருந்தன. அவளுடைய இதயம் அப்போதெல்லாம் அன்பினாலும் இந்த அன்பு மட்டும்தானே தனக்கு இருக்கிறது என்ற பாதுகாப்பின்மையினாலும் பதற்றத்துடன் துடித்துக்கொண்டிருந்தது.

பாட்டி, அவளுடைய வாழ்க்கையில் வீசிய புயல்காற்றுகளைப் பிடித்து நிறுத்தவும் அவளுடைய பூமியையும் வானத்தையும் அமைதிப்படுத்தவும் செய்தார். அவளுடைய நாட்களுக்கு ஓர் ஒழுங்கு கிடைத்தது. வந்து புகுவதற்கு ஒரு வீடு இருந்தது. வீட்டில் சிரித்து வரவேற்கவும் அன்போடு அரவணைக்கவும் ஒரு ஆள் இருந்தது. பாட்டி அவளுடனேயே எழுந்தார். அவள் புறப்படும்போது, 'கொஞ்சம் வண்ணமா எடுத்து உடுத்திக்க குஞ்சூ' என்றோ 'ஒரு பொட்டுங்கூட வச்சுக்க குஞ்சூ' என்றோ வற்புறுத்தினார். முகத்தில் பௌடர் போடவும் முடியை அழகாக முடிந்துவைக்கவும் நினைவூட்டினார். அம்மா முகத்தைத் தொங்கப் போட்டுக்கொண்டு கொடுக்கின்ற காலை உணவைப் பிரியத்தோடு அவளுக்குப் பரிமாறவும் 'இன்னுங்கொஞ்சம் சாப்புடடீ குஞ்சூ' என்று கட்டாயப்படுத்தவும் செய்தார். 'ங்ஹூம், நீ தின்னு பெருத்துக் கொழுத்துப்போ, கடைசீல ஊர்க்காரங்க சொல்லட்டும், புருஷனைத் தின்னு நீ பெருத்துட்டேன்னு' என்று அம்மா முனகும்போது பாட்டி 'புருஷனென்ன புருஷன், வயிறு பசிச்சா மனுசங்க விஷம் இல்லாதது எத வேணும்னாலும் திங்கலாம், குஞ்சே' என்று திருப்பியடித்தார். 'உனக்கு உன்னோட சொந்த சந்ததியவே திங்கலாம்னா அவ அவளோட புருஷன சந்தோசமாத் திங்கட்டுண்டீ' என்று ஆறுதல் சொன்னார்.

அம்மா மேற்கொண்டும் முணுமுணுத்ததால் பாட்டியின் குரல் ஓங்கியது: 'ங்ஹூம், பாவப்பட்ட ஒருத்தன பத்திருபத்தஞ்சு வருசமா கொல்லாமக் கொன்னுக்கிட்டு இருக்கிற உனக்கு அவள கொற சொல்றதுக்கு என்னடீ யோக்யத இருக்குது? கட்டுனவனப் பார்த்துக்கிற ஒருத்தி! அவன கிச்சுக்கிச்சு மூட்டுனாக்கூடச் சிரிக்கமுடியாத நெலைக்கு ஆக்கீட்டா. உன்ன இங்கிருந்து வெரட்டீட்டா நாந்தானே சொமக்கவேண்டி வரும்னு பார்க்கறேன், இல்லாட்டி சாராவே, ஜான் சாருக்கு வேண்டி நானே அனுப்பியிருப்பேன், விவாகரத்துக்கு உன்னோட பேருக்கு ஒரு வக்கீல் நோட்டீஸ!'

இரண்டாவது வக்கீல் நோட்டீசும் 'முகவரிக்கு உரியவர் பெற்றுக்கொள்ளவில்லை' என்ற குறிப்போடு திரும்பி வந்தது. மணமுறிவை அனுமதிக்காமல் போய்விட்டால், ஜார்ஜ் ஜெரோம் மரக்காரன் தன்னை வலுக்கட்டாயமாகக் கொண்டுபோய்விடுவானோ என்று பயந்து அன்று இரவு முழுவதும் ஜெஸபெல் விம்மினாள். 'அழுகறயாடீ குஞ்சே' என்று பாட்டி இரண்டுமுறை கேட்டார். அவள் அழவில்லை. இருந்தாலும் இதயம் வலியால் விம்மியது. அவமானமும் விரக்தியும் ஒன்றுகலந்த வலி. நினைவுகள் மங்கிக் கலந்தன. சித்திரங்கள் மங்கிக் கலந்தன. பள்ளிக் கலையரங்கில் ஆசிரியர்கள் தன்னை வாழ்த்தியதும் கல்லூரியில் இருந்து பெஸ்ட் அவுட்கோயிங் ஸ்டூடண்டுக்கான அவார்டு வாங்கியதும் மருத்துவக் கல்லூரியில் தேர்வுகளுக்கான மதிப்பெண் பட்டியல் வரும்போது ஆசிரியர்களின் முகத்தில் புன்னகை மலர்வதும் ஜெரோம் ஜார்ஜ் மரக்காரன் வேலைக்குப் புறப்படுவதும் ஆன்மேரி இழுத்து மாட்டிய தாழ்ப்பாளைத் திறக்கும்போது வெட்கிப்போய் அவன் வெளியே வருவதும் கோமாவில் கண்கள் மூடிப் படுத்திருப்பதும்... எதற்காக, எதற்காக, எனக்கு இந்தச் சிலுவையை எதற்காகக் கொடுத்தான் என்று அவள் மனதுக்குள் புலம்பிக்கொண்டிருந்தாள். அவன் எதற்காக என்னை இவ்வளவுதூரம் குரூரமாக ஏமாற்றினான்? அவன் எதற்காக என்னை இந்த அளவுக்குக் காயப்படுத்தினான்? காதலின் கடைசித் துகளைக்கூடப் பறக்கவிட்டுவிட்டு அவன் எதற்காக எனது வாழ்வின் அத்தனை காற்றுகளையும் ஸ்தம்பிக்கச் செய்தான்?

அடுத்தநாள் காலையில் பாட்டி சொன்னார், 'நானும் வாரேன் குஞ்சூ, உன்கூட மெடிக்கல் காலேஜுக்கு; எனக்கும் எல்லாத்தையும் பரிசோதிக்கணும்.' ஜெஸபெல் உற்சாகமடைந்தாள். அவள் அழைத்தபோது இர்ஷாத் தன்னுடைய காரை எடுத்துவந்தான். ஆஃப் வைட்டில் வெள்ளைப் பூக்கள் எம்பிராய்டரி செய்த சேலை கட்டி, கை இறக்கமுள்ள வெள்ளை நிற ஹாக்கோப் பிளவுஸ் அணிந்துகொண்டு, முனையில் பித்தளைப் பூண் மாட்டிய தடி ஊன்றி பாட்டி சுறுசுறுப்பாக அவளுடன் புறப்பட்டார். மருத்துவக் கல்லூரியிலும் குழந்தைகள் மருத்துவமனையிலும் மருத்துவர்களிடமும் செவிலியரிடமும் அறிமுகமானார். அவர்களிடம் நகைச்சுவைகள் சொன்னார். இர்ஷாத், கீதுவுடன் சென்று இ.ஸி.ஜி. பரிசோதனை செய்துகொண்டார். அவள் வகுப்பெடுக்கப் போனபோதும் ரவுண்ட்ஸ் போனபோதும் குரியன் சாரின் அறையில் உட்கார்ந்துகொண்டு கதைகள் சொன்னார். ஜூனியர் ரெஸிடென்ட்ஸின் வகுப்பு முடிந்ததும் இர்ஷாத்தின் காரில் இர்ஷாத்தையும் கீதுவையும் கூட்டிக்கொண்டு நகரத்திற்குப் புறப்பட்டனர். பயணம் முழுவதும் பாட்டி நையாண்டியாகப் பேசி அவளையும் அவளது நண்பர்களையும் சிரிக்கவைத்தார். ரெஸ்டாரெண்டுக்கு முன்னால் காரை நிறுத்தி இறங்கும்போது பைக்கை எடுத்துக்கொண்டிருந்த முடி வளர்த்து கம்மல் போட்ட பையனிடம் 'டேய், பையா, நில்லுடா, கொஞ்சம் பார்த்துக்கறேன்டா, உன் பேரென்னடா' என்று கேட்டார். 'ஐயேம் வர்கீஸ்' என்று ஸ்டைலாகச் சொல்லிய இளைஞனிடம் 'பேரு என்னவா இருந்தாலும் நீ செமயா இருக்கேடா. என்னோட வயசுக்காலத்துல இருந்திருக்கணும்...' இளைஞன் வெட்கத்தில் சிவந்து வேகமாக பைக்கைப் பறக்கவிட்டான். அதற்குள் பாட்டியின் ரசிகர்கள் ஆகிப்போயிருந்த இர்ஷாத்தும் கீதுவும் சிரிப்பை அடக்குவற்குப் போராடினர். 'ஐயோ பாட்டீ, இப்படியே போனா நாம மெடிக்கல் காலேஜுக்கே திரும்பிப் போகவேண்டி வரும்' என்று ஜெஸபெல் கிண்டலடித்தாள். 'அங்கயும் சிலர பார்த்து வச்சிருக்கேண்டி குஞ்சூ' என்று பாட்டி திருப்பியடித்தார்.

மதிய உணவுக்குப் பிறகு அவர்கள் ஷாப்பிங் சென்றனர். ஆடைகளை உடுத்திப் பார்க்கச்சொல்லி அவளையும் கீதுவையும் உற்சாகப்படுத்தினார். சில நைட்டிகளையும் சுடிதார்களையும் பாட்டியும் அணிந்து பார்த்தார். 'பாட்டி

இதெல்லாம் போடுவீங்களா' என்று கீது ஆச்சரியப்பட்டாள். 'இந்த வயசுல இனிச் செய்ய முடியாதது என்னதா இருக்குது' என்று பாட்டி குலுங்கிச் சிரித்தார். 'நம்மால இதையெல்லாம் பணம் கொடுத்து வாங்க முடியாட்டி என்ன, உடுத்திப் பார்த்துச் சந்தோசப்படலாமில்லையா' என்று கண் சிமிட்டிச் சிரித்தார். தனக்காக பாட்டி வாங்கிய லேட்டஸ்ட் ஃபேஷன் குர்திகளையும் குர்தாக்களையும் டாப்ஸ்களையும் பார்த்து ஜெஸபெல்லின் கண்கள் பிதுங்கின. 'பாட்டீ, இதெல்லாமா? எனக்கா? நான் இதுவரைக்கும் இவ்வளவு ஃபேஷனா எதையும் உடுத்தினது இல்லையே' என்று தன்னம்பிக்கையற்றவளானாள். 'அதனால இப்பவே போடத் தொடங்கிடு' என்று பாட்டி உத்தரவிட்டார். 'உனக்குப் புடிச்சதை எல்லாம் நீ இப்பவே செய்யாட்டி அப்புறம் எப்படீ செய்யப்போறே? குழியில போட்டதுக்கு அப்புறமா? உனக்கு உன்னோட வயசுக்காரங்களமாதிரி ஸ்லீவ்லெஸ் போடணும்னு தோணுச்சுன்னா இப்பவே போட்டுடணும். இல்லாட்டி, உன்னைப் பொட்டியில போட்டு மூடறப்பொ யாராச்சும் கையில்லாத துணிய உன்னோட பொட்டிக்குள்ள வப்பாங்களா? வச்சாத்தா அதனால உனக்கு என்ன பிரயோஜனம்?'

பாட்டி அவர்கள் மூவருக்கும் ஆடைகள் வாங்கினார். பில் கட்டும்போது, 'கேஷா பாட்டீ' என்று கேட்ட காசாளரை 'பிளாஸ்டிக் கேஷ், பையா' என்று ஆச்சரியப்படுத்தி டெபிட் கார்டை நீட்டினார். பாட்டி பின் நம்பர் அடிப்பதை அவர்கள் மூவரும் வியப்போடு பார்த்தனர். 'ஏண்டீ, சிறுசுங்களா, நீங்களெல்லாம் இப்படிச் சுத்தறீங்களே. என்னோட நல்ல வயசு இப்ப இருந்திருக்கணும். நான் என்னோட வாழ்க்கைய எப்படி எஞ்சாய் பண்ணிருப்பேன்' என்று பாட்டி பெருமூச்சு விட்டார்.

துணிக்கடையிலிருந்து நேராக அழகுநிலையத்துக்குச் சென்றனர். அழகுக்கலை நிபுணியிடம் ஜெஸபெல்லின் முடியை வெட்டச்சொல்லி உத்தரவிட்டார். ஜெஸபெல் தன்னுடைய முனை சுருண்டு நீண்டுகிடக்கும் முடியில் கைவைத்துக்கொண்டு 'பாட்டீ!' என்று நடுக்கத்தோடு கூப்பிட்டாள். 'அது வளந்துக்கும்டி குஞ்சே' என்று பாட்டி கோபித்தார். 'நீ வெட்டுடீ, பொண்ணே, டயானா ஸ்டைல்' என்று அழகுக்கலை நிபுணிக்குக் கட்டளையிட்டார். கீது வியப்போடு பாட்டியைப் பார்த்தாள். பாட்டி தயக்கம் எதுவும் இன்றிச் சொன்னார்: 'இந்த ஜெஸபெல்

இனி நமக்கு வேண்டாம், கீது பொண்ணே. நமக்கு ஒரு புதிய ஜெஸபெல் வேணும். ஒரு நல்ல புத்திசாலிப் பொண்ணு. என்னாடீன்னு யாராச்சும் கேட்டா அதக் கேட்கறதுக்கு நீ யாரடான்னு திருப்பிக் கேட்கிற ஒருத்தி...!'

அழகுநிலையத்தின் பெரிய கண்ணாடிக்கு முன்னால் உயரமான நாற்காலியில் மேலங்கி போர்த்து உட்கார்ந்திருக்கும்போது ஜெஸபெல் பாட்டியின் முகத்தில்தான் கண்களை வைத்திருந்தாள். பின்னால் இருக்கும் நாற்காலியில் ஒரு கையால் தடியை ஊன்றிப்பிடித்துக் கொண்டு விஸ்தாரமாக உட்கார்ந்துகொண்டு பேரக்குழந்தையின் முடி வெட்டுவதை உன்னிப்பாகக் கவனிக்கின்ற பாட்டியை அவள் கண்கள் நிறையப் பார்த்தாள். மகிழ்ச்சியின் பெரியதொரு சாம்ராஜ்யத்தை அடக்கி ஆள்கின்ற சக்கரவர்த்தினியின் மகத்துவம் பாட்டிக்கு என்று அவளுக்குத் தோன்றியது. முதுமையின் ஆடம்பரமில்லாத கம்பீரத்தைப் பார்த்து அவளுடைய இதயம் ஈரமானது. தனக்கு எப்போதும் பாட்டியின் மனதில் தனி இடம் இருந்தது என்றும் தன்னுடைய கன்னக்குழிகளைப் பாட்டி பெருமிதத்தோடும் மகிழ்வோடும் அங்கிகரித்திருந்தார் என்றும் தான் சிரிக்கும்போது பாட்டிக்கும் கன்னக்குழி மலர்ந்திருந்தது என்றும் நினைத்தபோது அவளுக்குத் தன்னம்பிக்கை அதிகரித்தது.

'முடிந்தது' என்று அழகுக்கலை நிபுணி சொன்னபோதுதான் அவள் தனது தோற்றத்தைக் கவனித்தாள். அதுவரைக்கும் இருந்த வாழ்க்கைக் கவலைகளில் சிக்கித் தவித்தவளான இளம்பெண் அழகான பெண்பிள்ளையாக உருமாற்றம் பெற்றிருந்தாள். 'வாவ்!' என்று கீது பாராட்டினாள். ஜெஸபெல்லுக்குத் தான் புதியவளாக ஆகிவிட்டதாகத் தோன்றியது. 'பழையவளின் காயங்கள் புதியவளுக்கு நினைவில் இல்லாமல் இருந்ததென்றால்' என்று அவள் ஆசைப்பட்டாள். 'வாழ்க்கையின் வடுக்கள் தீண்டாத ஒரு புதிய குழந்தையாக உலகத்தைப் பார்த்துக் கன்னக்குழிகள் மலர்த்திப் புன்னகைக்க முடிந்திருந்ததென்றால்' என்று ஆசைப்பட்டாள்.

வெளியே வந்தபோது, காரில் சாய்ந்து காத்துக்கொண்டிருந்த இர்ஷாத்தைப் பார்த்துப் பாட்டி சொன்னார்: 'பையா, இதா நிற்கிறா பாருடா ஒரு புது ஜெஸபெல். இவளை இனி பழசாகாம பார்த்துக்கிற வேலைய நான் உங்ககிட்டக் கொடுக்கறேன்.'

ஆனால், வீட்டில் அது பெரிய பூகம்பத்திற்குக் காரணமானது. ‘கெழவி என்னோட வாழ்க்கைய அழிச்சிட்டுத்தான் அடங்குவா’ என்று அம்மா ஆர்ப்பாட்டம் செய்தார். ‘கட்டுனவன் விபத்துல சிக்கி நெனவுதப்பிக் கெடக்கறபோது புள்ளைய கூட்டிட்டுப்போயி முடிய வெட்டிவிட்டு புருவத்தையும் சரச்சிட்டு வந்திருக்கறே. ஊர்க்காரங்க முகத்த நான் எப்படிப் பார்ப்பேன்’ என்று தலையில் அடித்துக்கொண்டு கூப்பாடுபோட்டார். ‘பரவாயில்லடீ, வெட்டின முடிய நாம ஊர்க்காரங்களுக்குக் கொடுத்துடலாம், இல்லாட்டி நீ அவங்க முகத்தப் பார்க்காம வேற எங்காச்சும் பாரு’ என்று பாட்டி சமாதானப்படுத்தினார். ‘அவங்க முழுப் பைத்தியம் ஆயிட்டாங்க, உனக்கு நெனவு தப்பிப்போச்சாடீ, ஒரு டாக்டர்னா கொஞ்சமாச்சும் மானம் மரியாத வேண்டாமா’ என்று அம்மா ஜெஸபெல்லைத் தாக்கினார். ‘என் சாராவே, நீயே மெடிக்கல் காலேஜுக்குப் போயி பாரு, இவளோட டீச்சருங்க எல்லாம் என்னா ஸ்டைலா நடக்கறாங்கன்னு. இந்தக் காலத்துல ஸ்டைலா இல்லாத டாக்டருங்கள நோயாளிங்க கண்டுக்கறதே இல்லடீ’ என்று பாட்டி பதிலடி கொடுத்தார். ஜெஸபெல் அந்த வாக்குவாதத்தை ரசித்துக்கொண்டு தனது அறைக் கண்ணாடி முன்னால் நின்றாள். தனது தோற்றம் அவளுக்கே மிகவும் பிடித்திருந்தது. அவளுடைய கன்னங்களில் கன்னக்குழிகள் திரும்பத் திரும்ப மலர்ந்தன. அவளுடைய இதயம் பிரியத்தால் திரும்பத் திரும்ப நிறைந்தது.

“டாக்டரே, எவ்வளவுபேர் முடி வளர்வதற்காக எண்ணெயும் தைலமும் வாங்கித் தேச்சுக்கிட்டுக் கஷ்டப்படறாங்க. இப்பவே எத்தனை கம்பெனிங்க முடி வளர்றதுக்கான எண்ணெய் விற்கிறாங்க. நீங்க கல்யாணம் பண்ணின சமயத்தில் எடுத்த ஃபோட்டோஸ் எல்லாத்துலயும் நல்ல நீளமான முடி இருந்துச்சு. பிறகு என்ன ஆனது, திடீரென்று ஹேர் ஸ்டைல மாற்றுவதற்கு? யாரு டாக்டருக்கு இந்த ஸ்டைல ரெக்கமண்ட் பண்ணினாங்க?”

நீதிமன்றத்தில் வக்கீல் கேட்டார்.

“என் பாட்டி.”

“ஆஹா! நல்ல பெஸ்ட் பாட்டி! பாட்டி சொன்ன உடனேயே டாக்டர் போயி வெட்டிக்கிட்டீங்களோ?”

“பாட்டிதான் கூட்டிட்டுப் போயி வெட்டிக்கவச்சாங்க.”

வக்கீல் ஒரு நிமிடம் மௌனமானார்.

“அதனால அதுக்கப்புறம் முடி வளராம போச்சா? அல்லது அதுக்கப்புறமும் பாட்டி கூட்டிட்டுப்போயி வெட்டிவிட்டாங்களா?”

“நான் தனியாத்தான் போனேன்.”

“ஓஹோ… அதைத்தான் நான் கேட்டேன். அது யாரு சொல்லி? யாராவது சொல்லியிருப்பாங்க, டாக்டருக்கு இதுதான் நல்லா இருக்குன்னு, இல்லையா?”

“எனக்கே தோணுச்சு.”

“கல்யாணச் சமயத்தில்கூட டாக்டர் இப்படித்தான் இருந்தீங்களா? ஃபேஷன் விசயத்திலும்? அந்தச் சமயத்தில் சாதாரண வேஷம்?”

“சுடிதார், சல்வார்…”

“ஓஹோ… ஜீன்ஸ் போடறதுண்டா?”

“இல்லை.”

“ஸ்லீவ்லெஸ் உடுப்பு?”

“இல்லை.”

“ஆனால், இப்போது டாக்டர் கோர்ட்டுக்குக்கூட கையில்லாத உடுப்பும் ஜீன்ஸும் மட்டுந்தான் போடறீங்க இல்லையா. அதுக்கு என்ன காரணம்?”

“அதுதான் வசதின்னு தோணுச்சு.”

“வசதின்னு சொன்னா, என்ன காரியத்துக்கெல்லாம் இந்த ஜீன்ஸ் வசதியா இருக்கும்?”

“வார்டில் நடக்கவும் வண்டி ஓட்டவும்.”

“ஓஹோ! அப்படின்னா சேலை கட்டிக்கொண்டும் சல்வார் போட்டுக்கொண்டும் நடக்கின்ற பொண்ணுங்களெல்லாம் நடப்பதற்கும் வண்டியோட்டுவதற்கும் முடியாமல் நிறைய கஷ்டப்படுவாங்க, இல்லையா?”

“.....”

“இருந்தாலும் கணவன் முடியாமல் கிடக்கும்போது முடியை வெட்டிக்கொண்டு சிறுமிகள் போன்று கையில்லாத உடுப்பும் லோ-வெய்ஸ்ட் ஜீன்ஸூம் போட்டுக்கிட்டு நடக்கவேண்டுமென்று ஒரு பெண்ணுக்குத் தோன்றுமென்றால், என்ன மாதிரியான மனநிலை அது?”

அந்தக் கேள்வியின் மனப்பான்மை தெளிவாகத் தெரிந்தது. ஜெஸபெல் பதில் சொல்லவில்லை.

“போகட்டும். விவாகரத்து கேஸ் கொடுத்ததுக்கு முன்பா அதற்குப் பிறகா முடி வெட்டியது?”

வக்கீல் மேலும் உற்சாகமடைந்தார்.

“முன்பு.”

“அப்படியென்றால் முதலில் முடி வெட்டுனீங்க. கை இல்லாத ஆடை உடுத்துனீங்க. அதுக்கப்புறம் கேஸ் கொடுத்தீங்க?”

“கேஸ் கொடுப்பதற்கு முன்பே முடிவுசெய்திருந்தேன்.”

“அப்படியானல், கேஸ் கொடுப்பதற்கு முன்பே முடிவு பண்ணினீங்க. அப்புறம் கை இல்லாத உடுப்பும் உடம்பை எடுப்பாகக் காட்டுகின்ற ஜீன்ஸூம் போட்டதுக்குப் பிறகு கேஸ் கொடுத்தீங்க?”

“....”

“போகட்டும், உங்களுடைய கணவர் ஜெரோம் ஜார்ஜ் மரக்காரன் இரண்டரை வருடம் உங்களுடன் வாழ்ந்த முப்பத்தியிரண்டு வயதுள்ள இளைஞன் - அன்று அவன் முழு ஆரோக்கியத்தோடு இரண்டு மூன்று ஆஸ்பத்திரிகளில் ஒரே சமயத்தில் வேலை பார்த்துக்கொண்டிருந்த ஹார்டு ஓர்கிங்கான ஒரு புத்திசாலி டாக்டராவும் இருந்தான் - தலையில் அடிபட்டுப் படுத்தபடுக்கையாவதற்குக் காரணமான அந்த விபத்திற்குப் பின்னால் மர்மம் இருப்பதாகச் சொல்லி ஜார்ஜ் ஜெரோம் மரக்காரன் அதாவது ஜெரோமின் தந்தை - போலீசில் கொடுத்த புகாரைப் பற்றி விசாரிப்பதற்காகப் போலீஸ் உங்கள் வீட்டுக்கு வந்தார்கள்தானே?”

“வந்தார்கள்.”

"அதற்கு முன்பா பின்பா விவாகரத்து மனு கொடுத்தது?"

"நான் நோட்டீஸ் அனுப்பியதற்குப் பிறகுதான் ஜெரோமின் டாடி புகார் கொடுத்தார். ஆனால், அந்த கேஸ்..."

"கேஸின் டீடெய்ல்ஸ் பிறகு கேட்கிறேன். இப்போதைக்கு டாக்டர் கேட்காத கேள்விக்குப் பதில் சொல்லவேண்டாம். உட்கார்ந்தபிறகு கால் நீட்டினால் போதும், புரிஞ்சுதா."

ஜெஸபெல்லின் வாய் மூடியது.

"விசாரணையில் காரின் பிரேக்கைக் கழற்றிவிட்டதாகத் தெரியவந்தது... அதனால்தான் விபத்து நேர்ந்ததென்பது நிரூபணமானது. போலீஸ் அந்தக் கேஸில் யாரையாவது விசாரித்தார்களா என்று தெரியுமா?"

"ஜார்ஜ் ஸக்கரியா."

"அதாவது ஆன்மேரி என்ற பிள்ளையின் தந்தை - சாரி, ஆன்மேரி என்ற பிள்ளையின் தாய் அனிதாவின் கணவன் - மேலும் தெளிவாகச் சொல்வதானால் டாக்டர் சந்தீப் மோகன் என்ற உங்களோடு முறைகேடான உறவில் இருக்கும் டாக்டருக்கு முன்பு தொடர்பில் இருந்த பெண்ணின் கணவன்?"

"எனக்கு அப்படி உறவில்லை."

"அதெல்லாம் எல்லாருக்கும் தெரியும். அதை விடு. அப்படியானால் விவாகரத்துக்கு மனுக் கொடுத்தது என்றைக்கு? சரியாகச் சொல்லவேண்டும்.

ஜெஸபெல் அவமானத்தை மென்று விழுங்கினாள்.

"மூன்று முறை நோட்டீஸ் அனுப்பினேன். இரண்டுமுறை வாங்காமல் திருப்பி அனுப்பினார்கள். அதன்பிறகு ஜெரோமின் டாடி எனக்கு எதிராகக் கேஸ் கொடுத்தார். போலீஸ் அதை விசாரித்தது. அதன்பிறகு எனக்கு எதிராகக் கேஸ் இல்லையென்பதைக் கண்டுபிடித்தார்கள். அதற்குப் பிறகுதான் டைவர்ஸ்க்கு நான் கேஸ் கொடுத்தேன்."

"டாக்டருக்கு எதிராகக் கேஸ் இருக்கிறதா இல்லையா என்பதற்குப் பிறகு வருகிறேன். அப்புறம் அந்த ஜார்ஜ் ஸக்கரியா இப்பொழுது எங்கே இருக்கிறார்?"

“இறந்துவிட்டார்.”

“எப்படி?”

ஜெஸபெல் பதில் சொல்ல மறுத்துவிட்டாள். நீதிமன்ற அறையில் நண்பகல் நேரத்தின் சுடுகாற்று வீசியடித்துக்கொண்டிருந்தது. வெளியே இருந்து புழுதிப் படலங்கள் உள்ளே வந்துகொண்டிருந்தன. உள்ளே இருந்த புழுதியும் அதோடு சேர்ந்து பறந்தெழுந்தது. அழுக்குகளுக்கு அப்படியொரு குணம் உண்டு என்று அவள் கண்டாள். அவை எப்போதும் அவை போலவே இருக்கும் பிற அழுக்குகளைத் தேடுவதும் கண்டுபிடிப்பதும் தம்முள் ஒன்றுகலந்து அழுக்கில்லாதவற்றைக்கூட அழுக்குகளாக மாற்றவும் செய்யும் என்று அவள் கற்றுக்கொண்டாள்.

ஜார்ஜ் ஸக்கரியாவின் மரணம் பயங்கரமாக இருந்தது. இருந்தவளும் இருப்பவளும் பரிசுத்தவதியுமான ஒருத்தி இருக்கிறாள்; சொந்தத் தீர்ப்புகளில் அவள் மிகவும் நியாயமானவள்.

19

ஜெஸபெல், உனக்கு நீயே சாட்சியமளிப்பதால் உனது சாட்சியம் உண்மையாகாது என்று நம்பிக்கையற்ற ஜெஸபெல் தன்னைத்தானே குற்றம் சாட்டினாள். அப்போது போதகியான ஜெஸபெல் பதிலளித்தாள்: நானே எனக்குச் சாட்சியம் அளித்தாலும் எனது சாட்சியம் உண்மைதான். ஏனென்றால், நான் எங்கிருந்து வருகிறேனென்றும் எங்கே போகிறேனென்றும் எனக்குத் தெரியும். ஆனபோதிலும், நான் எங்கிருந்து வருகிறேனென்றோ எங்கே போகிறேன் என்றோ உங்களுக்குத் தெரியாது. உங்களுடைய தீர்ப்பில் நீதியில்லை. நான் யாருக்கும் தீர்ப்பளிக்கவும் மாட்டேன்.

தான் யாருக்கும் தீர்ப்பளிக்காவிட்டாலும் மற்றவர்கள் தனக்குத் தீர்ப்பளித்துக்கொண்டே இருப்பார்கள் என்று ஜெஸபெல்லுக்குத் தெரிந்தது. ஜார்ஜ் ஜெரோம் மரக்காரன் மணமுறிவுக்கான நோட்டீஸைப் பெற்றுக்கொண்ட உடனேயே, 'விபத்து முன்கூட்டியே திட்டமிடப்பட்டது' என்ற புகாரைப்பற்றி விசாரிப்பதற்கு வீட்டிற்கு வருகின்ற விசயத்தைத் துணை காவல் கண்காணிப்பாளர் சைஃப் முகம்மது அவளை அழைத்துச் சொன்னார். அன்று ரவுண்ட்ஸிங்கிற்கு இடையே அவளுடைய மனம் பலமுறை பிடிமானத்தை இழந்துகொண்டிருந்தது. குடிபோதையில் மாற்றாந்தகப்பன், பீடியும் சிகரெட்டும் பற்றவைத்துச் சூடுவைத்துக் கொப்புளம்போட்ட உடலோடு வார்டில் தளர்ந்து கிடந்த ஜ்வாலா என்ற எட்டுவயதுக்காரியின் அருகிலேயே நின்றுகொண்டிருந்தாள் ஜெஸபெல். அந்த எட்டுவயதுக்காரியின் இடத்தில் தானே படுத்திருப்பதாக அவளுக்குத் தோன்றியது. அந்தப் பிஞ்சு உடலில் இருக்கும் கொப்புளங்களின் வலியை அவளும் அனுபவித்துக்கொண்டிருந்தாள். அழுதுகொண்டே மருத்துவம் பார்க்கின்ற டாக்டரை ஜ்வாலா அனுதாபத்தோடு பார்த்துக்கொண்டிருந்தாள். வலியால் துடிக்கின்ற உடலாலும் மற்றொரு மனித உயிரை அனுதாபத்தோடு பார்க்க முடிகிறதே என்று ஜெஸபெல் ஆச்சரியப்பட்டாள்.

அப்போது அவளுக்கு ஜெரோம் ஜார்ஜ் மரக்காரன்மேல் அனுதாபம் தோன்றியது. அவர்களுடைய முதல் மின்னஞ்சல் உரையாடலில் அவள் ஜிப்ரானின் வரிகளை எழுதிய போது 'எனக்கு இதெல்லாம் தெரியாதே' என்று வெளிப்படையாகச் சொல்வதற்கு அவன் நேர்மையாக நடந்துகொண்டிருந்தானென்றால் என்று அவள் வீணாக ஆசைப்பட்டாள். அப்படி இருந்திருந்தால், அவள் அவனைத் திருமணம் செய்திருக்கமாட்டாள். அவன் கேரளத்திற்கு வரவேண்டி இருந்திருக்காது. அவளுக்குப் படிக்கவேண்டிய காலத்தில் உணவு சமைக்கவோ துணி துவைக்கவோ வீட்டைச் சுத்தப்படுத்தவோ செய்யவேண்டி வந்திருக்காது. அவன் ஆன்மேரியைத் தொந்தரவு செய்திருக்கமாட்டான். அவளுக்கு அவன்மீது இந்த அளவுக்கு வெறுப்புத் தோன்றுவதற்கான காரணம் இருந்திருக்காது. ஒருத்தனின் நேர்மையின்மை எவ்வளவு பேருடைய வாழ்க்கையைத் தகர்த்துவிட்டது என்பதைக் கணக்கெடுப்பது பயங்கரமாக இருந்தது.

அவளுடைய கலங்கிய கண்களைப் பார்த்துக் கலங்கிப்போன இர்ஷாத்தும் கீதுவும் மதியம் அவளை வீட்டுக்கு அழைத்துச் சென்றனர். மாலையில் போலீஸ் வருமென்று பாட்டியிடமும் அப்பாவிடமும் சொன்னபோது அவளுடைய குரல் இடறியது. 'அதுக்கென்ன குஞ்சூ, வந்து கேட்டுட்டுப் போகட்டும்' என்று பாட்டி சொன்னார். 'இனி என்னத்தையெல்லாம் பார்க்கவேண்டி வருமோ' என்று அம்மா கூப்பாடு போட்டார்.

துணை காவல் கண்காணிப்பாளர் இளைஞராகவும் மதிக்கத்தக்கவராகவும் இருந்தார். இடம் மாற்றலாகிப்போன துணை காவல் கண்காணிப்பாளர் பாதி விசாரணை முடித்திருந்த கோப்புடன் வந்தார். தடயவியல் அறிக்கையில் காரின் பிரேக்குகள் சரியாக இல்லை என்பது கண்டுபிடிக்கப்பட்டிருந்தது. அதற்கு முந்தைய நாள் யாரெல்லாம் வீட்டில் இருந்தார்கள்? விபத்து நடக்கும்போது நீங்கள் எங்கே இருந்தீர்கள்? அன்று காலையில் டாக்டர் சந்தீப் மோகனின் வீட்டுக்குப் போவதற்கான காரணம் என்ன? டாக்டர் சந்தீப் மோகனுக்கும் உங்களுக்கும் என்ன உறவு? விபத்துத் தொடர்பாக யார்மீதாவது உங்களுக்குச் சந்தேகம் உள்ளதா? ஜார்ஜ் ஸக்கரியாவை நீங்கள் சந்தேகிக்கிறீர்களா? ஜார்ஜ் ஸக்கரியா உங்களுக்குத் தீங்கு விளைவிப்பதற்காக அந்தக் காரின் பிரேக்குகளைச்

சேதப்படுத்தியிருக்கலாம் என்று நியாயமாகச் சந்தேகிக்க வேண்டாமா?

ஜெஸபெல் பொறுமையாக எல்லாவற்றுக்கும் பதிலளித்தாள். அம்மா கொண்டுவந்த தேநீரைக் குடித்தபிறகு சைஃப் முகம்மது அவளிடம் சொன்னார்: டாக்டர், நான் கேட்டதற்கெல்லாம் பதில் சொன்னீங்க. ஆனால், கேட்காததும் டாக்டர் சொல்லாததும் சிலது இருக்கிறது. இருக்கிறது, ஜெஸபெல் ஒப்புக்கொண்டாள். சார், பதினைந்து வயதேயான ஒரு குழந்தையின் வாழ்க்கையை நிரந்தரமாகத் துயரத்தில் தள்ளக்கூடிய ஒரு கேள்வியைத்தான் கேட்கப்போகிறீர்கள் என்றால், நான் எப்படிப் பதில் சொல்வேன்? அதற்கு என்ன பதிலை நான் சொல்லவேண்டும்? துணை காவல் கண்காணிப்பாளர் ஜெஸபெல்லின் கண்களை உற்றுப் பார்த்தார். அந்த நிமிடம் அவளுக்குப் பயமோ சங்கடமோ நடுக்கமோ அனுபவப்படவில்லை. உண்மையை உண்மையாகச் சொல்லும்போது தோன்றுகின்ற நிம்மதி அவளது நரம்புகளுக்குத் தெம்பூட்டியது. துணை காவல் கண்காணிப்பாளர் சிறிதுநேரம் யோசித்தார். 'என் மகளுக்கும் பதினைந்து வயதுதான்' என்று அவர் பெருமூச்சுவிட்டபோது ஜெஸபெல் நிம்மதியாக உணர்ந்தாள்.

"அந்தப் பொண்ணுக்கு SDD இருக்கு - செக்சுவல் டெவலப்மெண்ட் டிஸ்ஆர்டர். பெண் உருவந்தான். ஆனால், கர்ப்பப்பை இல்லை, மார்பகங்கள் இல்லை. அவளால் பிரசவிக்க முடியாது. வாழ்க்கையில் அவளுக்காகக் காத்திருப்பது தனிமைப்படுதலின் பயங்கரம். அவளை யாராவது நேசிப்பாங்களா? அவளைப் புரிந்துகொள்ளக்கூடியவர்களும் நேசிக்கக்கூடியவர்களுமான ஒருசிலர் விடைபெற்றுப் போய்விட்டால், ஒரு பெண்ணின் வாழ்க்கையை, அவளுடைய திருமணப் பாதுகாப்பையும் குழந்தை பெற்றுக்கொள்ளும் திறனையும் வைத்து மதிப்பிடுகின்ற இந்த உலகம் அவளைச் சும்மா விடுமா? மொத்தத்தில் அவளுக்கு நம்மால் கொடுக்கமுடிவது படிப்பும் பிழைக்க வழியும் தன்னம்பிக்கையும் மட்டும்தான். ஒரு வழக்கும் அதனுடைய சிக்கல்களும் ஒன்றுசேரும்போது, அதுகூட அவளுக்கு மறுக்கப்படுமில்லையா? அவள் குற்றவாளியாக இல்லாதவரை சட்ட நடைமுறையின் குரூரங்களிலிருந்து அவளை முடிந்தவரை காப்பாற்ற முயற்சிக்கவேண்டாமா?"

துணை காவல் கண்காணிப்பாளர் சிறிதுநேரம் யோசித்துக் கொண்டிருந்தார். பின்னர் போவதற்காக எழுந்தார். போகும்போது அவர் இதை மட்டும் கேட்டார்: 'இவ்வளவு மனிதாபிமானமுள்ள நீங்கள் எப்படி உங்களுடைய கணவனைக் கைவிட முடிந்தது, டாக்டர்? அதுவும் அவர் அப்படிக் கிடக்கின்றபோது?'

"போலீஸ் கேஸில் நீங்கள் எத்தனையாவது குற்றவாளியா இருந்தீங்க?"

நீதிமன்றத்தில் வக்கீல் அவளிடம் கேட்டார்.

"நான் சாட்சியா இருந்தேன்."

"ஆனால், டாக்டர் சந்தீப் மோகன் குற்றவாளியாக இருந்தார்?"

"இல்லை. சாட்சியாக இருந்தார்."

"ஆன்மேரி என்ற குழந்தையைக் கடத்திக்கொண்டு போனது தொடர்பான விரோதம்தான் ஜெரோம் ஜார்ஜ் மரக்காரனைக் கொலை செய்யும் முயற்சியில் முடிந்ததென்று போலீஸ் கண்டுபிடித்ததில்லையா. அது உண்மையில் உங்களைக் கொன்றுபோடும் முயற்சிதான்."

"தெரியாது."

"அப்படிப் பார்க்கும்போது உங்களால்தான் பாவம் ஜெரோம் ஜார்ஜ் மரக்காரனுக்கு அந்த விபத்து நேர்ந்தது. நீங்கள் உங்களுடைய வீட்டையும் குடும்பத்தையும் பார்த்துக்கொண்டு வேறு ஆண்களோடு தொடர்பு வைத்துக்கொள்ளாமல் வாழ்ந்திருந்தால் பாவம் டாக்டர் ஜெரோம் இப்போதும் முழு ஆரோக்கியத்துடன் வாழ்ந்திருப்பார்."

"ஜெரோம் என்னைத் திருமணம் செய்யாமல் இருந்திருந்தாலே போதும்."

"அது சரி. உங்களுக்கு ஒரு வாழ்க்கையைக் கொடுத்ததுதான் அவருடைய குற்றம்! அதுபோகட்டும், ஜார்ஜ் ஸக்கரியா காலிசெய்யவேண்டியது உங்களையும் உங்களுடைய கள்ளக்காதலன் என்று ஊரார் சொல்கின்ற டாக்டர் சந்தீப் மோகனையும்தான். இல்லையா?"

“எனக்குக் கள்ளக்காதலர்கள் இல்லை.”

“ஐயோ. பெரும் பரிதாபகரமாப் போச்சு.”

நீதிமன்ற அறையில் சிரிப்பு எழுந்தது. ஜெஸபெல் கண்களை மூடித் தீர்க்கமாக மூச்செடுத்தாள்.

“அது போகட்டும், கள்ளக்காதலர்கள் இருந்தார்களோ இல்லையோ என்பதெல்லாம் நாம் போகப் போகத் தெரிஞ்சுக்கலாம். ஆனால், ஜார்ஜ் ஸக்கரியாவின் மரணம் நீங்கள் வேலை பார்க்கின்ற ஆஸ்பத்திரியில் வைத்துத்தானே நடந்தது, இல்லையா?”

“ஆமாம்.”

“அது இயற்கையான மரணமா? அல்லது டாக்டர் ஜெரோம் ஜார்ஜ் மரக்காரனின் விபத்துப் போல முன்கூட்டியே திட்டமிடப்பட்டதா? அப்புறம் அதற்குத்தானா சுறா ஸெபினுக்கு நீங்கள் பணம் கொடுத்தீர்கள்?”

ஜெஸபெல் வக்கீலைப் பார்த்துக் கனிவோடு சிரித்தாள். கிளைச் சிறையில் வைத்து உடல்நிலை கெட்டுப்போனபோது அவருக்கு ஜாமீன் வழங்கியதையும் அவள் வேலை பார்த்துக்கொண்டிருந்த மருத்துவக் கல்லூரியில் அவரைச் சேர்த்ததையும் விவரிப்பதற்கு அவள் விரும்பவில்லை. அவருடைய கல்லீரல் கெட்டுப்போயிருந்தது. அவர் தனியாக இருக்கிறார் என்றும் போலீஸ் கேஸைப்பற்றித் தெரிந்தவுடன் பிள்ளைகள் கைகழுவிவிட்டார்கள் என்றும் துணை காவல் கண்காணிப்பாளர் சைஃப் முகம்மதுதான் ஜெஸபெல்லுக்குத் தெரியப்படுத்தினார். அதைக் கேட்டபோது பாட்டி சொன்னார், ‘நீ யாரையாச்சும் அனுப்பி அவனப்பத்திக் கொஞ்சம் விசாரி குஞ்சூ. அவனுக்கு எதாச்சும் காசோ மருந்தோ தேவைப்பட்டா கொடு. எதிரிகள அவங்களுக்குத்தெரியாம உதவுறதவிட பெரிய வெற்றி எது உலகத்துல?’

அதை ஏற்று ஜெஸபெல் இர்ஷாத்தை அனுப்பினாள். ஜார்ஜ் ஸக்கரியா முடியாமல் இருந்தான். ஷோபி என்ற உதவியாளர் மட்டுமே அருகில் இருந்தார். மருத்துவர்கள் குறித்துக் கொடுத்த மருந்துகளின் பட்டியலோடு இர்ஷாத் வந்தான். ஜெஸபெல் மருந்துகளை வாங்கிக் கொடுத்தாள். இர்ஷாத் அவற்றை ஜார்ஜ் ஸக்கரியாவிடம் கொண்டுபோய்க் கொடுத்தபோது மருந்துகளின் பொட்டலத்தைத் திருப்பித் திருப்பிப் பார்த்துக்கொண்டு ஜார்ஜ்

ஸக்கரியா கேட்டான்: 'அப்ப, அவன் இங்கதான் இருக்கான், இல்லையா?' 'யாரு' என்று இர்ஷாத் ஆச்சரியப்பட்டான். 'டாக்டர இங்க அனுப்பினது அவன்தானே, சந்தீப் மோகன்' என்று ஜார்ஜ் ஸக்கரியா கோபாவேசமடைந்தான். அதற்கு, 'அந்த டாக்டர் லீவுலபோயி எவ்வளவோ நாளாச்சு' என்ற பதிலைக் கேட்டபோது அவன் யோசனையில் ஆழ்ந்தான்.

அன்று மதியம் மூன்றாமாண்டு எம்.பி.பி.எஸ். படிக்கும் மாணவர்களுக்கான வகுப்பு முடிந்து ஜெஸபெல் வெளியே வரும்போது இப்போதே விழுந்துவிடுவான் என்ற நிலையில் மூச்சிரைப்பும் இருமலுமாக ஜார்ஜ் ஸக்கரியா சுவரில் சாய்ந்து நின்று காத்திருந்தான். ஜெஸபெல்லுக்கு அந்த ஆள் அப்போது ஜார்ஜ் ஸக்கரியாவாகத் தெரியவில்லை, ஒரு நோயாளியாகத்தான் தெரிந்தான். கல்லீரலின் செயல்பாடு பிசகியிருந்தது, இதயத்தின் பம்பிங் தடைபட்டதால் கருவளித்த முகத்தில் ஒருவித சிவப்பு நிறம் படர்ந்த ஒரு நோயாளி. அவள் அவனுக்கு அருகில் சென்றாள், 'வார்டுல போயிப் படுத்தா என்ன. இப்படி எழுந்திருச்சு நடந்தா நீங்க செத்துப்போய்டுவீங்க' என்று திட்டினாள். அவனுக்கு முதலில் அவள் யாரென்று தெரியவில்லை. தெரிந்தபோது அவனுடைய முகம் மேலும் சிவந்தது. 'நான் செத்தா உங்களுக்கென்ன' என்று கோபித்தான். முன்பு பார்த்ததிலிருந்து அவன் மெலிந்திருந்தான். வியர்வையின் ஒருவித எண்ணெய் மினுமினுப்பு கருத்த கன்னங்களைப் பயங்கரமாக்கின. 'நீங்க எதுக்கு எனக்கு மருந்து கொடுத்துவிட்டீங்க' என்று அவன் சீறினான். 'நீங்க எதுக்கு ஜெரோமோட கார் பிரேக்க சேதப்படுத்தி வச்சீங்க' என்று அவள் கேட்டாள். அவனுடைய கனத்த புருவங்கள் வளைந்தன. கண்களில் சந்தேகம் நிழலாடியது. 'நாந்தான் அதச் செஞ்சேன்னாலும் அவனக் கொல்லறதுக்காக இல்ல' என்று முணுமுணுத்தான். ஜெஸபெல்லுக்கு அப்போது அவன்மீது பயம் தோன்றவில்லை. அவன் ஒரு நோயாளியாக மட்டுமாக இருந்தான். அவளுக்குள் இருக்கும் மருத்துவருக்கு நோயாளிகளின்மேல் கோபமோ பயமோ வந்ததில்லை. அவளுக்கு அவனுடைய உடலின் உள்ளறைகளைக் குறித்துத் தெரிந்துகொள்ளும் ஆர்வமும் கருணையும் மட்டுமே இருந்தன. 'நாந்தானே உங்களோட குறி' என்று அவள் கேட்டாள். அவன் அவளை உற்றுப் பார்த்தான். முடியை வெட்டிய பிறகு அவள் வேறொருத்தியாக மாறிப்போய்விட்டாள் என்று அவனுக்குத்

தோன்றியது. பின்புறம் கட்டிவைத்த முடியின் பாரம் தாங்கிச் சுருங்கிய ஒரு முகமாக இருந்தது முன்பு. இப்போது அவளுடைய முகத்தில் ஓர் இளம்பெண்ணின் நேர்த்தி நிறைந்திருந்தது. 'என்னைக் கொன்னுடுவீங்கன்னு எனக்குப் பயமில்லை. பலதடவ செத்துப்போன ஒருத்திய உங்களால எப்படிக் கொல்ல முடியும்?' என்று அவள் கேட்டாள். அப்போது அவன் சற்றுத் திகைப்புற்றான்.

"எனக்கு உங்கமேல பகையோ வெறுப்போ இல்லை. நீங்க அழிக்கப் பார்த்த ஒரு புள்ளையக் காப்பாத்தணும்னு எனக்குத் தோணுச்சு. அவ்வளவுதான்."

அவள் விளக்கினாள்.

'என்னோட ஒர்க்ஷாப்ல அவ இல்லாம வேல நடக்காதுன்னு உங்களுக்குத் தெரியுந்தானே' என்று அவன் பல்லை நெறித்தான். 'ஒர்க்ஷாப் வேலைய கெடுக்கறதுக்காக அல்ல நான் அவளக் கூட்டிட்டு வந்தது. அவளுக்கு வேறொரு எதிர்காலம் இருக்குன்னு தோணுனதுனாலதான்' என்று அவள் விளக்கினாள். 'ஒர்க்ஷாப் வேல பார்க்கறதுல என்ன பிரச்சனை' என்று அவன் உறுமினான். 'ஒரு பிரச்சனையும் இல்லை, ஆனா, அவளுக்கு மேல படிக்கறதுக்கு ஆசை இருக்குது' என்று ஜெஸபெல் வாதிட்டாள். 'உலகத்துல எத்தனையோ கொழந்தைங்க இருக்காங்க, படிக்கறதுக்கு அறிவுள்ள எத்தனையோ பேர் அதுக்கு வாய்ப்பில்லாம போறாங்க. எல்லாரையும் நீங்க ஏன் காப்பாத்தல' என்று அவன் மறுபடியும் கோபித்தான்.

"இந்த உலகத்துல எத்தனையோ ஹார்ட் பேஷண்ட்ஸ் இருக்காங்க? எல்லாருக்கும் என்னால உதவ முடியுமா? அதுக்காக உங்களுக்கு உதவாம இருக்கறதுல அர்த்தமிருக்கா? தயவு செஞ்சு நீங்க போயி உங்க பெட்ல படுத்துக்கங்க. இங்க நின்னு பேசிட்டிருக்கறத பார்த்தா சீனியர் டாக்டர்ங்க என்னையும் சேர்த்துத் திட்டுவாங்க." அவள் சொன்னாள்.

ஜார்ஜ் ஸக்கரியாவின் முகம் மங்கியது. 'எனக்கு உங்க உதவி வேண்டாம்' என்று அவன் முனகினான். 'வேண்டி வரும்' - அவள் சவால் விட்டாள். 'எல்லாருக்கும் யாருடையதாவது உதவி வேண்டி வரும். கடைசிக் காலத்துல மனசுல பகைய வச்சுக்கிட்டு நடக்கறதைவிட தெளிஞ்ச மனசோட போறதுதான் நல்லது' - அவள் இரக்கத்துடன் உபதேசித்தாள்.

அவன் தோற்றுப்போனதுபோன்று நடந்து போனான். நடைகூடத்தின் வழியாக அவன் போவதை அவள் பார்த்துக்கொண்டு நின்றாள். நடைகூடத்தில் இருந்த மங்கிய வெளிச்சத்தில் அவனுடைய வெள்ளை பாலியஸ்டர் சட்டை மஞ்சளாகத் தெரிந்தது. அவனுடைய தோற்றம் பரிதாபகரமாக இருந்தது. அவன் ஒரு உடல் மட்டும்தான் என்பதை அவள் கண்டாள். மெய்யாகவே இதயம் சோர்ந்துபோன ஓர் உடல். அது மரணத்துடன் அயர்ச்சியோடு மல்லுக்கட்டிக்கொண்டிருந்தது. நடைகூடத்தின் கோடியில் இருக்கும் படிகளைப் பிடித்து இறங்கும்போது அவனுடைய நிழல் அவனுக்குப் பின்னால் மேலங்கி போன்று தொங்குவதை அவள் பார்த்தாள். மரணம் நிழல்போன்று உடனிருக்கிறது என்று முணுமுணுத்துக்கொண்டு அவள் பின்னால் திரும்பிப் பார்த்தாள். தனது நிழலைக் காணவில்லை. இருந்தாலும் அது தனக்குப் பின்னால் எங்கோ இருக்கும் என்று அவளுக்கு உறுதியாகத் தெரிந்தது. அது அவளுக்கு ஒரேசமயத்தில் கலக்கமுறச் செய்யவும் ஆறுதலளிக்கவும் செய்தது.

சந்தீப் மோகனுக்கு அவள் அன்று மாலையே இரண்டு வரி ஈ-மெயில் அனுப்பினாள். 'ஜார்ஜ் ஸக்கரியா கொஞ்சம் மோசமான நிலையில் மெடிக்கல் காலேஜில் இருக்கிறார். துணைக்கு ஒர்க்ஷாப் வேலைக்காரன் மட்டும்தான் இருக்கிறான்.' அதற்குப் பதில் வரவில்லை.

ஆனால், அடுத்தநாள் மதியம் ரவுண்ட்ஸ் முடிந்து ஜூனியர் ரெஸிடென்ஸோடு பேசிக்கொண்டு வெளியே வரும்போது 'டாக்டரான்ட்டீ' என்றொரு அழைப்பு வந்தது. படுத்துக்கொண்டும் உட்கார்ந்துகொண்டும் கூடி நின்று பேசிக்கொண்டும் நடந்து போய்க்கொண்டும் இருக்கின்ற நோயாளிகளுக்கும் உதவியாளர்களுக்கும் நடுவிலிருந்து ஆன்மேரி மலர்ந்த சிரிப்போடு ஓடிவந்தாள். அவள் கொஞ்சம் மெலிந்து இருந்தாள். ஆனால், அவளுடைய முகம் நன்றாக வெளுத்துச் சிவந்திருந்தது. அவளுடைய முக சருமம் பளபளத்துப் பிரகாசித்தது. உயரம் கூடியிருந்தாள். அவள் கொஞ்சம் பெரியவளாகியிருந்தாள். அனிதாவோடு சேர்த்துப் பார்க்கும்போது அவள் ஒரு புற்றுநோயாளியின் மகளாக இருந்தாள். ஒர்க்ஷாப்பில் வைத்துப் பார்த்தபோது அவள் ஒரு ஒர்க்ஷாப் தொழிலாளியாக இருந்தாள். பல

மாதங்களுக்குப் பிறகு அவள் ஒரு பணக்காரத் தந்தையின் செல்ல மகளாக மாறிவிட்டாள் என்பதை ஜெஸபெல் கண்டாள். அவள் ஜெஸபெல்லின் கைகளை இறுகப் பிடித்துக்கொண்டு ‘டாக்டராண்ட்டி எவ்வளவு மாறிப்போய்ட்டீங்க, பார்த்ததும் அடையாளமே தெரியல’ என்று சொல்லி கண்ணீரோடு சிரித்தாள். ஜெஸபெல் ஆவலோடு அவளுக்குப் பின்னால் சந்தீப் மோகனைத் தேடினாள். அவள் சொன்னாள், ‘இல்லை, அப்பா வரல. மடத்திலிருந்து டெய்ஸி சிஸ்டரும் கோரேத்தா சிஸ்டரும் என்னக் கூட்டிட்டுவந்தாங்க’ என்று தெரிவித்தாள். ‘அப்படின்னா, அவங்கள எங்கே’ என்று ஜெஸபெல் கேட்டாள். அவர்கள் ஜார்ஜ் ஸக்கரியாவிற்கு அருகில் இருந்தார்கள். அவர்கள் அவனுடைய நோய் குணமாவதற்கு வேண்டி பிரார்த்தித்துக்கொண்டிருந்தனர்.

அவளையும் கூட்டிக்கொண்டு ஜார்ஜ் ஸக்கரியாவின் வார்டுக்கு நடந்த தொலைவைப் பின்னர் நினைத்தபோதெல்லாம் ஜெஸபெல் அழுதிருக்கிறாள். போகும் வழியில் தன்னைப் பற்றிய விவரங்களைச் சொன்னாள். அவள் தொலைதூரத்தில் உள்ள நகரத்தில் இருக்கும் ஒரு கான்வெண்ட் பள்ளியில் படிக்கிறாள். அப்பா வெளிநாட்டிலிருந்து எல்லா நாளும் மாலையில் அழைப்பதுண்டு. நேற்று முன்தினம் அழைத்தபோது அப்பா மருத்துவமனையில் சேர்க்கப்பட்டுள்ளார் என்று சொன்னார். அவரைப் பார்க்கவேண்டும் என்ற விருப்பத்தைத் தெரிவித்தாள். முதலில் அப்பா சம்மதிக்கவில்லை. சிறிது நேரம் கழித்துத் திரும்பவும் அழைத்துப் போகச் சொன்னார். அவளை அப்பா ஏதாவது செய்துவிடுவாரோ என்று அப்பா பயப்பட்டார். அதனால்தான் கன்னியாஸ்திரிகள் உடன்வரவேண்டும் என்று வலியுறுத்தினார்.

வார்டில் சிஸ்டர் டெய்ஸியும் சிஸ்டர் கோரேத்தாவும் ஜார்ஜ் ஸக்கரியாவுடன் பேசிக்கொண்டிருந்தனர். ஜெஸபெல்லை ஆன்மேரி கன்னியாஸ்திரிகளுக்கு அறிமுகப்படுத்தினாள். சிஸ்டர் கோரேத்தா எப்போதும் சிரித்த முகபாவமுள்ள முப்பத்தைந்து வயதுக்காரியாக இருந்தார். சிஸ்டர் டெய்ஸி வெளுத்து மெலிந்து எப்போதும் அழுகின்ற முகபாவமுள்ள நாற்பது வயதுக்காரியாக இருந்தார். ‘நாங்க கேள்விப்பட்டிருக்கோம், இவ்வளவு சின்னப் பொண்ணா இருப்பீங்கன்னு எதிர்பார்க்கல’ என்று சிஸ்டர் கோரேத்தா சொன்னார். ஜெஸபெல்லைக் கண்டதும்

ஜார்ஜ் ஸக்கரியா கண்களை மூடிப் படுத்துக்கொண்டான். மரணத்தை எதிர்கொள்ளும் ஒரு நோயாளிக்கு அவ்வளவு பெரிய மனக்கலக்கத்தைத் தாங்க முடியாது என்று ஜெஸபெல் கவலைப்பட்டாள்.

கன்னியாஸ்திரிகள் போவதற்கு எழுந்தனர். ஆன்மேரியை சிஸ்டர் டெய்ஸி தழுவிக்கொண்டு 'நல்ல புள்ளையா இருக்கணும், இது ஆஸ்பத்திரி, பார்த்து இருந்துக்க' என்று அறிவுரை சொன்னபோது ஆன்மேரி மருத்துவமனையிலேயே தங்க விரும்புகிறாள் என்பதை ஜெஸபெல் வியப்போடு புரிந்துகொண்டாள். 'டாக்டர் சந்தீப்புக்கும் பிடிக்கல. எங்களுக்கும் உடன்பாடில்லை. ஆனா, இவளோட நிர்பந்தம். இங்க பக்கத்துல இருக்கிற பாலியேட்டிவ் கேர் சென்டர்ல இருக்கிற சிஸ்டர்கள ஏற்பாடு செஞ்சிருக்கோம் – இவள பார்த்துக்கறதுக்கு' என்று கன்னியாஸ்திரிகள் கூறினர். 'எனக்குப் பாருங்க கமாண்டோ புரடக்ஷன்' என்று ஆன்மேரி கிண்டலடித்தாள்.

"ஆறு வயசுல இருந்து மம்மிகூட இந்த ஊர்ல இருக்கற எல்லா மெடிக்கல் காலேஜ்லயும் எத்தனையோ தடவ நான் தங்கியிருக்கேனே? அப்பல்லாம் ஒண்ணும் என்கூட யாருமில்ல. எனக்கு எங்க வீட்ல இருக்கறதவிட ஆஸ்பத்திரி பாதுகாப்பா இருந்துச்சு சிஸ்டர்!"

கன்னியாஸ்திரிகள் விடைபெற்றுச் சென்றனர். ஜார்ஜ் ஸக்கரியா உள்ளங்கையால் கண்களை மறைத்துக்கொண்டு உறங்குவது போன்று படுத்திருந்தான். ஜெஸபெல் ஆன்மேரியை வெளியே அழைத்து, 'உனக்கு இங்க இருக்கறதுக்குப் பயமில்லையா தங்கம்' என்று கேட்டாள். ஆன்மேரி தன்னம்பிக்கையோடு சிரித்தாள்.

"எனக்கு இப்ப எதுக்கும் பயமில்லை, ஆன்ட்டீ... எனக்கு அப்பா இருக்காரு. டாக்டர் ஆன்ட்டி இருக்கீங்க. என்ன நேசிக்கறதுக்கு ஆள் இருக்குது. ஆனா, அப்பாவுக்கு யாருமில்ல. பிள்ளைங்ககூட. ரொம்ப காலம் அந்த வீட்ல என்ன இருக்கவச்சார் இல்லையா? எனக்கு கார் ரிப்பேர் பார்க்கறதுக்குச் சொல்லிக்கொடுத்தார் இல்லையா?"

ஜெஸபெல் அவளை வாசிக்க முயன்றுகொண்டிருந்தாள். அவளுடைய கண்களில் இருக்கும் உறுதிப்பாட்டுக்கான காரணத்தைக் கண்டுபிடிக்க முயன்றுகொண்டிருந்தாள். அவ்வளவு காலமும் ஜெஸபெல்லை அழைக்காமல் இருந்தது,

தொந்தரவு செய்யாதே என்று அப்பா சொன்னதால்தான் என்று அவள் சொன்னாள். நிறைய புதிய முன்னேற்றங்கள் ஏற்பட்டிருந்தன. தந்தைமையைத் தெளிவுபடுத்த சந்தீப் மோகன் புகார் கொடுத்ததும் மறைமாவட்ட பாதிரியார் மைக்கேல் ஃபாதரின் உதவியுடன் தந்தைமையை நிறுவியதையும் அவள் விவரித்தாள். அவ்வாறாக அவளுக்குத் தந்தை கிடைத்தார். மைக்கேல் ஃபாதரின் அபிப்பிராயப்படி சந்தீப் அவளை கன்னியாஸ்திரிகளின் கான்வெண்டில் சேர்த்தான். அதற்கிடையில், ஜார்ஜ் ஜெரோம் மரக்காரன் பலரிடமும் சந்தீப்பைப் பற்றி அவதூறாகப் பேசினான். ஜெரோமின் விபத்துக்குப் பின்னால் சந்தீப் இருக்கிறான் என்று புகார் கொடுத்தான். பலமுறை போலீஸ் சந்தீப்பை விசாரித்தது. ஜெஸபெல்லுக்குத் தன்னால் உண்டாகின்ற கெட்ட பெயரைத் தவிர்ப்பதற்காகத்தான் அவன் விடுப்பு எடுத்துக்கொண்டு தலைமறைவாக இருந்தான் என்று ஆன்மேரி சொன்னாள். ஜெஸபெல் அதைக்கேட்டுக் கோபமுற்றாள்.

அடுத்தநாள் வகுப்பு முடிந்து ஜெஸபெல் ஜார்ஜ் ஸக்கரியாவின் வார்டிற்குச் செல்லும்போது ஆன்மேரி அவனுடைய கால்களைப் பிடித்துவிட்டுக்கொண்டிருந்தாள். அவன் இருமி ரத்தமும் சளியுமாகத் துப்பியபோது அதைத் துடைத்துவிடுவதையும் அவனுடைய வாயைக் கழுவி விடுவதையும் அவன் குழந்தையைப்போன்று உட்கார்ந்து கொடுப்பதையும் ஜெஸபெல் கண்டாள். அவளுடைய வீட்டிற்குத் தான் முதன்முதலாகச் சென்ற நாள்தான் அவளுக்கு நினைவுக்கு வந்தது. அழுக்குப்படிந்த ஆடையோடு தனக்கு முன்னால் கருணை வேண்டி நின்ற ஆன்மேரியின் முகம் அவளுக்கு நினைவுக்கு வந்தது. அந்த அழுக்குப்படிந்த வீட்டின் உட்புறங்களில் அவள் உணர்ந்த மூச்சுமுட்டல்களை ஜெஸபெல்லால் யூகிக்க மட்டுமே முடிந்தது. பிறந்ததிலிருந்து தவறான வழியில் பிறந்தவளாக அந்த மனிதன் அவமானப்படுத்தவும் காயப்படுத்தவும் செய்தும்கூட அவனுடைய கபத்தையும் வாந்தியையும் காருண்யத்துடன் வாங்கிக்கொள்கின்ற சிறுமியை ஜெஸபெல் நம்பமுடியாமல் பார்த்தாள். அடுத்தடுத்த நாட்களிலும் ஜெஸபெல் ஆன்மேரியைப் பார்க்கப் போனாள். அவளுக்கு உணவும் பிற பொருட்களும் வாங்கிக் கொடுத்தாள். இருந்தபோதிலும் ஜெஸபெல் ஜார்ஜ் ஸக்கரியாவைப் பார்க்க விரும்பவில்லை. ஒரு வாரம் முடிவதற்கு முந்தைய நாள் ஆன்மேரி ஜெஸபெல்லைப் பார்ப்பதற்காக

டியூட்டி அறைக்கு வந்தாள்: ஆன்ட்டிய அப்பா பார்க்கணும்னு சொல்றாரு.

வீட்டிற்குப் போகும் வழியில் ஜெஸபெல் வார்டுக்கு வந்தாள். ஜார்ஜ் ஸக்கரியாவின் நிலையில் முன்னேற்றம் ஏற்பட்டதுபோன்று தெரிந்தது. அவளைப் பார்த்ததும் அவன் எழுந்து உட்கார்ந்தான். கையில்லாத பனியனும் கைலியுமாக இருந்தது அவனுடைய தோற்றம். ஒரு துண்டை எடுத்துத் தோளில் போர்த்திக்கொண்டு பவ்வியமாக அவன் மஞ்சள் நிறமாகிப்போன உருண்ட கண்களால் அவளைப் பார்த்தான்.

"இப்பத்தான் டாக்டரே நான் இவள உண்மையாவே பார்க்கறேன். நான் இவளோட அப்பன் இல்லைன்னு இவளுக்குத் தெரியும். இவளப் பார்த்தா ஒரு பெரிய வீட்டுப் புள்ளைன்னு யாரும் சொல்வாங்க, இல்லையா? இப்ப இவ ஒரு ஓர்க்ஷாப் தொழிலாளியோட மகளல்ல. ஒரு டாக்டரோட புள்ள. ஒரு பெரிய டாக்டரோட புள்ள, இல்லயா?"

அவன் என்ன சொல்லவருகிறான் என்ற தெளிவின்றி, ஜெஸபெல் இதயம் படபடக்க நின்றாள்.

"டாக்டரோட மகளா வாழற ஒரு புள்ள, அதுவும் பத்துப் பதினஞ்சு வயசே ஆன ஒரு புள்ள, ஒரு ஓர்க்ஷாப் தொழிலாளிய கவனிச்சுக்கறதுக்கு கவர்ன்மென்ட் ஆஸ்பத்திரியில வந்து இருக்கறா. அதுக்கு அவளோட டாக்டர் அப்பன் சம்மதிச்சும் இருக்கான்!"

அவன் ஜெஸபெல்லைப் பார்த்துச் சிரிக்க முயலவும் ஒரு அழுகையில் அவனுடைய உதடுகள் கோணவும் செய்தன.

"பதினாறு வருசத்துக்கு முன்னாடி என்னோட வீட்டுல இருந்த கொழந்தையா இவள்ன்னு நான் இப்ப நெனச்சுப் பார்க்கறேன். என்னோட ரோஸ்மேரியும் ரூபினும் பொறந்ததும் மொதமொதலா தொட்டில்ல படுத்திருக்கறதப் பார்த்ததும் தவழ்ந்ததும் அடியெடுத்து வச்சதும் எல்லாம் எனக்கு நேத்துமாதிரி ஞாபகமிருக்குது. ஆனா, இவளப்பத்தி எனக்கு எதுவுமே ஞாபகமில்ல. ஏன்னா, நான் இவளப் பார்க்கவே இல்ல. இவ அழுகறதக் கேட்டா நான் பார்க்கறதையெல்லாம் அடிச்சு ஒடச்சிருவேன். அதனால அனிதா இவளோட வாயப் பொத்திப் புடிச்சுக்குவா. இவளுக்குப் பால் கொடுக்கறதப்

பார்த்தா நான் அவள ஒதப்பேன். அதனால நான் ஓர்க்ஷாப்ல வேல முடிஞ்சு வாரதுக்கு முன்னாடியே அவ பால் கொடுத்துத் தூங்கவச்சிருவா."

ஜெஸபெல் விம்மலோடு நின்றாள். அவன் சற்றே ஆழ்ந்து மூச்செடுத்தான்.

"பாவம்! இல்லையா? ஒரு சின்னக் கொழந்த. அதுக்கு என்ன தெரியும்? அது என்னெப் பார்த்தது அப்பனாத்தான். மூத்த பிள்ளைங்களுக்குக் கெடைக்கிற அன்பப் பார்த்து அவ எவ்வளவு ஏங்கி இருப்பா, அப்பன் கொஞ்சம் எடுத்துக்கறதுக்கு? ஒரு மிட்டாய் வாங்கிக் கொடுக்கறதுக்கு? ஒரு துணி வாங்கிக் கொடுக்கறதுக்கு? அதுங்கூட வேண்டாம், அவளத் தொடறதுக்கு? ஒண்ணுமில்லாட்டியும் கொஞ்சம் சிரிக்கறதுக்காவது? எனக்கு எதனால அப்படி ஒரு மனுசத்தனம் வராமப் போச்சு?"

அவன் மறுபடியும் இருமினான். ஆன்மேரி ஓடிவந்து கீழே வைத்திருந்த மணல் நிரப்பிய கோப்பையை எடுத்து நீட்டித் துப்பியதை வாங்கிக்கொண்டாள். கட்டில் காலில் போட்டிருந்த துண்டை எடுத்து முகத்தைத் துடைத்துவிட்டாள். விலை குறைவான பெரிய பிளாஸ்கில் இருந்து சுடுதண்ணீர் ஊற்றிக் குடிக்கக் கொடுத்தாள். இருமலாலோ இயலாமையினாலோ கண்ணோரங்களில் திரண்டு நின்ற நீர்த்துளிகளோடு அவன் சொன்னான்: 'கண்ணூ வெளிய போயி நில்லு. எனக்கு இந்த டாக்டர்கிட்ட இன்னொரு விசயமும் சொல்லணும்.' அவள் வெளியே போனபோது அவன் ஜெஸபெல்லைப் பார்த்தான்.

"நான் மன்னிப்புக் கேட்கமாட்டேன். கேக்கறதால ஒரு பிரயோசனமும் இல்லதானே. அதனால நான் அவளுக்காக பிரார்த்திக்கிறேன். என் கொழந்தைக்கு நல்லது நடக்கட்டும், நல்லது மட்டும் நடக்கட்டும்...!"

அவன் கண்களைத் துடைத்துக்கொண்டான். குரூரம் துடித்துக்கொண்டிருந்த முகத்தில் கண்ணீரையும் தேம்பலையும் பார்த்துக்கொண்டு நிற்பது துன்பமாக இருந்தது. அவன் துண்டால் முகத்தை அழுத்தி அழுத்தித் துடைத்தான்.

"ஆம்பளைங்களுக்கு இப்படியொரு பிரச்சனை இருக்குது டாக்டரே. வாழ்க்கை முழுக்க போராடி ஜெயிப்போம். கடைசியில முடியாம போயிட்டா நாங்க தளர்ந்து

போயிடுவோம். யாரும் இல்லைன்னு தோணுச்சுன்னா எங்களால புடிச்சு நிக்க முடியாது. எனக்கு இப்பத் தோணுது, நான் அனிதாவ மிரட்டியும் துன்புறுத்தியும் கூடவே இருக்கவச்சது இதனாலதா - இந்தப் பயத்துனால. அவ இல்லாட்டி, யாரும் இல்லாமப்போயிருவோம்கற பயத்துனால."

அவன் சீக்கிரம் இறந்துவிடுவான் என்பது அவனுக்குத் தெரியும் என்று ஜெஸபெல்லுக்குத் தெளிவானது.

"ஆனா டாக்டர்கிட்ட, நான் மன்னிப்புக் கேட்கறேன். கர்த்தர் ஆசீர்வதிக்கட்டும்."

இரண்டு நாட்கள் ஜார்ஜ் ஸக்கரியா வெண்டிலேட்டரில் வைக்கப்பட்டிருந்தான். மகனும் மகளும் வருவதற்கு முன்பே அவன் இறந்துவிட்டான். அவன் இறந்த அன்று அவனுடைய ஊருக்குப் போகின்ற சாலை மழை பெய்து வெள்ளத்தில் மூழ்கிவிட்டது. வாகனங்கள் ஊர்ந்து செல்லும்போது எழுகின்ற அலைகள் சாலையோரம் இருந்த குடிசைகளுக்குள் இரைச்சலோடு புகுந்தன. ஆம்புலன்சுக்குப் பின்னால் இர்ஷாத்தின் காரில் ஜெஸபெல் ஆன்மேரியைச் சேர்த்துப் பிடித்துக்கொண்டு உட்கார்ந்திருந்தாள். ஓர்க்ஷாப்போடு சேர்ந்த அந்தச் சிறிய வீட்டில், பந்தலாக இழுத்துக் கட்டிய தார்பாயின் மேலும் வேலைக்காகக் கொண்டுவந்து நிறுத்திய வாகனங்களின் மேல் கூரையிலும் பிரேக் உடைந்த ஒரு மழை இடிமுழக்கத்தோடு கொட்டியது. ஆன்மேரி அழுத சப்தம் மற்ற எல்லாச் சப்தங்களையும் மீறி ஒலித்தது.

நீதிமதிக்கு நிச்சயமாகப் பிரதிபலன் உண்டு.

20

ஆன்மாவில் உலைந்துபோனவளான ஜெஸபெல்லுக்குப் பூமியில் சமாதானத்தை வாக்களிப்பதற்காக லில்லி ஜார்ஜ் மரக்காரன் என்ற பரிசுத்த ஆவி அவளிடம் தெளிவாக இவ்வாறு சொன்னார்: நான் உனக்குச் சமாதானத்தைக் கொடுத்துவிட்டுப் போகிறேன். உலகம் கொடுக்கிற பிரகாரம் நான் உனக்குக் கொடுக்கமாட்டேன். உனது இதயம் கலங்கவேண்டியதில்லை. நான் போகிறேன் என்றும் உன்னிடத்தில் வருவேன் என்றும் நான் சொன்னதை நீ கேட்டாயல்லவா. நடக்கவேண்டியது நடக்கும்போது விசுவாசிக்க வேண்டுமென்று நடப்பதற்கு முன்பே உன்னிடம் நான் சொல்லியிருக்கிறேன். உன்னுடன் இனியும் நான் அதிகமாகப் பேசமாட்டேன். காரணம், இந்த உலகத்தின் அதிபதி வருகிறான். இருந்தாலும் அவனுக்கு என்மேல் அதிகாரமில்லை.

ஒரு வியாழக்கிழமை காலையில் பெரியப்பாவின் மூத்த மகள் ஆலிஸ், கருப்பை நீக்க அறுவைச்சிகிச்சைக்காக மருத்துவமனையில் சேர்க்கப்பட்டுள்ளதாகச் செய்தி வந்தது. பின்னாலேயே பாட்டியைக் கூட்டிச்செல்வதற்கு கோஷி மாமா வந்தார். பாட்டி தன் வீட்டிற்குத் திரும்பினார். ஜெஸபெல்லுக்குத் தனிமைப்பட்டது போலத் தோன்றியது. பாட்டியின் வாசனை தங்கியிருக்கின்ற அறையில் அவள் உறக்கம் வராமல் படுத்திருந்தாள். அடுத்தடுத்த நாட்களில் மனச்சோர்வின் அலைகள் அவளை மீண்டும் அம்மானை★யாடியது. கிழிந்து கிடக்கும் ஆகாயத்தை அவள் நெஞ்சுக்குள் மறைத்து வைப்பதற்குப் போராடவேண்டி வந்தது. பாடம் சொல்லிக்கொடுக்கும்போது வகுப்பு முடிந்துவிடவேண்டாம் என்று பிரார்த்தித்தாள். ரவுண்ட்ஸ் போகும்போது நோயாளிகளை விட்டுப்பிரிவதற்கு மனமின்மையை உணர்ந்தாள். வேலை முடிந்ததென்று தோன்றும்போது பயப்பட்டாள். மருத்துவமனையை விட்டுப் போக மனமின்றி, நடைகூடங்களில் வெறுமனே சுற்றித்திரிந்தாள். சிலசமயம் செவிலியர் அறைக்குச் சென்று பேசிக்கொண்டிருந்தாள்.

★ பெண்கள் சிறிய மரப்பந்துகளை மேலே எறிந்து விளையாடும் விளையாட்டு.

சிலசமயம் தீவிரச் சிகிச்சைப் பிரிவுக்குச் சென்று ஜூனியர் ரெஸிடென்ஸ் உடன் நகைச்சுவையாகப் பேசினாள். வேறு சில சமயங்களில் நவஜீவன் தொண்டு நிறுவனத்தார் இலவச உணவு வழங்குவதைப் பார்த்துக்கொண்டு நின்றாள். வீட்டுக்குத் திரும்பிச்செல்லத் தயங்குகின்ற சிறுமியாகிப்போனாள், அவள். காலையில் வீட்டில் இருந்து புறப்பட்டாலும் ஆடியசைந்து வழியோரக் காட்சிகளைக் கண்டு நடக்க ஆசைப்படுகின்ற ஒரு சிறுமி. சிலசமயம் நகரம் வரைக்கும் ஸ்கூட்டரை ஓட்டிச்சென்று திரும்பி வந்தாள். சிலசமயம் துணிக்கடைகளில் ஏறி இறங்கினாள். கீதுவோ இர்ஷாத்தோ சேர்ந்துகொண்டால் சிலசமயங்களில் சினிமாவும் பார்த்தாள்.

பெரிய மலையொன்று தன்மேல் இடிந்து விழுவதைக் கனவு கண்டு திடுக்கிட்டு எழுவதும் கண்ணிலும் மூக்கிலும் வாயிலும் சுவாசப்பையிலும் ஒட்டிக்கொண்ட கண்ணுக்குத் தெரியாத மணல் துகள்களைத் தட்டிக் களைய முடியாமல் விடிந்துபோவதும் வழக்கமானபோது அவள் பிரசாந்த்தை அழைத்து அப்பாயிண்ட்மெண்ட் புக் பண்ணினாள்.

அவன் வேலை பார்க்கின்ற சூப்பர் ஸ்பெஷாலிட்டி மருத்துவமனையை அடைந்தபோது மாலை மங்கிக் கொண்டிருந்தது. ஓ.பி. முடிந்து நோயாளிகள் கலைந்துசெல்லத் தொடங்கியிருந்தாலும் மருந்துக்கடையில் கூட்டம் இருந்துகொண்டிருந்தது. கதவருகில் நின்ற செவிலியிடம் தனது பெயர் எழுதிய காகிதத்தைக் கொடுத்ததும் அவள் உள்ளே அழைக்கப்பட்டாள். தன்னைப் பார்த்து டாக்டர் பிரசாந்த்தின் முகம் மலர்வது அவளுக்குத் தன்னம்பிக்கையைக் கொடுத்தது. ‘ஹலோ, இது யாரு? பார்த்ததும் அடையாளம் தெரியலையே? யூ லுக் ஸோ ஸ்டைலிஷ், வெரி குட்’ என்று அவன் வரவேற்றபோது சமாதானமாக உணர்ந்தாலும் நாற்காலியில் அமர்ந்ததும் அவளது கோபம் அணை உடைக்கவே செய்தது. அவள் பிரசாந்த்தை ஒரு எதிரியைப் போன்று பார்த்தாள். ‘வேண்டாம், பெரிய பாராட்டொண்ணும் வேண்டாம். எனக்கு எல்லாரையும் புரிஞ்சுபோச்சு. நீங்க ஹரிதாவோட ஃபிரண்ட்தானே? உங்க மனசுல இருக்கறதும் எனக்குத் தெரியும். இல்லைன்னாலும் என்கிட்ட பழகறவங்க எல்லாரோட மனசுல இருக்கறதும் ஒண்ணுதானே. வெளியில நல்லா பேசுவீங்க, அன்பு காட்டுவீங்க. இருந்தாலும் மனசுக்குள்ள ‘நீ உன் கணவன எறிஞ்சிட்டு

வந்தவதானேடீ'ன்னு பல்ல நெறிக்கவும் செய்வீங்க. நீங்களும் அப்படித்தான், எனக்குத் தெரியும், எனக்குத் தெரியும்.'

ஒரு கணம் டாக்டர் பிரசாந்த் திகைத்துப்போனான். பின்னர் அவன் ஒரு ஆழ்ந்த பெருமூச்சுடன், 'சொல்லி முடிச்சாச்சா' என்று கேட்டான். அது அவளை மேலும் ஆத்திரமூட்டியது. "உங்க முகத்துல என்னவொரு சந்தோசம், பிரசாந்த்? இல்லாட்டியும் நான் என்ன அனுபவிக்கிறேங்கறத எவ்வளவு சொன்னாலும் உங்களைமாதிரி ஒரு ஆளுக்குப் புரியப்போறதில்லை. உங்களுக்கு வாழ்க்கைல எந்தக் குறையும் இல்லை. அதனால, இல்லாதவங்களோட வலி உங்களுக்குப் புரியாது. பாட்டி இருந்தப்ப எனக்கு மன அமைதி இருந்துச்சு. யாரோ இருக்காங்கங்கற எண்ணம் இருந்துச்சு. ஆனா, ஹரிதாவ பார்த்தப்ப அது போயிருச்சு. இந்த உலகம் ஒருபோதும் என் பக்கம் நின்னு சிந்திக்காதுன்னு இன்னொருதடவையும் உறுதியாச்சு. அவங்க என்ன கேட்டாங்கன்னு தெரியுமா? உண்மையில் ஜெரோம பார்த்துக்கவேண்டியது என்னோட கடமையில்லையான்னு. என்னைப் பொறுத்தவரைக்கும் ஜெரோம் ஜார்ஜ் மரக்காரன் விபத்துல சிக்கறதுக்கு முன்னாடியே செத்துட்டான், பிரசாந்த். அவன் இல்லை. அவனை நேசிக்கறதுக்கு ஒரு காரணமும் எனக்கு ஞாபகம் வரமாட்டேங்குது. ஆனா, உலகம் அவனை நேசிக்கச் சொல்லி என்னைக் கட்டாயப்படுத்துது. இல்லாத காதல நான் எப்படி உண்டாக்குவேன்? என் வாழ்க்கை ஒரு வெள்ளைத்தாளா இருந்துச்சு. அவன் எதுக்கு அதைக் குத்திக் கீறினான்? சுருட்டிக் கசக்கினான்? பிச்சுக் கிழிச்சான்? சேத்துல போட்டுப் புரட்டுனான்? நான் அந்த மனுசனுக்கு என்ன தப்புச் செஞ்சேன்? நான் ஆசைப்படறது எப்படிப்பட்ட ஆம்பளைங்கறத அவன்கிட்ட நான் தெளிவாச் சொல்லியிருந்தேனே. அவன் எதுக்காக 'ஜெஸபெல் வீ ஆர் மேட் ஃபார் ஈச் அதர்'ன்னு பொய் சொன்னான்? எனக்கு அவனையோ அவனுக்கு என்னையோ காதலிக்க முடியல. அவனுக்குக் கல்யாணம் ஒரு வியாபாரமா இருந்துச்சு. அதைவிடப் பெரிய பாவம் உண்டா? இருந்தாலும் உலகம் என்னைக் குற்றம் சாட்டுது. எனக்கு அன்பு தோணமாட்டேங்குது பிரசாந்த். காதல வரவைக்கறதுக்கு ஏதாச்சும் மருந்தாவது உங்க கையில இருக்கா? பேசியோ ஊசிபோட்டோ ஆப்பரேஷன் செஞ்சோ என் மனச மத்தவங்க விரும்பற மாதிரி கொஞ்சம் மாத்திக்கொடுப்பீங்களா?

என்னை, நான் அல்லாம ஆக்கித்தருவீங்களா? தயவு செஞ்சு, குறைந்தபட்சம், என்னோட சிந்திக்கிறதுக்கான சக்தியவாச்சும் இல்லாம பண்ணுவீங்களா?"

அவள் அழுகையை அடக்குவதற்குப் போராடினாள். அப்போது கண்ணீர் எதிர்ப்போடு பொத்துக்கொண்டு வந்தது. அறைக்குள் கனத்த மௌனம் நிறைந்தது. பிரசாந்த் வாயடைத்துப்போய் அவளையே பார்த்துக்கொண்டு உட்கார்ந்திருந்தான். பத்துப் பதினைந்து நிமிடங்களுக்குப் பிறகு கண்ணீர் தானாக நின்றது. அவள் முகத்தைத் துடைத்தாள். பிரசாந்த் எந்த உணர்ச்சியுமின்றி உட்கார்ந்திருந்தான். ஜெஸபெல்லுக்குத் தர்மசங்கடமாக இருந்தது. அவள் அவனைப் பார்த்துச் சிரிப்பதற்குத் திரும்பவும் முயன்றாள். அவள் அயர்சியோடு போவதற்காக எழுந்தாள். அப்போது பிரசாந்த் காருண்யத்தோடு புன்னகைத்தான்.

"அப்படியே போய்ட்டா? உட்காருங்க. சொல்றதுக்கு எனக்கும் நிறைய கஷ்டங்கள் இருக்கு. சைக்யார்டிஸ்ட் என்ன மனுசங்க இல்லையா? எங்களுக்கும் இல்லையா, கோபம், வருத்தம், ஏமாற்றம் எல்லாம்?"

அவள் குற்றவாளியான சிறுமியைப் போன்று நாற்காலியின் ஓரத்தைப் பிடித்துக்கொண்டு உட்கார்ந்திருந்தாள். அவன் மேசையின்மேல் முழங்கைகளை ஊன்றித் தாடையை உள்ளங்கைகளில் தாங்கிக்கொண்டு அவளைப் பார்த்துப் புன்னகைத்தான்.

"ஒருகாலத்துல நெப்போலியன் சொன்னான், எனக்கு ஒரு ஏழு வயசு பையனக் கொடுங்க. நான் அவனை நீங்க என்ன சொல்றீங்களோ அதுவா மாத்திக் கொடுக்கறேன். ஆனால், நான் சொல்றேன், எனக்கு எந்த வயசுல இருக்கற ஆளா இருந்தாலும் கொடுங்க, ரெண்டு வருசத்துல நான் அவனை ஒரு மனநோயாளியா மாத்திக் கொடுக்கறேன். ஆனால், திரும்பவும் அவனைச் சாதாரண மனுசனா மாத்தச்சொல்லி என்கிட்டக் கேட்காதீங்க. என்னால அது முடியாது..."

ஜெஸபெல் அவனைத் திகைப்போடு பார்த்தாள்.

"ஒருத்தன மனநோயாளியாக்கறதுக்கான ரொம்ப ஈஸியான வழி என்னன்னு தெரியுமா? அவனுக்கு ஒரு சங்கிலி போட்டுக் கட்டி வச்சாப் போதும். அவனைக் கட்டுப்படுத்த முயற்சி

பண்ணு. அவனோட சின்னச் சின்னச் சந்தோசங்களக் கேவலப்படுத்து. எங்க போனாலும் அவன் பின்னாலயே போ. எதுவும் சொல்லவேண்டாம், முகத்த ஒருதடவ வெறுப்பா பார்த்துட்டே இரு. ஆரம்பத்துல அவன் நம்மளக் கண்டுக்காத மாதிரி நடிப்பான். ஆனால், விட்டுறாத. கொஞ்சநேரம் ஆனப்புறம் அவன் முகத்தைத் திருப்ப முயற்சிப்பான். அப்பவும் விட்டுறாத. உடனே நம்மகிட்ட இருந்து அவன் ஓடித் தப்பிக்கப் பார்ப்பான். அப்ப நாம நாய்க்கு எலும்புத்துண்டு போடற மாதிரி நட்டமில்லாத சில சந்தோசங்கள வீசிப்போடணும். ஒரு பாராட்டு, இல்லாட்டி ஒரு பரிசு. அவன் அடங்குவான். அப்ப நாம சங்கிலிய இன்னும் இறுக்கிக் கட்டணும். அப்புறமும் அவன் ஓடித் தப்பிக்கப் பார்ப்பான். அப்பத்தான் கால்ல விழுந்து மன்னிப்புக் கேட்கணும். எல்லாம் சரியாயிருச்சுங்கற எண்ணத்தக் கொடுக்கணும். இருந்தாலும் சங்கிலிய இன்னும் இறுக்கணும். எல்லா மனுசங்களுக்கும் ஒரு பிரேக்கிங் பாயின்ட் உண்டு, ஜெஸபெல். நமக்கு நாம நினைச்சுக்கிட்டிருந்த அளவுக்கு மகத்துவம் ஒண்ணும் இல்லைன்னு புரிஞ்சுக்கற நிமிசம். அந்த நிமிசத்துக்கு ஒருத்தனக் கொண்டுவந்துட்டாப் போதும். அதுக்கப்புறம் எப்பவும் அவன் நம்ம காலடியில கிடப்பான். அதுக்கப்புறம் நாம கழுத்துல கட்டுற சங்கிலிதான் ரொம்பப் பெரிய பாதுகாப்புன்னு அவன் ஆத்மார்த்தமா நம்புவான். அதுக்கப்புறம் ஒருபோதும் அவன் தப்பிக்க முயற்சிக்க மாட்டான். ஆனால், ஒரு பிரச்சனை இருக்கு. பார்க்கறவங்களுக்கெல்லாம் ஒரு சங்கிலி இருக்கணும்னு அவனுக்குக் கட்டாயமாயிடும். சங்கிலியில மாட்டினவங்க எல்லாரும் சேர்ந்து ஒரு பெரிய சங்கிலி ஆவாங்க. நம் எல்லாரோட கையிலயும் அந்தச் சங்கிலியோட துண்டு இருக்கு, ஜெஸபெல். எந்த நிமிசமும் கை காலோ கழுத்தோ அதுல சிக்கிக்கலாம். தப்பிக்கறதுக்கு ஒரே வழிதான் இருக்கு. நாம அதுல சிக்கமாட்டோம்ங்கற உறுதிப்பாடு.”

ஜெஸபெல் வியப்போடு கேட்டுக்கொண்டிருந்தாள். பிரசாந்த் நாற்காலியில் சாய்ந்து உட்கார்ந்து அவளைப் பார்த்தான்.

“என்னோட கவலை அதல்ல. உடம்பப்பத்தியும் மனசப்பத்தியும் அறிவியலாப் படிச்ச ஜெஸபெல் மாதிரி ஒரு பொண்ணு மத்தவங்களோட சங்கலியில சிக்கிக் கிடக்கறதுக்குத் தயாராகறது எதுக்காக?”

பிரசாந்த் அவளுடைய அகந்தையைத்தான் காயப்படுத்தினான். அப்போது ஜெஸபெல்லின் பிரக்ஞை விழித்துக்கொண்டது. அவள் வெட்கப்பட்டாள்.

“ஆனால், இந்தச் சமூகம்...”

ஜெஸபெல்லின் தொண்டை இடறியது.

“சமூகம் ஒரு பெரிய மனநோயாளி, ஜெஸபெல். மத்தவங்க யாரும் சந்தோசமா இருக்கக்கூடாதுங்கற கட்டாயத்தால நிறைய சங்கிலிகள அது எப்பவும் தயாரா வச்சிருக்கும். சில மனுசங்க அதோட சங்கிலிய அறுத்தெறிவாங்க. சிலர் தானா வந்து சங்கிலியில மாட்டிக்குவாங்க. மத்தவங்க ஒரே நேரத்துல சங்கிலி முனையில மாட்டிட்டு இருக்கறதா உலகத்த நம்பவைக்கவும் தாங்களாவே அதை அறுத்துக்கவும் செய்வாங்க...”

“எனக்கு... எனக்கு என்ன வேணும்னு தெரியல.”

ஜெஸபெல் தைரியம் இழந்தாள். இதுதான் பிரச்சனை. பிரசாந்த் சொன்னான்.

“என்ன வேணும்னு தெரியாம போறதுதான் நமக்கெல்லாம் இருக்கற பிரச்சனை. முடிய வெட்டிட்டு ஜீன்ஸ் போட்டுட்டு ஜெஸபெல் உள்ள வந்தப்ப எனக்குப் பெரிய சந்தோசம் உண்டாச்சு, நம்ம ஸ்டைல் ஒரு ஸ்டேட்மென்ட்ன்னு. நான் சொசைட்டிக்குக் கட்டுப்பட விரும்பலைன்னு அறிவிக்கறதுக்கு மிகச்சரியான வழி புதுசா ஒரு துணி. அதன் மூலமா, உன்னோட அங்கீகாரம் ஒண்ணும் தேவையில்லைடான்னு சொல்றோம். சமூகத்துக்கு எப்பவும் எல்லாரையும் சங்கிலியில கட்டணும். அதனாலதான், பெண் என்ன துணி போடணும்னு எல்லாரும் கருத்துச் சொல்றாங்க. ஆனா பாரு, இது பெண்ணுக்கு மட்டுமல்ல பாதகம். நம்ம ஊர்ல சார்ட்ஸ் போட்டுட்டு பொட்டப்புள்ளைங்க வெளிய வாரது மாதிரி பாவடையும் பிளவுசும் போட்டுட்டு ஆம்பளப் பசங்க வெளிய வந்து பார்க்கட்டுமே. இல்லாட்டி நாளைக்கு நான் பாவாடையும் பிளவுசும் போட்டுட்டு இங்க வந்து நோயாளிகளப் பார்க்கறனே...”

ஜெஸபெல் ஆர்வத்தோடு கேட்டுக்கொண்டிருந்தாள். பிரசாந்த் தொடர்ந்தான்:

"சொல்ல வாரது - சமூகத்துக்கு வேண்டியது தன்னோட வாழ்க்கைய விருப்பம்போல வாழற மனுசங்களையல்ல. அனுசரணை உள்ளவங்களத்தான். என்ன ஆடை உடுத்தணும்னு, எந்தச் சாமியக் கும்பிடணும்னு, எந்த மாதிரி நடந்துக்கணும்னு எல்லாம் மத்தவங்களோட அபிப்பிராயத்துக்குக் கட்டுப்பட்டு வாழறவங்கள. சமூகம் சொல்லுது, காச்சின எண்ணையத் தேச்சு நீளமா முடி வளர்த்த பெண்ணுதான் அழகுன்னு. 'இந்தா புடுச்சுக்கோ'ன்னு அந்த முடிய பெண் வெட்டி எறியும்போது சமூகத்துக்குப் பெரிய தொந்தரவாத் தோணும். சின்ன வயசுல முடிய பாப் கட்டிங் பண்ணிக்கிட்ட புள்ளைங்கள நாங்களெல்லாம் 'மொட்டச்சி'ன்னு கூப்பிட்டுக் கிண்டல் பண்ணிருக்கோம். ஆனா, மொட்டசிங்களோட கூட்டம் பெருசானப்ப நாங்க தோல்விய ஒத்துக்கிட்டோம். அதாவது, முடி வெட்டிக்கிட்டதுனால மட்டும் உள்ள இருக்கற சங்கிலி அறுபடணும்னு இல்லை. ஜெஸபெல் முதல்ல அறுத்தெறியவேண்டியது அந்தச் சங்கிலியத்தான். குற்ற உணர்ச்சியோட சங்கிலி."

அவளுக்கு ஒரு சமாதானம் அனுபவப்பட்டது. அவள் அவனை நன்றியோடு பார்த்து:

"நீங்க ஒரு நல்ல கவுன்சிலர்தான், பிரசாந்த்."

பிரசாந்த் உரக்கச் சிரித்தான்.

"அதுக்கு நானெங்க கவுன்சிலிங் கொடுத்தேன்? இதல்ல, எங்களோட கவுன்சிலிங். இது நான் உன்கிட்டக் கொஞ்சம் நட்பாப் பேசினேன், அவ்வளவுதான்."

அவன் மறுபடியும் சிறிது நேரம் பேசினான். அவள் சிரித்தாள்; எம்.பி.பி.எஸ். காலத்திய நகைச்சுவைகளைப் பகிர்ந்துகொண்டனர். 'ஐயோ, ரொம்ப நேரமாயிருச்சு' என்று அவள் சங்கடப்பட்டபோது பிரசாந்த் ஒரு தீவிர பாவத்துடன் முன்பக்கம் சாய்ந்து உட்கார்ந்தான்.

"இனி நான் சொல்லப்போறது ஒரு கவுன்சிலரோட சஜ்ஜஷன். பிளீஸ் லிஸன். ஜெஸபெல், வாழ்க்கையில எதிர்பாராத அடி விழும். அதுதான் வாழ்க்கை. எவ்வளவு வேகமா அதோட தாக்கத்துல இருந்து தேறி பழைய நிலைக்குத் திரும்பிப் போறாங்க அப்படீங்கறதுதான் ஒருத்தங்களோட மன ஆரோக்கியத்தோட

அடையாளம். ஒரு உறவு தகரும்போது அதுல இருந்து கரையேற ஆறு மாசத்துல இருந்து ரெண்டு வருசம் வரைக்கும் வேண்டிவரும். ஜெஸபெல்லுக்கு நடந்தமாதிரி ஒரு பேரழிவுல இருந்து கரையேற மினிமம் ரெண்டு வருசமாவது வேணும். வை டோண்ட் யூ ஸ்டார்ட் எ பிளாக்?"

ஜெஸபெல் நம்பிக்கை வராமல் அவனைப் பார்த்தாள். பிளாக்?

"கொஞ்சம் முயற்சி பண்ணிப் பாருங்க. என்ன வேணும்னு உறுதியில்லாத மனுசங்களுக்குத் தங்களோட பாதை தெளிவாத் தெரியறது எப்பன்னு தெரியுமா?"

அவன் குறும்பாகப் புன்னகைத்தான்.

"மத்தவங்களுக்கு உபதேசம் பண்ணும்போது!"

அவளால் அப்போது சிரிக்க முடியவில்லை. சங்கிலியில் இருக்கும் கண்ணிகளை எண்ணத் தொடங்கிவிட்டால் அது அறுந்து சுதந்திரம் அடைவது வரைக்கும் ஒரு நாயும் சிரிக்காது.

அன்று அப்படிச் சிரிப்பதற்கு நடத்திய முயற்சிகளைப் பற்றி நீதிமன்றத்தில் வைத்து எதிர்த்தரப்பு வக்கீல் திரும்பத் திரும்ப நினைவுபடுத்தினார்.

"சாதாரணமாக உங்களுடைய சமுதாயத்தில் இப்படியொரு பிரச்சனை உருவாகும்போது திருச்சபைப் பாதிரிமாரும் சபையும் தலையிட மாட்டார்களா?"

வக்கீல் கேட்டார்.

"உண்டு."

"உங்களுடைய விசயத்தில் சமாதானத்துக்கு யாராவது வந்தார்களா?"

"அப்பாவோடும் அம்மாவோடும் பேசினதாகக் கேள்விப்பட்டேன். என்னிடம் யாரும் பேசவில்லை."

"அதென்ன அப்படி?"

"நான் சர்ச்சுக்குப் போவதில்லை."

"அது ஏன், மதம் மாறிவிட்டீர்களா?"

"என் தெய்வம் என்னுடைய மனசில் இருக்கு."

சந்தனப் பொட்டு வைத்த நீதிபதியின் முகம் சற்றுக் கடுத்தது. எல்லோரும் ஒரு கணம் மௌனமானார்கள்.

"மனமும் மனச்சாட்சியும் இருக்கவேண்டாமா, அதற்குள் தெய்வம் இருப்பதற்கு!"

வக்கீல் ஏளனமாகச் சிரித்தார்.

"அதுகிடக்கட்டும், சர்ச்சுக்குப் போகாவிட்டாலும் டாக்டருக்கு, சபை மேலும் பாதிரிமார் மேலும் பெரும் பிடிப்பு இருப்பதாகவல்லவா கேள்விப்பட்டேன். ஜெரோம் ஜார்ஜ் மரக்காரனின் வீட்டில் உங்களுக்காகப் பேசுவதற்கு ஒரு திருச்சபைப் பாதிரியார் சென்றதாவது தெரியுமா?"

"தெரியும். ஃபாதர் மார்ட்டின் இலஞ்ஞிக்கல்."

"எப்படி, பாதிரியார்கூடப் பழக்கம்? உங்களுடைய திருச்சபைப் பாதிரியாரா அல்லது வேறு ஏதாவது?"

"இல்லை, என்னுடைய பிளாக் வாசித்து எனக்குப் பழக்கமானார்."

"ஓ... நீங்கள் பிளாக் எழுதிக் கொண்டிருந்தீர்களா? ஈஸ்வரா! கணவன் சாவானா தப்புவானா என்று கிடக்கின்றபோது ஒரு மனைவி முடியை வெட்டிக்கொள்கிறாள், ஜீன்ஸ் உடுத்துகிறாள், பிளாக் எழுதுகிறாள்... ஓ... ஏற்றுக்கொண்டேன்."

"தேங்க் யூ."

"இல்லை, இந்தப் பாதிரியார் இப்பொழுதும் சபையில் இருக்கிறாரா? அல்லது உடுப்பைக் கழற்றிப் போட்டுவிட்டாரா? பெண்கள் எழுதுகின்ற பிளாக் மட்டும்தான் வாசிப்பாரா? இல்லை, பாதிரியாருக்கு என்ன வயசு இருக்கும்?"

"தொண்ணூறு."

ஜெஸபெல் சொன்னாள். அறை மௌனமானது - தொண்ணூறு வயது. காதுள்ளவன் கேட்கக்கடவான். பரிசுத்தவான்களின் பொறுமையும் விசுவாசமும் இதிலே விளங்கும். பிரசாந்த்தைப் பார்த்துவிட்டுத் திரும்பிய அன்று தனியளாகிய ஒரு பெண்ணின் வாழ்க்கையில் இணையத்திற்கான சாத்தியக்கூறுகளை ஆராய்ந்து தெரிந்துகொண்டதையும் ஒரு மின்னஞ்சல் கணக்கைத்

தொடங்கியதையும் *bellasthoughts.blogspot.com* என்ற முகவரியில் வலைப்பூ ஒன்றைத் தொடங்கியதையும் அவள் விவரிக்க விரும்பவில்லை.

என்ன எழுதுவதென்று ஒரு எண்ணமும் தோன்றவில்லை. சிறிது நேரம் திரையைப் பார்த்துக்கொண்டு சும்மா உட்கார்ந்திருந்தபோது எதையாவது எழுதியே தீர்வது என்று முடிவு செய்தாள். அன்று தனக்கு அறிமுகமான சிறுமியைப் பற்றி எழுதத் தொடங்கினாள்.

“இன்று நான் ஒரு சிறுமியைப் பார்த்தேன். அவளுக்குப் பத்து வயது. ஒருநாள் காலையில், எழுந்த பிறகு அவளால் இயல்பாக நடக்க முடியவில்லை. நொண்டி நொண்டித்தான் நடந்தாள். பரிசோதனையில் எதுவும் தெரியவில்லை. அவள் பள்ளியில் நடனம் ஆடுகின்ற பிள்ளை என்று வீட்டில் உள்ளவர்கள் கூறினார்கள். அப்போது எனக்குச் சந்தேகம் தோன்றியது. நடனம் ஆடச்சொல்லி நான் அவளைக் கட்டாயப்படுத்தினேன். அவள் அழுதாள். மேற்கொண்டு கேட்டபோது பிள்ளை உண்மையைச் சொன்னாள்: நடனம் ஆடியதை அறிந்த அவளுடைய உறவினரான மதப் பண்டிதர் அவளைப் பயப்படுத்தியிருக்கிறார். நடனம் ஆடுவது தெய்வத்துக்குப் பிடிக்காது என்றும் அதனால் அவளால் நடக்கமுடியாமல் போகுமென்றும் பயமுறுத்தியிருக்கிறார். பிஞ்சு மனதில் அது ஏற்படுத்திய பயம்தான் அவளைப் பாதித்திருக்கிறது.

அவளுடைய கதை என்னைப் பிள்ளைப் பருவத்துக்கு அழைத்துச் சென்றது. எல்லா மதங்களும் ஒவ்வொரு அடியவரின் மனதிலும் எத்தனையோ விலக்குகளையும் விசமங்களையும் ஊசிபோட்டு வைக்கின்றன! தெய்வத்தை அறிவதற்கு எதற்காக இத்தனை விதிகளும் கட்டளைகளும்? மதம் விதித்ததை அனுசரித்து வாழ்ந்த ஒருத்தியாக இருந்தேன் நான். ஆனால், எனது வாழ்க்கைக்கு மதம் ஒரு சுள்ளியின் மதிப்பைக்கூடக் கொடுக்கவில்லை. எனக்காக மதம் என்ன செய்கிறது? எதன்பொருட்டு எனது மகிழ்வையும் உடல்நலத்தையும் அமைதியையும் மதம் கண்டுகொள்ளவில்லை? எனக்கு மறுக்கப்பட்ட அன்பையும் நீதியையும் திருப்பித் தரவேண்டுமென்பதில் கவனம் செலுத்தாதது ஏன்? ஒரு புழுவைப் பார்த்தால் ஒரு காரணமும் இல்லாமல் அதை மிதித்து நசுக்கிக் கொல்லுகின்ற குழந்தைகளைப் பார்த்திருக்கிறேன். வேறு யாருக்கும் உபத்திரவம் செய்யாத பாவப்பட்ட மனிதர்களின்

ஆசைகளையும் சந்தோசங்களையும் மிதித்து நசுக்குவதில் மகிழ்கின்ற குழந்தைதான் மதம் என்று நான் புரிந்துகொண்டேன். இன்று நான் பார்த்த குழந்தை ஆடும்போது மகிழ்ந்திருந்தாள். அந்த மகிழ்ச்சி, பாவம் என்ற எண்ணத்தை அவளுக்குள் திணித்துவிட்டது. அவளால் இனி ஒருபோதும் மகிழ்வாக ஆட முடியாது. அவளுக்குள் திணிக்கப்பட்ட பயம் வேறு ஏதேனும் நோயாக அவளைப் பாதிக்கும். அவள் மகிழ்ந்திருக்க மாட்டாள். மற்றவர்கள் மகிழ்வாக இருப்பதைப் பார்ப்பதற்குத் தன்னை அனுமதிக்கவும் மாட்டாள். மதத்திற்கு அதுதானா வேண்டியது? மனிதர்களின் உச்சபட்ச மனநிறைவின்மை?"

இரண்டு நாட்களுக்குப் பிறகு அந்தக் குறிப்புக்குக் கீழே 'மார்ட்டின் இலஞ்ஞிக்கல்' என்ற பெயரில் ஒரு பின்னூட்டத்தைக் கண்டாள்.

"தற்செயலாகத்தான் இந்த பிளாக்கைப் பார்த்தேன். பெல்லா எழுதியதில் ஒரு பெரிய பிழை இருக்கிறது. மதங்கள் மனிதர்களின் மகிழ்ச்சிகளை அபகரிப்பதற்கல்ல, அவர்களுடைய மகிழ்வை இரட்டிப்பாக்குவதற்குத்தான் தோன்றின. ஆனால், மத தரிசனங்களை விளக்கிச் சொல்பவர்கள் பெரும்பாலும் அதை மறந்துவிடுகின்றனர். சிறிய மனம் கொண்ட மனிதர்கள் மதங்களை மனிதர்களுக்கு எதிரானதாக ஆக்குகின்றனர்."

அவள் அப்பொழுதே பதில் கொடுத்தாள்:

"தாங்கள் கூறியது மிகவும் சரி. வரலாற்றில் எப்போதும் சிறிய மனம் கொண்ட மனிதர்கள் என்னைப்போன்ற சாதாரணமானவர்களின் வாழ்க்கையைக் கட்டுப்படுத்தவும் அழிக்கவும் செய்திருக்கிறார்கள். இந்தக் காலத்திலும் நாம் அதற்குக் கட்டுப்படுவது எதற்காக? என் வாழ்க்கை இப்படித் தீர்ந்துபோகிறது. தூங்கப்போகும்போது என்னை நானே கேட்டுக்கொள்கிறேன், எதனால் எனக்கு மகிழ்வு இல்லாமல் போனது? இவ்வளவு மதங்கள் உள்ள இந்த உலகத்தில் எதனால் என்னைப் போன்ற மனிதர்கள், 'எப்படியாவது தூங்க முடியுமா' என்று பிரார்த்திக்க வேண்டி வருகிறது?"

பதில்கள் அங்கும் இங்கும் பரிமாறப்பட்டன. அப்போது அந்த மனிதர் அவளுடைய மின்னஞ்சல் முகவரியைக் கேட்டார். அவள் அதைக் கொடுத்தாள். மனதுக்குள் அவள் எதிர்பார்த்தது

இளம் வயதுடைய ஒருத்தனை. ஆனால், மின்னஞ்சலில் அவள் இவ்வாறு வாசித்தாள்:

"கண்ணே, நான் தொண்ணூறு வயதான ஒரு பாதிரியார். இப்போது ஓய்வுக்கால வாழ்க்கை வாழ்ந்துகொண்டிருக்கிறேன். இவ்வளவு காலமும் தெய்வத்தையும் மதத்தையும் கற்றுகொள்ள முயன்றேன். இப்போது தெய்வத்துக்கும் எனக்கும் இடையில் பெரிய வேறுபாடு ஒன்றும் தோன்றாத நிலைக்கு வந்துவிட்டேன். தெய்வம் எனக்குள்ளேயே இருக்கும்போது எனக்கும் அவனுக்கும் இடையில் என்ன வேற்றுமை? உன்னுடைய எழுத்துகளில் உள்ள வலி என்னைப் பலவீனப்படுத்துகிறது. உனக்கு என்ன பிரச்சனை? இதோ என் முகவரியும் ஃபோன் நம்பரும்..."

அவர் ஜெரோமின் நகரத்தில்தான் வசிக்கிறார் என்பதை அறிந்து அவள் வியந்தாள். அவள் இலஞ்ஞிக்கல் பாதிரியாரை அழைத்தாள். சொற்களை அர்த்தச்செறிவுடையதாக்கும் விதத்தில் ஒலிக்கின்ற குரலைக் கேட்டாள்.

"ஜெஸபெல்ங்கற பேரு எனக்கு ரொம்பப் பிடிக்கும். எவ்வளவு அழகான பேரு. தெய்வத்துக்குப் பிரியமானவங்கறதுதான் அந்தப் பேரோட அர்த்தம்."

இதயத்திலிருந்து எழுவதாகத் தோன்றச்செய்கின்ற அந்தக் குரலைக் கேட்டுக்கொண்டிருப்பது ஆறுதலாக இருந்தது.

"என் கணவரோட அப்பா அந்தப் பேர மாத்தச்சொல்லிக் கட்டாயப்படுத்தினார். விபச்சாரின்னுதான் அதுக்கு அர்த்தம்னு அவர் சொன்னார்." ஜெஸபெல் சொன்னாள். அந்தப் பக்கத்திலிருந்து இலஞ்ஞிக்கல் பாதிரியாரின் சிரிப்பு ஒலிக்கக் கேட்டாள்.

"என் கண்ணே, நீ படிச்ச புள்ளையில்லையா? ஒரு பொண்ண அழிக்கறதுக்குச் சிறந்த வழி எது? அவளோட அந்தஸ்த்த அழிக்கிறதுக்கு. அதுக்கு ரொம்ப நல்ல வழி எது? அவள விபச்சாரின்னு கூப்பிடறது. அப்புறம், பைபிள்ல சொல்லற விபச்சாரம் நாம நினைக்கிற மாதிரி செக்ஸோட சம்பந்தப்பட்டதல்ல. நேர்மாறா ஃபெய்த் - விசுவாசத்தோட சம்பந்தப்பட்டது. ஏக தெய்வத்துகிட்ட இருந்து விலகிப்போறதையும் கீழ்ப்படியாம இருக்கறதையும் இழிவுபடுத்துறதுக்குப் பயன்படுத்துற சொல்."

அந்தப்பக்கத்தில் இருந்து பேசுவது தொண்ணூறு வயதுள்ள ஒரு பாதிரியார் என்பதை அவளால் நம்ப முடியவில்லை. தெய்வம் தன்னுடன் ஃபோனில் நேரடியாகப் பேசுகிறார் என்று அவள் நினைத்தாள். இலஞ்ஞிக்கல் பாதிரியார் உரையாடல் பிரியராக இருந்தார்:

"மதம் ஒரு பெரிய நிறுவனம். எந்த நிறுவனத்துக்கும் மிக முக்கியமானது அதோட வலிமையான பிணைப்பு. மதத்தோட பிணைப்பே விசுவாசந்தான். கேள்வி கேட்காம கீழ்ப்படியறதுக்கு யாரும் இல்லைன்னா மதமில்லை, பிணைப்போட பலமில்லை. ஒரு குழுவா நிற்கிறபோது மட்டுந்தான் மனுசனுக்குப் பாதுகாப்பு இருக்குது. எப்படிப்பட்ட சமூகத்தையும் ஒண்ணுசேர்ந்து நிற்கிறதுக்கு உதவுற கான்கிரீட் பிணைப்புதான் மதம். ஏன்னா, அது மனுசங்களுக்கு மனுசங்க கொடுக்கற பாதுகாப்பு மட்டுமல்ல. தொடுவானத்துக்கு அந்தப்பக்கம், மேகங்களுக்கு மேல, சூரியனையும் வழிபட்டு வழிபட்டு நமக்குக் கட்டுப்பட்டவனா ஆக்கமுடியும்கற நம்பிக்கையத் தருகிற பாதுகாப்பு. நம்பிக்கை இல்லைனா தெய்வமில்லை. தெய்வம் இல்லைனா மதமில்லை. மதம் இல்லைனா மனுசங்க தும்பிக்கை இல்லாத யானையப் போல ஆகிடுவாங்க. அவர்களோட சக்தியும் வலிமையும் எடையும் தந்தங்களும் எல்லாம் ஒண்ணுமில்லாம போகும்."

அடுத்துவந்த மாதங்களில் அவர்கள் பெரும்பாலும் அழைப்பதும் பேசுவதுமாக இருந்தாலும் அவர் ஜெஸபெல்லிடம் 'உன்னோட மனசுல இருக்கற காயம் என்ன கண்ணு?' என்று ஒருபோதும் கேட்கவில்லை. என்றாவது அதைப்பற்றிக் கேட்டால், விபத்தில் ஜெரோமிற்கு நேர்ந்ததையும் பின்னர் தனது வாழ்க்கையில் நடந்ததையும் வெளிப்படையாகச் சொன்னால், தொண்ணூறு வயதுள்ள ஒருத்தர் கேட்கக்கூடிய கேள்விகளை அவளால் ஊகிக்க முடிந்தது: 'அது உன்னுடைய கணவனில்லையா? தெய்வம் சேர்த்து வச்சதுதானே? உனக்கு அப்படி ஒரு விபத்து நடந்திருந்தால், அவன் உன்னைக் கைவிட்டுவிட்டுப் போயிருந்தானென்றால் உனக்கு எப்படித் தோன்றியிருக்கும்? மனிதாபிமானம்னு ஒண்ணு இல்லையா? உன் கூடவே வாழ்ந்த ஒருத்தனைத் திரும்பிப் பார்க்காமல் இருக்க உன்னால் எப்படி முடியுது?'

ஆனால், ஒரு ஞாயிற்றுக்கிழமை மதியம் அப்பாவும் அம்மாவும் ஃபாதர் செபாஸ்டியன் ஏலக்காட்டுவின் வெள்ளை குவாலிஸ்

காரில், வெள்ளியைப் போன்று பளபளக்கும் செழித்த தலைமுடியும் தாடியும் உள்ள, காவி நிற கதர் ஜிப்பாவும் வெள்ளை பைஜாமாவும் அணிந்த ஒருவரைக் கூட்டிக்கொண்டு வந்தார்கள். தடி ஊன்றாமல் நீண்டு நிமிர்ந்து காரில் இருந்து இறங்கிய நபர், 'என்னைத் தெரியுதா, சொல்லுங்க, யாரு' என்று கேட்டபோது 'இலஞ்ஞிப்பூமணம்'† என்று ஜெஸபெல் பதிலளித்தாள். இலஞ்ஞிக்கல் பாதிரியார் வாய்விட்டுச் சிரித்தார்.

அவர் அமைதியைப் பரப்புகின்ற ஒரு மனிதராக இருந்தார். உணவுக்குப் பிறகு அவர் அவளை வீட்டுத் தோட்டத்திற்கு அழைத்துச் சென்றார். அங்கே, குறுமிளகின் விளைச்சல் அதிகரிப்பதற்கான உரத்தைப் பற்றியும் சேனைத்தண்டில் செய்யக்கூடிய புளிக்குழம்பைக் குறித்தும் இருபது வகையான பலாக்காய் கூட்டுகளைப் பற்றியும் மெசியாவுக்குத் தைலம் கொண்டு செல்கின்ற சிவப்புப் புழுவைப் பற்றியும் பைபிளில் சொல்லப்பட்டுள்ள போதனைக்கும் இஸ்லாம் மதத்தில் சொல்லப்படும் போதனைக்கும் இடையிலுள்ள வேறுபாடுகளைப் பற்றியும் பேசினார். ஏசு கிறிஸ்துவின் கல்லறையை மூடிய கல்லின் வடிவம் எப்படி இருந்தது என்று கண்டுபிடிப்பதற்காக ஜெருசலேமில் நடத்திய ஆராய்ச்சிகளைப் பற்றியும் அந்தக் கல்லறை ஒரு கார்க் வடிவத்தில் இருந்தது என்று கண்டுபிடித்ததைக் குறித்தும் விவரித்தார். தேநீருக்குப் பிறகு 'பிஷப் வீட்டுக்குக் கொஞ்சம் போகணும், செமினரியில என்கூடப் படிச்ச பாதிரியார் முடியாம படுத்த படுக்கையாயிட்டாரு. அங்கயும் கொஞ்சம் போகணும்' என்று சொல்லி விடைபெற்றுக்கொண்டு எழுந்தவர் எல்லோருக்குமாகச் சொன்னார்:

"இங்கத்த விவரங்கள் எல்லாம் எனக்குத் தெரியும். செத்துப்போனமாதிரி கிடக்கிற ஒரு வாலிபனுக்கு ஊழியம் பண்ணறதுக்கு ஜெஸபெல் தேவையில்லை. நம்ம சிஸ்டர்ஸ் நடத்தற எத்தனையோ ஸ்தாபனங்கள் இருக்கு. அங்க கொண்டுபோயி சேர்த்துட்டாப் போதும். அவங்க நல்லவிதமா பார்த்துக்குவாங்க."

---

† 1976இல் வெளிவந்த அயல்கரை என்ற திரைப்படத்தில் இடம்பெற்றுள்ள புகழ்பெற்ற காதல் பாடலின் முதலடி. (இளஞ்ஞி – மகிழமரம்.)

ஜெஸபெல்லின் அப்பாவும் அம்மாவும் ஒருவரையொருவர் பார்த்துக்கொண்டனர். ஆனால், அவர்கள் எதுவும் சொல்லவில்லை.

"ஆனால், ஜெஸபெல், உனக்கு ஒரு துணை வேணும். குழந்தைங்க வேணும். அதுக்கு வேண்டிய வயசு இருக்கு. அதனால, நான் அவங்களப் போயிப் பார்க்கறேன்; நீங்க, குறிப்பா ஜெஸபெல், அனுமதிச்சா மட்டும்."

ஜெஸபெல்லின் கண்கள் நிறைந்தன. பின்னர், ஒரு வாரத்துக்கு எந்தத் தகவலும் கிடைக்கவில்லை. ஆனால், அதற்கடுத்த ஞாயிற்றுக்கிழமை இரவு அழைப்பு வந்தது. ஜெஸபெல் ஆவலுடன் கேட்டாள்:

"எனக்கு ஹீப்ரு மொழி படிக்கத் தெரியும். நான் இங்க வந்ததுக்கு அப்புறம் ஹீப்ரு மொழி பைபிள் எடுத்து பழைய ஏற்பாடு படிச்சேன். அத வாசிக்கிறபோது ஒரு விசயம் நமக்குப் புடிபடும் - ஜெஸபெல்லுக்கும் ஆகாப்புக்கும் நடந்த திருமணம் ரெண்டு தெய்வங்கள வழிபட்டுக்கிட்டிருந்த சமூகங்களோட உடன்படிக்கையா இருந்துச்சு. அது யெகோவாவோட தீர்க்கதரிசிகளுக்குப் பிடிக்கல. ஏன்னா, ஒரு சமூகத்துல நிறைய தெய்வங்கள் இருந்தா, தீர்க்கதரிசிங்களுக்கு கன்ட்ரோல் இல்லாம போயிடும்."

இலஞ்ஞிக்கல் பாதிரியார் பெருமூச்சுவிட்டார்:

"எல்லாம் அதிகாரத்தோட ஆட்டம் கண்ணே. எல்லாருக்கும் மத்தவங்களக் கட்டுப்படுத்தணும். அவங்கள அடக்கி ஆளணும். அவங்க நமக்காக வாழவும் சாகவும் வேணுங்கற பிடிவாதம்."

'அங்க போயிருந்தீங்க தானே ஃபாதர்' என்று ஜெஸபெல் நடுக்கத்தோடு கேட்டாள். ஒரு நிமிடம் கழித்து பாதிரியார் பதில் சொன்னார்:

"அந்த ஆளு ஒரு அடஞ்சு கிடக்கற மனுசன் கண்ணு. கிறிஸ்து சொன்னது தப்புன்னு நிரூபிக்கறதுக்கு வேண்டித்தான் அந்த மனுசன் வாழறான். எத்தனைதான் தட்டினாலும் திறக்காது."

அவருடைய குரல் இடறியது:

"அந்த மனுசனோட மனசு சமநிலைய இழந்துருச்சு. மகனுக்கு நடந்த பேரழிவுக்குப் பொறுப்பாளியா அந்த மனுசன்

கற்பனை பண்ணறது உன்னத்தான். எனக்கு உன்னைப்பத்தி நினச்சுத்தான் பயம் வருது. கண்ணூ, பத்ரம். அந்த மனுசனுக்கு உன்மேல அவ்வளவு வெறுப்பு இருக்கு. போனபிறகு, கர்த்தர் என்னை எதுக்கு அங்க கூட்டிட்டுப் போனார்ன்னு ஆச்சரியப்பட்டேன். ஏதாவது விசயம் இருக்குமாயிருக்கும். நான் உபயோகப்படவேண்டிய எதாச்சும் சந்தர்ப்பம் எப்பவாவது வருமாயிருக்கும்."

"ஜெரோம் ஜார்ஜ் மரக்காரனின் தாயார் லில்லி ஜார்ஜ் மரக்காரன் உங்களைப் பார்க்க வீட்டுக்கு வந்து, தங்களுடன் இருந்து மகனைப் பார்த்துக்கொள்ளச் சொல்லிக் கேட்டுக்கொண்டார் என்று சொல்வது உண்மையா?" நீதிமன்றத்தில் வக்கீல் கேட்டார்.

"என்னைப் பார்க்க வந்திருந்தார்." ஜெஸபெல் சொன்னாள்.

"அது எதற்காக?"

ஜெஸபெல்லின் இதயத்தில் இருள் வந்து மூடியது. அந்த நாளைப்பற்றி நினைத்தபோது அவளுடைய உடல் மீண்டும் கிடுகிடுவென்று நடுங்கியது.

ஒரு நாள் மாலையில் வீட்டிற்குச் சென்றபோது, வாசலில் ஆபிரஹாம் சம்மநாட்டின் கார் நின்றிருந்தது. உள்ளே சம்மநாட்டுடன் லில்லி ஜார்ஜ் மரக்காரனும் இருந்தார். 'மம்மீ' என்று கத்திக்கொண்டு அவள் ஓடிச்சென்றாள். அவர் அவளை நோக்கிக் கைகளை நீட்டினார். அவள் அந்தக் கைகளில் விழுந்து அவரைச் சேர்த்துப் பிடித்துக்கொண்டாள். அவருடைய உடல் மிகவும் மெலிந்துபோய் இருந்தது. அவரது முகச்சாயல் மாறியிருந்தது. அவர் ஒரு பேய்க்கோலமாக மாறியிருந்தார். ஜெஸபெல்லின் நடுங்கும் உடலில் அவர் தாலாட்டுவது போன்று தாளம் பிடித்தார். அவளுடைய அம்மா பார்க்காதது போன்று நெற்றியைச் சுளித்துக்கொண்டு நின்றார். அப்பா இடையிடையே கண்ணைச் சொறிவது போன்ற பாவனையில் கண்ணோரங்களைத் துடைத்தார். அவர் அவளைக் கூட்டிக்கொண்டு உள்ளே நடக்கவும் அவள் அவரைத் தனது அறைக்கு அழைத்துச் சென்றாள். 'மம்மி ரொம்பவும் தளர்ந்து போய்ட்டீங்களே' என்று அவள் வருத்தப்பட்டாள்.

"உயிரோட இருக்கற ஒரு சவத்துக்குக் காவல் இருக்கும்போது யார்தான் தளர்ந்து போகமாட்டாங்க, தங்கம்?"

அவருடைய குரல் இடறியது. உடலில் ஆணிகள் குத்தி ஏறியதுபோன்று ஜெஸபெல் துடித்தாள்.

"நீ தப்பிச்சுக்கிட்டியேங்கிறத நினைச்சு எப்பவும் கர்த்தருக்கு நன்றி சொல்லிக்கிட்டே இருப்பேன். உனக்கு நான் நியாயம் செஞ்சிட்டேன்னு சமாதானமடையறேன். நீ நல்லா இருக்கியான்னு நான் கேட்கமாட்டேன். நல்லா இல்லைன்னு எனக்குத் தெரியும். நீ ரொம்பவே காஞ்சுபோயிட்டே. முகத்துல இருந்த சதையெல்லாம் ஆவியானது மாதிரி. கண்ணெல்லாம் குழிவிழுந்து போயிருச்சு. எப்படி இருக்கே, தங்கோ, நீ?"

ஜெஸபெல்லின் கண்கள் நிறைந்து காட்சி மங்கியது. அவள் மங்கிய கண்களால் அவருடைய முகத்தை உற்றுப் பார்த்தாள்.

"ஜார்ஜ் குட்டி உன்ன எப்பவும் சபிச்சுக்கிட்டே இருப்பார். ஆனால், எதையாவது சொல்லி ஜார்ஜ் குட்டிக்குப் புரியவைக்க என்னால முடியணுமே? கல்யாணம் பண்ணிட்டு வந்த காலத்துல நான் அதுக்கு முயற்சி பண்ணினேன். அன்னோட போதும்னு ஆயிருச்சு. கவுத்து வச்ச பாத்திரம் ஜார்ஜ் குட்டி. ஒருபோதும் நிறையாது. பிரச்சனை ஒருபோதும் தீரவுந்தீராது. உன்ன அங்கிருந்து அனுப்பி வச்சதுதான் வாழ்க்கைல நான் செஞ்ச ஒரேயொரு நல்ல காரியம்கறது என்னோட நம்பிக்கை."

'மம்மிகிட்ட அன்னைக்கி ஜெரோமோட டாடி சண்ட போட்டாரா' என்று அவள் நடுக்கத்தோடு கேட்டாள். 'சண்டையா' என்று அவர் சிரித்தார். நெற்றியின் இடதுபக்கம் தடவினார். அங்கே இருக்கும் கருத்த தழும்பு கைக்குத் தட்டுப்பட்டது. ஜெஸபெல் கவலையோடு அத்தழும்பைப் பரிசோதித்தாள். 'முடியப் புடிச்சு சுவத்துல அடிச்சது' - அவர் சிரித்தார். 'முடி மண்டையோட்டோட கழண்டு வந்துட்டதா நினைச்சேன். ஜார்ஜ் குட்டியோட கை நிறைய முடி இருந்துச்சு. அப்புறம் பெருக்கி எடுக்கும்போது சுருண்ட முடி ரூம் முழுக்கக் கிடந்துச்சு. கொஞ்ச நாளு தலைய குனியக்கூட முடியாம இருந்துச்சு. முகத்த அசைக்கிறபோது மண்டையோட்டப் பிரிச்சு எடுக்கறதுமாதிரி வலிக்கும்.'

ஜெஸபெல் மேற்கொண்டு கேட்காமல் இருக்க விரும்பினாள். சுயநினைவை இழந்துவிட பிரார்த்தித்தாள். ஜெரோமைப் போன்று மூளைச்சாவு அடைந்து, தான் கண்மூடிப் படுத்துக்கிடப்பதாகச் சந்தேகப்பட்டாள். ஆனால், சொற்கள்

நெஞ்சில் பலமாகத் தாக்கின. விலா எலும்பு, நெஞ்சுக் கூட்டிலிருக்கும் எலும்புகளோடு சேர்கின்ற இடத்தில் தாக்கினால் மிக அதிகமாக வலிக்கும். அந்த இடத்தில் யாரோ கடுமையாகத் தாக்குகிறார்கள். ‘சொல்லாதீங்க மம்மீ, எனக்கு வலிக்குது’ - ஜெஸபெல் தேம்பினாள். ‘எனக்கு வலிக்கல’ - லில்லி ஜார்ஜ் மரக்காரன் சிரித்தார்.

“ஜெரோமை நான் பார்த்துக்காததுல மம்மிக்குக் கோபமில்லையா?” ஜெஸபெல் வருத்தத்தோடு கேட்டாள்.

“உன்கிட்ட வரவேண்டாம்னு சொன்னது நாந்தானே? அவன பார்த்துக்கறதுக்கு நாங்க இருக்கறமே.”

“அது சரி! படுத்த படுக்கையா கெடக்கற தன்னோட மகன உதறிட்டுப் போன மருமககிட்ட எந்த பெத்ததாய்க்கும் கொஞ்சமாச்சும் பழிவாங்கனும்னு தோணாதா? நீங்க என்ன அம்மாதானா?”

உள்ளே வந்த அம்மா குதித்தார்.

“இவொ என்னோட மகளா பொறந்துட்டாளேன்னு நெனச்சு இவளச் சொமந்த என் வயிற சபிக்காத ஒரு நாள்கூட என் வாழ்க்கையில இல்ல. அப்படீன்னா நீங்க எவ்வளவு சபிக்கணும்! குடும்பத்தோட நெடுந்தூணான மகன். கஷ்டப்பட்டு வளர்த்தி டாக்டராக்கின மகன். அவன் விழுந்தப்ப புழுதியத் தட்டித் தொடச்சிட்டுப் போன ஒருத்தியச் செல்லங்கொஞ்ச உங்களுக்கு எப்படி மனசு வருது?”

அம்மா கோபாவேசமுற்றார். ஆனால், அதைக்கேட்டு லில்லி ஜார்ஜ் மரக்காரனின் முகபாவம் மாறியது. ‘நிறுத்து சாரா’ என்று அவர் குரலை உயர்த்தினார்.

“அவள பொண்ணு பார்க்க வந்துட்டுத் திரும்பிப் போன அன்னைக்கி நான் ரொம்ப அழுது வேண்டிக்கிட்டேன் இந்தக் கல்யாணம் நடக்கக்கூடாதுன்னு. ஆனா, தெய்வம் ஒருதடவகூட என்னோட பிராத்தனைய வேணுங்கற நேரத்துல கேட்டதில்லை. எனக்கு இந்தக் கல்யாணத்துல இஷ்டமில்லாம இருந்துச்சு. என் மகனோட மனைவியா இவ வாரது எனக்குப் பிடிக்காம இருந்துச்சு.”

அவர் மூச்செடுப்பதற்காகச் சற்று நிறுத்தினார். முகத்தை அழுத்தித் துடைத்தார். அம்மாவும் ஜெஸபெல்லும் திகைத்துப்போய் நின்றார்கள். அவர் அம்மாவைக் கடுங்கோபத்தோடு பார்த்தார்.

"காரணம் என்னன்னு தெரியுமா? என் மகன்கூடப் படுக்கறதுக்கு ஒரு பொண்ணு வேண்டியதில்லைன்னு எனக்குத் தெரியும். அதுக்கு அவனுக்கு அவினாஷ் குப்தா போதுமா இருந்துச்சு."

ஜெஸபெல்லின் உடலில் மின்னல் கீற்றுகள் குறுக்கும் நெடுக்குமாகப் பாய்ந்தன. லில்லி ஜார்ஜ் மரக்காரன் செத்துப்போன பார்வையோடு நின்றார். செத்துப்போன குரலிலேயே பேசினார்: "அவன் கல்யாணம் கட்டிக்கிட்டது உலகத்துக்குக் காட்டறதுக்கு வேண்டித்தான். டிரஸ் பண்ணிட்டு வெளியில கூட்டிட்டுப் போறதுக்கு, சமையல்கட்டுல வேல செய்யறதுக்கு, வீட்டுக்கு வாரப்ப வீட்டச் சுத்தமா வச்சுக்கறதுக்கு, துணி துவைக்கறதுக்கு, அப்புறம் வேலைக்குப் போயி பணம் சம்பாரிச்சு பெரிய வீடும் காரும் வாங்கறதுக்கு... அதுக்கெல்லாம் வேண்டி மட்டுந்தான்."

'நீங்க என்ன சொல்றீங்க லில்லி' என்று அம்மா நடுக்கத்துடன் கேட்டார். 'எங்களுக்கு அது முன்னாடியே தெரியும்' - லில்லி வருத்தத்தோடு சிரித்தார்.

"அப்பங்காரன் ஒண்ணுந்தெரியாதது மாதிரி நடிச்சான். அவன் அப்பன் புள்ளையா இருந்தான். நான் பேசலாம்னு பார்த்தப்ப அவன் என்னைத் திட்டி முடுக்கிட்டான். தன்னச் சொமந்த கருப்பை மேல மதிப்பில்லாமத்தான் ஜார்ஜ்குட்டி அவன வளர்த்தான். அதனாலதானா என்னவோ, அவனால கருப்பை இருக்கற உடம்புகள நேசிக்க முடியாம போச்சு. ஜெஸபெல், உன்ன நினைச்சு நான் எப்பவும் வருத்தப்பட்டுட்டுத்தான் இருந்தேன். கல்யாணத்துக்கு அப்புறம், அவன் மாறிடுவான்னு நான் நம்பினேன். கல்யாணம் முடிஞ்சு நீங்க எங்ககூட வந்த மறுநாளே அவன் மாறலைங்கறது எனக்குப் புரிஞ்சுபோச்சு. அவன் காத்தால வெளிய போயிட்டுத் திரும்பி வந்தப்ப அந்தப் பையனோட வாசம் அடிச்சுது, அவினாஷோடது. ஜெரோமோட ரூம்ல அது எப்பவும் இருந்துச்சு. சேர்ந்து படிக்கறம்கற பேர்ல அவன் எப்பப்பார்த்தாலும் வருவான். அவங்க சேர்றத நான் நேராவே பார்த்திருக்கறேன். மொதத்தடவ

கண்ணு குருடாப்போயிருந்தா என்னனு தோணுச்சு. அத ஒரு பெரும்பாவம்னு நினைச்சேன். அப்புறம் நான் நினைச்சுப் பார்த்தேன், அவனோட வழி அதுவா இருக்கும். அவன தெய்வம் படச்சது அப்படியா இருக்கும். ஜார்ஜ்குட்டி அவனுக்குக் கல்யாணப் பேச்சு எடுத்தப்ப அவன் எதிர்ப்பான்னு நினைச்சேன். அது தப்பாப் போச்சு. அப்ப நான் நினைச்சேன், அவன் மாறிடுவான்னு. ஆனா, அதுவும் தப்பாப் போச்சு.”

லில்லி ஜார்ஜ் மரக்காரன் அயர்சியோடு நிறுத்தினார். அம்மா மண்ணில் வேர் ஆழ்ந்தது போன்று நின்றார். ‘சாரா, நாம எல்லாரும் இவளோட வாழ்க்கைய வேணுங்கற அளவுக்குச் சீரழிச்சிட்டோமில்லையா? இனியாவது இந்தப் பாவப்பட்டவள சும்மா விட்டுட்டா என்ன?’ லில்லி ஜார்ஜ் மரக்காரன் வருத்தத்தோடு கேட்டார். அறையில் அமைதி நிறைந்தது. ‘லில்லீ போகலாம்’ என்று முன்பக்கம் இருந்து ஆபிரஹாம் சம்மநாட்டின் அழைப்பு வந்தபோது கண்ணையும் மூக்கையும் துடைத்துக்கொண்டு லில்லி ஜார்ஜ் மரக்காரன் எழுந்தார். ஜெஸபெல் அவரைக் கெட்டியாகப் பிடித்துக்கொண்டு அவருடைய உடல்மேல் விழுந்து கதறியழ முயன்றாள். அழுகை வெளியே வருவதாக இல்லை. அது நெஞ்சுக்குள்ளாகவே மணல் காற்று போன்று வட்டமடித்தது. லில்லி ஜார்ஜ் மரக்காரன் அவளை இறுகப் பற்றினார். ‘நான் வந்தது இன்னொரு விசயத்தையும் சொல்லத்தான்’ - அவர் குசுகுசுவென்று சொன்னார். ஜெஸபெல் அடுத்த அடிக்கு வேண்டிக் காத்திருந்தாள்.

“விவாகரத்து நோட்டீஸ் வந்ததுல இருந்து ஜார்ஜ் குட்டிக்குப் பைத்தியம் இரட்டிப்பாயிருச்சு. இலஞ்ஞிக்கல் ஃபாதர் வந்ததுக்கப்புறம் அது கூடிப்போச்சு. உன்ன ஒருபோதும் நிம்மதியா வாழவிடக்கூடாதுங்கற பிடிவாதம். நீ எவ்வளவு காலத்துக்குத்தான் இப்படியே இருப்பே? உனக்கு நல்ல வாழ்க்கை வேண்டாமா? உன்னை நேசிக்கிற ஒருத்தன கண்டுபிடிக்க வேண்டாமா? இந்த விவாகரத்து கேசுல ஜெயிச்சாலும் சர்ச்சுல இருந்து விவாகரத்து அனுமதி கிடைக்கவேண்டாமா? எல்லாம் முடியறதுக்கு முன்னாடியே உன்னோட நல்ல காலம் முடிஞ்சுபோகும். இல்லாட்டி ஜெரோம் போய்ச்சேரணும். அவன் செத்திருந்தா என்னன்னு நான் எப்பவும் பிரார்த்தனை பண்ணுவேன். ஆனா, அவன்

கிடக்கறதப் பார்த்தா உடனேயெல்லாம் போவான்னு எனக்குத் தோணமாட்டேங்குது."

ஜெஸபெல்லுக்குத் திரும்பவும் அழுகை வந்தது. அவள் அழாமல் அவரையே உற்றுப் பார்த்துக்கொண்டிருந்தாள்.

"எனக்கு உன்ன நினைச்சா பயமா இருக்குது, கண்ணு. ஜார்ஜ்குட்டிக்கு இது உன்கிட்ட மட்டும் இருக்கிற பிடிவாதமல்ல. எல்லா பெண்கள் மேலயும் இருக்கற பிடிவாதம்."

அவர் திரும்பவும் பெருமூச்சுவிட்டார்.

"நீ உன் தம்பிகூடப் போயி இருக்கறதுதான் நல்லதுன்னு எனக்குத் தோணுது. அங்க இருந்தா ஜார்ஜ்குட்டிக்குப் பயப்படவேண்டியதில்லை. கோர்ட் விவாகரத்துக் கொடுத்துட்டா நீ அங்க யாரையாச்சும் கல்யாணம் கட்டிக்கவும் செய்யலாம்."

"மம்மி பயப்படறமாதிரி ஒண்ணும்..."

"நான் இருக்கற வரைக்கும் உனக்குப் பிரச்சனையில்லாம பார்த்துக்குவேன். ஆனா, நான் எவ்வளவு காலம் இருப்பேன்னு தெரியாது. உன்னை அங்க வரவைக்கறதுக்கு வேண்டி ஜார்ஜ்குட்டி என்னைக் கொன்னாலும் கொல்லலாம். இலஞ்ஞிக்கல் ஃபாதர் வந்ததுக்கு அப்புறம் ஜார்ஜ் குட்டி கிறிஸ்டினாவையும் ஜானையும் வெளிய முடுக்கிட்டாரு. அவங்க இப்ப கிறிஸ்டினாவோட வீட்ல இருக்காங்க. அவ குழந்தை பெத்துட்டா. நிறைமாசம் ஆகாமயே பெத்துட்டா. நான் இப்ப வந்ததே குழந்தையப் பார்க்கத்தான். பெரியண்ணன வச்சுச் சொல்லவச்சதாலதான் அதுங்கூட நடந்துச்சு."

அவர் சொல்லிக்கொண்டிருந்தார்.

ஜெஸபெல் தலையில் அடி வாங்கியது போன்று நின்றாள். அவர் போனதும் அம்மா தன்னுடைய அறைக்குச் சென்று கதவை அடைத்துக்கொண்டார். உள்ளிருந்து வேதப் புத்தகத்தின் வரிகளை முணுமுணுப்பதுபோன்று குரல் எழுவதைக் கேட்டாள். இரவு உணவு நேரம் தாண்டிப்போனபோது அப்பா கூடத்திற்கு வந்து கூப்பிடுவதற்குத் தைரியமின்றித் திரும்பிப் போனார். ஜெஸபெல் எழுந்து அம்மாவை அழைத்தாள். 'பிரார்த்தனை

பண்ணிட்டு இருக்கேன், நீ கொஞ்சம் சாப்பாடு போடுறியா?' அழுகின்ற குரலில் பதில் வந்தது.

ஜெஸபெல் அப்பாவுக்கு உணவு பரிமாறினாள். அவள் சாப்பிடவில்லை. அம்மா வெளியே வரவுமில்லை. அவள் நிறுத்தாமல் கதவைத் தட்டிக் கூப்பிட்டுக்கொண்டே இருந்தாள். வேறு வழியின்றி அம்மா அழுது வீங்கிய முகத்தோடு கதவைத் திறந்தார். அம்மா அவளை முதன்முதலாகப் பார்ப்பதுபோன்று பார்த்தார். 'அம்மா எதும் சாப்பிடவேண்டாமா' என்று ஜெஸபெல் கேட்டாள். 'நீ சாப்பிட்டியா, எனக்குப் பசியில்ல' – அம்மா முணுமுணுத்தார். 'உங்களுக்குப் பசிக்கலைன்னா எனக்கும் பசிக்கல' ஜெஸபெல் குமைந்தாள்.

ஒருவரை ஒருவர் பார்த்துக்கொண்டனர். அம்மா வலதுகையில் வைத்திருந்த பைபிளை நெஞ்சோடு சேர்த்தார். இடது கையை நீட்டி அவளது வெட்டிக் குறைத்த முடியைத் தொட்டார். ஜெஸபெல் அம்மாவின் கையை இறுகப் பற்றினாள். அம்மா வாழ்க்கையில் முதன்முதலாக அவளைச் சேர்த்தணைத்தார். ஜெஸபெல் வாழ்க்கையில் முதன்முதலாக அம்மாவின் தோளில் முகம் சாய்த்தாள். அம்மாவிடம் நறும்பாலின் மணம் இருப்பதை அவள் வாழ்க்கையில் முதன்முறையாகத் தெரிந்துகொண்டாள். அப்போது பிறந்த குழந்தைகளுக்கான வார்டில் வைத்திருக்கும் குழந்தைகளின் மிருதுவான உடலை அம்மாவிடம் கண்டுபிடித்தாள். அவள் அம்மாவை இறுகத் தழுவிக்கொண்டாள்.

'அம்மாவ மன்னிச்சிடு' அம்மா சொன்னார். ஜெஸபெல் அம்மாவைக் கட்டிப்பிடித்தாள்: 'மன்னிக்கமாட்டே. அம்மாவ நான் ஒருபோதும் மன்னிக்கமாட்டே. நான் அம்மாவ பாசத்தால கொல்லுவேன்.' அம்மா அப்போது உடைந்து அழுதார். ஜெஸபெல்லின் வாழ்க்கையில் அது கண்ணீரின் நாளாக இருநதது. அது அன்பின் நாளாகவும் இருந்தது.

"லில்லி ஜார்ஜ் மரக்காரன் உங்களைப் பார்க்க வந்தது, உங்களை உடன் வரவேண்டுமென்று அழுது கெஞ்சுவதற்காக வேண்டித்தானே?"

வக்கீல் சீற்றத்தோடு கேட்டார்.

"இல்லை..."

“பின்னெ? அவங்க என்ன சொல்லறதுக்கு உங்க வீட்டுக்கு வந்தாங்க?”

வக்கீல் மேலும் எரிச்சலுற்றார். ஜெஸபெல் பெருமூச்சுவிட்டாள். அவள் அயர்வாக உணர்ந்தாள்.

“ஒன்றுமே சொல்லவில்லையா?”

“எவ்வளவு சீக்கிரம் முடியுமோ அவ்வளவு சீக்கிரம் யு.கே.வுக்குப் போயி தப்பிச்சுக்கச் சொன்னார்.”

வக்கீல் வெடித்துச் சிரித்தார். நீதிபதியின் முகத்திலும் ஒரு சிரிப்புத் தோன்றியது. ‘கோமாவில் கிடக்கின்ற மகனுடைய மனைவியிடம் உலகத்தில் எந்த மாமியாராவது இப்படியொரு விசயத்தைச் சொல்வதற்குச் செல்வார்களா’ என்று தனக்குத்தானே சொல்லிக்கொண்டு வக்கீல் சிரியோ சிரியென்று சிரித்தார். ஜெஸபெல் அமைதியாக நின்றாள். சிரிப்பை ஒருவாறு அடக்கிக்கொண்டு வக்கீல் தொடர்ந்தார்:

“அப்புறம்? அதுமட்டும்தான் சொன்னார்களா?”

“அந்தக் காரை ஓட்டுமாறு சொன்னார்...”

ஜெஸபெல்லின் குரல் இடறியது. வக்கீல் கொள்ளிக்கட்டையால் குத்துப்பட்டதுபோன்று அதிர்ந்துபோனார்.

“எந்தக் கார்? டாக்டர் ஜெரோம் விபத்தில் சிக்கிய காரா?”

நீதிமன்ற அறை அமைதியுற்றது.

“அதன்பிறகு? நீங்கள் அதை ஓட்டினீர்களா?”

“ம்ம்...”

வக்கீல் அதிர்ச்சியை அடக்க முடியாமல் நீதிபதியைப் பார்த்தார். அவளுடைய வக்கீலைப் பார்த்தார், அங்கிருந்த எல்லோரையும் பார்த்தார்.

“உங்கள் கணவன் விபத்துக்குள்ளான அந்தக் கார் - அதே கார் - நீங்கள் இப்போது ஓட்டிக்கொண்டிருக்கிறீர்கள். அதை எடுத்துக்கொண்டா இன்று இந்த விவாகரத்து கேஸ் நடத்துவதற்கும் வந்தீர்கள்?”

“ஆமாம்.”

ஜெஸபெல் சொன்னாள். நீதிபதி பதட்டத்தை அடக்குவதற்காக முன்னால் இருந்த தாளில் தாளம்போடுவது போன்று பேனாவால் குத்தினார்.

“இந்தக் காரைக் கொடுத்துவிட்டு ஒரு இன்னோவா கார் வாங்கலாம் என்று நான் நினைத்தேன். நான் எங்காவது கொண்டுபோய் இடித்து கோமாவுக்குப் போய்விட்டால், என் மனைவி அந்தக் காரை ஓட்டிக்கொண்டு குடும்ப நீதிமன்றத்துக்குச் சென்று வழக்குத் தொடுத்து, அந்த சந்தீப் மோகனைக் கல்யாணம் செய்வாள் அல்லவா என்று நினைத்தபோது - நான் அதை வேண்டாம் என்று விட்டேன்...”

வக்கீல் அவரால் முடிந்த ஒரு நகைச்சுவையைச் சொன்னார். யாரும் சிரிக்கவில்லை. அதனால், தன்னம்பிக்கையை மீட்டெடுப்பதற்காக அவர் மேலும் குரூரனாகிக் கேட்டார்:

“சாரி, ஏற்றுக்கொண்டேன், டாக்டரே, ஏற்றுக்கொண்டேன்! ஆனால், ஒரு சிறிய சந்தேகம் இருக்கிறது. இவ்வளவு பிரியமுள்ள மாமியார் எதற்காக நீங்கள் திரும்பி வரவில்லை என்று சொல்லித் தற்கொலை செய்துகொண்டார்?”

நீதிமன்ற அறை மௌனமானது.

“ஓ! அப்பெண்மணி தற்கொலை செய்துகொண்டாரா?”

நீதிபதி அதிர்ந்துபோனார். வக்கீலின் முகத்தில் துக்க பாரம் நிறைந்தது.

“ஆமாம் சார், அந்த பாவப்பட்ட பெண் தற்கொலை செய்துகொண்டார். விஷம் குடித்து. கோமாவில் படுத்துவிட்ட மகனைப் பார்த்துக்கொள்ளத் தனக்கும் கணவனுக்கும் தெம்பு இல்லையென்றும் மருமகள் பொறுப்பேற்றுக்கொள்வாள் என்று எதிர்பார்த்தும் தற்கொலை செய்துகொள்வதாக அவர் கடிதம் எழுதி வைத்திருந்தார். அவருடன் இருந்து மகனைப் பார்த்துக்கொள்ள உதவிசெய் என்று அந்த பாவப்பட்ட தாய் இவருடைய காலைப் பிடித்துக் கெஞ்சினார். ஆனால், இவர் போகவில்லை. உண்மையில் லில்லி ஜார்ஜ் மரக்காரனைத் தற்கொலைக்குத் தூண்டிய குற்றம் இவரைத்தான் சாரும் சார்...”

ஜெஸபெல்லுக்கு அவரிடத்தில் அப்போது அனுதாபம் தோன்றியது. ஆனால், அந்த நீதிமன்ற அறையில் வைத்து அவள்

புரிந்துகொண்டாள்: அந்தக் கார் தன்னுடைய வாழ்க்கையில் ஒரு உவமையாக இருந்ததல்லவா. வாழ்க்கை தன்னுடன் அதன் மூலமாகப் பேசுவதற்கு முயன்றதில்லையா.

ஆனால், எல்லோருடைய வாழ்க்கையிலும் ஒரு நிமிடம் உண்டு. உவமைகள் வழியாக அல்லாமல் பேசுகின்ற நிமிடம். 'இதா இப்ப நீ தெளிவா பேசுறே' என்று மற்றவர்கள் சொல்கின்ற ஒரு நிமிடம்...

21

தன்னுடைய வாழ்க்கையில் விருந்து நடத்தியவர்களெல்லாம் முதல்தரமான ஒயினை முதலில் பரிமாறினார்கள். தங்களுக்குப் போதை ஏறிய பின்னர் தரமற்றதைப் பரிமாறினார்கள் என்பதை அறிந்து ஜெஸபெல் துயருற்றாள். அதனால் அவள் நல்ல ஒயினை விருந்து முடியும் வரைக்கும் பாதுகாத்து வைத்தாள். அது அவளுடைய இதய ரத்தமேதான்.

வெகுகாலத்திற்குப் பிறகு சொந்த வாழ்க்கையை வேறொருவரின் கதையைப் போன்று வாசித்துவிட முயன்றபோது ஜெஸபெல்லுக்கு ஆர்வம் தோன்றியது. தன்னுடைய வாழ்க்கையில் ஒவ்வொரு நபரும் இன்னொரு நபரைக் கூட்டிக்கொண்டு வருவதற்கான வழியை உருவாக்கிக்கொண்டிருந்தனர் என்றும் அவர்கள் இருவரும் சேர்ந்து தனது வாழ்க்கையை முழுமையுறச் செய்துகொண்டிருந்தனர் என்றும் அப்போதுதான் அவள் கண்டறிந்தாள். ‘அழாதே, அழறபோது கூடச்சேர்ந்து அழறதுக்கு யாரும் வரமாட்டாங்க’ என்று நினைவூட்டிக்கொண்டேதான் லில்லி ஜார்ஜ் மரக்காரன் அவளிடம் விடைபெற்றார். வெளியே செல்லும்போது வலதுபக்கம் சற்று உள்ளே தள்ளியிருக்கும் கார் நிறுத்துமிடத்தை அவர் பார்த்தார். ஜெரோம் ஜார்ஜ் மரக்காரன் கடைசியாக ஓட்டிய கார் அங்கே ஒரு தார்பாயால் மூடி வைக்கப்பட்டிருந்தது. ‘இந்த வண்டிய நீ இப்ப ஓட்டறயா’ என்று அவர் கேட்டார். ‘ஓட்டலைனா நீ வண்டி ஓட்டறத மறந்துடுவே, வண்டியும் வீணாப்போகும்’ அவர் சொன்னார். ‘அது ஜெரோம் ஓட்டின வண்டியில்லையா மம்மீ?’ என்று அவள் கேட்டாள். ‘அவன் ஓட்டி நாசம் பண்ணினதுன்னு சொல்லு’ - லில்லி ஜார்ஜ் மரக்காரன் சொன்னார் - ‘உன்னோட வாழ்க்கை மாதிரியே.’ ‘என்னை மாதிரி போனது போகட்டும்னு விட்டுறாத. மீட்டெடு. கைவிட்டுப் போனத முடிஞ்சவரைக்கும் மீட்டெடு.’

ஆபிரஹாம் சம்மநாட்டும் லில்லி ஜார்ஜ் மரக்காரனும் ஏறிய கார் தொலைவில் மறைந்தபோது அவள் சாவியை எடுத்துக்கொண்டு வந்தாள். காரை மூடியிருந்த தார்பாயை இழுத்தெடுத்தாள்.

கதவைத் திறந்தாள். கார் உடனே ஸ்டார்ட் ஆனது. அது அவளையும் சுமந்துகொண்டு காற்றில் மிதந்து சென்றது. பல மாதங்களுக்குப் பிறகு தான் கார் ஓட்டுவதாக அவளுக்குத் தோன்றவேயில்லை. அவள் ஜெரோமை நினைத்தாள். ஜெரோமை நினைத்தபோதெல்லாம் அவினாஷையும் நினைத்தாள். கார் அவளைப் பரபரப்பான சாலை வழியாக ஐஸ்வர்யா ஓர்க்ஷாப் என்ற பெயர்ப்பலகைக்கு முன்னால் சென்று சேரவைத்தது.

அந்த ஓர்க்ஷாப்பின் உரிமையாளர் மாதவன்குட்டியை அவளுக்கு முன்பே தெரியும். அவருடைய மகள் ஐஸ்வர்யாவுக்கு ஆஸ்துமா தொந்தரவு அதிகமாகி மூச்சுத் திணறலோடு ஓர் இரவில் அலறிப்புடைத்து ஓடிவந்தபோது குழந்தையை உயிர்ப்பித்தவள் அவள்தான். அன்று இரவு முழுவதும் நெபுலைஷ் செய்துகொண்டு அவள் குழந்தையின் அருகிலேயே இருந்தாள். இரண்டு நாட்கள் கழித்து குழந்தையை வீட்டுக்கு அனுப்பிய அன்று ஜெரோமும் அவளும் குடியிருந்த வாடகை வீட்டிற்கு மாதவன்குட்டி ஒரு கவரோடு வந்தார். அவள் கோபித்தாள். லஞ்சம் கொடுப்பதற்கு முயற்சி செய்கிறீர்களா என்று திட்டினாள். அவர் மன்னிப்புக் கேட்டார். பின்னர், ஐஸ்வர்யாவுக்கு ஆஸ்துமா தொந்தரவு வரும்போதெல்லாம் அவர் ஜெஸபெல்லைத் தேடிவந்தார். ஜெஸபெல் மருந்தும் அறிவுரைகளும் வழங்கினாள். நாள்தோறும் குழந்தை படுத்திருக்கும் அறையைப் பெருக்கித் துடைக்க வேண்டும், படுக்கை விரிப்பை இரண்டு நாட்களுக்கு ஒருமுறையாவது துவைத்துப்போடவேண்டும், பிளாஸ்டிக் கேன்களில் கிடைக்கின்ற பானங்களையும் துரித உணவுகளையும் பேக்கரி தின்பண்டங்களையும் தவிர்க்க வேண்டும், குளிர்ச்சியான உணவுப்பண்டங்களைக் கொடுக்க வேண்டாம், தலை வியர்த்துப்போனால் படுக்கப்போவதற்கு முன்னால் கழுவித் துவட்டவேண்டும், மூச்சுப்பயிற்சி செய்யவைக்க வேண்டும்...

ஐஸ்வர்யாவையும் மாதவன்குட்டியையும் மருத்துவமனையில் பார்க்கும் இடைவெளி கூடியது. பின்னர், முற்றாகக் காணாமல் போய்விட்டனர். அவர் குழந்தையை ஏதாவது தனியார் மருத்துவமனைக்கு மாற்றியிருக்கலாம் என்று நினைத்துக்கொண்டிருக்கையில்தான் மாதவன்குட்டி ஒரு வாழைக்குழையோடு வந்தார் - ‘வீட்டுல காய்ச்சது, இது

டாக்டருக்குன்னு அப்பவே நினைச்சு வச்சுக்கிட்டேன்.' அவள் அதை மகிழ்வோடு ஏற்றுக்கொண்டாள். ஒரு வருடமாக ஐஸ்வர்யாவுக்கு ஆஸ்துமா தொந்தரவு இல்லை என்றும் டாக்டருக்குக் கடன்பட்டிருப்பதாகவும் கூறி அவர் அவளை மேலும் மகிழ்வுறச்செய்தார். ஜெரோமிற்கு விபத்து ஏற்பட்டதைக் கேள்விப்பட்டு விசாரிக்க வந்தவர்களில் மாதவன் குட்டியும் இருந்தார்.

இரண்டு வாரத்திற்குள் கார் புதிதாகக் கிடைத்தது. அதில் ஜெஸபெல் முதலில் போனது கிறிஸ்டினாவின் வீடாக இருந்தது. அம்மாவும் உடன் சென்றார். அவர்கள் நகரத்தில் ஒரு கடையில் குழந்தைக்கு ஆடைகளையும் துண்டுகளையும் வாங்கினார்கள். நெடுங்காலத்திற்குப் பிறகே அந்த வழியாகப் போனாள் என்றாலும் வழி தப்பாமல் அவள் கிறிஸ்டினாவின் வீட்டை அடைந்தாள்.

கேட்டுக்கு அருகில் காரை நிறுத்தியபோதே உள்ளே குழந்தை அழுகின்ற சப்தம் கேட்டது. நெளிந்து புரண்டு அழுவதை ஒரு நிமிடம் காதுகொடுத்துக் கேட்டுவிட்டு, 'கேஸ்' என்று ஜெஸபெல் கண்டறிந்தாள். ஜான் கேட்டைத் திறப்பதற்கு ஓடிவந்தான். லில்லி ஜார்ஜ் மரக்காரனைப் போன்று ஜானும் ரொம்பவே மாறிப்போயிருந்தான். கரப்பான் பூச்சியையும் எலியையும் போன்று வீட்டுக்குள் இருக்கும் ஓட்டைகளில் ஒளிந்திருந்த காலத்தில், தொங்கிய தோள்களும் குனிந்த தலையுமாக இருந்த காரணத்தால், மிகவும் உயரம் குறைந்த ஒருவனாகக் காணப்பட்ட ஜான், ஒன்றரை வருடத்திற்குப் பிறகு ஜெரோம் அளவுக்கு உயரமும் தடிமனும் உள்ளவனாகத் தெரிந்தான். அவன் ஜெஸபெல்லையோ அம்மாவையோ நேருக்கு நேர் பார்க்கவில்லை. இருந்தாலும் அவனுடைய அசைவுகளில் அதிக தன்னம்பிக்கை நிழலாடியது. 'ஜான் என்னை மறந்துட்டிங்களா?' என்று ஜெஸபெல் கேட்டபோதும் அதைக் கேட்காதது போன்று அவன் கடந்துசென்றான்.

கிறிஸ்டினாவின் இரண்டு மாடி வீடு பத்திருபத்தைந்து வருடமாவது பழையதாக இருக்கும். புற்றுநோயாளியான அவளுடைய அப்பா சிட்டவுட்டில் இருந்த நிறம் மங்கிய துணியிடப்பட்ட சாய்வு நாற்காலியில் பொருந்தாத ஒரு சட்டையும் சுருட்டிக் கட்டிய கைலியும் அணிந்துகொண்டு கூனிக் குறுகி உட்கார்ந்திருந்தார். அவர், வியாபாரக்

கப்பலில் அதிகாரியாக இருந்த சமயத்தில் நிறைய பணம் சம்பாதித்திருந்தாலும் நோயாளியாகத் திரும்பி வந்ததிலிருந்து தாளம் தப்பிப்போன குடும்பமாகிவிட்டது அது. மருத்துவமனையும் சிகிச்சையும் வாடிக்கையானபோது கிறிஸ்டினாவின் படிப்பு முடங்கிப்போனது. வயது கூடியது. மாப்பிள்ளை பார்க்கவும் திருமணத்தை நடத்தவும் யாரும் இல்லை. அத்தகைய சூழ்நிலையில்தான் ஆபிரஹாம் சம்மநாட்டு அவர்களுடைய வீட்டுக்குப் பக்கத்தில் முன்பு வாங்கிய இடத்தை விற்பதற்காக ஆளைக் கூட்டிக்கொண்டு வந்தார். பழைய பழக்கம் புதுப்பிக்கப்பட்டது. கிறிஸ்டினாவை ஆபிரஹாமுக்குப் பிடித்துப்போனது. ஜானுக்குப் பார்க்கலாம் என்று தோன்றியது. சம்மநாட்டு குடும்பத்தின் மேன்மைக்காக கிறிஸ்டினாவின் தந்தை சம்மதித்தார். அப்படித்தான் அந்தக் கல்யாணம் நடந்தது.

கிறிஸ்டினாவின் தாயார் மெலிந்து உலர்ந்துபோன ஒரு பெண்ணாக இருந்தார். நிரந்தர நோயாளியான கணவனைக் கவனித்துக்கொண்டு வாழ்ந்ததால் இருக்கலாம், அவருடைய கண்கள் நம்பிக்கையற்றவையாக இருந்தன. அழுது புலம்புவதால் எந்தப் பலனும் இல்லை என்று அவருடைய சிரிப்பு உணர்த்தியது. ஜெஸபெல்லையும் அம்மாவையும் எவ்வளவோ காலமாக எதிர்பார்த்துக் காத்திருந்த விருந்தளிப்பவரின் மகிழ்ச்சியுடன் அவர் வரவேற்றார்.

குழந்தையின் அழுகை எழுகின்ற அறைக்கு கிறிஸ்டினாவின் தாயார் அவர்களை அழைத்துச் சென்றார். ஜெஸபெல்லும் அம்மாவும் வாயிலில் நின்றபோது, உள்ளே குழந்தையின் அழுகையை மாற்றுவதற்குப் போராடிக்கொண்டிருந்த கிறிஸ்டினா தலை நிமிர்ந்து பார்த்து, கனத்த முகத்தில் ஒரு சிரிப்பை வரவழைத்தாள். குழந்தையின் அழுகையில் அவள் கலக்கமுற்றிருந்தாள். ஆனால், அதே அளவு கலக்கம் அவளுக்கு ஜெஸபெல்லின் அருகாமையிலும் இருந்தது. ஜெஸபெல் அருகில் சென்று கை நீட்டினாள். கிறிஸ்டினா அழும் குழந்தையைக் கைமாற்றுவதற்குத் தயங்கினாள். ஜெஸபெல் சிறிதே பலத்தை உபயோகித்துக் குழந்தையைக் கையில் வாங்கி கட்டிலில் உட்கார்ந்து, குழந்தையின் வயிறு தன்னுடைய முழங்காலின்மேல் பதியும்படி கவிழ்த்துப் படுக்கவைத்து, முதுகில் தாளம் தட்டினாள். கிறிஸ்டினா, 'நான் முன்னாடியே தட்டினேன்' என்று சொல்லிக்கொண்டிருந்தாள். ஜெஸபெல் கண்டுகொள்ளவில்லை.

ஒரு நிமிடம் கழித்துக் குழந்தை சட்டென ஒரு ஏப்பம் விட்டது. அழுகை சுவிட்ச் ஆஃப் செய்யப்பட்டது போன்று நின்றது.

‘அது கேஸ்னால வந்த அழுகை’ - ஜெஸபெல் சொன்னாள். கிறிஸ்டினாவின் முகத்தில் சங்கடம் நிறைந்தது. அவள் குழந்தையைக் கட்டிலில் விரித்திருந்த பிளாஸ்டிக் ஷீட்டின்மேல் படுக்கவைத்தாள். அப்போது ஜான் வந்து எட்டிப்பார்த்தான். ‘அழுகை நின்னுருச்சே’ என்று ஆச்சரியப்பட்டான். ‘கேஸ்னால வந்த அழுகை அது’ - ஜெஸபெல் திரும்பவும் சொன்னாள். ‘பால் கொடுத்துட்டு நான் தட்டினேன்’ கிறிஸ்டினா பலவீனமான குரலில் விளக்கினாள். ‘இனி நீ தட்டவேண்டாம். நான் தட்டிக்கிறேன்’ - ஜான் அதிகாரத்தோடு அவமானப்படுத்தினான். அவனுடைய குரலை ஜெஸபெல் முதன்முறையாக அப்படிக் கேட்டாள். ஜெரோமின் அதே குரல். ஒருவேளை, அது அதிகாரத்தின் குரலாக இருந்தமையால் இருக்கலாம் என்று அவள் தனக்குத்தானே சொல்லிக்கொண்டாள். ஜான் அசைவுகளிலும் அதே அதிகாரத்தோடு உள்ளே வந்தான். குழந்தையைக் கையில் எடுத்துக்கொண்டு வெளியே சென்றான். கால்களை உறுதியாக ஊன்றி அவன் நடந்துபோவதை ஜெஸபெல் ஆச்சரியத்தோடு கவனித்தாள். அடங்கிப்போவதற்கு ஒரு பெண் இருந்தால் ஒருவேளை, ஆண்களுக்கு உயரமும் அவர்களுடைய பாதங்களுக்கு வலிமையும் வந்துவிடுமாக இருக்கும் என்று ஜெஸபெல் எண்ணினாள். சொந்தக் குழந்தையைக் கையில் எடுக்கும்போது ஆணின் நெஞ்சு விரியுமாக இருக்கும். அவனுடைய நெஞ்சுரம் கூடுமாக இருக்கும். ஆணின் மகத்துவம் அவனைச் சுற்றியுள்ளவர்களின் சமர்ப்பணத்தில்தான் இருக்கிறது என்று அவள் எண்ணினாள்.

ஒரு மருத்துவர் வசதியாகக் கிடைத்ததன் சாத்தியதைகள் நினைவுக்கு வந்ததால் இருக்கலாம், கிறிஸ்டினா குழந்தை தொடர்பான சந்தேகங்களைக் கேட்கத் தொடங்கினாள். சிறிது நேரம் கழித்து அம்மா எழுந்து சமையலறைக்குப் போனார். ஜெஸபெல்லும் கிறிஸ்டினாவும் மட்டுமே ஆனபோது அறையில் அமைதி பரவியது. ‘என்மேல உனக்குக் கோபம் வருது, இல்லையா?’ -ஜெஸபெல் கேட்டாள். ‘எதுக்காக’ என்று கிறிஸ்டினா பார்வையை மாற்றினாள்.

“ஜெரோம நான் உங்க தலையில கட்டிவச்சுட்டேன்னு தோணுது இல்லையா?”

கிறிஸ்டினா மௌனமானாள். அவளுடைய முகத்தில் கடுமை நிறைந்தது. ஜெஸபெல்லுக்குச் சங்கடமாக இருந்தது. உலகத்துக்கு முன்னால் ஜெரோம் தன்னுடைய சிலுவையாக இருந்தான். அவன் தனது கணவனாக இருந்தான். கணவன் ஆனதற்காக மட்டுமே அவன் நேசிக்கப்படவேண்டும் என்று உலகம் உத்தரவிட்டுக்கொண்டிருந்தது.

கிறிஸ்டினா, கட்டிலுக்கு அருகில் போடப்பட்டிருந்த நாற்காலியில் குவித்து வைத்திருந்த துவைத்துக் காயவைத்த குழந்தையின் ஆடைகளையும் மற்ற துணிகளையும் மடித்துவைக்கத் தொடங்கினாள். அங்கே நிலைமை எப்படி இருக்கிறது என்று ஜெஸபெல் திரும்பவும் கேட்டாள். அப்போது கிறிஸ்டினா முகம் நிமிர்ந்தாள். அவளுடைய கண்களில் கோபத்தின் நீர் நிறைந்தது.

“அங்கத்த நெலமையக் கேட்டா? என்னைப் பத்தி நான் சொல்லலாம். எனக்கு அவங்க கட்டிக்கொடுத்தது அவங்களோட பையனையல்ல. அவரோட எதிரிய. ஜான் அவரோட பையனல்ல. அதனால அவரப்பொறுத்தவரைக்கும் அந்த மனுசன் ஒரு மனுச உயிர்கூட இல்லை. ஜான் கட்டிக்கிட்ட பொண்ணும் மனுச உயிரல்ல. அந்தக்காலத்து அடிமைகளப் பத்திக் கேள்விப்பட்டிருக்கீங்களா? அதுமாதிரி. ஆரம்பத்துலயெல்லாம் என்ன செய்யறதுன்னே எனக்குத் தெரியல. நான் அம்மாவக் கூப்பிட்டு, இங்க திரும்பி வாரேன்னு சொன்னேன். அம்மா சொன்னாங்க - ‘உடனே வராதே, ஊர்க்காரங்க கண்டதையும் பேசுவாங்க. அப்பாவுக்கு முடியலைன்னு சொல்லி மெதுவா கூப்பிடறேன், அப்ப வந்தாப் போதும்.’ அதனால நான் அங்க இருக்கறவரைக்கும் விட்டுக்கொடுக்கறதில்லைன்னு முடிவு பண்ணினேன். அதுக்கப்புறம் அவரு ஜான அடிக்கத் தொடங்கும்போதே நான் நடுவுல புகுந்துடுவேன். ஒருநாள் போலீச கூப்பிட்டேன். என்னைத் துன்புறுத்தறார்னு சொன்னேன். அவரு அன்னைக்கு லஞ்சம் கொடுத்து அவங்கள அனுப்பிட்டாரு. ஆனா, அப்புறம் அவரு ரகள பண்ணும்போதெல்லாம் நானும் சத்தம் போடத் தொடங்கிட்டேன். அதோட அவரோட ஆர்ப்பாட்டம் நின்னுபோச்சு. பேசாத மனைவியும் அழுகாத ஜானுந்தான் அவரோட பலம். ஜானோட விசயத்த நான் எல்லார்கிட்டயும் சொல்வேன்னு தெரிஞ்சதும் அவரோட நாவு அடங்கிப்போச்சு...”

கிறிஸ்டினா ஆடைகளை மடித்து முடித்திருந்தாள். ஜெஸபெல் திகைப்போடு கேட்டுக்கொண்டு உட்கார்ந்திருந்தாள்.

"அப்புறம் ஜெரோமுக்கு விபத்து நடந்துச்சு. ஜெரோம கொண்டாந்தாங்க. வந்த நாள்ல இருந்து அவருக்குப் பைத்தியம் புடிச்சிருச்சு. அப்ப இருந்து ஜெஸபெல் எதிரி ஆயாச்சு. அந்த மனுசனுக்கு ராத்திரிக்கூடத் தூக்கமில்லை. ராத்திரி முழுக்க சபிச்சிட்டே நடப்பாரு. யாரும் கண்ண மூடித் தூங்கக்கூடாது. முடியாம கெடக்கிற மகனுக்குப் பக்கத்துல உட்கார்ந்துகிட்டு, 'அவளுக்கு நான் பாடம் கற்பிப்பேன்டா. நீ எழுந்து வாடா, நம்ம யாருன்னு காட்டுவோம்' அப்படீன்னு சொல்லிக்கிட்டே இருப்பாரு. சிலசமயம் சிரிப்பாரு. சிலசமயம் கோபம் வந்துடும். ஆனா, அந்த மனுசன் அழவேமாட்டாரு. அப்புறம் அவங்க மம்மியும் அழுததில்ல. அப்பப்பொ மம்மியப் போட்டுச் சாத்துவாரு. நான் நடுவுல புகுந்துடுவேன். ஒரு நாள் எனக்கும் கெடச்சுது. அப்ப நான் ஆறு மாச கர்ப்பிணியா இருந்தேன். கொழந்த போயிருச்சுன்னே நெனச்சேன். ஆனா, நான் கீழ விழுந்தப்ப ஜான் ஓடிவந்தாரு. மொதமொதலா நான் என்னோட வீட்டுக்காரனாலயும் நிமுந்து நிக்க முடியும்னு தெரிஞ்சுக்கிட்டேன். ஜான் நிமுந்து நின்னாரு, அவரோட ரெண்டு கையையும் தாவிப்புடிச்சு நிறுத்திட்டாரு. என் அம்மாமேலயோ பொண்டாட்டி மேலயோ கை வச்சா கொன்னுடுவேன்னு கத்தினாரு. அப்புறம் அவர சுவரோட சேர்த்தி நிறுத்திட்டாரு. வெகுநேரம் அப்படியே நின்னாரு. அப்ப அவரோட முகத்துல இருந்த பயம்! இனி அந்த வீட்ல கண்ணுல படக்கூடாதுன்னு அவரு சொன்னாரு. எனக்குப் பயமாயிருச்சு. என்னெ நெனச்சல்ல. ஜான நெனச்சுமல்ல. வயித்துல கெடக்கற கொழந்தய நெனச்சு. காலையில நாங்க இங்க கெளம்பிட்டோம். ரிசர்வேஷன் ஒண்ணும் செய்யல. ஜெனரல் கம்பார்ட்மெண்ட்லதான் வந்தோம். என்னோட நகை எதையும் தரல. கையில காசுமில்ல."

அவள் தலை குனிந்து உட்கார்ந்திருந்தாள். ஜெஸபெல், அனங்காமல் கேட்டுக்கொண்டிருந்தாள். கிறிஸ்டினாவின் கண்களில் இருந்து கண்ணீர்த்துளிகள் சொட்டின. ஜெஸபெல்லுக்கு அந்தக் காட்சிகள் கண்முன்னால் காண்பதுபோன்று தோன்றியது. ஆயிரம் புறாக்கள் ஆஸ்துமாவால் பாதிக்கப்பட்டது போன்று குறுகுறுத்த

அந்த உலகம். அழுக்குப்படிந்த சுவர்களுக்குள் பைத்தியம் பிடித்ததுபோன்று லில்லி ஜார்ஜ் மரக்கரானை அடிக்கின்ற ஜார்ஜ் மரக்காரன். உதைபட்டுக் கீழே விழுகின்ற கர்ப்பிணியான கிறிஸ்டினா. அதுவரைக்கும் தலை உயர்த்தி ஜார்ஜ் ஜெரோம் மரக்காரனை நேருக்கு நேராகப் பார்ப்பதற்குத் தைரியமில்லாத ஜான் ஜார்ஜ் மரக்காரன் நிமிர்ந்து நிற்பதையும் கர்ஜிப்பதையும் கண்டாள். ஜெஸபெல்லின் உடலுக்குள் மின்சாரம் பாய்ந்தது. சில மனிதர்களின் செயல்கள் மற்ற மனிதர்களை எப்படியெல்லாம் புரட்டிப்போட்டுவிடுகின்றன!

“அதுவரைக்கும் எனக்கு ஜானப் புடிக்கல. என்னோட வாழ்க்கை பாழாப்போச்சுன்னே நெனச்சிட்டிருந்தேன். ஆனா, அன்னைக்கு அது மாறிடுச்சு. அந்த மனுசனுக்கு என்கிட்ட அன்பு இருக்கு. அந்த மனுசனோட மனசுல எனக்கு ஒரு மதிப்பு இருக்கு.”

தன்னுடைய கண்கள் நிறைந்தது ஜெஸபெல்லை வெட்கப் படுத்தவில்லை. அவள் கிறிஸ்டினாவை நினைத்து நிம்மதியடைந்தாள். அப்படியெல்லாம் ஒருவர்மீது நம்பிக்கை தோன்றுவது வாழ்க்கையில் எவ்வளவு பெரிய பாக்கியம் என்று பொறாமைப்பட்டாள்.

பெருமூச்சோடு ஜெஸபெல் ஜெரோமைப் பற்றிக் கேட்டாள். கிறிஸ்டினாவின் முகத்தில் அனுதாபம் நிறைந்தது.

“ஓ… அது என்னத்தச் சொல்றது? ஒரே படுக்கை. எல்லா நாளும் துணி மாத்தணும். திருப்பிப் பொரட்டிப் படுக்க வைக்கணும். பவுடர் போட்டுவிடணும். வீசிவிடணும். அதெல்லாம் மம்மி செய்வாங்க. அப்பா சதா சர்வகாலமும் பக்கத்துலயே உட்கார்ந்துட்டு இருப்பாரு.”

“யாராச்சும்… யாராச்சும் ஜெரோம பார்க்க வாரதுண்டா?”

ஜெஸபெல் சிரமப்பட்டுக் குரலை அடக்கினாள்.

“ஒரு சேக்காளி வருவான். அவன் கொஞ்சம் பூவும் கொண்டுட்டு வருவான். மருந்து வாங்கிட்டுவந்து கொடுப்பான். பக்கத்துலயே உட்கார்ந்துக்குவான்…”

“அவினாஷ்?”

ஜெஸபெல் மூச்சிரைப்போடு கேட்டாள். ‘ஆமாம்’ என்று கிறிஸ்டினா சொன்னாள். ஜெஸபெல்லுக்கு மிகக் கடினமாக

மூச்சுத்திணறலும் வலியும் ஏற்பட்டது. அதேசமயம், தான் எதற்காக வருத்தப்படவேண்டும் என்று அவள் தன்னைத்தானே குற்றம்சாட்டவும் செய்தாள். ஜெரோமை அவள் நேசிக்க விரும்பியிருக்கிறாள். முயன்றிருக்கிறாள். ஆனால், அவன் அதற்கு ஒருபோதும் அனுமதிக்கவில்லை. அவளோடு சேர்ந்து வாழும்போது அவன் நேசித்ததும் ஆசைப்பட்டதும் அவினாஷ் குப்தாவைத்தான்.

அவள் அறையிலிருந்து வெளியே வந்து கிறிஸ்டினாவின் திருமணத்திற்காக அடித்த சாயத்தின் நிறம் அப்போதும் தங்கியிருக்கும் டைனிங் ஹாலில் வெறுமனே நின்றாள். சமையலறைக்கான கதவுக்கு மேலே கிறிஸ்டினாவின் பெரிய படம் ஒன்று மாட்டப்பட்டிருந்தது. அதன் அடியில் இருக்கும் ஆணியில் கழிந்த குருத்தோலைத் திருநாளில் வைக்கப்பட்ட குருத்தோலை காய்ந்து சுருண்டு தொங்கிக்கொண்டிருந்தது. அப்போது ஜான் வெளியே இருந்து குழந்தையைத் தூக்கிக்கொண்டு உள்ளே வந்தான். அவனும் குழந்தையும் சிரித்துக்கொண்டிருந்தனர். குழந்தைக்கு ஜானின் நீண்ட கண்களும் லில்லி ஜார்ஜ் மரக்காரனின் அழகான உதடுகளும் இருப்பதாக ஜெஸபெல்லுக்குத் தோன்றியது. வளரும்போது அவள் ஒரு அழகுக் குட்டியாக இருப்பாள் என்று ஜெஸபெல் மனதுக்குள் தீர்க்கதரிசனம் உரைத்தாள். அவளைப் பார்த்து ஜான் நின்றான், பின்வாங்கத் தொடங்கினான்.

“தடுப்பூசியெல்லாம் சரியான நேரத்துக்குப் போடணும், புரிஞ்சுதா?”

ஜெஸபெல் சொன்னாள். ஜான் சட்டெனத் திரும்பி நின்றான். அவள் ஆச்சரியப்படும்படியாக ஊசிபோட்ட தேதிகளைச் சொன்னான். ‘மூணு மாசம் கழிச்சு அடுத்த ஊசி போடறதுக்கு வரச்சொல்லியிருக்காங்க. இருபத்தஞ்சாம் தேதி, அதுக்கு முன்னால வேற ஏதாவது மருந்து கொடுக்கணுமா’ என்று ஜான் கேட்டான். வேண்டாம், ஜெஸபெல் ஆறுதல்படுத்தினாள். அப்போது அவன் இன்னும் கொஞ்சம் அருகில் வந்தான்.

“வேற... வேற பிரச்சனை ஒண்ணும் இல்லதானே?”

அவன் திரும்பத் திரும்பக் கேட்டான். என்ன பிரச்சனை என்று ஜெஸபெல் கலக்கமுற்றாள்.

"இல்ல... புத்தியில... என்னைமாதிரி ஆயிடுவாளோன்னு ஒரு பயம்."

அவனுடைய குரல் அப்போது ஜெரோமின் குரலாக இல்லை. இரண்டு குழந்தைகள் தன்னை உற்றுப்பார்ப்பதுபோன்று ஜெஸபெல்லுக்குத் தோன்றியது. அவள் வருத்தப்பட்டாள். 'ஜானுக்கு என்ன புத்திக்குறைவு' என்று அவள் தடுமாறும் குரலில் கேட்டாள். 'புத்தியெல்லாம் இருக்கு, பயன்படுத்தல, இப்ப பயன்படுத்தத் தொடங்கியாச்சே' என்று நகைச்சுவையாகச் சொன்னாள்.

"இல்ல... ஜெரோமோட அளவுக்குப் புத்தி சின்னதுலயே எனக்கு இல்லாமப்போச்சு."

ஜான் கடுமையாகச் சொன்னான்.

"ஜான் நினைக்கற அளவுக்கு புத்தி ஒண்ணும் ஜெரோமுக்கும் இல்லை."

ஜெஸபெல் ஆழ்ந்து மூச்செடுத்தாள்.

"ஒருத்தங்களோட அறிவுங்கறது அவங்களோட அன்பு காட்டறதுக்கான சக்தியப் பொருத்தது. நேசிக்கிறதுக்கான சக்தி அதிகமா இருக்கறவங்களுக்குத்தான் அறிவும் அதிகமா இருக்கும். அப்படிப் பார்த்தா ஜெரோமவிட ஜானுக்கு புத்தி இருக்கு. ஜான மாதிரி நேசிக்க ஜெரோமால ஒருபோதும் முடியாது."

ஜானின் முகம் ஒளிர்ந்தது.

"ஹ்ம்...எனக்கு எல்லார் மேலயும் அன்பெல்லாம் இருக்குது."

அவனுடைய களங்கமற்ற குரலில் நம்பிக்கை நிறைந்தது. குரலில் ஒரு உறுதி நிறைந்திருந்தது.

அந்த வீட்டிலிருந்து திரும்பி வரும்போது ஜெஸபெல்லின் இதயத்தில் அமைதி உண்டானது. அது எதனால் என்று கண்டுபிடிப்பதற்கு அவள் முயன்றாள். ஜெரோம் ஜார்ஜ் மரக்காரனும் தன்னைப்போலவே துன்பத்தை அனுபவிக்கிறான் என்பதைத் தெரிந்துகொண்டதன் நிம்மதிதான் அது என்று நினைத்து அவளுக்குச் சிரிப்பு வந்தது. மனிதர்கள் எவ்வளவு இழிவானவர்கள். தன்னைப்போலவே இன்னொருவர் கஷ்டப்படுகிறார் என்பதை உணரும் வரை யாரும் நிம்மதியை

அனுபவிப்பதில்லை. வேறு யாரும் நம்மைவிடச் சிறந்தவர்கள் அல்ல என்பதை உணரும் கணத்தில் தன்னம்பிக்கை திரும்பக் கிடைக்கிறது. பழிபோடுவதற்கு வேறொரு ஆளைக் கண்டுபிடிக்கின்ற கணத்தில் நம்முடைய வலிமை திரும்பக் கிடைக்கிறது.

பெண் உடலை நேசிக்கவே முடியாத ஒருத்தனுக்கு உலகை நம்பவைப்பதற்காக ஒரு பெண்ணைத் திருமணம் செய்யவேண்டி வருவது எவ்வளவு பரிதாபத்துக்குரிய தருணமென்பதைச் சிந்திக்குந்தோறும் அவளுக்கு ஜெரோமின்மேல் இரக்கம் தோன்றியது. ஒருமுறையாவது அவன் தன்னிடம் அதை வெளிப்படையாகச் சொல்லியிருக்கலாம் என்று அவள் ஏமாற்றமடைந்தாள். அவளால் ஜெரோமைப் புரிந்துகொள்ளமுடிந்திருக்கும். அவளால் அவனை மன்னிக்கவும் முடிந்திருக்கும். ஆனால், அவன் ஆசைப்பட்டதுபோன்று சமூகத்தை நம்பவைப்பதற்குவேண்டித் திருப்தியான மனைவியின் வேசத்தைக் கட்டிக்கொண்டு வாழ முடியுமா? அது ஒரு தீய சுழற்சி. சமூகம் அதனுடைய அறிவீனத்தை ஜெரோமின் கை கால்களில் சங்கிலிகளாகக் கட்டிவைத்துவிட்டது. அவன் தனக்குக் கிடைத்த சங்கிலி முனையில் அவளையும் சிக்கவைத்துவிட்டான். அவளோ, இளமையின் மிகநல்ல நாட்களை மூச்சுமுட்டியும் தேம்பலை அடக்கியும் சங்கிலியில் கிடந்து துடித்துக் கழித்தாள்.

ஜெஸபெல் அவினாஷ் குப்தாவைப் பற்றிச் சிந்தித்தாள். 'ஜெரோம்கோ கோயி ஆக்ஸிடெண்ட் ஹுவா' என்ற அவனுடைய கவலைநிறைந்த குரல் அவளுக்கு நினைவுக்கு வந்தது. அவினாஷை அவள் பார்த்ததில்லை. அவன் ஒருபோதும் அவள் முன்னால் வந்ததில்லை. ஜெரோமின் மனைவியை நேரில் பார்ப்பது மிகுந்த மனவேதனையாக இருக்கும் என்பதாலோ? காதலன் வேறொரு பெண்ணை மணக்கிறான் என்பதைக் கேட்கும்போது பெண்ணுக்குத் தோன்றக்கூடிய அதே தீவிர வேதனையை அவினாஷும் அனுபவித்திருப்பான். காதலித்தவளை ஒதுக்கித் தள்ளிவிட்டு, அறிமுகமில்லாத வேறொருத்தியை வாழ்க்கைக்குள் அழைத்துவருகின்ற அதே தாழ்வுமனப்பான்மையுடனாக இருக்கலாம் ஜெரோம் அவளைத் திருமணம் செய்ததும்.

இரவு முழுதும் ஜெஸபெல் அந்த இரண்டு ஆண்களைப் பற்றித்தான் சிந்தித்தாள். ஜெரோமின் பர்ஸில் அவினாஷும் ஜெரோமும் சேர்ந்திருக்கும் படத்தை வைத்திருந்ததை அவள் நினைத்துப் பார்த்தாள். ஜெரோமின் மடிக்கணினியின் ஸ்கிரீன் சேவராக வைத்திருந்ததும் அவினாஷுடன் சேர்ந்திருக்கும் படமாக இருந்தது என்பது ஞாபகத்துக்கு வந்தது. ஜெரோமின் மொபைல் ஃபோனில் நாள்தோறும் காலையில் அவனுடைய குட்மார்னிங் குறுஞ்செய்தியும் இரவு குட்நைட் குறுஞ்செய்தியும் வந்துகொண்டிருந்தன என்பதை நினைவுக்குக் கொண்டுவந்தாள். அவர்களுடைய உறவைப் புரிந்துகொள்ளத் தன்னால் முடியவில்லையே என்று நினைத்து வெட்கப்பட்டாள். எல்லாச் சான்றுகளும் முன்னால் இருந்தும்கூட சந்தேகிக்கக்கூடிய அளவுக்கு அறிவில்லாமல் போனதற்காக வெட்கப்பட்டாள். ஜெரோமின் உயிரற்ற உடலருகில் பூக்களோடு வந்து காத்திருக்கின்ற அவினாஷைப் பல கோணத்தில் கற்பனை செய்தாள். அவ்வாறு அருகில் காத்திருப்பதற்கு ஊக்கப்படுத்துமளவுக்கு ஒருத்தனையாவது நேசித்ததற்கு ஜெரோமுக்கு நன்றி சொல்ல விரும்பினாள். காலையில் எழுந்தபோது தலையணையிலும் முடியிழைகளிலும் ஈரம் இருப்பதைப் பார்த்து, தான் எப்போது இவ்வளவுதூரம் அழுதோம் என்று வேதனைப்பட்டாள். இனி ஒருபோதும் அழுவதில்லை எனத் தனக்குத்தானே சபதம் செய்தாள்.

சில நாட்களுக்குப் பிறகு, ரவுண்ட்ஸ்க்கு இடையில் கிறிஸ்டினாவின் அழைப்பு வந்தது. ‘ஜானோட மம்மி’ என்று சொல்லி நிறுத்தினாள். ஜெஸபெல்லுக்குப் புரியவில்லை. ‘என்ன என்ன’ என்று அவள் பதற்றத்தோடு கேட்டாள். ‘மம்மி’ கிறிஸ்டினா மீண்டும் சொன்னாள். ‘மம்மி?’ ஜெஸபெல் கேட்டாள். ‘மம்மி தற்கொலை பண்ணிக்கிட்டாங்க’ கிறிஸ்டினா வாய்விட்டு அழுதாள். ஜெஸபெல் கேட்டதை நம்பமுடியாமல் நின்றாள்.

ஜெஸபெல் குரியன் சாரின் அறைக்கு ஓடினாள். மூச்சுமுட்டலுடன் என்னவெல்லாமோ சொன்னாள். நடுங்கும் கைகளால் ஆபிரஹாம் சம்மநாட்டின் எண்ணைத் தேடினாள். குரியன் சார் மூலமாக ஆபிரஹாம் சம்மநாட்டை அழைத்தாள். மரணம் உறுதிசெய்யப்பட்டது. காலையில் விஷம் குடித்திருப்பது

கண்டுபிடிக்கப்பட்டது. ஆபிரஹாம் சம்மநாட்டும் அவரது மனைவியும் ஜெரோமின் நகரத்திற்குப் போய்ச்சேர்ந்திருந்தனர்.

ஜெஸபெல் உறைந்துபோய் நின்றாள். அவள் ஜெரோமைப் பற்றி நினைத்துக் கவலையுற்றாள். இனி யார் அவனுடைய உடலில் பொருத்தியிருக்கும் குழாய்களை மாற்றுவார்? இனி யார் அவனுடைய உடலைத் துடைப்பார்? இனி யார் படுக்கைப் புண் பரவாமல் இருப்பதற்கு அவனுடைய உடலைக் கவிழ்த்துப் படுக்கவைப்பார்?

ஜெஸபெல் விடுப்புப் பெற்றுக்கொண்டு கிறிஸ்டினாவின் வீட்டிற்குப் புறப்பட்டாள். வாகன நெரிசலினூடே உச்சபட்ச வேகத்தில் கார் பாய்ந்தது. கிறிஸ்டினாவின் வீட்டு வாசலை அடைந்தபோதே உள்ளே அழுகுரல்கள் கேட்டன. நான்கைந்து அண்டைவீட்டார் வாசலிலும் சிட்டவுட்டிலும் நின்றுகொண்டிருந்தார்கள். முற்றத்தில் ஜான் தரையில் விழுந்து அழுது அரற்றிக்கொண்டிருந்தான். வீட்டுக்குள் குழந்தை பயந்து அழுதுகொண்டிருந்தது. ஜெஸபெல் கிறிஸ்டினாவின் அறை வாயிலுக்குச் சென்றாள். ஒன்றிரண்டு பெண்கள் தாழ்வாரத்தின் அருகில் நின்றுகொண்டு ஒருவருக்கொருவர் எதையோ முணுமுணுத்துக்கொண்டிருந்தனர். கிறிஸ்டினா நெளிகின்ற குழந்தையைக் கையில் வைத்துக்கொள்வதற்குப் போராடிக்கொண்டிருந்தாள். அவளுடைய கண்கள் நிறைந்து வடிந்திருந்தது. 'ஜான கூட்டிட்டுப்போக யாரும் இல்ல' கிறிஸ்டினா வெதும்பினாள். 'இந்த நிலைல நான் எப்படிப் போவேன்?' ஜெஸபெல் ஒரு நிமிடம் திகைப்புற்றாள். ஜானைப் பார்க்காமல் லில்லி ஜார்ஜ் மரக்காரன் புறப்படுவது அவளையும் வேதனையுறச்செய்தது. 'நான் கூட்டிட்டுப் போகட்டா?' - அவள் கேட்டாள். கிறிஸ்டினா அதிர்ந்தாள். 'நான் கூட்டிட்டுப் போறேன்.' ஜெஸபெல்லின் குரலில் தைரியம் நிறைந்தது. 'அடையாள அட்டை கையில இருக்கா? நான் ஃபிளைட் டிக்கெட் புக் பண்ணறேன்.'

அவள் தனக்கும் ஜானுக்கும் டிக்கெட் போட்டாள். மாலை ஐந்து மணிக்கு விமானம். ஜான் சென்றபிறகே சடங்கு நடத்தவேண்டும் என்று கிறிஸ்டினா ஆபிரஹாம் சம்மநாட்டை அழைத்துக் கெஞ்சினாள். தன்னால் போகமுடியும் என்று தெரிந்தபோது ஜானின் அழுகை சுவிட்ச் போட்டதுபோன்று நின்றது. அவன் வேகமாக பேக்கை எடுத்தான். சட்டையின் முனையைத் தூக்கிக்

கண்ணீரைத் துடைத்துக்கொண்டு ஆட்டுக்குட்டியைப் போன்று ஜெஸபெல் பின்னால் சென்றான். ஜெஸபெல் அவனையும் காரில் ஏற்றிக்கொண்டு வீட்டை அடைந்தாள். ஜெரோமின் ஊருக்குப் போகின்ற விவரத்தைச் சொன்னாள். அப்பாவும் அம்மாவும் அதிர்ந்தனர். அப்பாவிடம் கொஞ்சம் பணம் கேட்டாள். அப்பா விமானநிலையம் வரை உடன் வந்தார்.

விமானநிலையத்தை அடைந்ததிலிருந்து ஒரு சிறு குழந்தையின் பதட்டத்துடன் ஜான் அவளுடைய கையை இறுகப் பற்றிக்கொண்டான். பாதுகாப்புப் பரிசோதனையின்போது பிரிந்து நிற்கவேண்டி வந்தபோது அவன் கவலையோடு திரும்பித் திரும்பி அவளைப் பார்த்துக்கொண்டிருந்தான். அவள் பரிசோதனை முடிந்து வெளியே வந்ததும் ஓடிப்போய் திரும்பவும் அவளுடைய கையை இறுகப் பற்றிக்கொண்டான். ஜெஸபெல் அவனைச் சமாதானப்படுத்தினாள். உணவு வாங்கிக் கொடுத்தாள். ஆனால், அவன் அவளுடைய கைப் பிடியை விடுவதற்கு விரும்பவில்லை. விமானத்தில் ஏறியபிறகும் அந்தப் பிடி தளரவில்லை. விமானம் மேலுயர்ந்தபோது அவனுடைய தலையை அவளுடைய தோளில் சாய்த்துகொண்டான். அவன் தூங்கிவிட்டான் என்று அவள் நினைத்தாள். அந்த ஆணின்மீது அவளுக்குப் பாசம் தோன்றியது. தோள் நனைந்தபோது அவள் அதிர்ந்தாள். அவன் அவளுடைய தோளில் தலை சாய்த்து அழுதுகொண்டிருந்தான். அவள் சமாதானப்படுத்துவதற்கு முயன்றாள். ஆனால், அவன் கண்ணீரைத் துடைக்கவில்லை.

“மம்மி போயிட்டாங்க!”

நம்பிக்கையின்றி அவன் சொன்னான். அது கிழித்துப் பிளந்த இதயத்திலிருந்து வரும் குரலாக இருந்தது. ஜெஸபெல் தைரியமிழந்தாள். ‘மம்மி அப்படிப் போயிடமாட்டாங்க. ஒருபோதும் போகமாட்டாங்க’ அவன் சொன்னான். ஜெஸபெல்லுக்கு அழுகை வந்தது. அவள் சிரிக்க முயன்றாள். விமானப் பணிப்பெண்கள் கொண்டுவந்த பொருட்களை வாங்கி ஜானின் கவனத்தைத் திருப்ப முயன்றாள். ஒரு பழச்சாறு குடித்தபிறகு ஜான் திரும்பவும் அவளது தோளில் தலை சாய்த்தான்.

“அந்த ஆள் கொன்னுட்டான்... எனக்குத் தெரியும்.”

ஜெஸபெல் அதிர்ந்தாள். அவளுடைய இதயத்தில் பீதியின் சில்லிடல் படர்ந்தது. ‘மம்மிய அந்த ஆள் கொன்னுடுவான்னு எனக்குத் தெரியும்’ - ஜான் சொன்னான். ‘கிறிஸ்டினாவையும் குழந்தையவும் கொன்னுடுவான்னு பயந்துதான் நான் இங்க வந்தேன்.’ ‘இதெல்லாம் ஜானோட பயம்’ என்று ஜெஸபெல் நடுங்கும் குரலில் சமாதானப்படுத்தினாள். ஜான் திடீரென்று நிமிர்ந்து உட்கார்ந்தான்.

“மம்மியோட வீட்டுக்காரங்க மம்மியோட சொத்த என் பேர்ல எழுதிவச்சிருக்காங்க. அதனாலதா என்னெ கொல்லல.”

ஜெஸபெல் கண்களை இறுக மூடினாள். ஜான் அதற்கப்புறமும் சொல்லிக்கொண்டிருந்தான். சாப்பிட உட்காரும்போது என்னுடைய தட்டைத் தட்டிவிட்டு சாப்பாட்டைத் தெறிக்க வச்சிடுவான். ஜெரோமுடைய பழைய உடைகளை உடுத்தித்தான் நான் வளர்ந்தேன். அவனைப் பள்ளிக்கூடத்தில் சேர்த்தபிறகு மம்மி அழுது அங்கிளிடம் சொல்லித்தான் என்னைப் பள்ளிக்கூடத்தில் சேர்த்தான். என்னை அவன் அடிக்கும்போது டாடி கைதட்டிச் சிரிச்சுக்கிட்டிருந்தான். நான் அவனை அடித்தால் என்னைத் தரையில் போட்டு உதைப்பான். ஒருநாள் என் முகத்தை அவன் தரையில் போட்டு உரைத்தான். என் உதடு கிழிந்துவிட்டது. கன்னத்துத் தோல் உரிந்துவிட்டது. நான் அழுதேன். ஓடத் தொடங்கினேன். அப்போது மம்மி என்னை முதன்முதலாவும் கடைசியாவும் அடித்தார். நீ ஓடிப்போ. ஆனால், இனி ஓடுவதற்குச் சக்தி இல்லையென்று தோன்றினால் ஓடுவதை நிறுத்தவேண்டும். திரும்பி நிற்கவேண்டும். திரும்பி நின்று அவனிடம் கேட்கவேண்டும், எதுக்காக உன்னை அடித்தானென்று. அவன் சொல்லவேண்டும். அவனைச் சொல்ல வைக்கவேண்டும். திரும்பி நிற்கும்போதுதான் நீ வளர்வாய்.

ஜான் பெருமூச்சுவிட்டான்.

“அன்னைக்கு கிறிஸ்டினாவோட வயித்துல அந்த ஆள் உதைச்சப்ப நான் திரும்பி நின்னேன்.”

அதற்குப் பிறகு, தான் வளர்ந்துவிட்டதாகவும் ஆணாகி விட்டதாகவும் ஜான் சொல்லவில்லை. ஜெஸபெல் கண்களைத் திறக்கப் பயந்து இருக்கையில் சாய்ந்து உட்கார்ந்தாள். கண்ணைத் திறப்பதற்கு அவள் பயப்பட்டாள். உலகம் எரியும் நெருப்பின் தடாகமாக இருந்தது. உலகம் குத்தித் துளைக்கின்ற ஈட்டி

முனைகளின் கடலாக இருந்தது. உலகம் தசையில் பற்களைப் பதிக்கின்ற செந்நாய்கள் நிறைந்த பள்ளத்தாக்காக இருந்தது.

இரண்டரை மணி நேரம் சட்டெனக் கழிந்தது. திடுமென பயணம் முடிந்துபோனது. பிளாட்டுக்கு முன்னால் அவனை அவள் இறக்கிவிட்டாள். தனியாக வந்ததாகச் சொல்லச் சொன்னாள். அதன்பிறகு அவள் இலஞ்ஞிக்கல் பாதிரியார் வசிக்கும் இடத்திற்குச் சென்றாள். இலஞ்ஞிக்கல் பாதிரியார், அவளுக்கு அருகில் உள்ள மடத்தில் தங்குவதற்கு ஏற்பாடு செய்துகொடுத்தார். அடுத்தநாள் லில்லி ஜார்ஜ் மரக்காரனின் சடங்கின்போது இலஞ்ஞிக்கல் பாதிரியார் அனுப்பிய கன்னியாஸ்திரீகளுடன் அவள் தேவாலயத்தை அடைந்தாள். பெட்டியின் மூடியை அடைப்பதற்கு முன்பு யாருடைய கண்ணிலும் படாமல் கன்னியாஸ்திரீகள் அவளைப் பெட்டிக்கு அருகில் கூட்டிச்சென்றனர். ஜார்ஜ் ஜெரோம் மரக்காரனை அவள் பார்க்கவில்லை. அவளை அவன் பார்க்கவில்லை. லில்லியின் நெற்றியில் முத்தம் கொடுத்துவிட்டு அவள் பின்வாங்கி வெளியே வந்தாள். ஆனால், பெரிய குல்மொஹர்கள் வளர்ந்து நிற்கின்ற தேவாலய வளாகத்தின் நிழலில் இருந்து வெளியே வெயிலுக்குச் செல்லும்போது அவள் தேம்பி அழுதாள். மனிதன் என்ற உயிரி எவ்வளவு பரிதாபத்துக்குரியது. மனிதன் என்ற உயிரி எத்தனை கையறுநிலையுடையது. மனிதன் என்ற உயிரி எவ்வளவு பாதுகாப்பற்றது.

பெட்டிக்குள் பார்த்த லில்லி ஜார்ஜ் மரக்காரனின் முகம் கருவளித்துப்போயிருந்தது. என்ன விஷத்தை அவர் குடித்திருப்பார் என்று அவள் யூகிப்பதற்கு முயன்றாள். சாகும்போது வயிறு பற்றி எரியும் வலியை அவர் அனுபவித்திருப்பாரோ? கண்கள் வெறித்துத் தண்ணீருக்காக நாக்கை நீட்டியும் தொண்டை எரிந்தும் அவர் தரையில் கிடந்து துடித்திருப்பாரோ? அவள் அன்று நிறைய அழுதாள். மனித உயிர் உடலிடம் இருந்து சுதந்திரத்தை அறிவிக்கின்ற நிமிடம்தான் மரணம். லில்லி ஜார்ஜ் மரக்காரனின் உயிர் உடலிடமிருந்து தப்பித்துக்கொண்டது. ஜெரோமின் உயிர் உடலில் சிக்கிக் கிடக்கிறது.

“டாக்டரே உங்களிடம் கேட்ட கேள்விக்குப் பதில் கொடு. நீங்கள் சொன்னதெல்லாம் உண்மையாகவே இருக்கட்டும்.

இவ்வளவு பிரியமான மாமியார் எதற்காகத் தற்கொலை செய்துகொண்டார்? எதற்காக?”

ஜெஸபெல் வக்கீலைப் பரிதாபத்துடன் பார்த்தாள். எதற்காக என்பது என்னவொரு அர்த்தமில்லாத கேள்வி. ஞானம் சரியென்று நிரூபிக்கப்படுவது அதை அடைபவர்கள் மூலமாகத்தான் என்று அவள் சொல்ல விரும்பினாள்.

சந்தேகியான ஜெஸபெல் போதகியான ஜெஸபெல்லிடம் இவ்வாறு கேட்டாள்:

அவினாஷ் குப்தாவை நேசித்த ஜெரோம் ஜார்ஜ் மரக்காரன் ஜெஸபெல்லைத் திருமணம் செய்தது எதற்காக? ஆன்மேரியைத் தாக்கியது எதற்காக? அம்மா அப்பாவைத் தள்ளிவைத்தது எதற்காக? ஜார்ஜ் ஜெரோம் மரக்காரன் பெண்களைக் கேவலப்படுத்துவது எதற்காக? உயிர்த்தெழுவதற்குச் சக்தியற்றவர்களின் கல்லறைகளையும் சமூகம் கார்க் போன்றிருக்கும் கற்களைக் கொண்டு பத்திரமாக மூடுவது எதற்காக?

போதகியான ஜெஸபெல் இவ்வாறு பதிலளித்தாள்: ‘இதென்ன,’ ‘எதனால்’ என்றெல்லாம் யாராலும் கேட்க முடியாது; தக்க சமயத்தில் எல்லாம் வெளிப்படும். ஒன்று மற்றொன்றைவிட மோசமானது என்று சொல்லமுடியாது; ஒவ்வொன்றும் உரிய நேரத்தில் நல்லதாகத் தெளிவுபடும்.

22

அப்போது ஜெஸபெல் தனக்குத்தானே கேட்டுக் கொண்டாள்: நான் யாரென்று நீ சொல்கிறாய்? அவள் சொன்னாள், நீ உயிருள்ள ஒரு பெண். அதைக்கேட்டு ஜெஸபெல் மகிழ்ந்து தனக்குத்தானே கேட்டாள், நான் உன்னிடம் சொல்கிறேன், ஜெஸபெல், நீ பாறையாகிறாய். இந்தப் பாறையால் உனது இதயத்தை நான் கட்டியெழுப்புவேன். நரக மண் கோட்டைகள் அதற்கு எதிராகப் பிரபலமடையப்போவதில்லை. பரலோக ராஜ்ஜியத்தின் சாவிகளை உனக்கு நான் தருகிறேன். நீ பூலோகத்தில் கட்டுவதெல்லாம் பரலோகத்திலும் கட்டப்பட்டிருக்கும். நீ பூலோகத்தில் கட்டவிழ்ப்பதெல்லாம் பரலோகத்திலும் கட்டவிழ்க்கப்பட்டிருக்கும். தன்னுடைய மகிழ்ச்சியைக் காப்பாற்றுவதற்காக ஆசைப்படுபவர் சுதந்திரத்தை இழந்துவிடமாட்டார்.

மீண்டும் ஜார்ஜ் ஜெரோம் மரக்காரனைச் சந்திக்கின்ற நாளை ஜெஸபெல் பல கோணங்களில் கற்பனை செய்தாள். ஜார்ஜ் ஜெரோம் மரக்காரன் பலத்தைக் காட்டுவதற்கான ஒவ்வொரு சாத்தியதையும் அவளைப் பயமுறுத்தியது. அவனை எப்படி எதிர்கொள்வது என்று அவள் மாறி மாறிச் சிந்தித்தாள். மனதில் ஸெபினின் முகம் தோன்றியது. ஸெபின் உடனிருந்தால் ஜார்ஜ் ஜெரோம் மரக்காரனுக்குப் பயப்படவேண்டியதில்லை என்று அவள் சமாதானப்பட்டுக்கொண்டாள். ‘பயப்படாதே ஜெஸபெல், நான் இருக்கேன்’ என்று அவன் ஆறுதலளித்தான். இருந்தாலும் நீதிமன்றத்தில் வைத்து ஜார்ஜ் ஜெரோம் மரக்காரனைச் சந்தித்த அன்று ஸெபினால் உதவிக்கு வரமுடியவில்லை.

அதற்கு இரண்டு மாதம் முன்புதான் ஸெபினின் சகோதரி திருமணம் நடந்தது. ஜெஸபெல் அந்தத் திருமணத்திற்குச் சென்றிருந்தாள். மாப்பிள்ளை ஆர்த்தடாக்ஸ் சபைக்காரனாக இருந்தமையால் திருமணச் சடங்கு ஆர்த்தடாக்ஸ் தேவாலயத்தில் நடந்தது. திருமணம் முடிந்து விருந்து சாப்பிட

உட்கார்ந்திருக்கும்போது ஸெபின் ஓடிவந்தான். ‘காசு கடன் கொடுத்தது சரி, ஆனா, கொஞ்சமாத் தின்னு, அடுத்த பந்திக்கும் ஆள் இருக்காங்க’ அவன் ஜெஸபெல்லை ஆராதனையும் அன்பும் நிழலாடும் கண்களோடு பார்த்தான். ‘கொடுத்த காசு முதல் ஆக வேண்டாமாடா’ என்று ஜெஸபெல் திருப்பித் தாக்கினாள். ‘காசா? எந்தக் காசு? அதெல்லாம் நாமந்தான்’ என்று அவன் கிண்டலடித்தான். ‘எப்படி, கல்யாணம் செமயா இருந்துச்சா?’ என்று அவளுடைய பாராட்டை எதிர்பார்த்தான். பிளாஸ்ட்டர் ஆஃப் பாரிஸில் வடிவமைத்த ஜோடிப்புறாக்களின் அலகுகள் உரசிக்கொண்டிருக்கின்ற அலங்கரிக்கப்பட்ட மேடையில், உறவினர்களோடு சேர்ந்து ஃபோட்டோவுக்கு போஸ் கொடுக்கின்ற மெலிந்த இளம்பெண்ணின் முகத்தில் இருக்கும் மகிழ்ச்சியையும் பெருமிதத்தையும் இன்னொருமுறையும் பரிசோதித்துவிட்டு, ‘செம’ என்று ஜெஸபெல் ஒப்புக்கொண்டாள். ‘சகோதரியோட கல்யாணந்தா முடிஞ்சுதே, இனி உன்னோட கல்யாணந்தானே’ என்று கிண்டலடித்தாள். ஸெபினின் முகத்தில் ஒரு கள்ள வெட்கம் பரவியது ‘ஓ, நம்மளயெல்லாம் யாரு கட்டிக்குவா!’ ஜெஸபெல் குரல் தாழ்த்திச் சொன்னாள்: ‘ஒண்ணு செய்யேன், நீ என்னைக் கட்டிக்க, நீ தூங்கறபோது உன்னோட கிட்னியவும் கல்லீரலையும் எடுத்து வித்து நான் கொடுத்த காச எடுத்துக்கறேன்.’ ‘பாதகி, உன்னையெல்லாம் நம்பி எப்படிக் கட்டிக்கறது’ என்று அவன் அதிர்ச்சியுற்றதுபோன்று நடித்தான். அவர்கள் இருவரும் சிறு வயது போன்று உரக்கச் சிரித்தனர்.

சிரிப்பு அடங்கியபோது அவனது கண்களில் தீவிரம் நிழலாடியது.

“ஜெஸபெல், சில விசயங்கள கேட்கணும்னு நினைச்சேன். இனி கல்யாணம் கட்டிக்கறதெல்லாம் எனக்கு ஒத்துவருமா? கல்லீரல்லயும் சிறுநீரகத்துலயும் எதாச்சும் மிச்சம் இருக்கான்னு தெரிஞ்சுக்கறதுக்கு என்ன வழி?”

‘அதுசரி, அப்பொ உடனே ஒரு கல்யாண விருந்து இருக்கு’ என்று ஜெஸபெல் கிண்டல் செய்தாள். அவனது வீங்கிய முகத்தில் ஒரு வெட்கம் பரவியது:

“நீ தமாசு பன்றத விடு, நான் கட்டிக்கிட்டா கொழந்த உண்டாகறதுக்குப் பிரச்சனை எதும் வருமான்னு சொல்லு. ஃபிரண்ட்ஸ் எல்லாம் அப்படிச் சொல்றானுங்க.”

‘அத, நாம பரிசோதன செஞ்சு கண்டுபிடிக்கலாம்’ என்று அவள் சமாதானப்படுத்தினாள். ‘ஆள் யாரு’ என்று கேட்டாள். அவன் வெட்கத்தோடு இரண்டு வரிசைகளுக்கு அந்தப்பக்கம் இருக்கும் ஒரு மேசைப்பக்கம் முகத்தைத் திருப்பினான். அவனது பார்வை எங்கே போகிறது என்று ஜெஸபெல் தேடினாள். பக்கத்தில் உட்கார்ந்திருந்த குழந்தைக்கு உணவு ஊட்டிக்கொண்டிருந்த இளம்பெண் அதேசமயத்தில் அவனையும் பார்த்தாள். ஸெபினின் கண்களை உரசியதால் இருக்கலாம், அவளது கண்கள் பிரகாசித்தன. அவள் யாருக்கென்று இல்லாமல் புன்னகையோடு நீலப்பட்டுப் புடவையின் முந்தானையை அசௌகரியத்துடன் இழுத்துவிட்டாள். குழந்தையின் உதட்டில் ஒட்டியிருந்த உணவைத் துடைத்தாள். ஜெஸபெல்லுக்கு அதிர்ச்சியாக இருந்தது. கல்யாணமானவள் மட்டுமல்ல ஒரு குழந்தைக்குத் தாயும்கூட. அவளது கண்கள் குழந்தைமீது விழுந்தது. ‘மூளை வளர்ச்சி குறைவு’ என்று அவள் தனக்குத்தானே முணுமுணுத்துக்கொண்டாள்.

‘ஜெஸபெல், பிரின்ஸி எப்படி இருக்கா’ என்று ஸெபின் கேட்டான். ஜெஸபெல் சிரிக்க முயன்றாள். அவள் ஸெபினின் கண்களை உற்றுப் பார்த்தாள். ஒரு புதிய ஸெபின். கன்னங்கள் உப்பிக்கிடந்தன. கல்லீரல் பிரச்சனைகள் முகத்தில் வீக்கமாக மினுமினுக்கிறது. தலைமுடி உதிர்ந்து விசாலமாகின்ற நெற்றியில் வியர்வை முத்துக்கள் அரும்பி நிற்கின்றன. அதேபோன்று பைகள் தொங்குவதால் இடுங்கிப்போன குழிவிழுந்த கண்களில் மஞ்சள் நிறம் தங்கியிருக்கிறது. ஆனால், கண்மணிகளில் ஒளி துலங்குகின்றது. ‘உன்னோட காதலி?’ அவள் சந்தேகத்துக்குத் தீர்வை எதிர்பார்த்தாள். அவனது கண்கள் துடித்தன. உதடுகள் நடுங்கின. காதலிக்கப்படுவதில் ஆண்களுக்கு உண்டாகின்ற பெருமிதத்தை மறைத்துவைக்காமல் அவன் திரும்பவும் ஒருமுறை அந்த இளம்பெண்ணைத் திரும்பிப் பார்த்தான்.

“நண்பனோட மனைவி,’ ஸெபின் சொன்னான். “அவன் செத்துப்போயிட்டான். இவள் அவன்கூட ஓடிவந்துட்டா. திரும்பிப் போனா வீட்டுக்காரங்க உள்ள விடமாட்டாங்க. அந்தக் கொழந்த பொறந்தப்ப அவன் ஜெயில்ல இருந்தான். அவன பெத்துப்போட்டது என் கையிலதான். அவ தைரியமானவ. அவ எப்படியாவது அவன வளர்த்துடுவா. ஆனா, அவன

கண்டவனும் திட்டறதையும் காறித் துப்புறதையும் நான் எப்படித் தாங்கிக்க முடியும்...?"

ஸெபின் முடிக்கவில்லை. ஜெஸபெல் அந்தக் குழந்தையைத் திரும்பவும் பார்த்தாள். கொழுகொழுவென்றிருக்கும் முகம். புத்தியை வேறு ஏதோ உலகத்தில் வைத்துவிட்டு மறந்துபோய் இந்த உலகத்திற்கு விருந்திற்கு வந்த முகபாவம். சிந்திக்கும் திறன் இன்மையின் மென்மை நிறைந்த முகம். அவன் சிரத்தையின்றி உணவை மென்றுகொண்டிருந்தான். அவ்வப்போது உணவு உதிர்ந்து விழுந்தது. ஜெஸபெல்லின் இதயம் சுரந்தது. 'அதனாலதானா நீ இப்படிக் குடிச்சுக் கல்லீரல நாசம் பண்றே' என்று அவள் திட்டினாள். ஸெபினின் முகத்தில் குற்ற உணர்வு நிறைந்தது 'நிறுத்திட்டேன், நான் நிறுத்திட்டேன். ஆனா, என்னோட டென்ஷன் அதல்ல. ஜெஸபெல், பிரின்ஸிக்கு இன்னொரு கொழந்த பொறந்தா அதும் ரூபேஷ்மாதிரி ஆயிடுமா?' 'ஸெபின் நீ கவலைப்படாத, நாம பரிசோதிக்கலாம்', ஜெஸபெல் சமாதானப்படுத்தினாள்: 'ஆனா, உட்கார்ந்துட்டு அப்புறம் கால நீட்டுடா. மொதல்ல நீ அவளக் கட்டு. அப்பறந்தானே குழந்தை?' அவள் கட்லெட்டின் எஞ்சியிருந்த துண்டை வேகமாக வாயில் போட்டு மென்றுகொண்டு அவனைப் பார்த்துச் சிரித்து 'நல்ல கட்லெட். உன்னோட கல்யாணத்துக்கும் இதே கேட்டரிங் போதும், என்ன.'

சொல்வதா வேண்டாமா என்ற சந்தேகத்தோடு அவன் அவளது கண்களைத் தவிர்த்தான். 'அம்மா ரொம்ப கொதிக்கறாங்க' என்று பெருமூச்சுவிட்டான். பின்னர், என்ன வேண்டுமானாலும் வரட்டும் என்ற முகபாவத்தோடு ஜெஸபெல்லை எதிர்கொண்டான்:

"யார் சம்மதிச்சாலும், சம்மதிக்காட்டியும் இனி வச்சுட்டு காலங்கடத்த முடியாது. எவ்வளவு சீக்கிரம் முடியுமோ அவ்வளவு சீக்கிரம் டெஸ்ட் பண்ணணும். உன்ன வந்து பார்த்தா போதுமா? இல்ல வேற எதாச்சும் ஆஸ்பத்திரிக்குப் போகணுமா?"

அவள் சற்றே அதிர்ந்தாள். பிரின்ஸி கருவுற்றிருக்கிறாள் என்பதைக் குறிப்பாகச் சொல்லியிருக்கிறான் என்பதை உணர்ந்தபோது ஜெஸபெல்லுக்குச் சிரிப்பு வந்தது. அவள் அவனைக் கிண்டலடித்தாள். கல்யாண பரபரப்புகள் முடிந்தபிறகு மருத்துவமனைக்கு வந்து பார்க்குமாறு உத்தரவிட்டாள்.

வெள்ளிக்கிழமை பிரின்ஸியையும் கூட்டிக்கொண்டு வருகிறேன் என்று அவன் வாக்குறுதியளித்தான். வீட்டுக்குத் திரும்பக் காரைச் செலுத்தும்போது ஜெஸபெல்லுக்கு அசாதாரணமான கலக்கம் தோன்றியது. வாழ்க்கைகள், அவள் நினைத்தாள், எத்தனை விசித்திரமான வாழ்க்கைகள். சிறுவயது ஸெபினை அவள் நினைத்தாள். அவனது அப்பாவித்தனம். அவனது மூடத்தனம். அவன் அவளிடத்தில் அர்ப்பணித்த விசுவாசம். அவனுக்கு நல்லது நடக்கட்டும் என்று அவள் இதயம் உருகி ஆசைப்பட்டாள்.

அந்த வெள்ளிக்கிழமையை ஜெஸபெல் ஒருபோதும் மறக்கமாட்டாள். காலையில் மருத்துவக்கல்லூரிக்கு ஜூனியர் ரெஸிடென்ஸ்க்கான வகுப்பு முடித்து, ஒரு எமர்ஜென்ஸி கேஸ் பார்ப்பதற்காகப் பச்சிளங்குழந்தைகள் பராமரிப்புப் பிரிவின் என்.ஐ.சி.யூ.வுக்கு ஓடும்போது, சைலண்ட் மோடில் குர்தா பாக்கெட்டில் வைத்திருந்த ஃபோன் வைபரேட் ஆனது. யாரென்றுகூடப் பார்க்காமல் அதை அவள் கட் பண்ணினாள். என்.ஐ.சி.யூ.வுக்குள் ஓடினாள். முந்தைய நாள் பிறந்த குழந்தைதான் நோயாளி. நன்றாக மெலிந்தது. அழுவதில்லை, பால் குடிப்பதில்லை. ஸெரிப்ரோஸ்பைனல் திரவத்தை உறிஞ்சி எடுப்பதற்குத் தயாரானபோது திரும்பவும் ஃபோன் அடித்தது. அவள் அதையும் புறக்கணித்தாள். குழந்தையை ‘C’ வடிவத்தில் வளைத்துப் படுக்கவைத்தாள். செவிலி கை கால்களைப் பிடித்துக்கொண்டார். குழந்தையின் முதுகுத்தண்டில் எல்-2 எல் - 3 முடிச்சுகளுக்கு இடையிலிருந்து திரவத்தை ஊசி போட்டு எடுத்தாள். அப்போதும் ஃபோன் முனகிக்கொண்டிருந்தது. கிடைத்த திரவம் சீழ் மட்டுமாக இருந்தது. தொற்று எவ்வளவு கடுமையானது என்று அவள் கவலைப்பட்டாள். என்.ஐ.சி.யூ.வில் இருக்கும் நுண்ணோக்கியில் அதைப் பரிசோதித்தாள். ஆண்டிபயாடிக்ஸ் ஹை டோஸ் கொடுக்க உத்தரவிட்டாள். மீண்டும் ஃபோன் தொந்தரவுசெய்தபோது அழைத்தது யார் என்றுகூடப் பார்க்காமல் அவள் அணைத்து வைத்தாள். குழந்தையின் தாய் இருபதுகூட ஆகாத இளம் பெண்ணாக இருந்தாள். நைட்டிக்கு மேல் ஒரு துண்டைப் போட்டு மறைத்துக்கொண்டு கால்களை அகற்றி வைத்து மெதுவாக நடந்து ஜெஸபெல்லின் அருகில் வந்தாள். ‘உங்கள யாரு எந்திருச்சு நடக்கச் சொன்னா?’ என்று ஜெஸபெல் கோபப்பட்டாள். ‘என்னோட கொழந்த’ என்று தாய் கண்ணீர் வார்த்தாள்.

அவளுக்குச் சொல்லிச் சமாதானப்படுத்திவிட்டு வெளியே வரும்போதுதான் கண்ணீரில் கழுவிச் சுத்தம் செய்த முகமுள்ள இளம்பெண்ணும் மகனும் வந்தனர். 'ஸெபின் சொல்லி வந்தேன்' என்று மெல்லிய குரலில் முணுமுணுத்தபோது ஜெஸபெல் பிரின்ஸியை உடனே அடையாளம் கண்டுகொண்டாள். ஐந்து அடி எட்டு அங்குலமாவது உயரமுள்ள மெலிந்த உருவமாக இருந்தாள் அவள். வெள்ளையில் கருப்புக் கோடுகள் சிதறிய சுடிதாருக்குள் வயிறு சற்றே உந்தி நிற்பது தெளிவாகத் தெரிந்தது. சிவப்பு டீ சர்ட்டும் திரீஃபோர்த்தும் அணிந்த குழந்தை அவளது கைவிரலை இறுக்கமாகப் பிடித்துக்கொண்டு தலையைத் தேவைக்கும் அதிகமாக ஆட்டிக்கொண்டு எங்கேயும் நிலைக்காத பார்வையோடு நின்றான். 'ஸெபின் எங்கே, ஒரு கால் பண்ணிட்டு வந்திருக்கலாமே' என்று ஜெஸபெல் வருத்தப்பட்டாள். பிரின்ஸி பணிவோடு சிரித்தாள்: 'நான் டாக்டர பலதடவ கூப்பிட்டேன். ஆனா, எடுக்கல. ஸெபின் ஆஸ்பத்திரியில இருக்காரு. ஒரு கத்திக்குத்து கேஸ்.' ஜெஸபெல் ஸ்தம்பித்துப்போனாள். ஆனால், பிரின்ஸி அசாதாரணமாக எதுவும் நடக்காததுபோன்று மெல்லிய குரலில் பேச்சைத் தொடர்ந்தாள்.

"எனக்கு இன்னைக்குக் காலையிலதான் தெரிஞ்சுது. ராத்திரி லாரீல போனாரு. இன்னைக்கே இங்க வந்து பரிசோதிக்கணும்னு ஸெபின் கட்டாயமா இருந்தாரு. அதனாலதான் நான் இங்க வந்தேன். இன்னைக்கே டெஸ்ட் பண்ண முடியுமா டாக்டர்? இவனுக்கு இப்படி ஆனதுனாலதான் எனக்குள்ள ஒரு பயம். ரெண்டு கொழந்தைங்களும் ஒரேமாதிரி ஆயிட்டா அது அவங்களுக்கும் சிக்கலாப்போகும், எனக்கும் சிக்கலாப்போகும். வச்சுக்கிட்டுத் தாமதப்படுத்தினா வேண்டாம்னு முடிவு செய்யறதுக்கான நேரமும் கடந்து போயிடும்..."

பிரின்ஸி மேலும் பணிவோடு சிரித்தாள். அவளைப் பார்ப்பதற்கு ஜெஸபெல்லுக்குப் பயம் தோன்றியது. அவள் உமிழ்நீரை இறக்கிச் சிரமப்பட்டுக் குரலை எடுத்தாள்.

"கத்திக்குத்துன்னா? சீரியசா?"

"கொஞ்சம் சீரியஸ்தான்னு கூப்பிட்ட சேக்காளி சொன்னாரு. பம்பாய்ல இருந்து சரக்கு ஏத்திக்கிட்டு வந்த லாரி. பார்க்கிங் பண்ணறதுல தகராறு ஆயிருச்சு. ஸெபின் மத்தியஸ்தம் பண்ணப் போனாரு..."

“எந்த ஆஸ்பத்திரியில? கேட்கறதுக்கு எதாச்சும் நம்பர் இருக்கா?”

இல்லை. ஆனால், யாராவது தகவல் தெரிவிப்பார்கள் என்று பிரின்ஸி உறுதியளித்தாள். வயிற்றில் கிடக்கின்ற குழந்தையின் தந்தை குத்துப்பட்டு மருத்துவமனையில் சேர்க்கப்பட்ட நிலையில் சிகிச்சை தேடி வந்த பெண்ணிடம் எதிர்பார்க்கக்கூடிய தளர்ச்சியையோ துக்கத்தையோ வெளிப்படுத்தாமல் அவள் ஜெஸபெல்லின் முன்னாள் நின்றாள். மரபணுப் பரிசோதனை நடத்தவேண்டியதைக் குறித்து ஜெஸபெல் சொன்னாள். தன்னுடைய ஆசிரியரான டாக்டர் கதீஜாவை அவள் அழைத்தாள். டாக்டர் கதீஜாவின் எண்ணையும் அவர் வேலை பார்க்கின்ற தனியார் மருத்துவமனையின் முகவரியையும் கொடுத்தாள். பிரின்ஸி அதை வாங்கிப் பார்த்தாள். ‘ஐயோ, அவ்வளவு தூரம் போகணுமா’ என்று அவள் தனக்குத்தானே கவலைப்பட்டுக்கொண்டாள். ஜெஸபெல்லுக்குப் பெரும் மூச்சுத்திணறல் உண்டானது. அவள் பர்ஸைத் திறந்து அதில் இருந்த பணத்தை எண்ணினாள். சுமார் ஐந்தாயிரம் இருந்தது. அதை அவள் பிரின்ஸியிடம் நீட்டினாள். பிரின்ஸி அவளைச் சற்றுப் பார்த்தாள், நோட்டுகளைப் பார்த்தாள். பின்னர் அதை வாங்கித் தன்னுடைய பையில் வைத்தாள்.

“பிரின்ஸி கவலைப்படாத... எதாச்சும் தேவைப்பட்டா என்னைக் கூப்பிடறதுக்குச் சங்கடப்படாத. என்னோட நம்பர் கொடுக்கறேன்...”

“வேண்டாம். டாக்டரோட நம்பர் என் கைல இருக்கு...” பிரின்ஸி சொன்னாள்.

“பிரின்ஸி நல்ல தைரியசாலின்னு எனக்குத் தோணுது. அதனால வேற எதும் அறிவுரை சொல்ல வேண்டாமே?”

ஜெஸபெல் தன்னுடைய தைரியமின்மையை மறைப்பதற்காகப் புலம்பினாள்.

“இது தைரியம் ஒண்ணும் இல்ல டாக்டர்.” பிரின்ஸி சிரித்தாள்.

“தைரியம்கறது சிந்திச்சு உண்டாக்கற ஒரு சக்தி. இப்ப இருக்கறது யோசிக்காம வார நெஞ்சுரமில்லையா? என்ன நடந்தாலும் எதிர்கொள்ளத்தானே வேணும்? ஸெபினோட தொழில் எனக்குத் தெரியும். இதுக்கு முன்னாடியும் ஒத வாங்கியிருக்காரு. ஒதச்சிருக்காரு. கொன்னிருக்காரு. ஜெயிலுக்குப்

போயிருக்காரு. கொடுக்கறபோது அது திரும்பக் கெடைக்கும்னு நமக்கெல்லாம் தெரியுந்தானே டாக்டர்? திரும்பக் கெடைக்கறத வாங்கிக்கறதுக்கு மொடப்பட்டு என்ன பிரயோஜனம்? அவரப் பொருத்தவரைக்கும் அவ்வளவுதான், வாழ்க்கை. அவர்கூட இருக்கறப்பொ நமக்கும் அவ்வளவுதான், வாழ்க்கை.”

ஜெஸபெல்லுக்கு அவளது மனோதிடம் பிடித்திருந்தது. அவளைக் கண்டுபிடித்ததற்கும் அவளை நேசித்ததற்கும் ஸெபின்மேல் ஜெஸபெல்லுக்கு நன்றியுணர்வு தோன்றியது. ஜெஸபெல் கை நீட்டி ரூபேஷின் தலையை வருடினாள். ‘பணம் வேணும்னா கேளு, ரெண்டு நாளைக்கு முன்னாடியே சொன்னா நான் எடுத்து வச்சுருவேன்’ என்று நினைவூட்டினாள். ‘டாக்டருக்கு அவரு வேற காசும் கொடுக்கணுமில்லையா’ என்று பிரின்ஸி பவ்வியமாகக் கேட்டாள்.

ஜெஸபெல் ஸெபினைப் பார்க்கப் போயிருந்தாள். மருத்துவமனையில் அவன் படுத்துக்கிடப்பதைப் பார்த்து அழுதுவிட்டாள். அவனும் அழுதான். பின்னர் அவன் அவளைத் திட்டினான். அவளைச் சிரிக்கவைத்தான். இனிமேல் இந்தப்பக்கம் வந்துவிடாதே என்று கெஞ்சினான்.

“இந்தக் கெடைல இருந்து எந்திரிச்சதும், ரெண்டெண்ணத்த நான் உனக்குவேண்டிப் போட்டுத்தள்ளுவேன்.” ஸெபின் சொன்னான்.

“உன்னோட மாமனாரும் கட்டுனவனும். உன்னக் கட்டுனவன் படுத்திருக்கற வீட்டுக்கு ஏதாவது பிளம்பராவோ எலக்ட்ரீஷியனாவோ நான் வேஷம் போட்டுட்டுப் போவேன். அவனோட ஆக்ஸிஜன் டியூப்ப எடுத்துவிட்டுருவேன். ரெண்டு நிமிஷம். உன்னோட மாமனாரோட முகத்துல ஒரு தலையணைய வச்சு அழுத்திப் புடிப்பேன். அஞ்சு நிமிஷம். அஞ்சும் ரெண்டும் ஏழு. ஏழு நிமிஷத்துக்குள்ள உன்னோட எல்லாப் பிரச்சனையும் தீர்ந்துடும்.”

ஸெபின் உரக்கச் சிரித்தான். தனக்கு அவன்மீது அதிக பாசம் உண்டானதை நீதிமன்றத்தில் நிற்கும்போது, ஜெஸபெல் நினைத்தாள்.

“உங்களுடன் சேர்ந்து இரண்டு வருடம் உங்களை நேசித்தும் பாதுகாத்தும் கூடவே இருந்த கணவனின் இன்றைய நிலை

என்னதான் என்று சற்று விளக்க முடியுமா?" நீதிமன்றத்தில் வக்கீல் கேட்டார்.

"கோமாவில் இருக்கிறார்."

"சில நாட்களுக்குப் பிறகு அவர் எழுந்து வருகின்ற தருணத்தைக் குறித்து நீங்கள் ஏதாவது யோசித்துப் பார்த்திருக்கிறீர்களா?"

"அப்படி எழுந்து வரமாட்டார்."

ஜெஸபெல்லின் குரல் சாந்தமாக இருந்தது. ஆனால், அவள் ஆடையைத் தூக்கிக் காட்டியது போன்று நீதிமன்றத்தில் இருந்த மனிதர்களின் முகங்களில் அருவருப்பும் நிறைந்தது. நீதிபதியின் முகத்தில் அதிர்ச்சியும் பின்னர் வெறுப்பும் தோன்றின.

"எழுந்து வரமாட்டார் என்று சொல்வதற்கு நீங்கள் யார் டாக்டரே, தெய்வமா?"

"ஜெரோமைப் பரிசோதித்த எல்லா மருத்துவ நிபுணர்களும் சொன்னது…"

"ஸ்ஸோ! டாக்டர்களால் கைவிடப்பட்ட எவ்வளவோ பேர் இன்றும் நன்றாக வாழ்கிறார்கள்! நான் சொல்லாமல் போய்விட்டேன், எங்கள் வீட்டுக்கு அருகில் ஒரு கேன்சர் பேஷன்ட்டிடம் இங்கே இருக்கும் ஒரு பெரிய டாக்டர் நான்கு மாதத்துக்கு மேல் இருக்க மாட்டார் என்று சொன்னார். அப்படிச் சொன்ன டாக்டருடைய சவ அடக்கத்துக்கு நாங்கள் சேர்ந்து போனோம். பத்து வருடத்துக்கு முன்பு…"

வக்கீலின் குரலில் கோபமும் பரிகாசமும் கலந்திருந்தன.

"அதுகிடக்கட்டும், அந்த மனிதன் எழுந்திருக்கமாட்டார் என்றே வைத்துக்கொள்ளுங்கள். எவ்வளவு காலம் இப்படியே படுத்திருப்பார்?"

"ஐந்து வருடங்கள் என்று டாக்டர்கள் சொன்னார்கள்."

"அப்படியென்றால் பிறகு இந்த வழக்கின் அவசியம் என்ன டாக்டரே. இப்பொழுதே இரண்டு வருடங்களாக வழக்கு நடக்கிறது… இதற்குப் பிறகு இதற்கான தீர்ப்பு வந்து மேல் நீதிமன்றத்தில் அப்பீல் செய்து பிறகு திருச்சபை நீதிமன்றத்தில் தீர்ப்பு வந்து…"

“எனக்குச் சட்டப்பூர்வமான விடுதலை வேண்டும்.”

“எதற்காக? அதுதான் இங்கே இருக்கும் கேள்வி.”

ஜெஸபெல் அதற்குப் பதில் சொல்வதற்குத் தயாராகும்போது வக்கீல் இடையில் குறுக்கிட்டார்.

“காரணம், உங்களுக்குத் தெரியும், உங்கள் கணவர் எழுந்து வருவார் என்று... வரும்போது அவர் உங்களிடம் நிறைய கேள்விகளைக் கேட்பார். அதற்கான பதில்களைச் சொல்ல உங்களால் முடியாது. அதற்காக அவர் வருவதற்கு முன்பே தப்பித்துக்கொள்ள வேண்டித்தான் நீங்கள் இந்த வழக்கை நடத்துகிறீர்கள்...”

ஜெஸபெல்லின் உள்ளத்தில் கருணை நிறைந்தது. ‘ ஜெரோம் ஜார்ஜ் மரக்காரன் எழுந்து வந்திருந்தானென்றால்’ என்று அவளும் ஆசைப்பட்டாள். ஜெரோம் வரவில்லை. ஆனால், அவன் வந்தான் - ஜார்ஜ் ஜெரோம் மரக்காரன்.

பாட்டிக்குக் காய்ச்சல் கண்டு படுத்த படுக்கையாகிவிட்டதால் அன்று நீதிமன்றத்துக்கு அவள் தனியாகத்தான் புறப்பட்டாள். தனியாக என்பதால் அவள் பயத்தை அனுபவித்தாள். இருந்தாலும் தனித்துப் போவதற்கே அவள் தீர்மானித்தாள். நீதிமன்றத்தில் எதிர்ப்பக்கம் இருக்கும் தேவாலயத்தில் ஒரு திருமணச் சடங்கு நிறைவடைந்துகொண்டிருந்தது. மணமகனும் மணமகளும் படிக்கட்டில் வந்து நின்று கேமராக்களைப் பார்த்து இனிமையாகச் சிரித்தனர். அவள் அவர்களை அனுதாபத்தோடு பார்த்தாள். வண்டியை நிறுத்திவிட்டு இறங்கும்போது சுகாதார நிலையத்தின் முன்னால் இழுத்துக் கட்டப்பட்டிருந்த, ‘உங்களது மனைவியின் பிரசவத்தை நிறுத்தவாவேண்டும்? கூடாது.’ என்ற பேனர் காற்றில் கர்ப்பிணியின் வயிறுபோன்று உப்பி நிற்பதைப் பார்த்து ஒரு நிமிடம் நின்றாள். பின்னர் அவள் நடுக்கத்தோடு படிக்கட்டுகளில் இறங்கினாள்.

பெட்டி போன்று இருக்கும் நீதிமன்றத்துக்குள் நுழையும்போது ஆலோசனை மையத்துக்குச் செல்லும் படிக்கட்டுக்கு அருகில் அவளது வக்கீலும் எதிர்த்தரப்பு வக்கீலும் தங்களுக்குள் பேசிக்கொண்டிருந்தனர். ஜார்ஜ் ஜெரோம் மரக்காரன் அவர்களுக்கு அருகில் கைகளைப் பின்னால் கட்டிக்கொண்டு இறுக்கமாக நின்றுகொண்டிருந்தான். அவனுடைய நீண்ட முகம்

முன்பைவிட மெலிந்து மேலும் நீண்டிருந்தது. தாடை எலும்பும் மூக்கும் மேலும் கூர்மைப்பட்டு வளைந்து உயர்ந்து நின்றன. கூர்மையான கண்களில் பழிவாங்கல் அதிகமாகப் பிரகாசித்தது. ஜெஸபெல்லின் கண்களை இருள் கவ்வியது. திரும்பி ஓடுவதற்கு அவளது கால்கள் கெஞ்சின. ஓடுவதற்குச் சக்தி இல்லை. 'சக்தி இல்லைன்னு தோணும்போது ஓடுறத நிறுத்தணும்' லில்லி ஜார்ஜ் மரக்காரனின் குரலை அவள் கேட்டாள். 'திரும்பி நிற்கணும். இரண்டில் ஒன்றை முடிவு செய்வதுதான் ஓடிக்கொண்டே இருப்பதைவிட எல்லோருக்கும் நல்லது.'

ஜெஸபெல் நேராக அவனுக்கு அருகில் சென்றாள். ஜார்ஜ் ஜெரோம் மரக்காரனைப் பார்த்து வணங்கினாள். அவனைப் புறக்கணித்துவிட்டுத் தனது வக்கீலான அட்வகேட் பிலிப் மேத்யூஸை நெருங்கினாள். 'இதை நாம் சமரசம் செஞ்சுக்கறதுதான் நல்லதுன்னு தோணுது, டாக்டர். அதப்பத்தித்தான் பேசிக்கிட்டிருந்தோம்.'

"என்ன சமரசம்?" ஜெஸபெல்லின் குரல் உயர்ந்தது.

"யார்கூட சமரசம்?"

"அதில்லை. கோர்ட்ல கேசுகளெல்லாம் ஆதாரங்கள அடிப்படையா வச்சு தீர்மானிக்கப்படறதா இருந்தாலும் வாதியோட நம்பகத்தன்மை ரொம்ப முக்கியம். டாக்டர பொறுத்தவரைக்கும் மோசமான விவரச் சிக்கல்கள உண்டாக்கற விசயங்கள அவங்க கோர்ட்டுக்குப் புரியவச்சிருக்காங்க. அது எதுவும் நடக்கலைன்னு நிரூபிக்க நம்மளால முடியாது. ஏன்னா, அந்தக் குற்றச்சாட்டெல்லாம் அப்படிப்பட்டது. அதனால கேஸ் தள்ளிப்போகறதைவிட நல்லது ஏதாவது காசு கொடுத்தோ வேற வழியிலோ சமரசத்துக்கு முயற்சிக்கலாமில்லையா?"

வக்கீல் கேட்டார். ஜெஸபெல்லின் ரத்தம் கொதித்தது. இல்லை. சமரசம் இல்லை. எனக்கு கேஸ் ஜெயிச்சே ஆகணும். ஜெஸபெல் சொன்னாள். வாழ்க்கை முழுக்க பயந்து ஓடிக்கொண்டிருக்க என்னால் முடியாது.

தான் வளர்ந்திருப்பதை அப்போது அவள் அறிந்தாள். ஆணாகவன்று, பெண்ணாகவன்று, குடிமகளாக. அறுவடைக்கான நேரம் வந்துவிட்டது. நிலத்தில் விளைச்சல் அறுவடைக்குத் தயாராகிவிட்டது.

23

அதன்பிறகு, சகிப்பின் கெத்சமனேவை★ அடைந்து ஜெஸபெல் சிஷ்யையான ஜெஸபெல்லிடம் கேட்டாள். நீ இப்போதும் உறங்கி இளைப்பாறிக்கொண்டிருக்கிறாயா? இதோ நேரம் நெருங்கிவிட்டது. எழுந்திரு. என்னைக் காட்டிக்கொடுப்பவன் அருகில் வந்துவிட்டான்.

அன்றைய நாள் சிலுவைப்பாடின் நாள் என்பதை அவள் அறிந்திருந்தாள். தனக்குக் கசப்பான ஒயினைத் தருவார்கள் என்றும் சிலுவையில் அறைவார்கள் என்றும் அதன்பிறகு தனது ஆடைகளைப் பங்குபோட்டு எடுத்துக்கொள்வார்கள் என்றும் அவள் தீர்க்கதரிசனம் செய்தாள். 'இவள் நடத்தை கெட்டவள்களின் ராணியான ஜெஸபெல்' என்று நெற்றியில் எழுதிவைப்பார்கள். கொள்ளைக்காரர்களையும் கொலைபாதகிகளையும் அவளோடு சேர்த்து நிற்கவைப்பார்கள். அந்தவழியாகப் போவோரெல்லாம் அவளைப் பார்த்துக் கேவலமாகப் பேசுவார்கள்.

சுகாதார நிலையத்தின் இந்தக்கோடியில் இருக்கும் படிக்கட்டு தொடங்குமிடத்தில் இருந்து அன்றைய நாளின் நீதிமன்றக் காட்சிகள் அவளது மனதில் பதிந்து கிடந்தது. அங்கிருந்து பார்க்கும்போது கீழே நீதிமன்ற வாசலில் கழுத்திலும் கைகளிலும் தடிமனான தங்க நகைகள் அணிந்த செல்வந்தனான ஒரு இளைஞனையும் அவனுடன் ஒரு இளைஞர் பட்டாளத்தையும் பார்க்கமுடிந்தது. அவர்கள் போருக்குத் தயாராக இருக்கும் படைவீரர்களையோ தாக்குதலுக்குத் தயாரான புரட்சிக்காரர்களையோ நினைவுபடுத்தினர். அவர்கள் மணமுறிவு வழக்குக்குச் சாட்சி சொல்ல வந்தவர்களாக இருக்கும் என்று அவள் ஊகித்தாள். 'கட்டறது எவ்வளவு சுலபம், ஆணும் பெண்ணும் முடிவுபண்ணினா காரியம் முடிஞ்சுது. ஆனா அதப் பிரிக்கறதுக்கு? ஊரான ஊர்க்காரங்க எல்லாரோட சம்மதமும்

★ கெத்சமனே என்பது ஜெருசலேமில் உள்ள ஆலிவ் மலையின் அடிவாரத்தில் உள்ள ஒரு தோட்டமாகும். புதிய ஏற்பாட்டின்படி அங்கு ஏசு கிறிஸ்து வேதனையை அனுபவித்தார். சிலுவையில் அறையப்படுவதற்கு முன்பு கைதுசெய்யப்பட்டார் என்று கூறப்படுகிறது.

வேணும்' என்று பாட்டி சொல்வது அவளுக்கு நினைவுக்கு வந்தது. ஆனால், அவர்கள் வெறும் மணமுறிவு வழக்குக்காரர்கள் அல்ல என்று பின்னர்தான் அவள் அறிந்தாள். பணக்கார இளைஞனின் மனைவியைக் கூட்டிக்கொண்டு ஓடிப்போன ஆட்டோ டிரைவரைத் தந்திரமாக அழைத்து வரவைத்துத் தண்டிப்பதற்காக வந்த கும்பலாக இருந்தது அது.

ஜெஸபெல்லின் மறுவிசாரணை உடனே தொடங்கியது. பிலிப் மேத்யூஸ் அவளிடம் 'உங்கள் பெயரில் உள்ள வழக்குகளின் நிலை என்ன' என்று கேட்டார். அவள் ஒவ்வொன்றாகச் சொன்னாள்.

"அப்படியானால் தற்போது உங்களுக்கு எதிராக என்னவெல்லாம் வழக்குகள் உள்ளன?"

"எனக்கு எதிராக வழக்குகள் எதுவும் இல்லை."

"உங்கள் கணவரின் கார் பிரேக்கைச் சேதப்படுத்தினீர்கள் என்ற வழக்கின் விசாரணை என்ன ஆனது?"

"குற்றம் சாட்டப்பட்டவர் இறந்துவிட்டார்."

"நீங்கள் அதில் குற்றவாளியா?"

"இல்லை."

"போதை மருந்து வழக்கில் நீங்கள் நிரபராதி என்று போலீசார் கண்டுபிடித்திருந்தனர்."

"ஆமாம்."

"உங்களுக்கு எதிராக வழக்குகள் என்றிலிருந்து போடப்பட்டன?"

"கணவரை அவரது வீட்டார் கொண்டுசென்றதற்குப் பிறகு."

"எதற்காக இது?"

"என்மீது அழுத்தம் கொடுப்பதற்காக."

"டாக்டர் ஜெரோம் ஜார்ஜ் மரக்காரனை அங்கே கொண்டு செல்வதைப் பற்றி உங்களது அபிப்பிராயம் என்னவாக இருந்தது?"

"என்னிடம் கருத்துக் கேட்கவில்லை."

"எப்போது உங்களிடம் ஜெரோமைக் கொண்டுசெல்கின்ற விவரம் சொன்னார்கள்?"

“எனது எம்.டி. தேர்வு தொடங்குவதற்கு முந்தைய நாள்.”

“கணவரோடு செல்வதற்கு நீங்கள் மறுத்தது எதனால்?”

“போயிருந்தால் என்னுடைய மூன்று வருட படிப்புப் பாழாகிப்போயிருக்கும்.”

“எம்.டி. என்ற டிகிரியின் முக்கியத்துவம் என்ன?”

“எம்.டி. இல்லாமல் நல்லதொரு வேலை கிடைப்பது சாத்தியமில்லை.”

“தேர்வு முடியும் வரை காத்திருப்பதற்கு உங்கள் கணவரின் உறவுக்காரர்களிடம் கேட்டுக்கொள்ளாமல் இருந்தது எதனால்?”

“கேட்பதற்குக்கூட அவகாசம் கொடுக்காமல் எல்லாவற்றையும் முடிவு செய்திருந்தார்கள்.”

“நீங்கள் இங்கே பார்த்துக்கொள்கிறேன் என்று வாக்குக் கொடுத்தீர்களா?”

“நான் சொல்லியும் கேட்கவில்லை.”

“எதனால் அவர்கள் சம்மதிக்கவில்லை?”

“தெரியவில்லை.”

“உங்களுக்குத் திருமணத்தின்போது கிடைத்த தங்கமும் பணமும் யாரிடம் இருக்கிறது?”

“ஜெரோமின் டாடியிடம்.”

“இதே நகரத்திலேயே உங்களது பூர்வீக வீடு இருந்தும்கூட எதற்காக வாடகைக்கு வீடு எடுத்தீர்கள்?”

“ஜெரோமின் டாடி அப்படிச் சொன்னார்.”

“உங்கள் அபிப்பிராயம் என்னவாக இருந்தது?”

“என்னுடைய கருத்தை எந்த விசயத்திலும் கேட்டதில்லை.”

“உங்களுக்கு ஸ்டைபண்ட் கிடைத்ததில்லையா? அதை யார் செலவு செய்தார்?”

“ஜெரோம். கார் லோன் என்னுடைய ஸ்டைபண்ட்டில் இருந்துதான் கட்டப்பட்டது.”

“உங்களுக்கா உங்கள் கணவருக்கா அதிக சம்பளம்?”

“ஜெரோமுக்கு.”

“அப்படியிருந்தும் உங்களை வைத்து லோன் எடுக்கவைத்தது எதனால்?”

“ஜெரோமின் டாடி சொல்லி.”

“அதாவது, உங்களுடைய திருமணத்திற்குப் பிறகு உங்கள் வாழ்க்கையையும் ஜெரோமின் வாழ்க்கையையும் கட்டுப்படுத்திக் கொண்டிருந்தது யார்?”

“ஜெரோமின் டாடி.”

“நீங்கள் படிப்பும் அறிவும் உள்ள பெண் அல்லவா? நீங்கள் உங்களது வாழ்க்கைக்கான பொறுப்பேற்க முயன்றிருக்கலாமில்லையா?”

“என் சொற்களுக்கு ஜெரோமோ ஜெரோமின் டாடியோ ஒரு மதிப்பும் கொடுத்ததில்லை.”

“உங்கள் குடும்பத்தார்?”

“கணவர் சொல்வதை அனுசரித்து வாழச் சொன்னார்கள்.”

“முன்பு சொன்ன டாக்டர் சந்தீப் மோகனுக்கும் உங்களுக்கும் எந்தமாதிரியான உறவு?”

“நட்புறவு.”

“இப்போது சந்தீப் மோகன் எங்கே இருக்கிறார்?”

“துபாயில்.”

“நீங்கள் சந்தீப் மோகனைக் கடைசியாகப் பார்த்தது எப்போது?”

“துபாய்க்குப் போகிறேன் என்று சொல்ல வந்தபோது. அன்றுதான் ஸெபினுக்குப் பணம் கொடுத்தேன்.”

“ஸெபினுக்கும் உங்களுக்கு இடையில் என்ன உறவு?”

“நாங்கள் அண்டை வீட்டாராக இருந்தோம். ஒன்றாக விளையாடி வளர்ந்தவர்கள். பின்னர் அவர்கள் சிறிது தொலைவில் வீடு மாறிப் போய்விட்டனர்.”

“எந்த வயதில் விளையாட்டுத் தோழர்களாக இருந்தீர்கள்?”

“ஐந்து வயது வரை.”

“ஓகே, அதன்பிறகு ஸெபினோடு உங்களுக்கு என்ன மாதிரி உறவு?”

“ஸெபினின் தாயாரையும் சகோதரியையும் அவ்வப்போது பார்ப்பேன். பிறகு ஜெரோமை அட்மிட் பண்ணிய மருத்துவமனையில் வைத்துத்தான் ஸெபினைப் பார்த்தேன். ஸெபினும் மூன்று நண்பர்களும் சேர்ந்துதான் ஆள் யாரென்று தெரியாவிட்டாலும் ஜெரோமை மருத்துவமனையில் சேர்த்தனர்.”

“அப்படியானால், மருத்துவமனையில் வைத்துப் பார்த்தபோது அடையாளம் கண்டுகொண்டீர்களா?”

“என் அப்பாவைப் பார்த்ததும் ஸெபின் அடையாளம் கண்டுகொண்டார். வீடு மாறிப்போனதுக்குப் பிறகும் அப்பா அவரைப் பார்ப்பதுண்டு.”

“சரி, எதற்காக ஸெபினுக்கு இருபத்தைந்தாயிரம் ரூபாய் கொடுத்தீர்கள்?”

“ஸெபினின் சகோதரிக்குத் திருமணம் நடந்தது. கல்யாணச் செலவிற்கு இருபத்தைந்தாயிரம் பற்றாக்குறை இருப்பதாகச் சொன்னார்.”

“நீங்கள் அந்தத் திருமணத்திற்குப் போயிருந்தீர்களா?”

“போனேன்.”

“அவர் அந்தப் பணத்தைத் திருப்பிக் கொடுத்தாரா?”

“ஸெபின் ஒரு விபத்தில் காயம்பட்டுப் படுத்த படுக்கையாகி விட்டார்.”

“எதற்காக நீங்கள் இப்போது விவாகரத்துக்கு ஆசைப்படுகிறீர்கள்?”

ஜெஸபெல் மௌனமானாள்.

“தைரியமாகச் சொல்லுங்கள், தாயாவதற்கு ஆசைப்படாத பெண்கள் இருக்கமாட்டார்கள் அல்லவா? டாக்டர் ஜெஸபெல்லுக்கு ஒரு குடும்ப வாழ்க்கையும் குழந்தைகளும்கூட வேண்டுமென்று ஆசை உண்டாகுமல்லவா?”

"இல்லை..."

ஜெஸபெல் சொன்னாள்.

வக்கீல் சற்றே அதிர்ந்துபோனார். எதிர்த்தரப்பு வக்கீல் உரக்கச் சிரித்தார். நீதிபதியும் சிரித்தார். பிலிப் மேத்யூஸ் சற்றே சங்கடப்பட்டார், அதை மறைப்பதற்காக அவரும் சிரித்தார்.

"அப்புறம்? வேறு கல்யாணம் செய்வதற்கு பிளான் இல்லையா?"

நீதிபதி கேட்டார்.

"இல்லை,"

"குழந்தைகள் வேண்டாமா?"

"வேண்டாம்,"

நீதிமன்ற அறை திரும்பவும் அமைதியானது.

"பிறகு எதற்கு விவாகரத்து?"

"எனக்குச் சுதந்திரம் வேண்டும்."

ஜெஸபெல்லுக்குத் திடீரென ஆத்மாவில் இருந்து பயத்தின் இடுப்புப் பட்டை கழன்று போவதாக உணர்ந்தாள். அவள் மனப்பூர்வமாக உரக்கத் தெரிவித்தாள்:

"நான் யாருக்கும் பயப்படாமல் வாழவேண்டும்."

நீதிமன்ற அறை அமைதியுற்றது. குசுகுசுப்புகளின் அலை ஒன்று எழுந்தது. யாரெல்லாமோ ஒரே நேரத்தில் பேசிச் சிரித்தனர். நீதிபதி சைலன்ஸ் என்று சொன்னார். எதிர்த்தரப்பு வக்கீல், 'அவருக்கு அடங்கி ஒடுங்கி நடக்க விருப்பமில்லை, அவருக்கு ஒழுக்கங்கெட்டுத் திரியவேண்டும்' என்று உரக்கச் சொல்லவும் அங்கிருந்தவர்கள் திரும்பவும் உரக்கச் சிரித்தனர். அட்வகேட் பிலிப் மேத்யூஸ் தோற்றுப்போனதுபோன்று மறு விசாரணை போதுமென்று நிறுத்திவிட்டார். கூண்டில் இருந்து இறங்கும்போது 'ரொம்ப மோசமாப்போச்சு' என்று அவர் இரகசியமாகத் திட்டினார்.

"ஒரு குடும்பஸ்திரி ஆகறதுக்கும் தாயாகறதுக்கும் விருப்பம் இருக்குதுன்னு சொல்லணும்னு நான் குறிப்பிட்டுச் சொன்னேனில்லையா."

“ஆனா, எனக்கு அதுல விருப்பமில்லை.”

ஜெஸபெல் சொன்னாள்.

“விருப்பமில்லாட்டி வேண்டாம். ஆனா, கோர்ட்ல அப்படித்தான் சொல்லணும்னு நான் சொன்னேனே?”

“கோர்ட்ல பொய் சொல்லக்கூடாதுன்னுதா?”

பிலிப் மேத்யூவின் முகம் சிவந்தது.

“ஹூம். அப்படின்னா வாரத அனுபவிச்சுக்கோ. கேஸ் தோத்துப்போனா என்னை ஒண்ணும் சொல்லாதே.”

அவர் வெடுக்கெனத் திரும்பி மீண்டும் முன்பக்கம் போனார். ஜார்ஜ் ஜெரோம் மரக்காரன் விசாரணைக்காகக் கூண்டில் ஏறிக்கொண்டிருந்தான்.

ஜெஸபெல் புதிய மனோதிடத்தோடு அறையின் பின்பகுதிக்குச் சென்று பெஞ்சுகளுக்குப் பின்னால் நின்றாள். அவளைப் பார்த்து ஜார்ஜ் ஜெரோம் மரக்காரனின் கண்கள் அதிகமாகக் கூர்மைப்பட்டன. முகம் கடுமையானது. ஜார்ஜ் ஜெரோம் மரக்காரன் புத்தகத்தைத் தொட்டுச் சத்தியம் செய்தான். அவளுடைய வக்கீல் ஒருவித அலட்சியத்தோடு விசாரணையைத் தொடங்கினார். ஜெஸபெல், ஜார்ஜ் ஜெரோம் மரக்காரனைக் கூர்ந்து பார்த்தாள். பயமின்றி அவனுடைய முகத்தை முதன்முறையாகப் பார்த்தாள். அவனது புருவங்கள் நரைத்திருந்தன. நெற்றியில் சுருக்கங்கள் அதிகரித்திருந்தன. கண்களுக்குக் கீழே பெரிய கருவளையங்கள் தோன்றியிருந்தன. கன்னத்து எலும்புகள் உந்திக்கொண்டு நின்றன. கண்கள் கனன்றுகொண்டிருந்தன. அவன் புகைந்துகொண்டிருக்கிறான் என்று ஜெஸபெல்லுக்குத் தோன்றியது. உள்ளுக்குள் தீச்சட்டி எரிகின்ற ஒரு மனிதன். அவன் புகைந்துகொண்டே இருப்பான். மற்றவர்களை மூச்சுமுட்டச் செய்வான்.

“உங்களுடைய மகன் டாக்டர் ஜெரோம் ஜார்ஜ் மரக்காரன் விபத்து நேரிட்டுப் படுத்த படுக்கையாகிவிட்டார். இப்போதைய அவரது நிலை என்ன?”

அவளுடைய வக்கீல் கேட்டார்.

“தெய்வ கிருபையால் ரொம்பவே மேம்பட்டிருக்கிறான். என் மகன் விரைவில் எழுந்து நடப்பான் என்பதே எனது நம்பிக்கை.”

ஜார்ஜ் ஜெரோம் மரக்காரன் கண்களை மேலே உயர்த்தி அமைதியான கம்பீரக் குரலில் உருவிட்டான். ஜெஸபெல் சற்றே அதிர்ந்தாள்.

“மேம்பட்டிருக்கிறார் என்றால்? கோமாவில் இருப்பதாகத்தானே டாக்டர் ஜெரோமின் மெடிக்கல் ரிப்போர்ட்டில் இருக்கிறது.”

“அந்த ரிப்போர்ட் சரியில்லை என்று நான் அன்றே புகார் செய்திருந்தேன்.”

ஜார்ஜ் ஜெரோம் மரக்காரன் சற்று நிறுத்தினான். ஜெஸபெல்லுக்கு நேராக கடுப்பாகப் பார்த்தான்.

“அந்த ரிப்போர்ட்டில் சில ஏடாகூடங்களைச் செய்வதற்குச் சிலர் முயற்சி செய்ததாகப் பின்னர் தெரியவந்தது. என் மகன் எழுந்து நடக்கமாட்டான் என்று நிரூபிப்பதற்குச் சிலருக்குப் பெரிய நிர்ப்பந்தம் இருந்தது. ஆனால், எல்லாம் வல்லவனான தெய்வத்தால் முடியாதது எதுவும் இல்லை. இன்று எனது மகனின் நிலை மிகவும் மேம்பட்டிருக்கிறது. அவன் விரைவில் பூரண குணம் பெற்று மீண்டும் டாக்டராக வேலைக்குப் போவான் என்று அவனுக்குச் சிகிச்சையளிக்கும் டாக்டர் பால் நேற்றும் என்னிடம் சொன்னார்.”

“யார் இந்த டாக்டர் பால்?”

“அவர் இந்த நிலையில் உள்ள பல நோயாளிகளையும் எழுந்து நடக்கவைத்திருக்கிறார். எலக்ட்ரோ ஹோமியோபதியில் ஒருவகைப்பட்ட சிகிச்சை முறையை அவர் செய்கிறார்.”

“இவ்வளவு காலம் கோமாவில் கிடந்த ஒரு நோயாளியால் முழு ஆரோக்கியம் பெற்று எழுந்து நடக்க முடியுமா?”

“கோர்ட் கருணை காட்டினால் இன்றிலிருந்து ஒரு வருடம் முடிகின்ற நாளில் என் மகனை நான் இந்தக் கோர்ட்டில் கொண்டுவந்து நிறுத்துவேன். அதுவரைக்கும் கால அவகாசம் கொடுக்கவேண்டும் என்று மட்டுமே கேட்டுக்கொள்கிறேன்.”

“நீங்கள் சொல்கின்ற வாக்குப் பலிக்காமல் போய்விட்டால்? எனது கட்சிக்காரருக்கு மேலும் ஒருவருடம் காத்திருக்கவேண்டி

வருமல்லவா? உங்கள் மகன் எழுந்து வந்தாலும் பழைய ஆரோக்கியம் உண்டாகும் என்பதற்கு என்ன உத்தரவாதம் இருக்கிறது? உங்கள் மகனின் மனைவிக்கு இப்போதே வயது இருபத்தேழு முடிந்துவிட்டது. முதல் பிரசவம் இருபத்தெட்டுக்கு முன்பு நடப்பதுதான் குழந்தைக்குப் பிற குறைபாடுகள் உண்டாகாமல் இருப்பதற்கு மிகவும் நல்லதென்று மருத்துவ அறிவியல் வழிகாட்டுகிறது. இத்தகைய சூழ்நிலையில் டாக்டர் ஜெஸபெல்லுக்கு வேறொரு திருமணம் செய்விப்பதற்கான காலம் கடந்துவிட்டது. அதனால் இந்த விவாகரத்தை அனுமதிப்பதுதானே நல்லது?"

"முதலில், திரும்பவும் திருமணம் செய்வதற்கோ தாயாவதற்கோ விருப்பம் இல்லையென்று டாக்டர் ஜெஸபெல் இங்கே சொல்லியிருக்கிறார்."

"அது அவர் இப்போதைய முட்டாள்தனத்தினால் சொல்வதாக இருக்கலாமல்லவா. குடும்பத்தினரும் உறவினர்களும் கட்டாயப்படுத்தினால், பெண் இல்லையா, நாளைக்கு அந்த அபிப்பிராயம் மாறாதென்று சொல்லமுடியுமா?"

"டாக்டர் ஜெஸபெல்லின் விசயத்தில் வேறு யாரைவிடவும் எனக்கு அக்கறை உண்டு. அவள் எனக்கு மருமகளாக இருக்கவில்லை. மகளாக இருந்தாள். அவள் என் மகனின் உயிராக இருந்தாள். அவனைப்போலவே அவளை நாங்களும் நேசித்தோம். இப்போதும் நேசிக்கிறோம். அவளுடைய அப்பாவைப் போலவே எனக்கும் அவளுக்கு ஒரு நல்ல வாழ்க்கை வேண்டும் என்ற ஆசை இருக்கிறது. ஆனால், சார், என் மகன் நேசிப்பதுபோன்று வேறு யாரும் அவளை நேசிக்கமாட்டார்கள். வேறு யாருடன் போனாலும் அவளுக்கு அவனிடத்திலிருந்து கிடைத்த நேசமோ பாதுகாப்போ கிடைக்காது."

"ஆனால், உங்களுடன் இருந்த நாட்களில் எல்லாம் டாக்டர் ஜெஸபெல்லை நீங்கள் குரூரமாக அவமானப்படுத்தவும் துன்புறுத்தவும் செய்தீர்கள்தானே?"

"யார்? நானா? ஜெஸபெல் அப்படிச் சொன்னாளா?"

ஜார்ஜ் ஜெரோம் மரக்காரன் வாய்பிளந்து நின்றான். திகைப்புற்றதுபோன்று நடிப்பதற்கான அவனுடைய திறமை ஜெஸபெல்லைத் திகைப்படையச் செய்தது.

“டாக்டர் ஜெஸபெல்லைப் போன்ற சுறுசுறுப்பும் புத்திசாலித்தனமும் உள்ள ஒரு பிள்ளை மருமகளாகக் கிடைத்ததில் நான் எப்போதும் தெய்வத்துக்கு நன்றி சொல்லிக் கொண்டிருக்கிறேன். அவள் கொஞ்சம் பொறுப்பற்றவள் என்ற ஒரு பிரச்சனையையே இன்றுவரை அவளிடம் காண்கிறேன். எனக்கும் எனது செத்துப்போன மனைவிக்கும் அவளிடத்தில் மிகுந்த அன்பு இருந்தது.”

“அப்படி இருந்திருந்தால் மருமகளுக்கு ஒரு நல்ல வாழ்க்கையைக் கொடுப்பதற்கு உங்களுக்கும் பாத்தியதை உண்டுதானே? இந்த விவாகரத்தை எதிர்க்காமல் அதை அனுமதித்திருப்பதுதானே உசிதம்?”

ஜார்ஜ் ஜெரோம் மரக்காரன் வேதனையோடு புன்னகைத்தான்.

“மரியாதைக்குரிய நீதிமன்றம் ஒரு விசயத்தைப் புரிந்துகொள்ள வேண்டும். என் மகனுக்கு ஏதாவது சம்பவித்ததென்றால் நானே முன்கை எடுத்து எனது மருமகளின் திருமணத்தை நடத்தத் தயாராக உள்ளேன். ஆனால், டாக்டர் ஜெஸபெல் நீங்கள் நினைக்கின்ற நிலையில் உள்ள ஒரு பெண் அல்ல. அவளுக்குப் பெற்றுக்கொள்வதற்கோ குழந்தைகளை வளர்ப்பதற்கோ விருப்பமில்லை. திருமணம் முடிந்ததில் இருந்தே அவள் கருக்கலைப்பு மாத்திரைகளை எடுத்துக்கொண்டாள். இந்த விசயத்தில் என் மகனுக்கு மிகுந்த வருத்தம் இருந்தது. அவன் அதை என்னிடம் சங்கடத்தோடு சொல்லவும் செய்தான்.”

ஜார்ஜ் ஜெரோம் மரக்காரன் சற்று நிறுத்தினான்.

“நான் இப்போது சொன்னது பொய் என்றால் இரண்டு வருடம் என் மகனோடு சேர்ந்து வாழ்ந்த ஜெஸபெல்லுக்கு எதனால் குழந்தை உண்டாகாமல் இருந்தது? மாத்திரை சாப்பிடவில்லையென்றால் டாக்டர் ஜெஸபெல்லுக்குத் தாயாவதற்கான திறன் இல்லாததினாலா? அது பரிசோதித்துத் தெரிந்துகொள்ளவேண்டிய விசயம்.”

வக்கீல் ஒரு நிமிடம் சற்று பதறினார். ஜார்ஜ் ஜெரோம் மரக்காரன் தொடர்ந்தான்.

“அப்புறம் இன்னொரு திருமணம். இங்கிருந்து விவாகரத்துக் கொடுத்தாலும் தேவாலயத்தில் இருந்து விவாகரத்துக்கு அனுமதி கிடைத்தால் மட்டுமே அவளுக்கு இன்னொரு திருமணம்

தேவாலயத்தில் வைத்து நடத்த முடியும். கத்தோலிக்கர்களாகிய எங்களுக்குத் தெய்வம் ஒன்றுசேர்த்து வைத்ததைப் பிரிப்பதற்கு அனுமதியில்லை. கணவன் இந்தநிலையில் கிடக்கும்போது போட்டுவிட்டுப் போவதற்குத் திருச்சபை எந்த மனைவியையும் அனுமதிக்காது. அதுமட்டுமல்ல, இரண்டரை வருடம் கண்ணே பொன்னே என்று சொல்லி உள்ளங்கையில் வைத்து நடந்த கணவன் ஒரு விபத்தில் சிக்கிப் படுத்த படுக்கையான உடனே வேறு கல்யாணம் செய்வதற்கு அலைகின்ற ஒருத்தியை யார் கட்டுவார்?"

அவன் சற்று மூச்சுவாங்கினான்.

"அப்புறம் நீங்கள் சொல்வதுபோன்று என் மருமகளின் சந்தோசத்தைக் கெடுப்பதற்கு நான் ஆசைப்படவில்லை. காரணம், என் மகன் அவனுடைய மனைவியை அந்த அளவுக்கு நேசித்தான். அவன் ஒருமுறைகூட அவளுடைய ஒரு ஆசையைக்கூட நிறைவேற்றாமல் இருந்ததில்லை. அவன் ஒருமுறைகூட அவளைக் கிள்ளி நோகவைத்ததும்கூட இல்லை. ஆனால், அந்த நேசத்தையெல்லாம் அவள் அவனுக்குத் திருப்பிக் கொடுத்தாளா என்று கேட்டால் என்னிடம் பதில் இல்லை. அவளுடன் சேர்ந்து வாழ்ந்த ஒவ்வொரு நிமிடமும் அவன் சகித்துக்கொண்டதையெல்லாம் என்னிடம் சொல்லி வருத்தப்பட்டிருக்கிறான். அப்போதெல்லாம் நான் அவனிடம் சொன்னது, மகனே, அவள் உன் மனைவி, என்னவெல்லாம் தப்பும் தவறும் இருந்தாலும் நீ அவளுடன் பிரியமாக இருக்கவேண்டும் என்றுமட்டும்தான். என் மருமகளுக்கு விவாகரத்து வேண்டுமென்றால் வாங்கிக்கொள்ளட்டும். நான் சம்மதிக்கிறேன். ஆனால், இப்போதில்லை. ஒரு வருடம் கழித்து. காரணம், இந்த நீதிமன்றத்தின் முன்னால் நான் தெய்வத்தின் பெயரில் சத்தியமாகச் சொல்கிறேன் - என் மகன் எழுந்து வருவான். அவன் வந்து, அவன் ஒரு முடிவு எடுக்கட்டும். என்னவானாலும் இவ்வளவும் ஆகிப்போய்விட்டது. ஒரு வருடம், ஒரே ஒரு வருடமாவது நீதிமன்றம் கால அவகாசம் தரவேண்டும் என்பதுதான் எனது வேண்டுகோள்."

ஜார்ஜ் ஜெரோம் மரக்காரன் ஒரு கணம் நிறுத்தினான். ஆழ்ந்து மூச்செடுத்தான். நீதிமன்ற அறை அமைதியாக இருந்தது. சிமெண்ட் பூசி வேலை பாதி முடிந்திருந்த படிக்கட்டுக்குக் கீழே படிந்து கிடக்கின்ற புழுதிக்குள் ஒரு எலிக்குட்டி ஓடியது.

ஜெஸபெல் உணர்ச்சியற்று அதைப் பார்த்துக்கொண்டிருந்தாள். வக்கீல் தொண்டையைச் செருமினார்.

“கால அவகாசம் கொடுங்கள் என்று சொன்னால்?”

“எனது மகனின் ஆரோக்கியம் ஒவ்வொரு நாளும் முன்னேறி வருகிறது. அவன் எழுந்து வருவான். நாங்கள் எத்தனையோ நல்ல நல்ல டாக்டர்களிடம் காட்டினோம். ஜெரோம் எழுந்துவிடுவான் என்றுதான் அவர்கள் எல்லோரும் சொல்லியிருக்கிறார்கள். ஆனால், காலம் எடுக்கும். எனக்கு நல்ல எதிர்பார்ப்பு இருக்கிறது. என் மனைவி அவனுக்காக விரதம் இருந்து இருந்து மனநிலை தப்பிப்போய்த்தான் இறந்தாள். அவளுடைய மரணத்துக்குப் பிறகு ஜெரோமின் நிலையில் நல்ல மாற்றம் இருக்கிறது. தூக்கம் அதிகரித்திருக்கிறது. அழைக்கும்போது தலை திருப்புகிறான். கண்மணிகள் அசைகின்றன. சாருக்குச் சந்தேகம் இருந்தால் என்னுடன் வீட்டிற்கு வாருங்கள். பிளைட் டிக்கெட்டுக்கான பணம் நான் கொடுக்கிறேன். வந்து பாருங்கள். அவனிடம் எவ்வளவு இம்ப்ரூவ்மெண்ட் இருக்கிறதென்று தெரிந்துகொள்ளவேண்டுமென்றால் ஒருமுறையாவது கொஞ்சம் வந்து பாருங்கள்.”

அவன் திரும்பவும் நிறுத்தினான்.

“என் மருமகள் டாக்டர் ஜெஸபெல் எனக்கு மருமகளாக இருக்கவில்லை. மகளேதான். அவளுக்கு ஒரு நல்ல வாழ்க்கை கிடைப்பதில் எனக்குச் சந்தோசமேதான். ஆனால், அவள் ஒரு பிடிவாதக்காரி. என்னோடும் என் மனைவியோடும் ஒரு சிறு புரிதலின்மையின் பேரில் எங்களை விட்டுப் போனவள். அந்த வேதனையில்தான் என் மனைவி இறந்துபோனாள். ஆனால், எனக்கு அவளிடம் எந்த விரோதமும் இல்லை. எனக்கு ஜெஸபெல்லிடம் ஒரு வேண்டுகோளே இருக்கிறது. ஒரு வருடம், என் மகன் எழுந்து வரும் வரைக்கும் ஒரேயொரு வருடம் பொறுத்திருக்கவேண்டும். அவனிடம் ஒரு வார்த்தை சொல்லிவிட்டுப் பிறகு அவள் யாரோடு வேண்டுமென்றாலும் போய்க்கொள்ளட்டும்.”

நீதிமன்றம் அமைதியானது. ஜார்ஜ் ஜெரோம் மரக்காரன் ஆழ்ந்து மூச்செடுத்தான்.

“டாக்டர் ஜெஸபெல்லுக்கு இளம் வயது. அவளுக்கு ஒரு தந்தையின் வேதனையைப் புரிந்துகொள்வதற்கான வயது ஆகவில்லை. முழுமையான ஆரோக்கியமுடைய ஒரு இளைஞனைத்தான் நான் அவளுக்குத் திருமணம் செய்து வைத்தேன். ஆனால், எனக்கு அவள் திருப்பித் தந்தது ஒரு உயிருள்ள சவமாக இருந்தது. அவனை இவ்வளவு காலம் நான் பராமரித்தேன். அவனது ஆரோக்கியம் நன்றாகவே மேம்பட்டிருக்கிறது. சீக்கிரம் அவன் பழைய நிலையை அடைவான். அதுவரைக்கும், கொஞ்ச காலம், இன்னும் கொஞ்ச காலம் மட்டுமே நான் கேட்கிறேன். மாண்பமை நீதிமன்றத்திடம் இந்த வயதான தந்தைக்குக் கருணை காட்டவேண்டும் என்று மட்டுமே என்னால்...”

உடைந்த அழுகை ஒன்று எழுந்தது. ஜார்ஜ் ஜெரோம் மரக்காரனின் தேம்பலின் சப்தம் அந்தக் கூடத்தில் எதிரொலித்தது. அறையில் இருந்த பெண் வழக்கறிஞர்களும் ஜெஸபெல்லிற்கு அருகில் உட்கார்ந்திருந்த பெண்களும் கண் துடைத்தனர். ஒரு திரைப்படத்தில் அதுவரை குரூரனாக இருந்த வில்லன் திடீரென்று நல்ல கதைப்பாத்திரமாக உருமாறினால் ஏற்படுகின்ற அவநம்பிக்கையோடு ஜெஸபெல் விழித்துக்கொண்டு உட்கார்ந்திருந்தாள். வாழ்க்கையில் அழாமல் போன அழுகை அத்தனையையும் ஜார்ஜ் ஜெரோம் மரக்காரன் அழுதான். நீதிபதி முகத்தை அழுத்தித் துடைத்தார். ‘போய் உட்காருங்கள்’ என்று சைகை செய்தார். ஜார்ஜ் ஜெரோம் மரக்காரன் கூண்டில் இருந்து இறங்கியபோது கால்கள் தடுமாறின. அவனுடைய வக்கீல் ஓடிவந்து தாங்கிப்பிடித்தார்.

வழக்கை நான்கு மாதங்களுக்கு நீட்டித்ததாக நீதிபதி அறிவித்தார். நான்கு மாதம் கழித்து ஜெரோம் ஜார்ஜ் மரக்காரனின் உடல்நல முன்னேற்றத்தைத் தெரிவிக்க வேண்டும். மருத்துவரின் சான்றிதழைச் சமர்ப்பிக்க வேண்டும். நான்கு மாதம். ஜெஸபெல் எரிச்சலுற்றாள். நான்கு மாதம் மிகச்சிறிய காலம். ஆனால், இருந்தாலும் அதுவொரு யுகமாக அவளுக்குத் தோன்றியது.

அவள் வெளியே வந்து நடைகூடத்தில் நின்றாள். பின்னாலேயே வந்த அவளது வக்கீல் அவளைப் பார்த்து முகம் கடுகடுத்து ‘நம்ம கேஸ் தோத்துப்போச்சு’ என்று முணுமுணுத்தார். ‘தீர்ப்பு வரலைதானே’ என்று ஜெஸபெல் திகைத்தாள். ‘இனியென்ன

தீர்ப்பு, இந்தக் கேஸ அந்த ஆள் கொண்டுட்டுப்போய்ட்டான்' என்று வக்கீல் எரிச்சலுற்றார்.

"இல்லைன்னாலும் டாக்டரால கோர்ட்ட இம்ப்ரஸ் பண்ண முடியல. உங்க தோற்றமும் வேசமும் எல்லாம் கோர்ட்ல விபரீதமான தாக்கத்த உண்டாக்கிருச்சு. நான் எவ்வளவோ தடவை சொன்னேன், ஜீன்ஸ் போட்டுட்டு கோர்ட்டுக்கு வராதீங்கன்னு. கணவன் இவ்வளவு பெரிய பேராபத்துல சிக்கின நிலையில ஒரு துக்கபாவம்கூட இல்லாம வார மனைவி மேல கோர்ட்டுக்கு எப்படி மதிப்பு வரும்?"

வக்கீலின் முகத்தில் நிறைந்து நின்ற எரிச்சலைப் பார்த்தபோது ஜெஸபெல்லுக்குக் குறும்புத்தனம் தோன்றியது.

"மேரேஜ் கான்சம்மேட் ஆகலைன்னு சொன்னா?"

அவள் கேட்டாள்.

"உங்கள மாதிரி ஒரு டாக்டர் ரெண்டு வருஷம் ஒருத்தன்கூட அப்படி வாழ்ந்தாங்கன்னு சொன்னா யாரு நம்புவாங்க?"

வக்கீலுக்குக் கோபம் அதிகமானது. ஜெஸபெல் மெதுவாகப் புன்னகைத்தாள்.

"வேணும்னா கன்னித்தன்மைப் பரிசோதனை நடத்தலாம். கோர்ட்டுக்கு நம்பிக்கை வரட்டும்."

அவள் சிரித்தாள். வக்கீல் அடிவாங்கியதுபோன்று அதிர்ந்தார். அவள் சொல்வது நகைச்சுவையா இல்லையா என்று புரிந்துகொள்வதற்கு அவர் சிறிது சிரமப்பட்டார். 'காலம் கடந்துபோச்சு' வக்கீல் சங்கடத்தோடு கூறினார். 'சொல்லவேண்டியதை முன்னாடியே சொல்லணும். அதுதான் கோர்ட்டோட முறை.' ஜெஸபெல் கன்னக்குழிகள் மலர்த்திச் சிரித்தாள். 'சொல்லியிருந்தால் என் முகத்தில் துக்கபாவம் இல்லையென்று புகார் மாறுமோ' என்று அவள் கேட்டாள். வக்கீல் சங்கடத்தோடு பின்னால் திரும்பினார். ஆனால், அவருடைய முகத்தில் இருந்த வெறுப்புக்கும் சகிப்பின்மைக்கும் குறை வந்திருந்தது. கொஞ்சூண்டு இறுக்கமின்மையும் தயவும் தெரிந்தன. அது எதனாலாக இருக்கும் என்று ஜெஸபெல் சிந்தித்தாள். கன்னிப்பெண்ணின்மீதான ஆணின் தயவாக இருக்குமோ அது? கன்னிப்பெண்ணுடனான ஆணின் வழியை யார் அறிவார்!

படிக்கட்டுக்குக் கீழே ஜெஸபெல் நின்றாள். அவள் சோர்ந்துபோயிருந்தாள். அப்போது சுடிதார் அணிந்த ஒரு பெண் படிக்கட்டுக்கு மேல் இருந்து 'டாக்டரே' என்று அழைத்தாள். அவளது கையில் ஒன்று ஒன்றரை வயது மதிக்கத்தக்க ஒரு குழந்தை இருந்தது. ஜெஸபெல் படி ஏறும்போது அவள் 'டாக்டருக்கு என்னை ஞாபகம் இருக்கா' என்று உரக்கக் கேட்டாள். படி ஏறி மேலே வந்ததும் அவள் ஜெஸபெல்லின் கையைப் பிடித்தாள். 'டாக்டரே, என் மகனுக்குத் தீக்காயம் உண்டானப்ப மெடிக்கல் காலேஜ்ல வச்சு...' என்று தன்னைத்தானே அறிமுகப்படுத்தத் தொடங்கினாள். ஒரு கணம் கழித்து ஜெஸபெல்லுக்கு அவளை ஞாபகம் வந்தது. ஜெரோம் ஜார்ஜ் மரக்காரனின் திருமணத் திட்டத்தோடு சோஷா அத்தை வந்த அன்றைக்குத் தீக்காயம் உண்டான எட்டு வயதுக்காரனின் தாய்! அன்று இந்தப் பெண் அழுது அழுது பைத்தியமானதும் குழந்தை இறந்ததறிந்து இரண்டாம் தளத்திலிருந்து கீழே குதிக்கத் தயாரானதும் அவளுக்கு நினைவுக்கு வந்தன. ஆனால், இப்போது அவளது முகத்தில் பேராபத்தின் அடையாளங்களைக் காணமுடியவில்லை. 'என்னோட மக. பாருங்க டாக்டர்' அவள் குழந்தையைக் காட்டினாள். ஜெஸபெல் குழந்தையின் கையைப் பிடித்துப் பார்த்தாள். நல்ல ஆரோக்கியமான குழந்தை. அவளது கண்களின் பளபளப்பும் முடியின் தளதளப்பும் ஆரோக்கியத்தையும் நல்ல வளர்ச்சியையும் எடுத்துக்காட்டின. 'வாக்ஸினேஷன் எல்லாம் போட்டாச்சுதானே, வீட்டில் இருக்கறதெல்லாம் கொடுக்கத் தொடங்கியாச்சுதானே' இப்படிச் சில கேள்விகளை ஜெஸபெல் கேட்டாள். 'கொஞ்சம் காய்ச்சல், ஹெல்த் சென்டர்ல மருந்து வாங்க வந்தேன்' என்று தாய் சொன்னாள். 'சின்னக் காய்ச்சலுக்கு மருந்து கொடுக்கவேண்டாம்' என்று ஜெஸபெல் அறிவுரை கூறினாள். குழந்தையின் முகத்திலும் தாயின் முகத்திலும் இருந்த சிரிப்பு அவளையும் சிரிக்கவைத்தது.

அதற்கிடையில், ஜெஸபெல்லின் பார்வை கீழே நீதிமன்ற வாசலுக்குத் திரும்பியது. ஜார்ஜ் ஜெரோம் மரக்காரன் அவனுடைய வக்கீலுடன் படிக்கட்டுக்கு அருகில் வந்திருந்தான். அவனும் சிரித்துக்கொண்டிருந்தான். நீதிமன்றத்தில் வடிந்த கண்ணீர் ஆவியாகி முகத்தில் சிரிப்பு மட்டும் மலர்ந்திருந்தது. அவளைப் பார்த்தபோது அவனுடைய முகம் இறுகியது. கண்களில் வேறொருவிதமான சிரிப்பு ஜொலித்தது.

ஜெஸபெல்லுக்குக் கோபமோ வெறுப்போ தோன்றவில்லை. அவள் அவனையே உற்றுப் பார்த்தாள். அவன் அவளையே உற்றுப் பார்த்தான். அவனுடைய கண்களில் இருந்து தீ உமிழ்வது போன்று தோன்றியது. ஜெஸபெல்லுக்குத் தலை கனத்தது. அவன் அறைந்த ஆணித்துவாரங்கள் தனது உடலில் வலிப்பதை அவள் அறிந்தாள். அவனுடைய முகத்தில் கடந்த சில காலத்திய கஷ்டப்பாடுகளின் கருத்த நிழலைக் காணமுடிந்தது. நெற்றியில் நரம்புகள் புடைத்திருந்தன. அவனுடைய உடல் மேலும் கூனியிருந்தது. அவன் அருகில் வரும்போது ஒருவேளை, தன்னைக் கொன்றுபோட்டுவிடுவான் என்று அவளுக்குத் தோன்றியது. அப்போதுபார்த்து விவாகரத்து வழக்குக்காக வந்த கும்பல் ஆரவாரத்தோடு வெளியேவந்தது. ஒரு இளைஞன் அவர்களிடமிருந்து தப்பிப்பதற்காகப் படிக்கட்டில் ஓடி ஏறினான். உயிரச்சத்தில் அவன் ஜார்ஜ் ஜெரோம் மரக்காரனை இடித்துத் தள்ளவும் ஜார்ஜ் ஜெரோம் மரக்காரன் நிலைதடுமாறிக் கைப்பிடி இல்லாத படிக்கட்டின் பக்கமாக விழுந்தான்.

ஓடவும் துரத்தவும் செய்தவர்களின் ஆரவாரம் அகன்றது. ஜார்ஜ் ஜெரோம் மரக்காரனின் அலறல் மட்டும் உயர்ந்தது. ஜெஸபெல் ஓடிப் படியிறங்கினாள். அவனை ஆட்கள் பிடித்துத் தூக்கிக்கொண்டிருந்தனர். இடது கை மூட்டு பிசகித் திரும்பியிருந்தது. ‘கை ஒடிஞ்சுபோச்சா’ என்று யாரோ கேட்பது கேட்டது. ‘ஐயோ, என் முதுகு’ என்று அவன் கத்தினான். ஜெஸபெல் கூட்டத்தை விலக்கிக்கொண்டு அருகில் சென்றாள். கூட்டம் அவளுக்கு வழி விட்டது. அவள் அவனுடைய கையையும் காலையும் பிடித்துப் பார்த்தாள். ‘சீக்கிரமா ஆஸ்பத்திரிக்குக் கொண்டுபோகணும்’ ஜெஸபெல் சொன்னாள். ஜார்ஜ் ஜெரோம் மரக்காரன் அவளுடைய குரலை அடையாளம் கண்டுகொண்டானா என்று உறுதியாகத் தெரியவில்லை. அவனுடைய முகத்தில் நிலைத்திருந்த வெறுப்பின்மேல் வலியின் கருப்புப் போர்வை விழுந்து கிடந்தது. ஒரு குறும்புக்காரக் குழந்தை புல்லைப் பிடுங்கியதுபோன்ற வலி, அவனுடைய எலும்புகளின் வேர்களும் தசைகளின் வேர்களும் இழுக்கப்பட்டு அறுபடுகின்றன என்று அவள் அறிந்தாள். அவனுடைய முகம் நீலம்பாய்ந்து கருத்துப்போனது. வியர்வையில் குளித்தது.

வலியில் மனிதர்கள் கடலில் உப்புக்கட்டியைப் போன்று கரைந்துபோவார்கள். அவர்கள் அவர்களே அல்லாமல்

போய்விடுவார்கள். அவர்கள் கடல் நீராகவே ஆகிப்போவார்கள். அலை எழுகையில் கரையில் தலை மோதவும் அலை இறங்குகையில் ஆழத்தில் ஆழ்ந்துபோகவும் செய்கின்ற வெறும் வெள்ளம். ஏனென்றால் எல்லா மனிதர்களும் ஒற்றைப் புல்லுக்கு நிகரானவர்கள். அவர்களின் மகிமை புல்லின் பூவுக்கு நிகரானது. புற்கள் வாடிக் கருகுகின்றன. பூக்கள் உதிர்ந்து விழுகின்றன.

நான்கு மாதம், ஜெஸபெல் நினைத்தாள். நான்கு மாதம் கழிந்தாலும் வழக்கு நீளும். எலும்பு முறிவுகள் கூடிச்சேர்வது வரைக்கும் ஜார்ஜ் ஜெரோம் மரக்காரன் நேரம் கேட்பான். காலத்தை நீட்டி நீட்டிக் கேட்பான். அவளது தலை கனத்தது. கடைசி ஆணியும் உடலில் துளைத்துக்கொண்டு ஏறுவதை அவள் உணர்ந்தாள்.

'ஏலி, ஏலி, லாமா சபக்தானி' அதாவது 'என் தேவனே என் தேவனே நீ என்னை ஏன் கைவிட்டாய்' என்று ஜெஸபெல்லுக்குக் கதறியழத் தோன்றியது. ஆனால், அதைக் கேட்டு அவர்கள் எலியாவைக் கூப்பிடுகிறாள் என்று நினைத்தால்?

எலியா தீர்க்கதரிசி யோர்தானுக்குப் போனான். அங்கே வைத்து அவன் எடுக்கப்பட்டான். போவதற்கு முன்பு எலியா ஜெஸபெல் ராணியைச் சபித்தான்: இஸ்ரேலின் எல்லைக்குள் வைத்து ஜெஸபெல்லை நாய்கள் தின்னும்.

ஆனால், அதற்கு முன்பு நான் கண்ணுக்கு மையெழுதி தலைமுடியை முடிந்துவைத்துப் போருக்குத் தயாராகி, சாளரத்தின் வழியாகக் கீழே பார்ப்பேன் - ஜெஸபெல் தன்னை விரும்புபவளானாள்.

என்னவென்றால் நான் மனப்பூர்வமாகச் சொல்கிறேன், நான் ராணியாக வாழ்கிறேன். நான் விதவையல்ல. எனக்கு ஒருபோதும் அழுது புலம்பவேண்டி வராது.

எல்லாம் நிறைவடைந்தன. ஜெஸபெல் தலை வணங்கித் தனது ஆத்மாவைப் பரலோகத்துக்கு அர்ப்பணித்தாள்.

24

மணமுறிவு வழக்கிற்காக அலைந்ததால் தனக்கு என்ன நன்மை விளைந்தது என்று பிற்காலத்தில் மதிப்பிட்டபோது ஜெஸபெல்லுக்கு வெளிப்பட்டது:

சிலுவையில் அறையப்பட்டதால் மட்டும் மனிதகுமாரியின் தண்டனை முடிந்துபோவதில்லை. அவளது கால்கள் முழுமையாக உடைக்கப்படும். இறந்துவிட்டாள் என்பதை உறுதிப்படுத்துவதற்காக அவர்கள் விலாவில் குத்தீட்டி கொண்டு குத்துவார்கள். ரத்தமும் நீரும் பீறிடும்போது ஆனந்திப்பார்கள். தாங்கள் குத்திக் காயப்படுத்தியவளை அவர்கள் பார்த்துக்கொண்டு நிற்பார்கள்; பரிகசிப்பார்கள். யாரேனும் அவளது உடலை ஏற்றுவாங்கி, தூய்மையான ஒரு துணியில் பொதிந்து பாறையில் குடைந்து உண்டாக்கிய கல்லறையில் அடக்கம் செய்தால் அவர்கள் அதன் வாயிலை ஒரு பெரிய கல்லை உருட்டி வைத்து அடைப்பார்கள்.

ஜார்ஜ் ஜெரோம் மரக்காரனை ஏற்றிய ஆம்புலன்சுக்குப் பின்னால் கார் ஓட்டும்போது, ஜெஸபெல் மூச்சுவிடுவதற்குத் தான் சிரமப்படுவதை உணர்ந்தாள். *சிலுவையில் கிடப்பவர்களுக்கு மூச்சுவிடுதல் எளிதல்ல* என்று டாக்டரான ஜெஸபெல் சிலுவையில் அறையப்பட்ட ஜெஸபெல்லுக்கு நினைவுபடுத்தினாள். *திருமணம் செய்யும்போது ஏற்படுவதுபோன்று, சிலுவையில் அறையப்படும்போதும் உடலின் பாரத்தை மிக அதிகமாக உணர்வாய். தொங்கிக்கொண்டிருக்கும்போது உடலின் பாரம் தொடக்கத்தில் கால்களில் இருக்கும். அதனால் முழங்கால்களை நாற்பத்தைந்து டிகிரி வளைத்து வைத்துத்தான் சிலுவையில் அறைவார்கள். காரணம், கால்களால் பாரத்தைத் தாங்கமுடிகின்ற வரைக்கும் மரணம் தாமதமாகும். மரணம் மேலும் எளிமையாவதற்காக முழங்கால் முட்டிகளைத் தகர்க்கவேண்டி வரும். முழங்கால்கள் உடைந்தபின் உடல் தொங்குவது நீட்டிவைத்த இரண்டு கைகளிலாக இருக்கும். பாரம்*

தொங்கி தசை ஆணியிலிருந்து தளர்ந்துபோகாதிருப்பதற்காக மணிக்கட்டுகளைக் கட்டிவைப்பதுண்டு. நீண்ட நேரம் தொங்குகின்றபோது தோள்பட்டை எலும்புகள் அவற்றின் மூட்டுகளில் இருந்து உருவிக்கொண்டு வரும். இதனால் கைகளுக்கு நீளம் கூடும். நெஞ்சுக்கூடு கீழே தொங்கும். சுவாசக் காற்றை வெளியேற்றுவதற்கு உடல் போராடும். மூச்சு முட்டும். உடல் வியர்த்தொழுகும். காயங்களில் இருந்து ரத்தம் கசிந்துகொண்டிருக்கும். ஹைபோவோளமிக் ஷாக் காரணமாக கார்டியோ வாஸ்குலர் கொலாப்ஸ் - அத்தோடு, எல்லாம் முடிந்துவிடும்.

ஜார்ஜ் ஜெரோம் மரக்காரனின் வக்கீல் விபத்து விவரத்தைத் தெரியப்படுத்தியிருந்தமையால் ஆபிரஹாம் சம்மநாட்டும் கிரேஸி அத்தையும் மருத்துவக்கல்லூரியின் தீவிரச் சிகிச்சைப் பிரிவுக்கு வந்திருந்தார்கள். ஜார்ஜ் ஜெரோம் மரக்காரனை மருத்துவர்கள் பரிசோதிப்பதை, ஆபிரஹாம் சம்மநாட்டிடம் பேசுவதை, ஜார்ஜ் ஜெரோம் மரக்காரனின் உடலை ஸ்ட்ரெச்சரில் வைத்துத் தள்ளிக்கொண்டு போவதை ஜெஸபெல் ஒரு திரைப்படத்தில் காண்பதுபோன்று பார்த்துக்கொண்டு நின்றாள். செவிலியரில் சிலர் அவளிடத்தில் உள்ள அறிமுகத்தை வெளிப்படுத்தினர். உதவியாளர்கள் வணக்கம் தெரிவித்தனர். பரபரக்கும் சனத்திரளில் ஒருத்தியாக நிற்கையில், ஜெஸபெல் சிலுவைப்பாடு பற்றித்தான் சிந்தித்தாள். சிலுவையில் அறையப்பட்டால் இறப்பதற்கு எவ்வளவு நேரம் எடுக்கும்? ஒரு மணி நேரம்? மூன்று மணி நேரம்? பெருவலியைத் தாங்குதவற்கு உடலுக்கு எப்படி சக்தி கிடைக்கும்? வலியின் உச்சத்தில் மூளைச்சாவு ஏற்படுமா? அப்படி நடக்கும்போது மூளை அதுவரைக்கும் சேகரித்து வைத்திருந்த நினைவுகளுக்கும் பீதிகளுக்கும் என்ன நேரும்?

சிறிது நேரத்திற்குப் பிறகு, அவளது கால்கள் அவளை வெளியே கொண்டுசென்றன. கைகள் காரின் கதவைத் திறந்தன. கார் தானாகவே பயணித்து அவளை வீட்டை அடையவைத்தது. அவளது கால்கள் அவளை வீட்டிற்குள் கொண்டுசென்று அவளது அறையை அடையவைத்துப் படுக்கையில் தள்ளின. 'என்னடீ குஞ்சூ, என்னாச்சு?' என்று கேட்டுக்கொண்டு பாட்டி உலுக்கி அழைத்தபோதுதான் அவள் திடுக்கிட்டு எழுந்தாள். 'கோர்ட்ல இன்னைக்கும் உன்னைப்போட்டுக் கடிச்சுப் பொளந்தாங்களா' என்று பாட்டி கவலையில் ஆழ்ந்தார்.

பாட்டி காய்ச்சல் விடாத கைகளால் அவளது தலைமுடியையும் தோளையும் வருடியபோது ஜெஸபெல்லின் ஆத்மா துடித்தது. ஆத்மா அவசர அவசரமாகத் தான் விட்டுவிட்டுப்போன அவளது உடலுக்குத் திரும்பி வந்தது. செத்துப்போன மூளை ஒரு ஷாக் டிரீட்மெண்ட் கொடுத்ததுபோன்று துடித்தது, திரும்பவும் விழித்தது. அவள் எழுந்து உட்கார்ந்தாள். தான் மரணத்திலிருந்து உயிர்த்தெழவேண்டி இருப்பவள் அல்லவா என்று தனக்கு நினைவூட்டினாள்.

ஜார்ஜ் ஜெரோம் மரக்காரனுக்கு நேர்ந்ததை அறிந்து பாட்டி அரண்டுபோனார். 'இருந்தாலும் அதெப்படி நடந்துச்சு' என்று அப்பா திகைப்படைந்தார். 'அங்கிருந்து மனுசனுக்குச் செஞ்சதுக்குத் தக்க பிரதிபலனக் கொடுக்கறாரு!' என்று பெருமூச்சு விட்டுக்கொண்டு அம்மா சிலுவை வரைந்தார். அப்பாவுடன் மருத்துவக் கல்லூரிக்குத் திரும்பச் செல்லும்போது ஜெஸபெல் ஜார்ஜ் ஜெரோம் மரக்காரன் என்ற மனிதன் தனது வாழ்க்கையில் உண்டாக்கிய காயங்களைப் பற்றி எரிச்சலின்றிச் சிந்தித்துக்கொண்டிருந்தாள். அவன் அவளது வாழ்க்கையை எப்படியெல்லாம் புரட்டிப்போட்டான்! இளம் புல்லில் மேய்ந்து திரிந்த முயல் குட்டியைக் கால்களால் உதைத்துத் தெறிக்கச் செய்வதுபோன்று எப்படியெல்லாம் அவளது ஆத்மாவை அழிக்க முயன்றான்! அதன்மூலம் என்ன லாபத்தைக் கண்டான்? எதற்காக அவனுக்குக் குடும்ப நீதிமன்றத்தில் வைத்தே இப்படியொரு விபத்து நேர்ந்தது? தனது கண் முன்னால்? தன் காலடியில்? நீதியின் வழிகள் அபாயமானது என்பதை அவள் கண்டாள். அவளது இதயம் பீதியுற்றது. அது தைரியத்தை வரவழைக்க முயன்று பலவீனமாகத் துடித்தது.

ஜார்ஜ் ஜெரோம் மரக்காரனுக்கு மோசமான இரண்டு முறிவுகள் ஏற்பட்டிருந்தன. அன்றைக்கே அவனுக்கு அறுவைச்சிகிச்சை செய்யவேண்டியிருந்தது. இரவு இரண்டு மணிக்கு அறுவைச்சிகிச்சை முடியும் வரைக்கும் ஜெஸபெல் குழந்தைகளின் மருத்துவமனையில் இருக்கும் டியூட்டி அறையில் காத்திருந்தாள். இரவு டியூட்டிக்கு இடையில் நேரம் கிடைத்தபோதெல்லாம் இர்ஷாத் அறுவைச்சிகிச்சை தியேட்டருக்குச் சென்று விவரங்களைக் கேட்டறிந்தான். எலும்புகள் கூடிச்சேர்வதற்கு குறைந்தது ஆறு மாதங்கள் ஆகும் என்று எதிர்பார்ப்பதாகக் கேட்டபோது ஜெஸபெல்லுக்குச்

சிரிப்பும் அழுகையும் வந்தது. எல்லாம் முடிந்து உலகத்தை விட்டுப் போவதற்கு எவ்வளவு நேரம் இருக்கிறது என்று யாருக்குத் தெரியும்? மனிதன் அவனது மார்க்கத்தை நிச்சயித்து வைக்கிறான். ஆனால், அவனது காலடிகளை வேறு யாரோ கட்டுப்படுத்துகிறார்கள்.

அடுத்தநாள் காலையில் போஸ்ட் ஆபரேஷன் வார்டுக்குப் புறப்படும்போது ஜெஸபெல்லின் மனம் வெறுமையாக இருந்தது. சிலுவையில் கிடப்பவருக்கு வலியின் உச்சத்தில் அனுபவப்படுகின்ற வெறுமைதான் அது என்று அவள் தன்னைத்தானே சமாதானப்படுத்தினாள். ஆபிரஹாம் சம்மநாட்டு விவரம் தெரிவித்திருந்தமையால், ஜார்ஜ் ஜெரோம் மரக்காரனின் உயிரோடு இருக்கும் ஒரே சகோதரி ரோஸம்மா வர்கீஸ் பளபளக்கும் புடவையும் ரவிக்கையும் கழுத்தில் கவரிங் நகைகளின் கனத்த ஆபரணங்களுமாக மருத்துவமனைக்கு வந்திருந்தார். அவருக்கு ஜார்ஜ் ஜெரோம் மரக்காரனின் அதே வயதுதான். கதைகள் பலவும் முன்பே கேட்டிருந்தார் என்றாலும் மருத்துவரானதால் இருக்கலாம், ஜெஸபெல்லிடம் அவர் பிரியமின்மையைக் காட்டவில்லை. அவள் அவருக்கு உணவு வாங்கிக் கொடுத்தாள். அவரது முழங்கால் வலிக்கு எலும்பு நோய் நிபுணர் டாக்டர் ஷஹீதிடமிருந்து மருந்து வாங்கிக் கொடுத்தாள்.

இரண்டாவது நாள் வாகன நிறுத்துமிடத்தில் வைத்து ஜெஸபெல் ஆபிரஹாம் சம்மநாட்டை நேருக்கு நேர் சந்தித்தாள். தன்னை எதிர்கொள்ளும்போது ஆபிரஹாம் சம்மநாட்டின் பார்வையில் பீதி நிறைவதை ஜெஸபெல் கவனித்தாள். அது தன்மீதான பீதி என்பதில் அவள் மகிழ்ந்தாள். அந்த பீதியைக் கூட்டுவதற்கு அவள் ஆசைப்பட்டாள்.

“ஜெரோம பார்த்துக்க அங்க யார் இருக்காங்க?”

அவள் அதிகார தொனியில் கேட்டாள்.

‘அவனோட நண்பன் ஒரு டாக்டர்’, என்று ஆபிரஹாம் சம்மநாட்டு அடக்கத்தோடு சொன்னார்.

“அவினாஷ் குப்தா ஜெரோமுக்கு வெறும் நண்பன்தானா?”

ஜெஸபெல் கட்டுப்படுத்தியும்கூட அவளது குரலில் மூச்சிரைப்பு கலந்தது. ஆபிரஹாம் சம்மநாட்டு தடுமாறினார்; பதறினார்.

ஜெஸபெல்லின் கண்களுக்கு முன்னால் கூனிக்குறுகவும் செய்தார். ஜெஸபெல் கோபமுற்றாள்.

"அப்படீன்னா அங்கிளுக்கு எல்லாம் தெரியும், இல்லையா? அவினாஷுக்கும் ஜெரோமுக்கும் இடையில இருந்த உறவப் பத்தியும் நல்லாத் தெரிஞ்சதுனாலதா என்னோட வாழ்க்கையத் தொலைச்சீங்க இல்லையா?"

ஆபிரஹாமின் கண்களில் துக்கம் நிறைந்தது.

"கல்யாணத்துக்கு அப்புறம் அதையெல்லாம் நிறுத்திடுவான்னு நான் நினைச்சேன்..."

ஜெஸபெல்லுக்குத் தனது உடல் பற்றி எரிவதாகத் தோன்றியது. அவள் நின்று எரிந்தாள். அவளுக்கு எல்லாவற்றையும் அடித்து நொறுக்கவேண்டும் என்று தோன்றியது. அவர்கள் கருக்கிக்கொண்டிருக்கும் வெயிலில் நின்றுகொண்டிருந்தனர். அவள் வியர்த்துத் தளர்ந்தாள். சுற்றிலும் மனிதர்கள் வரவும் போகவும் இருந்தனர். எண்ணிக்கையற்ற மனிதர்கள். நோயாளிகளும் நோயாளி அல்லாதவர்களும். வழிப்போக்கரும் வியாபாரிகளும். அவர்கள் எல்லோரும் சதிகாரர்கள் என்று அவளுக்குத் தோன்றியது. எல்லோருக்கும் எல்லாம் முன்பே தெரிந்திருந்தது. மகனால் பெண்களைக் காதலிக்க முடியாது என்று ஜெரோமின் டாடிக்குத் தெரிந்திருந்தது. மகனுக்கு ஆணுடன்தான் பாலியல் ஈர்ப்பு என்று ஜெரோமின் மம்மிக்குத் தெரிந்திருந்தது. தங்கையின் மகனுக்கு அவனது ஆண் நண்பர்களோடு உடல்ரீதியான உறவு உண்டு என்று ஆபிரஹாம் சம்மநாட்டுக்குத் தெரிந்திருந்தது. ஒருவிதத்தில், அவரது மனைவிக்கும் அவர்களின் உறவினர்கள் எல்லோருக்கும் இதெல்லாம் தெரிந்திருந்தது. எல்லோரும் ஒரு அதரப் பழசான திரைக்கதைக்கு ஏற்ப ஒரு ஆண், வாழ்க்கையை நடிப்பதைப் பார்ப்பதற்கு வேண்டி ஒரு பெண்ணைப் பிராயச்சித்த பலியாக அர்ப்பணித்துக்கொண்டிருந்தனர்.

"லில்லி எங்களுக்கு ஒரே தங்கை. அவ எங்களுக்கு உசுரு. நாங்களா கண்டுபிடிச்ச ஒருத்தன் அவளோட வாழ்க்கைய பாழாக்கிட்டான். அப்புறம் கிடச்சவன் தலையில கட்டினோம். அந்தக் காலமில்லையா? ஊர்க்காரங்க முன்னாடி முகத்தக் காப்பத்தறதுக்கு வேற என்ன வழி இருக்கு? ஆனா, அதவிட நல்லது கொல்லறதுதான். தெரியாமப்போச்சு. நாம

கிறிஸ்தவங்க யாரையும் கொல்லக்கூடாதே. ஆனா, சிலுவையில அறையலாம். அதுல கிடந்து ரத்தம் போயிப் போயிச் சாகறதப் பார்த்துக்கிட்டிருக்கலாம்."

ஆபிரஹாம் சம்மநாட்டு சிரிக்க முயன்றார். ஜெஸபெல்லுக்குச் சிரிப்பு வரவில்லை. சிலுவையில் கிடக்கின்ற உடலுக்கு, ரத்தம் சிந்திச் சிந்திச் சாகின்ற ஒரு உடலுக்கு, எப்படிச் சிரிப்பு வரும்?

"உங்க முகத்தக் காப்பாத்தறதுக்கு முதல்ல மம்மியோட வாழ்க்கை. அதுக்கப்புறம் என்னோட வாழ்க்கை. முகத்தக் காப்பாத்தறதுக்கு வேண்டி நீங்களெல்லாம் எப்பவும் பெண்களைத்தானே அங்கிள் பலிகொடுக்கறீங்க."

ஜெஸபெல் நின்று நடுங்கினாள்.

"இப்ப முடிஞ்சுபோனதப்பத்திப் பேசி என்ன ஆகப்போகுது பாப்பா?"

ஆபிரஹாம் கைவிரித்தார். "முடிஞ்சுபோனது உங்களுக்கு" - ஜெஸபெல் சீறினாள். "எனக்கு எதுவும் முடிஞ்சுபோகல. முடியவும் முடியாது. எப்படி முடியும்? உள்ளுக்குள்ள கையும் காலும் ஒடிஞ்சு கிடக்கற மனுசன் உயிரோட இருக்கற வரைக்கும் எனக்கு அது முடிஞ்சுபோன விசயமில்லை. ரெண்டாயிரம் கிலோமீட்டருக்கு அந்தப்பக்கம் உணச்சியில்லாம கிடக்கிற மனுசனோட இதயத்துடிப்பு நிற்கிற வரைக்கும் எனக்கு அது முடிஞ்சுபோன விசயமில்லை. நீங்க ஒரு நாளாவது என்னோட வாழ்க்கைய வாழ்ந்து பாருங்க. கல்யாணம் பேசறதுக்கு நீங்க எங்க வீட்டுக்கு வந்ததுல இருந்து இன்னைக்கு வரைக்குமான ஒரு நாளையாவது - தைரியம் இருக்கா? தைரியம் இருக்கா?"

அவள் கொந்தளிப்பதை யாராவது கேட்டுவிட்டால் என்ற பதற்றத்தில் ஆபிரஹாம் சம்மநாட்டு சுற்றிலும் பார்த்தார். முகத்தைக் காப்பாற்றுவதற்கான அந்த மனிதனின் தீராத கவலை அவளை மேலும் கடுப்பேற்றியது. காப்பாற்றுகின்ற அளவுக்கு என்ன மகத்துவம் இருக்கிறது இவர்களுடைய முகங்களுக்கு? இந்த முகங்கள் இப்படி இருப்பதால் உலகிற்கு என்ன பயன்? அவள் சிலுவையில் அறையப்படும்போது புனிதர்கள் உயிர்த்தெழுந்தனர். லில்லி ஜார்ஜ் மரக்காரன் அவரது கல்லறையிலிருந்து எழுந்துவந்து அவரது பாழாக்கப்பட்ட வாழ்க்கையை விவரித்துக்கொண்டிருந்தார். அன்பை அறியாமல்,

மரியாதையில்லாமல், எப்போதும் அவமதிக்கப்பட்டு, எப்போதும் காயப்படுத்தப்பட்டு எப்படியோ இறந்துபோன ஒரு பெண் என்று அவர் வாக்குமூலம் அளிக்கிறார். ஒருபோதும் திரும்பிவர முடியாத ஒரு பாதை வழியாக அவர் கடந்து சென்றதுபோன்று, தானும் திரும்பிவர முடியாத இன்னொரு பாதை வழியாக நடக்கிறோம் என்ற எண்ணம் அவளுக்குக் கிலியூட்டியது.

"வேதப் புத்தகத்துல சொல்லியிருக்காங்க, குயவன் கையில் இருக்கிற களிமண் மாதிரிதான் கர்த்தரோட கையில மனுசங்க. அவர் தன்னோட சித்தப்படி செயல்படுறாரு."

ஆபிரஹாம் சம்மநாட்டு நியாயப்படுத்தினார். ஜெஸபெல்லின் கோபம் மீண்டும் உக்கிரமானது.

"நீங்களெல்லாம் அப்பத்தத் தேவைப்படுறப்ப மட்டும் எடுத்துக்கறமாதிரியா வேதப்புத்தகம்? 'என் வீழ்ச்சிக்குக் காரணம் கர்த்தர் என்று சொல்லாதீர்கள், ஏனென்றால் தான் வெறுப்பதை அவர் செய்யமாட்டார். அவர்தான் என்னை வழிதவறச் செய்தார் என்று சொல்லாதீர்கள், ஏனென்றால் அவருக்குப் பாவி தேவையில்லை'ன்னு வேதப்புத்தகத்துல நான் வாசிச்சிருக்கேன்."

ஆபிரஹாம் சம்மநாட்டு தோல்வியுற்று அவளைப் பார்த்தார்.

"நான் வாதாடறதுக்கு ஒண்ணுமில்லை, பாப்பா. என்னதான் செய்யணும்? அதைச் சொல்லு. நான் அப்படியே செய்யறேன்."

"என் வாழ்க்கைய திருப்பிக் கொடுத்தாப் போதும். என் சந்தோசம்... என்னோட சிரிக்கறதுக்கான தெம்பை."

ஜெஸபெல்லின் உதடுகள் துடித்தன. உணர்ச்சிச் சிதறலோடு இடது கன்னம் சிலிர்ப்புடன் துடித்தது.

"எனக்கு அதுமட்டும் போதும், அங்கிள். எல்லாத்தையும் மறந்துட்டுக் கொஞ்சம் சிரிச்சாப் போதும். சிரிச்சுக்கிட்டுப் போற மனுசங்களப் பார்க்கறப்பொ எனக்கு அவங்கமேல கோபம் வராம இருந்தாப் போதும்."

அவள் மூச்சிரைத்தாள்.

"நான் அழமாட்டேன்னு எனக்கு நானே வாக்குக் கொடுத்திருக்கேன். வாக்குத் தவற எனக்கு விருப்பமில்லை."

தோற்கடிக்கப்பட்டவரும் கையறுநிலையினருமாகத் தலை குனிந்து நிற்கின்ற ஆபிரஹாம் சம்மநாட்டைப் பரிகாசத்தோடு பார்த்துக்கொண்டு அவள் கடந்து சென்றாள். அன்று இரவு முழுவதும் அவள் தனது சொந்த உடலின் பாரத்தைத் தாங்க முடியாமல் அழுதுகொண்டிருந்தாள். பாட்டி அவளைச் சமாதானப்படுத்துவதற்கு முயன்றுகொண்டிருந்தார் ‘அழமாட்டேன்னு சொன்னியே?’ என்று பலவீனமாக வருந்திக்கொண்டிருந்தார். ‘இது கண்ணீரல்ல பாட்டீ, ஈட்டியால விலா எலும்புல குத்தறபோது வெளிய தெறிக்கிற பெரிகார்டியல் ஃப்ளூய்டு இது’ என்று அவள் சப்தமின்றிச் சொல்லிக்கொண்டிருந்தாள்.

சற்று கண் அயர்ந்தபோதுதான் இர்ஷாத்தின் அழைப்பு வந்தது: “ஜெஸ், ஆரிஃபாவுக்கு பெயின் தொடங்கிருச்சு. அநேகமா இன்னைக்கே டெலிவரி ஆயிடும். அம்மாவால தனியா மேனேஜ் பண்ண முடியாது. ஆனா, இங்க கீது மட்டுந்தான் இருக்கா. ஜெஸ் வந்தா நான் கொஞ்சம் போவேன்...”

முகம் கழுவி, கையில் கிடைத்த ஒரு ஜீன்ஸையும் டாப்பையும் எடுத்து உடுத்திக்கொண்டு ஜெஸபெல் மருத்துவக் கல்லூரிக்குப் பறந்தாள். பின்புற வாயில் வழியாகச் சென்று குழந்தைகளுக்கான மருத்துவமனைக்குத் திரும்பியபோது மருத்துவக்கல்லூரியின் தீவிரச் சிகிச்சைப் பிரிவின் முன்னால் காவல்துறை ஜீப்பும் அதற்குப் பின்னால் சைரன் ஒலித்துக்கொண்டு ஒரு ஆம்புலன்சும் பாய்ந்து வந்தன. வேகத்தைக் குறைத்து வண்டியில் உட்கார்ந்திருந்தபோது, கூட்டத்துக்கு நடுவே ரத்தத்தில் முங்கிய சட்டையும் பேண்ட்டும் அணிந்த ஒரு இளைஞன் குழந்தை ஒன்றைக் கையில் வாரி எடுத்துக்கொண்டு தீவிரச் சிகிச்சைப் பிரிவுக்கு ஓடுவதை ஒரு மின்னலைப்போன்று அவள் பார்த்தாள்.

ஜெஸபெல்லின் கண்ணில் முதலில் அந்தக் குழந்தை மட்டுமே பதிந்திருந்தது - மூன்று வயது. காரை முதலில் பார்த்த இடத்தில் நிறுத்திவிட்டுத் தீவிரச் சிகிச்சைப் பிரிவுக்கு விரைந்தபோது அவள் யூகித்தாள் - அந்தக் குழந்தைக்கு மூன்று வயது. அவள் உள்ளே செல்லும்போது குழந்தையை ஒரு ஸ்ட்ரெச்சரில் படுக்கவைத்து அந்த இளைஞன், ‘சிஸ்டர், யாரையாவது கூப்பிடுங்க, டேக் த சைல்டு டு ஐ.சி.யு.’ என்று கத்திக்கொண்டிருந்தான். யாருக்காகவும் காத்திருப்பதற்குப் பொறுமை இல்லாததுபோன்று அந்த மனிதன் ‘எங்கிருக்கு

ஐ.சி.யூ.? டெல்மீ, டெல்மீ.' என்று சப்தம்போட்டுக்கொண்டு ஸ்ட்ரெச்சரைத் தானே தள்ளத் தொடங்கினான். ஜெஸபெல் ஓடிச்சென்று குழந்தையின் நாடியைப் பிடித்துப் பார்த்தாள். பல்ஸ் கிடைக்கவில்லை. அவள் குழந்தைக்கு ஸி.பி.ஆர். கொடுத்தாள். 'ஆக்ஸிஜன் ஆக்ஸிஜன்,' என்று கத்தினாள். அவள் குழந்தையோடு தீவிரச் சிகிச்சைப் பிரிவுக்கு விரைந்தாள். தனக்கு சீனியராகப் படித்த டாக்டர் சிவப்பிரசாத் தான் டியூட்டி டாக்டர் என்பதை அறிந்து நிம்மதியடைந்தாள். அவர்கள் இருவரும் சேர்ந்து நீண்டநேரம் போராடியும் குழந்தையை உயிர்ப்பிக்க முடியவில்லை. அவள் களைப்புற்றுப் பலவீனமாக வெளியே வந்தபோது அவன் பாதி மூடிய கண்களோடு வாசலில் நின்றுகொண்டிருந்தான். 'ஸாரி,' என்று ஜெஸபெல் அவனிடம் முணுமுணுத்தாள். 'ஈஸ் ஷி ரியலி டெட்' என்று அவன் கேட்டான். அந்த உண்மையை உள்வாங்கியதும் அவனுடைய கண்களில் ஒருவிதமான சாந்தம் நிழலாடியது. அவன் மெதுவாகத் தரையில் உட்கார்ந்தான். கண்களை மூடினான். அங்கும் இங்கும் நகர்ந்துகொண்டிருந்த அந்தச் சனத்திரளுக்கு இடையில், வெறும் தரையில், சொந்த வீட்டில் கட்டிலில் படுத்திருப்பதுபோன்று அமைதியாகப் படுத்துக்கிடக்கின்ற அந்த மனிதனின் உருவம் திடுக்கிடச்செய்வதாக இருந்தது. அவனது நாடித்துடிப்பு இயல்பாக இருந்தது. களைப்பினால் சோர்ந்துபோய்விட்டான் என்பது தெளிவாகத் தெரிந்தது. அவள் அவனுக்கு ஒரு குளுக்கோஸ் டிரிப் கொடுக்கவேண்டும் என்று டாக்டர் சிவப்பிரசாத்திடம் கேட்டாள்.

வார்டு, நோயாளிகளால் நிரம்பி வழிந்தது. முக்கல்களும் முனகல்களும் அழுகையும் உறவினர்களின் உத்தரவுகளும் புகார்களும் நாலாபுறமும் பட்டு எதிரொலித்தன. விபத்தைப் பற்றிப் பலரும் பலவிதமாகப் பேசிக்கொண்டிருந்தனர். ஒரு பெண்ணும் பத்து வயதுள்ள குழந்தையும் முன்பே இறந்துவிட்டதாக உதவியாளர் சொன்னார். இரண்டாவது குழந்தையைக் காப்பாற்றுவதற்கு வேண்டி ஓடிவந்த ஒரு அப்பாவின்மீதான இரக்கம் அவளுக்கு அவனிடத்தில் உண்டானது. அந்த மனிதன் உத்தியோகஸ்தனோ, தொழிலதிபனோ, பணக்காரனோ, ஏழையோ, அறிவுஜீவியோ, கலைஞனோ ஆனாலும் பரம்பரைக் கண்ணி அறுந்து போகுமென்று தோன்றும்போது தன்னை மறந்து இயற்கையின் தூண்டுதலைப் பைத்தியக்காரத்தனமாக

ஏற்றுக்கொள்கின்ற வெறும் ஒரு உயிரி மட்டுமே என்று அவள் நினைத்தாள். அவனுக்கு இந்த உலகத்தில் இனி யாரும் சொந்தமில்லையென்றால் என்று அவளுக்குக் கவலை தோன்றியது.

குழந்தைகளின் மருத்துவமனையில், டியூட்டி அறையில் இரைச்சலோடு சுழலுகின்ற மின்விசிறியின் கீழே வாசித்துக்கொண்டிருக்கையில், ஜெஸபெல்லுக்குத் தனது உடலின் பாரம் தாங்கமுடியாமல் போவதாக உணர்ந்தாள். அது சிலுவையில் அறையப்பட்டுக் கிடப்பதால்தான் என்று அவள் வருத்தப்பட்டாள். அந்தச் சிலுவையில் அதை அறைந்த ஜெரோம் ஜார்ஜ் மரக்காரன் உடலின் பாரத்தை என்றென்றைக்குமாக இழந்துவிட்டு மற்றொரு நகரத்தில் இருக்கும் பிளாட்டில் கிடப்பதை அவளால் பார்க்க முடிந்தது. அவனுடைய கட்டிலுக்கு அருகில் பூக்களோடு காத்திருக்கின்ற அவினாஷ் குப்தாவையும் அவளால் பார்க்க முடிந்தது.

பொது மருத்துவனான அவினாஷ் தன்னைவிட நன்றாக ஜெரோம் ஜார்ஜ் மரக்காரனைக் கவனித்துக்கொள்வான் என்று மனைவியான ஜெஸபெல்லுக்கு மருத்துவரான ஜெஸபெல் ஆறுதல் கூறினாள். வருடக்கணக்கில் ஜெரோமுடன் ஆத்ம தோழமையைக் காத்துவந்த அவினாஷ், ஒருமுறைகூடக் காதலிக்கப்படாத அவளைவிட மகிழ்வோடு அவனைக் கவனித்துக்கொள்வான். காதலிப்பவர்களைச் சேர்த்துவைப்பதற்கு இயற்கை ஏற்றெடுக்கும் வழிகள் அவளை ஆச்சரியப்படவைத்தது. ஜார்ஜ் ஜெரோம் மரக்காரன் ஜெரோமையும் அவினாஷையும் பிரிப்பதற்காக அவர்களுக்கு இடையில் அவளை இழுத்துவிட்டான். ஆனால், விபத்தில் சிக்கி ஜெரோம் அவினாஷிடம் திரும்பிச் சென்றான். அவர்களால் ஒருவரையொருவர் பார்க்கமுடியாது என்பது உண்மைதான். அவர்கள் ஒருவரையொருவர் மகிழ்விக்க முடியாது என்பது உண்மைதான். இருந்தாலும், அவர்கள் ஒன்றாக இருப்பார்கள். அவர்களின் உடல்களின் காதல் நிலைத்திருக்கிறது. ஒருவேளை, அவர்களுக்கு வேண்டியதாக இருந்தது தன்னுடைய சிலுவைப்பாடு என்று அவள் தன்னைத்தானே சமாதானப்படுத்தினாள்.

பெயர் அறியாத அந்த இளைஞனைப் பார்க்க ஜெஸபெல் ஆசைப்பட்டாள். ரத்தம் தோய்ந்த அவனது ஆடைகளைக் களைந்து, அவனது உடலில் ஏற்பட்ட காயங்களைத்

துடைத்துவிட்டால் அவன் அவளை எப்படி ஏற்றுக்கொள்வான்? ஆட்கள் நடந்துகொண்டும் உட்கார்ந்துகொண்டும் இருக்கும்போது அவன்மேல் சாய்ந்து நெற்றியில் இருக்கும் காயத்திற்கு மருந்து தடவும்போது அவளது நெஞ்சு அவனது நெஞ்சில் மிருதுவாக உரசினால் அவன் எப்படி எதிர்வினையாற்றுவான்?

அவளது உடல் அவளை வெட்கமூட்டிக்கொண்டு சிலிர்த்தது. வெட்கங்கெட்ட உடலால் அவள் மீண்டும் ஒருமுறை அவமானமாக உணர்ந்தாள். 'வம்சத்தின் கண்ணி அறுந்துபோகாமல் இருப்பதற்காக இயற்கையின் தூண்டுதலைப் பித்துக்குளித்தனமாக அனுபவிக்கின்ற உயிரின் உடல், அதனுடைய கருமுட்டைகள் தயாராகிவிட்டன என்பதை நினைவூட்டுவது மட்டும்தான் ஜெஸபெல்' என்று டாக்டர் ஜெஸபெல் அவளுக்குச் சமாதானம் சொன்னாள்.

இருட்டி விடிந்தபோது வீட்டிற்குச் சென்று குளித்து உணவு உண்டுவிட்டுக் குழந்தைகளின் மருத்துவமனைக்குச் சென்று அன்றைய வகுப்பையும் நடத்தி முடித்தபிறகு அவள் அவனைத்தேடித் தீவிரச் சிகிச்சைப் பிரிவுக்குச் சென்றாள். போகும் வழியில் சாலையோரத்தில் பார்த்த சிறிய துணிக்கடையிலிருந்து ஒரு டீசர்ட்டும் பைஜாமாவும் துண்டும் வாங்கினாள். அவன் அந்தக் கட்டிலிலேயேதான் படுத்திருந்தான். அவன் முகம் கழுவி தலை வாரியிருந்தான். அவள் அவனுக்கு வாழ்த்துச் சொல்லி கையில் இருந்த துணிப்பையைக் கொடுத்தாள். அதைத் திறந்து பார்த்துவிட்டு அவன் அவளைப் பார்த்து நன்றியோடு சிரித்தான். குழந்தை இறந்த அதிர்ச்சியில் மயங்கி விழுந்துவிட்ட ஒரு தந்தையால் எப்படித் தன்னைப் பார்த்து இவ்வளவு அழகான சிரிப்பைச் சமர்ப்பிக்க முடிகிறது என்று ஜெஸபெல் ஆச்சரியப்பட்டாள். "இப்ப எப்படி இருக்கு?" அவள் விசாரித்தாள்.

"ஐயேம் பர்பெஃக்ட். நாலு நாளா தூங்காததும் ஜெட்-லாக்குந்தான் பிரச்சனையா இருந்துச்சு. தூங்கினதும் அது போயிடுச்சு. அப்புறம் ஒரு பாட்டில் குளுக்கோஸ் உள்ள போயிருக்குதில்லையா. குளிச்சு உடை மாத்திட்டா நான் போயிடுவேன்."

அவன் தன் கையில் இருக்கும் துணிப்பையைத் திரும்பவும் பார்த்தான்.

“யூ ஆர் ஸோ தாட்புள். பெட்டியும் பாஸ்போட்டும் கையில இல்லையேன்னு கவலைப்பட்டுட்டு இருக்கேன்.”

அவளைப் பார்த்து அவன் மீண்டும் சிரித்தான்.

“நான் டாக்டர தேடிட்டு இருந்தேன். ஒரு நன்றி சொல்லறதுக்கு.”

அவனது சிரிப்பு மட்டுமல்ல, குரலும் அவளது இதயத்தில் அலைகளை எழுப்பின.

“தேங்க்ஸா? எதுக்கு? அந்தக் குழந்தைய காப்பாத்த என்னால முடியலையே?”

அவள் கொஞ்சம் சங்கடத்தோடு சிரித்தாள்.

“காப்பாத்துனீங்களா இல்லையாங்கறது அல்ல, ஓடி வந்தீங்கங்கறதுதான் முக்கியம். குழந்தை செத்துப்போனதுல எனக்கு ஆச்சரியம் ஒண்ணுமில்லை. விழுந்தது அப்படி. கார் ஜன்னல் வழியாத் தெறிச்சு ஒரு பாலத்துல மோதி விழுந்தா. ஆனா, டாக்டர் கவனிச்சீங்களா, ரெண்டு மூணு வயசு குழந்தைங்க பெரிய விபத்தா இருந்தாலும் தப்பிப் பிழைச்சுக்குவாங்க. இயற்கை அதுக்கு அவங்களுக்கு தனித்துவமான ஒரு சக்திய கொடுக்கறதுண்டு.”

அவன் கொஞ்சமும் சலனமின்றிச் சொன்னான். ஜெஸபெல் கொஞ்சம் கலக்கமுற்றாள். மனைவியும் மூத்த குழந்தையும் இறந்தது இந்த மனிதனுக்குத் தெரியவில்லையோ என்றுகூட அவள் சந்தேகப்பட்டாள்.

“அந்தக் குழந்தை தப்பிச்சுக்கும்னு எனக்கு நல்ல நம்பிக்கை இருந்துச்சு. அதனாலதான் அதத்தூக்கிட்டு ஓடியாந்தேன். அம்மாவும் இன்னொரு குழந்தையும் ஸ்பாட்லயே செத்துட்டாங்கங்கறது உறுதி ஆயிட்டுது.”

“அப்படின்னா அது உங்க ஃபேமிலி இல்லையா?”

ஜெஸபெல் நம்பிக்கையின்றிக் கேட்டாள். அவன் புன்னகைத்தான்.

“என்னைக் கேட்டால், மனுசங்க எல்லாரும் ஒரே ஃபேமிலிதானே? சொல்லப்போனால், இந்தக் குடும்பத்தப்பத்தி இதுக்கு முன்னாடி எதுவும் தெரியாது. ஏமன்ல சாதா நகரத்துல நடந்த ஏர் ஸ்ட்ரைக்ல கொல்லப்பட்ட ஒரு டாக்டரோட பாடிய ஊருக்குக் கொண்டுவந்து சேர்க்கறதுக்குத்தான் நான் வந்தேன். அவரோட ஃபேமிலி ஏர்போர்ட்டுக்கு வந்திருந்தாங்க. பாடியோட ஆம்புலன்ஸ் முன்னாடி போச்சு. நான் அவங்க கூட கார்ல. அப்பத்தான் ஒரு லாரி வந்துச்சு…”

அவன் பெருமூச்சுவிட்டான். ஜெஸபெல் சிறிதுநேரம் சொல்லற்றுப்போனாள்.

“வாட் ஆர் யூ? எ சோஷியல் ஒர்க்கர்?”

எச்சிலை விழுங்கிக்கொண்டு அவள் கேட்டாள். அவனுடைய கண்களில் ஒரு சிரிப்பு மின்னியது.

“ய ஸார்ட் ஆஃப்…! என் வேலைய சோஷியல் ஒர்க்னே சொல்லலாம். கேன் யு கஸ் வாட் ஐ ஏம்?”

அவள் அவனைத் திரும்ப ஒருமுறை பார்த்தாள். அவன் படுத்திருக்கும் நிலை, அவனுடைய தோள்பட்டை எலும்புகள், கைகளை மார்பில் வைத்திருக்கும் விதம், வெளுத்த, கூர்மையான விரல்கள்…

“எ நியூரோ சர்ஜன்.”

எப்படித் தெரிந்தது என்ற திகைப்பு அவனுடைய முகத்தில் தெரிந்தது. அவளுடைய கன்னக்குழிகள் மலர்ந்திருக்கவேண்டும். அவளது முகத்தைப் பார்த்த அவனுடைய முகத்திலும் சிரிப்பு மலர்ந்தது அப்படியாகத்தான் இருக்கவேண்டும். ஏனென்றால், அந்த அழகான சிரிப்பு மற்றொரு முகத்தில் மலரச்செய்யும் சிரிப்பாக இருந்தது. எப்படிக் கண்டுபிடித்தாள் என்பதை வெளிப்படுத்தாமல் நடக்கும்போதும் ஜார்ஜ் ஜெரோம் மரக்காரனின் அறையை அடையும்போதும் அவளது முகத்தில் அந்தப் புன்னகை எஞ்சியிருந்தது. சிரிப்பதற்கான திறன் திரும்பக் கிடைத்தது என்று அவள் மகிழ்ந்தாள். மனமகிழ்வு என்பது ஒருவனது உயிரும் மகிழ்வும் அவனது ஆயுளும் ஆகின்றது. மகிழ்ந்திருக்கும்வரைதான் அவன் வாழ்கிறான். ‘நான் இப்போது வாழ்கிறேன்’ என்று ஜெஸபெல் தனக்குத்தானே உணர்த்த

முயன்றாள். 'இனியும் என்னால் வாழ முடியும். ஏனென்றால், என்னால் இனியும் சிரிக்க முடியும்' என்று வாதிட்டாள்.

ஜார்ஜ் ஜெரோம் மரக்காரன் மயக்கநிலையில் இருந்தான். ரோசம்மாவுடனும் அவருக்கு உதவுவதற்காக வந்திருந்த மகன் ரிச்சியுடனும் ஜெஸபெல் சிறிது நேரம் பேசினாள். வார்டில் ரவுண்டிங்கிற்காகப் போனாள். சிறிதுநேரம் டியூட்டி அறையில் உட்கார்ந்து கீதுவுடன் பேசினாள். ஸெபினை அழைத்து நலம் விசாரித்தாள். அப்போதெல்லாம் அவளது மனதில் அந்த நியூரோ சர்ஜனின் நினைவு எரிகோ*வின் ரோஜாச் செடி போலவும் எங்கேதி†யின் பேரிச்சைமரம் போலவும் வளர்ந்துகொண்டிருந்தது. அவன் நான்கு இரவுகள் உறங்காமல் யாருடைய பிணத்தோடோ வந்த சூழல் என்னவாக இருக்கும்? மருத்துவக்கல்லூரி மருத்துவமனையின் தீவிரச்சிகிச்சைப் பிரிவில் ஏழைகளும் ஆதரவற்றவர்களும் அனாதைகளுமான பெரும் எண்ணிக்கையிலான நோயாளிகளுக்கு நடுவில், அழுக்கின் ரத்தத்தின், சீழின் துர்நாற்றத்திற்கு மத்தியில் இருந்து அவன் எழுந்து போவது எங்கேயாக இருக்கும்? அவனுடைய வாழ்க்கை எத்தகையதாக இருக்கும்? அவனிடம் சொல்வதற்கு இருக்கும் கதை எவ்வளவு நம்பமுடியாததாக இருக்கும்? அவளுக்கு அந்தக் கதையைக் கேட்பதற்கு ஆவல் உண்டானது. அவள் அவனைத் தேடிச்சென்றாள். ஆனால், அவன் படுத்திருந்த கட்டிலில் உதவியாளர் ஒரு புதிய நோயாளியைப் படுக்கவைத்துக்கொண்டிருந்தார். அவன் சென்று அரைமணி நேரம் ஆகியிருந்தது.

நிலச்சரிவில் ரஞ்சித் காணாமல்போனதன் நான்காம் நாள் உணர்ந்ததுபோன்று ஒரு இழப்புணர்வு மீண்டும் அவளைச் சூழ்ந்துகொண்டது. உடல் அதன் கருமுட்டைகளை மறந்து சில்லிட்டு உறைந்தது. வீட்டுக்குக் காரைச் செலுத்தும்போது

★ எரிகோ (நறுமணத்தின் இடம்) பைபிளில் சொல்லப்படும் ஒரு பழமையான நகரம். இது ஜோர்டானுக்கு மேற்கே ஐந்து மைல் தொலைவிலும் சாக்கடலுக்கு வடமேற்கே ஏழுமைல் தொலைவிலும் இருந்தது. (தற்போது பாலஸ்தீனத்தின் மேற்குக்கரையில் உள்ள ஒரு நகரம்.)

† பழைய ஏற்பாட்டில் "என் நேசர் எனக்கு எங்கேதி ஊர் திராட்சைத் தோட்டங்களில் உள்ள மருதோன்றிப் பூங்கொத்துப் போன்றவர் (உன்னதப்பாட்டு 1:14)" என்று குறிக்கப்படும் ஒரு இடம். இது, சாக்கடலின் மேற்குக்கரையில் தென்கிழக்கு இஸ்ரேலில் உள்ளதாகத் தொல்லியல் விளக்கம் அளிக்கப்படுகிறது.

தனது சிரிப்பு வானவில் போன்று மறைந்துபோய்விட்டதென்று அவள் ஏமாற்றமடைந்தாள். துக்கத்தின் பெருங்காற்றில் இதயம் அடியோடு பெயர்ந்துவிழத் தயாரானது. கூடாது, அவள் இதயத்தைத் திட்டினாள். துக்கம் பலரையும் அழித்திருக்கிறது. அது பயனற்றது.

மனிதகுமாரி மனிதர்களின் கைகளில் ஒப்படைக்கப்பட விதிக்கப்பட்டவளாக இருந்தாள். அவள் அவர்களின் கைகளால் கொல்லப்படவும் நிச்சயிக்கப்பட்டிருந்தது. மூன்றாம் நாள் அவளும் அவளுக்கேயான முறையில் உயிர்த்தெழவேண்டி இருந்தது.

ஆனால், இயற்கையின் தூண்டுதலைப் பித்துக்குளித்தனமாகப் பின்பற்றுவதைத் தவிர, அவளது சவத்தை அடக்கம் செய்த கல்லறை வாசலில் கல்லை உருட்டிப் போடும் அளவுக்குத் தைரியம் எந்த ஆணுக்கு இருந்தது?

25

இஸ்ரேலின் ஜெஸபெல் ராணி வழிபட்டுவந்த பாகால், மழையின், மின்னலின், காற்றுகளின், உயிர்த்தெழுதலின் தேவனாக இருந்தான். பாகால் பூமிக்கு வளத்தை நல்கி ஆசிர்வதித்தான். ஆட்டம் ஆடி வழிபடுமாறு விசுவாசிகளைக் கேட்டுக்கொண்டான். ஏழு ஆண்டுகள் நீள்கின்ற பாகால் - சுற்று, பூமியில் மழையையோ வறட்சியையோ கொண்டுவந்தது. இனப்பெருக்கத்தின் தேவனான பாகால் மரணத்தின் தேவனான மோட்டுடன் ஏழு ஆண்டுகள் நீண்ட யுத்தத்தில் ஈடுபட்டிருந்தான் என்பது நம்பிக்கை. பாகால் வென்றால் ஏழாம் ஆண்டு கனத்த மழையும் நல்ல விளைச்சலும் கிடைக்கும். பாகால் தோற்றால் வறட்சியும் பஞ்சமும் ஏற்படும். ஆனால், எத்தனைமுறை தோற்றாலும் பாகால் பாதாள உலகத்திலிருந்து திரும்பி வந்து பூமியில் மீண்டும் மழையைப் பொழியச் செய்தான். இவ்வாறு பாகால் உயிர்த்தெழுதலின் தேவனும் ஆனான்.

ஜெஸபெல் ராணி உயிர்த்தெழுதலையும் திரும்பி வருதலையும் நம்பிக்கொண்டிருந்தாள் என்பது ஜெஸபெல்லின் மனதில் எதிர்பார்ப்பை உண்டாக்கியது. கல்லறையில் அடக்கம் செய்யப்பட்டாலும் ஒன்றும் முடிந்துபோவதில்லை என்று எதிர்பார்ப்பதற்கு அது வழி கொடுத்தது. வம்சத்தை நிலைநிறுத்துவதற்கான இயற்கையின் வெறித்தனமான உந்துதலுக்கு ஆட்பட்ட உடல், சிலுவையில் தொங்கியபோது இருந்ததைப்போன்றே கல்லறைக்குள்ளும் துடித்துக்கொண்டிருந்தது.

மன அமைதிக்காக அவள் அந்த நியூரோ சர்ஜனின் நினைவைத் திரும்ப அழைத்தாள். அவனை மீண்டும் பார்ப்பதாகவும் பேசுவதாகவும் அவர்கள் காதல்வயப்படுவதாகவும் கற்பனை செய்தாள். அவளது கற்பனையில் அவர்கள் சேர்ந்து பயணித்தனர்; அவன் மருத்துவக் கல்லூரியில் வேலைக்குச் சேர்ந்தான். அவர்கள் வேலைக்கு இடையில் நடைகூடங்களில் சந்தித்தனர். அவளது உடலில் அவனது உடல் உரசித்

தீப்பொறிகள் பறந்தன. அவன் அவளைச் சிரிக்கவைத்தான். அவள் அவனை மகிழவைத்தாள். அவர்கள் கடல் அலைகளின் மேல் நடந்தார்கள். அவர்கள் நதியை இரண்டாகப் பிளந்தனர். அவள் சொல்ல ஆசைப்பட்டதை அவன் கேட்டான். அவள் கேட்க ஆசைப்பட்டதை அவன் சொன்னான். பலவருடக் காத்திருப்புக்குப் பிறகு ஆசைப்பட்டதுபோன்று ஒருத்தனைக் கண்டுபிடித்துவிட்டோம் என்று அவள் கற்பனையில் மகிழ்ந்தாள். அவன் அவளைத் தனது வீட்டிற்கு அழைத்தான். பூங்கொடிகளின் இலை மாலைகள், நெற்றியில் விழும் முடிச்சுருள் போன்று காற்றில் அலைகின்ற விசாலமான பால்கனியில் அவர்கள் கண்ணும் கண்ணும் நோக்கி அமர்ந்திருந்தனர். குளிர்ந்த காற்று இலைகளுக்குக் கிச்சுக்கிச்சு மூட்டுவதையும் சாரல் மழை மண்ணைச் சிலிர்த்தெழச் செய்வதையும் அவள் உணர்ந்தாள். இரவானது. இருட்டானது. மேகங்களின் சிப்பி பிளந்து பளபளக்கும் முத்துப்போல் முழுநிலா வெளியே வந்தது. நிலவொளியில் அவர்கள் தந்தங்களில் செதுக்கி எடுத்த சிலைகளைப் போல ஆகிவிட்டனர். அவனுடைய கண்களில் காதல் நிறைந்த சிரிப்பையும் அவனுடைய கை விரல்களில் காதலின் கதகதப்பையும் அவள் உணர்ந்தாள். நிலவொளியில் அவள் அவனது மார்பையும் அவனது கழுத்து நரம்புகளையும் வருடினாள். அவளது உடல் காற்றின் சிலைபோன்று வானளவு உயர்ந்தது. அது நூல் இழைகளில் இருந்து விடுபட்டுப் பறக்கத் தொடங்குவதற்குச் சற்று முன்பு, ஜெரோமைப் பற்றிய நினைவின் கூர்மையான நகங்கள் இருட்டிலிருந்து நீண்டு வந்தது. காற்றின் சிலை உடைந்து சிதறியது. துண்டுகள் பாரத்தோடு தரையில் விழுந்தன. அவள் வலியால் துடித்தாள். தவிப்போடு அந்த அறிமுகமற்றவனை மறக்க முயன்றாள்.

தொடக்க நாட்களில் ஜார்ஜ் ஜெரோம் மரக்காரனைப் பார்ப்பதற்கு ஜெஸபெல்லுக்கு விருப்பம் வரவில்லை. அதனால் தீவிரச் சிகிச்சைப் பிரிவு வரைக்கும் சென்று செவிலியரையும் டாக்டர்களையும் பார்த்துவிட்டு வந்துவிடுவதாக இருந்தது அவளது வழக்கம். ஆனால், ஒரு நாள் ரோசம்மா அத்தையுடன் நெடுநேரம் பேச நேர்ந்தது. அவர் இதயத்தைக் கவிழ்த்துத் திறந்தார். ஜெஸபெல், ஜார்ஜ் ஜெரோம் மரக்காரனின் வாழ்க்கைக் கதையைத் தெரிந்துகொண்டாள்.

‘ஜார்ஜ்குட்டிக்கு எங்க வீட்டாளுங்கள பார்க்கப் புடிக்காது’ ரோசம்மா சொன்னார். ‘மொதல்ல அம்மாவுக்குத் தப்பாப் பொறந்தவன் அவன். ஜெரோம்ங்கறது அப்பனோட பேரல்ல. அம்மா சும்மா வச்சது. அவனெ பெத்ததுக்கு அடுத்த வருசந்தான் எங்க அப்பன் அம்மாவ கட்டுனாரு. அம்மா கெட்டவள்னு அவனுக்கு ஒரு இது. என்னெ கண்ணுலயே பார்க்கமாட்டான். எங்க அப்பனுக்கும் அவன்மேல பிரியமில்ல. எப்பவும் உதையும் திட்டுமா இருந்துச்சு. பத்துப் பதினேழு வயசா இருந்தப்ப ஊர்ல புருசன் செத்துப்போன ஒரு பொம்பள அவன் தொந்தரவு பண்ணினான்னு புகார் சொன்னா. ஊர்க்காரங்க அவன சாத்திப்போட்டாங்க. அப்ப சர்ச்சுல இருந்த ஆறுபறைக்கல் பாதிரியாரு அவன வயசான பாதிரியாருங்கள கவனிச்சுக்கற இடத்துக்குக் கொண்டுபோயி விட்டாரு. அதுக்கப்புறம் பார்த்தது அவனோட கல்யாணத்தப்பத்தான். லில்லிய அவனுக்குக் கட்டி வைக்கறதுக்கு வேண்டி ஆபிரஹாம் சம்மநாட்டு எங்க குடும்பத்துக்குக் கொஞ்சம் காசு கொடுத்தாரு. வீட்டயெல்லாம் இடிச்சுக் கட்டினாரு. என் கல்யாணத்துக்குக் காசு கொடுத்தாரு. என்னோட வீட்டுக்காரருக்குச் சீட்டுக் கம்பெனியில வேல கொடுத்தாரு. ஆனா, ஜார்ஜ்குட்டிக்கு எங்கள பார்க்கப் புடிக்காது. பழசையெல்லாம் மறந்துட்டு இப்பப் பெரிய பணக்காரனா இருக்கறானில்ல. அவனுக்கு பிளாட்டு, கார் எல்லாம் இருக்குதில்லையா. மகன் டாக்டராயிட்டான். ஆனா, எதுக்காச்சு சொத்தும் பணமும்? அம்மாவுக்கு ஒரு துண்டு பொகையில வாங்கிக் கொடுத்ததில்ல. ஒரு துண்டோ துணியோகூட குடுக்கல. அம்மான்னு பிரியமா கூப்பிட்டதில்ல. சாகறதுக்கு முன்னாடி அம்மா அவன பார்க்கணும்னு சொன்னாங்க. நாங்க அவனுக்குத் தகவல் சொன்னோம். ‘கெளவி சாகட்டும், அதுக்கப்பறம் வாரேன்’ அப்புடீன்னு அவன் ஒட்டாம சொன்னான். கடைசீல அம்மாவுக்கு நீரு ஏறி உடம்பு வீங்கிப்போச்சு. கண்ணுச்சூடு வரைக்கும் எல்லாம் நீரு ஏறிப்போச்சு. இருந்தாலும் அப்பப்ப கண்ணத் தொறக்கும். தேடித் தேடிப் பார்க்கும். கண்ண மூடிக்கும். அம்மா தேடுனது அவனத்தான். அம்மாவோட உசுரு விட்ட சாபத்துனாலதான் அவனுக்கு இப்படி ஆயிருக்குது. அவனோட மகனுக்கும் இப்படி ஆச்சு...’

வியப்போடு கேட்டுக்கொண்டிருந்தபோது, ஜெஸபெல்லுக்குப் பிரேத பரிசோதனை மேசைக்கு வருகின்ற பிணங்களே

நினைவுக்கு வந்தன. வெளிப்புறம் வெளுத்துச் சிவந்த செழிப்பான உடல்கள். அறுத்துப் பார்த்தால் எவ்வளவு பிரச்சனைகள். ஜார்ஜ் ஜெரோம் மரக்காரனின் உடலுக்குள்ளும் காயம்பட்டுச் சீழ் பிடித்துப் புழு அரிக்கின்ற புண்கள் இருக்கின்றனவென்று அவள் பரிதாபத்தோடு நினைத்தாள். வலியோடு இருக்கும் நோயாளியிடம் மருத்துவர் உணர்கின்ற அனுதாபத்தோடு அவள் அன்று ஜெரோம் ஜார்ஜ் மரக்காரனைப் பார்க்கப் போனாள். அவன் தூங்கி எழுந்துகொண்டிருந்தான். அவன் ஏதோ உருவிட்டுக்கொண்டிருந்தான். அவளை அடையாளம் கண்டதும் அவன் பேரொளியால் குருடன் ஆகிவிட்டதுபோன்று கண்களை இறுக மூடிக்கொண்டான். ஒளியின் வழியை அறிந்துகொள்ளவோ அதில் சஞ்சரிக்கவோ செய்யாமல் அதை எதிர்க்கின்ற ஒருத்தன் என்று ஜெஸபெல் மேலும் இரக்கப்பட்டாள்.

அவளுக்குப் பின்னாலேயே ரோசம்மாவும் உள்ளே வந்திருந்தார். அவரைப் பார்த்தபோது ஜார்ஜ் ஜெரோம் மரக்காரனின் முகம் இருண்டது. 'ஜார்ஜ்குட்டி உனக்கு இப்படி ஆயிருச்சேடா' என்று அவர் பொய்யாக அழுதபோது 'உன்ன யாரு இங்க கூப்பிட்டது' என்று அவன் கோபித்தான். பேசியபோது அவனுடைய முகம் வலியால் சுருங்கியது; குரல் குழைந்துபோனது. அதற்குமேலும் நிற்காமல் ஜெஸபெல் வெளியே வந்தபோது அவளுக்குப் பின்னாலேயே 'சும்மாவல்ல இந்தக் கேடுகெட்டவனுக்கு இந்தக் கதி வந்தது' என்று சபித்துக்கொண்டு ரோசம்மாவும் வெளியேறினார். ஜெஸபெல்லிடம் 'நா எங்க ஊட்டுக்குப் போறேன்' என்று மிரட்டினார்.

பாவம், அவருக்குப் பணத்தேவை இருக்கிறது என்பதை ஜெஸபெல் தெரிந்துகொண்டாள். அவர் மகளை நர்ஸிங் படிக்கவைப்பதற்குக் கடன் வாங்கியிருக்கிறார். அவள் வெளிநாட்டுக்கு வேலைக்குச் சென்று பணம் சம்பாதித்துக்கொண்டு வருவாள் என்ற கணக்குத் தப்பிப்போனது. மாறாக, அவள் ஒரு இந்துவைத் திருமணம் செய்து வாழ்க்கையைத் தொலைத்துவிட்டாள். அவன் அவள் வெளிநாடு போவதைத் தடுத்தான். அதற்கிடையில், மகனை ஆட்டோமொபைல் எஞ்சினியரிங் படிக்கவைத்து வளைகுடாவுக்கு அனுப்பவும் முயன்றிருக்கிறார். ஆனால், ஏஜெண்ட் ஏமாற்றிவிட்டான். எந்த நேரத்திலும் வீடு ஜப்தி செய்யப்படும். வர்கீஸின் தொண்ணூறைக் கடந்த அப்பாவும்

அம்மாவும் அவருடன் இருக்கிறார்கள். அவர்களையும் கூட்டிக்கொண்டு எங்கே போவது?

ஜார்ஜ் ஜெரோம் மரக்காரனைப் பார்த்துக்கொள்வதற்காக ரோசம்மா மருத்துவமனையில் இருக்கட்டும் என்று ஜெஸபெல் யோசனை சொன்னபோது ஆபிரஹாம் சம்மநாட்டு ஏளனத்தோடு சிரித்தார்.

“ஜார்ஜ்குட்டி அஞ்சு பைசா கொடுக்கமாட்டான், தெரியுமா...” ஆபிரஹாம் சம்மநாட்டு ஜெஸபெல்லிடம் சொன்னார்.

“காசு நான் கொடுத்துட்டா?”

ஆபிரஹாம் சம்மநாட்டு அவளைச் சற்று கூர்ந்து பார்த்தார். அவருடைய முகத்திலிருந்து மனதை வாசித்து அவள் நிறைவு செய்தாள்:

“அது எனக்கு நல்லவளா நடிக்கறதுக்கெல்லாம் இல்லை.”

ஆபிரஹாமின் முகத்தில் நிறமாற்றம் உண்டானது. ஜெஸபெல் வெட்கமின்றிச் சிரித்தாள்.

“ஊர்க்காரங்க எல்லார்த்து முன்னாடியும் மானங்கெட்டுப் போய்ட்டனே, நான்? இனி எனக்கு எதுக்கு கேரக்டர் சர்ட்டிபிகேட்? இல்லாட்டியும், இவ்வளவு காலமும் அனுபவிச்சதெல்லாம் எந்த சர்ட்டிபிகேட்ட வச்சு அழிப்பேன்? இனி சர்ட்டிபிகேட் வேணும்னாலும், எனக்கு ஜெரோம கவனிச்சுக்கிட்டாப் போதாதா? உண்மையா கவனிச்சுக்கவேண்டாம். கவனிச்சுக்கிறமாதிரி நடிச்சாப்போதும். யாருக்கும் சந்தேகம் வராது. யாரும் கேள்வி கேட்கமாட்டாங்க. புருஷன ஆபத்துல கைவிட்டவங்கற கெட்டபேரு மாறிப்போயிருமே.”

ஆபிரஹாம் சம்மநாட்டு திகைத்துப்போய் நின்றார். ஜெஸபெல் கேலியாகச் சிரித்தாள்.

“இவ்வளவு நாள் வாழ்க்கையில் நான் படிச்ச பாடம் என்னன்னு சொல்லட்டா? மனுசங்களுக்கு வாழ்க்கைய ஒரு சினிமாவாக்கிப் பார்க்கறதுக்குத்தான் இஷ்டம். உண்மையில் எதுவும் நடக்கவேண்டியதில்லை. நடந்துச்சுன்னு தோணவச்சாப் போதும். மத்தவங்க நம்ம வாழ்க்கையில் பார்க்கணும்னு ஆசைப்படறது

அவங்களோட திரைக்கதைக்கு ஏத்த நடிப்பைத்தான். அது நடிப்புங்கறது தெரிஞ்சேதான்."

ஆபிரஹாம் சம்மநாட்டு பரிதாபத்தோடு அவளைப் பார்த்தார்.

"இல்லாட்டியும் ஜார்ஜ்குட்டிய பார்த்துக்கச்சொல்லி உன்கிட்ட யாரும் கேட்கமாட்டாங்க. நாம ஒரு ஆண் நர்ஸ நியமிக்கலாம். காசு கொடுத்தாப் போதுமே."

"வாரவன் ஜெரோம் டாடியோட குணத்த சகிச்சுக்குவானா? ரெண்டாவது நாளே போட்டுட்டுப் போயிடுவான். இல்லாட்டி காசுக்காக மனசில்லாம பார்த்துக்குவான். காயம் இன்ஃபெக்ஷனாச்சுன்னா நமக்குத்தான தொந்தரவாப் போகும்." அவள் சொற்களில் இரக்கமின்மையை நிறைத்தாள்.

"அதைவிட நல்லது ரோசம்மா ஆன்ட்டிதான். வெளியாளுக்குக் கொடுக்கற காச அவங்களுக்குக் கொடுத்தரலாம்."

ஆபிரஹாம் சம்மநாட்டு எதிர்க்கவில்லை.

நாட்கள் சட்டெனக் கடந்துபோயின. ஜார்ஜ் ஜெரோம் மரக்காரனின் காயங்கள் ஆறுவதற்குத் தாமதமாகிக் கொண்டிருந்தது. முதுகெலும்பின் முறிவு கூடுவதற்கு மிகவும் தாமதமாகுமென்று மருத்துவர்கள் சொன்ன அன்று, ஜெஸபெல் வார்டில் வேலை முடிந்து வரும்போது சூரியன் சாரின் அறைக்கு முன்னால் ஆபிரஹாம் சம்மநாட்டு காத்திருந்தார். 'இன்னைக்கு வேணும்னா வீட்டுக்குக் கொண்டுபோகலாம்னு டாக்டர் சொன்னார்' என்ற முன்னுரையோடு ஆபிரஹாம் அவளைப் பார்த்தார். 'இல்லை, இப்ப என்ன செய்யறதுன்னு தெரியல' என்று கவலைப்பட்டார். அந்தக் கவலையில் இருக்கும் அபாயக் குறிப்பால் ஜெஸபெல் எச்சரிக்கையடைந்தாள்.

"ஜார்ஜ்குட்டிய இந்தக் கண்டிசன்ல திரும்ப ஊருக்கு அனுப்பறது எப்படி..." ஆபிரஹாம் தலையில் கட்டிவிடப்பார்த்தார்.

"முதல்ல நல்ல ஓய்வு வேணும்... அவ்வளவுதூரம் பயணம் பண்ணறதுதான் சிரமம். அப்படியே போய்ச் சேர்ந்தாலும் பார்த்துக்க யாரு இருக்காங்க?"

ஜெஸபெல் கவனமடைந்தாள்.

“ரோசம்மா, அவங்களே பார்த்துக்குறேன்னு சொல்றாங்க. காசு கொடுத்தாப் போதும்...”

“காசு விசயத்துல அங்கிள் கவலைப்படவேண்டாம்... அத நான் கொடுத்துக்கறேன்... மம்மிக்காக...” அவள் சொன்னாள்.

சொல்லவேண்டியதைச் சொல்வதற்கு ஒரு துப்பும் கிடைக்காமல் ஆபிரஹாம் விரக்தியுற்றார்.

“காசா இங்க பிரச்சனை, பாப்பா? பத்தோ பத்தாயிரமோ கொடுக்கறதுக்கு தெய்வ கிருபையால எனக்கென்ன சிரமம்?”

அவர் கண் கண்ணாடியின் காலால் கன்னத்தில் தேய்த்தார்.

“ஜெரோம பார்த்துக்க அங்க யாருமில்லை...”

ஜெஸபெல்லின் இதயம் உச்சத்தில் துடித்தது. அவளது கண் முன்னால் கண்மூடிப் படுத்திருக்கும் சுண்டிப்போன ஓர் உடலும் அருகில் கருத்தூன்றி உட்கார்ந்திருக்கும் மற்றொரு உருவமும் தோன்றின.

“அவினாஷ் குப்தா இல்லையா? ஜெரோமோட உண்மையான சரிபாதி?”

ஜெஸபெல் இரக்கமற்றவளானாள். ஆபிரஹாம் பதற்றத்துடன் யாராவது கேட்கிறார்களா என்று சுற்றிலும் பார்த்துவிட்டு, ‘அப்படியே இருந்தாலும் அதை எப்படி வெளிய சொல்லறது’ என்று வருத்தப்பட்டார். ஜெஸபெல் மேலும் கடின இதயத்தவளானாள்.

“தண்டனைக்கு ஆளாகாமல் இருப்பதற்காக நீங்கள் ஆமாம் என்று சொல்லும்போது ஆமாம் என்றும் இல்லை என்று சொல்லும்போது இல்லை என்றுமாக இருக்கட்டும்னு வேதப் புத்தகத்துல சொல்லியிருக்காங்க. வெளிய சொல்லமுடியறதத்தானே சொல்லணும், உண்மையா மனசுல இருக்கறதையல்லவே?”

ஆபிரஹாம் சம்மநாட்டு சங்கடப்பட்டார். “நீ சொல்லறது சரிதான். ஆனா, அதுக்கு இந்த நேரத்துல தமுக்கடிச்சு ஊரக்கூட்டிச் சொல்லி என்ன பிரயோசனம்? நீ சொன்ன அவினாஷ ஜெரோமுக்குக் கட்டிவைக்க முடியுமா? அவங்களுக்குள்ள அப்படியொரு இது இருந்துச்சு.

இருந்துச்சுன்னு நான் ஒத்துக்கிட்டேனே. அதுல இருந்து அவனக் காப்பாத்தறதுக்கு வேண்டித்தான் நான் அவனுக்கு ஒரு கல்யாண ஏற்பாட்டப் பண்ணினேன். அவன் கல்யாணத்துக்கு ஒத்துக்கவும் செஞ்சான், அங்கிருந்து இங்கயும் வந்தான். அதனால, எல்லாம் சரியாயிடும்னு நான் எதிர்பார்த்தேன். என்னத்தையெல்லாம் சொன்னாலும் நீங்க ரெண்டுபேரும் கொஞ்சகாலம் சந்தோசமா வாழ்ந்தீங்கதானே?"

அது இதயத்தில் இருந்த ஆறாத புண்ணில் ஆணியை ஓங்கி அடித்தபோது ஜெஸபெல் கடுங்கோபியானாள்.

"சந்தோசமா வாழ்ந்தோம்னு அங்கிள் சொன்னது எந்த அடிப்படைல? சந்தோசம்னு சென்னது எதை? எனக்கு அப்படி ஒரு சந்தோசமும் தோணவேயில்லை. அப்புறம், தோணுனது என்னவோ அதேதான் சந்தோசம்னு வேணும்னாச் சொல்லலாம். அதைத்தான் சந்தோசம்னு அங்கிள் சொல்றாருன்னா சரி, இருந்துட்டுப்போகட்டும், எனக்கு எந்தவொரு தர்க்கமும் இல்லை. பெரிய சந்தோசமா இருந்துச்சு. அந்தச் சந்தோசத்துல நான் துள்ளிக் குதிச்சிட்டிருந்தேன் - போதுமா?"

அவள் எரியும் கண்களோடு ஆபிரஹாமைப் பார்த்தாள் அவர் மேலும் சங்கடத்துக்குள்ளானார். 'அப்படியெல்லாம் சொன்னாலும் நீங்க பொண்டாட்டியும் புருசனுமா கொஞ்சநாள் சேர்ந்து வாழாமயா இருந்தீங்க' என்று பிறுபிறுத்தார். அது ஜெஸபெல்லை மேலும் ஆத்திரமூட்டியது.

"பொண்டாட்டியும் புருசனுமாச் சேர்ந்துன்னு சொன்னா அங்கிள் உத்தேசிக்கிறது செக்ஸையா?"

ஆபிரஹாமின் முகம் வெளிறிச் சிவந்தது. ஜெஸபெல் மேலும் தகித்தாள்.

"இந்த விசயத்த நான் என்னோட வக்கீல்கிட்ட பேசின அன்னைக்குத்தான் ஜெரோமோட டாடி விழுந்து எலும்பு ஒடிஞ்சுது. அங்கிள், வேணும்னா பரிசோதனை செய்யலாம் - கன்னித்தன்மைப் பரிசோதனை. எந்த டாக்டரவச்சும் பரிசோதிக்கலாம். எல்லாப் பரீட்சையிலும் பாஸானதுமாதிரி இந்தப் பரீட்சையிலும் நான் முழு மார்க்கோட பாஸாவேன்..."

அவள் மூச்சிரைப்பை அடக்குவதற்குச் சிரமப்பட்டாள். நெருப்பும் நீரும் சேர்ந்து அவளது கண்கள் கலங்கின.

“உண்மைதான். நானும் ஜெரோமும் பொண்டாட்டியும் புருசனுமா ரெண்டரை வருசம் சோறும் கொழம்பும் ஆக்கித் தின்னோம். உண்மையில் நான் என்ன செஞ்சிட்டு இருந்தேன்? அதுவரைக்கும் பார்க்காத கேட்காத ஒருத்தனோட துணியத் தொவைச்சேன், அவன் உத்தரவுப்படி உணவு சமைச்சேன், எச்சில் தட்டுக் கழுவினேன். என்னோட ஸ்டைஃபண்ட்ட அப்படியே கையில் கொடுத்துட்டேன். என்னோட சுதந்திரத்தை அப்படியே காலடியில் வச்சுட்டேன். சரிதான், அங்கிள் சொன்னது ரொம்பச் சரிதான். பெருஞ்சந்தோசமா இருந்துச்சு எனக்கு. இப்பவும் சந்தோசத்துக்கு ஒரு குறைச்சலும் இல்லை. ரெண்டரை வருசத்துக்கு அப்புறமும் நான் கன்னியா இருக்கறனே. ஒரு கீறல்கூட விழுகல. கன்னித்திரைய ஒட்டவைக்கறதுக்கு இந்தக் காலத்துல எவ்வளவு ரூபாய் செலவாகும். என்னோட பாக்கியம், எனக்கு நயாபைசா செலவு செய்யவேண்டாம்...!”

ஆபிரஹாம் அதிர்ந்துபோனார். அவருடைய இயலாமை ஜெஸபெல்லின் கோபத்தைக் கொழுந்துவிட்டு எரியச்செய்தது. அவள் மேலும் குரூரமடைந்தாள்.

“இல்லை, அந்த அனுக்கிரகங்களுக்கு நன்றியா நான் இப்ப என்ன சேவகம் செய்யணும்? அன்புப் பிரதிபலனா மாமனார பார்த்துக்கணுமா? அல்லது எல்லாக் குணங்களும் நிறஞ்சவனான புருசனுக்குப் பணிவிடை செய்யணுமா?”

ஆபிரஹாம் உடைந்து நொறுங்கிப்போயிருந்தார். அவரது முகம் மேலும் சிவந்து வீங்குவதையும் கண்கள் கலங்குவதையும் நெஞ்சுக்கூடு உயர்ந்து தாழ்வதையும் பார்த்து அவளுக்குச் சிறு ஆசுவாசம் தோன்றியது. ஆனால், அவர் சப்தம் வெளியே வராமல் துடிப்பதைப் பார்த்தபோது, முன்னால் நிற்பது ஒரு இதய நோயாளி என்பதை அவளுக்குள் இருக்கும் மருத்துவர் நினைவூட்டினாள். அதனால் அவள் எஞ்சியுள்ள ஆத்திரத்தை விழுங்கி, அமைதியானாள்.

“மன்னிச்சுக்க!”

ஆபிரஹாம் கை உயர்த்தித் தொழுதார். அப்போது ஜெஸபெல்லுக்கு அழுகை வந்தது. ‘என் தப்புதான்’ ஆபிரஹாம் வெதும்பினார். அப்போது ஜெஸபெல் சோர்வாகச் சொன்னாள், ‘சரி, சரி, அங்கிள், நான் இப்ப என்ன செய்யட்டும்’ என்று

அவள் தப்பிப்பதற்கு அவசரப்பட்டாள். ஆபிரஹாம் அவளைப் பீதியோடு பார்த்தார்.

"அவினாஷ் குப்தாவோட அம்மா செத்துப்போய்ட்டாங்க. அவன் ஒத்தப்பையன். அவங்க முறைப்படி பலி, சடங்கெல்லாம் நிறைய இருக்கு. ஜெரோமுகிட்ட யாரும் இல்லை."

தலையில் சம்மட்டியால் அடிவாங்கியது போன்று ஜெஸபெல் நின்றாள். ஆபிரஹாம் உமிழ்நீரை இறக்கினார்.

"ஒன்று ஜெரோம இங்க கொண்டுவரணும். இல்லைன்னா இங்க இருந்து யாராச்சும் அங்க போயி இருக்கணும்..."

ஆபிரஹாம் சட்டைப்பையில் இருந்து ஒரு வெள்ளைக் கைக்குட்டையை எடுத்து நெற்றியையும் கழுத்தையும் துடைத்தார்.

"இங்கிருந்து யார் போறது? என் தம்பிங்களும் உயிரோட இல்லை. அவனுங்க வீட்டுக்காரிங்களும் புள்ளைங்ககூட ஒவ்வொரு எடத்துல இருக்காங்க. என்னோட பசங்க ரெண்டுபேரும் அமெரிக்காவுல. கலிஃபோர்னியாவுல இருக்கறவனோட வீட்டுக்காரிக்குக் குழந்தை பொறந்திருக்குது. எங்களுக்கு டிக்கெட் எடுத்துட்டு அவன் காத்துக்கிட்டிருக்கான். விசா இண்டர்வியூ முடிஞ்சுது. இனி அதோட பேப்பர் பிராசஸ் முடிஞ்சதும் நாங்க அவன்கிட்ட அடுத்தவாரம் போகப்போறோம்."

ஜெஸபெல் மரத்துப்போனாள். அவள் மந்தமாக உணர்ந்தாள். முன்னால் நிற்கின்ற இந்தத் தடித்த மனிதன் யார் என்று அவள் தன்னைத்தானே கேட்டுக்கொண்டாள். சொட்டைத் தலையும் கருவளையம் விழுந்த கண்களும் தங்கத்தால் கட்டிய கடைவாய்ப் பல்லும் உள்ள இந்த மனிதர் என்ன பேசுகிறார்? யாரோடு பேசுகிறார்?

"நான் என்ன செய்யணுங்கறீங்க?" ஜெஸபெல்லின் குரல் வறண்டது.

ஆபிரஹாம் சம்மநாட்டு சங்கடத்தோடு சிரித்தார்.

"உனக்கு வேண்டி மத்தியஸ்தம் பண்ணறதுக்கு ஒரு ஃபாதர் போனாரில்லையா? அவரால அங்கயே ஒரு ஹோம் நர்ஸ் ஏற்பாடு பண்ண முடியுமா? இல்லாட்டி அங்க ஏதாவது ஸ்தாபனத்துல

இப்போதைக்கு பார்த்துக்க ஏற்பாடு செஞ்சாக்கூட போதும்... விருப்பமெல்லாம் இல்ல. வேற வழி இல்லாததுனாலதான்."

ஜெஸபெல் ஒரு கணத்தையும் வீணாக்காமல் இலஞ்ஞிக்கல் பாதிரியாரை அழைத்தாள். ஆபிரஹாமை அறிமுகப்படுத்தினாள். தற்போதைக்கு ஒரு ஆளை ஏற்பாடு செய்கிறேன் என்று பாதிரியார் சம்மதித்தார். ஆபிரஹாம் சம்மநாட்டு நிம்மதிப் பெருமூச்சுவிட்டார். ஜெஸபெல்லுக்கு நன்றி சொன்னார்.

ஆனால் இரண்டு நாட்கள் கழித்துப் பணி முடித்து வெளியேறும் சமயத்தில் இலஞ்ஞிக்கல் பாதிரியார் அவளை அழைத்தார்.

"இங்க ஒரு பிரச்சனையிருக்குது கண்ணு, நம்ம ஹோம் நர்ஸோட அப்பா ரொம்ப முடியாம படுத்திருக்கறதா தகவல் கிடச்சுது. உடனே ஊருக்குப் போகணும்னு சொல்லி அவ ஒத்தக்கால்ல நிக்கிறா. அதனால வேற யாரையாவது கண்டுபிடிக்கறது வரைக்கும் அங்கிருந்து யாராவது வாரதுதான் நல்லது."

இலஞ்ஞிக்கல் பாதிரியாரின் குரல் பெரிய சுரங்கப் பாதைக்குள்ளிருந்து வருவதுபோன்று அவளது மூளையில் ஒலித்தது. நெடுங்காலத்துக்குப் பிறகு அவள் பழைய பீதியை உணர்ந்தாள். சுற்றிலும் பார்க்க பீதி, நடக்க பீதி, பேச பீதி. மருத்துவக்கல்லூரிக் கட்டடம் தள்ளாடுவது போன்றும் நடைகூடங்கள் பாய்ந்து வந்து தன்னை நசுக்கியெறியத் தயாராவதுபோன்றும் உள்ள பீதி. அவள் வார்த்தைகளை இழந்து மூளைச்சாவு அடைந்தாள். இலஞ்ஞிக்கல் பாதிரியார் மறுபடியும் என்னென்னவோ பேசினார்; எப்போதோ ஃபோனை வைத்தார். அவள் எப்போதோ வீட்டுக்குப் புறப்பட்டாள்; எப்போதோ அம்மா அவளுக்கு உணவு பரிமாறினார். எப்போதோ அவள் படுத்தாள்; எவ்வளவு நேரமோ உறங்கினாள்; எப்போதோ திடுக்கிட்டு எழுந்தாள். எழுந்தபோது எதிர்காலம் ஒரு கடல்போன்று அவள்மீது ஓங்கியடித்தது. அவள் அலைகளில் ஊஞ்சலாடினாள். அலைகள் அவளைத் தூக்கி வீசின. பாறைகளில் சக்தியோடு மோதி தலை பிளந்தும் இதயம் தகர்ந்தும் அவள் எழுந்தாள். அப்பாவின் அறைக்கதவை சப்தத்தோடு தள்ளித் திறந்தாள். ஒரே கட்டிலில் படுத்திருந்த அப்பாவும் அம்மாவும் குதித்தெழுந்தனர். என்ன தங்கம் என்று கேட்டுக்கொண்டு அப்பா விளக்குகளைப் போட்டார். அவள்

கலங்கிய கண்களோடும் கலைந்து பறக்கும் தலைமுடியோடும் உள்ளே சென்று அப்பாவின் தோளில் தலை சாய்த்தாள்.

"நான் ஜெரோம்கிட்ட போலாம்னு முடிவு பண்ணிருக்கேன்!" அவள் முணுமுணுத்தாள்.

அப்பாவும் அம்மாவும் அதிர்ந்தனர். 'நீ என்ன புள்ள தூக்க கலக்கத்துல சொல்றியா' என்று அம்மா திட்டினார். அவளை எழுப்புவதுபோன்று அப்பா முடியைக் கோதிவிட்டார். ஜெஸபெல் ஆபிரஹாம் சம்மநாட்டு சொன்னதையெல்லாம் விவரித்தாள். உடனே அப்பாவும் அம்மாவும் அவளும் கோமாவில் ஆழ்ந்ததுபோன்று ஆகிவிட்டனர்.

"இருந்தாலும் நீ இப்பப் போகணுமா?" இறுதியில் அம்மா கேட்டார்.

ஜெஸபெல் ஒரு மனநோயாளியின் கண்களோடு அம்மாவைப் பார்த்தாள்.

"நான் போறது மனைவியா இல்லை. டாக்டரா' - அவள் சொன்னாள். 'ஆபிரஹாம் சம்மநாட்டு கேட்டாரு, நீயும் ஜெரோமும், ரெண்டர வருசம் பொண்டாட்டியும் புருசனுமா வாழ்ந்தீங்கதானேன்னு.' கேட்டதுல கொஞ்சம் சரி, கொஞ்சம் தப்பு. பொண்டாட்டியும் புருசனுமா இருக்கல. ஆனா, சேர்ந்து வாழ்ந்தோம். ரெண்டரை வருசம் கூடவே இருந்த ஒருத்தனுக்கு இப்படியொரு நிலை வந்தா யாரும் பார்க்காம இருக்கமாட்டாங்கன்னு கேட்கறபோது நான் போகாம இருக்கறது சரியா? என்கூட ஹாஸ்டல்ல தங்கியிருந்த அஹானாவையோ ராணியையோ பார்த்துக்க யாரும் இல்லைன்னா நான் பார்க்கமாட்டேனா? முந்தி அவனைப் பார்த்துக்க அவனோட அம்மா இருந்தாங்க, அப்பா இருந்தாரு, சகோதரனும் சகோதரனோட மனைவியும் இருந்தாங்க. இப்ப யாருமில்லை. அவனோட ஒரு ஃபிரண்டு போயிட்டு வர்ற வரைக்கும் இன்னொரு ஃபிரண்டு பக்கத்துல இருக்கா அவ்வளவுதான்!"

'இருந்தாலும் நீ தனியாவா?' என்று அம்மா விசனப்பட்டார். 'நீ அங்க இருக்கறபோது அவனுக்கு எதாச்சும் பிரச்சனை வந்தா ஜார்ஜ் மரக்காரன் நம்மள குடும்பத்தோட ஜெயில்ல தள்ளிடுவான்' என்று எச்சரித்தார். 'அப்படீன்னா நானும்

அம்மாவும் கூட வாரோம்' என்று அப்பா சொன்னார். 'வேண்டாம், நான் போறேன். தேவைப்பட்டா அப்பாவ கூப்பிடறேன்.' என்று ஜெஸபெல் முடிவை அறிவித்தாள். காய்ச்சலில் படுத்திருந்த பாட்டி மட்டும் 'நீ போயிட்டு வா தங்கம், அந்தச் சிலுவைய நீயே சுமந்துட்டுப் போயி எறிஞ்சிடு' என்று தெம்பூட்டினார்.

நேரம் சட்டனெ விடிந்தது. ஜெஸபெல் பயணத்துக்குத் தயாரானாள். காலையிலேயே சூரியன் சாரைச் சென்று பார்த்து இரண்டு நாட்கள் விடுப்புப் பெற்றாள். அடுத்தநாள் காலை விமானத்திற்கு டிக்கெட் புக் செய்தாள். ஆபிரஹாம் சம்மநாட்டையும் இலஞ்ஞிக்கல் பாதிரியாரையும் அழைத்துப் பயண விவரத்தைத் தெரிவித்தாள். விடிகாலையில் அப்பாவும் அம்மாவும் அவளை விமானநிலையத்துக்குக் கூட்டிச்சென்றனர். லாபியில் அமர்ந்தனர். போர்டிங் கார்டு வந்தது. வரிசையில் நின்றாள். கேட்டுக்கு அருகில் செல்லும்போது ஒரு நபர் அருகில் வந்து கை நீட்டி - 'ஹலோ டாக்டர், வாட் ய பிளசண்ட் சர்ப்பரைஸ்!'

அவள் நம்பிக்கையின்றிக் கண்களை மூடித் திறந்தாள். அது அவன்தான். அவள் சுற்றிலும் பார்த்தாள் - இது உண்மையா? அல்லது நினைப்பா? இது அவன்தானா?

ஆனால் அவன், அவளது திகைப்பைக் கவனிக்கவில்லை. அவன் உரக்கப் பேசிக்கொண்டிருந்தான்: 'உங்களுக்குத் தெரியுமா, டாக்டர், நான் நேத்து முழுக்க உங்களத் தேடி மெடிக்கல் காலேஜ்ல சுத்திட்டிருந்தேன், எப்படிக் கண்டுபிடிப்பேன்? பேரு தெரியாது, எந்த டிபார்ட்மெண்ட்டுன்னும் தெரியாது, எதுவும் தெரியாது...!' வரிசையில் அவளுக்கு அருகில் இடம் உண்டாக்கி நின்று, முன்னால் நகரும்போது அவன் அவளது முகத்தில் இருந்த வெறுமையைப் பார்த்து லேசாக சந்தேகப்பட்டான். 'உங்களுக்கு என்னை ஞாபகம் இருக்குதானே?' அவளுக்கு நன்றாக நினைவிருந்தது - அன்றைக்கு, அந்தக் குழந்தையின் மரணம், அவனுடைய உறக்கம், அவன் போனபோது காலியாகிப்போன கட்டில், அவளது கனவில் அவனுடையதாகக் கண்ட வீடு, அவனுடைய மார்பு, அவனுடைய தீண்டல்....!

தன் மனதை அவன் வாசித்துவிடுவானோ என்று பயந்து அவள் சங்கடத்துடன் முகத்தைத் திருப்பிக்கொண்டாள்.

அவளது இருக்கைக்கு அடுத்த இருக்கைப் பயணியிடம் அவன் இருக்கை மாற்றிக்கொண்டபோது அவள் உணர்ச்சியற்றவளாக அமர்ந்திருந்தாள். அவள் அவனைப் பார்க்கத் தயங்கினாள். அவனைப் பார்க்க எவ்வளவு தீவிரமாக ஆசைப்பட்டோம் என்று அவள் நினைத்துப்பார்க்க வெட்கப்பட்டாள். அதனால், அவனைப் பார்த்திருக்கவேண்டாம் என்று மனம் நொந்தாள். அவனை இன்றைக்குப் பார்த்திருக்கவேண்டாம் - அவள் தன்னைத் திருத்தினாள். இன்று, புறாக்களின் நோய்வாய்ப்பட்ட முனகல்கள் நிறைந்ததும் இருளண்டியதுமான அறையில், தசைகள் சுண்டிப்போனதும் எலும்புகள் பலவீனமானதும் படுக்கைப் புண்கள் நிறைந்ததுமான ஒரு உடலைக் கவனித்துக்கொள்வதற்காகத் தற்கொலைப்படையாகப் புறப்படுகின்ற இன்று பார்த்திருக்கவேண்டாம். அவளுக்கு அவனிடம் வெறுப்புத் தோன்றியது - வந்திருக்கிறான், மிகவும் மோசமான தருணத்தில். மகிழ்கின்ற, சிரிக்கின்ற, பேசுகின்ற - எல்லாம் உடைந்து நொறுங்கியபிறகு! அவள் அவனை வெறுக்க விரும்பினாள். ஆனால் அவன், மேலும் சிரித்தான். இன்னும் பேசினான்.

"அன்றைக்கு நான் உங்களுக்காக ரொம்பநேரம் காத்துட்டு இருந்தேன், டாக்டர். ஆனால், ஆம்புலன்ஸ்காரங்க ரொம்ப அவசரமா இருந்தாங்க. பாடிய கொண்டுவாரத எதிர்பார்த்துட்டு கிராமத்துல இருந்த உறவுக்காரங்க அவசரப்பட்டாங்க. அதனாலதான் சொல்லாம போயிட்டேன். மன்னிச்சுக்கோங்க. உண்மையா நான் முந்தாநாளே திரும்பிப் போயிருக்கணும். ஆனா, எனக்கு என்னவோ உங்களப் பார்க்காம போறதுக்குத் தோணல. அதனாலதான் நான் மெடிக்கல் காலேஜுக்குத் திரும்பி வந்தேன். எனக்கு இப்ப உங்களோட மெடிக்கல் காலேஜோட மூலை முடுக்கெல்லாம் தெரியும். ஆனா, உங்களக் கண்டுபிடிக்க முடியல. நேத்து மாதிரி நான் வாழ்க்கையில் ஒருநாளும் ஏமாற்றமடைஞ்சதில்லை."

அவன் அவளது கண்களைப் பார்த்துக் கண்களால் சிரித்தான். அவள் அந்த ஒளிர்வை எதிர்கொள்ளச் சக்தியற்றுக் கண்களை விலக்கிக்கொண்டாள். அவன் பிணங்களோடு பயணித்ததையும் இறப்புச் சடங்கு நடத்தியதையும் பயணச்சீட்டை ரத்து செய்ததால் அதிகச் செலவு ஆனதையும் விவரித்தபோது அவள் சிரிக்க முயன்றாள். விமானம் புறப்பட்டுக்கொண்டிருந்தது.

அவள் இருக்கையில் சாய்ந்து கண்களை மூடினாள். காற்றில் தான் உயரே எழுவதை அவள் உணர்ந்தாள். உயர்ந்து உயர்ந்து ஒருபோதும் திரும்பி வராத வகையில் வெற்று வானவெளியில் எங்கேயாவது சென்றடைந்து உடைந்து சிதறுவதை அவள் கற்பனை செய்தாள். கண் திறந்தபோது அவன் அவளையே பார்த்துக்கொண்டிருந்தான். அவளுக்குச் சங்கடம் தோன்றியது. அவன் அன்போடு சிரித்தான். அவள் அவனை உற்றுப் பார்த்தாள். அவன் அழகாக இருப்பதைக் கண்டாள். வெய்யிலிலேயே கிடந்ததுபோன்று கருவளித்த ஒரு முகமும் தூங்காமலேயே கிடந்ததுபோன்று கருவளையம் விழுந்த கண்களுமாக இருந்தான். இருந்தபோதிலும், சிரிக்கின்ற கண்கள். விரிந்த சிப்பிக்குள்ளிருந்து வெளிவந்த முத்துப்போன்று நிலவு வானத்தில் பிரகாசிக்கையில் படர்ந்திருக்கும் கொடிகளுக்கு இடையே, விட்டுவிட்டு விழுகின்ற நிலவொளியில் அவனுடைய சிரிக்கின்ற கண்கள் ஒளிர்வதை அவள் மீண்டும் நினைத்தாள். அவனது விரல்களில் விரல் கோர்த்துப் பிடிக்கவும் நெஞ்சில் முகம் சேர்த்து வாசம் நுகரவும் அவளுக்கு இச்சை தோன்றியது. இரண்டு மணி நேர தூரத்தில், புறாக்களின் மரணத்தின் இறுதிமூச்சு ஒலித்துக்கொண்டிருப்பதும் இருட்டின் அழுக்கில் குளித்ததுமான ஒரு பிளாட்டில் பார்மலின் நாற்றமடிக்கும் ஒரு உடலைக் கவனித்துக்கொள்வதற்கு வேண்டித் தயாராகிப் புறப்படுகின்ற ஒருத்தியைப் பொறுத்தவரை, என்னவொரு இச்சை!

ஒவ்வொருத்தரும் பரிசோதிக்கப்படுவது சுய இச்சைகளால் ஈர்க்கப்பட்டு வலையில் சிக்கும்போதுதான். இச்சை கருத்தரித்துப் பாவத்தைப் பிரசவிக்கிறது. பாவம் முழு வளர்ச்சி அடையும்போது மரணத்தைப் பெற்றெடுக்கிறது...!

யாரோ தட்டிக் கூப்பிட்டு ‘லேண்ட் ஆயிருச்சு’ என்று சொன்னபோதுதான் ஜெஸபெல் கண் திறந்தாள். கால இட உணர்வு திரும்பக் கிடைத்தபோது அவள் அந்த நியூரோ சர்ஜனைச் சங்கடத்தோடு பார்த்தாள். ‘ஸாரி, நாம என்ன பேசிட்டு இருந்தோம், நான் கொஞ்சம் தூங்கிட்டேன்’ என்று மன்னிப்புக் கேட்டாள். அவன் பதில் சொல்லவில்லை. ‘நாம ஏதோ பேசிக்கிட்டிருந்தோமில்லையா’ என்று அவள் திரும்பவும் சொன்னாள். ‘அது ரெண்டு மணிநேரத்துக்கு முன்னாடி’ என்று அவன் இரக்கத்தோடு சொன்னான். அவள்

இன்னும் பிழைபட்டுப்போனாள். இரண்டு மணி நேரம் தான் உறங்கிக்கொண்டிருந்ததை நம்பாமல் அவள் வெளியே பார்த்தாள். பூமி மேலெழுந்து மேலெழுந்து வருவதையும் கடற்பரப்பு நான்கு மணி வெய்யிலில் பளபளப்பதையும் நகரத்தின் உள்ளங்கையில் தான் விழுவதையும் அவள் உணர்ந்தாள். விரைவில் பிளாட்டுக்குச் சென்றுவிடுவோம் என்பதையும் விரைவில் ஜெரோமின் உடலை மீண்டும் பார்ப்போம் என்பதையும் நினைத்தபோது உண்டான சோர்வில், 'தாகமா இருக்கு' என்று அவள் யாரிடம் என்றில்லாமல் முறையிட்டாள். அவன் சீட் பாக்கெட்டில் இருந்து ஏறக்குறைய தீர்ந்துபோன சிறிய தண்ணீர் பாட்டிலை அவளிடம் நீட்டினான். பாட்டிலில் எஞ்சியிருந்த தண்ணீரை அவள் குடித்துத் தீர்த்தாள். உறங்கிப்போனதற்கு அவள் மீண்டும் ஒருமுறை மன்னிப்புக் கேட்டாள். 'நாம முதன்முதலா பார்த்த அன்னைக்கு நான் தூங்கிப் போனதுக்கு நீங்க பழிவாங்கீட்டீங்களே' என்று அவன் கேலிசெய்தான்.

அவர்கள் ஒருவரையொருவர் பார்த்துச் சிரித்தனர். அவனது முகத்தில் மரியாதை தோன்றச்செய்யும் எளிமை குடிகொண்டிருந்தது. தன்னை ஊதிப் பெருக்குவதற்கு முயலாத ஓர் ஆண் அவன் என்று அவளுக்குத் தோன்றியது. அவளுக்கு அவன்மீது பிரியம் கூடியது.

"நான் அன்னைக்குத் தூங்கினது அவ்வளவு களைப்பா இருந்ததாலதான். ஆனா, நீங்க இப்படித் தூங்கறதுக்குக் காரணம் என்னவா இருக்கும்? ஏதாச்சும் நார்கோலெப்ஸியா இருக்குமோ? அதுக்கு டெஸ்ட் பண்ணிப் பார்த்தா?"

அவனது கண்களில் குறும்பு தோன்றியது. அவளது மூளை தூக்கத்தை உதறி எறிந்தது. எம்.பி.பி.எஸ்.க்குப் படித்த புத்தகங்கள் மனதில் விரிந்தன. 'நார்கோலெப்ஸியா இருந்தால் நிமிசக்கணக்குலதானே தூங்குவோம்' அவள் புன்னகையுடன் விவாதித்தாள். அவனும் உற்சாகமடைந்தான். அவர்கள் சிறிது நேரம் நார்கோலெப்ஸியைப் பற்றி உரையாடினர். நரம்புகள், நியூரான்கள், ஹைப்போகிரீட்டின். இந்த நியூராலஜி ஒரு நிகழ்வு என்று அவள் ஒத்துக்கொண்டாள். விமானத்தின் கதவைத் திறக்கும்போதும் வரிசையில் நகரும்போதும் வெளியே வரும்போதும் ஏர்போர்ட்டுக்குள் கொண்டுவந்த பொருட்களைத் திரும்பப் பெறுகின்ற இடத்துக்கு நடக்கின்றபோதும் அவர்கள்

நோய்களைப் பற்றிய உரையாடலைத் தொடர்ந்தனர். எச் ஒன் என் ஒன் வைரஸ் ஹைப்போகிரீட்டின் அளவில் உருவாக்குகின்ற மாற்றங்களை விளக்கிக்கொண்டு அவன் அவர்களுக்கு வேண்டிய தள்ளுவண்டிகளை எடுத்தான்.

“ரொம்பகாலத்துக்கு அப்புறம் மனசு நிறஞ்சு பேசினேன். உங்கள பார்த்தது நல்லதாப்போச்சு...”

அவனது கண்களைப் பார்க்க முடியாமல் அவள் முகத்தைத் திருப்பிக்கொண்டாள்.

“உங்கள பார்த்தப்ப, டாக்டர், சும்மா பார்த்துட்டு மறந்துபோகக் கூடிய ஒரு ஆளல்ல நீங்கள்ன்னு தோணுச்சு. உங்களோட சிரிப்பு எனக்கு ரொம்பப் பிடிச்சுப்போச்சு. ஒரு பொண்ணோட சிரிப்பப் பார்த்து எனக்கும் மனசுல சிரிக்க முடியும்னு அப்பத்தான் புரிஞ்சுது - உடம்பு முழுக்க காயங்களோட கிடந்தப்பக்கூட. எனக்குத் திரும்பவும் பார்க்கணும்னு தோணுச்சு. அதனாலதான் நான் திரும்பி வந்தேன். ஒரு நாள் முழுக்க தேடியலஞ்சேன். உங்கள இங்கவச்சுப் பார்த்திருக்காட்டி நான் போயிட்டுத் திரும்ப வந்திருப்பேன் - முதல்ல கிடைக்கிற லீவுல.”

ஜெஸபெல்லின் கண்கள் நிறைந்தன. இதயம் படபடவென அடித்துக்கொண்டது. அவளுக்கு அவள்மீதே பயம் தோன்றியது.

“உண்மையா எனக்கு இப்ப ஒரேயொரு கவலைதான் இருக்குது.” அவனது கண்கள் ஒளிர்ந்தன.

“இவ்வளவு நேரமாயும்கூட நீங்க என் பேரக்கூட கேட்கல.” ஜெஸபெல்லின் உடல் நடுங்கியது. கன்னக்குழிகள் மலர்த்தி ஒரு சிரிப்பை அவனுக்குக் கொடுக்க அவள் முயன்றாள். அந்தச் சிரிப்பை வார்த்தைகளாக விவரிக்க அவனால் மொழிபெயர்க்க முடியுமென்று ஆசைப்பட்டாள். முடிந்தால் அவனால் தனது சிரிப்பில் இருந்து, தான் அவனைப்பற்றிக் கற்பனை செய்ததையெல்லாம் வாசித்துவிட முடியுமென்று நம்பினாள். அவனுக்கு அது முடிந்ததா என்று தெரியவில்லை. ஆனால் அவனுடைய கண்கள் பிரகாசித்துக்கொண்டிருந்தன.

“உங்களப் பார்க்கும்போது சூஃபி இசை ஞாபகத்துக்கு வரும். உங்களுக்கு ஏத்த பேரு ரூமியோ அமீர் குஸ்ருவோதான்.”

அவனுடைய கண்கள் இன்னும் கூடுதலாக ஜொலித்தன. அவன் பெல்ட் வழியாக நகர்ந்து வந்த தனது பையை இழுத்தெடுத்துத் தள்ளுவண்டியில் வைத்துவிட்டு அவளைத் தலைசாய்த்துப் பார்த்தான்:

“அதுக்குப் பதிலா கபீர் முகமத்னு இருந்தா வருத்தப்படுவீங்களா?”

அவள் சந்தோசமாகச் சிரித்தாள். அவளுடைய பெட்டியும் பெல்ட் வழியாக வந்துசேர்ந்திருந்தது. அவன் அதை எடுத்துத் தள்ளுவண்டியில் வைத்தான். அவர்கள் வெளியே நகர்ந்தனர்.

“பேரு சொன்னா பதிலுக்கும் சொல்லவேண்டிய நாகரிகம் இருக்கு.” நடக்கும்போது அவன் சொன்னான்.

அவள் அவனைக் குறும்பாகப் பார்த்தாள்.

“ஜெஸபெல்ன்னு சொன்னா வருத்தப்படுவீங்களா? ஜெஸபெல் ஜான்?” அவன் ஆச்சரியத்தோடு அவளைப் பார்த்தான்.

“ஜெஸபெல்? பைபிள்ல வெளிப்படுத்துதல் புத்தகத்திலும் ராஜாக்களின் புத்தகத்திலும் சொல்லற ஜெஸபெல்?”

“நீங்க பைபிள் வாசிக்கறதுண்டா?” அவள் சற்று கவலையோடு கேட்டாள்.

“படிச்சிருக்கேன். ஒருதடவ ஒரு பேஷண்டோட சர்ஜரி முடிஞ்சப்ப அவருக்குக் கொடுத்துக்கிட்டிருந்த பெயின் கில்லர்ஸ் தீர்ந்துபோச்சு. அவர் உருண்டு புரண்டு அழுதார். என்ன செய்யறதுன்னு எனக்குப் புரியல. அப்ப அங்க இருந்த ஒரு பைபிள பார்த்தேன். நான் அத எடுத்து கடைசி பேஜ்கள வாசிச்சேன். அப்படித்தான் ‘ஜெஸபெல்’ங்கற பேரு மனசுல பதிஞ்சுச்சு. அப்புறம் நான் அவருக்காக பைபிள முதல்ல இருந்து வாசிக்கத் தொடங்கினேன். மதங்களப் பத்தின ஒரேயொரு நல்லது அதுதான். வலிய தவிர்க்க முடியாததா ஏத்துக்கறதுக்கு அதுங்க நமக்குக் கத்துக்கொடுக்குதுங்க...”

“பெயின் கில்லர்ஸ் தீந்துபோச்சுன்னு சொன்னா... ஏமன்லயா?” அவள் கேட்டாள்.

“ஆமாம், ஏமன்லயும் மருந்துகளுக்குத் தட்டுப்பாடு இருக்குது. ஆனா, இந்தச் சம்பவம் நடந்தது அங்கல்ல. ஆப்கான்ல.”

அவளுக்கு வியப்பாக இருந்தது. அவர்கள் வெளியே வந்திருந்தார்கள். வெளுத்த ஜிப்பாவும் வேட்டியும் அணிந்த இளஞ்ஞிக்கல் பாதிரியாரின் உருவம் வெளுத்த தாடியைத் தடவிக்கொண்டு காத்திருப்பதை ஜெஸபெல் ஒரே பார்வையில் கண்டுகொண்டாள். கபீர் ஃபோனை வெளியே எடுத்து அவளைப் பார்த்து எண்ணுக்காகக் காத்திருந்தான். அவள் எண்ணைச் சொன்னாள். அவனுடைய எண்ணை அவளும் வாங்கிக்கொண்டாள்.

"ஸோ... கீப் இன் டச்..."

அவன் அவளை எதிர்பார்ப்புடன் பார்த்தான். அவள் அவனைப் பார்க்கத் தயங்கினாள்.

"ஜெஸபெல்ங்கற பேருக்கு நிறைய அர்த்தம் இருக்கு, தெரியுமா?" அவன் உரையாடலை நீட்டிப்பதற்கு ஆசைப்படுவதுபோன்று கேட்டான். அவள் தனக்குத் தெரிந்த அர்த்தங்களைச் சொன்னாள்.

"ஆனால், ஃபினீஷிய லாங்வேஜ்ல, 'வேர் ஈஸ் தி பிரின்ஸ்'ன்னு ஒரு அர்த்தங்கூட இருக்கு."

"அது எனக்குப் புது அறிவு..." பதைக்கும் இதயத்தோடு அவள் முணுமுணுத்தாள்.

"அது பாகால் தேவன வழிபடற 'ரிச்வல் க்ரை'யுங்கூட. பாகால் தேவனை பாதாளத்துல இருந்து பூமிக்குக் கொண்டுவந்து மழை பெய்யவைக்கறதுக்கு நடத்துற பூஜைகள்ல தீர்க்கதரிசிகள் ஜெஸபெல், ஜெஸபெல்ன்னு கத்திக் கூப்பிட்டுக்கிட்டு ஆடுவாங்க..."

"அது பைபிள்ல இல்லைதானே?"

பைபிள்ல இல்லை. ஆனா, பைபிள்ல இருக்கற கதைப்பாத்திரங்களப் பத்தின புத்தகங்கள்ல இருக்கு. பழைய ஏற்பாட்டுல இருக்கற கதைப்பாத்திரங்களப் பத்தின எல்லா புத்தகங்கள்லயும் ஜெஸபெல் ராணி உண்டு..."

அவளுக்குத் தனது உடல் கடல்போன்று அலையடிப்பதாகத் தோன்றியது. டைர் நகரில் இருக்கும் அரண்மனையிலிருந்து பார்க்கின்ற அதே கடலைப்போன்று ஆயிரம் கைகளால் அது அவளைக் கைகாட்டி அழைப்பதாகத் தோன்றியது.

விடைபெறுவதற்கு அவன் அவளது கையைப் பிடித்தபோது அவளுக்கு அழுகை வந்தது. இன்றுவரை தான் அப்படியொரு கையால் தொடப்படவில்லையென்று அவளுக்குத் தோன்றியது. அவள் அவசரமாகக் கையை விலக்கிக்கொண்டாள். அவனைப் பிரிந்து இளஞ்ஞிக்கல் பாதிரியாரை நோக்கி நடக்கும்போது, எவ்வளவோ காலம் பலவித ஆணிகளில் தொங்கிக்கிடந்து உணங்கிப்போன உடல் உயிர்த்தெழுவதற்கு வெம்புவதாக அவளுக்குத் தோன்றியது.

வாயிலுக்குக் கல் வைத்து அடைக்கப்பட்ட கல்லறையின் தனிமையிலிருந்து மனிதகுமாரி உயிர்த்தெழுவது எப்படியிருக்கும்?

எப்படியாக இருந்தாலும், உயிர்த்தெழுகின்றபோது அவளது உடல் 'ஜெஸபெல்? ஜெஸபெல்?' என்று கத்திக்கொண்டு தேடுமாக இருக்கும்.

26

சிலுவையில் அறையப்படுவதற்கும் உயிர்த்தெழுவதற்கும் இடைப்பட்ட இரவுகளைக் கடந்துசென்றபிறகு, ஜெஸபெல் இவ்வாறு உலகிற்கு அறிவிக்க விரும்பினாள்: ஆகையால் சகோதரிகளே, நம்மில் ஒவ்வொருவரும் கடந்துசெல்ல வேண்டியிருக்கின்ற அந்த இரவுகள் சகிக்கமுடியாதவாறு இருண்டதாகவும் நீண்டதாகவும் உங்களுக்குத் தோன்றலாம். அடைக்கப்பட்ட கல்லறைக்குள் உங்களுடைய உடல் தகித்து, தசையும் எலும்புகளும் உருகித் தீர்ந்து இறுதியில் உங்களது ஜடத்தைப் பொதிந்த சவத்துணி மட்டும் எஞ்சியிருக்கும். உடல் ஆத்மாவைத் தேடிப்போகிறதா ஆத்மா உடலுக்குத் திரும்பிவருகிறதா என்பதை வெளிப்படுத்துவதற்காக மனிதகுமாரி இனி ஒருபோதும் மரணமுள்ள உலகத்திற்குத் திரும்பிப் போகமாட்டாள் அல்லவா.

மினுமினுக்கும் உருவமுள்ள இரண்டு ஆண்களைத் தவிர்த்துவிட்டுத் தனது உயிர்த்தெழுதல் சாத்தியமாகாது என்பதை ஜெரோம் ஜார்ஜ் மரக்காரனின் பிளாட்டில் வைத்துத்தான் ஜெஸபெல் உணர்ந்தாள். முற்றத்திலிருக்கும் புறாக்களின் காதை அடைக்கச் செய்யும் சிறகடிப்புகளைக் கடந்து, உடலைக் கைவிடுகின்ற ஆத்மாவைப் போன்று விசுக்கென்று உயர்கின்ற மின்தூக்கியில் நிற்கும்போது அவளது கண்களில் காட்சிகள் பதிந்திருக்கவில்லை. அன்று ஜெரோமின் குடியிருப்பில் செலவழித்த இரவில் அவள் கல்லறைக்குள் அடக்கம் செய்யப்பட்டவளாக இருந்தாள். கையறுநிலையின் சவத்துணிக்குள் உடல் சில்லிட்டு நடுங்கிக்கொண்டிருந்தது. தந்தையின் மரணச்செய்தி அறிந்து அழுதுகொண்டிருந்த ஹோம் நர்ஸையும் கூட்டிக்கொண்டு இளஞ்ஞிக்கல் பாதிரியார், 'நாளைக்கு வாரேன்' என்று உறுதியளித்து விடைபெறும்போதும் அவளுக்கு அச்சமோ பயமோ தோன்றவில்லை. 'ஜெஸபெல், ரூமுக்குப் போயாச்சா? எங்க இருக்கீங்க? நான் பீச்சுக்குப் பக்கத்துலதான் இருக்கேன். நாம சேர்ந்து டின்னர் சாப்பிட்டா'

என்று கேட்டு கபீர் முகம்மதின் குறுஞ்செய்தி வந்தபோதுதான் அவளுக்கு உணர்வு திரும்ப வந்தது.

அப்போது, தான் தொடங்கிய இடத்துக்கே திரும்பி வந்துவிட்டதை அவள் கண்டாள் - அதே பழைய குடியிருப்பு. மிகவும் இடுங்கியது. வெளியே, புறாவின் முனகலின் அதே பழைய மரணக்குரல். அதே அழுக்கடைந்த சுவர்கள், சுவர்களில் அதே பழைய சிலுவைகள், ஏசுவின் படம். அசைவற்ற கடிகாரம். டிவி ஸ்டேண்டில் மஞ்சள் துணியில் மூடிவைத்த டிவி. அதற்குக் கீழே அடுக்கிவைத்த தியானபிரசங்கக் குறுந்தகடுகள். ஜார்ஜ் ஜெரோம் மரக்காரனின் படுக்கையறை வெளியிலிருந்து பூட்டப்பட்ட நிலையில் இருந்தது. ஜான் ஜெரோம் மரக்காரனின் அறையில், முன்பு ஜெரோமின் அறையில் பார்த்த அலமாரிகள் கொண்டுவந்து வைக்கப்பட்டிருந்தன. உணவு மேசை கருத்தும் அழுக்கடைந்தும் கிடந்தது. சமையலறை கரிபிடித்து எண்ணெய் பிசுக்கேறி இருண்டு கிடந்தது. எல்லா இடத்திலும் இருள் மட்டுமே நிறைந்திருந்தது. எல்லா இடத்திலும் மரணம் மட்டுமே நாறியது.

பார்மலினின் கடுத்த நாற்றம் மூக்கைத் துளைத்தபோது ஜெஸபெல் எழுந்தாள். அவள் ஜெரோம் ஜார்ஜ் மரக்காரனின் கதவருகில் நின்றாள். அந்தக் கணம், தனது கால்களின் பலம் குன்றியதையும் பயங்கர குளிர் உடலைப் பற்றிக்கொண்டதையும் இதயம் துடிப்பதை நிறுத்தியதையும் சிறுநீரகம் வெடித்துவிடத் தவிப்பதையும் தன் உடலின் செயல்பாடுகள் விசித்திரமாகத் தோன்றியதையும் அவள் பிற்காலத்தில் வெட்கத்தோடு நினைவுகூர்ந்தாள். தான் அன்று அந்த அறைக்குள் முதன்முதலில் பார்த்தது ஆக்ஸிஜன் சிலிண்டரை என்றும் பின்னர் ஸ்டேண்டையும் அதிலிருந்து தொங்கிக்கொண்டிருந்த குழாயையும் என்றும் அவள் நினைவுகூர்ந்தாள். அதற்குப் பிறகுதான் தண்ணீர் மெத்தையிடப்பட்ட கட்டிலில் குச்சி போன்று கிடக்கின்ற ஒரு மொட்டைத் தலைப் பையன் அவளது கண்ணில் பட்டான். பின்னர் வெளுத்த அங்கிபோன்ற ஒரு சவத்துணிக்குள் சாவகாசமாக அசைகின்ற ஒரு நெஞ்சுக்கூட்டைப் பார்த்தாள். போர்வைக்குள் எம்பி நிற்கின்ற கையும் காலும். கட்டிலில் இருந்து கீழே தொங்கிக்கிடக்கின்ற லேசான மஞ்சள் திரவம் நிறைந்த சிறுநீர் வெளியேற்றக் குழாய். டெட்டாலின், பினாயிலின் கடும் கந்தம். தசைகள் இல்லாதுபோய் எலும்புகள்

துருத்திய அந்த முகம் ஜெரோமுடையதாக இருக்கவில்லை. மூக்கெலும்புகள் கூர்மையாக நின்றன. தாடை எலும்பும் வெளித்தள்ளியிருந்தது. கண்கள் குழிவிழுந்து குழிந்து குழிந்து இருளின் இரண்டு வட்டங்கள் மட்டும் தெரிந்தன.

அவள் கல்லறையிலிருந்து எழுந்து நடக்கின்ற உடலாக அவனை நெருங்கினாள். அவனது மணிக்கட்டைத் தொட்டாள். தோல், காகிதத்தைத் தொட்டதுபோல் இருந்தது. இரண்டரை வருடங்களுக்கு முன்பு தன்னோடு வாழ்ந்திருந்த ஆண்தான் அது என்று நம்புவதற்கு அவளால் முடியவில்லை. கசங்காத பாலியஸ்டர் சட்டை அணிந்து தலைநிமிர்ந்து, நெஞ்சை விரித்துக்கொண்டு தன்னைப் பார்க்க வந்த அந்த ஆண்; வீ ஆர் மேட் ஃபார் ஈச் அதர் என்று பொய் சொல்லித் தனது ஆன்மாவை அதிரவைத்த அதே ஆண். மூச்சுமுட்டித் துடிக்கும்படியாகத் தலையைப் பலமாகப் பிடித்துக் குனியவைத்து வாயில் கசப்பை நிறைத்த ஆண்; காலையில் ஜிம்முக்குப் போவதும் ஞாயிற்றுக்கிழமை மாலிஷ் செய்வதுமாகத் தனது உடலைச் சீராட்டிக்கொண்டிருந்த அந்த ஆண்.

அக்கணத்தின் பீதியில் இருந்து தப்பிப்பதற்காக அவள் கபீர் முகம்மதுவை ஃபோன் செய்து வரவழைத்தாள். அவளுக்குத் தனது கல்லறைக்குள் இருக்கும் தனிமையும் பயமும் சகிக்கமுடியாததாக மாறியிருந்தது. கல்லறை வாசலில் வாசனைத் திரவியங்களுடன் வந்து காத்திருக்க மற்றொரு ஆத்மா தேவைப்பட்டது. ஜெஸபெல் குளித்துவிட்டு உடை மாற்றிக்கொண்டு, இளஞ்ஞிக்கல் பாதிரியார் வாங்கிய உணவுப் பொட்டலத்தைத் திறந்து இரண்டு தட்டுகளைக் கழுவி மேசைமேல் வைத்தாள். இரண்டு டம்ளர்களைக் கழுவி வைத்தாள். கணவன் நிரந்தர நித்திரையில் ஆழ்ந்து கிடக்கும்போது அடுத்த அறையில் மெழுகுவர்த்திகளின் வெளிச்சத்தில் மற்றொரு ஆணுக்கு இரவு விருந்து கொடுக்கின்ற மனைவியைக் குடும்ப நீதிமன்றத்தின் வக்கீலும் நீதிபதியும் பார்த்திருந்தால் அவர்கள் எப்படி எதிர்வினையாற்றியிருப்பார்கள்? ஊட்டச்சத்துக் குறைபாடுள்ள ஒரு பெண் சிலந்தி, மல்லாக்கத் தொங்குகின்ற நூலாம்படையில், வெள்ளி பூசுகின்ற விளக்கு வெளிச்சத்தில், சுவரில் மாட்டிவைத்திருக்கும் கிறிஸ்து அவளைப் பார்த்துக் கருணையோடு புன்னகைத்தார். சுவரோடு சேர்த்து வைக்கப்பட்டுள்ள ஸ்டேண்டில் நிமிர்த்தி வைத்த பைபிளுக்கு

அருகில் சென்று அவள் பக்கங்களைப் புரட்டி 'பிரசங்கி'யை எடுத்தாள். 'உத்தமியான மனைவி: உத்தமியான மனைவி உள்ளவன் பாக்கியவான்; அவனது ஆயுள் இரட்டிப்பாகும்; பற்றுள்ள மனைவி கணவனை மகிழ்விக்கிறாள். அவன் அமைதியாக வாழ்வைக் கழிப்பான். உத்தமியான மனைவி மகத்தான ஆசீர்வாதம்...'

அவள் கோபத்துடன் புத்தகத்தை மூடிவைத்தாள். கபீர் திரும்பவும் அழைத்துத் தான் வந்துவிட்டதாகச் சொன்னபோது ஜெஸபெல் பதறிப்போனாள். பரலோகத்தில் தெய்வத்தின் ஆலயம் திறக்கப்படுகிறதென்றும் அங்கிருக்கும் வாக்குத்தத்தப் பெட்டி காணப்படுகிறதென்றும் ஜெஸபெல் திகைப்புற்றாள். மின்னல்கீற்றுகளையும் கோஷங்களையும் இடிமுழக்கங்களையும் பூகம்பத்தையும் பெரிய கல்மாரியையும் அவள் எதிர்பார்த்தாள். தளர்வான கதர் ஜிப்பாவும் பைஜாமாவும் அணிந்த கபீர் உள்ளே வந்தபோது இருண்ட அறைக்குள் இருக்கும் பழைய நாற்றத்தின்மேல் நறுமணம் பரவியது. தனது சுற்றுப்புறங்களைப் பற்றிய தாழ்வுணர்வுடன் ஜெஸபெல் அவனை வரவேற்று அழைத்துவந்தாள். வீடு யாருடையது என்று அவன் கேட்டான். ஒரு நண்பருடையது - அவள் சொன்னாள். அந்த இடத்தையும் அங்கிருந்த அவளுடைய இருப்பையும் அவன் மர்மமாக உணர்கிறான் என்பது தெளிவாகத் தெரிந்தது. அவளோ, தான் அவனை அழைத்து வரவைத்தது மர்மங்களை அவிழ்த்தெறிவதற்கு வேண்டித்தான் என்று சொல்லத் தயங்கினாள். இதுதான் நான் என்று ஒப்புதல் வாக்குமூலம் அளிக்க அவள் ஆசைப்பட்டாள். இதுதான் நான், என்னை இப்படியே ஏற்றுக்கொள்ள உங்களால் முடியுமா? அதைக் கேட்பதற்கான குரலோ சக்தியோ இல்லாமல் கல்லறையில் கிடக்கின்ற உடல் தவித்தது.

அவர்கள் மௌனமாக உணவு உண்டனர். மீண்டும் சோஃபாவில் எதிரெதிரே அமர்ந்தனர். கபீர் முகமது சற்று தொண்டையைச் செருமிக்கொண்டு இன்னொருமுறை சுற்றிலும் பார்த்தான், ஜெஸபெல் இந்த வீட்டில் தனியாவா இருக்கீங்க என்று கேட்டான். அவள் இல்லை என்று சொன்னாள். அவன் மேலதிக விளக்கத்திற்காகக் காத்திருந்தான். ஆனால், அவள் எதையாவது சொல்வதற்கு முன்னதாகவே அழைப்புமணி ஒலித்து, கதவின் தாழ் திறந்து, உயரம் குறைந்த சற்றே தடித்த சுத்தமாக முகம்

மழிக்கப்பட்ட தலை மொட்டையடிக்கப்பட்ட ஒரு இளைஞன் உள்ளே வந்தான். ஜெஸபெல்லை வெறித்துப் பார்த்து 'கெட் அவுட் ஆஃப் திஸ் பிளாட், யூ பிச்' என்று கர்ஜித்தான். ஆங்கிலத்திலும் இந்தியிலும் கெட்டவார்த்தைகளை உதிர்த்தான்.

"இந்த வீட்டுக்குத் திரும்பவும் வாரதுக்கு உனக்கு எப்படி தைரியம் வந்துச்சு? எதுக்காக நீ வந்தே? இவனக் கொல்லறதுக்கா? நான் விடமாட்டேன். இந்த வீட்ல இருந்து இந்த நிமிஷமே நீ வெளியபோ. இல்லாட்டி இன்னைக்கே உன்னோட முடிவ சந்திப்பே. என்ன பார்த்துட்டு நிக்கிறே? வெளியபோடீ...!" என்று ஆங்கிலத்தில் திட்டினான். சட்டென அவள் அவனை அடையாளம் கண்டுகொண்டாள். அவினாஷ் குப்தா! அவனை அடையாளம் தெரிந்ததும் தான் எவ்வளவு தகர்ந்துபோய்விட்டோம் என்று பின்னர் ஜெஸபெல் வெட்கத்தோடு நினைத்துப்பார்த்திருக்கிறாள். எதுவும் புரியாமல் உட்கார்ந்திருந்த கபீர் அதைவிட அதிர்ந்துபோயிருந்தான். அவளது நிலைப்பாடு அவினாஷை மேலும் குரூரனாக்கியது. அவன் அவளைநோக்கி வந்து தலையைப் பிடித்துத் தள்ளவோ தரையில் அடிக்கவோ முயன்றான். அப்போது கபீர் குறுக்கிட்டான்.

"ஹேய், ஸ்டாப்இட்... ஐ கான்ட் அலவ் திஸ்..."

"ஹூ ஆர் யூ டு ஸ்டாப் மீ? யூ ஸாலா குத்தா..."

அவினாஷ் கபீருக்கு நேராகத் திரும்பினான். அவன் கபீரை நோக்கிக் கை வீசியதையும் கபீர் அதைத் தடுப்பதையும் கபீரின் கை பலத்தால் அவினாஷின் கை திரும்பி அவனது பலம் குறைவதையும் ஜெஸபெல் பார்த்தாள். அவள் அவர்களுக்கிடையில் புகுந்து, 'கபீர் போங்க, நாம நாளைக்குப் பேசலாம்' என்று சொன்னாள். 'ஆர் யூ ஆல்ரைட்' என்று கபீர் சந்தேகிக்கவும் 'ஐயேம் ஆல் ரைட், டோண்ட் வொரி எபௌட் மீ' என்று ஜெஸபெல் உறுதியளித்தாள். கபீர் பிடித்திருந்த அவினாஷின் கையை விட்டான். 'ரெண்டுபேரும் இங்கிருந்து போகணும், இந்த நிமிஷம் போகணும்' என்று அவினாஷ் திரும்பவும் கர்ஜித்தான். அப்போது ஜெஸபெல் அவனை நோக்கித் திரும்பினாள்.

"ஷட்டப், அவினாஷ். நம்மளுக்குள்ள இருக்கற பிரச்சனையத் தீர்க்கறதக்கு நாம ரெண்டுபேரும் போதும். அதுக்குள்ள கபீர

இழுத்துவிடவேண்டாம்... கபீர், ஐயேம் ஸாரி, ஆனா, நாம நாளைக்குப் பார்ப்போம்...”

கபீர் ஒரு சொல்லும் சொல்லாமல் வெளியேறியபோது ஜெஸபெல்லின் இதயத்தில் ஒரு வெறுமை உண்டானது. அவள் அவினாஷுக்கு நேராகத் திரும்பினாள். அவர்களின் கண்கள் சந்தித்துக்கொண்டன. அவனது முகம் சிவந்தது.

“அவினாஷ், ஸே ஸாரி...”

குரலை உயர்த்தாமலேயே அவள் ஆணையிட்டாள். ‘ஸாரியா, எதுக்கு’ என்று அவினாஷ் கர்ஜித்தான். ‘இந்த வாழ்க்கை முழுசும் எனக்குச் செஞ்ச குற்றங்களுக்கு’ என்று ஜெஸபெல்லும் கர்ஜித்தாள். ‘குற்றமா, நானா?’ என்று அவினாஷ் கண்களை உருட்டினான். அவனது மெல்லிய உதடுகள் கோபத்தால் துடித்தன. விரல்கள் நுனிவரை சிவந்துபோயின.

“நான் என்ன குற்றம் செஞ்சேன்? ஜெரோம் என்ன குற்றம் செஞ்சான்? நீதானே அவனோட வாழ்க்கைய அழிச்சே? நீதானே அவனைக் கொல்லக் கொடுத்தே? உன்னோட கள்ளப்புருஷனோட புள்ளைக்கு வேண்டித்தானே நீ அவன கூலிக்கொலகாரன வச்சு விபத்துல சிக்கவச்சே? ஜெரோமுக்கு எதாச்சும் நடந்துச்சுன்னா, தேவிடிச்சி, உன்னை நான் சும்மா விடமாட்டேன். உன் உடம்ப வெட்டிக் கூறுபோட்டு நாய்க்குப் போட்டுருவேன்...”

ஜெஸபெல் ஒரு நிமிடம் மௌனமானாள். தனது உடலை நாய்கள் கடித்து இழுப்பதைக் கற்பனைசெய்து பார்த்தபோது அவளுக்குச் சிரிக்கத்தான் தோன்றியது. அவளுடைய சிரிப்பு அவனை மேலும் கடுப்பேற்றியது. ஜெஸபெல் அவனை நோக்கி நடந்துசென்றாள். அவினாஷ் பின்னோக்கி நகர்ந்தான். ஜெஸபெல் அவனுடைய சட்டைக் காலரைப் பிடித்து இழுத்தாள்.

“நீ என்ன செய்வே, என்னை? ரேப் பண்ணுவியா? ஒரு பொண்ண ரேப் பண்ணறதுக்கு உன்னால முடியுமா? உனக்கு ஆம்பளைங்கதானே வேணும்?”

அவினாஷ் அதிர்ந்துபோனான். துளை விழுந்த பலூனைப் போன்று அவன் சுருங்கிப்போனான். முற்றாக கையற்ற நிலையிலானான். முகம் வெளிறிப்போனது. ‘என்னாச்சு, எங்கபோச்சு முன்னாடி பார்த்த வீரம்?’ என்று ஜெஸபெல்

மீண்டும் தாக்கினாள். ‘ஒருத்தன் என்னவா இருக்கறானோ அதுதான்னு ஒத்துக்கறபோது மட்டுந்தான் அவனுக்குத் தன்னம்பிக்கை வரும்’ என்று பரிகசித்தாள். ‘வேறொருத்தனா நடிச்சிட்டு வாழறதுக்கு உனக்கு வெட்கமா இல்லையா’ என்று திட்டினாள். அவினாஷ் நா எழாமல் நின்றான். ஜெஸபெல் அமைதியடைந்தாள். அவனது காலரில் இருந்த பிடியை விட்டாள்.

“நீ செஞ்ச தப்பு உனக்குத் தெரியாது இல்ல? சொல்றேன். செய்யவேண்டிய நல்லது எதுன்னு தெரிஞ்சிருந்தும் நீ அதச் செய்யல. ஒரு பொண்ண காதலிக்கறதுக்கு முடியாதவன் ஜெரோம்ங்கறது உனக்குத் தெரியும். அவனுக்கு உன்னைமாதிரி ஒரு ஆம்பளதான் வேணுங்கறதும் உனக்குத் தெரியும். இருந்தாலும் நீ அவன கல்யாணங்கட்டிக்கறதுல இருந்து பின்வாங்கவைக்க முயற்சி செய்யல. ஊருக்கு முன்னால ஒரு ரிஸ்க் எடுக்கறதுக்கு நீ தயாராகல. நீ என்னைக் காப்பாத்தறதுக்காவது முயற்சி செஞ்சிருக்கலாம். நீ என்னை தேவிடிச்சீன்னு கூப்பிட்டே. ஜெரோம் மாதிரி ஒருத்தனோட பதிவிரதையான மனைவியாகறதைவிட எனக்குச் சந்தோசம் தேவடியா ஆகறதுதான். அதுகிடக்கட்டும், நீ ஒரு டாக்டர்தானே? வா, நான் துணிய அவுத்துக் காட்டறேன். பரிசோதிச்சுப் பாரு. நான் ஒரு தேவடியாதானான்னு பாரு...!”

அவள் மூச்சிரைப்பை அடக்கிக்கொண்டு அவினாஷைப் பார்த்தாள்.

“ஆனால், நான் இதுவரைக்கும் ஒரு ஆம்பளையோடும் சேரலைன்னு தெரிஞ்சா? அதனால நான் தேவடியா இல்லாம போயிருவனா? என் நண்பர் முன்னாடி வச்சு எனக்கு இழைச்ச அவமானத்த நீ திருப்பி எடுத்துக்குவியா? ஜெரோம் என்கிட்ட காட்டின வஞ்சனைக்கு நீ பரிகாரம் செய்வியா? ஜெரோமோட வீட்டுக்காரங்களும் என்னோட உறவுக்காரங்களும் வக்கீலும் நீதிபதியும் பார்த்துக்கிட்டு நின்னவங்க எல்லாரும் என் மனசுல உண்டாக்கின காயங்கள நீ ஆத்திக்கொடுப்பியா?”

அவன் விழித்துக்கொண்டு நின்றான். ஜெஸபெல் மேலும் சக்தி பெற்றாள்.

“அவினாஷ் என்னோட முறையீடு நீ கே ஆனதல்ல. அத ஒரு குற்றமாவோ குறையாவோ நான் நினைக்கல. எனக்கு

உன்மேல இருக்கற விரோதம் உங்களோட கோழைத்தனத்தோட பேர்ல என் வாழ்க்கைய குட்டிச்சுவராக்கினதுலதான். இன்னொருத்தங்களோட வாழ்க்கைய அழிக்க உன்னால முடிஞ்சதுலதான். அதுல குற்ற உணர்ச்சியே இல்லாம இருக்கறதுலதான். உனக்கு என்ன பாவம் பண்ணினேன்? ஜெரோமுக்கு என்ன பாவம் பண்ணினேன்? நீங்க விரும்பறமாதிரி வாழறதுக்குச் சமூகம் அனுமதிக்காததுக்குப் பரிகாரம் நான் விரும்பின வாழ்க்கைய எனக்கு மறுத்ததுதானா?"

அவினாஷ் அடிவாங்கியதுபோன்று நின்றுகொண்டிருந்தான். அவன் உமிழ்நீரை இறக்கினான். சக்தியைத் திரும்பவும் திரட்டிக்கொள்ளப் பிரயத்தனப்பட்டான். அவளது பார்வையை எதிர்கொள்ளாது திரும்பிக்கொண்டான். 'அநாவசியமா பேசாத,' அவன் பலவீனமாக மறுத்தான். 'இதெல்லாம் யாரு கட்டின பொய்க்கதை? ஜெரோம் எனக்குச் சகோதரன். எங்களுக்கு இடையில இருக்கற உறவ இப்படி மோசமா சித்திரிக்க உங்களுக்கு எப்படி தைரியம் வந்துச்சு? ஜெரோம் மேல உங்களுக்கு இருக்கற வெறுப்ப என்னால புரிஞ்சுக்க முடியும். ஆனா, ஒருத்தனப்பத்தி இவ்வளவெல்லாம் சொல்லவேண்டாம், தெய்வம் உங்களத் தண்டிக்கும்.'

அவினாஷின் உதடுகள் நடுங்கின. ஜெஸபெல்லுக்கு வருத்தம் உண்டானது. இரண்டு ஆண்கள் இணைகளாகின்றபோது அவர்களில் ஒருத்தன் சமூகம் கருதுகின்ற பெண் அடையாளத்தை ஏற்றுக்கொள்வான் என்று அவள் படித்திருக்கிறாள். ஆனால், அப்படிப் பெண்ணாகின்ற ஆணும் ஒரு பெண்ணின் முன்னால் ஆணாகவே நிற்பதற்குப் போராடுவது அவளை ஆச்சரியப்படுத்தியது.

அவளது மௌனம் அவனது தன்னம்பிக்கையை அதிகரிக்கச்செய்தது. 'இருந்தாலும் இப்படியெல்லாம் சொல்ல உன்னால எப்படி முடியுது' என்று அவன் திட்டினான். 'யாரு இப்படிப்பட்ட பொய்ய நம்புவாங்க' என்று பரிகாசத்தோடு சிரித்தான். ஜெஸபெல்லுக்கு அவன்மீது அனுதாபம் தோன்றியது.

"இதுல அவமானப்படறதுக்கு என்ன இருக்குது அவினாஷ்? என்கிட்ட இதைச் சொன்னது ஜெரோமோட அம்மா லில்லி ஜார்ஜ் மரக்காரன்தான். நீங்க கம்பைண்ட் ஸ்டடிக்கு வரும்போது

இந்த அறைக்குள்ளவச்சுச் சேர்ந்ததுக்கு அவங்க நேர்ல பார்த்த சாட்சியானாங்க...”

அவினாஷ் அதிர்ந்தான். ‘லில்லி ஜார்ஜ் மரக்காரனுக்கு மட்டுமல்ல, ஜார்ஜ் ஜெரோம் மரக்காரனுக்கும் லில்லியோட சகோதரர் ஆபிரஹாம் சம்மநாட்டுக்கும் இந்த விவரம் தெரிஞ்சிருக்குது’ ஜெஸபெல் சொன்னாள். ‘உங்களுக்கிடையில இருக்கிற உறவ முடிச்சுக்கறம்னு ஆபிரஹாம்கிட்ட ஜெரோம் வாக்குறுதி கொடுத்திருக்கான். இவ்வளவு காலத்துக்கு அப்புறம், அந்த உறவ என்கிட்டக்கூட அங்கிகரிக்கறதுக்கான தைரியத்தக் காட்டமுடியாதா?’

அவினாஷின் முகத்திலிருந்து ரத்தம் வடிந்துபோனது. கள்ளம் கண்டுபிடிக்கப்பட்ட குழந்தையைப்போன்று அவன் பயந்து அரண்டுபோனான். அதற்குமேலும் கேட்பதற்குச் சக்தி இல்லாதவன்போன்று சோஃபாவில் உட்கார்ந்தான். பின்னர் தலை குனிந்து ஜெரோம் ஜார்ஜ் மரக்காரன் படுத்திருந்த அறையின் கதவைத் திறந்து உள்ளே சென்றான்.

ஜெரோமின் அறையிலிருந்து என்னவெல்லாமோ சப்தங்கள் எழுவதைக் கேட்டுக்கொண்டு ஜெஸபெல் வெற்று மனதோடு நின்றாள். தான் அவனைக் காயப்படுத்திவிட்டோமோ என்ற எண்ணம் அவளைத் தொந்தரவு செய்தது. அவனை வேதனைப்படுத்தியதற்காக அவள் வருந்தினாள். அவன் பாவம், அவனுடைய இணையைத் தட்டிப்பறித்ததில் தன்னிடம் வெறுப்பும் கோபமும் வந்திருக்கலாம். ஜெரோமின் விபத்துக்குத் தான்தான் காரணகாரி என்று ஜார்ஜ் ஜெரோம் மரக்காரன் அவனை நம்பவைத்திருக்கவேண்டும். தனது உண்மைகள் வெளிப்பட்டுவிட்டன என்பதை உணரும்போது அவினாஷுக்குத் தன்மீது பகை வருமா? ஆபத்து தன்னைச் சுற்றிலும் வேட்டை நாய்களைப்போன்று மோப்பம்பிடித்து நடக்கின்றன என்று ஜெஸபெல் பயந்தாள். அவற்றின் மூச்சிரைப்பை அவள் தெளிவாகக் கேட்டாள். கையறுநிலையின் கருணையில் தப்பிப்பதற்கான எல்லா வழிகளும் அடைபட்டுப்போகும்போது நடப்பதுபோன்று அவளது இதயம் சட்டென கடினமானது. வந்திருப்பதற்குமேல் என்ன வந்துவிடப்போகிறது? போனதுக்குமேல் என்ன போய்விடப்போகிறது?

அவள் ஜெரோமின் அறைக் கதவருகில் சென்றாள். அவினாஷ் ஜெரோமைத் திருப்பிப் படுக்கவைத்து பௌடர் போட்டுக்கொண்டிருந்தான். ஜெரோமின் நிர்வாண உடல் பரிதாபகரமாக இருந்தது. அவினாஷ் கெட்டிலில் தண்ணீரைச் சூடாக்கி டின்னில் இருந்து ஓட்ஸ் எடுத்துக் கலக்கி ஜெரோமின் வயிற்றில் மாட்டிவைத்த குழாய்களின் முனையில் இருக்கும் ஸிரிஞ்சில் நிறைத்தான். அவன் ஜெரோமை நேராகப் படுக்கவைத்து ஆக்ஸிஜன் முகக்கவசம் மாட்டி போர்த்துவிட்டதற்குப் பிறகு வெளியே வந்தான். ஜெஸபெல் 'ஸாரி' என்று சொன்னாள். அவினாஷ் 'எதுக்கு' என்று பிறுபிறுத்தான். பின்னர் அவன் தோல்வியை ஒப்புக்கொண்டவனாக சோஃபாவில் உட்கார்ந்தான். ஜெஸபெல் அவனுக்கு எதிரில் உள்ள நாற்காலியில் உட்கார்ந்தாள். 'என்கிட்டச் சொல்லியிருந்தா நான் உங்களுக்கும் நீங்கள் எனக்கும் உதவியிருக்கலாம்' என்று முணுமுணுத்தாள். அவினாஷ் கோபத்துடன் அவளைப் பார்த்தான்.

"எப்படிச் சொல்றது? சொல்லியிருந்தா என்னவாகியிருக்கும், உங்களோட எதிர்வினை? எங்கள அங்கீகரிப்பீங்களா? ஆசிர்வதிப்பீங்களா? கல்லெறிவீங்க, கொல்லுவீங்க! ரெண்டுபேரும் டாக்டருங்கங்கற நிலையில எங்களுக்குக் கிடைச்ச மரியாதை, அங்கீகாரம், காதல் எல்லாம் இல்லாமப்போயிருக்கும். அது தெரிஞ்சப்புறம் எப்படி ரிஸ்க் எடுக்கறது? நடிக்கறதுதான் ஒரே வழியா இருந்துச்சு. இனிமேலும் அதே வழிதான் இருக்கு. வேணும்னே மறைக்கல, இந்த உலகம் இப்படியாகிப்போனதுனாலதான்."

அவனது சொற்கள் இடறின. அவன் கண்ணீரைக் கட்டுப்படுத்தப் போராடினான்.

"எங்க அம்மா செத்துப்போச்சு. ஆனா, அம்மா செத்துப்போகட்டும்னு நான் எவ்வளவு காலமா எதிர்பார்க்கறேன். என்னைக்காச்சும் என்னைப்பத்தின உண்மை தெரிஞ்சா அதை எப்படி அம்மா தாங்கிக்குவாங்கன்னு நான் பயந்துட்டே இருந்தேன். ஜெஸபெல், நானும் ஜெரோமும் வேற எதாவது நாட்டுக்குப் போயி வாழனும்னுதான் ஆசைப்பட்டோம். அதுக்கான ஒரு படிக்கல்லா இருந்தீங்க, நீங்க. உங்க தம்பி யு.கே. யில் இருக்கறதுனால ஜெரோம் கல்யாணத்துக்கு ஒத்துக்கிட்டான்.

வேற திட்டம் எதுவும் நடக்காம போனதுனால எனக்கும் அதுக்கு ஒத்துக்கவேண்டி வந்துச்சு...”

ஜெஸபெல் விழித்துக்கொண்டு நின்றாள். அவினாஷ் சட்டைப்பையில் இருந்து கைக்குட்டையை எடுத்துக் கண்களையும் மூக்கையும் துடைத்துக்கொண்டான்.

“அமெரிக்காதான் எங்களோட கனவுலகம். நாங்க பல நகரங்கள்ல வசிச்சிருக்கோம். ரெண்டுபேரும் டாக்டருங்கற நிலையில ஒரு வீடெடுத்துத் தங்கி யாரையும் தொந்தரவு செய்யாம வாழலாம்னு பார்த்தோம். ஆனா, அது ஈஸியா இருக்கல. ரெண்டு ஆம்பளைங்க மட்டும் இருக்கற வீட்டுக்கு முட்டிமோதிக்கிட்டு வாரதுக்கு எப்பவும் யாராவது இருப்பாங்க. ஒருதடவை எங்ககூட வேலை பார்க்கற ஒரு டாக்டர் ஒருவாரம் எங்ககூடத் தங்கறதுக்கு வந்தான். அவன் எங்களை ஒரு நாள் ஒண்ணா பார்த்துட்டான். அதுக்கப்புறம் பெரும் பிரச்சனையாயிப்போச்சு. அவன் அதைப் பரப்பிவிட்டுட்டான். எல்லாரும் எங்கள அடிக்க வந்தாங்க. அங்க இருக்கமுடியாம நாங்க இன்னொரு நகரத்துக்குப் போனோம். அங்க அம்மாவோட ஒரு உறவுக்காரன் இருந்தான். அவன் எங்களுடன் வந்து தங்கிட்டான். அதோட அங்கிருந்தும் போகவேண்டி வந்துச்சு. இதுக்கிடையில ஜெரோம் மேல கல்யாணத்துக்கான அழுத்தம் கூடுச்சு. எங்களுக்கு முன்னாடி மூணே வழிதான் இருந்துச்சு. ஒன்று சந்நியாசத்த ஏத்துக்கணும். இல்லாட்டி சமூகத்த எதிர்த்து நின்னு சேர்ந்து வாழணும். அதுவும் இல்லாட்டி சாதாரண ஆம்பளைங்களமாதிரி கல்யாணம் பண்ணிட்டு எல்லாரையும் ஏமாத்திக்கிட்டு வாழணும். கடைசி வழிதான் ஈஸி. உங்களோட கல்யாணம் நடந்த ராத்திரி முழுக்க நான் அழுதுட்டே இருந்தேன். ஜெரோம் என் உடலோடயும் ஆத்மாவோடயும் சரிபாதியா இருந்தான். அவனுக்குப் பதிலா வேற யாரும் என் வாழ்க்கைல இருக்கல.”

அவினாஷ் முன்னால் உட்கார்ந்துகொண்டு அழும்போது ஜெஸபெல் தனது முதலிரவைப் பற்றி நினைத்தாள். ஜெரோமின் திருமணத்திற்குப் பிறகான நாட்களில், தான் தற்கொலை செய்துகொள்வதைப் பற்றிச் சிந்தித்ததாக அவினாஷ் சொன்னபோது அவளுக்கு வலித்தது. அவர்களின் உறவு, படிக்கின்ற காலத்திலிருந்து இருந்தது. ஜெரோமின் திருமணம் முடிந்தபோது அவினாஷ் நிலைகொள்ளாமலானான். அவன் பொறாமைக்காரனாக ஆனான். ஜெஸபெல்லோடு சேரவில்லை

என்று ஒவ்வொரு நாளும் ஜெரோம் சத்தியம் செய்தான். ஆனால், அவன் தன்னைவிட ஜெஸபெல்லை நேசிப்பான் என்று பயந்து தனது நம்பிக்கையை இழந்துவிட்டதாக அவினாஷ் சொன்னான்.

தன் முன்னால் திறக்கப்பட்ட மனதில் இருந்த காயங்களைக் கண்டு ஜெஸபெல் விழிபிதுங்கி நின்றாள். அவர்களின் வாழ்க்கை தன்னுடையதைவிட எவ்வளவு பரிதாபகரமாக இருந்தது என்று அவள் புரிந்துகொண்டாள். பொய் சொல்லியும் ஒளிந்தும் மறைந்தும் எப்படியெல்லாம் அவர்கள் சந்தித்துக்கொண்டார்கள் என்பதை அவினாஷ் விவரித்தான். அவளை ஏமாற்றிக்கொண்டு ஜெரோம் சென்ற பயணங்கள் நிறைய இருந்தன. அவ்வப்போது அவினாஷ் அவர்களுடைய ஊருக்கு வந்திருந்தான். ஜெரோமின் மருத்துவமனைக்கு அருகில் இருக்கும் விடுதியில் அறை எடுத்துத் தங்கியிருந்தான். அந்த நாட்களில் மருத்துவமனையில் வேலைக்குச் செல்கிறேன் என்று பொய் சொல்லி ஜெரோம் விடுதி அறைக்கு வருவதும் அவர்கள் உறவாடுவதுமாக இருந்திருக்கிறார்கள். சேர்ந்திருக்கும்போதெல்லாம் யாராவது போலீசுக்குச் சொல்லிவிடுவார்களோ இயற்கைக்கு மாறான உறவுக்கு போலீஸ் கேஸ் எடுப்பார்களோ, ஜெயிலுக்குப் போகவேண்டி வருமோ என்றெல்லாம் பயந்தார்கள். இவ்வளவெல்லாம் சாகசம் செய்யவேண்டியிருந்ததா என்று ஜெஸபெல் வருத்தப்பட்டாள். வேறு வழி இருக்கவில்லை என்று அவினாஷ் பெருமூச்சுவிட்டான்.

"ஆனா, இதெல்லாம் ஜெரோம் வீட்டு ஆளுங்களுக்குத் தெரியும்னு எனக்குத் தெரியாது... அதை அவன் மறைச்சு வச்சுட்டான்."

அது அவனுக்கு அதிர்ச்சியாகிவிட்டது என்பது தெளிவாகத் தெரிந்தது. தனது இணைக்குத் தான் அறியாத ரகசியங்கள் இருந்தன என்று தெரியவரும்போது ஆணுக்கும் பெண்ணுக்கும் அனுபவப்படுகின்ற அதிர்ச்சி. ஜெரோம் ஆன்மேரியைத் தாக்கியது அவினாஷுக்குத் தெரியுமா என்று ஜெஸபெல் சந்தேகப்பட்டாள். அதைச் சொன்னால் அவன் எவ்வளவு வேதனைப்படுவான் என்று அவள் பயந்தாள். ஆணாகட்டும், பெண்ணாகாட்டும், இரண்டு பேருக்கும் இடையிலுள்ள காதலில் எப்போதும் ஒருவர் அதீத ஆணாகிவிடுவார் என்பதை அவள் அறிந்தாள். அதீத ஆண், குறைந்த ஆணை ஏமாற்றவும் ஆதாயம் தேடவும் சொல்லுக்குக் கட்டுப்பட்டு

இருக்கச்செய்யவும் முயற்சிப்பான் என்பதை உணர்ந்தாள். அவினாஷின் கண்களில் இருக்கும் ஈரமும் சொற்களில் இருக்கும் தடுமாற்றமும் ஜெஸபெல்லின் இதயத்தை மேலும் கனமாக்கியது. அவளுக்கு வேதனையான திருவெளிப்பாடு தோன்றியது: யாரும் மகிழ்ச்சியாக இருக்கவில்லை.

'உங்கமேல எனக்கு வெறுப்பா இருந்துச்சு, ஜெஸபெல்', அவினாஷ் சொன்னான். 'என்னோட ஜெரோம தட்டிப்பறிச்சது நீங்கதானே. அவனுக்கு விபத்து நடந்தப்ப எனக்கு சந்தோசமா இருந்துச்சு. அப்படியாச்சும் உங்க உறவு முறிஞ்சுச்சில்லையா. சுயநினைவில்லாத நிலையில திரும்பக் கிடைச்சப்பவும் நான் சந்தோசப்பட்டேன். ஜெரோம் எனக்குமட்டுமானவனா திரும்பக் கிடைச்சானில்லையா. அவன் என்னைப் பார்க்கறான், கேட்கறான், நான் தொடறது தெரியுதுன்னு நம்புறபோது மனசு நிறையும். நீங்க இங்க வந்தது தெரிஞ்சப்ப நான் அப்செட் ஆயிட்டேன். எதுக்காக நீங்க இப்ப இங்க வந்தீங்க? இவ்வளவு காலமும் திரும்பிப் பார்க்காம இருந்த ஒருத்தன கவனிச்சுக்கறதுக்கு உங்களுக்கு ஏது இத்தனை கரிசனம்? பணமா உங்களுக்கு வேண்டியது? இல்லை இந்த வரவுக்குப் பின்னாடி வேற ஏதாச்சும் உள்நோக்கம் இருக்கா?' அவனுடைய குரலில் கவலை நிறைந்திருந்தது. ஜெஸபெல்லுக்கு அவனிடத்தில் காருண்யம் தோன்றியது.

"ஒரே நோக்கந்தான் இருந்துச்சு. உங்க அம்மா இறந்த சடங்கெல்லாம் முடியறவரைக்கும் யாரும் பார்த்துக்கறதுக்கு இல்லாம ஜெரோமோட உடம்பு அழுகிப்போயிடக்கூடாது. அது மட்டுந்தான். நீங்க திரும்பி வரும்போது நான் இங்கிருந்து போயிடுவேன், போதுமா?"

அவினாஷின் முகத்தில் நிம்மதி தோன்றியது.

"பக்கத்துல உட்கார்ந்து பார்த்துக்கற அளவுக்கு நல்ல நினைவுகள அந்த மனுசன் எனக்குக் கொடுக்கல, அவினாஷ். கேலிப்பேச்சு பேசல, சிரிக்கல, பாதுகாப்புணர்வத் தரல. சேர்ந்து வாழ்ந்த நாட்கள்ல இருந்து ஞாபகப்படுத்திப் பார்க்கறதுக்கு மகிழ்ச்சிகரமான நிமிஷங்கள் ஒண்ணுமில்லை. அவன் எதையோ மறைச்சு வைக்கிறான்னு எனக்குள்ள இருந்து யாரோ சொல்லிட்டே இருந்தாங்க. அது என்னை ரொம்ப காயப்படுத்துச்சு. அவன் என்னைக் கல்யாணம்

கட்டிக்கிட்டதால என்னோட சந்தோசம் உங்களோட சந்தோசம் நம்ம குடும்பத்தோட சந்தோசம் எல்லாமே இல்லாமப்போச்சு."

மூச்சுத் திணறலால் அவள் குரல் தழுதழுத்தது.

"கல்யாணத்துக்கு ஜெரோமோட டாடி அவ்வளவுதூரம் பிரஷர் கொடுத்துட்டு இருந்தாரு. அவன் என்ன செய்யறதுன்னு தெரியாம இருந்தான்."

அவினாஷ் ஜெரோமை நியாயப்படுத்தினான்.

"நான் என்னோட விருப்பங்கள ஜெரோமுக்குத் தெளிவாச் சொல்லியிருந்தேன்."

"நீங்க அனுப்பின அந்த ஈ-மெயிலுக்கு நான்தான் பதில் அனுப்பினேன். அன்னைக்கு உங்களப் பார்க்கறதுக்கு வந்து நாங்க சேர்ந்து இருந்தோம். அன்னைக்கு நான் ரொம்ப அழுதேன். ஜெரோமும் அப்செட் ஆகியிருந்தான். ஜெரோம் என்கிட்டச் சொன்னான், டேய், எதையாச்சும் எழுதி அனுப்புடான்னு..."

ஜெஸபெல் அவமானப்பட்டவளாக அவனைப் பார்த்தாள்.

"ஓ, உங்களுக்கு நான் ஒரு படிக்கல்லா மட்டுமா இருந்திருக்கேன். அப்படி படிக்கல்லாக்கறதுக்கு முன்னாடி, எனக்குச் செய்யற அநீதியப்பத்தி உங்க ரெண்டுபேருக்கும் ஒரு வருத்தமும் தோணல. இவ்வளவு படிச்சும் இன்னொருத்தங்களோட வாழ்க்கைய அழிக்கறது சரியில்லைங்கற பாடத்த நீங்க கத்துக்கல. என்னோட வாழ்க்கை தகர்ந்துபோனதைவிட எனக்கு வருத்தம், ரெண்டு டாக்டர்களால இன்னொரு தனிமனிதரோட வாழ்க்கைக்கு மதிப்பளிக்க முடியாலையேங்கறதுலதான்."

அவினாஷ் குற்ற உணர்வுடன் அமர்ந்திருந்தான். உண்மை புரிந்தால் புரியட்டும் என்று கருதித்தான் முதலாவது மின்னஞ்சலில் சேக்ஸ்பியர் மாக்பெத்தில் சொல்கின்ற வரிகளை எழுதியதாக அவன் சொன்னான். அவ்வளவு சிரமப்பட்டிருக்க வேண்டியதில்லை என்று அவள் ஏளனம் செய்தாள். சிறிதுநேரம் அவர்கள் மௌனமாக இருந்தனர். அடுத்தநாள் காலையில் அவனுக்குச் சில பூசைகளில் பங்கேற்கவேண்டி இருந்தது. தாயின் ஆசைப்படி அஸ்தியை புண்ணியத்தலங்களில் கரைக்கவேண்டி இருந்தது. அது முடிந்தவுடன் திரும்பி வருவான். ஜெரோமின்

தலைச்சுமையை அவன் ஏற்றுக்கொள்வான். ஆனால், எத்தனை நாள்? ஜெஸபெல் கேட்டாள், எத்தனை நாள்? அவினாஷின் முகத்தில் சோகம் நிறைந்தது, 'எனக்குத் தெரியாது.' 'உங்களுக்குச் சலிச்சுப்போகலையா?' ஜெஸபெல் திகைப்போடு கேட்டாள். 'ஒரு டாக்டரா இருந்தும் உங்களால எப்படி அந்த உடம்ப பழைய ஆளா பார்க்க முடியுது?'

அவினாஷ் ஆழ்ந்து மூச்செடுத்தான். 'எப்பவோ சலிச்சுப்போச்சு' அவன் பிறுபிறுத்தான். 'ஜெரொம் செத்திருந்தா என்னன்னு நானும் ஆசைப்படுறதுண்டு. அப்படித்தான் பிரார்த்தனை செய்யறதுண்டு. சில நேரத்துல அவனைக் கொல்லக்கூடத் தோணும். எவ்வளவு காலமா, ஜெஸபெல், உயிரோட இருக்கற ஒரு சவத்துக்கு நான் காவலிருக்கறது. எனக்கு ஜெரோம நேசிக்க முடிஞ்சமாதிரி வேற யாரையாச்சும் நேசிக்க முடிஞ்சிருந்தான்னு நான் ஆசைப்படறதுண்டு. ஆனா, அப்படி ஒருத்தனத் தேடிட்டுப் போறதுக்குத் தைரியம் இல்லை. அவன் இங்க யாருமில்லாம கிடக்கறபோது நான் மட்டும் சந்தோசமா இருக்கமுடியாது. அவன அந்த அளவுக்கு நேசிச்சேன். அவன் செத்துப்போயிருந்தா நான் தைரியமா இன்னொரு உறவுக்குள்ள போயிருக்கலாம். ஆனா, தேவடியா மவன், நாய் மவன், அவன் சாகமாட்டேங்கறானே...!'

ஒரு பயங்கர மௌனம் அறையில் நிறைந்தது. 'உங்களுக்குத் தனியா படுத்துக்க பயமா இருக்கா' என்று அவினாஷ் கேட்டான். ஜெரோமின் குழாய்களை மாற்றுவதற்கான நேரத்தை நினைவூட்டினான். பின்னர் ஜெரோமின் அறைக்குத் திரும்பவும் சென்றான். அவன் ஜெரோமின் நெற்றியில் முத்தமிட்டு, உதடுகளில் உதடு உரசி, அரைகுறையாக அணைத்துக்கொண்டான். அப்போது அவன் தேம்பி அழுதான். முகத்தை மறுபக்கம் திருப்பி நின்று அவன் கண்ணீரைத் துடைத்தான். இரண்டு ஆண்களுக்கிடையில் இருக்கும் கபடம் குறைந்த ஆண் என்று ஜெஸபெல் வருத்தத்தோடு நினைத்தாள்.

அவினாஷ் போனபிறகு வெள்ளியாக மினுங்குகின்ற நூலாம்படையில் உறங்குகின்ற சிலந்தியைப் பார்த்துக்கொண்டு சோஃபாவில் படுத்திருந்த அந்த இரவில்தான் தான் உயிர்த்தெழுதலின் பொருளைத் தெரிந்துகொண்டதாக ஜெஸபெல் பிற்காலத்தில் நினைத்துக்கொள்வதுண்டு. அந்த நேரத்தில் அந்த பிளாட் கல்லறைபோன்று இருந்தது.

யாரும் பயன்படுத்தாமல் நூலாம்படை பிடித்த கல்லறை. அதற்குள் வெள்ளைத் துணியால் மூடப்பட்ட அவளது உடல் கைவிடப்பட்டிருந்தது. அது வெகுகாலத்துக்கு முன்பே இறந்திருந்தது. யார் தன்னை உயிர்த்தெழச்செய்யப்போகிறார்கள் என்று கவலைப்பட்டுக்கொண்டு எப்போதோ உறங்கிப்போனதையும் சிரிப்போ உச்சமான பெருமூச்சோ கூப்பிட்டதோ என்று அறியமுடியாத 'மும்ம்ஹ்வா' என்ற கூச்சலைக் கேட்டுத் திடுக்கிட்டு எழுந்ததையும் ஜெஸபெல் மறக்க முயன்றிருக்கிறாள்.

அன்று அவள் பயந்துபோய்விட்டாள். காரணம், அந்தச் சப்தம் ஜெரோம் ஜார்ஜ் மரக்காரனின் அறைக்குள்ளிருந்து வந்தது. அதற்குள் வேட்டை நாய்கள் உறுமுவதாக அவளுக்குத் தோன்றியது. மூச்சிரைப்போடு அவள் ஜெரோமின் அறை வாயிலுக்கு ஓடினாள். அப்போது சப்தம் மீண்டும் எழுந்தது மும்ம்ஹ்வா.....! ஜெரோமின் கண்கள் திறந்திருந்தன. கண்மணிகள் அவளை உற்றுப் பார்த்துக்கொண்டிருந்தன. ஜெஸபெல் உறைந்துபோனாள். விழாமல் இருப்பதற்காக அவள் சுவரைப் பிடித்துக்கொண்டாள். சுவர் ஜெரோமின் தோல்போன்று வறண்டும் மினுமினுத்தும் அவளுடைய பிடியில் இருந்து நழுவியது.

நம்பிக்கை என்பது எதிர்பார்ப்பது கிடைக்கும் என்ற உறுதியும் அறியாதவை உண்டு என்ற உணர்வுமாகும். ஆகையால், சகோதரிகளே, மனிதகுமாரிகளின் உயிர்த்தெழுதலும் அதுபோலவே ஆகின்றது. இன்றுவரை வேறு யாரும் பார்த்தறியாதது, யாரும் பார்த்ததாகச் சாட்சி சொன்னதுமில்லாதது. மனிதகுமாரிகள் மட்டும் அனுபவிக்கவேண்டியது. வாரத்தின் முதல்நாள், பிரேதத்திற்கு அபிஷேகம் செய்வதற்கான நறுமணத் திரவங்களோடு வருகின்ற மக்தலேனா மரியாக்களுக்கு நற்செய்தி அறிவிப்பதற்காக மினுமினுக்கும் உருவமுள்ள இரண்டு ஆண்கள் தன்னுடைய கல்லறைக்குள்ளும் இருப்பார்கள் என்று ஜெஸபெல் தீர்க்கதரிசனம் உரைத்தாள். அவர்களில் ஒருவன் அதீத ஆணாகவும் இன்னொருவன் குறைந்த ஆணாகவும் இருப்பான். அவர்கள் ஆண்மையின் அர்த்தமின்மையைக் கடந்தவர்களாக இருப்பார்கள்.

27

இதுவரை விவரிக்கப்பட்டதன் சுருக்கம் இதுதான்: பரலோகத்தில், மகிமையின் சிம்மாசனத்தின் வலதுபாகத்தில் அமர்ந்திருக்கும் ஒருத்தி நமக்கு இருக்கிறாள். அவள் பரிசுத்தத் தளத்திற்கும் மனிதரால் உருவாக்கப்படாத சத்தியத்தின் கூடாரத்திற்கும் ஊழியக்காரியாக இருக்கிறாள். மகிமையின் முதன்மையான புரோகிதர்கள் காணிக்கைகளையும் பலிகளையும் செலுத்துவதற்காக நியமிக்கப்படுகிறார்கள். அதனால், காணிக்கை செலுத்துவதற்காக எதையாவது வைத்திருக்கவேண்டியது அவளுக்கும் அவசியமாக இருந்தது. அவள் பூமியில் இருந்திருப்பாளானால், சட்டத்தின்படி காணிக்கைகளைச் செலுத்துகின்ற புரோகிதர்கள் பூமியில் இருப்பதனால் புரோகிதையே ஆகியிருக்கமாட்டாள். இப்போதோ, அவள் அதி உன்னதமான வாக்குறுதிகளின் முதன்மையான ஒரு உடன்படிக்கையின் மத்தியஸ்தையாக ஆகியிருப்பதால், முதன்மையான ஒரு இடமும் அவளுக்குக் கிடைத்திருக்கிறது. முதலாவது உடன்படிக்கை குற்றமற்றதாக இருந்திருந்தால் இரண்டாவது ஒன்றிற்குத் தேவையே ஏற்பட்டிருக்காது.

அதுபோன்றே, ஜெரோம் ஜார்ஜ் மரக்காரனுடன் செலவிட்ட முதலாவது முதலிரவு குற்றமற்றதாக இருந்திருக்குமானால் இரண்டரை வருடத்திற்குப் பிறகு நடந்த இரண்டாவது முதலிரவும் இருந்திருக்காது. உயிர்த்தெழுதலுக்குச் சற்று முன்பான நிமிடங்களை விவரிக்குமாறு யாராவது கேட்டிருந்தால் ஜெஸபெல் அந்த பிளாட்டில் இரண்டரை வருடத்திற்குப்பிறகு ஜெரோம் ஜார்ஜ் மரக்காரனோடு சேர்ந்து மீண்டும் தனித்துச் செலவழித்த அந்த இரவை வருணித்திருப்பாள். அதுதான் உண்மையில் அவனோடு சேர்ந்து கொண்டாடிய முதலிரவு என்று அவள் பிற்காலத்தில் மகிழ்ந்தாள். முதலாவது முதலிரவில் அவளது இதயம் நிறைய எதிர்பார்ப்போடு இருந்ததென்றால் இரண்டாவது முதலிரவில் அவள் பயந்து நடுங்கிக்கொண்டிருந்தாள்.

காரணம், ஜெரோம் ஜார்ஜ் மரக்காரன் அதுவரைக்கும் இறந்தவனாக இருந்தான். ஒருபோதும் திறக்கப்போவதில்லை என்று அவள் கருதிய கண்களை அவன் இழுத்துத் திறந்தபோது அவள் அதிர்ந்துபோனாள். சலனமற்றது என்று நினைத்த உடலுக்குள்ளிருந்து எதிர்பாராமல் குரல் எழுந்தபோது அவள் உறைந்துபோனாள். ஆனால், எந்தப் பயமும் மனித உடலுக்குச் சமமானதே. திறந்துபார்த்தால் அழுக்கு மட்டும் நிறைந்திருப்பது. எதற்காகப் பயப்படவேண்டும், இது வெறும் உடல். கொஞ்சம் வஸ்துகள், கொஞ்சம் ஆற்றல், கொஞ்சம் ரசாயனங்கள் என்று அவள் தன்னைத்தானே தைரியப்படுத்தினாள். அறிவியல் படித்ததால் அவளுக்குக் கிடைத்த வரம் அதுவாக இருந்தது - உலகத்தையும் அதன் மனிதர்களையும் உயிரினங்களையும் அவளையும் வெறும் வஸ்துக்களாகக் காண்பதற்கு அது அவளுக்குப் பயிற்றுவித்துள்ளது. உடல் என்றால் கொஞ்சம் எலும்பு, சதை, தோல், ஐம்புலன்கள். மூளை, இதயம், கல்லீரல், வயிறு. எல்லாவற்றையும் கட்டுப்படுத்துகின்ற பல நரம்புகள். அப்புறம், நீர், சக்தி - அவ்வளவுதான். ஜெரோம் ஜார்ஜ் மரக்காரனை வெறும் ஒரு உடலாகப் பார்த்தபோது அவள் பயத்தை வென்றாள். மூளைச் செல்கள் முற்றிலுமாக அழிந்துவிட்ட ஓர் உடல். அது உணர்வற்ற நிலையில் இருந்தாலும் கண்களைத் திறக்கும், ஒலியெழுப்பும், கை கால்களை அசைக்கவும் செய்யும். ஆனால், கண்கள் காண்பதைப் பகுத்தாய்வதற்கு மூளைக்கு முடியவேண்டும் என்றில்லை. கேட்கின்ற ஒலிகளை வகைப்படுத்தவும் முடியவேண்டும் என்றில்லை.

அவனைப் பார்த்துக்கொண்டு நிற்கையில், அவள் உருகத்தொடங்கினாள். அவள் தங்களுடைய முதலிரவை மீண்டும் நினைத்தாள். அவள் அன்றுபோலவே அவனுக்கு அருகில் சென்றாள். அவளுடைய கண்கள் நிறைந்தன. அவனுடைய குச்சிபோன்று வளைந்து நிற்கின்ற இடதுகையை மெதுவாகத் தடவி அன்று அழைப்பதற்குத் தைரியப்படாத காதலுடன் 'ஜெரோம்' என்று அழைத்தாள். அவள் அவனுடைய முகத்தைக் கண்கள் நிறையக் கண்டாள். இந்த முகம், இந்த உடல் - இதாக இருந்தது தான் தன்னுடையதென்று கருதிய உடல். தெய்வம், தனது உடலோடு தவறுதலாகச் சேர்த்துவைத்த உடல். அவள் ஜெரோமிடம் பேசுவதற்கு விரும்பினாள். அவள் ஜெரோமைச் செல்லம் கொஞ்ச விரும்பினாள்.

‘கல்யாணத்துக்கு முன்னாடியும் பின்னாடியும், எனக்கு உங்ககிட்ட வெளிப்படையாப் பேசறதுக்கு முடியல, ஜெரோம்’, ஜெஸபெல் தன்னோடு சொல்வதுபோன்று சொல்லத்தொடங்கினாள். மெல்ல மெல்ல அவளுடைய குரல் உயர்ந்தது. உரையாடலின் மேன்மை அதுவென்று அவள் கண்டாள். பேசும்போது நம்முடைய வார்த்தைகளை நாமே கேட்கிறோம். நம்மை நாமே புரிந்துகொள்கிறோம்.

“ஜெரோம், எதனால நான் உங்ககிட்ட எதையும் வெளிப்படையாச் சொல்லாம இருந்தேன்?” - அவள் அவளிடமே கேட்டாள். ‘ஒண்ணும் சொல்லறதுக்கு இல்லாமல் இல்லை. சொல்ல ஆசையில்லாமலுமில்லை. தைரியம் இல்லாம இருந்துச்சு. சொல்றத கேட்காட்டிங்கற அற்பமான பயம். அதை நீங்க புரிஞ்சுக்காம போய்ட்டீங்கங்கற பயமே பெருசா இருந்துச்சு. நீங்களா, என்கிட்ட ஒருபோதும் பேசினதில்லை. எனக்குச் சொல்ல ஏதாச்சும் இருக்குதான்னு கேட்டதுமில்லை. எப்படிப்பட்ட குரூரம், அது! இப்ப உங்ககிட்ட முறையிடறதுல அர்த்தமில்லைன்னு எனக்குத் தெரியும். ஆனா, சொல்லாம இருக்க முடியல. சின்னதுல இருந்தே எனக்கு வாழ்க்கையப் பத்தி நிறைய கனவுகள் இருந்துச்சு. வரப்போற புருஷனப்பத்தி ஆசைகள் இருந்துச்சு. படிச்சதும் மார்க் வாங்கியதும் ரேங்க் வாங்கியதுமெல்லாம் வரப்போற அவனோட மனசுல இடம் பிடிச்சுக்கறதுக்கு வேண்டியா இருந்துச்சு. எனக்காகவே காத்திருக்கிற ஒருத்தன்கறதுதான் எனக்கு உங்களப்பத்தின கனவு. அவனால என்னை மட்டுமே இணையா நேசிக்க முடியுங்கறதா இருந்துச்சு என்னோட முட்டாள்தனம். அவன மட்டுமே என்னாலும் இணையா ஏத்துக்க முடியறதா இருந்துச்சு. அதனாலதான் ‘வீ ஆர் மேட் ஃபார் ஈச் அதர்’ன்னு நீங்க எனக்கு எழுதினப்ப நான் விழுந்தேன். ஜெரோம், என்னுடையவனைக் கண்டடைய நான் அவ்வளவுதூரம் அவசரப்பட்டேன். ஆனா, ஒரு பகலிரவு தூரத்திற்கு அந்தப்பக்கம் இருந்து நீங்க வந்தது ஒரு படிக்கல் தேடிங்கறத நான் அறியாம போனேன். ஒரு படிக்கல் ஆகறதோட வேதனைய நீங்க எப்பவாச்சும் அறிஞ்சிருக்கீங்களா? அது எப்படி இருக்கும்னு எப்பவாச்சும் யோசிச்சிருக்கீங்களா? முதலிரவுல உங்களோட அன்பு நிறைஞ்ச தொடுதலுக்கு வேண்டிக் காத்திருந்த என்னை வெறும் ஒரு கருவிமாதிரி கையாண்டப்ப என்னோட இதயம் எப்படிச் சிதறிப்போச்சுன்னு நீங்க ஒருதடவையாச்சும் சிந்திச்சுப்

பார்த்தீங்களா? நான் காதல எதிர்பார்த்தேன், காமத்த எதிர்பார்த்தேன், நட்ப எதிர்பார்த்தேன். உங்களோட பாதியா ஆகிப்போக ஆசைப்பட்டேன். ஆனா உங்களுக்கு நான் பாதியா இல்லை. உயிருள்ள ஒரு மல்டிபர்பஸ் ஃபர்னிச்சர். ஒரேநேரத்துல சமையல்காரியாவும் மேனேஜராவும் செக்ஸ் டாயாவும் உபயோகிக்கக்கூடியது...”

ஜெஸபெல்லுக்கு அழுகை வந்தது. இதயத்தின் துண்டுகள் புகைந்து எரிவதையும் ஒவ்வொரு மூச்சிலும் தீப்பிழம்புகள் படர்ந்து பற்றுவதையும் தசை பச்சை விறகுபோன்று வலியோடு எரிவதையும் அவள் அறிந்தாள். ஆக்ஸிஜன் மாஸ்குக்கு மேலே அவனது கண்கள் திறந்திருந்தன. கண்களில் ஒருவித குழப்பம் நிழலாடியது. ஹாலிவுட் திரைப்படங்களில் பார்த்த, ஆழ்கடல் மூழ்குபவர்கள் ஜெஸபெல்லுக்கு நினைவுக்கு வந்தனர். மரணத்தின் கடலடிக்கு நீந்திச் சென்று தகர்ந்துபோன கப்பலின் அடிப்பகுதியில் ஓய்வெடுத்துக்கொண்டிருக்கிறான் ஜெரோம் என்று அவளுக்குத் தோன்றியது. அவன் அவளைப் பார்க்கப்போவதில்லை. அவளைக் கேட்கப்போவதில்லை. அவனைச் சுற்றிலும் காலத்தின் முடிவற்ற கடலின் அடிப்பகுதியில் இருக்கும் அமைதி மட்டுமே இருக்கும். ஒருவேளை அவன் காண்பது, அடிப்பகுதியில் இருக்கும் குளிர் இருளாக மட்டுமாக இருக்கும். ஜெஸபெல்லுக்குப் பயம் தோன்றியது. அவனுடைய அந்தப் பெரிய கடலுக்குள் இந்த பிளாட் உட்பட தானும் மூழ்கிப் போவதாக அவள் பயந்தாள். ஒரு பதிலும் சொல்லாமல், ஒரு விவரிப்பும் இல்லாமல், ஒருமுறைகூட மன்னிப்புக் கேட்காமல் அவன் இப்படி மௌனம் காப்பது மன்னிக்கமுடியாததாக இருந்தது. ஒரு மனித உயிர் என்ற நிலையில் இன்னொரு மனித உயிருக்குச் செய்த தவறுகளுக்கு அவன் அவளிடம் மன்னிப்புக் கேட்டிருக்கவேண்டும். ஒரு டாக்டர் என்ற நிலையில் அவளது காயங்களை ஆற்றுவதற்கு அவன் கடமைப்பட்டவனாக இருந்தான். தகர்த்தெறியப்பட்ட அவளது வாழ்க்கையைத் திருப்பிக் கொடுப்பதற்கு அவன் கடமைப்பட்டவனாக இருந்தான். ஆன்மேரியிடம் செய்த தவறுகளுக்குத் தண்டனை ஏற்பதற்கு அவன் பாத்தியப்பட்டவனாக இருந்தான். எதுவும் நடக்கவில்லை. மாறாக அவன் எல்லாத் தொந்தரவுகளிலிருந்தும் இந்தப் படுக்கைக்கும் மௌனத்திற்கும் மறதிக்கும் தப்பி ஓடினான். அவன் அவளைப் பார்த்துக்கொண்டிருக்கலாம். ஆனால், பார்த்துக்கொண்டிருப்பது யாரை என்று அவன்

அறியமாட்டான். அவன் அவளைக் கேட்டுக்கொண்டிருக்கலாம். ஆனால், அவள் சொல்வது என்னவென்று அறிவதற்கு அவனுக்கு முடியாது. அவன் சப்தம்போடலாம். ஆனால், அது சிந்தனைகளின் வெளிப்பாடாக இருக்காது. தாகமாக இருக்கிறது என்று அவனுடைய உடல் நினைவூட்டுவதில்லை. இது தனக்குப் பரிச்சயமான ஜெரோம் ஜார்ஜ் மரக்காரன் அல்ல - ஜெஸபெல்லுக்கு நினைவு வந்தது. ஜெரோம் ஜார்ஜ் மரக்காரன் ஒரு செல் கூட்டங்களின் தொகுப்பாக இருந்தான். அந்தச் செல்களில் பெரும்பாலானவை செத்துப்போயிருந்தன. ஒரு பெரிய தேவாலயத்தின் ஒவ்வொரு செங்கல்லும் ஓடும் கதவும் ஜன்னலும் பிரித்தெடுக்கப்பட்டபிறகு எஞ்சியிருப்பதைத் தேவாலயம் என்று சொல்ல முடியாது, கடந்த காலத்தின் சான்றாகமட்டுமே ஆகிப்போய்விட்ட இரக்கத்தைத் தூண்டும் ஓர் எலும்புக்கூடு. வெறும் உடல். நினைவுகளோ பச்சாதாபமோ குற்ற உணர்வோ ஆனந்தமோ சங்கடமோ விரக்தியோ காதலோ இல்லாத, இயற்கைக்கு இணங்க ஓடுகின்ற வெறும் ஒரு கடிகாரம். அது அவனுடைய கண்களை அவ்வப்போது தட்டித் திறக்கும். பிறகு மூடும். அவனுடைய தொண்டையிலிருந்து சப்தம் எழுப்பும். பிறகு ஊமையாகிவிடும்.

ஜெஸபெல்லை பயம் இரண்டுமடங்காக ஆக்கிரமித்துக் கொண்டது. அவளுடைய வயிற்றில் ஒரு தீ பற்றிப் படர்வது போன்று உணர்ந்தாள். ஒருவன் நிராதரவின் உச்சத்தில் ஒரு அதீத சக்தியைப் பெறுவான் என்று அவளுக்குத் தோன்றியது. ஒரு விரலால் அழுத்தினாலேயே இறந்துவிடுமளவுக்குப் பலவீனமாக இருந்தான் அவன். அதனால் அவனிடம் அவள் பயந்தாள். இனி ஒருபோதும் துன்புறுத்துவதற்கு இயலாத வகையில் உயிரற்றதாக இருந்தது அவனுடைய உடல். அதனால் அவனைக் காயப்படுத்துவதற்கு அவள் பயந்தாள். அவளைத் திருமணம் செய்த ஆண் வேறொரு நபராக ஆகியிருந்தான். அவனுடைய எண்ணங்கள் இந்த மனிதனுக்குத் தெரியாது. அவனுடைய விருப்பங்களை இந்த மனிதன் நினைக்கமாட்டான். இவனிடம் எப்படிப் பழிதீர்ப்பது? இவனிடம் எப்படிக் கேள்வி கேட்பது? அடுத்த கணம் அவளுக்கு அவனிடத்தில் பரிதாபம் தோன்றியது. அந்த உடலை ஒரு குழந்தையாக அவள் கற்பனை செய்தாள். ஒருவேளை, தாயின் கருப்பையில் உள்ள படுக்கை போன்று இருக்கலாம் ஜெரோம் நிமிடங்களை அறிவது என்று நினைத்தாள். பனிக்குடத்தில் கண்மூடிச் சிந்தனையில் மூழ்கிய

ஒரு கருவைப் போன்று காலத்தின் முடிவற்ற நீருக்கு எதிராக மிகமெதுவாக நகரும் ஒரு பேழையாக இருக்கலாம், அவன். அவளுக்கு நெஞ்சு வலித்தது. என்னவொரு கையறுநிலை, கையறுநிலைக்கு என்னவொரு பயங்கரத்துவம்...!

திருமணமான ஆரம்ப நாட்களில் அவனுடன் வெளிப்படையாகப் பேசுவதற்கு முடியாதது எதனால் என்று இப்போது அவளுக்குத் தெளிவானது. அன்றும் அவன் அவளைக் கண்டுகொள்ளவில்லை. அவளுடைய முகத்திற்கும் உடலுக்கும் ஆளுமைக்கும் தனிப்பட்ட ஒரு மதிப்பும் கொடுக்கவில்லை. அவளது குரலைக் கேட்கவில்லை. அவளது கண்ணீரின் ஈரத்தை அறிந்திருக்கவில்லை. அவனது உடல் கேட்டதை மட்டும் அவன் செய்தான். தனக்கு நல்லது என்றும் பொருத்தமானது என்றும் தேவை என்றும் தோன்றியது எதுவோ அதைச் சொந்தமாக்கினான். பற்றி எரிந்துகொண்டிருக்கும்போதே தண்ணீரில் மூழ்கிப்போகின்ற பேழையின் நிலையை ஜெஸபெல் அனுபவித்தாள். ஜெரோமின் இடது கையை அவள் இறுக்கமாகப் பிடித்துக்கொண்டாள். நீ யார் என்று அவனிடம் கேட்டாள். நீ யார்? எனக்கு யார்? உனது அறிவிலும் நினைவிலும் நீ யார்? அவனது கையின் மென்மை பொறுக்கமுடியாததாக இருந்தது. உயிரின் துடிப்பும் குளிர்ச்சியும் இல்லாத உள்ளங்கை. அந்த உள்ளங்கையை நெற்றியில் வைத்து அவள் குனிந்து உட்கார்ந்து அழுதாள். அவ்வப்போது ஜெரோம் ஜார்ஜ் மரக்காரனின் கை சற்று அசைந்தது. அவள் திடுக்கிட்டு விழித்தெழுந்தாள். அவனது கண்கள் திரும்பவும் மூடின. நனவிலி நிலையின் விழிப்பைக் கைவிட்ட அவன் தன்னையறியாது உறங்கத் தொடங்கினான். அவளோ, நனவுநிலையின் நனவிலியில், உடல் பலமுறை கதறியும், விடியும் வரைக்கும் அதே இருப்பில் அமர்ந்திருந்தாள்.

வெளிச்சம் விழுந்தபோது அவள் எழுந்து, ஜெரோமின் வடிகுழாயைச் சுத்தம் செய்துவிட்டு உடலைத் திருப்பிப் படுக்கவைத்தாள். குளித்து உடை மாற்றினாள். அந்தப் பெரிய பிளாட்டில் எஞ்சியிருக்கும் நேரத்தில், தான் என்ன செய்வதென்று தெரியாமல் அவள் உழன்றாள். அவளுக்குப் பசித்தது. தாகமெடுத்தது. தேநீர் குடிக்கவேண்டுமென்றும் அம்மா செய்கின்ற பால் ஆப்பமும் ஸ்டூவும் சாப்பிடவேண்டுமென்றும் ஆசையாக இருந்தது. அவள் அப்பாவை அழைத்தாள். ‘அங்க பிரச்சனை ஏதாச்சும்?’ என்று அப்பா பதறினார். ‘நீ ஏதாச்சும்

சாப்பிட்டியா' என்று அம்மா கவலைப்பட்டார். எல்லோரும் சுகமே என்று அவள் உறுதியளித்தாள். அதன்பிறகு ஆபிரஹாம் சம்மநாட்டு அழைத்தார். ஆபிரஹாத்தின் குரலில் அவள் கலக்கத்தை நுகர்ந்தாள். அந்தக் கலக்கத்தை ஆபிரஹாம் ஒப்புக்கொண்டார்.

"ஜார்ஜ்குட்டி இங்க பெரிய பிரச்சனை பண்றான்... அங்க வரணும்னு ஒரே பிடிவாதம்."

அவள் சற்று அதிர்ந்தாள்.

"நீ ஜெரோம என்னாச்சும் செஞ்சிடுவேன்னு அவன் கெடந்து தவிக்கிறான். யோசிச்சுப் பார்த்தா எனக்கும் கொஞ்சம் பயமாத்தான் இருக்குது. ஜெரோமுக்கு ஏதாச்சும் நடந்துட்டா.. இல்ல, முடியாம கிடக்கற ஒருத்தனில்லையா? அதவச்சுட்டு ஜார்ஜ்குட்டி உன்ன எப்படியெல்லாம் சிலுவைல ஏத்துவான்? என்ன யோசிச்சாலும் ஒரு பிடிமானமும் கிடைக்கமாட்டேங்குது."

"அப்படீன்னா அவரு இங்க வந்து இருக்கட்டும்." ஜெஸபெல் கொதித்தாள்:

"எனக்கு வேண்டுதல் ஒண்ணும் இல்லை, இங்க வந்து வெஜிடபிள் மாதிரி கிடக்கிற இந்த உடம்புக்கிட்ட உட்கார்ந்திட்டு இருக்கறதுக்கு. இந்தப் பாழடஞ்ச பிளாட்ல, நூலாம்படையும் தூசியும் படிஞ்ச இடத்துல வேலையையும் விட்டுட்டுவந்து உட்கார்ந்துட்டு எனக்கு ஒரு புண்ணியமும் வேண்டாம். அவரே வந்து மகன காப்பாத்தட்டும். நான் இன்னைக்கு முதல்ல எது கிடைக்குதோ அந்த பிளைட்லயே அங்க போய்க்கறேன். வெட்டியா என்னோட காசையும் செலவுபண்ணிட்டு டிக்கெட் எடுத்துட்டு இங்க வந்தேன். அந்த மனுசனோட மனசு திருந்தாது. அதை நான் சொன்னேன்தானே அங்கிள்?"

"பாப்பா, எனக்கு வேண்டி பொறுத்துக்க. நான் யோசிச்சுப் பார்த்ததுல அவன் அங்க வாரதுதான் நல்லது."

"அதுக்கப்புறம் மகனையும் அப்பனையும் கவனிச்சுக்கிட்டு நான் இங்க இருக்கணுமா?"

ஆபிரஹாம் சம்மநாட்டு மௌனியானார். ஜெஸபெல் இன்னும் கொதிப்படைந்தாள்.

“அங்கிள், நான் இங்க வந்திருக்கறது என்னோட கணவன கவனிச்சுக்கற புண்ணியத்துக்காக இல்லை. இங்க ஒரு அனாதை நோயாளி படுத்திருக்கறான். பார்த்துக்கறதுக்கு யாருமில்லை. அவனை முன்னாடியே எனக்குத் தெரியும். நாங்க ஒரு வீட்ல ரெண்டரை வருஷம் தங்கியிருந்திருக்கறோம். அதனால ஒரு ஜீவகாருண்யத்தோட பேர்ல வேற யாராவது பார்த்துக்கற வரைக்கும் மட்டும் பக்கத்துல இருக்கலாம்னு நினைச்சதுதான். அதல்லாம இனியிருக்கற காலம் முழுக்க இவனைப் பார்த்துக்கலாம்னு நான் முடிவுபண்ணல. அப்படி வாக்குறுதி கொடுக்க என்னால முடியவும் முடியாது.”

“இளஞ்ஞிக்கல் ஃபாதர் இன்னைக்கே ஒரு ஹோம் நர்ஸ கூட்டிட்டு வாரேன்னு சொல்லியிருக்காரு. இப்போதைக்கு ரோஸம்மாவும் கூடவே வருவாங்க. செலவுக்கு வேண்டிய காசு நான் இளஞ்ஞிக்கல் ஃபாதரோட அக்கவுண்ட்ல முன்னாடியே போட்டுட்டேன். இருந்தாலும் தேவைப்பட்டா இங்க இருக்கற என்னோட மேனேஜர் பையன் கொடுத்துக்குவான்.”

ஆபிரஹாம் சமாதானமாகச் சொன்னார். ஜெஸபெல்லுக்கு மேலும் கோபம் வந்தது.

“சந்தோசம்! ஜெரோமோட டாடி வரட்டும். எப்ப இங்க ஏத்தி அனுப்பப்போறீங்கன்னு மட்டும் கொஞ்சம் சொன்னால் போதும். அவரு வாரதுக்கு ஒரு நிமிசம் முன்னாடி நான் இங்கிருந்து கௌம்பிடுவேன். என்னை எதுக்காக இப்படிச் சிரமப்படுத்தினீங்கன்னு மட்டும் தெரியணும். என் வாழ்க்கைய எவ்வளவு தொலைச்சாலும் உங்களுக்குக் கொஞ்சமும் திருப்தியாகப்போறதில்லை.”

அன்று, ஃபோனை சோஃபாவின்மேல் எறிந்துவிட்டுத் தலைமுடியை வாரிப்பிடித்த அவள் உடைந்து அழுதாள். இந்த பிளாட்டில் மணமகளாக வந்து நுழைந்தபோது அழுதிருக்கவேண்டிய அழுகையையும் அழுது தீர்ப்பதற்காக அவள் சபதம் செய்திருந்தாள். அவள் தன்னைத்தானே திட்டிக்கொண்டாள், சபித்துக்கொண்டாள். இளஞ்ஞிக்கல் பாதிரியார் புதிய ஹோம் நர்ஸையும் கூட்டிக்கொண்டு பத்து மணிக்கு வரும்போதும் அவள் அழுதுகொண்டிருந்தாள். இளஞ்ஞிக்கல் பாதிரியார் அவளது தலைமுடியைத் கோதிவிட்டுக்கொண்டு, ‘நீ இவ்வளவு பலமில்லாதவள் ஆயிட்டா’

என்று வருத்தப்பட்டார். ‘பலமில்லாததுனால இல்ல அழுகறது’ என்று ஜெஸபெல் விம்மினாள். அழுவது ஜெரோமின் டாடியை நினைத்துத்தான் என்றும் அந்த மனிதனின் மரணத்தைப் பற்றி நினைக்கும்போது பயம் வருகிறது என்றும் அவள் தேம்பினாள்.

“செத்தாலும் அந்த மனுசனுக்கு நிம்மதி கிடைக்காது, ஃபாதர். அப்பவும் அந்த மனுசன் என்மேல இருக்கற பகைல எரிஞ்சிட்டே இருப்பார்.”

இலஞ்ஞிக்கல் பாதிரியார் சோகமாகச் சிரித்தார்.

“ஹூம்... அதுதான் அதுக்கான சரியான பார்வை. ஒருத்தங்க நமக்குத் தொடர்ச்சியா துரோகம் செய்யறபோது அவங்களுக்குத் திருப்பித் துரோகம் பண்ணறதைவிட அவங்களப்பத்தி நினைச்சு அழுகறதுதான் நல்லது.”

சிறிதுநேரத்துக்குப் பிறகு ஜெஸபெல் இயல்புநிலையை மீட்டெடுத்தாள். இலஞ்ஞிக்கல் பாதிரியார் அழைத்துவந்த அனிலா என்ற ஹோம் நர்சுக்கு ஜெரோமைக் கவனித்துக்கொள்ளும் முறையைச் சொல்லிக்கொடுத்தாள். இலஞ்ஞிக்கல் பாதிரியார் ஓட்டுநரை அனுப்பி அவர்களுக்கு உணவு வாங்கிவரச் செய்தார். உணவு உண்டுகொண்டிருக்கையில் ஜார்ஜ் ஜெரோம் மரக்காரன் சகோதரியுடன் மூன்று மணிக்கு லேண்ட் ஆவான் என்று ஆபிரஹாம் சம்மநாட்டு அழைத்துத் தெரிவித்தார். ஜெஸபெல் போவதற்குத் தயாரானாள். ஜார்ஜ் ஜெரோம் மரக்காரன் வரும் வரைக்கும் பிளாட்டிலேயே இருக்குமாறு அவள் இலஞ்ஞிக்கல் பாதிரியாரிடம் வேண்டிக்கொண்டாள். ‘அப்ப நீ’ என்று பாதிரியார் கவலைப்பட்டார். டிக்கெட் கிடைத்தால் திரும்பிப் போவது இல்லையென்றால் ஏதாவது ஹோட்டலில் தங்குவது என்று முடிவு செய்திருப்பதாக அவள் சொன்னாள். மடத்தில் ஏற்பாடு செய்கிறேன் என்று பாதிரியார் பரிந்துரைத்தார். ‘நான் இங்கயே ரொம்ப அழுதிட்டேன், ஐயோ. எனக்கு இனி கொஞ்சம் சிரிக்கணும். சும்மா வெளிய சுத்தணும்.’ என்று அவள் சொன்னாள். ‘வேணும்னா நீ போயி கொஞ்சம் கள்ளு குடிச்சுக்கோ, காசு நான் தாரேன்.’ என்று பாதிரியார் கிண்டலாகச் சொன்னார். ‘ஃபாதர்ஸ் இப்படி உபதேசிச்சு உபதேசிச்சுத்தான் பிவரேஜஸுக்கு முன்னாடி இவ்வளவு பெரிய க்யூ’ என்று அவள் பதில் சொன்னாள். ‘நாங்க நிறைய விசயங்கள

உபதேசிப்போம். குட்டி ஆடுகள் அதுங்களுக்குப் பிடிச்சத எடுத்துக்கும்' என்று பாதிரியாரும் சொன்னார்.

புறப்படுவதற்கு முன்பு மீண்டும் ஒருமுறை ஜெஸபெல் ஜெரோமின் அறைக்குச் சென்றாள். பிரியப்போவதில் அவளது இதயம் வலித்தது. சேர்ந்து கழித்த வருடங்களில் தோன்றாமல் இருந்த ஆத்மபந்தத்தை அவள் ஜெரோமிடம் உணர்ந்தாள். ஆனால் அது, இது வேறொரு ஜெரோமாக இருப்பதாலாக இருக்கலாம், அல்லது ஜெரோம் என்னவாக இருந்தான் என்று தனக்குத் தெளிவாகத் தெரிந்ததாலாக இருக்கலாம் என்று அவள் நினைத்தாள். அவள் அவனது கன்னங்களைத் தடவினாள். ஜெரோமின் கண்கள் திறந்தன. அவை தன்னைப் பார்க்கின்றன என்று நம்புவதற்கு அவள் விரும்பினாள். அவனது முடி கொட்டிப்போன தலையை அவள் வருடினாள். அவனது நெற்றியில் முகர்ந்தாள். கைகளைத் தடவினாள். அப்போது ஒரு மனித உயிருக்கு இன்னொரு மனித உயிரிடம் தோன்றுகின்ற காருண்யம் அவளை அழவைத்தது.

வாடகைக் காரில் ஏறியதும் அவளது விரல்கள் கபீர் முகம்மதுவின் எண்ணை டயல் செய்தன. முதல் மணியிலேயே கபீர் ஃபோனை எடுத்தான்.

"ஜெஸபெல்... காலையில இருந்து நான் கூப்பிடறதுக்கு ஆசைப்பட்டேன். அப்புறம் நினைச்சேன், அங்க இருக்கற நிலைமை என்னன்னு தெரியாம கூப்பிடறது சரியல்லன்னு..."

"எனக்கு தங்கறதுக்கு ஒரு இடம் வேணும். உங்க அறையில என்னையும் அக்காமடேட் செய்யமுடியுமா?"

தனது குரல் வறண்டுபோயிருப்பதை ஜெஸபெல் கேட்டாள். பதில் சொல்ல கபீர் ஒரு நிமிடம் எடுத்தபோது அவள் மிரண்டாள்.

"நோ ப்ராப்ளம்... நான் இப்பவே ரிஸப்ஷனில் சொல்றேன்... ராத்திரி பதினொரு மணிக்கு நான் போகணும்... ஆனா, யூ கேன் ஸ்டே டில் டுமாரோ நூன்..."

கடற்கரையில் உள்ள நட்சத்திர விடுதியில் தங்கியிருந்தான். அவளுக்காக அவன் வரவேற்புக்கூடத்தில் காத்திருந்தான். ஜன்னல் வழியாக நீச்சல் குளத்தையும் சற்று தொலைவில் கடலையும் பார்க்கக்கூடியதாக இருந்தது அவனுடைய

அறை. கபீர் கெட்டிலில் தண்ணீரைச் சூடாக்கினான். அவள் ஜன்னலுக்கு அருகில் சென்று கீழே உள்ள புல்வெளியில் இருக்கும் நீரூற்றுகளையும் சிவந்த மலர்கள் நிறைந்த வீப்பிங் வில்லா மரங்களையும் மஞ்சள் மலர்கள் பூத்துக்குலுங்கும் உன்னிச் செடிகளையும் வெள்ளை மலர்க் கிளைகள் நிறைந்த அரளிச்செடிகளையும் பார்த்துக்கொண்டு நின்றாள். கபீர் இரண்டு கைகளிலும் காஃபி கப்புகளுடன் பின்னால் வந்து நின்றான். அவள் கப்பை வாங்கி உதட்டோடு சேர்த்தாள். காஃபி நன்றாக உள்ளதென்று அவனைப் பாராட்டினாள். அவன் ஒரு மிடறு குடித்துவிட்டு, நான் சாதாரணமா இதைவிட நல்லாவே காஃபி போடுவேன் என்று பெருமிதப்பட்டுக்கொண்டான். நான் அதை நம்புகிறேன் என்று அவள் ஒப்புக்கொண்டாள். அவர்கள் இருவரும் ஒருவரையொருவர் பார்த்துச் சிரித்தனர். அவளது முகத்தைக் கபீர் சற்றுக் கூர்ந்து பார்த்தான். அவளுக்குத் தன்னுடைய முகத்தைப் பற்றிக் கொஞ்சம் சங்கடம் தோன்றியது.

“ஒரு விசயம் கேட்கட்டுமா?”

“நான் அழுதது எதுக்குன்னா?”

ஜெஸபெல் இரக்கமின்றிக் கேட்டாள். கபீரின் அழகான முகத்தில் பாசம் நிறைந்த ஒரு சிரிப்பு மலர்ந்தது. அந்தச் சிரிப்பு அவளை மகிழ்வித்தது.

“இல்லை… நேத்து ராத்திரி பார்த்ததுல இருந்து கவனிச்சிட்டு இருக்கேன் ஜெஸபெல்லோட குரல்லயும் முகத்துலயும் ஒரு பிடிவாதம்… இப்ப அது இரட்டிப்பாயிருச்சு. யாருக்கோ அறைகூவல் விடுக்கறமாதிரி. எனக்கல்ல, அப்படித்தானே?”

தன்னை ஒத்த அறிவுள்ள ஒருவரைப் பார்க்கும்போது நேர்வதுபோன்று தன்னையறியாமல் ஜெஸபெல்லின் கன்னக்குழிகள் மலர்ந்தன.

“எனக்கு உலகத்துகிட்ட ஒரு பிடிவாதம் தோணுது. இந்த உலகத்தோட பாகந்தானே நீங்க… அதனால உங்ககிட்டயும் பிடிவாதமா இருக்கேன்.”

அவள் பிடித்துப்போன ஒருவருடன் பேசும் மகிழ்ச்சியில் சட்டெனெ வாயாடியானாள்.

ஜெஸபெல் பிடிவாதம் பிடிச்சா அதை நிறைவேத்தறது எனக்கு சந்தோசம்தான்.

"அப்படீன்னா நாம வெளிய நடந்துட்டு வரலாமா?"

அவனது கண்கள் ஒளிர்ந்தன. அவர்கள் விரைவாகப் புறப்படத் தயாரானார்கள். அவர்கள் உடை மாற்றிக்கொண்டு வெளியேவந்து அறையைப் பூட்டிவிட்டுச் சிவப்புக் கம்பளம் விரிக்கப்பட்ட தாழ்வாரம் வழியாக வருடக்கணக்கில் அறிமுகமுள்ள இருவரைப்போன்று பேசிக்கொண்டு மின்தூக்கியை நோக்கி நடந்தனர். அவன் ஹோட்டலுக்கு வந்தபோது நடந்தவற்றை விவரித்து அவளைச் சிரிக்கவைத்தான். தான் லண்டனில் படித்துக்கொண்டிருந்த காலத்தில் மின்தூக்கியில் சிக்கிக்கொண்டதை வர்ணித்தான். 'பயந்துட்டீங்களா' என்று அவள் கேட்டாள். 'ஏய், என்கூட ஒரு பொண்ணு மட்டுந்தான் இருந்தா' என்று அவன் சங்கடத்தோடு சிரித்தான்.

"ஹௌ ரொமாண்டிக்! அப்புறம் நீங்க எப்படி வெளிய வந்தீங்க?"

"மூணு மணிநேரம் ஆச்சு அதைச் சரிசெய்ய. அதுக்கப்புறம் வெளிய வந்தோம்."

தலைப்பாகை வைத்த காவலாளி திறந்துபிடித்த கதவின் வழியாக அவர்கள் வெளியே வெயிலில் இறங்கினர்.

"அப்புறம்? நீங்க நல்ல பிரண்ட்ஸ் ஆயிட்டீங்களா?"

அவள் கேட்டாள். அவன் முகத்தைத் திருப்பிக்கொண்டான். பகல் வெளிச்சத்தில் அவனுடைய வெளுத்த முகத்தில் புதிதாக முளைக்கின்ற மீசை, தாடியின் செம்பு நிறம் ஒரு தங்கவண்ணத்தைப் பரப்பியது.

"ஃபிரண்ட்ஸ் ஆகல. பொண்டாட்டி புருஷன் ஆயிட்டோம்."

அவனது குரல் வறண்டிருந்தது.

"அதுவும் ஒரு மூணு வருசத்துக்கு..."

அவன் சிறிதுநேரம் பேசாமல் வேகமாக நடந்தான். அவள் இதயத்தில் சிறியதொரு வலியை உணர்ந்தாளென்றாலும் அவன் திருமணமானவனாக இருந்தால் உனக்கென்ன நஷ்டம்

என்று தன்னைத்தானே திட்டினாள். அவர்கள் முதன்மைச் சாலையை அடைந்திருந்தனர். அவன் ஒரு வாடகைக் காரை அழைத்து அருகில் உள்ள ஒரு வணிகவளாகத்துக்குப் போனார்கள். அவர்கள் சிறிதுநேரம் அங்கே சுற்றினார்கள். ஒரு உணவகத்திற்குச் சென்று பழச்சாறு குடித்தனர். வெயில் தாழத்தொடங்கியபோது அவர்கள் கடற்கரைக்குப் போனார்கள். ஆணும் பெண்ணும் காதல் பறவைகளைப் போன்று சேர்ந்து அமர்ந்திருப்பவர்களுக்கு இடையில் அவர்கள் தங்களுக்கும் ஒரு இடத்தைக் கண்டுபிடித்தார்கள்.

"நேத்து ராத்திரி வந்தது உங்க கணவரா?"

பேச்சுக்கு இடையே கபீர் கேட்டான்.

"கணவனல்ல. கணவனோட காதலன் - டாக்டர் அவினாஷ் குப்தா."

கபீரின் முகம் சிவந்தது.

"அப்ப கணவர் எங்கே?"

"உள் ரூம்ல இருந்தார். ரெண்டரை வருஷமா கோமாவுல இருக்கார்."

கபீர் அதிர்ந்துபோய் உட்கார்ந்திருந்தான். அவள் பேச்சை மாற்றுவதற்காக கடலின் நீலநிறத்தைப் பார்க்கும்போது பாட்டியின் நினைவுவரும் என்று சொன்னாள். பாட்டியுடையதுதான் தன்னுடைய கன்னக்குழிகள் என்று சொன்னாள். 'என்னை வழிதவறச்செய்யும் ஆண்டவரே' என்று பிரார்த்தனை செய்கின்ற பாட்டியைப் பற்றிச் சொல்லி கபீரைச் சிரிக்கவைத்தாள்.

"எங்க பெரியம்மாவுக்கு நாலு மொழி பேசத்தெரியும். மலையாளம், இங்கிலீஷ், ஹிந்தி, அரபி. எப்படிப் படிச்சாங்கன்னு கேளுங்க... டி.வி. பார்த்துப் படிச்சாங்க! குளோபலைசேஷனால நல்ல பயன் பெரியம்மாவுக்குத்தான்னு நாங்க எல்லாரும் சொல்வோம்... அஞ்சாவதா ஒரிய மொழி கத்துக்கிட்டு இருந்தப்ப இறந்துட்டாங்க. பத்து வருசம் முன்னாடி."

எழுத்தறிவற்ற பெரியம்மாவைப் பற்றி அவன் சொன்ன கதைகளுக்கு அவள் பாட்டியின் கதைகளால் பதில் கொடுத்தாள். அப்போது அவன் அவளுடைய தாய் தந்தையரைப் பற்றிக்

கேட்டான். அவள் அப்பாவையும் அம்மாவையும் பற்றிச் சொன்னாள். அவன் பதிலாக தனது அம்மா அப்பாவைப் பற்றிச் சொன்னான். மஸ்கட்டில் வேலை பார்க்கும்போது அப்பா வேறொரு பெண்ணைத் திருமணம் செய்ததையும் அம்மா மணமுறிவு பெற்றதையும் நான்கு குழந்தைகளையும் ஊருக்கு அனுப்பிவிட்டு அம்மா மற்றொரு திருமணம் செய்ததையும் அவன் சொன்னான்.

"அந்த வயசுல அது பெரிய பிரச்சனையா இருந்துச்சு. ஊர்ல இருக்கறது பிரச்சனையில்லையா? ஆனாலும் பார்க்கறவங்களெல்லாம் குழந்தைங்களப் போட்டுட்டுப் போயிட்டாங்களே அம்மாவும் அப்பனும்னு அனுதாபப் பட்டாங்க. நாங்க நாலுபேரும் அப்புறம் சிதறிப்போயிட்டோம். எல்லாரும் நிறைய படிச்சோம். காசுக்குக் குறைவொண்ணும் இல்லை. அப்பாவும் அம்மாவும் போட்டிபோட்டுகிட்டுக் காசு அனுப்பிவச்சாங்க."

அவன் கைகளைப் பின்புறம் ஊன்றி வானத்தில் பறக்கின்ற பருந்துகளைப் பார்த்துக்கொண்டு உட்கார்ந்திருந்தான்.

"மனைவி டாக்டரா?"

சிறிதுநேரம் கழித்து ஜெஸபெல் கேட்டாள். அவன் முணுமுணுக்க மட்டும் செய்தான். இருளத்தொடங்கியபோது அவர்கள் அறைக்குத் திரும்பினார்கள்.

"இன்னொரு நாள் சேர்த்து லீவு கேட்டேன் கிடைக்கல."

அறையை அடைந்தபோது அவன் யாருடன் என்றில்லாமல் முறையிட்டான். சில மணி நேரத்துக்குள் அவன் விடைபெறுவான் என்று நினைத்து அவள் வேதனைப்பட்டாள். வேலை செய்கின்ற இடத்தில் வருடாந்திர விடுப்பு இல்லையா என்று அவள் கேட்டாள்.

"லீவு கிடைக்கும். ஆனால், எடுக்கறதில்லை. ஏன்னா என்னோட வேலை ஆஸ்பத்திரியில இல்லையல்லவே."

அவனுடைய வார்த்தைகள் அவளைத் திடுக்கிடச் செய்தது.

"டாக்டர்ஸ் வித்தௌட் பார்டர்ஸ்னு கேள்விப்பட்டதில்லையா? மெடிசின் ஸேன்ஸ் ஃப்ரண்டியர்ஸ்?"

அவள் அவனை மதிப்போடு பார்த்தாள்.

“டைவர்ஸ் ஆனதும் நான் நேரா எம்.எஸ்.எஃப்.ல சேர்ந்துட்டேன். யுத்தக்களங்களுக்குப் போனேன். வீட்டுக்குள்ள நடக்கற யுத்தத்தைவிட உண்மையான போர் எவ்வளவோ மேலானதுங்கறதப் புரிஞ்சுக்கிட்டேன்.”

அவன் சிரிக்க முயன்றான். அவள் அதிர்ந்துபோய் உட்கார்ந்திருந்தாள். போர்க்களத்தில் வைத்து இறந்துபோன ஒரு மலையாளியின் சடலத்தை எடுத்துக்கொண்டுதான் அவன் ஊருக்கு வந்திருந்தான். அவள் கண் இமைக்காமல் உட்கார்ந்திருந்தாள். அப்போதுதான் இலஞ்ஞிக்கல் பாதிரியார் அழைத்தார். அவளுக்கு ஏதாவது உதவி தேவைப்படுகிறதா என்று விசாரித்தவர், ஜார்ஜ் ஜெரோம் மரக்காரன் வந்துவிட்டதையும் தெரிவித்தார். ஜெஸபெல்லின் ரத்தம் கொதித்தது. வெளியே கருத்த கடலில் ஒளிப் புள்ளிகள் மிதந்தலைந்துகொண்டிருந்தன. அவள் ஜன்னலுக்கு அருகில் சென்று நிற்கவும் கபீர் அருகில் வந்து ஒன்பது மணி ஆகிவிட்டது என்று ஏமாற்றத்தை வெளிப்படுத்தினான். சீக்கிரம் நேரம் போய்விட்டதே என்று அவள் முணுமுணுத்தாள். நல்லதொரு மாலைப்பொழுதுக்கு அவள் நன்றி சொன்னாள்.

“இந்தத் தடவை வந்ததுல என்னோட சந்தோசம் ஜெஸபெல்ல சந்திச்சதுதான்... ஊருக்கு வாரதுக்கு ஒரு காரணம் கிடைச்சுது. எங்களுக்கு லீவு இருக்கு. என்னோட முறை வாரபோது நான் திரும்பவும் வருவேன்.”

ஜெஸபெல் கனத்த இதயத்தோடு நின்றாள். அவளுக்குத் தன்னைத் தானே புரிந்துகொள்ள முடியவில்லை. ஆண்மகனே, உனக்கும் எனக்கும் இடையில் என்ன என்று அவள் தன்னைத்தானே கேட்டாள். இதயம் பிடிவாதமாக உருகி அவனை நோக்கி ஓடியது.

“ஜெஸபெல்லுக்கு எதாச்சும் உதவி தேவைப்படுமா? இங்க தங்கறதுக்கோ வேலை தேடறதுக்கோ? எனக்கு இங்க சில நல்ல நண்பர்கள் இருக்காங்க.”

கபீரின் குரல் இடறியது. ஜெஸபெல் அவனுக்கு நேராகத் திரும்பினாள். மஞ்சள் வெளிச்சத்தில் அவன் இன்னும் கவர்ச்சியாகத் தெரிந்தான். கண்களின் இடத்தில் அவனுக்கு

வைரக்கற்கள் இருப்பதாக அவளுக்குத் தோன்றியது. அவளுக்குத் தலை கனத்தது. அழகாக அலங்கரிக்கப்பட்ட ஹோட்டல் அறையில் செல்லம் கொஞ்சல் போதாமல் ஒரு வளர்ப்பு நாயைப் போன்று ஏசி அருமையாக முனகியது. 'எதாச்சும் உதவி?' - அவன் திரும்பவும் கேட்டான். அவனது பெட்டி பேக்கிங் முடித்த நிலையில் பெரிய கட்டிலின் ஒரு பக்கத்தில் இருந்தது. ஒரு சுருக்கம்கூட இல்லாமல் விரிக்கப்பட்ட படுக்கை இருந்தது. அமைதியான மஞ்சள் வெளிச்சம் பொழிகின்ற மேசை விளக்குகள் இருந்தன. 'வேணும்' - அவள் சொன்னாள் - 'ஒரு உதவி வேணும்'. 'சொல்லுங்க. எனிதிங்...' அவன் சொன்னான். அவள் அவனுக்கு நெருக்கமாக நகர்ந்தாள். நேருக்கு நேராக நின்றாள். அவளது கண்களிலிருந்து அவன் எதையோ வாசித்திருக்கவேண்டும் என்று பிற்காலத்தில் அவள் நினைத்திருக்கிறாள். அவனுடைய கண்களில் வியப்பு நிறைந்து முகம் சிவந்திருந்தது. அவள் அவனுக்கு நேராக நடுங்கும் கைகளை நீட்டினாள். அவன் தயங்கித் தயங்கி அந்தக் கையைப் பிடித்தான். 'போறதுக்கு முன்னாடி' அவள் பலம் முழுவதையும் திரட்டி அவனது மார்பில் தன்னை அர்ப்பணித்தாள், 'ஒரு உதவி... ஒரு சிறு உதவி...'

அவளது கண்கள் நிரம்பி வழிந்தன. அதைப் பார்த்து, அவன் திகைத்துப்போய் என்னசெய்வதென்று தெரியாமல் நின்றான். பிறகு தோற்றுப்போனதுபோன்று அவளது தோளைத் தொட்டான். அவளது இதயம் யாரோ உதைத்தெறிந்த ரப்பர் பந்துபோன்று குதித்தெழுந்து கீழே விழுந்து மீண்டும் எழுந்தது. ஒரு ஆண். சோர்வு தோன்றச்செய்யாத ஒருத்தன். வெறுப்புத் தோன்றச்செய்யாத ஒருத்தன். அவனுடைய தீண்டலில் அவளது உடல் பூத்துக் குலுங்கியது. அவள் வெட்கமில்லாமல் அவனில் கலந்தாள். சிறிது நேரம் அவன் தயக்கத்தோடு நின்றான். பின்னர் மிக மெதுவாக அவனுடைய விரல்களுக்கு உயிர் வந்தது. அவள் கோமாவில் விழுந்து ஆழ்மனத்தில் உயிர்த்தெழுதலை அனுபவித்தாள்.

பின்னர் அந்த நிமிடத்தைப்பற்றி நினைக்கும்போதெல்லாம் மூளையில் உடைந்து விழுந்த நட்சத்திரங்களை ஜெஸபெல்லால் மீண்டும் பார்க்க முடிந்தது. அதுவரையில் இருந்த உடலில் இருந்து மற்றொரு உடல் வெளியே வந்ததை உணர முடிந்தது. மற்றொரு உடல். மற்றொரு ஜெஸபெல். பழைய உடலைப் புதிய

உடல் உதைத்தெறிந்தது. பழைய உடல் ஜன்னல் வழியாகக் கடலில் விழுந்தது. புதிய உடல் என்ன சிந்திக்கிறது என்பதை அவளால் கணிக்க முடியவில்லை. பழைய உடலுக்குத் திரும்பிப்போக முயன்றபோது அவளது சிந்தையும் புத்தியும் சுணக்கம் காட்டின. பழைய உடல் செத்துவிட்டது. புதிய உடல் உயிர்த்தெழுந்தது. அது அவசரமாக கபீர் முகமதுவைச் சுற்றிப் பின்னிக்கொண்டது. நேரமில்லை என்று புதிய உடல் அவசரப்பட்டது. கபீர் முகம்மது அவளது காதுகளில் எதையோ கேட்டுக்கொண்டிருந்தான். 'ஏதாச்சும் நடந்துட்டா...' அவன் தயங்கினான். 'அந்தக் கேள்விய கேட்கவேண்டியது நாந்தானே' என்று அவள் தீரசூரபராக்கிரமியானாள். புதிய உடலுக்கு என்னவொரு தைரியம் என்று பழைய உடல் எங்கோ இருந்து திகைப்புற்றது. ஏதோ ஒரு கணத்திலிருந்து கபீர் தயக்கங்களை மறந்தான். அவளைக் கையில் அள்ளியெடுத்துப் படுக்கைக்குக் கொண்டுசென்றான். புதிய உடல் வெல்லத் துடித்தது. பழைய உடல் அவநம்பிக்கையோடு அலைந்தது. 'கபீர் நான் ரெண்டரை வருஷம் புருஷனோட வாழ்ந்தேன். ஆனா, இதுதான் என்னோட முதலிரவு' - புதிய உடல் முட்டாள்தனமாகப் புலம்பியது. 'அப்படீன்னா?' என்று கபீர் சந்தேகித்தான். 'நீங்கதான் என் உடம்ப முதன்முதலா தொட்டது' என்று அவள் ஒப்புக்கொண்டாள். அந்த நிமிடம் கபீரின் கைகள் மரத்துப்போயின. அவன் துடித்து எழுந்துவிட்டான். புதிய உடல் படுக்கையில் நடுங்கியது. என்ன ஆனது என்ன ஆனது என்று அது குழம்பியது. கபீர் 'பை, ஸாரி, என்னை இனியும் ஏமாத்தறதுக்கு முடியாது' என்று பிதற்றியதோடு தரையில் கிடந்த அவளது ஆடைகளை எடுத்து அவளது உடல்மீது எறிந்துவிட்டு வேகமாகக் கழிவறைக்குப் போனான். அவள் கண் மூடித் திறப்பதற்குள் அவன் ஆடை உடுத்திக்கொண்டு வெளியே வந்து, பெட்டியை அடுக்கிப் பூட்டி, லேப்டாப் பேக்கைத் தோளில் போட்டுக்கொண்டு கதவருகில் போய்விட்டிருந்தான். கதவைத் திறக்கும்போது அவன் யாரிடம் என்றில்லாமல் அறிவித்தான்:

"நாளைக்கு மத்தியானம் வரைக்கும் இந்த அறைய உபயோகிச்சுக்கலாம். வேணும்னா நான் இன்னொரு நாள் கூட ரூம எக்ஸ்டெண்ட் பண்ணறேன்."

ஜெஸபெல் துணிகளை மார்போடு சேர்த்துப் பிடித்துக்கொண்டு படுக்கையில் அதிர்ந்துபோய் உட்கார்ந்திருந்தாள். அவன்

விடைபெறாமலேயே கடந்து சென்றிருந்தும் அவளுக்குச் சுயநினைவு திரும்பக் கிடைப்பதற்கு வெகுநேரம் எடுத்தது. புதிய உடல் ஆவியாகிப்போனது. பழைய உடல் ஆணித்துளைகளுடன் உயிர்த்தெழுந்தது. என்ன நடந்தது என்று அவளுக்குப் புரியவில்லை. உருவி எறிந்த ஆடைகளைக் கையில் பற்றிக்கொண்டிருக்கும் நிர்வாணமான பெண்ணின் உருவத்தைக் கண்ணாடியில் பார்க்க முடிந்தது. அவளுக்கு அவள்மீது வெறுப்புத் தோன்றியது. இத்தனை வருடங்களாக அவள் பெற்ற அவமானத்தின் எண்ணிக்கை அவளை வெட்கப்படவைத்தது. நிர்வாண உடலை ஒரு பழைய சட்டையைப் போன்று எடுத்து ஜன்னல் வழியாக எறிவதற்கு முடிந்ததென்றால் என்று ஆசைப்பட்டாள். சுவர்கள் முழுவதும் கண்ணாடிகள் உள்ள அறையில் பார்க்கும் இடத்திலெல்லாம் அவள் தனது நிர்வாணத்தைக் கண்டாள். அவள் தனது உடலைக் கடுங்கோபத்தோடு பார்த்தாள். கதைகளில் சொல்கின்ற நாயகிகளின் உடல் போன்று வெளுத்துச் சிவந்ததல்ல. இருப்பினும், ஒரு ஆணுக்குப் பால் இச்சையைச் தூண்டக்கூடிய எதுவும் இந்த உடலில் இல்லையா? அவளுக்குக் கோபம் வந்தது. நகரத்தின் நடுப்பகுதிக்கு ஓடிச்சென்று மனிதக் கூட்டத்தைக் கூவியழைத்துக் கேட்க அவள் விரும்பினாள் – இந்த உடலுக்கு நீங்கள் எத்தனை மதிப்பெண் போடுவீர்கள்? என் மார்பகங்களுக்கு? என் பின்புறத்துக்கு? என் வயிற்றுக்கு? என் கை கால்களுக்கு? எத்தனை மதிப்பெண்? நீங்கள் இதுவரைக்கும் பார்த்த, தீண்டிய உடல்களோடு ஒப்பிடுகின்றபோது பத்தில் எத்தனை மதிப்பெண்? ஜெஸபெல் கண்ணாடியை வெறித்துப் பார்த்தாள். கண்ணாடியில் இருந்த உடல் திடீரென்று முதுமையுற்றது. அது அவமான பாரத்தால் தலை குனிந்தது.

பள்ளியிலிருந்து பசித்தோடி வந்தபோது வீடும், வீடு இருந்த இடமும் காணாமல் போனதைப் பார்த்து மிரண்ட குழந்தையைப் போன்று ஜெஸபெல் கதறி அழுதாள். வாழ்க்கையில் ஒருபோதும் அவள் அப்படி அழுததில்லை. அடிவயிற்றிலிருந்து பீறிட்ட அழுகையாக இருந்தது அது. அது அவளுடைய உடலைப் பிடித்து உலுக்கித் தரையில் வீழ்த்தியது. தரையில் சுருண்டு கிடந்து அவள் உடைந்து அழுதாள். இதயம் உடைந்து நொறுங்கிக் கண்ணீராக வடிந்தது. அவளுக்கு அவளைக்குறித்துத் துக்கம் தோன்றியது. அவளைக்குறித்துக் கோபம் தோன்றியது. தான் இறந்துபோவதும் கல்லறையில் அடக்கம் செய்யப்படுவதும்

நடந்துவிட்டதல்லவா என்று நினைத்தாள். அவள் நெடுநேரம் குளித்தாள். மீண்டும் கண்ணாடியில் பார்த்தாள். அழுது கலங்கிய கண்ணும் முகமும் கண்டு வருந்தினாள். காலைநேர விமானத்துக்கு டிக்கெட் புக் பண்ணினாள். ஜன்னலுக்கு அருகில் இருந்த நாற்காலியில் சென்றமர்ந்தாள். வெளியே இருக்கும் நகர இரவு அவளை ஏளனம் செய்தது. மனம் வெறுமையாக இருந்தது. இனி என்ன செய்வதென்று அவளுக்குத் தெரியவில்லை. அவளது கண்கள் எரிந்தன. படுத்து உறங்குவதற்கு அவளால் முடியவில்லை. விரித்துப்போட்ட படுக்கை அவளை ஏளனம் செய்தது. கருப்பையில் இருப்பதுபோன்று நாற்காலியில் அவள் சுருண்டுகிடந்தாள். அவ்வப்போது கண் அயர்ந்தாள். பிறகு திடுக்கிட்டு எழுந்தாள். கபீரைப் பற்றிச் சிந்திக்காமல் இருக்க உறுதிபூண்டாள். அவள் அவளைப்பற்றி மட்டும் சிந்தித்தாள். அவளது சிறிய வாழ்க்கையைப் பற்றியும் அந்த வாழ்க்கையில் வந்துபோன மனிதர்களைப் பற்றியும் நினைத்தாள். எம்.பி.பி. எஸ்க்குப் படிக்கின்றபோது விரும்பிய ரஞ்சித்தின் முகத்தை நினைவுக்குக் கொண்டுவர அவள் முயன்றாள். எப்போதும் சிரிக்கின்ற கண்கள் மட்டும் அவளுக்கு நினைவு வந்தது. அவனது முகம் மண்ணில் செய்த உடல் போன்று உதிர்ந்துபோனது. அவன் இருந்திருந்தால் ஒருவேளை, அவர்கள் திருமணம் செய்திருப்பார்கள் என்றும் ஒருவேளை, அவர்கள் மகிழ்வோடு வாழ்ந்திருப்பார்கள் என்றும் மகிழ்ச்சியும் நட்பும் நிறைந்த வீட்டில் குழந்தைகளும் சிரிப்புகளும் நிறைந்திருக்கும் என்றும் அவள் நினைத்தாள்.

ரஞ்சித் காணாமல்போன நாளையும் அவள் நினைத்தாள். ராணி குரியன்தான் சொன்னாள், ‘தெரியுமா ரஞ்சித்த காணோம்.’ ஜெஸபெல் சிரித்துவிட்டாள். ‘ஜெஸ், தமாசல்ல. அவன் வெள்ளத்துல போயிட்டான்.’ ஜெஸபெல் உறைந்துபோய்விட்டாள். சிறிது நேரம் அவளால் எதையும் உணரமுடியவில்லை. பின்னர் உடல் கட்டுக்கடங்காது நடுங்கியது. மூச்சு முட்டியது. கட்டிலில் முழங்கால்மேல் தலையைச் சாய்த்து வைத்து அவள் நெடுநேரம் அமர்ந்திருந்தாள். வலியை மறப்பதற்கு அவள் பாடப்புத்தகத்தைத் தேடினாள். மண்ணுக்கு அடியில் போகும்போது உடல் எவ்வாறு எதிர்வினையாற்றும் என்று வாசித்து அறிந்துகொண்டாள். ஆழ்கடலுக்குள் போவதுபோன்றது அது என்று படித்தாள். மூச்சு அடங்குவது வரைக்கும் நினைவு இருக்கும் என்றும் நினைவு தப்பிப்போவது

வரைக்குமான கணங்கள் பயங்கரமாக இருக்கும் என்றும் புரிந்துகொண்டாள். மூச்சடைப்பதற்கும் நினைவு தப்புவதற்கும் இடைப்பட்ட அந்தக் கணங்களைக் கற்பனை செய்ய தைரியம் இல்லாமல் அவள் புத்தகத்தை மூடிவைத்தாள். அவனது உடல் திரும்பக் கிடைக்கும் வரைக்கும் அவள் மூச்சுக்காற்றுக்காகத் துடித்தாள். அவன் இறந்ததற்காக அவள் தெய்வத்துக்கு நன்றி சொன்னாள்.

அன்றைய துடிப்பு ஜெஸபெல்லுக்கு மீண்டும் அனுபவப்பட்டது. உண்மையில், தான் இப்போது மண்ணுக்கு அடியில் இருக்கிறோமோ என்று சந்தேகப்பட்டாள். நிறைய வாடகையுள்ள அறையில் அனைத்து வசதிகளுக்கும் நடுவில் அவள் இருப்பதைத் தனக்கு நினைவூட்டினாள். முறையிடுவதற்கு எதுவும் இல்லை என்று நினைத்து அவள் நன்றியுள்ளவளாக இருப்பதற்கு முடிவு செய்தாள். மண்ணுக்கு அடியில் இல்லாததற்குத் தெய்வத்துக்கு ஸ்தோத்ரம் - அவள் உரத்த குரலில் சொன்னாள். கணவன் இல்லாததற்குத் தெய்வத்துக்கு ஸ்தோத்ரம். குழந்தைகள் இல்லாததற்குத் தெய்வத்துக்கு ஸ்தோத்ரம். ஒருத்தனுடன் படுப்பதற்குத் தயாரானபோது அவன் வேண்டாம் என்று சொல்லி அறையைவிட்டுப் போனதற்குப் பதிலாக பலாத்காரம் செய்யாமல் இருந்ததற்கும் தெய்வத்துக்கு ஸ்தோத்ரம். தனது உடல் விற்கப்படாமல் இருந்ததற்கும் ரகசிய கேமரா வைத்துப் படம்பிடித்து யூடியூப்பில் போடாமல் இருந்ததற்கும் தெய்வத்துக்கு ஸ்தோத்ரம். அவனுக்குத் தனது உடல் பிடிக்காமல் இருக்கலாம், அப்படிப் பிடிக்காமல் இருப்பதற்கும் அவனுக்கு உரிமை உண்டல்லவா. அவனுடைய உரிமைகள் மீறப்படாமல் இருந்ததற்கும் தெய்வத்துக்கு ஸ்தோத்ரம்...!

ஜெஸபெல் திரும்பவும் ஒருமுறை கண்ணாடியின் முன்னால் சென்று நின்றாள். கண்ணாடியில், சவத்துணியால் பொதியப்பட்ட உடல், லேசாக வீங்கித் தடித்த கண்ணிமைகளுடன் அவளைப் பார்த்துப் பரிதாபமாகச் சிரித்தது. உயிர்த்தெழுதலை ஆன்மாவும் உடலும் ஒரேமாதிரி அனுபவிக்கின்றன என்று அவள் நம்பினாள். இன்றுவரை யாரும், தான் உயிர்த்தெழுதலுக்குச் சாட்சியம் வகித்ததில்லை. காரணம், அது தான் மட்டுமே அறியவேண்டிய தெய்வீக அனுபவம். ஒரு பியூபா உடைந்து பட்டாம்பூச்சி வெளிவருவதுபோல, மலரில் தேன் ஊறுவது போல, மேகங்களில் மின்னல் எழுவதுபோல...

முதலாவது உடன்படிக்கை குற்றமற்றதாக இருந்திருந்தால் இரண்டாவது ஒன்றுக்கு வாய்ப்பே இருந்திருக்காது. புதிய உடன்படிக்கையைப் பற்றிப் பேசுவதால் முதலாவது காலாவதியாகிப் போயிருக்கிறது. காலாவதியாகிப்போனதும் பழையதாகிப்போனதுமெல்லாம் காணாமல் போய்க் கொண்டிருக்கின்றன.

அன்பின் பொருளே, மனிதனால் உருவாக்கப்பட்டதும் உண்மையாக உள்ளவற்றின் தோற்றம் மட்டுமேயான பரிசுத்த இடத்திற்கு அன்று, நமக்காகக் உருவாக்கப்படவிருக்கும் புதிய உலகத்திற்குள் நுழைவதற்குவேண்டித்தான் மனிதகுமாரி உடலைத் துறந்தாள். காலத்தின் முழுமையில் தன்னையே பலியிட்டுக்கொண்டு பாவத்தை அழிப்பதற்கு இப்போது இதோ, அவள் தோன்றியிருக்கிறாள். மனிதன் ஒரேதரம் மரிக்கவேண்டும், அதன்பிறகு நியாயத்தீர்ப்பு என்று விதிக்கப்பட்டிருக்கிறது. அதுபோன்றே மனிதகுமாரியும் அநேகரின் பாவங்களை வேரோடு பிடுங்கியெறிவதற்காக வாழ்க்கையில் ஒரேதரம் பலியிடப்படுகிறாள்.

அவள் மீண்டும் வருவாள். பாவப் பரிகாரத்துக்கு வேண்டியல்ல, தன் வருகைக்காக ஆர்வத்தோடு காத்திருப்பவர்களின் இரட்சிப்புக்கு வேண்டி.

28

வெள்ளாடை தரித்த இரண்டு தூதர்கள் மக்தலேனா மரியாவான ஜெஸபெல்லிடம் கேட்டார்கள்: பெண்ணே எதற்காக நீ அழுகிறாய்? அவள் சொன்னாள்: எனது ஆன்மாவை அவர்கள் எடுத்துக்கொண்டுபோய்விட்டார்கள். அவர்கள் அவளை எங்கே வைத்திருக்கிறார்கள் என்று எனக்குத் தெரியாது. இதைச் சொல்லிவிட்டுப் பின்புறம் திரும்பியபோது போதகியாகிய ஜெஸபெல் நிற்பதை அவள் பார்த்தாள். ஆனால் அது அவளேதான் என்று அவளுக்குத் தெரியவில்லை. போதகியாகிய ஜெஸபெல் அவளிடம் கேட்டாள், பெண்ணே எதற்காக நீ அழுகிறாய்? நீ யாரைத் தேடுகிறாய்? ஆளைத் தெரியாமல் அவள் சொன்னாள், அங்கிருந்து அவளை எடுத்துச் சென்றிருந்தால், அவளை எங்கே வைத்தீர்கள் என்று என்னிடம் சொல்லுங்கள். போதகியாகிய ஜெஸபெல் அவளிடம் சொன்னாள்: மரியம், என்னைத் தடுத்து நிறுத்தாதே.

ஒருத்தியைத் தடுக்க அவளால் மட்டுமே முடியும் என்ற திருவெளிப்பாட்டிற்கு ஜெஸபெல் நெடுந்தொலைவு பயணிக்கவேண்டியிருந்தது. அதுவரை ஆன்மாவை இழந்துவிட்ட உடலும் உடலை இழந்துவிட்ட ஆன்மாவும் ஒன்றையொன்று அடையமுடியாமல் அலைவது அவளைத் தொந்தரவு செய்தது. அதிலிருந்து தப்பிப்பதற்காக ஊருக்குத் திரும்பிவந்த இரவில் அவள் பாட்டியிடம் ‘எனக்கு இப்ப ரொம்ப நிம்மதியா தோணுது, பாட்டீ, ஜெரோம் மேல எனக்கு இருந்த கோபம் போயிடுச்சு. உலகம் அவனுக்குக் கொடுத்த கொடூரத்தைத்தான் அவன் எனக்குத் திருப்பிக் கொடுத்தான்’ என்று இரக்கப்பட்டாள். அப்போது, ‘வயசாகும்போது எழுத்தப் படிக்கறதுக்குக் கண்ணு தெரியாது. ஆனா, மனுசங்களோட மனச படிக்கறதுக்கு பார்வ கூடிட்டே வரும். நீ பாட்டிகிட்டச் சொல்லாதது எதாச்சும் இருக்கா’ என்று பாட்டி கேள்வி கேட்டார். அவள் தனது மனதை வெளிப்படுத்தினாள்: ‘பாட்டீ, நான் ஒருத்தனோட அறைக்குப் போனேன்.’

தனது வயிற்றின் குறுக்கே இருந்த அவளது மணிக்கட்டை வருடிய பாட்டியின் கை அசைவற்றுப்போய் அறையில் சலனமின்மை நிறைந்தது. பாட்டி கிண்டலாகச் சிரித்தார்.

“அப்புறம்? எதாச்சும் நடந்துச்சா?”

ஜெஸபெல் பாட்டியைக் கண்களை உருட்டிப் பார்த்துக் கோபம் காட்டினாள்.

“கோர்ட்ல வக்கீல் சொன்னமாதிரி, நல்ல பெஸ்ட் பாட்டி! பேத்தி ஒருத்தனோட ரூம்ல இருந்தான்னு கேள்விப்பட்டா இதுதான கேட்கணும்...”

“ஓ... எனக்கு உன்னப்பத்தி எந்த எதிர்பார்ப்பும் இல்ல, குஞ்சே!”

பாட்டியின் குரலில் விரக்தி கலந்தது.

“அந்த ரூம்ல நீ விடியறவரைக்கும் கண்டதையும் பேசிட்டு இருந்திருப்பே... பெரிய பெரிய விசயங்கள... விடிஞ்சதும் அவன் பொட்டிய இழுத்துட்டு ரூமவிட்டு ஓடிப்போயி முதல் வண்டியப் புடிச்சிருப்பான்...! என் குஞ்சே, இந்த ஆம்பளைங்களுக்குப் பெருசா விவரம் ஒண்ணும் இல்லடீ. அது இல்லைங்கறது அவனுங்களுக்குத் தெரியவும் தெரியாது. நான் பெரிய ஆளுன்னு தன்னத்தானே அங்கீகரிச்சுக்கறபோது குறுக்கால நாம சொல்லறதையெல்லாம் அடிமுட்டாள்தனம்னு அவனுங்க முடிவு பண்ணிக்குவானுங்க. அப்பத்தான் அவனுங்களுக்கு ஒரு சமாதானம் கிடைக்கும்...”

பாட்டி அவளைப் பார்த்துக் கன்னக்குழிகள் மலர்த்திச் சிரித்தார். ஜெஸபெல்லுக்கும் சிரிப்பு மலர்ந்தது.

“பாட்டி என்னெ அந்த அளவுக்குச் சின்னதாக்கவெல்லாம் வேண்டாம். உண்மையாச் சொன்னா நெறைய விசயங்கள் நடந்துச்சு.”

‘ஆனா, நடக்கவேண்டியது மட்டும் நடந்திருக்காது’ என்று பாட்டி மறுபடியும் கிண்டலடித்தார். பின்னர், அவளது முடியை வருடிக்கொண்டு, ‘அப்டீன்னா நீ சொல்லு, என்ன தேங்காப்புண்ணாக்கா நீ அங்க உண்டாக்கினே’ என்று சவால்விட்டார். ஜெஸபெல் பாட்டியின் அருகில் கவிழ்ந்து படுத்துக்கொண்டு ‘கபீர் முகம்மதுன்னு பேரு’ என்று சொல்லத் தொடங்கினாள். ‘ஹம், ஜாதி மதம் ஒண்ணுமல்ல,

விசயம். மனுசத்தனம் உள்ளவனா? நேர்மையானவனா? சுயமரியாதை இருக்கா?' என்று பாட்டி குறுக்கிட்டார். நடந்ததை அவள் சொன்னாள். 'அவனுக்கு எவளாச்சும் வேல கொடுத்திருப்பாளா இருக்கும், போயி வேலையப் பார்க்கச் சொல்லுடீ...' என்று பாட்டி ஏளனம் செய்தார். பிறகு, ஜெஸபெல்லின் பெருமைக்கு ஏற்பட்ட காயத்தைக் கண்டு பாட்டி அவளிடம் அன்போடு, 'நீ கொஞ்சம் முன்னாடி ஜெரோமப்பத்திச் சொன்னதென்ன, குஞ்சூ? உலகம் அவனுக்குக் கொடுத்த கொடூரத்தத்தான் உனக்குக் கொடுத்தான்கறதுதானே? இப்பச் சொன்னவனும் அதையேதான செஞ்சான். இதையெல்லாம் நெனச்சிட்டு அழுதுட்டு இருந்தா அப்புறம் அதுக்கே நேரம் சரியாப்போவும்' என்று அமைதிப்படுத்தினார். வயதாகும்போது மனிதர்களுடைய மனதை வாசிப்பதற்கான அறிவு கூடுவதுபோன்று பேரக்குழந்தைகளின் கண்ணீரைச் சிரிப்பாக மாற்றுவதற்கான திறனும் கூடுமாக இருக்கும் என்று ஜெஸபெல் ஆச்சரியப்பட்டாள். அவள் பாட்டியின் தோளில் முகம் புதைத்துப் படுத்திருந்தாள். காலையில் அவள் கண் திறக்கும்போது பாட்டி விழித்துக்கொண்டு படுத்திருந்தார்.

"குஞ்சூ, அவன் நல்லவனா இருப்பான்."

அவள் கண்களைக் கசக்கிக்கொண்டு யாரைப்பற்றி பாட்டி சொல்கிறார் என்று வியந்தாள்.

"அந்த கபீரு. அவந்தான் உன்னத் தொடற மொத ஆணுன்னெல்லாம் நீ சொன்னதக் கேட்டு அவன் மெரண்டு போயிருப்பான்..."

அவளுக்கு அதன் பொருள் புரியவில்லை. பாட்டி விவரித்தார்.

"யாரும் தொடாத ஒரு பொண்ணு - அதுவும் உன்னமாதிரி படிப்பும் உலக அனுபவமும் உள்ள ஒருத்தி அவனத் தேடி அங்க போறேன்னு சொன்னா ஆம்பளைங்களுக்கு அது பெரிய பொறுப்பும் சுமையுமா ஆகிப்போவும். அத அவனால தாங்க முடியுமான்னு தெரியல. அவ்வளவுதான். இந்த ஆம்பளைங்க பொதுவாவே பாவப்பட்டவனுங்க."

"நான் அவன்கிட்ட பொறுப்பு எடுத்துக்கச்சொல்லிக் கேட்கலையே பாட்டீ."

“நீ அவனோட எடத்துல இருந்து கொஞ்சம் யோசிச்சுப் பாரு. இனி நாளைக்கு நீ இதைச் சொல்லிக்கிட்டு அவனோட தோள்ல தொங்குவியோன்னு அவனுக்குப் பயம் வராதா? என் குஞ்சே, என்னோட அனுபவத்துல சொல்றேன், ஆம்பளைங்க ரொம்பவும் பயப்படறது இணையக் காதலிக்கறதுதான். காதலிக்காம இருக்கறதுக்கு அவங்க முடிஞ்சவரைக்கும் முயற்சிப்பாங்க. ஆனா, அவங்கமேல உயிரக்கொடுத்துக் காதலிக்கணும்னு அடம்பிடிக்கவும் செய்வாங்க.”

“என்னோட கவலை அதல்ல பாட்டீ... எனக்கு ஏன் இப்படி ஒவ்வொருத்தனையும் பார்க்கறபோது காமம் வருது?”

பாட்டியின் முகம் சிவந்தது.

“வந்துட்டுப் போகுதடி குஞ்சு... மனுசங்கன்னா காமமும் காதலும் சோகமும் பசியுமெல்லாம் தோணவேண்டாமா?”

“முந்தியெல்லாம் இப்படி இருந்ததில்ல, பாட்டீ...”

“இப்பக்கூடத் தோணலைன்னா எந்த வயசுல தோணறது? குழியில போட்டதுக்கு அப்பறமா?”

பாட்டி காண்ணாடியைக் கழற்றிக் கண்களைத் துடைத்தார்.

“உனக்கு இப்ப அது மறுக்கப்படுதுங்கற ஒரு எண்ணம் இருக்கறதுனாலயா இருக்கும். காதலும் காமமும் சந்தோசமுமெல்லாம் அவனவன் யோசிச்சு உண்டாக்கிக் கறதுதானே, குஞ்சூ?”

தான் கற்ற நவீன மருத்துவமும் அப்படித்தான் சொல்கிறது என்று அவள் ஒப்புக்கொண்டாள். அவனவன் அல்லது அவளவள் சிந்தித்து உண்டாக்குவதுதான் காதலும் சந்தோசமும் துக்கமும். துன்புறுத்தப்பட்ட அனுபவமும் சிலுவைப்பாடும் உயிர்த்தெழுதலும் மனிதனின் மனதில்தான் இருக்கிறது. உயிர்த்தெழுந்துவிட்ட ஒருத்தியால் தன்னை இறந்தவர்களிடையே தேடுவதற்கு எப்படி முடியும் என்று அவள் வருந்தினாள். தன்னைத்தானே அடையாளம் காணமுடியாத வகையில் தனது கண்கள் மூடப்பட்டிருக்கின்றன என்பதை அவள் கண்டுகொண்டாள். அவள் தனக்குத்தானே கேட்டுக்கொண்டாள், எதைப்பற்றி நீ பேசுகிறாய்? தீர்க்கதரிசினியை நம்பமுடியாத அளவுக்கு இதயம் மந்தப்பட்டுப்போனவளே, மனிதகுமாரி

இதையெல்லாம் சகித்துக்கொண்டு மகிமைக்குள் பிரவேசிக்கவேண்டி இருக்கிறதல்லவா? முதலாவது சோதனை கடந்துபோய்விட்டது. இன்னும் இரண்டு சோதனைகள் இனிமேல் வரப்போகிறதல்லவா? கந்தகமும் நெருப்பும் உமிழ்கின்ற அனுபவங்களின்வழியாக அவள் மீண்டும் வருவதற்கு விதிக்கப்பட்டிருக்கிறதல்லவா?

இரண்டாவது சோதனை உடனே வந்தது. வெளிநாட்டு ஃபெல்லோஷிப்புக்கான ஆவணங்களைத் தயார் செய்துகொண்டிருந்தபோது இலஞ்ஞிக்கல் பாதிரியாரிடமிருந்து அழைப்பு வந்தது: 'ஜார்ஜ்குட்டிக்கும் மகனுக்கும் சிக்கலாகிப்போச்சு. ரோசம்மாகிட்ட சண்ட போட்டுட்டு ஹோம் நர்ஸ் போயாச்சு. ஜார்ஜ்குட்டி சொல்றது எதையும் ரோசம்மா கேட்கறதில்லை.' 'அவனுக்கு அப்படித்தான் வேணும்.' என்று ஜெஸபெல் கோபம்கொண்டாலும் ஃபோனை வைத்தபிறகு அவளது மனம் வாடிப்போனது. படுக்கையில் இருந்து எழுந்திருக்க முடியாத ஜார்ஜ் ஜெரோம் மரக்காரனும் கோமாவில் தொடர்கின்ற ஜெரோம் ஜார்ஜ் மரக்காரனும் மனக்கண்ணில் தெரிந்தனர். அப்படி ஒரு மகனைப் பார்த்துக்கொண்டு படுத்திருக்கவேண்டி வருகின்ற தந்தையின் மனநிலை எப்படியிருக்கும் என்றும் அவர் சிந்தித்துக் கட்டமைக்கின்ற சொர்க்கமும் நரகமும் எவ்விதமாக இருக்கும் என்றும் அவளுக்குக் கவலை உண்டானது. அடுத்த நாள் அவள் இலஞ்ஞிக்கல் பாதிரியாரை அழைத்தாள், 'ஜார்ஜ் குட்டியோட கால்ல இன்ஃபெக்ஷன் இருக்கு. அட்மிட் செய்யவேண்டி வரும். ஜெரோமோட நிலையும் ரொம்ப கஷ்டம். நீ கொஞ்சம் வந்தாத் தப்பில்லை, கண்ணு' என்று பாதிரியார் ஆலோசனை சொன்னார். 'இனி என்னோட நாய் வரும்' என்று ஜெஸபெல் கோபக்காரியானாள்.

"இது அந்த ஆளோட சதியா இருக்கும் ஃபாதர். நான் வெளிநாடு போறேங்கறது அந்த ஆளுக்குத் தெரிஞ்சிருக்கும். இப்பவும் அந்த ஆளுக்கு இங்க உளவாளிங்க இருப்பாங்க. முந்தி எம். டி. பரீட்சைல பாஸாகக்கூடாதுன்னு நினைச்சது நடக்கல. இனி வெளிநாடு போறதத் தடுக்கறதுக்குவேண்டித் திட்டம் போடுறான்..."

கோபத்தால் அவளுக்கு அழுகை வந்தது. 'உன்னோட படிப்ப விட்டுட்டு வரணும்னு நான் சொல்வேனா கண்ணு?

இங்க ரொம்ப சிக்கலாகிட்டே போகுது... அதை நான் சொல்லமட்டுந்தான் செஞ்சேன். நீ இருந்து படி. நான் எதாவது வழி கண்டுபிடிச்சுக்கறேன்...' என்று இலஞ்ஞிக்கல் பாதிரியார் சமாதானப்படுத்தினாலும் ஜெஸபெல்லின் அமைதி சிதறிப்போனது.

அடுத்தநாள் கிழக்கு வெளுக்க ஆபிரஹாம் சம்மநாட்டு அவளது வீட்டிற்கு வந்து, 'ஜெரோமோட விசயங்கள்' என்று சொல்லத் தொடங்கினார். 'அதெல்லாம் ஜெஸபெல்கிட்டச் சொன்னாப் போதும்' என்று அப்பா கைகழுவினார். 'இனிச் சொல்றதுக்கு என்ன இருக்கு' என்று அம்மா கோபித்தார். 'எழுந்திருக்கறவரைக்கும் இங்க இருந்திருந்தா ஆகாதா அந்த மனுசனுக்கு? எல்லாரையும் தொந்தரவு பண்ணறதுக்கு வேண்டித்தானே அங்க கட்டித் தூக்கிட்டுப் போனான்?' என்று பாட்டியும் திட்டினார். 'அப்படின்னா என்னோட யு.எஸ். பயணத்த மாத்தவேண்டி வரும். டிக்கெட்டும் விசாவும் கிடைச்சாச்சு. இனி மூணு நாலு நாள்தான் இருக்கு' என்று ஆபிரஹாம் சம்மநாட்டு ஏமாற்றத்தை வெளிப்படுத்தினார். முதுமையின் வேர்கள் ஆழப்படர்ந்த ஆபிரஹாத்தின் முகத்தில் இருந்த துயரம் ஜெஸபெல்லின் மனதில் அனுதாபத்தைத் தூண்டியது. இளைஞனாக இருந்திருந்தால் இந்த மனிதன் இப்படித் தனக்கு முன்னால் கெஞ்சிக்கொண்டு வருவாரா என்று தன்னிடமே கேள்வி கேட்டாள். ஒருவரை அவருடைய துக்கத்தில் வேதனைப்படுத்துவது சரியல்ல என்று முடிவெடுத்தாள்.

"இனி நான் போறேன்னு வச்சுக்கோங்க. அவரு அதுக்கப்புறமும் பிரச்சனை பண்ணினா?"

சிறிது நேரம் கழித்து ஜெஸபெல் கேட்டாள்.

"யாருன்னாலும் போதும் என்று கத்துறான் ஜார்ஜ்குட்டி... ரோசம்மா இன்னைக்கி ஊருக்குப் போறாங்க. இலஞ்ஞிக்கல் ஃபாதர் ஒரு அம்மாவ ஏற்பாடு செஞ்சார். ஆனா, பொம்பளைங்க இல்லாத வீட்டுல இருக்கறதுக்கு அந்தம்மாவோட வீட்டுக்காரன் ஒத்துக்கமாட்டான்."

ஜெஸபெல் நிலைகுலைந்தாள். 'நீ ஏன் போகவேண்டும்' என்ற கேள்வியை அவள் தன்னிடமே கேட்டுக்கொண்டிருந்தாள். 'ஜெஸபெல், நீ என்னைத் தடுக்காதே' - அவளுக்குள் உயிர்த்தெழுந்த ஒருத்தி போருக்குத் தயாரானாள். 'அவனுடைய

சோதனைகளிலிருந்து தப்பித்து நான் எம்.டி. டிகிரி பெற்றேன். இனி அவனிடமிருந்து தப்பித்து நான் அடுத்த டிகிரியும் பெறுவேன்.' என்று தீர்க்கதரிசனம் உரைத்தாள். அன்று மாலையே ஜெஸபெல் ஜெரோமின் நகரத்திற்குப் பறந்தாள்.

இரவு எட்டுமணிக்குத்தான் அவள் அங்கே சென்றுசேர்ந்தாள். ஜெரோம் ஜார்ஜ் மரக்காரனின் பிளாட்டை அடைந்தபோது இலஞ்ஞிக்கல் பாதிரியார் அங்கே காத்துக்கொண்டிருந்தார். சமையல் வேலைக்கு இலஞ்ஞிக்கல் பாதிரியார் கண்டுபிடித்த மேரிக்குட்டி என்ற ஐம்பது வயதுக்காரி ஜெஸபெல்லின் பெட்டிகளை எடுப்பதற்கு உதவுவதற்கிடையில் 'இவ்வளவு இரக்கமில்லாத ஒருத்தனுக்குச் சோறு போடவேண்டிய அளவுக்கு நான் என்ன தப்புச் செஞ்சேன் ஆண்டவரே' என்று புகார்களின் மூட்டையை அவிழ்த்தாள்.

ஜெரோமின் கட்டிலுக்கு அருகில் சக்கரங்கள் உள்ள ஒரு இரும்புக் கட்டிலில் ஜார்ஜ் ஜெரோம் மரக்காரன் படுத்திருந்தான். ஒரு ஸ்ட்ரெச்சர் பக்கத்திலேயே இருந்தது. ஜார்ஜ் ஜெரோம் மரக்காரன், பார்த்தால் அடையாளம் காணமுடியாத அளவுக்கு மெலிந்துபோயிருந்தான். அவன் அவ்வப்போது முடியாமல் இருமினான். கட்டுப்போட்ட காலின் வெளியே தெரியும் பகுதியில் சீழின் கருமை கலந்த மஞ்சள் நிறம் படர்ந்திருந்தது. பழைய சிறுநீரின், மலத்தின் கந்தம் அங்கே தங்கியிருந்தது. 'எனக்கு எந்தத் தேவிடியா மவளோட உதவியும் வேண்டாம்' என்று அவளைக் கண்டதும் ஜார்ஜ் ஜெரோம் மரக்காரன் கத்தினான். அதன் தாக்கத்தால் அவன் திரும்பவும் இருமினான். சீழ் படர்ந்த நுரையீரலை ஜெஸபெல் தன் அகக்கண்ணால் கண்டாள். 'ஜார்ஜ்குட்டீ, சமைக்க வந்திருக்கறவள கை காலப் பிடிச்சுத்தான் நான் இங்க கூட்டிட்டு வந்திருக்கறேன். இங்க பொம்பளைங்க யாரும் இல்லைன்னா அவ இப்பவே இங்கிருந்து போயிடுவா. அதனால உனக்கும் உன் மகனுக்கும் உயிர் இருக்கணும்னா கொஞ்சம் மரியாதையா நடந்துக்கிட்டுத்தான் ஆகணும்.' என்று இலஞ்ஞிக்கல் பாதிரியார் திட்டினார். 'என் ஆண்டவன் என்னைக் காப்பான், என் மகன எழுந்திருச்சு நடக்கவைப்பான்' என்று ஜார்ஜ் ஜெரோம் மரக்காரன் குரலுயர்த்தினான். 'என்னோட ஆண்டவன், உயிருள்ள தெய்வம். அவன் முடவன நடக்கவச்சான், செத்தவன உயிர்ப்பிச்சான். அப்புறமென்ன அவனுக்கு என் மகன எழுப்பறது கஷ்டமா?' என்று புலம்பினான்.

ஜெஸபெல், தான் இது எதையும் கேட்காததுபோன்று அருகில் சென்று அவனுடைய காலைப் பிடித்துப் பரிசோதித்தாள். அவன் காலைப் பின்னால் இழுக்க முயன்றான். வலி அவனுடைய முகத்தை மேலும் விகாரமாக்கியது.

'ரொம்ப இன்ஃபெக்ஷன் ஆயிருச்சு, உடனே அட்மிட் பண்ணணும்' என்று ஜெஸபெல் இலஞ்ஞிக்கல் பாதிரியாரிடம் சொன்னாள். 'அவினாஷ் வரட்டும். அதுக்கப்புறம் நான் யோசிக்கறேன்' என்று ஜார்ஜ் ஜெரோம் மரக்காரன் மறுதலித்தான். 'அவினாஷ் அம்மாவோட அஸ்திய கரைச்சுட்டு வார வரைக்கும் யோசிங்க, யோசிங்க, காயத்த புழு அரிக்கத் தொடங்கறவரைக்கும் யோசிங்க' என்று ஜெஸபெல் ஏளனம் செய்தாள். 'இப்பவே நாறத்தொடங்கிருச்சு. இந்த ரூமுக்குள்ள வந்தாலே தசை அழுகற நாத்தமடிக்குது. உங்களுக்கு அது புரியமாட்டேங்குது. இப்படியேபோனா உடம்பு முழுக்க இன்ஃபெக்ஷன் பாதிக்கும். புழுத்துச் சாகறதுன்னு கேள்விப்பட்டிருக்கீங்களா? அது சொன்னமாதிரியே நடக்கும். கர்த்தர் புழுவோட ரூபத்துலயும் வருவாரு, இல்லையா ஃபாதர்' என்று அவள் அவனைக் கோபமூட்டினாள். பாதிரியார் சொல்லற்று நின்றார். ஆத்திரத்தால் ஜார்ஜ் ஜெரோம் மரக்காரனின் நெற்றியிலும் கன்னத்திலும் உள்ள நரம்புகள் புடைத்தன. 'வெளிய போடீ தேவிடிச்சி' என்று அவன் கத்துவதற்கு முயன்று தோற்றான். அவன் இருமியதால் உடல் அசைந்ததால் உண்டான வலியில் தோல்வியை ஒப்புக்கொள்ளவும் செய்தான்.

ஜெரோமின் உடலிலிருந்து ஏப்பம் போன்றதொரு சப்தம் எழுந்ததால் ஜெஸபெல் அவனருகில் சென்றாள். ஜெரோமின் நாடித்துடிப்பு நிலையற்று இருப்பதை அவள் கண்டாள். அவள் வடிகுழாயை எடுத்துச் சுத்தம் செய்து திரும்பவும் மாட்டினாள். உணவுக்குழாய்களைக் கழற்றி அவற்றை உருவியெடுத்துச் சுத்தம் செய்து திரும்பவும் மாட்டிவைத்தாள். ஜெரோமின் துணிகளை மாற்றி உடலைத் துடைத்து பௌடர் போட்டுத் திருப்பிப் படுக்கவைத்தாள். கை கால்களில் ரத்த ஓட்டம் சீராக இருக்கவேண்டி மடக்கவும் திருப்பவும் செய்தாள். ஜெரோமுக்குப் போர்வை போர்த்துப் படுக்கவைத்துவிட்டுத் திரும்பும்போது ஜார்ஜ் ஜெரோம் மரக்காரனின் கண்களும் அவளுடைய கண்களும் சந்தித்துக்கொண்டன. தாடி ரோமங்கள் வளர்ந்த, கருவளித்துப்போன முகத்தை அவள் கூர்ந்து பார்த்தாள்.

அவனுடைய புருவங்கள்கூட நரைக்கத் தொடங்கியிருந்தன. கண்களுக்குக் கீழே கருவளையக் குழிகள் உருவாகியிருந்தன. கன்னங்களில் உள்ள தசைகள் நீண்டு இறுகி உயர் ரத்த அழுத்தத்தை வெளிப்படுத்தியிருந்தன.

அவள் வெளியே வந்து சோஃபாவில் களைத்துப்போய் உட்கார்ந்தபோது ஒரு கொட்டாவியை அடக்கிக்கொண்டு இலஞ்ஞிக்கல் பாதிரியாரும் உள்ளே வந்து அருகில் அமர்ந்தார். ‘தொண்ணூறுலகூட ஃபாதருக்கு நல்ல வேலை பாருங்க’ என்று அவள் கேலி செய்தாள். பாதிரியாரும் சிரித்தார். ‘அது சரிதான், குடும்பப் பொறுப்புக்குப் பயந்து நான் பட்டம் கட்டிக்கிட்டேன். இப்ப எத்தனை குடும்பங்களுக்குப் பொறுப்பாளியாயிட்டேன்’ என்று பாதிரியார் பெருமூச்சு விட்டார். பின்னர், அவளுக்கு விடுமுறை இருக்கிறதா, எத்தனை நாட்கள் இருப்பதற்குத் திட்டம் என்று விசாரித்தார். ஒருவாரம் என்று அவள் சொன்னாள். ‘அதுக்குள்ள எதாச்சும் ஏற்பாடு பண்ணலாம், உன் படிப்ப நிறுத்திடாத கண்ணு’ என்று பாதிரியார் நினைவூட்டினார். ‘அப்ப நான் போகட்டுமா’ என்று சொல்லிக்கொண்டு எழுந்தார். ‘உனக்கு இங்க இருக்கறதுக்குப் பயமா இருக்கா’ என்று கவலைப்பட்டார். ‘பயந்து ஓடறபோதுதான் பயம் அதிகமாவுதுங்கறது புரிஞ்சிட்டதுனாலதான் ஃபாதர் நான் திரும்பி வந்தேன்’ என்று ஜெஸபெல் சமாதானப்படுத்தினாள்.

அடுத்தநாளே ஒரு ஹோம் நர்ஸைத் தருவதாக ஒரு கன்னியாஸ்திரி ஒப்புக்கொண்டுள்ளதாக இலஞ்ஞிக்கல் பாதிரியார் திரும்பத் திரும்பச் சொன்னார்.

“நீ வாரேன்னு கேள்விப்பட்டதும் நிம்மதியா இருந்துச்சு. ஆனா, இப்ப ரொம்பவே டென்ஷனாப்போச்சு. நீ எப்படி இங்க இருப்பே? ஜார்ஜ்குட்டியோட வசவ நீ எப்படித் தாங்கிப்பே? நீ இங்க வந்திருக்கவே வேண்டாம் கண்ணு.”

“வசவுங்கறது வெறும் வார்த்தைகள் மட்டுமல்லவே, ஃபாதர்?” ஜெஸபெல் சிரித்தாள்: “பேசறவனோட மனசுல இருக்கற விஷந்தான் வார்த்தைகள வசவுகளாக்குது. ஆனா, விஷம் வெளிய வாரது நொந்துபோயிட்டமேன்னோ இல்லாட்டித் தோத்துப்போயிட்டமேன்னோதான். இனியும் தோத்துப்போகாம இருக்கறதுக்கும் நொந்துபோகாம இருக்கறதுக்குமான தற்காப்புத்தான் அந்த ஆளோட வசவு.”

“அவன் உன்ன இதுக்குமேலயும் தொந்தரவு செய்யாம இருக்கட்டும்” என்று பாதிரியார் பெருமூச்சு விட்டார். அவருடைய நகைச்சுவை உணர்வு ஜெஸபெல்லைச் சிரிக்கவைத்தது. பாதிரியார் சென்றதும் மேரிகுட்டி அக்கா அவளுக்கு உணவு பரிமாறினார். ரோசம்மாவும் ஹோம் நர்ஸும் கொஞ்சகாலம் அங்கே இருந்தமையால் முன்பு ஜான் ஜெரோம் மரக்காரன் பயன்படுத்திய அறை கொஞ்சம் சுத்தமாகியிருந்தது. படுத்தவுடனேயே ஜெஸபெல் தூங்கிப்போனாள்.

‘ஏண்டீ கூத்திச்சி மவளே, இங்க வாடீ’ என்று அலறுவதைக் கேட்டுத்தான் அவள் திடுக்கிட்டு எழுந்தாள். ‘அவரு அங்க கக்கூசு போயிக் கெடக்கறாரு... என்கிட்டச் சொல்றாரு, கழுவி விடச்சொல்லி... என்னால முடியாது’ என்று முணுமுணுத்துக்கொண்டு மேரிக்குட்டி ஓடிவந்து அறையில் இருந்த மற்றொரு கட்டிலில் உட்கார்ந்துகொண்டார். எழுந்தவுடனேயே தலையில் ஒரு அடி வாங்கியதுபோன்று ஜெஸபெல் திகைத்துபோய்விட்டாள். ‘என்னாலயும் முடியாது’ – ஜெஸபெல் தனக்குத்தானே சொன்னாள். ஆனால், பிளாட் முழுவதும் துர்நாற்றம் வீசிக்கொண்டிருந்தது. அவளுக்குக் குமட்டல் வந்தது. அவள் கட்டிலில் உட்கார்ந்து வாயையும் மூக்கையும் பொத்திக்கொண்டாள். குடல் எழுந்து வாய்வழியாக வெளியே குதித்துவிடும் என்று தோன்றியது. என்ன செய்வது என்று அவள் நடுங்கிப்போனாள். எப்படி அந்த மனிதனின் கழிவுகளைத் தன் கைகளால் எடுப்பது என்று அவள் தன்னிடமே கேட்டாள். அசிங்கம்புடிச்சவன் என்று சபித்தாள். அவன் தனக்குத் துரோகம் செய்வதற்காகவே மலம் கழித்திருக்கிறான் என்று கோபமுற்றாள். அங்கேயே கிடக்கட்டும். அனுபவிக்கட்டும். புழுத்து நாறட்டும். நான் திரும்பிப் பார்க்கமாட்டேன். அவன் சொன்ன ஆண்டவர் இப்படித்தான் என்னைப் பழிவாங்குகிறார் என்று உள்ளுக்குள் புலம்பினாள். அவள் மூச்சுமுட்டிக்கொண்டு ஜன்னல்களை இழுத்துத் திறந்தாள். சிறிதளவு தூய காற்றுக்காக மூக்கை வெளியே நீட்டினாள். ஓராயிரம் புறாக்கள் சிறகடித்து எழுந்தன. அவற்றோடு சேர்ந்து தப்பிப்பதற்கு அவள் ஆசைப்பட்டாள்.

அப்போது ஜார்ஜ் ஜெரோம் மரக்காரனின் அலறல் மீண்டும் எழுந்தது: ‘ஏண்டீ, கூத்திச்சி மவளே, இங்க வாடீ... எனக்குக் கொஞ்சம் கழுவிவிடுடீ. காசு எண்ணி வாங்கிக்கறவதாண்டி நீ?

கர்த்தர் தருவாருடீ. முடியாம கெடக்கற ஒரு வயசானவன்கிட்ட இப்படி ஆணவம் காட்டறதுக்கு உனக்குக் கர்த்தர் தருவாருடீ. நீயெல்லாம் இதுமாதிரி பீயில குளிச்சிட்டுக் கெடப்பே. புழுத்து நாறிச் சாவே. அதப் பார்த்துட்டுத்தான் நான் போவேன். இந்த ஆட்டமெல்லாம் ஆட்டமல்ல. ஆட்டத்த நீ பார்க்கத்தாம்போறே.'

ஜெஸபெல்லுக்குத் தலை கனத்தது. ஒரு முதியவன் - வெறுக்கின்ற ஜெஸபெல்லை மருத்துவரான ஜெஸபெல் நினைவூட்டினாள் - குடும்பத்தின் பாதுகாப்பும் சமூகத்தின் அங்கிகாரமும் இல்லாமல் பிறந்து, ஏச்சும் பேச்சும் கேட்டு வளர்ந்த ஒருத்தன். இப்போது, கையும் காலும் முதுகெலும்பும் ஒடிந்து, கால் சீழ் பிடித்து, உடல் வீங்கிக் கிடக்கிறான். அவனுக்கு யாருமில்லை. அவள் பெட்டியிலிருந்து ஒரு துண்டை எடுத்து மூக்கை மூடிக்கட்டினாள். முன்பு இருந்த ஹோம் நர்ஸ் பயன்படுத்தியிருக்கவேண்டும், மேசைமேல் பார்த்த கையுறைகளை அணிந்தாள். ஜார்ஜ் ஜெரோம் மரக்காரனும் ஜெரோம் ஜார்ஜ் மரக்காரனும் படுத்திருக்கும் அறைக்குள் நுழைந்தாள்.

ஜெஸபெல்லைப் பார்த்ததும் ஜார்ஜ் ஜெரோம் மரக்காரன் பதைத்தெழத் தொடங்கினான். 'வேண்டாம், நீ வேண்டாம், நீ என்கிட்ட வராதே' என்று பதறினார். 'இது கர்த்தர் இல்லையா? கர்த்தர் இப்படித்தான் உங்ககிட்ட வாராரு' என்று ஏளனம் செய்துகொண்டு அவள் அவனை நெருங்கினாள். அவன் ஒடியாத கையை ஓங்கி அவளை அடிக்க முயன்றான். அவள் அந்தக் கையை பலமாகப் பிடித்துக்கொண்டாள். பிறகு கோபத்துடன் அவனைப் பார்த்துக் கண்களை உருட்டி - 'நீங்க என்னோடட ஒரு முகத்தத்தான் பார்த்திருக்கீங்க. தேவைப்பட்டா உங்களைவிட குரூரமா நடந்துக்க எனக்கும் முடியும். அடங்குங்க. சத்தம் வெளிய வரக்கூடாது. இனி சத்தம்போட்டா வாயில நான் துணியத் திணிச்சிடுவேன்' என்று பயமுறுத்தினாள். அவள் அவனுடைய உடலைக் கவனமாக நகர்த்திக் கழிகலத்தை வெளியே எடுத்துக் கழுவினாள். ஜார்ஜ் ஜெரோம் மரக்காரன் ஏதோ சொல்வதற்கு முயன்றபோது அவள் திரும்பவும் கண்களை உருட்டி அவனை அமைதிப்படுத்தினாள். கட்டிலில் இருந்து அவனை ஸ்ட்ரெச்சருக்கு மாற்றுவதற்கு மேரிக்குட்டி உதவினார். கட்டுப்போட்ட பாகங்கள் நனையாமல் அவர்கள் அவனுடைய உடலை டெட்டால் நீரில் துடைத்தனர். பௌடர் போட்டுவிட்டனர். அவனுக்கு நல்ல காய்ச்சல்

இருந்தது. அவனுடைய உடலில் இருக்கும் காயங்கள் பலதும் சீழ்பிடித்துப் பிளந்திருந்தன. அந்த மனுசன் எவ்வளவு வலியைத் தாங்குகிறான் என்பது தெளிவாகத் தெரிந்தது. மேரிக்குட்டி உலர்ந்த படுக்கை விரிப்புகளைத் தேடியெடுத்து ஜார்ஜ் ஜெரோம் மரக்காரனின் படுக்கையில் விரித்தார். அவர்கள் இருவரும் சேர்ந்து அவனுக்கு ஆடை அணிவித்துத் திரும்பவும் படுக்கவைத்தனர். வேதனையாலோ அவமானத்தாலோ அவன் தீனமாக முனகினான். முனகல் மெதுவாக நின்றது. சிறிது நேரம் கழித்து அவன் முற்றிலும் அமைதியாகிவிட்டான். தன்னைக் கண்டு அவன் பயப்படத்தொடங்கிவிட்டான் என்பதை ஜெஸபெல் மகிழ்ச்சியுடன் உணர்ந்தாள். விஷம் தீர்ந்துபோன பாம்பு பயந்தால் என்ன செய்யும்? அது சுருண்டு கிடக்கும். அவள் தேநீரோடு சென்றபோது அவன் சுருண்டு கிடந்தான்.

“டாடீ...”

அவள் எவ்வளவு முடியுமோ அவ்வளவு அன்போடு கூப்பிட்டாள். ஜார்ஜ் ஜெரோம் மரக்காரன் பதறி எழுந்தான். அவன் கேட்டதை நம்பமுடியாதவன்போன்று அவளை உற்றுப் பார்த்தான். இவ்வளவு நேரமும் அழுதுகொண்டிருந்தான் என்று தோன்றும்படியாக அவனுடைய கண்கள் கலங்கியிருப்பதை அவள் பார்த்தாள்.

“டாடீன்னு கூப்பிடறதுக்கு எனக்குத் துளியும் விருப்பமில்லை. இல்லாட்டியும் அப்படிக் கூப்பிடற அளவுக்கு நீங்க என்கிட்ட அன்பு காட்டல. இல்ல. இப்ப கூப்பிடறதுக்கு வேறொரு பேரு இல்லாததுனாலதான் இப்படிக் கூப்பிடறேன், அவ்வளவுதான்.”

அவள் தேநீரை அவனிடத்தில் நீட்டினாள். ‘நீ இதுல விஷம் கலந்திருப்பே’ என்று அவன் பிறுபிறுத்தான். ‘அதெல்லாம் உங்களோட பாணியில்லையா? அப்படித்தான் மம்மிய முடிச்சுக்கட்டுனீங்க’ என்று ஜெஸபெல் ஏளனம் செய்தாள். ‘அனாவசியமா பேசினீன்னாத் தெரியும்’ என்று அவன் கோபித்தான். ‘முடியாம கிடக்கிறபோது நீ என்னெ அவமானப்படுத்துவே, ஆனா, நான் எழுந்ததுக்கப்புறம் இருக்கு’ என்று பயமுறுத்த முயன்றான், தோற்றுப்போனான். ‘டீ குடிச்சா கொஞ்சம் தெம்பு கிடைக்கும், அதுக்கப்புறம் வசவு பேசலாம்’ என்று அவள் கிண்டலடித்தாள். ‘எனக்கு அந்தப் பொண்ணு தந்தாப் போதும்’ என்று அவன் முகம் சுளித்தான். ‘அவங்களுக்கு

உங்கமேல என்னைவிட வெறுப்பு' என்று ஜெஸபெல் மேலும் இரக்கமற்றவளானாள். அவன் ஒடியாத கையால் டம்ளரைப் பிடித்துக் குடிக்க முயன்றான். ஆனால், கை நடுங்கியது. ஜெஸபெல் அதைத் திரும்பவும் வாங்கிக்கொண்டு அவனைக் கோபத்தோடு பார்த்தாள்: 'நிமிசத்துக்கு நிமிசம் துணி துவைக்க இங்க யாருமில்லை, துவைச்சா காயப்போடறதுக்கும் இடமில்லை' என்று திட்டினாள். ஜார்ஜ் ஜெரோம் மரக்காரன் தோல்வியை ஒப்புக்கொண்டான். அவள் பிடித்துக் கொடுத்த தேநீரை அவன் குடித்தான். வாய் கழுவி உமிழ்வதற்கு மேரிக்குட்டி பாத்திரம் கொண்டுவந்தார். ஜெஸபெல் அவனுடைய உதடும் முகமும் துடைத்துவிட்டாள். அவன் சாப்பிடவேண்டிய மருந்துகளை எடுத்துக் கொடுத்தாள்.

ஜார்ஜ் ஜெரோம் மரக்காரனை மருத்துவமனைக்கு மாற்றுவதற்கான ஏற்பாடுகள் செய்து, வீட்டுக்கு அழைத்து, ஆபிரஹாம் சம்மநாட்டுடன் நடப்பவை குறித்து விவாதித்து முடிந்தபோது ஜெஸபெல் உடலற்ற ஆன்மாவின் லேசான தன்மையை அதிகமாக உணர்ந்தாள். குளித்து, காலை உணவை முடித்துக்கொண்டு ஒரு புத்தகத்தோடு பால்கனிக்குச் சென்று நின்று நகரத்தைக் கண் நிறையக் கண்டாள். வாழ்க்கையில் முதன்முறையாக மிகுந்த சக்திவாய்ந்தவளாக உணர்ந்தாள். தான் உயிர்த்தெழுந்துவிட்டதை அவள் உறுதிப்படுத்திக்கொண்டாள். இவ்வளவு காலமும் உடலையும் தலையையும் மூடியிருந்த பலதரப்பட்ட துணிகள் அவிழ்ந்து கிடப்பதை அவளால் காணமுடிந்தது. தனக்கு முன்னால் உயிர்த்து நிற்கின்ற தன்னையே கண்டு சிஷ்யையாகிய ஜெஸபெல் பயந்து நடுங்கினாள். தான் காண்பது பேய் என்று அவள் நினைத்தாள். போதகியாகிய ஜெஸபெல் அவளிடம் 'என்னைத் தொட்டுப் பார், எனக்கு உள்ளதுபோன்று சதையும் எலும்பும் பேய்க்கு இல்லையே' என்று நினைவூட்டினாள். அவள் அவளையே கைகள் உயர்த்தி ஆசீர்வதித்தாள். அப்படியே பரலோகத்திற்கு வழிநடத்தப்பட்டாள்.

உயிர்ப்பிக்கப்பட்ட ஜெஸபெல் அளப்பரிய ஆற்றலுடன் வானத்தில் உயர்ந்தாள். சூரியன் உதித்தெழுந்துகொண்டிருந்தது. சிவந்த அழகான கதிர்கள் அவளைச் சூழ்ந்தன, அவளுள் இரண்டறக் கலந்தன. அவள் சூரியனை அணிந்த ஒரு பெண் ஆனாள்.

29

சமீபித்திருக்கும் எதிர்காலத்தில் நடக்கப்போகின்றவற்றைத் தன்னை நம்புகிறவர்களுக்கு வெளிப்படுத்துவதற்காக ஜெஸபெல் தனக்குத்தானே நல்கிய திருவெளிப்பாடு. இந்தத் தீர்க்கதரிசனத்தில் இருக்கின்ற வசனங்களை வாசிக்கிறவர்களும் கேட்பவர்களும் இதில் எழுதப்பட்டிருப்பனவற்றைக் கைக்கொள்கிறவர்களும் பாக்கியவான்கள். ஏனென்றால் காலம் சமீபித்துவிட்டது. இதோ அவள் மேகங்களின் பரிவாரங்களுடன் வருகிறாள். கண்கள் யாவும் அவளைக் காணும். அவளைக் குத்திக் காயப்படுத்தியவர்களும் அவளைத் தேடி மார்பில் அடித்துக்கொண்டு புலம்புகின்ற பூமியில் உள்ள சகல கோத்திரத்தவர்களும் அவளைத் தரிசிப்பார்கள். ஆமென்.

மேகங்களால் சூழப்பட்டவளும் சக்திவாய்ந்தவளுமான மற்றொரு தேவதூதியைப்போன்று கிறிஸ்டினாவும் இறங்கி வந்த நாளாக இருந்தது அது. ஜார்ஜ் ஜெரோம் மரக்காரனை மருத்துவமனைக்குக் கொண்டுசெல்வதற்கான தயாரிப்புகளில் ஈடுபட்டிருந்தாள் ஜெஸபெல். உடலைச் சுத்தம் செய்யும்போதும் துவைத்த ஆடையை அணிவிக்கும்போதும் ஜார்ஜ் ஜெரோம் மரக்காரன் அவளுடைய முகத்தைப் பார்க்காமல் இருப்பதற்கு முயன்றான். அவனுடைய பழைய தன்னம்பிக்கை காணாமல் போயிருந்தது. ஒருவர் தோல்வியடைகின்றபோது முகத்தசைகளில் ஏற்படுகின்ற மாற்றம் அவனுடைய முகத்தில் தெளிவாகத் தெரிந்தது.

முன்பதிவு செய்த ஆம்புலன்ஸ் தாமதமாவது குறித்து இலஞ்ஞிக்கல் பாதிரியாரை அழைத்துப் புகார் செய்து கொண்டிருக்கும்போதுதான் கதவு தட்டப்படும் சப்தம் கேட்டது. உரையாடல் முடிவதற்கு முன்பாகவே கதவைத் தட்டித் திறந்துகொண்டு கிறிஸ்டினா நுழைந்தாள். பின்னாலேயே குழந்தையை எடுத்துக்கொண்டு ஜான் ஜெரோம் மரக்காரனும் பெட்டிகளும் பைகளுமாக நடுத்தர வயதுடைய ஒரு பெண்ணும் உள்ளே வந்தார்கள். ‘நீங்க வார விவரத்த ஏன் சொல்லல’ என்று

கேட்டு அவள் ஆச்சரியத்துடனும் மகிழ்வுடனும் அவர்களை வரவேற்றாள். ஆனால், கிறிஸ்டினாவின் முகம் இருண்டிருந்தது. 'நீங்க இங்க வந்தத எங்ககிட்டச் சொன்னீங்களா? இது எங்களோட வீடாக்கும்' என்று கிறிஸ்டினா குரலுயர்த்தினாள். 'இது மம்மியோட பேர்ல இருக்கு. மம்மியோட சொத்தெல்லாம் ஜானோடது. அதனால இது ஜானோட வீடு. நாங்க இனி இங்கதான் இருப்போம்' என்று அவள் அறைகூவல் விடுத்தாள்.

அவள் ஜார்ஜ் ஜெரோம் மரக்காரனின் அறையைத் அடித்துப் பெருக்கிச் சுத்தம் செய்துவிட்டுப் பெட்டிகளை அங்கே வைக்குமாறு உடன் வந்த பெண்ணிடம் உத்தரவிட்டாள். ஜெரோமின் அறையிலிருந்து ஜார்ஜ் ஜெரோம் மரக்காரன் 'அங்க யாரு, என்ன சத்தம்' என்று கேட்டபோது கிறிஸ்டினா உள்ளே சென்று பயமின்றி 'நாங்கதா, நாங்க இனி இங்கதான் இருப்போம்' என்று சொன்னாள். விருந்தினரைப் பார்த்து ஜார்ஜ் ஜெரோம் மரக்காரன் அதிர்ந்திருக்கவேண்டும். 'உங்க அப்பன் வீடா இது?' என்ற கொதிப்பைக் கேட்டு ஜெஸபெல் கதவருகில் சென்றபோது கிறிஸ்டினா முடியை வாரி முடிந்துகொண்டு அவனை எதிர்கொண்டாள். 'என் கொழந்தையோட அப்பனோட வீடு. இனி இங்கத்த விவகாரங்கள கவனிச்சுக்கறதுக்கு நாங்க இருக்கோம்...' என்று கர்ஜித்துக்கொண்டிருந்தாள். 'சீ, வெளியபோடீ' என்று ஜார்ஜ் ஜெரோம் மரக்காரன் பலவீனமாக உறுமினான். 'என்னோட வீட்டவிட்டு வெளிய போ இது என்னோட வீடு. என் மகன் எழுந்து வாரபோது அவனுக்குத்தான் இங்க இருக்கற சொத்தெல்லாம்' என்று அவன் பிதற்றினான். அப்போது கிலுகிலுப்பையைக் கடித்துக்கொண்டிருந்த குழந்தையையும் எடுத்துக்கொண்டு ஜான் ஜெரோம் மரக்காரன் பாய்ந்து வந்தான். ஜார்ஜ் ஜெரோம் மரக்காரனை அடித்துக் கீழே தள்ளிக் கிழிக்கத் தயங்கமாட்டான் என்பதுபோன்ற வரவாக இருந்தது அது. 'கிறிஸ்டினாகிட்ட சத்தம்போடாத' என்று ஜான் கோபமாகக் கத்தினான். 'அவள எதாச்சும் சொன்னா கொன்னுடுவேன். இந்தக் கால வெட்டி முறிச்சு எறிஞ்சிடுவேன். சொல்லீட்டேன்...!'

ஜார்ஜ் ஜெரோம் மரக்காரன் நடுநடுங்கிப்போவதையும் கண்களையும் காதுகளையும் நம்பமுடியாமல் விழித்துக்கொண்டிருப்பதையும் ஜெஸபெல் ஆர்வத்தோடு கவனித்துக்கொண்டிருந்தாள். கிறிஸ்டினா ஜானின் கையிலிருந்து

குழந்தையை வாங்கி இடுப்பில் வைத்துக்கொண்டு 'இந்த வீடும் பாக்கி சொத்தும் ஜானோடது' என்று திரும்பத் திரும்பச் சொன்னாள். ஜார்ஜ் ஜெரோம் மரக்காரனின் முகத்தில் பீதி நிறைவதையும் அவன் பேச்சற்றுப்போவதையும் ஜெஸபெல் நம்பமுடியாமல் பார்த்துக்கொண்டிருந்தாள். அவனுடைய முகம் இறந்தவருடையதுபோன்று ஆகிவிட்டது, அவன் படுக்கையோடு சுருங்கிப்போனான். ஜெஸபெல் அருகில் சென்று அவனுடைய உடலைத் தூக்கிக் கழிகலத்தைப் பரிசோதித்தாள். பயப்பட்டதாலாக இருக்கலாம், அவன் சிறுநீர் கழித்திருந்தான். அவள் கழிகலத்தைக் கழுவுவதற்குத் தயாரானபோது ஜான் குறுக்கிட்டு, 'நான் செஞ்சுக்கறேன்' என்று சொன்னான். அவனுடைய குரல் உறுதியாக இருந்தது. ஜெஸபெல் எதுவும் சொல்வதற்கு முன்பே அவன் கழிகலத்துடன் குளியலறைக்குச் சென்று சுத்தம் செய்து திரும்பி வந்தான்.

ஜார்ஜ் ஜெரோம் மரக்காரன் பயத்தால் வெறித்த பார்வையுடன் படுத்துகிடக்கத்தான் முடிந்தது. காலத்தின் கைத்திறன் அவனில் பயமாகவும் ஜானில் அது தைரியமாகவும் செயலாற்றுவதற்கு, தான் சாட்சியம் வகிக்கிறோம் என்பது ஜெஸபெல்லைப் புலனடக்கம் உடையவளாக்கியது. பெரியவனாவதற்காகத் தந்தையின் உடையை உடுத்திக்கொண்டு நடக்கின்ற குழந்தையைத்தான் ஜான் நினைவுபடுத்தினான். தனது பிறப்புரிமையைத் திரும்பப் பெறுவதற்குப் பிடிவாதமாகப் பிரயத்தனப்படும் ஒருவன். அது எத்தகைய நம்பமுடியாத நிமிடமாக இருந்தது என்று ஜெஸபெல் பிற்காலத்தில் நினைத்துப்பார்த்திருக்கிறாள். ஜார்ஜ் ஜெரோம் மரக்காரனைத் தொடும்போது ஜானின் முகத்தில் அன்பு கிடைக்காத குழந்தையின் புகார் நிழலாடியது. அந்த முகம் ஆன்மேரியை நினைவூட்டியது. ஒரே சூழ்நிலையில் ஆணும் பெண்ணும் அனுபவிக்கின்ற ஒரேமாதிரியான வேதனை எப்படி இரண்டாகிப்போகிறது என்பதற்குச் சாட்சியம் வகிப்பதற்கு விதிக்கப்பட்டிருந்தாள், ஜெஸபெல்.

ஜார்ஜ் ஜெரோம் மரக்காரனின் உடலைத் துடைத்துவிடுவது எப்படி என்று ஜெஸபெல் சொல்லிக்கொடுத்தாள். ஜெரோமின் உடலைச் சுத்தம் செய்வது எப்படி என்றும் குழாய்களை மாட்டுவது எப்படி என்றும் கிறிஸ்டினாவுக்கும் ஜானுக்கும் முன்பே தெரிந்திருந்தது. ஜெஸபெல் சொல்லாமலேயே

ஜான் ஜெரோமின் உடலைச் சுத்தம் செய்தான். குழாய்களை மாட்டிவைத்தான். ஜெஸபெல் அறையிலிருந்து பின்வாங்கி ஜானின் பழைய அறைக்குச் சென்று கட்டிலில் உட்கார்ந்துகொண்டாள். அவளுக்குக் குறிப்பாகச் செய்வதற்கு எதுவும் இல்லாததால் இலகுவாக உணர்ந்தாள். கிறிஸ்டினா குழந்தையையும் எடுத்துக்கொண்டு உள்ளே வந்து 'சொத்து விசயத்துல ஒரு முடிவெடுக்கணும்' என்று சொன்னாள். 'எனக்கு எந்தச் சொத்தும் வேண்டாம்' - ஜெஸபெல் கிறிஸ்டினாவிடம் சொன்னாள். 'நான் புருஷன் உயிரோட இருக்கும்போதே விதவையா வாழறேன். எனக்கு வேண்டியது சொத்தல்ல. சமாதானமும் சந்தோசமுந்தான். இங்கத்த அக்கெளண்டுல அது இருக்குதுன்னா எனக்கு என்னோட பங்கக் கொடுங்க, நான் சந்தோசமா வாங்கிக்கறேன்.'

கிறிஸ்டினா அழத் தொடங்கினாள்.

"வேற எதையும் யோசிக்கவேண்டாம். என்னோட நெலம தெரியுந்தானே. இந்தக் கொழந்தைய வளர்த்தணும். செலவு செஞ்சாகணும். கெடைக்கற ஒவ்வொரு பைசாவயும் கைப்புடியா வாங்கியே ஆகணும். அதனாலதான்."

ஜெஸபெல் அவளுடைய கண்களைத் துடைத்துவிட்டுத் தோளைத் தட்டினாள். 'இந்த வீட்ல எவ்வளவோ கண்ணீர் சிந்தியிருக்கு, உன்னோட கண்ணீரையும் சிந்தாதே' என்று திட்டினாள்.

கிறிஸ்டினாவும் ஜானும் ஜார்ஜ் ஜெரோம் மரக்காரனின் அலமாரியைத் திறந்து பாஸ் புத்தகங்களையும் ஆவணங்களையும் கண்டுபிடித்துச் சொத்துக்களைக் கணக்கெடுப்பதைப் பார்ப்பது சுவாரஸ்யமாக இருந்தது. அவர்களுக்கு உதவும்போது ஜெஸபெல்லுக்குப் பழிவாங்குகின்ற சந்தோசம் உண்டானது. ஊரில் உள்ள ஜார்ஜ் ஜெரோம் மரக்காரனின் இடம் ஜெரோமின் பெயரில் இருந்தது. இந்த நகரத்தில் இன்னொரு பிளாட்டும் ஜெரோமின் பெயரில் இருந்தது. லில்லி ஜார்ஜ் மரக்காரனின் பெயரில் கிராமத்தில் இருந்த சொத்து வகையறாக்களுக்கு ஜான்தான் உரிமையாளன். ஜார்ஜ் ஜெரோம் மரக்காரனின் பெயரில் உள்ள பிக்ஸட் அக்கவுண்ட்களில் இரண்டரைக்கோடி இருந்தது. கிராமத்திலிருந்து இங்கே வந்த பயண நேரம் முழுக்க

அவர்கள் தன்னைக்குறித்து எப்படியெல்லாம் பயந்திருப்பார்கள் என்று நினைத்து அவள் பரிதாபப்படவும் செய்தாள்.

ஆம்புலன்சும் ஹோம் நர்ஸை அழைத்துவந்த இலஞ்ஞிக்கல் பாதிரியாரின் வண்டியும் முன்னும் பின்னுமாக வந்து நின்றன. ஜார்ஜ் மரக்காரனைக் கைகளில் எடுத்து ஸ்ட்ரெச்சரில் கிடத்தியதும் லிப்டுக்கும் அங்கிருந்து கார் நிறுத்துமிடத்துக்கும் கொண்டுவந்ததும் ஆம்புலன்ஸில் ஏற்றியதும் ஜான்தான். ஜார்ஜ் ஜெரோம் மரக்காரன் பீதி நிறைந்த கண்களை இறுக மூடிப் படுத்துக்கிடந்தான். 'ஜெஸபெல்லே, வேலக்காரங்க ஆகாதுன்னு தூக்கியெறிஞ்ச கல்லு அஸ்திவாரக் கல் ஆயிருச்சில்ல' என்று இலஞ்ஞிக்கல் பாதிரியார் கிசுகிசுத்தார். ஆம்புலன்ஸில் ஹோம் நர்சும் உதவியாளரும் ஏறினார்கள். இலஞ்ஞிக்கல் பாதிரியார் வந்த காரில் ஜெஸபெல்லும் பாதிரியாரும் ஆம்புலன்ஸைப் பின்தொடர்ந்தனர். அது இலஞ்ஞிக்கல் பாதிரியாரின் தேவாலயம் நடத்துகின்ற மருத்துவமனையாக இருந்தது. மருத்துவமனை நடைமுறைகள் விரைவாக முடிந்தன. இன்ஃபெக்ஷன் அதிகமாகும் வரைக்கும் வைத்துக்கொண்டிருந்ததற்காக நிறுத்தாமல் திட்டிக்கொண்டே மருத்துவர்கள் ஜார்ஜ் ஜெரோம் மரக்காரனைத் தீவிரச் சிகிச்சைப் பிரிவில் அனுமதித்தனர்.

தீவிரச் சிகிச்சைப் பிரிவுக்கு முன்னால் நாற்காலியில் உட்கார்ந்திருக்கும்போது, ஜெரோம் ஜார்ஜ் மரக்காரனின் விபத்துக்குப் பிறகு திரும்பத் திரும்ப வருதலின் ஒரு சுற்று நிறைவுற்றிருக்கிறது என்பதை ஜெஸபெல் உணர்ந்தாள். அன்று அவளுக்கு எம்.டி. படிப்புக்கான தேர்வைப்பற்றிய கவலையாக இருந்தது. உலகத்திடமும் குடும்பத்திடமும் தன்னிடமும் அறைகூவி அவள் அதில் வென்றாள். இதோ இப்பொழுதோ, வருடத்திற்கு ஒருவருக்கு மட்டுமே கிடைக்கின்ற ஃபெலோஷிப் கிடைப்பதற்குச் சற்று முன்பு மீண்டும் தீவிரச் சிகிச்சைப் பிரிவுக்கு முன்னால் எறியப்பட்டிருக்கிறாள். அதனால், அந்த நிலையில் ஆபிரஹாம் சம்மநாட்டு அழைத்து விவரங்களைக் கேட்டபோதும் கிறிஸ்டினாவும் ஜானும் வந்ததை விவரித்தபோதும் ஜெஸபெல் களைத்துப்போயிருந்தாள். 'சொத்து விசயத்துல அவங்க எதுக்கு வம்பு பண்றாங்க, இருக்கறதெல்லாம் அவங்களுக்குத்தானே' என்று ஆபிரஹாம் சம்மநாட்டு வருத்தப்பட்டார். 'கோர்ட் தீர்ப்பு வாரவரைக்கும் சட்டப்படி

நானும் வாரிசுதானே அங்கிளே' என்று அவள் குத்திக்காட்டிப் பேசினாள். ஆபிரஹாம் சம்மநாட்டு மௌனமானபோது, 'அந்த அக்கவுண்ட்ல என்னோட பணமும் இருக்குது. அது எனக்கு வேண்டாம். ஆனா, என்னோடதும் இருக்குதுங்கறத யாரும் மறந்திடவேண்டாம்' என்று நினைவூட்டினாள். ஆபிரஹாம் சம்மநாட்டுடனான ஃபோன் உரையாடல் முடிந்தபோது அவள் புத்தகத்தைத் திறந்து அதில் மூழ்கினாள். ஒரு அத்தியாயம் படித்து முடித்துத் தலை உயர்த்தியபோது இலஞ்ஞிக்கல் பாதிரியார் தாடியைத் தடவிக்கொண்டு அவளையே பார்த்துக்கொண்டிருந்தார். 'எத்தனையோ வருசமா நான் இந்த உலகத்துல வாழறேன், எத்தனையோ விதமான மனுசங்கள என்னோட காலத்துல நான் பார்த்திருக்கறேன், உலகம் எவ்வளவோ மாறிப்போச்சு. ஆனா, உன்னைமாதிரி ஒருத்தியக்கூட நான் இதுவரைக்கும் பார்த்ததில்லை' - என்று பாதிரியார் அவளைப் புகழ்ந்தார். 'ஜெஸபெல்ல மாதிரி ஒருத்தி பைபிள்லகூட இல்லையே ஃபாதர்' என்று ஜெஸபெல் நினைவூட்டினாள். 'அது ரொம்ப சரிதான்' என்று இலஞ்ஞிக்கல் பாதிரியார் ஆமோதித்தார்.

"எலியா தீர்க்கதரிசி ஜெபத்தால நெருப்பையும் மழையையும் உண்டாக்கியதையும் பாகாலோட தீர்க்கதரிசிகள வாளுக்கு இரையாக்கிய விவரத்தையும் ஆகாப் ராஜா, மனைவியான ஜெஸபெல் ராணிகிட்டச் சொன்னாரு. ஜெஸபெல் ராணி அதைக் கேட்டதும் ஒரு தூதன அனுப்பி எலியாகிட்டச் சொன்னது என்னன்னு தெரியுமா? நாளைக்கி இந்த நேரத்துக்கு முன்னாடி நான் உன்னோட உயிர அந்த தீர்க்கதரிசிகள்ல ஒருத்தரோடது மாதிரி ஆக்கலைன்னா தேவன்மார் அதையும் அதுக்குமேலயும் எனக்குச் செய்யட்டும்னா. நீ கொஞ்சம் சிந்திச்சுப் பாரு, கண்ணு. யாரு இந்த ஜெஸபெல் ராணி? கல்யாணம் கட்டிக்கிட்டு வரும்போது ஒரு சின்னப் பொண்ணு. ஏதோ பத்துப் பதிமூணு வயசு. எலியா தீர்க்கதரிசி யாரு? ஆகாப்பையும் இஸ்ரேலையும் விரல் நுனியில நிறுத்தி வச்சிருந்த ஆளு. அப்புறம்? ராணியோட மிரட்டலுக்கு முன்னாடி தீர்க்கதரிசியான எலியா பயப்பட்டு உயிரக் காப்பாத்திக்கறதுக்குத் தப்பிச்சு ஓடுனார்ன்னுதான் பைபிள் சொல்லுது. எலியா தீர்க்கதரிசிய மிரட்டுற அளவுக்கு ஜெஸபெல் ராணிக்கு இருந்த சக்தி எது? அதக் கொஞ்சம் யோசிச்சுப் பாரு."

ஜெஸபெல் ராணி வளர்ந்தது ஏராளமான தெய்வங்கள் உள்ள நாட்டில். அந்தத் தெய்வங்கள் மிகுந்த கருணையுள்ளவையாக இருந்தன. அவர்கள் உருவமுள்ளவர்களாகவும் உற்றார் உறவினர்கள் உள்ளவர்களாகவும் இருந்தனர். இஸ்ரேலிலோ ஒற்றைத் தெய்வமே இருந்தது. அந்தத் தெய்வம் தனியாக இருந்தது. அந்தத் தெய்வத்துக்கு வழிபடுபவர்களைத்தவிர உறவினர்களோ நண்பர்களோ இல்லை. ராணி திருமணமாகி வேறொரு நாட்டிற்குப் புறப்பட்டபோது சொந்தத் தெய்வங்களையும் தன்னுடன் அழைத்துச் சென்றாள். அவர்களும் உட்பட்ட உலகம்தான் நல்லது என்று நம்பினாள். அவளுடைய கணவனின் தெய்வம் கடும் பிடிவாதக்காரனாக இருந்தது. அந்தத் தெய்வத்தின் தீர்க்கதரிசி அவளுடைய தெய்வங்களைக்காட்டிலும் அவளை எதிரியாகப் பார்த்தார். பைபிள் எழுதியவர்களால் ஏன் ஜெஸபெல் ராணியின் பக்கத்திலிருந்து சிந்திக்க முடியவில்லை என்று இலஞ்ஞிக்கல் பாதிரியார் வருத்தப்பட்டார். இல்லையென்றாலும் பெண்ணின் பக்கத்திலிருந்து சிந்திப்பதற்கு உலகத்துக்கு என்றைக்குத்தான் முடிந்திருக்கிறது என்று ஜெஸபெல் ஏளனம் செய்தாள்.

'ஆனால், ரொம்பகாலம் அவ போராடிட்டு இருந்தா' - இலஞ்ஞிக்கல் பாதிரியார் நினைவுபடுத்தினார். 'போராடிட்டு இருந்தாலும் அவ முடிஞ்சுபோய்ட்டாளே' - ஜெஸபெல்லும் நினைவுபடுத்தினாள். இஸ்ரேலின் ஜெஸபெல் ராணி சதியால்தான் கொல்லப்பட்டாள். ஆணைக் கேள்விகேட்கின்ற தைரியமுள்ள பெண்களெல்லாம் சதியால்தான் அழிக்கப்பட்டிருக்கிறார்கள்.

நோயாளியுடன் இருப்பவர்களுக்கான அறை தயாராகிவிட்டது. இலஞ்ஞிக்கல் பாதிரியார் கூட்டிவந்த சத்யா என்ற ஹோம் நர்ஸையும் அழைத்துக்கொண்டு ஜெஸபெல் அறைக்குள் சென்றாள். சாமான்களை அடுக்கி வைத்தனர். சத்யாவை அறையில் இருக்கச்சொல்லிவிட்டுத் திரும்பவும் இலஞ்ஞிக்கல் பாதிரியாரிடம் திரும்பிவரும்போது பாட்டி அழைத்தார் - 'ஏண்டீ குஞ்சூ, உனக்குத்தெரிஞ்சுதா? நம்மளோட சோஷாவோட மக தெரசா ஆம்பளையாயிட்டா. இந்து பேப்பர்ல விளம்பரம் கொடுத்திருக்கறா. அங்கத்த எடிசன்ல இருக்கான்னு பாரு. அவ இப்ப அங்கதா இருக்கறா. கொஞ்சம் போயி விசாரிச்சிட்டு வா.'

ஜெஸபெல் திகைத்துப்போனாள். தெரசா, சோஷா அத்தையின் மகள், ஜெரோம் ஜார்ஜ் மரக்காரன் பார்க்க வருவதை அறிந்து ஓடிப்போனவள்! ஜெஸபெல் அவசர அவசரமாக ஃபோனில் தி இந்துவின் இ பேப்பர் எடிசனைத் தேடினாள். டேட்டா சிக்னல் பலவீனமாக இருந்தபோதும் அவள் இறுதியில் அதைக் கண்டுபிடித்தாள்:

> *"Public Notice*
>
> *It is for general information that I was previously known as Tresa Maria NavaNazareth D/O Monichan Thomas NavaNazareth and Sosa Samuel Monichen R/O NavaNazareth House, ... and after undergoing Gender Transition therapy under the supervision Dr Kaushik Pandey, have changed my gender as male. I henceforth be known as Advaith Navanazareth S/o Monichan Thomas NavaNazareth and Sosa Samuel Monichen R/O Punarjani Apartments, Amatrya Builders, ... certified that I have complied with other legal requirements in this connection.*
>
> *Tresa Maria NavaNazareth"*

ஜெஸபெல் திரும்பத் திரும்ப அந்த விளம்பரத்தை வாசித்தாள். 'என்ன கண்ணு எதாச்சும் விசேசமா' என்று கேட்ட இலஞ்ஞிக்கல் பாதிரியாரிடம் செய்தியைப் பகிர்ந்துகொண்டாள். 'மதம் மாறுறமாதிரி ஆளுங்க உடம்பும் மாறத் தொடங்கிட்டாங்க. நல்ல விசயம். மனசுங்கூட மாற முடிஞ்சுதுன்னா எத்தனை பேரு சந்தோசமா வாழ்ந்திருப்பாங்க!' என்று சொல்லி இலஞ்ஞிக்கல் பாதிரியார் சிரித்தார்.

ஜெஸபெல்லால் சிரிக்க முடியவில்லை. தனது இதயம் கடலின்மேல் நடப்பதாக அவளுக்குத் தோன்றியது. பாதங்கள் தண்ணீரைத் தொட்டன. ஆனால், ஈரத்தை உணரமுடியவில்லை. அவநம்பிக்கையின் உச்சத்தில் உள்ள ஒரு ஆன்மிக அனுபவத்தின் கடலில் மூழ்கி அமிழ்வதாக அவள் பீதியுற்றாள். கடலின் ஆழத்தில் அவள் பரலோகத்தின் திறந்த வாயிலைக் கண்டாள். பவளப் பாறைகளால் ஆன ஒரு சிம்மாசனம் தயாராக இருப்பதையும் கண்டாள். அதில் ஒருத்தியின் உடல் அலைகளை உருவாக்குவதைக் கண்டாள். சிம்மாசனக்காரி பார்ப்பதற்குப் பெண்ணைப் போலவும் ஆணைப்போலவும் இருப்பதாகத் தெரிந்தது.

கடலுக்கு அடியில் ஜொலிக்கும் பந்தங்களுக்கு நடுவே தெரசாவைக் கற்பனை செய்ய ஜெஸபெல் முயன்றாள். ஆனால், அவளுடைய முகம் ஜெஸபெல்லின் நினைவில் இல்லை. தெரசா ஜெஸபெல்லைவிட ஒன்றிரண்டு வயது இளையவள். அவள் ஜெஸபெல்லைவிடத் தடிமனாக இருந்தாளென்றாலும் அவள் எப்போதும் ஒளிந்திருப்பவளாக இருந்தாள். அரிதாக சோஷா அத்தையின் வீட்டிற்குச் சென்றபோதெல்லாம் அவள் பயந்து அரண்ட மீனைப்போல நழுவி விலகியிருந்தாள். அவளது முகத்தில் எப்போதும் குற்றவுணர்வு நிறைந்து நின்றது. அது அவளுடைய சொந்த உடலுக்கு எதிரான குற்றவுணர்வாக இருக்கவேண்டும் என்றும் அதன் காரணமாக இருக்கவேண்டும், அவள் பெண் பார்த்தலுக்கு முந்தைய நாள் ஓடிப்போனது என்றும் ஜெஸபெல் யூகித்தாள். ஜெஸபெல்லுக்கு அவள்மீது பாசம் தோன்றியது. வேறொருவராக நடிப்பதற்கு விருப்பாததால்தான் அவள் ஓடிப்போனாள் என்று நினைத்தபோது அவள்மீது மரியாதை தோன்றியது.

ஜார்ஜ் ஜெரோம் மரக்காரனும் ஜெரோம் ஜார்ஜ் மரக்காரனும் நகரத்தில் இருக்கும் பிளாட்டும் மருத்துவமனையின் சலிப்பும் கபீர் முகம்மது ஏற்படுத்திய அவமானமும் குடும்ப நீதிமன்றதில் நடந்த சிலுவைப்பாடும் வெளிநாட்டு ஃபெலோஷிப்பும் எல்லாம் ஜெஸபெல்லின் மனதிலிருந்து காற்றில் சருகுகள் போலப் பறந்துபோயின. அவளுடைய மனதில் தெரசா மட்டும் நிறைந்தாள். அவள்தான் வாழ்க்கையில் மிகப்பெரிய தூதுவள் என்று தனக்குத்தானே சொல்லிக்கொண்டாள். அவள்தான் எல்லாவற்றிற்கும் தொடக்கமாக இருந்திருக்கிறாள். அவளுக்காகத்தான் ஜெரோம் ஜார்ஜ் மரக்காரன் திருமணம் பேச வந்தான். அவள் ஓடிப்போனதை வெளியே சொல்லாமல் இருப்பதற்காகத்தான் ஜெரோமுக்குக் காட்டுவதற்கு இன்னொரு பெண்ணை சோஷா அத்தையும் மோனிச்சன் மாமாவும் சேர்ந்து ஏற்பாடு செய்தனர். அப்படித்தான் ஜெரோம் தன்னைப் பார்க்க நேர்ந்தது. திருமணத்திற்குப் பிறகு ஒருமுறைகூட சோஷா அத்தையையோ மோனிச்சன் மாமாவையோ ஜெஸபெல் பார்க்கவே இல்லை. அவர்கள் அவர்களுடைய பணியை முடித்துக்கொண்டு அரங்கத்தை விட்டு வெளியேறிவிட்டார்கள். தெரசா எங்கே போனாள் என்று தேடாமல் இருந்ததில் ஜெஸபெல்லுக்கு வருத்தம் உண்டானது. தன்னைச் சுற்றிலும் இரைகின்ற ஆட்களை அவள் கருணையோடு பார்த்தாள்.

அவர்களில் எத்தனைபேர் அவர்களாகவே வாழ்கிறார்கள் என்று கவலைப்பட்டாள். ஒரு கிராமத்தில் டிரான்ஸ் செக்ஸுவலாகப் பிறந்த பெண் குழந்தையின் வாழ்க்கைக் கதையின் மர்மத்தை அவிழ்க்க அவள் ஆசைப்பட்டாள். தனது உடலின் உண்மையை எப்படி அவள் தெரிந்துகொண்டிருப்பாள்? தனது வாழ்க்கை லட்சியத்தை எவ்விதமாக அவள் ஏற்றுக்கொண்டிருப்பாள்? தனது வாழ்க்கையின் சிலுவையை அவள் எப்படிச் சுமந்திருப்பாள்? அவள் சிலுவைப்பாட்டை எதிர்கொண்டது எப்படியாக இருக்கும்?

பெரியதொரு சூறாவளியைப் போன்று தெரசாவைப் பற்றிய எண்ணம் அன்று ஜெஸபெல்லின் இதயத்தை ஆட்டிப்படைத்தது. அவளைக் கண்டுபிடித்தே தீர்வது என்று ஜெஸபெல் முடிவுசெய்தாள். தொடர்ந்து ஒவ்வொரு நிமிடமும் ஜெஸபெல் ஒரு குழந்தையின் குதூகலத்துடன் தெரசா என்ற அத்வைத்தினைப் பற்றியே சிந்தித்தாள். அவன் இப்போது என்ன நிலையில் இருப்பான் என்று அவள் கவலைப்பட்டாள். ஜார்ஜ் ஜெரோம் மரக்காரனின் தொற்று கட்டுப்பாட்டுக்குள் வந்துள்ளது என்று மருத்துவர் உறுதியளித்த அன்று மாலை அவள் அத்வைத்தின் பிளாட்டுக்குப் புறப்பட்டாள். கூகுள் மேப்பை வைத்து புனர்ஜனி அபார்ட்மெண்ட்ஸைக் கண்டுபிடிப்பதற்கு அதிகம் சிரமப்படவேண்டி இருக்கவில்லை. புனரமைப்புப்பணி நடந்துகொண்டிருந்த அமர்த்தியா பில்டர்ஸ் தொகுப்பு வீடுகளில் கட்டி முடிக்கப்பட்ட பிளாக்காக இருந்தது புனர்ஜனி அபார்ட்மெண்ட்ஸ். வாடகைக் காரில் இருந்து இறங்கி, கலவை கலக்கும் சப்தத்திற்கும் புழுதிப்படலங்களுக்கும் இடையில் அவள் உள்ளே நுழைந்தாள். வயதான பாதுகாவலர் அவளது பெயரும் முகவரியும் எழுதிக்கொண்டு உள்ளே அனுமதித்தார். அவள் மின்தூக்கியில் பத்தாம் தளத்தை அடைந்தாள் 10 சி யின் அழைப்பு மணியை அழுத்திவிட்டுத் துடிக்கும் இதயத்தோடு காத்திருந்தாள்.

மீசையும் தாடியும் உள்ள அழகான ஒரு இளைஞன் கதவைத் திறந்தான். அவனது முகத்தில் ஜெஸபெல் தெரசாவைத் தேடினாள். ஜெஸபெல்லை அவன் துளியும் எதிர்பார்க்கவில்லை என்பது தெளிவாகத் தெரிந்தது. நம்பிக்கை வராததுபோன்று அவன் திகைப்போடு பார்த்தான். பின்னர் பொய் சொல்லிப் பிடிபட்ட குழந்தையைப்போன்று அவனுடைய முகம்

வெளிறியது. 'அத்வைத் தானே? என்னைத் தெரியுதா?' என்று ஜெஸபெல் கேட்டபோது எதிரியால் சுற்றிவளைக்கப்பட்ட போராளி துணிவுள்ளவன் ஆவதற்கு முயற்சிப்பதுபோன்று அவன் நட்போடு சிரித்தான்: 'ஜெஸபெல் என்னை அதிர்ச்சிக்குள்ளாக்கிட்டீங்க!'

அப்போது அவனுடைய முகத்தில் பழைய தெரசாவின் முகம் காட்சிப்படுவதுபோன்று ஜெஸபெல்லுக்குத் தோன்றியது. அவன் மகிழ்ச்சியோடு அவளை உள்ளே அழைத்தான். புனரமைப்புச் செய்து வண்ணம் பூசியதால் புதிதாகிவிட்ட அபார்ட்மெண்ட், மேல் கூரையும் சுவர்களும் உள்ள ஒரு பூந்தோட்டம் போன்று இருந்தது. எல்லா இடத்திலும் கொடிகள் படர்ந்து கிடந்தன. டெரகோட்டா குடங்களில் இருந்து சிறிய நீர் ஊற்றுகள் சலசலத்தன. 'இது சிட்டியா இல்லை ஏதோ வனத்துல இருக்கற அருவிக்கரையா' என்று ஜெஸபெல் வியந்தாள். 'அந்தக்காலத்துல மம்மி வாங்கின பெண்களுக்கான மாத இதழ்கள வாசிச்சதால கிடைச்ச பலன்' என்று அத்வைத் ஒப்புக்கொண்டான். பால்கனியிலிருந்து நீண்டு வருகின்ற கொடிகள் கை காட்டி அழைக்கின்ற வரவேற்பு அறையில் மரத்தாலான சோஃபாக்களில் அவர்கள் எதிரெதிராக அமர்ந்தனர். அப்போது அதுவரை தவிர்க்கப்பட்டிருந்த கண்கள் ஒன்றையொன்று சந்தித்துக்கொண்டன. அவனுடைய கண்கள் மென்மையாகவும் பார்வை சாந்தம் நிறைந்ததாகவும் இருந்தன. ஜெரோமின் கண்களிலோ அவினாஷின் கண்களிலோ நந்தகோபனின் கண்களிலோ கபீர் முகம்மதுவின் கண்களிலோ இந்த சாந்தத்தைப் பார்க்கவில்லை என்று அவள் மதிப்பிட்டாள். அவனுடைய கண்கள் அவளை நோக்கி ஒளிர்ந்தன. அவள் கொஞ்சம் அசௌகரியமாக உணர்ந்தாள்.

"ஜெஸபெல்ல பார்க்கணும்னு பலதடவை நான் ஆசைப் பட்டிருக்கறேன். ஆனால், இது ஒரு பெரிய சர்ப்ரைஸாவல்ல இருக்கு."

அவனுடைய குரல் பெண்களுடையதைவிட கரகரப்பாகவும் ஆண்களுடையதைவிட மென்மையாகவும் இருந்தது.

"ஊருக்கு வந்து வெகுகாலம் ஆயிப்போச்சு இல்லையா?" ஜெஸபெல் கேட்டாள்.

“என்னைப் பார்க்கறதுக்கு ஊர்ல யாருக்கும் விருப்பமில்லை, ஜெஸபெல்.”

அவன் கலக்கமின்றிச் சிரித்தான்.

“மகள் மகளா இருக்கல, மகனா இருந்தான்னு சொல்றதைவிட அப்படியொருத்தி செத்துப்போயிட்டான்னு சொல்றதுக்குத்தான் என்னோட வீட்டுக்காரங்க விரும்பினாங்க. ஒரு ட்ரான்ஸ் செக்ஸுவல் மனுசஜீவியா இந்த உலகத்துல வாழறதுல இருக்கற சிரமத்த ஜெஸபெல்கிட்ட சொன்னா புரியுமா?”

“ஊகிக்கத்தான் முடியும்.”

ஜெஸபெல் சொன்னாள். அவன் உள்ளே சென்று சில புகைப்படங்களை எடுத்துவந்தான். முதல் படம், பிறந்து சில நாட்களே ஆன ஒரு குழந்தையின், ஆணுடையதா பெண்ணுடையதா என்று தெளிவாகச் சொல்ல முடியாத ஆட்டோ ஃபோகஸ் கேமராவில் எடுத்த பிறப்புறுப்பினுடையது.

“இதா, இப்படித்தான் இருந்துச்சு பிறந்தப்ப என்னோட உடம்பு...”

அவன் இன்னும் படங்களைக் காட்டினான். பதினைந்து வயதில் எடுத்தது, இருபத்தியிரண்டு வயதில் எடுத்தது - ஒரே உடம்பில் லிங்கம் போலவும் யோனி போலவும் உறுப்புகள் தெரிந்த அந்தப் படங்களைப் பார்த்து ஜெஸபெல்லின் முகம் வெளிறியது. அத்வைத் சிரித்தான். ‘ஜெஸபெல் டாக்டரா இருந்தும் இதைப் பார்க்க கஷ்டமா இருக்கா’ என்று கேட்டான். மோனிச்சன் மாமா பக்கத்து மாநிலத்தில் பிஸினஸ் செய்துகொண்டிருந்த காலத்தில் தெரசா பிறந்தாள். அங்குள்ள மருத்துவமனையில் பிரசவம் நடந்தது. குழந்தை பெண் என்றும் சில காலத்துக்குப் பிறகு ஆண்குறி போன்ற பகுதியைத் துண்டித்துவிடலாம் என்றும் மருத்துவர் அறிவுறுத்தினார். அதனால், சோஷா அத்தையும் மோனிச்சன் மாமாவும் குழந்தையை எப்போதும் பொத்திப் பொத்திப் பெண்ணாக வளர்த்தனர். ஊரில் யாருக்கும் சொல்லாமல் அங்குள்ள தேவாலயத்தில் ஞானஸ்நானம் செய்விக்க மோனிச்சன் மாமாவின் அப்பாவும் அம்மாவும் அறிவுறுத்தினர். தான் பெண்தான் என்றுதான் தம்பியும் தங்கச்சியும் பிறப்பது வரை தெரசா நம்பிக்கொண்டிருந்தாள். குறும்பு செய்யும்போதெல்லாம் குடும்பத்தார் ஆணும் பெண்ணும் கெட்டது என்று குற்றம்சாட்டத் தொடங்கினர். தன்னுடைய

உடலைப்பற்றிய தாழ்வு மனப்பான்மையை விதைத்துத்தான் அவர்கள் அவளை வளர்த்தனர். உடலின் உண்மை வெளியே தெரிந்தால் எல்லோரும் அவளுடைய குடும்பத்தாரையும் வெறுப்பார்கள் என்று பாட்டி சொல்லியிருந்தார். தெரசாவுக்கு ஒரேசமயத்தில் முலைகளும் உடலில் முடிகளும் வளர்ந்தன. ஆனால், மாதவிடாய் வரவில்லை. தோழிகள் ஆண் என்று சொல்லிக் கிண்டலடித்தனர். ஆனால், தெரசா பெண்தான் என்ற பிடிவாதத்தில் குடும்பத்தார் உறுதியாக நின்றனர். இருபதாம் வயதிலும் மாதவிடாய் வராமல் இருந்தபோது பொறியியல் கல்லூரி விடுதியின் அறைத்தோழி தனது மகப்பேறு மருத்துவரான தாயைப் பார்க்கக் கட்டாயப்படுத்தினாள். தெரசாவுக்குக் கருப்பை இல்லை. ஓவரிகளும் விரைகளும் இருந்தன. ஒரேசமயத்தில் ஆணும் பெண்ணுமான உடல் தன்னுடையது என்று உணர்ந்த தெரசா தகர்ந்துபோனாள். அறுவைச்சிகிச்சை செய்து லிங்க நீக்கம் செய்து ஒரு பெண்ணாக நடிப்பதுதான் எளிது என்று மருத்துவர்கள் அறிவுரை கூறினர். தேர்வு நெருங்கிக்கொண்டிருந்தது. வேலை கிடைத்தபிறகு அறுவைச்சிகிச்சை செய்துகொள்வதுதான் நல்லது என்று தோழியும் தாயும் அறிவுரை கூறினார். கேம்பஸ் செலக்ஷனில் வேலை கிடைத்துப் பெருநகரத்துக்கு வந்தபோது அவள் அறுவைச்சிகிச்சைக்கான சாத்தியங்களை ஆராய்ந்தாள். ஒரு பன்னாட்டுக் கம்பெனியில் லட்சங்களில் ஊதியம் கிடைக்கின்ற வேலை அவளுடையது. பணத்திற்குச் சிரமம் இல்லாததால் அவள் சிறந்த மருத்துவமனைகளில் அறுவைச்சிகிச்சைக்கான வாய்ப்புகளைத் தேடினாள். தன்னுடைய நிலையைப் பற்றி மேற்கொண்டு படித்துத் தெரிந்துகொண்டாள். அறுவைச்சிகிச்சைக்கு முன்பு மனநல ஆலோசனை அவசியம் என்று புரிந்துகொண்டு ஒரு மனநல மருத்துவரைப் பார்த்தாள். அவர் ஒரு மரபணுவியலாளரை அறிமுகப்படுத்தினார். தெரசா பரிசோதித்துக்கொண்டாள். தெரசாவுக்குப் பெண்ணாகத் தொடரவேண்டுமா ஆணாக ஆகவேண்டுமா என்று மருத்துவர் கேலியாகக் கேட்டார். அவள் அதை சீரியஸாக எடுத்துக்கொண்டாள். உடல் ஆணுடையதென்றால் உலகத்தை வஞ்சிப்பதற்காக பெண்ணாகத் தொடரவேண்டுமா என்பது மாபெரும் கேள்வியாக இருந்தது. எல்லோரும் சிரிப்பார்கள் - மருத்துவர் முன்னறிவிப்புச் செய்தார். ‘எத்தனையோ கிண்டலை நான் கேட்டாச்சு டாக்டர்’ என்று

தெரசா வாதிட்டாள். 'நல்லவிதமா யோசனை பண்ணு, டைம் எடுத்து முடிவு பண்ணு' என்று மருத்துவர் அறிவுரை கூறினார். ஒரு மாதம் யோசித்தாள். ஒரு இரவு வீட்டுக்கு அழைத்து 'நான் ஆம்பளை' என்று தெரசா தெரிவித்தாள்.

"அது பெரிய பூகம்பம் ஆயிப்போச்சு. இவ்வளவு காலமும் பொண்ணா வளர்த்திட்டு எல்லார்கிட்டயும் என்ன சொல்றது, இப்படியொரு சம்பவம் நடக்கற குடும்பத்துல பாக்கி இருக்கற ரெண்டு பேருக்கு எங்கிருந்து நல்ல சம்பந்தம் கிடைக்கும்னெல்லாம் விவாதம் நடந்துச்சு. அவங்க வேகமா எனக்கு ஒரு கல்யாணத்த நிச்சயம் பண்ணினாங்க. ஒரு டாக்டர். கல்யாணம் அவரோட ஊர்ல வச்சு நடத்தறதுன்னும் முடிவு பண்ணினாங்க. டாக்டரா இருக்கறதால அவர் எதாச்சும் ஒரு வழி கண்டுபிடிச்சிடுவாருங்கற எண்ணம் மம்மி டாடிக்கு. எனக்கு யாரையும் ஏமாத்தறதுக்குப் பிடிக்கல, ஜெஸபெல். அதனால அவங்க பார்க்க வாரதுக்கு முந்தின நாள் ராத்திரி நான் ஓடிப்போயிட்டேன்."

தெரசா போனது பொறியியல் கல்லூரித் தோழியிடம். இரவு முழுவதும் தெரசா தோழியைக் கட்டிப்பிடித்து அழுதாள். எனக்கு வேறு யாருமில்லை என்று வருத்தப்பட்டாள். உனக்கு நான் இருக்கேன் என்று தோழி சமாதானப்படுத்தினாள். ஆனால், தான் ஆண் ஆவதற்கு முடிவுசெய்திருப்பதாக தெரசா சொன்னபோது தோழி திடுக்கிட்டுத் துடித்தெழுந்து விலகினாள். 'நான் ஆண் ஆயிட்டா நீ என்கூட இருப்பேதானே' என்று தெரசா கேட்டாள். தோழி கையை வீசி தெரசாவின் முகத்தில் ஓங்கியடித்தாள் – 'சீ, ஆணும் பெண்ணும் கெட்டவனே. உனக்கு என் முகத்தப் பார்த்து இதைக் கேட்கறதுக்கு எப்படி தைரியம் வந்துச்சு?'

"அதுவொரு பலத்த அடியா இருந்துச்சு ஜெஸபெல். ஆனால், அதுல இருந்து நான் ஆணாயிட்டேன். அப்புறம் சர்ஜரியெல்லாம் ரொம்ப ஈஸியாப்போச்சு."

அத்வைத் உரக்கச் சிரித்தபோதும் அவனுடைய கண்கள் நிறைந்து வடிந்துகொண்டிருந்தன. தன்னுடைய கண்களும் நிறைவதை அறிந்து ஜெஸபெல் கலக்கமடைந்தாள்.

"ஆம்பளைங்களுக்கு அழுகறதுக்கு அனுமதியில்லை, அத்வைத்..."

ஜெஸபெல் கேலி பேசுவதற்கு முயன்றாள். அத்வைத் பெண் பிள்ளைகள் செய்வதுபோன்று முகத்தைப் பொத்திக்கொண்டு குனிந்து உட்கார்ந்திருந்தான். பின்னர் வெள்ளை டீசர்ட்டின் கையில் கண்ணையும் முகத்தையும் துடைத்துக்கொண்டு முகமுயர்த்தி அவளை நோக்கிப் புன்னகைத்தான்.

"உண்மையச் சொல்றேன் ஜெஸபெல், ஆம்பளையா ஆனப்பத்தான் நான் புரிஞ்சுக்கிட்டேன், பொண்ணுங்களைவிட ஆண்களுக்குக் கட்டுப்பாடு நிறைய இருக்குங்கறத. அழக்கூடாது, சிரிக்கக்கூடாது, பயப்படக்கூடாது, கொஞ்சிக்கொழையக்கூடாது, செல்லங்கொஞ்சக்கூடாது, தன்னை மறந்து காதலிக்கக்கூடாது…"

கண்களைத் துடைத்துக்கெண்டு ஜெஸபெல்லும் சிரித்தாள். இருந்தாலும் அவளது இதயம் உப்புத்தண்ணீர் பட்ட காயம்போன்று எரிந்துகொண்டிருந்தது. அவளுக்கு வேதனையால் மூச்சுமுட்டியது. பேச்சை மாற்றுவதற்காக ஜெஸபெல்லுக்குக் காஃபியா டீயா ஜூஸா எது வேண்டும் என்று அத்வைத் கேட்டான். எதுனாலும் சரி என்று ஜெஸபெல் சொன்னாள். 'ஸர்ஜரி முடிஞ்சதுக்கு அப்புறம் ரெஸ்ட் வேண்டாமா' என்று ஜெஸபெல் சந்தேகப்பட்டாள். 'கடைசி சர்ஜரி முடிஞ்சு கிட்டத்தட்ட ஒரு வருசமாச்சு' என்று அத்வைத் சொன்னான். 'டிரீட்மெண்ட் பாதி முடிஞ்சப்ப பழைய வேலைய விடவேண்டி வந்துச்சு. புது இடத்துல அப்ளை பண்ணணும்னா செக்ஸ் சேஞ்ச லீகல் ஆக்கவேண்டி இருந்துச்சு. நான் அதுக்குவேண்டிக் காலங்கடத்துனேன். கடைசீல நேத்துத்தான் நியூஸ் பேப்பர்ல விளம்பரம் கொடுத்தேன்.'

அத்வைத் சமையலறைக்குச் சென்றபோது ஜெஸபெல் பின்தொடர்ந்தாள். கெட்டிலில் தண்ணீர் வைத்துவிட்டு அவன் திரும்பிப் பார்த்தான்.

"இது பெரிய பிராசஸ் - நீங்க ஆணா பெண்ணான்னு தெளிவாகாம இந்தச் சமூகம் உங்கள அங்கிகரிக்காது. நான் ஆணா இருந்தேன், பெண்ணா வளர்த்தினது என்னோட குற்றமல்லன்னு சொல்லி ஒண்ணும் பிரயோசனமில்ல. ஆண் ஆண்தான்னும் பெண் பெண்தான்னும் நிறுவணும். அதுக்கு சர்ட்டிபிகேட் வேணும்."

ஜெஸபெல் அவனை இரக்கத்தோடு பார்த்தாள். கொதிக்கின்ற நீரில் டீ தூளைப் போடும்போது அவன் சிறிது நேரம் மௌனமானான். பின்னர் தொடர்ந்தான்:

"முதல்ல நோட்டரியோட அபிடவிட், அப்புறம் நியூஸ் பேப்பர்ல விளம்பரம், அது முடிஞ்சு கெஸட் நோட்டிபிகேஷன்..."

"பேப்பர் விளம்பரம் பார்த்துத்தான் நான் விவரம் தெரிஞ்சுக்கிட்டேன்..." ஜெஸபெல் சொன்னாள்.

"சந்தோஷம்! விளம்பரத்துக்குக் கொடுத்த காசு முதலீடாயிருச்சு!"

அவன் சிரித்தான். இரண்டு கப்புகளில் தேநீரும் ஒரு தட்டில் சிப்சும் எடுத்து டிரேயில் வைத்துக்கொண்டு வரவேற்பறைக்குத் திரும்பினார்கள். அவர்கள் இருவரும் மீண்டும் பழையபடியே நேருக்கு நேர் அமர்ந்தனர்.

"ஒரே ஜென்மத்துல இரண்டு வாழ்க்கை - ஈஸ் இட் ரியலி இன்ட்ரஸ்டிங்?" தேநீர் குடிக்கும்போது ஜெஸபெல் கேட்டாள்.

அத்வைத் அவளை அன்போடு பார்த்தான்.

"உடம்பு மட்டுந்தான் மாறி இருக்குது. உள்ளுக்குள்ள நான் பழைய ஆள்தான். ஆனால், உண்மையாச் சொன்னா, வேற யாரும் உடுத்தாத விசித்திரமான சட்டைய கழற்றிப்போட்டுட்டு எல்லாருக்குமான யூனிஃபார்ம் போடுறபோது ஒரு செக்யூரிட்டி ஃபீல் ஆகுது..."

ஜெஸபெல் ஆர்வத்தோடு அவனைப் பார்த்தாள்.

"வளர்ர பருவத்துல வெளிய போக ரொம்ப ஆசைப்பட்டேன் ஜெஸபெல். பகல்லகூட வெளியபோக மம்மி சம்மதிக்கல. ராத்திரிங்கறது ஆண்களுக்கு மட்டுமானதுன்னு அப்ப நினைச்சிட்டிருந்தேன். அந்தக் கவலை இப்ப தீர்ந்துபோச்சு. ஒரு ராத்திரி நான் பார்க்ல இருக்கற பெஞ்சுல படுத்துத் தூங்கினேன். அப்புறம் ஒருதடவை கடற்கரையிலயும் இன்னொருசமயம் கடைத் திண்ணையிலும் படுத்துத் தூங்கினேன்." அவன் சற்று இடைவெளி விட்டான்.

"ஆனால், அப்ப ஒரு விசயம் புரிஞ்சுது. ராத்திரி, உண்மையாவே கரப்பான்பூச்சிகளுக்கும் எலிகளுக்கும் கொசுக்களுக்குமானது. அப்புறம், நம்மளைவிடப் பெரிய ஆம்பளைங்களுக்கானதுங்கூட."

ஜெஸபெல்லிற்கு அது புரியவில்லை. அவன் விளக்கினான்.

“அதீத வன்முறையும் அதீத குரூரமுமான ஒருவித ஆண்மை உண்டு, ஜெஸபெல். அதை அப்படி நிலைநிறுத்தர சமூகமும் இருக்குது. அதனால, ஆணோட நிலை அவ்வளவு சுகமானது ஒண்ணுமில்லை. ஆம்பளைன்னா பை டீஃபால்ட் பாதுகாப்பானவன்கறது ஒரு விர்சுவல் ரியாலிட்டி மட்டுந்தான். அதுதான் ஏக்சுவல் ரியாலிட்டின்னு நம்பறதுக்கு நம்மள நாமளே புரோக்ராம் செஞ்சு வச்சிருக்கோம்.”

“மாத்தி புரோக்ராம் பண்ணறதுக்கு என்ன வழி?” ஜெஸபெல் கேட்டாள்.

“சிஸ்டத்த ரீ ஃபார்மேட் பண்ணணும்.”

அத்வைத் சிரித்தான். அவனது சிரிப்பில் எங்கோ பழைய தெரசா மின்னி மறைந்துகொண்டிருந்தாள். ‘என்னோட ஞாபகத்துல இருக்கற தெரசா ரொம்ப இண்ட்ரோவர்ட்டா இருந்தா’ என்று ஜெஸபெல் சொன்னாள். ‘என்னோட ஞாபகத்துல இருக்கற ஜெஸபெல் பிரிலியண்ட்டா இருந்தா’ என்று அத்வைத் பதில் சொன்னான். ‘புத்தியோட பிரகாசம் எப்பவும் ஜெஸபெல்லோட கண்ணுல இருக்கும். ஆனா, எப்பவும் க்ளூமியாவும் இருந்துச்சு.’

அத்வைத் அவளைப் பார்த்துப் புன்னகைத்தான். உண்மையில் அவனுடைய கண்கள்தான் புன்னகைத்தன என்பது கண்டு ஜெஸபெல்லின் இதயம் நடுங்கியது. பேச்சை மாற்றுவதற்காக ‘செக்ஸ் ரீ அசைன்மெண்ட் சர்ஜரி ஸ்மூத்தா இருந்துச்சா’ என்று ஜெஸபெல் விசாரித்தாள். ‘அத்தனை ஈஸியா இருக்கல’ என்று அத்வைத் வருத்தப்பட்டான். ‘மாசக்கணக்குல நீண்ட கவுன்சிலிங் நடந்துச்சு. அப்புறம் ஹார்மோன் தெரப்பி தொடங்குச்சு. டாப் சர்ஜரி ஈஸியா முடிஞ்சுது. ஜெனிட்டல் சர்ஜரியும் மத்த பல பேசண்ட்ஸோட கம்பேர் பண்ணும்போது ஈஸியா இருந்துச்சுன்னு டாக்டர் சொன்னார். உதாரணத்துக்கு ஃபாலோபிளாஸ்டி தேவைப்படல. அதனால மூணாவது ஸ்டேஜ் சீக்கிரமா முடிஞ்சுது.’

அறுவைச்சிகிச்சைச் சமயத்தில் உடனிருந்தது யாரென்று அவள் கேட்டாள். ‘நான் மட்டும்’ என்று அவன் பெருமூச்சுவிட்டான்.

“ஹார்மோன் டிரீட்மெண்ட் தொடங்கினப்பத்தான் இது சாதாரணமல்லன்னு எனக்குத் தெரிஞ்சுது. சர்ஜரி முடிவு

பண்ணிட்டு விவரத்த வீட்டுக்குச் சொன்னேன். அதுக்கு நீ செத்துடேன்னு மம்மி கேட்டுச்சு. தங்கச்சியோட கல்யாணம் உறுதியாயிருச்சு, அவளோட வாழ்க்கைய அழிச்சிடாதேன்னு டாடியும் சொன்னாரு. அதோட நான் அவங்கள மனசுல இருந்தும் அழிச்சிட்டேன். ஜெனிடல் சர்ஜரிக்கு ரெண்டு நாள் ஹாஸ்பிடல்ல இருந்தா போதும்னாங்க. எனக்குக் கூட இருக்கறதுக்கு யாரும் இல்லைங்கறது தெரிஞ்சதுனால டாக்டர் கௌசிக் ஸ்பெஷல் கேர் எடுத்துக்கிட்டார். ஆனால், அப்புறந்தான் பிரச்சனையே வந்துச்சு. பிளாடர் இன்ஃபெக்ஷன் வந்துச்சு. ஹோ, என்னால அதை நினைச்சுப்பார்க்க முடியாது. என்னவொரு வலி! மம்மி கேட்டமாதிரி, இதுக்குப் பதிலா செத்திருக்கலாம்"

அவன் சிரித்தபோது ஜெஸபெல் தனது நிறைந்து வழியும் கண்களைச் சங்கடத்தோடு துடைத்துக்கொண்டாள். 'இல்ல, நான் ஜெஸபெல்லப் பத்தி எதும் கேட்கலியே, என்ன இங்க? இங்க எதாச்சும் வேலைக்குச் சேர்ந்திருக்கிறயா' என்று அத்வைத் விசாரித்தான். 'தெரசா இப்பவும் இருந்திருந்தா அவள் செய்யவேண்டிய வேலை' என்று அவள் நகைச்சுவையாகச் சொல்ல முயன்றாள். அத்வைத்துக்குப் புரியவில்லை. ஜெஸபெல் ஜெரோம் ஜார்ஜ் மரக்காரனைப் பற்றியும் திருமணத்தைப் பற்றியும் சொன்னாள். அவனது விபத்தைப் பற்றியும் இப்போதைய நிலையைப் பற்றியும் கேட்டபோது அத்வைத் அதிர்ந்துபோனான்.

"நான் ஓடிப்போனது வேற யாரையும் தொந்தரவு செய்யக் கூடாதுன்னுதான்." அத்வைத் வருத்தத்தோடு சொன்னான்.

"குறிப்பா ஜெஸபெல்ல. யூ நோ, எனக்கு ஜெஸபெல்மேல பெரிய மதிப்பு இருந்துச்சு. எனக்கு சீனியரா எல்லா கிளாஸ்லயும் ரேங் வாங்கி பாஸாகற குழந்தைங்கற மதிப்பு. ஹை ஸ்கூலுக்குப் போனப்ப என்னைச் சென்னைல இருக்கற ஒரு கான்வெண்ட்டுக்கு மாத்திட்டாங்க. வெக்கேஷனுக்கு வாரப்ப எனக்குத் தெரிஞ்சுக்கவேண்டிய ஒண்ணே ஒண்ணு ஜெஸபெல்லப்பத்தித்தான்."

ஜெஸபெல் கன்னக்குழிகள் மலரப் புன்னகைத்தாள். அவன் பெருமூச்சுவிட்டான். அவர்கள் திரும்பவும் ஊர் விசயங்களைப் பேசினார்கள். சேர்ந்து டின்னர் சாப்பிட்டுவிட்டு,

ஹாஸ்பிட்டலில் ட்ராப் செய்கிறேன் என்று அவன் கட்டாயப்படுத்தினான். அவனது சிவப்புக் காரில் அவர்கள் ஒரு ரெஸ்டாரண்டுக்குப் போனார்கள். அவர்கள் பழைய விசயங்களை நினைவுபடுத்திக்கொண்டும் ஊர் வம்புகளைப் பகிர்ந்துகொண்டும் பயணித்தனர். மனிதர்களைப் பற்றிக் கேட்பதற்கு அவன் ஆர்வம் கொண்டிருக்கிறான் என்று அவளுக்குத் தோன்றியது. அடைத்து வைத்து வளர்த்த நாய்க்குட்டியைப் போன்று சங்கிலி அறுந்த கணத்தில் அவன் உலகமெல்லாம் ஓடிச் சுற்றிப் பார்க்க வெம்புகிறான் என்று அவள் புரிந்துகொண்டாள். உணவு முடிந்தபோது மாலை மங்கியிருந்தது. நகரம் அவசர அவசரமாக ஓடிக்கொண்டிருந்தது. அவர்கள் ஃபோன் எண்களையும் மின்னஞ்சல் முகவரிகளையும் கைமாற்றிக்கொண்டனர். சேர்ந்து செல்ஃபி எடுத்துக்கொண்டனர். 'என்ன தேவைப்பட்டாலும் கூப்பிடணும்' என்று அவன் நினைவூட்டினான்.

மருத்துவமனையில் அவளை இறக்கிவிடும்போது அவர்கள் ஒருவருக்கொருவர் விடைபெறவில்லை. ஆனால், அவனுடைய கண்கள் புன்னகைப்பதாக அவள் நம்பினாள். அவளது கன்னங்களில் கன்னக்குழிகள் மலர்ந்தன. தீவிரச் சிகிச்சைப் பிரிவை நோக்கி நடக்கும்போது அவளுக்கு மகிழ்வும் வெறுமையும் அனுபவப்பட்டது. காலியாக இருந்த ஒரு நாற்காலியில் உட்கார்ந்து, 'என்னவொரு நாள்' என்று தனக்குத்தானே சொல்லும்போது அவனுடைய குறுஞ்செய்தி வந்தது: 'இனி எப்ப பார்க்கலாம்?' அவள் பதில் அனுப்பினாள்: 'எப்ப வேணும்னாலும்.' அவன் திரும்ப ஒரு இதயத்தை அனுப்பினான். அவள் ஒரு இதயத்தை அவனுக்கு அனுப்பினாள். அவள் மகிழ்வாக உணர்ந்தாள்.

அச்சமயத்தில், தீவிரச் சிகிச்சைப் பிரிவில் இருந்து ஆஷாலதா சிஸ்டர் அருகில் வந்து: 'டாக்டர், தாத்தா மொபைல் ஃபோன் கேட்கறார். எதோ கேஸ் தீர்ப்பு வார நாளுன்னு சொல்றார். ஃபோனும் சார்ஜரும் ஹேண்ட் பேக்கோட பக்கவாட்டு ஜிப்ல இருக்குன்னு சொல்லச்சொன்னார்.' ஜெஸபெல் அறைக்குச் சென்று ஃபோனும் சார்ஜரும் எடுத்துக்கொண்டு தீவிரச் சிகிச்சைப் பிரிவிற்குச் சென்றாள். ஜார்ஜ் ஜெரோம் மரக்காரன் கவலையோடு காத்துக்கொண்டு படுத்திருந்தான். தொற்று அதிகரித்து மரணத்திற்கு மிக அருகில் சென்ற உடல்

தன்னுடையது என்பதை மறந்து ஜார்ஜ் ஜெரோம் மரக்காரனின் கண்கள் தூரத்தில் எதையோ பார்த்து ஒளிர்ந்துகொண்டிருந்தன. அவளைப் பார்த்து முகம் கருவளித்துப்போனதென்றாலும் வெறுப்பு நிறைந்த சிரிப்போடு அவன் ஃபோனுக்காகக் கை நீட்டினான். ஃபோன் கைக்குக் கிடைத்ததும் அவன் அவசர அவசரமாக சுவிட்ச் ஆன் செய்து ஏதோ எண்ணுக்கு டயல் செய்தான். ஜெஸபெல் திரும்பி நடக்கும்போது பின்னால் இருந்து செஸ்ட் இன்ஃபெக்ஷன் முழுமையாகக் குணமடையாத குரலில் அவன் கேட்பதைக் கேட்கமுடிந்தது: ‘என்னாச்சு வக்கீல் சார், நல்ல செய்தி எதாச்சும் இருக்கா? அது நல்லது. நான் முடியாம படுத்துட்டேன்? அதனாலதானே கூப்பிட்டும் கிடைக்கல? அப்படீன்னா நான் வெள்ளிக்கிழமை கூப்பிடறேன். அன்னைக்கி கர்த்தரோட கிருபையால ஒரு நல்ல செய்திய சாரு எனக்குச் சொல்லணும். இல்லாட்டி அப்புறம் நான் ஆம்பளைன்னு சொல்லிக்கிட்டு நடந்து என்ன பிரயோசனம்?’

ஜெஸபெல்லின் மூளையில் ஒரு மின்னல் பாய்ந்தது. அன்றுதான் தனது மணமுறிவு வழக்கின் கெடு நாள் என்று அவள் நினைத்தாள். வெளியே வந்ததும் அவள் தனது வக்கீலை அழைத்தாள். ‘நான் உங்களக் கூப்பிடலாம்னு இருந்தேன். அவங்க கொடுக்கவேண்டிய டாக்குமெண்ட் எல்லாத்தையும் கொடுத்துட்டாங்க. அனேகமா வெள்ளிக்கிழமை தீர்ப்புச் சொல்வாங்க...’ என்று அவளுடைய வக்கீல் ஆசுவாசமான குரலில் தெரிவித்தார்.

தீர்ப்பா? என்ன தீர்ப்பு? யாருடைய தீர்ப்பு? யாருக்கு எதிரான தீர்ப்பு? - ஜெஸபெல் ஒரு நொடிக்குள் பரலோகத்திலிருந்து நரகத்தில் எறியப்பட்டாள். எதுவாக இருந்தாளோ எதுவாக இருக்கிறாளோ அவள் தன்னை நினைத்து வருந்தினாள். எதுவாகவோ ஆகப்போகிறவளாகிய தன்னை நினைத்துத் தைரியம் கொண்டாள். அப்போது கடலுக்கு அடியில் சிம்மாசனத்தின் நடுவிலும் சுற்றிலுமாக நான்கு உயிர்கள் நிற்பதை ஜெஸபெல் பார்த்தாள். அவற்றுக்கு முன்னாலும் பின்னாலும் நிறைய கண்கள். முதலாவது உயிர் ரஞ்சித்தைப் போன்றிருந்தது. இரண்டாவது உயிருக்கு ஜெரோமின் முகம். மூன்றாவது உயிருக்கு நந்தகோபனின் சாயல். நான்காவது உயிருக்குக் கபீரின் முகம். நான்கு உயிர்களுக்கும் தலா ஆறு சிறகுகள். உள்ளும் புறமும் நிறைய கண்கள். இரவு பகல் விடாமல் அவை கோஷமிடுகின்றன.

அப்போது சிம்மாசனத்திற்கும் நான்கு உயிர்களுக்கும் நடுவில், கொல்லப்பட்டதாகத் தோன்றுகின்ற ஒரு குட்டி ஆடு நிற்பதை அவள் கண்டாள்.

குட்டி ஆட்டிற்கு ஆண் முகமும் பெண் முகமும் இருந்தது. இரண்டு முகங்களும் ஒன்றுபோலவே காயம்பட்டும் ரத்தம் சிந்திக்கொண்டும் இருந்தன.

30

என்னவென்றால், ஆட்டுக்குட்டியின் சினம் வெளிப்படும் கொடிய நாள் வந்துவிட்டதை ஜெஸபெல் கண்டாள். எதிர்த்து நிற்க யாரால் முடியும்? சூரியன் கம்பளிப் போர்வை போன்று கருத்துக்கொண்டிருந்தது. சந்திரன் முழுக்க ரத்தம்போலாகிவிட்டது. கொடுங்காற்றில் ஆடி உலைகின்ற அத்தி மரத்திலிருந்து பச்சைக் காய்கள் உதிர்வதுபோன்று விண்மீன்கள் பூமியில் விழுவதும் வானம் சுருட்டி எறிந்த சுருணை போன்று காணாமல் போகின்ற நாள். மலைகளும் தீவுகளும் எல்லாம் அவற்றின் இடங்களிலிருந்து அகற்றப்படுகின்ற நாள். பூமியில் உள்ள ராஜாக்களும் பிரமுகர்களும் படைத்தலைவர்களும் செல்வந்தர்களும் பிரபலமானவர்களும் எல்லா அடிமைகளும் சுதந்திரர்களும் குகைகளிலும் பாறைகளிலும் சென்று ஒளிந்துகொள்ளும் தினம். அவர்கள் மலைகளிடமும் பாறைகளிடமும் எங்கள்மேல் வந்து விழுங்கள், ஆட்டுக்குட்டியின் சினத்திலிருந்து எங்களை மறைத்துக்கொள்ளுங்கள் என்று சொன்ன நாள்.

ஒரு வாரம். நாட்கள் புகைபோன்று கடந்து போய்க் கொண்டிருந்தன. எலும்புகள் கொள்ளிக்கட்டைபோன்று எரிந்துகொண்டிருந்தன. உயிர்த்தெழுந்தவளுக்கு இரண்டாம் வருகையில் எலும்புகள் தேவையில்லை. மஜ்ஜையும் தசையும் தேவையில்லை. அவள் ஒளியை ஆடைபோன்று அணியவேண்டியவள். தண்ணீரின்மேல் துலாக்கோலை நிறுத்தித் தேவாலயம் கட்டவேண்டியவள். மணமுறிவு கிடைத்துவிட்டால் என்ன செய்வது என்ற கேள்வி அவளைக் குடைந்தது. அப்படி நடந்தால் அவளுடைய வெளிநாட்டுப் பயணம் தடைபடுமா? அதற்கிடையில், ஜார்ஜ் ஜெரோம் மரக்காரன் செத்துப்போய்விட்டால்? ஆபிரஹாம் சம்மநாட்டு யு.எஸ்.இல் இருந்து திரும்பி வராவிட்டால்? அப்போது ஜெரோம் ஜார்ஜ் மரக்காரனின் பொறுப்பை ஏற்றுக்கொள்ள ஜான் ஜார்ஜ் மரக்காரனுக்கும் கிறிஸ்டினாவுக்கும் முடியுமா? அவர்களால் முடியாவிட்டால் அவினாஷ் அவனைக்

கையேற்பானா?? அல்லது அவர்கள் எல்லோரும் சேர்ந்து அவனை ஏதாவது ஸ்தாபனத்திற்குக் கைமாற்றுவார்களா? அங்கே அவனுக்கு வேண்டிய பாதுகாப்பையும் கவனிப்பையும் உறுதிப்படுத்துவார்களா?

மணமுறிவு அனுமதிக்கப்படாவிட்டால் என்னசெய்வது என்ற கேள்வி அவளை அதைவிட அலட்டியது. மனைவி என்ற நிலையில் ஜெரோமைக் கவனித்துக்கொள்ள அவளுக்கு நீதிமன்றம் உத்தரவிடுமோ? வெளிநாடு போகவேண்டாம் என்று கட்டளையிடுமோ? அதை மீறினால் அவர்கள் அவளைப் பிடித்துச் சிறையில் அடைப்பார்களோ? ஆபிரஹாம் சம்மநாட்டு யு.எஸ்.இல் இருந்து திரும்பி வரவில்லையென்றால் நிதி விவகாரங்களைத் தீர்மானிப்பது யாராக இருக்கும்? பைத்தியம் பிடிக்கச் செய்கின்ற கேள்விகளுக்கிடையில் படிப்பில் கவனம் செலுத்துவதற்குப் பாடுபட்டுக்கொண்டிருந்தபோது, அவளது செயல்கள் அவளைப் பின்தொடர்கின்றன என்பதைத் தெளிவுபடுத்துவதற்காகக் கபீர் முகம்மதுவின் இரண்டாவது வருகை அமைந்தது. அந்த நாளில் அவளது வாழ்க்கையில் வேறொரு அறிகுறியும் ஏற்பட்டது. நாளை என்னவாக இருக்கும் என்ற கேள்வியின் நிச்சயமின்மையின் கசப்பு நிறைந்த புலர்காலையில் கேண்டீனில் உட்கார்ந்து காஃபி குடிக்கும்போது அத்வைத்தின் அழைப்பு வந்தது.

அத்வைத்தின் அழைப்பு ஆறுதலாக இருந்தது. ஃபோனை எடுத்தபோது ஹலோ சொல்வதற்குப் பதிலாக அவன் ஒரு பாட்டை முணுமுணுத்துக்கொண்டிருந்தான்:

If ever a devil was born
Without a pair of horns
It was you, Jezebel, it was you
If ever an angel fell
Jezebel, it was you
Jezebel, it was you

'இந்தப் பாட்டு கேட்டிருக்கீங்களா' என்று அத்வைத் கேட்டான். 'இப்ப கேட்டேன்' என்று ஜெஸபெல் சொன்னாள். வெய்ன் ஷாங்கலின் எழுதிய வரிகள் என்று அத்வைத் சொன்னான். 'நேத்து முழுக்க நான் ஜெஸபெல்லப் பத்திப் படிச்சிட்டு

இருந்தேன். இதுக்குள்ள ரெண்டு புத்தகங்கள் வாசிச்சாச்சு' என்று அவன் பெருமைப்பட்டுக்கொண்டான். 'பழைய ஜெஸபெல்லப் பத்தியா புதிய ஜெஸபெல்லப் பத்தியா' என்று ஜெஸபெல் கேட்டாள். 'முதல்ல பழைய ஜெஸபெல்லப் படிக்கணும். அதுக்கப்புறம் புதிய ஜெஸபெல்' என்று அத்வைத் நகைச்சுவையாகப் பேசினான். 'இந்தப் பாட்டோட அடுத்த வரிகள் புதிய ஜெஸபெல்லுக்கும் பொருந்தும்' என்று சொல்லிக்கொண்டு அத்வைத் இதயப்பூர்வமாகப் பாடினான்:

"If ever a pair of eyes
Promised me paradise
Deceiving me, grieving me
Leaving me blue
It was you, Jezebel, it was you..."

ஜெஸபெல்லுக்கு அதுவரை மனதில் கட்டிவைத்திருந்த, மூச்சு முட்டவைத்துக்கொண்டிருந்த பீதிகள் தளர்ந்து குளிர் தோன்றியது. 'ஆம்பளை ஆனதும் இனிக்க இனிக்கப் பேசக் கத்துக்கிட்டே' என்று அவள் கேலி செய்தாள். 'அதுக்கு இப்ப ஆம்பளை ஆகணும்னு இருக்கா' என்று அத்வைத் திருப்பியடித்தான். 'இருந்தாலும் இந்த இனிப்பு எப்படியிருக்கு? இனிக்குதா' என்று அவனுடைய குரல் ஈரமானது. 'கொஞ்சூண்டு குளிரான இனிப்பு' என்று ஜெஸபெல் நேர்மையானவளானாள். 'ஸ்ஸோ, நான் ஆம்பளை ஆனது வீண்போகல, இல்லையா' என்று அவன் பெருமைப்பட்டுக்கொண்டான். அவர்கள் இருவரும் சிரித்தனர். ஃபோனை வைத்ததும் ஜெஸபெல் தனக்குத்தானே சிரித்துக்கொண்டாள்.

பத்து மணிக்கு, ஜார்ஜ் ஜெரோம் மரக்காரனின் பார்மஸி பில் கட்டுவதற்காக தொகையையும் பில்லையும் சந்தியாவின் கையில் கொடுத்து அனுப்பிவிட்டு வாசிப்பைத் தொடர முயன்றபோதுதான் மருத்துவக் கல்லூரியிலிருந்து கீது அழைத்தாள். கபீர் முகம்மது என்றொரு ஆள் பார்க்க வந்திருக்கிறார். கீது ஃபோனை அவனது கையில் கொடுத்தாள். 'லீவு கிடைக்கவும் ஜெஸபெல்லப் பார்க்க வந்தேன். ஃபோன் நம்பர் காணாம போச்சு. அதனால கூப்பிட முடியல. நேரா மெடிக்கல் காலேஜ் வந்துட்டேன். அப்பத்தான் ஜெஸபெல் அங்க இருக்கறது தெரிஞ்சுது. எத்தனை நாள் அங்க இருப்பீங்க? நான்

அங்க வரட்டுமா?' என்று கபீர் கேட்டான். 'எனக்கு உங்ககிட்ட சில விசயங்கள் சொல்லணும். உங்கள பார்க்கறதுக்காக மட்டுந்தான் இந்தத்தடவை இந்தியாவுக்கு வந்தேன். இதுக்கப்புறம் நான் சிரியாவுக்குப் போகணும். திரும்பி வருவேனான்னு தெரியாது. அதனால, தயவு செஞ்சு எனக்காக ஒருமணி நேரத்த ஒதுக்கிக் கொடுங்க' என்று கெஞ்சினான். அவனுக்குக் கொடுக்கவேண்டிய மீதிப் பணம் கையில் இருப்பதால் அவள் அவனைப் பார்க்க முடிவு செய்தாள்.

அடுத்தநாள் காலையிலேயே கபீர் வந்துவிட்டான். சென்றமுறை தங்கிய அதே ஹோட்டலில் செக்கின் செய்துவிட்டதாகத் தெரிவித்தான். மதியத்துக்குப் பிறகு அங்கே வருவதாக ஜெஸபெல் ஒப்புக்கொண்டாள். உடனே திரும்பி வந்துவிடுவேன் என்று ஹோம் நர்ஸிடம் சொல்லிவிட்டு ஜெஸபெல் கபீரைப் பார்க்கப் புறப்பட்டாள். கடற்கரையிலுள்ள ஹோட்டலை அடையும்போது மூன்று மணி ஆகிவிட்டது. ஹோட்டல் லாபியில் காத்திருக்கையில் மலர்ந்த சிரிப்போடு கபீர் வந்தான். அறையில் உட்கார்ந்து பேசலாம் என்று அவன் அழைத்தான். 'வேண்டாம், நான் செக்ஸ்வலி அக்ரஸிவான ஒருத்தி. ஒருவேளை உங்களோட கற்ப காலிபண்ணிடுவேன்' என்று அவள் பதில் சொன்னாள். நிறம் மாறிய முகத்தோடு கபீர் 'அயேம் ஸாரி ஜெஸ்' என்று குசுகுசுத்தான். அப்போது அவளுக்குப் பழைய அவமானத்தின் நினைவு விழித்துக்கொண்டது.

ரெஸ்டாரெண்டில் வெளியே, கடலைப் பார்க்கக்கூடிய ஜன்னலுக்கு அருகில் உட்கார்ந்து அவர்கள் உரையாடினார்கள். சேண்ட்விட்சும் காஃபியும் அவள்தான் ஆர்டர் செய்தாள். 'ஜெஸ் வரமாட்டீங்கன்னு நான் பயந்தேன்' என்று கபீர் சொல்லத் தொடங்கியபோது ஜெஸபெல் பேக்கைத் திறந்து ஹோட்டல்காரர் கொடுத்த பண கவரை பில்லோடு நீட்டினாள். "போனமுறை ஹோட்டல் பில்லோட பாக்கி" கபீர் காயம்பட்டதுபோன்று அவளைப் பார்த்தான். 'ஜெஸ் என்னை மன்னிக்கல, இல்லையா?' என்று அவன் வருத்தப்பட்டான். 'மன்னிக்கவேண்டியது நீங்கதானே? நான்தானே உங்கள சதியில சிக்கவைக்கறதுக்குப் பார்த்தேன்?' என்று அவள் கனிவோடு பதிலளித்தாள். கபீர் மேசைமீது முழங்கை ஊன்றி உள்ளங்கைகளில் முகம் மறைத்து இரண்டு நிமிடம் உட்கார்ந்திருந்தான். பின்னர் சக்தியைத் திரட்டிக்கொண்டதுபோன்று நிமிர்ந்து உட்கார்ந்தான்.

“ஒரு கட்டடத்தோட லிஃப்ட்ல நான் ஒரு பெண்கூட மாட்டிக்கிட்டேன். ரொம்ப நேரம் நாங்க ரெண்டு பேரு மட்டும் இருந்தோம். பரஸ்பரம் பேசி, அறிமுகமாகிக்கிட்டோம். அப்புறம் அந்தப் பெண் எனக்கு நிரந்தரமா ஃபோன் பண்ணறதும் என்கிட்ட அவளோட வாழ்க்கைப் பிரச்சனைகளைச் சொல்லறதுமா இருந்தா...”

அவனது குரல் வறண்டிருந்தது. வேறு யாரையோ பற்றிச் சொல்கின்ற உணர்வின்றித்தான் அவன் பேசினான். அச்சமயத்தில் தனக்கு மற்றொரு பெண்ணுடன் காதல் இருந்தது என்று அவன் சொன்னான். தந்தையின் நெருங்கிய நண்பரின் மகள். அவளுடைய படிப்பு முடிந்தவுடன் திருமணம் செய்ய முடிவு செய்திருந்தார்கள். அப்போதுதான் லிப்டில் வைத்துப் பார்த்த இளம்பெண் அவனுடைய வாழ்க்கைக்குள் நுழைந்தாள். தனது தாய் தந்தையர் முன்பே இறந்துவிட்டதாக அவள் சொன்னாள். திருமணம் ஆனபோதும் அது டைவர்ஸில் முடிந்தது என்றும் சில நாட்களே கணவனுடன் இருந்ததாகவும் அவள் சொன்னாள். அவளுடைய தந்தையின் நினைவுதினத்தில் கபீரை அவள் வீட்டுக்கு அழைத்தாள். அவனிடம் நிறைய தனிப்பட்ட விஷயங்களைச் சொன்னாள். திருமணம் செய்தவனுக்கு உடல்ரீதியான பிரச்சனைகள் இருந்தன, அதனால்தான் விவாகரத்துப் பெறவேண்டி வந்தது என்றும் அவள் கன்னி என்றும் சொன்னாள். காதலியை நேசித்தாலும் இந்தப் பெண்ணிடம் கருணை தோன்றியது. இவர்கள் தங்களுக்குள் இணைந்தார்கள். ஒரு பெண் அவளுடைய முதல் ஆணாகத் தன்னைத் தேர்ந்தெடுத்தாள் என்பதில் பெருமிதம் தோன்றியதாகக் கபீர் சொன்னான். ஆனால், பின்னர் அவள் அவனுக்குச் சமர்ப்பித்த கற்பின் கணக்குச் சொல்லி அவனுடைய நிம்மதியைக் கெடுத்தாள். கடைசியில் அவளைத் திருமணம் செய்துகொள்ள அவன் ஒப்புக்கொண்டான். அவ்வளவு காலமும் அவனைக் காதலித்த பெண்ணிடம் நடந்ததை வெளிப்படையாகச் சொல்லி அவன் இந்தப் பெண்ணைத் திருமணம் செய்தான். ஆனால், சேர்ந்து வாழத் தொடங்கியபோது பொருத்தமின்மை மட்டுமானது. உலகத்தில் உள்ள மொத்த சுயநலத்தையும் இரக்கமின்மையையும் பணத்தின்மீதான பேராசையையும் மனதில் கொண்டிருக்கின்ற பெண்ணாக இருந்தாள் அவள். பணத்திற்கான அழுத்தம் நாட்கள் செல்லச் செல்ல அதிகரித்தது. தற்செயலாக, பழைய அலமாரி

ஒன்றிலிருந்து அவள் கன்னித் தோலைப் பொருத்துவதற்காக அறுவைச்சிகிச்சை செய்த மருத்துவமனை ரசீது கிடைத்தது. கபீரின் கண்கள் நிறைந்தன – 'கேன் யூ இமேஜின், ஒரு ஆணோட உலகம் இடிஞ்சு விழுந்த நிலைய?'

இதுவரைக்கும் கேட்டறியாத கதையைக் கேட்பதின் திகைப்பில் ஜெஸபெல் பிரமித்துப்போய் உட்கார்ந்திருந்தாள். கபீர் உணர்ச்சிகளை அடக்க முயன்றான்: 'அன்னைக்கும் நான் கடுங்கோபமாயிட்டேன். வஞ்சிக்கப்பட்டதோட அவமானத்தால எரிஞ்சேன். அவளக் கொல்லற அளவுக்குக் கோபம் வந்துருச்சு. ஆனா, அமைதியா யோசிச்சப்பத் தோணுச்சு, அவகிட்ட எதுக்குக் கோபப்படணும்? அவள இதுக்குத் தூண்டின உலகத்தோடதானே கோபப்படணும்? உலகத்துக்கு எது தேவைன்னு அவளுக்குப் புரிஞ்சுது. அவ அதைக் கொடுத்தா. சண்டை போடறதுக்கும் வருத்தப்படறதுக்கும் ஒண்ணும் இல்லை. பணத்துக்காக மட்டும் ஒரு பெண் காதலிக்கறமாதிரி நடிக்கவும் முட்டாளாக்கவும் செஞ்சாங்கறத உணர்றபோது ஒரு ஆணோட அகந்தையில மிஞ்சினது என்ன, ஜெஸபெல்? எங்க அப்பா சேர்த்த சொத்துல பங்கு கேட்டு அவ கேஸ் கொடுத்தா. என் பேர்ல பொய் கேஸ்கள போட்டா. ஊர்லயும் வீட்டுலயும் நான் ஆகாதவனாயிட்டேன். கேஸ்கள தீர்க்கறதுக்கு நிறைய பணம் வேண்டியிருந்துச்சு. அதுவரைக்கும் என்னை நேசிச்சவங்களையெல்லாம் நான் இழந்துட்டேன்.' கபீர் உணர்ச்சிகளை அடக்குவதற்குப் போராடிக்கொண்டிருந்தான். நனைந்த கண்களோடு அவன் ஜெஸபெல்லை எதிர்கொண்டான்: 'எனக்கு இனி கன்னிப் பெண்கள் தேவையில்லை, ஜெஸபெல். நிறைய ஆண்களோட இருந்த எந்தப் பெண்ணா இருந்தாலும் போதும், எனக்கு. பெண்களோட கற்பு பாரத்தத் தாங்கறதுக்கு என்னால முடியாது. இன்னொரு பெண் என் வாழ்க்கையில் வந்தான்னா அது பணத்துக்காக இருக்கக்கூடாது.'

ஜெஸபெல் பெருமூச்சுவிட்டாள். அவளுக்குப் பாட்டியின் நினைவு வந்தது. பெண் உடலின் பாரத்தை உலகம் அவளுடைய தலையில் மட்டுமல்ல, ஆணின் தலையிலும் வைத்துக் கட்டிவிடுகிறதல்லவா என்று அவள் வேடிக்கையாக நினைத்தாள். அவளுக்குக் கொடும்பசியும் தாகமும் ஏற்பட்டது. அவள் சேன்ட்விட்சை ரசித்துச் சாப்பிடத் தொடங்கினாள். கபீர் தன்னுடைய தட்டையும் அவளுக்கு முன்பாக நகர்த்தி வைத்தான்.

அவள் அதையும் எடுத்துக்கொண்டாள். 'நன்றியுண்டு', அவள் சொன்னாள். 'நல்ல உணவுக்கும் வெளிப்படையா பேசற அளவுக்கு என்னை நம்பினதுக்கும்.' கபீர் இரண்டு கைகளையும் நீட்டி அவளுடைய இடது கையைப் பிடித்தான்.

"நான் பொய் சொல்லல, ஜெஸ். என்னை நம்பலாம். அன்னைக்கு நாம பிரிஞ்சப்ப, முதல்ல பிரிஞ்சப்ப இருந்த மாதிரியே, ஜெஸபெல்ல நான் ரொம்ப மிஸ் பண்ணினேன்."

கபீர் அவளை எதிர்பார்ப்புடன் பார்த்தான்.

"என்னோட மனசுல ஒரு வெறுமை இருந்துச்சு. அன்னைக்கு நாம இந்த ஹோட்டல்ல சேர்ந்து இருந்தப்பவும் இங்கெல்லாம் சுற்றித் திரிஞ்சப்பவும் அது இல்லாமபோச்சு. ஜெஸபெல்ல விட்டுப் போனப்ப அந்த வெறுமை மீண்டும் திரும்பி வந்துச்சு. ஜெஸபெல் என்கூட இருக்கணும்னு எனக்கு விருப்பம் தோணுச்சு."

ஜெஸபெல் கன்னக்குழிகள் மலர்த்திச் சிரித்தாள்.

"தமாசில்ல. மதம் ஒரு பிரச்சனையில்லைன்னா, நான் கல்யாணம் செஞ்சுக்க ஆசப்படறேன்."

'கல்யாணமா' என்று ஜெஸபெல் வாய்விட்டுச் சிரித்தாள்.

"காகிதத்துல கையெழுத்துப் போடற எந்த ஒப்பந்தத்துக்கும் இனி நான் இல்லை, கபீர். ஒருதடவ ஒரு பேப்பர்ல போட்டுக்கொடுத்த கையெழுத்த அழிக்கறதுக்கு எவ்வளவோ காலமா நான் கோர்ட் படி ஏறுறேன், எத்தனையோ அவமானத்தத் தாங்கிட்டு இருக்கேன்..."

கபீரின் முகம் மங்கியது. அவள் அவனை அனுதாபத்தோடு பார்த்தாள்.

"இவ்வளவு காலமும் என்னோட கல்யாணந்தான் ரொம்பப் பெரிய ஜோக்னு நான் நினைச்சிட்டு இருந்தேன். ஆனா, அதைவிடப் பெரிய நகைச்சுவைக் கதை உங்களோட கல்யாணம். சிலசமயம் நமக்குத் தெரியாம இருக்கும், எல்லா மனுசங்களோட கல்யாணமும் இப்படித்தான் வேடிக்கைக் கதைகளா இருக்கும்."

"ஜெஸிக்கு என்மேல இருக்கற கோபம் மாறல, இல்லையா?"

கபீரின் குரலில் ஏமாற்றம் நிறைந்திருந்தது.

“நான் காத்திருக்கறேன். கல்யாணங்கறது உடனே வேணும்னு இல்ல நான் சொன்னது. ஜெஸபெல்லோட ஃபெலோஷிப் முடியட்டும். நாம ஒருத்தர ஒருத்தர் புரிஞ்சுக்கிட்டதுக்கு அப்புறம் - என்கூட வாழ ஜெஸபெல்லுக்கு நம்பிக்கை வந்ததுக்கு அப்புறம்...”

ஜெஸபெல்லுக்கு அவன்மீது இரக்கம் அதிகரித்தது.

“உங்கமேல எனக்குக் கோபம் ஒண்ணுமில்லை, கபீர். எனக்கு இப்ப உங்கமேல விருப்பம் மட்டுந்தான் இருக்கு. ஆனா, இதுவரைக்கும் வாழ்ந்த வாழ்க்கைல இருந்து நிறைய நான் கத்துக்கிட்டேன். ஒரு முடிவு எடுத்திருக்கேன் - நிறைய ஆம்பளைங்ககூட இருந்திட்டுத்தான் நான் இனி நிரந்தரமா ஒரு ஆம்பளைய ஏத்துக்க முடியும். இந்தக் கேடுகெட்ட கற்புனால, உங்களுக்கு மட்டுமல்ல, எனக்கும் நிம்மதி இல்லாமப்போச்சுன்னா?”

கபீரின் முகம் சிவந்தது. நிராகரிக்கப்படும்போது ஆணுக்குத் தோன்றக்கூடிய அசௌகரியம் அவனையும் படுத்தியெடுக்கின்றது என்று அவளுக்குத் தோன்றியது.

“நான் எப்பவும் நினைக்கறதுண்டு - நாம பிரிஞ்ச அந்த நிமிசம். யூ வேர் அரௌஸ்டு. ஐ டூ வாஸ்...”

கபீர் அவளுடைய கண்களைப் பார்த்தான். அப்போது அவன் எப்படியாவது தன் பெருமையை மீட்டெடுக்க முயற்சிக்கும் போராளியைப் போல இருந்தான். இணைசேரலின் கணக்குச் சொல்லி அவனும் தன்மேல் ஆதிக்கம் செலுத்த முயல்கிறான் என்பதை உணர்ந்து ஜெஸபெல்லுக்கு அனுதாபம் தோன்றியது.

“டோண்ட் பீ ஸில்லி, கபீர்... நீங்க ஒரு நியூரோ சர்ஜன் இல்லையா? உடல்களப் பத்தி உங்களுக்குத் தெரியாதா? ஒரு பெண்ணும் ஆணும் சந்திச்சுக்கிட்டாங்க. பெண்ணுக்குப் பாலுணர்வு உண்டாச்சு. அவ உங்ககிட்ட ஒரு உதவி கேட்டா. நீங்க கொடுத்தீங்க. அப்புறம் உங்களுக்கு அது வேண்டாம்னு தோணுச்சு - நீங்க போய்ட்டீங்க, அவ்வளவுதானே நடந்துச்சு?” அவள் உரக்கச் சிரித்தாள்.

“ஜெஸபெல் ஐயேம் ரியலி ஸாரி. அந்த நேரத்துல எனக்கு எதையும் சிந்திக்கறதுக்கான திறன் இருக்கல. ஜெஸபெல்ல அது எப்படிக் காயப்படுத்தும்னு...”

“என்னை நீங்க காயப்படுத்துனதே இல்லையே, கபீர்...” ஜெஸபெல் மனப்பூர்வமாகச் சொன்னாள்.

“நானும் நினைக்கறதுண்டு அந்த நிமிசத்த. என்னோட உடம்பு எப்படி இருந்துச்சுன்னு நினைக்கறதுண்டு. எனக்கு அதுக்கு முன்னாடி உங்கமேல ரொம்பவும் காதல் இருந்துச்சு. நீங்கதான் நான் காத்திருந்த ஆணுன்னு தோணுச்சு. நாம சேர்ந்து நடந்துட்டும் பேசிக்கிட்டும் இருந்தப்ப என் மனசு உங்கமேல சாஞ்சுது; உடம்பு விழிச்சுது. வாழ்க்கைல ஒருதடவைகூட பாலுறவ அனுபவிக்கலங்கற தாழ்வு மனப்பான்மை எனக்கு இருந்துச்சு. முதன்முதலா கிடைச்ச வாய்ப்புல நான் அதை அனுபவிக்கணும்னு பார்த்தேன். அது இயல்புதானே? இப்ப வேண்டியது நான் உங்களுக்கு நன்றி சொல்றதுதான் – ஒரு புரடக்ஷனும் இல்லாம, உங்களப் புரிஞ்சுக்காம நாம சேர்றதுல இருந்து என்னைக் காப்பாத்தினது நீங்கதானே?”

கபீர் சொல்லற்று உட்கார்ந்திருந்தான். அவனுடைய முகம் சிவந்துபோனது.

“இப்ப யோசிக்கிறபோது எனக்கு என்மேலதான் கோபம் வருது – நான் என்ன தைரியத்துல ஒரு அன்புரடக்டேடு செக்ஸுக்குத் தயாரானேன்? யுத்தகளத்துல இருந்து வார உங்களுக்கு ஏதாச்சும் ஹெபடைடிஸ் பி-யோ வேறு எதாச்சுமோ இருந்திருந்தா?”

“ஜெஸபெல், என்னெ கிண்டலடிங்க... வேணுங்கற அளவுக்குக் கிண்டலடிங்க...”

ஜெஸபெல் கலக்கமின்றித் தொடர்ந்தாள்:

“கிண்டலா இது? நாம படிச்ச சயன்ஸ நம்மளப் புரிஞ்சுக்கறதுக்குப் பயன்படுத்தலாந்தானே? உண்மையா அன்னைக்கி என்ன நடந்துச்சு? என் உடம்பும் உங்க உடம்பும் கொஞ்சம் நைட்ரிக் ஆக்ஸைட உற்பத்தி பண்ணுச்சு. உங்க உடம்பும் என் உடம்பும் முறுக்கேறுச்சு, ஹார்ட் பீப் அதிகமாச்சு, பிளட் சர்க்குலேஷன் அதிகமாச்சு, பிரெய்ன்ல இருக்கற அமிக்டலாவுலயும் ஹிப்போகாம்பஸ்லயும் பிளஷர் சென்டரெல்லாம் திறந்துக்கிச்சு. கவலையும் மத்த மனத்துயரங்களும் சில நிமிடங்களுக்கு முக்கியமில்லாததா மாறின. கொஞ்சம் டோபமைனும் கொஞ்சம் அட்ரினலினும் உற்பத்தியாச்சு. இதெல்லாம் எதுக்கு? வம்சத்தோட கண்ணி அறுபடாம இருக்க இயற்கை

தயார் செய்யற சில ஃபிராடுத்தனங்கள் - அதுதானே இந்த மனுசங்களான மனுசங்க எல்லாரும் கொண்டாடுற இந்த செக்ஸ்?”

“நான் உங்கள ரொம்ப காயப்படுத்திட்டேன், இல்லையா? ரொம்பவும் வலி கொடுத்திட்டேன், இல்லையா?”

ஜெஸபெல்லுக்கு எரிச்சலாக இருந்தது.

“காயம்பட்டுட்டமாங்கறத முடிவு செய்யறது வலியா? வலிக்கணுமான்னு முடிவு செய்யறது பிரெய்ன் இல்லையா?”

அவள் சிரித்தாள். தான் மேலும் இரக்கமற்றவளாக ஆவதாக அவளுக்குத் தோன்றியது. அவள் அந்த ஹோட்டல் அறையை நினைத்தாள். அவனுடைய உடலோடு சேர்வதற்குத் தனக்கு உண்டான ஏக்கத்தை நினைத்தாள். அந்த நிமிடங்களில் தான் எவ்வளவு வேதனைப்பட்டோம் என்று நினைத்தாள். அந்தச் சமயத்தில், தான் எதனால் கற்ற அறிவியலை மறந்தோம் என்று வருந்தினாள். எல்லா வேதனைகளும் மூளையின் விளக்கங்கள் மட்டுமே என்று தனக்குத்தானே நினைவூட்டினாள்.

‘கையில் ஊசி போட்டால் ஏதோ மோசமானது நடந்துவிட்டது என்று மூளைக்கு நோஸிசெப்டார்ஸ் தெரிவிக்கும்போது மட்டுந்தானே வலிக்கணுமா வேண்டாமான்னு மூளை முடிவு செய்யுது, கபீர்’ என்று கேட்க அவள் விரும்பினாள். நோஸிசெப்டார்ஸில் இருக்கும் ஏ-பைபர்ஸ் விவரத்தை உடனே தெரிவிக்கின்றன. உடனே வலிக்கிறது. ஸி - பைபர்ஸ் மெதுவாகத் தெரிவிக்கின்றன. ஆனால், ஸி - பைபர்ஸ் பல மையங்களிலிருந்தும் மூளைக்கு நகர்வதால் வலி மெதுவாகவும் தீவிரமாகவும் உணரப்படுகிறது. எனக்கு அப்போது அனுபவப்பட்ட வலி ஒரு தவறான விளக்கமாக இருந்தது. உடலில் எந்தக் காயத்தையும் ஏற்படுத்தாமல், ஒரு காரணமும் இல்லாமல், நீங்கள் போனபோது மோசமானது எதுவோ நடந்துவிட்டது என்று நான் நினைத்ததால் மட்டுமே அனுபவப்பட்ட வலி. அவள் உரக்கச் சிரிப்பதற்கு ஆசைப்பட்டாலும் அவனுடைய காயம்பட்ட முகபாவம் அவளைத் தடுத்தது. மோசமான எதுவோ நடந்துவிட்டது என்று அவனுடைய நோஸிசெப்டார்ஸ் மூளைக்குத் தெரிவித்திருந்தன. முட்டாளான மூளை அதை நம்பி வலிக்கத் தொடங்கிவிட்டிருந்தது...

விடைபெறும்போது அவன் 'நாம இனி எப்ப சந்திப்போம்' என்று கேட்டான். அவள் அதற்குப் பதில் சொல்லவில்லை. கபீரைத் திரும்பவும் பார்க்க அவளுக்கு விருப்பமில்லை. பழையதெல்லாம் கடந்துபோகவும் புதிய ஒரு வாழ்க்கை கடந்து வரவும் செய்கின்ற நாட்களுக்காக ஆசைப்பட்டதுமில்லை. அவளுக்கு அவன்மீதான ஆர்வம் ஆவியாகிப்போயிருந்தது. காயம்பட்ட இன்னொருவன் - அவள் அனுதாபப்பட்டாள் - முதலில் அவன் தனது சொந்தக் காயங்களை ஆற்றவேண்டியிருக்கிறது. காயம் ஆறாதவர்களால் காதலின் களிப்பை உணரமுடியாது. மற்றவர்களுக்குக் கொடுப்பதற்கு அவர்களிடத்தில் வேதனையைத்தவிர வேறெதுவும் இருக்காது. வேதனையை மறுவிளக்கம் செய்யாமல் எந்த மனிதனும் பரிசுத்தன் ஆகவேமுடியாது.

வாடகைக் காரில் மருத்துவமனைக்குத் திரும்பிப் போகும்போது அவள் நடந்ததையெல்லாம் மறந்துவிட்டுப் பையில் இருந்து புத்தகத்தை எடுத்துத் திறந்து வாசிக்கத் தொடங்கினாள். புத்தகத்தைத் திறந்தபோது, 'எம்.டி.க்கு அப்புறம் இனி மேற்படிப்பு ஒண்ணும் வேண்டாம்' என்ற ஜெரோம் ஜார்ஜ் மரக்காரனின் வார்த்தைகள் அவளுடைய காதுகளில் ஒலித்தன. 'எனக்கு மேற்கொண்டு படிக்கணும்' என்று தான் பிடிவாதம் பிடித்ததை அவள் மீண்டும் ஒருமுறை கேட்டாள். 'எனக்கு மேற்கொண்டு படிக்கணும்,' அவள் தன்னிடம் மேலும் பிடிவாதம் பிடித்தாள். 'எனக்கு அறிவு வேணும், எனக்கு என்னைப்பத்தின சுயமரியாதை வேணும், அறிவுதான் என்னோட மகிழ்ச்சி. சுயமரியாதைதான் என்னோட சக்தி. அதுக்குத் தடையா நிற்கறதுக்குக் கடலில் இருந்து ஏறி வருகிற எந்த மிருகத்தையும் நான் அனுமதிக்கமாட்டேன். அதுக்குப் பத்துக் கொம்பும் ஏழு தலையும் கொம்புகளில் பத்து ரத்தினங்களும் இருந்துவிட்டுப் போகட்டும் - நான் எனது ரத்தத்தாலும் சொந்த சாட்சியத்தின் வார்த்தையினாலும் அதனை வெல்வேன்...'

கடற்கரைக் கூட்டத்தைக் கடந்து வண்டி ஒரு மேம்பாலத்தில் ஏறியபோது வாட்ஸ்அப்பில் அத்வைத்தின் ஆடியோ கிளிப் வந்தது. அது அந்தப் பாடலாக இருந்தது - என்றாவது இரண்டு கொம்புகள் இல்லாத ஒரு பிசாசு இருந்திருந்தால், அது நீயாக இருந்தாய் ஜெஸபெல், அது நீயாக இருந்தாய் என்ற பாட்டு. ஜெஸபெல் அதை ஆர்வத்துடன் கேட்டாள்: ஆணைத் துன்புறுத்துவதற்குச் சாத்தானிடம் ஒரு திட்டம் இருந்ததென்றால்,

அது நீயாக இருந்தாய், ஜெஸபெல், அது நீயாக இருந்தாய் - ஜெஸபெல் தனக்குத்தானே சிரித்துக்கொண்டாள். அவள் அவனுக்கு இன்னொரு இதயத்தைப் பதிலாக அனுப்பினாள்.

வெள்ளிக்கிழமை வேகமாய் விடிந்தது. பத்து மணி ஆனதும் அவள் அப்பாவை அழைத்தாள். அப்பா நீதிமன்றத்தில் காத்திருந்தார். அவள் புத்தகத்தைத் திறந்து வாசிக்க முயன்றாள். ஆனால், புத்தகத்துக்கு உள்ளே அவள் நீதிமன்ற அறையைக் கண்டாள். எழுத்துக்கள் மனிதர்களைப்போன்று பெஞ்சுகளில் வரிசையாக உட்கார்ந்திருந்தன. பக்க எண் நீதிபதியைப் போன்றும் மார்ஜின்கள் வக்கீல்களைப் போன்றும் தெரிந்தன.

தீவிரச்சிகிச்சைப் பிரிவுக்கு முன்னால் அமர்ந்திருக்கையில், 'டாக்டர் இங்க ஜாயின் பண்ணினா என்ன? மாமனாரையும் பார்த்துக்கலாம் எங்களுக்கு ஒரு நல்ல பீடியாட்ரிஷனும் கிடைப்பாங்க' என்று வேடிக்கையாகப் பேசிக்கொண்டு வந்த டாக்டர் மகேஷ் அகர்வால் அவளை உள்ளே அழைத்தார். உள்ளே ஜார்ஜ் ஜெரோம் மரக்காரன் சிறிய ஒரு பாக்கெட் பைபிளை நெஞ்சோடு சேர்த்துப் பிடித்துக்கொண்டு எதையோ உருவிட்டுக்கொண்டு படுத்திருந்தான். 'ஜீ, தாங்கள் எவ்வளவு பாக்கியவான், உலகத்துல எதாச்சும் மருமகள் மாமனார இவ்வளவு நேசிப்பாங்களா' என்று டாக்டர் அகர்வால் ஜார்ஜ் ஜெரோம் மரக்காரனை வாழ்த்தினார். தனது அன்புப் பாத்திரமான மாமனார் ஜெபிப்பது என்னவாக இருக்கும் என்று நினைத்து ஜெஸபெல் தனக்குத்தானே பரிதாபப்பட்டாள். 'நான் எப்பொ வீட்டுக்குப் போகலாம் டாக்டர்?' என்று ஜார்ஜ் ஜெரோம் மரக்காரன் கீச்சுக் குரலில் கேட்டான். 'பூரணமா குணமாகட்டும்' என்று டாக்டர் அகர்வால் சொன்னார். ஜார்ஜ் ஜெரோம் மரக்காரன் குணமடைந்து வருவதைப் பார்த்து ஜெஸபெல் நிம்மதி அடைந்தாள். இன்ஃபெக்ஷன் கட்டுப்பாட்டுக்கு வந்துவிட்டது. ஆண்டிபயாடிக்ஸின் கோர்ஸ் முடிந்தவுடன் ரூமுக்கு மாற்றலாம். ஒரு வாரத்துக்குள் வீட்டுக்கு அழைத்துச் செல்லலாம். 'உயிருள்ள தெய்வம் என்னை எழுந்து நடக்கவைக்கும்' என்று ஜார்ஜ் ஜெரோம் மரக்காரன் அவளைப் பார்த்துப் பற்களைக் கடித்தான். டாடிக்காக நானும் ஜெபிக்கிறேன் என்று ஜெஸபெல் கிசுகிசுத்தாள்.

வெளியே வந்தபோதுதான் வராந்தாவின் மறுமுனையில் அத்வைத் தோன்றினான். கூட்டம் அதிகமில்லாத நடைகூடத்தின்

வழியாக அவன் மெரூன் குர்த்தாவும் கருப்பு பைஜாமாவும் அணிந்துகொண்டு கிறிஸ்துவைப் போன்று நடந்து வந்தான். ஆணின் அகந்தையும் பெண்ணின் தாழ்வு மனப்பான்மையும் இல்லாத வகையிலிருந்தது அவனுடைய நடை. பெரும் பிரபஞ்சத்தில் தனது இடத்தை உறுதியாக அறிந்த ஒரு மரத்தைப்போன்று அவளைப் பார்த்துப் பால்கனியின் தூணுக்கு அருகில் நின்றான். அவள் அவனருகில் சென்றாள். அவள் அவனுக்கு நேராகக் கையை நீட்டினாள். ஆனால், அவன் அந்தக் கையைப் பிடித்து அவளை மிருதுவாக அணைத்துக்கொண்டு கன்னத்தில் உதடு உரசினான். தனது உடலில் சிலிர்ப்பு படர்வதாக ஜெஸபெல் வெட்கப்பட்டாள். அவனுடைய கண்களில் தன்மீதான காதல் ஒளிர்கிறது என்று ஜெஸபெல் சந்தேகித்தாள்.

“நேத்து நான் ஜெஸபெல்ல கனவு கண்டேன்…”

அவனுடைய முகத்தில் இளஞ்சிவப்பு படர்ந்துகொண்டிருந்தது.

“என்ன கனவு கண்டே?”

அவள் பொருளற்ற உரையாடலுக்குத் தயாரானாள்.

“கனவுல ஜெஸபெல் அழுதிட்டிருந்தா. அதைப் பார்த்து எனக்கும் அழுகை வந்துருச்சு.”

அவன் மன்னிப்போடு புன்னகைத்தான்.

“ஆம்பளைங்களுக்கு அழுறதுக்கு அனுமதி இல்லாட்டியும் நான் அழுதுட்டேன்…”

ஜெஸபெல்லின் கண்கள் நனைந்தன. ‘எதாச்சும் பிரச்சனையா ஜெஸபெல்?’ என்று அத்வைத் மனமுடைந்தான். ‘படிக்க முடியல’ என்று ஜெஸபெல் பெருமூச்சு விட்டாள். ‘அதெல்லாம் நினைப்பு மட்டுந்தான்’ என்று அத்வைத் சமாதானப்படுத்தினான். ‘கவனம் செலுத்த முடியணுமே’ என்று ஜெஸபெல் வருத்தப்பட்டாள். ‘என்ன பிரச்சனைன்னாலும் என்கிட்டச் சொல்லுங்க, என்னால முடிஞ்சத நான் செய்யறேன்’ என்று அத்வைத் எதற்கும் தயாரானான். ‘விவாகரத்து கேஸ் தீர்ப்பு விசயத்துல அத்வைத்தால என்ன செய்ய முடியும்’ என்று ஜெஸபெல் முறையிட்டாள். அத்வைத் அவளைக் கருணையோடு பார்த்தான். ஜெஸபெல் காலியாக இருந்த ஒரு நாற்காலியில் சென்று அமர்ந்து

புத்தகத்தைத் திறந்தாள். திறந்து வைத்த பக்கங்களில் அவளது கண்ணீர்த்துளிகள் சொட்டின. சிறிது நேரம் கழித்துத் தனது தோளில் கதகதப்பான ஒரு கையின் தீண்டலை உணர்ந்தபோது அவள் தலை உயர்த்தினாள். அத்வைத் அவளுடைய தோள்வழியாகக் கைபோட்டுச் சேர்த்து அணைத்தான்.

“இப்ப இதுதான் செய்ய முடியும்.”

அவன் உறுதியாகச் சொன்னான். அந்த நேரத்தில் அவனுடைய குரலில் ஆணுக்கேயான அகந்தை துடித்ததாக ஜெஸபெல்லுக்குத் தோன்றியது. அவள் அவனைப் பார்த்துக் கண்ணீரோடு புன்னகைத்தாள். ‘டென்ஷன் வேண்டாம்னு எல்லாம் நான் யாருக்கும் சொல்லமாட்டேன். ஏன்னா, பெரிய டென்ஷன கடந்துதான் நான் இந்த இடத்துக்கு வந்திருக்கறேன்’ - அத்வைத் சொன்னான். ‘ஆணாகறதா பெண்ணாகறதாங்கற கேள்வியவிட பெரிய டென்ஷன் ஒண்ணும் எந்த மனுச உயிருக்கும் இருக்கமுடியாது. ஆம்பளையானா உலகம் என்னை ஒதுக்கி வச்சிரும்னு தோணுச்சு. ஜெஸபெல் கவனிச்சிருக்கீங்களான்னு தெரியாது, இந்தச் சமூகம் ஆணோடது. அதனால சமூகத்த விட்டுட்டு ஆம்பளையால இருக்கமுடியாது. பெண்ணைவிட ஆணுக்குத்தான் சமூகத்தோட அங்கிகாரம் தேவைப்படுது. அதனால ஆண்தான் பெண்ணைவிட சமூகத்துக்குப் பயப்படறான். என் உடம்பப்பத்தின உண்மைமேல என் வீட்டுக்காரங்க காட்டின எதிர்வினைகள்ல இருந்துதான் நான் அதை முதல்ல தெரிஞ்சுக்கிட்டேன். சமூகம் ஒரு பெரிய நாடக ஆசிரியன், ஜெஸபெல். அது எழுதிய ஒரு புராதன நாடகத்துல வார ஒரேமாதிரியான வேசங்களத் திரும்பத் திரும்பப் போட்டுட்டு ஆடுறதுதான் நம்மளோட வேலை. ஒவ்வொரு வேசத்துக்கும் குறிப்பிட்ட ஆடை அலங்காரமும் குறிப்பிட்ட நேரமும் குறிப்பிட்ட சிகையலங்காரங்களும் குறிப்பிட்ட வசனங்களும் உண்டு. அரங்கத்துல ஒவ்வொரு வேசத்தோட அசைவுகளுக்கும் வரம்பு இருக்கு. நமக்குக் கிடைச்ச வேசத்தோட இறுக்கமும் தளர்வும் வெளிய தெரியாம, கதையோட கதி மாறாம நடிக்கறதுதான் நம்மளோட வேலை. பாதி நாடகத்துல நான் வேறொரு வேசம் போட்டுக்க நினைச்சா நாடகத்தோட நிலை என்னாகும்? அரங்கத்துல நாயகி திடீர்ன்னு ஆம்பளையாயிட்டா நாயகன் என்ன செய்வான்? இயக்குநர் என்ன செய்வார்?

விருப்பமான கதைய கேட்கறதுக்குக் காத்திருக்கற ரசிகர்கள் என்ன செய்வாங்க?'

அவன் பெருமூச்சுவிட்டான்.

"எனக்காகக் காத்திருக்கிற வாழ்க்கை எதுன்னு எனக்கு ஒரு பிடிமானமும் இல்லை. செக்ஸ் ரீ அசைன்மெண்ட் சர்ஜரி செஞ்சுக்கிட்டவங்கள ஜெஸபெல் இதுக்கு முன்னாடி பார்த்திருக்கீங்களா? நான் பார்த்ததில்லை. ஆணும் பெண்ணும் அல்லாத எதுவும் எனக்குத் தெரியாது. அவங்கள நாம யாரும் பார்க்க மாட்டோம். அவங்களுக்குச் சமூகத்துல ஒரு இடமும் இல்லை. அவங்க எப்பவும் ஒளிஞ்சு வாழவோ சமூகம் அவங்கள புறக்கணிக்கவோதான் செய்யும். எஞ்சினியரிங் சேருறவரைக்கும் நான் ட்ரான்ஸ்ஜென்டர் யாரையும் பார்த்ததில்லை. அவங்களோட பிரச்சனை என்னுடையதுல இருந்து வேறுபட்டு இருந்துச்சு. நான் பொண்ணா வளர்க்கப்பட்டவ. பாவாடையோட பார்டருக்குள்ள கால்களோட சுதந்திரத்தையும் பிராவோட ஸ்ட்ராப்ஸ்க்குள்ள தோள்களோட சுதந்திரத்தையும் கட்டுப்படுத்தறதுக்குப் பழகிப்போன உடலா இருந்துச்சு என்னோடது. நான் ஆம்பளை மாதிரி நடக்கறதுக்குக் கத்துக்கவேண்டி இருந்துச்சு. ஆம்பளைமாதிரி கைகள வீசறதுக்கும் ஆம்பளை மாதிரி கால்கள எட்டிவைக்கறதுக்கும் மீசையத் தடவறதுக்கும்..."

அத்வைத் முகத்தை அழுத்தித் துடைத்துக்கொண்டு சிரிக்க முயன்றான்.

"சமூகம் கட்டமைச்ச ஆணோட ரோல அழகாக்கறதுக்குக் கடந்த நாலு வருசமா ஊணிலும் உறக்கத்திலும் நான் ஒத்திகை பார்க்கறேன், ஜெஸபெல். இப்பத் தோணுது, எதுக்குவேண்டி இந்தப் பிரயாசம்? நான் நானா வாழ்ந்தாப் போதும்."

ஜெஸபெல் அவனுடைய கையை இறுகப் பற்றினாள். அவள், ராணியுடைய கையையோ அஹானாவுடைய கையையோ பிடிப்பதுபோன்ற பாதுகாப்பை உணர்ந்தாள்.

"ஜெஸபெல்லோட பிரச்சனை விவாகரத்து கிடைக்குமா கிடைக்காதாங்கறதுதானே - இல்லையா? கிடைச்சாலும் கிடைக்காட்டியும் இப்ப இருக்கிற சூழ்நிலையில அது என்ன வித்தியாசத்த உண்டாக்கிடப்போகுது?"

“நான் ஃபெலோஷிப்புக்கு வெளிநாடு போகணும், அத்வைத்.”

ஜெஸபெல் உண்மையைச் சொன்னாள்.

“கவலைப்படாம இருங்க, படிக்கறதுக்கு ஒரு இடைஞ்சலும் வராது.”

“இன்னும் ஒரு வாரந்தான் இருக்குது, பேப்பர்ஸ் ரெடிபண்ணணும்.”

ஜெஸபெல்லின் குரல் இடறியது. எல்லாத்தையும் மறந்துவிட்டுப் படிப்பில் மூழ்குவதற்கு அவள் ஆசைப்பட்டாள். அத்வைத் ஆழ்ந்து சிந்தித்தான்.

“ரெண்டு வாய்ப்புகள் இருக்கு, ஜெஸபெல். எனக்கு இப்ப உடல்நலப் பிரச்சனை எதுவும் இல்லை. கெஸட் நோட்டிபிகேஷன் வந்ததுக்கு அப்புறந்தான் என்னால இனி எங்கயாவது வேலைக்கு விண்ணப்பிக்க முடியும். அதுவரைக்கும் நான் ஃபிரீதான். ஜெஸபெல் வேணும்னா ஊருக்குப் போங்க. இங்குள்ள வேலைகள நான் பார்த்துக்கறேன். அது முடியாதுன்னா ஜெஸபெல் என்னோட வீட்டுக்குப் போயி படிக்கலாம். நான் இங்க இருக்கேன். எப்படி சௌகரியமோ, அப்படி.”

“ரூமுக்கு மாத்திட்டா உடனே நான் திரும்பிப் போயிடுவேன்” என்று ஜெஸபெல் முடிவாகச் சொன்னாள். அத்வைத் போனதும் பின்னாலேயே அப்பா அழைத்தார்: ‘தீர்ப்பு வந்துருச்சு தங்கம். நாம தோத்துட்டோம். தோத்துட்டம்னு வக்கீல் சொன்னார்.’

வானத்திலிருந்து ஒரு அக்னி ஸ்தம்பம் உடலுக்குள் இறங்கிவருவதையும் தான் எடுத்துச்செல்லப்படுவதையும் ஜெஸபெல் உணர்ந்தாள். அவள் உடனே தனது வக்கீலை அழைத்தாள். ‘நான் அன்னைக்கே சொன்னேனில்லையா’ என்று வக்கீல் ஏமாற்றத்தை வெளிப்படுத்தினார். ‘என்னதான் சொல்லல’ என்று ஜெஸபெல் பரிகாசத்தோடு சிரித்தாள். ‘கோர்ட்டுக்கு சட்டையும் ஜீன்சும் போட்ட பெண்கள்மேல நம்பிக்கை இல்லைன்னா? முடி வெட்டின பெண்கள் கொலபாதகிகள்னா? கோமாவுல இருக்கற ஒரு ஆம்பளகிட்ட இருந்து விவாகரத்து வாங்கறதுக்கு எனக்கு உரிமையில்லைன்னு கோர்ட் முடிவுசெஞ்சுதுன்னா அது எந்த அடிப்படையில? அதுதான் எனக்குத் தெரியணும்?’

“டாக்டரே, தீர்ப்பு நகல் கிடைச்சாத்தா நம்மால டீடெய்லா தெரிஞ்சுக்க முடியும்.”

“தீர்ப்பு நகல் கிடைச்சதும் அப்பீல் போடணும். அவ்வளவுதானே? அப்புறமும் ஒரு அஞ்சு வருசம் இதேமாதிரி. வேற கல்யாணம் பண்ணிக்க கோர்ட் சம்மதிக்காது. அவ்வளவுதானே? பரவாயில்லை.”

ஜெஸபெல் கோபமின்றிச் சொன்னள்.

“அதில்ல டாக்டரே... என்னோட கவலை வேற ஒரு விசயத்துல.”

வக்கீலின் குரலில் சோர்வு நிறைந்தது.

“கோர்ட் நமக்குப் பாதகமா ஒரு விசயத்தச் சொல்லுச்சு – கணவன இந்த நிலையில விட்டுட்டுவந்த டாக்டரோட நடவடிக்கைய ஒரு கிரிமினல் குற்றமா கருதலாம்னு.”

ஜெஸபெல்லால் தனது காதுகளை நம்பமுடியவில்லை.

“அப்படீன்னு சொன்னா?”

“பயப்படறதுக்கு ஒண்ணுமில்லை. என்ன வந்தாலும் நாம எதிர்கொள்ளணும். என்னவா இருந்தாலும் தீர்ப்பு நகல் கிடைக்கட்டும்.”

ஜெஸபெல் சிரிக்க விரும்பினாள். அழாமல் இருக்க விரும்பினாள். தைரியமாக இருக்க விரும்பினாள்.

வெளியே வானம் மாலை வெயிலில் பிரகாசிக்கத் தொடங்கியிருந்தது. அது மஞ்சள் நிறத்திலான கடலைப் போன்றிருந்தது. மேகங்களின் அலைகளுக்கு அடியிலிருந்து ஏறிவந்த ஒரு மிருகத்தை ஜெஸபெல் பார்த்தாள். அதற்குப் பத்துக் கொம்பும் ஏழு தலையும் இருந்தன. கொம்புகளில் பத்து ரத்தினங்களும் தலைகளில் தெய்வத்தைப் பழிக்கக்கூடிய ஒரு பெயரும் இருந்தது. அவள் பார்த்த மிருகம் சிறுத்தையைப் போன்றிருந்தது. அதன் கால்கள் கரடியுடையது போலவும், வாய் சிங்கத்தினுடையது போலவும் இருந்தன. அதன் தலைகளில் ஒன்று கொல்லப்படுமளவுக்குக் காயமுற்றது போன்றிருந்தது. இந்த மிருகத்துடன் போராடுவதற்கு யாரால் முடியும்? யார் இந்த மிருகம்?

– அது நீதான் ஜெஸபெல், அது நீதான்...!

31

விழித்திருக்கும்போது ஜெஸபெல்லுக்குத் திருவெளிப்பாடு தோன்றியது: இதோ, நெருப்புமயமான ஓர் உக்கிர சர்ப்பம். அதற்கு ஏழு தலைகளும் பத்துக் கொம்புகளும் இருக்கின்றன. தலைகளில் ஏழு கிரீடங்கள். அதன் வால் வானத்து நட்சத்திரங்களில் மூன்றில் ஒருபங்கை வாரித் திரட்டிப் பூமியில் எறியும். சூரியனை, அணியும் ஆடையாக்கிய பெண் பிரசவிக்கின்ற குழந்தையை விழுங்குவதற்குச் சர்ப்பம் அவளுக்கு முன்னால் காத்திருக்கிறது. அவள் ஆணும் பெண்ணுமான ஒரு குழந்தையைப் பெற்றெடுப்பாள். தான் பூமியில் எறியப்பட்டது தெரிந்தால் சூரியனை அணியும் ஆடையாக்கிய பெண்ணைத் தேடி சர்ப்பம் புறப்படவே செய்யும். சர்ப்பத்தின் வாயிலிருந்து தப்பிக்கத் தனது புகலிடமான பாலைவனத்துக்குப் பறந்து போவதற்கு வேண்டி அந்தப் பெண்ணுக்குப் பெருங்கழுகின் இரண்டு சிறகுகள் வழங்கப்படும். ஒரு காலமும் காலங்களும் அரைக்காலமும் அவள் அங்கே பாதுகாக்கப்பட வேண்டியிருக்கிறது.

பெண்ணை அடித்துச் சென்று வெளியேற்றுவதற்கு வாய் பிளந்து நதி போன்று தண்ணீரைக் கக்குகின்ற சர்ப்பமும் தனக்குள் இருக்கிறது என்று ஜெஸபெல் மணமுறிவு வழக்கின் தீர்ப்பு வந்த நாளில் புரிந்துகொண்டாள். அவள் இருட்டும் வரைக்கும் அதே இடத்தில் அமர்ந்திருந்தாள். தீவிரச் சிகிச்சைப் பிரிவில் இருக்கும் நோயாளிகளைக் காண்பதற்காகப் பார்வையாளர்கள் வந்து போகின்ற நேரமாக இருந்தது அது. பார்வையாளர்களின் பரிமளமும் கண்ணாடி வளையல் ஓசையும் காலடிச் சப்தங்களும் ஒலித்தபோது ஜெஸபெல், ஆகையினால் பரலோகமே அதில் வாசமாயிருக்கின்றவர்களே களிகூருங்கள், மாறாக பூமியே, சமுத்திரமே உங்களுக்குக் கேடு என்று அறிவிக்க விரும்பினேன். குறுகிய காலமே எஞ்சியிருக்கிறது என்று தனக்குத்தானே முணுமுணுத்துக்கொண்டாள்.

அப்போது இளஞ்ஞிக்கல் பாதிரியார் வெள்ளித்தாடியைத் தடவிக்கொண்டு தடியூன்றி நடந்து வந்தார். அவள் துடித்தெழுந்தாள். விவரம் அறிந்து பாதிரியார் அதிர்ந்துபோனார். பரவாயில்லை, நாம் வேறு வழியைப் பார்ப்போம் என்று சமாதானப்படுத்தினார். ஜார்ஜ்குட்டியைப் பார்த்தாயா என்று கேட்டார். இல்லை, நாம் சேர்ந்து பார்க்கலாம் என்று ஜெஸபெல் அழைத்தாள். அது வேண்டாம், அவன் உன்னை ஏதாவது சொல்வான் என்று பாதிரியார் கவலைப்பட்டார்.

மதியத்துக்கு வழக்கமாக எடுத்துக்கொள்ளும் மாத்திரைகளின் மயக்கத்தில் மூழ்கிக்கிடந்தான் ஜார்ஜ் ஜெரோம் மரக்காரன். 'ஜார்ஜ்குட்டீ கேஸ் நீ ஜெயிச்சிட்டே' என்று இளஞ்ஞிக்கல் பாதிரியார் சொன்னார். ஜார்ஜ் ஜெரோம் மரக்காரனின் கண்களில் வெளிச்சம் பளிச்சிட்டது. அவன் முழுவதுமாகத் துடித்தெழுந்தான். குதித்தெழத் துணிந்து முடியாமல் மீண்டும் படுத்துக்கொண்டான். 'இறைவன் பெரியவன்!' என்று பிரகடனம் செய்தான். அவனுடைய கருவளித்த முகத்தில் சிரிப்புப் பரவியது. குழைந்த குரலில் அவன் தொடர்ந்தான்: 'என் இறைவன் என்னை ஜெயிக்கவச்சுட்டான். இறைவன்கிட்ட சவால் விடாதீங்க. அப்படிச் செய்யறவங்களோட வீடு அழிஞ்சுபோகும். பைபிள்ல சொல்லியிருக்கே ஃபாதர், யெகோவா தன்னோட தீர்க்கதரிசிகளோட ரத்தத்துக்கும் ஊழியக்காரங்களோட ரத்தத்துக்கும் ஜெஸபெல்ல பழிவாங்கினாரு. ஜெஸபெல்லோட முடிவு எப்படியிருந்துச்சு? அவள மேல இருந்து கீழ தூக்கி வீசினாங்க. தெய்வ நிந்தனைக்கான தண்டனை அதுதான், ஃபாதர். தெய்வம் சேர்த்து வச்சதப் பிரிச்சு எறியறதுக்கு மனுசனால முடியாது.'

ஜார்ஜ் ஜெரோம் மரக்காரன் எல்லா வலிகளையும் மறந்து வாய்விட்டுச் சிரித்தான். அவன் ஜெஸபெல்லை ஏளனமாகப் பார்த்தான். ஜெஸபெல்லுக்குப் பரிதாபம் தோன்றியது. 'ஜெரோமோட டாடி சொன்னது ரொம்ப சரி,' அவள் சொன்னாள். 'ஆனா, தெய்வம் ஜெரோம சேர்த்து வச்சது அவினாஷோடுதானே? அவங்கள பிரிச்சது டாடிதானே?' ஜார்ஜ் ஜெரோம் மரக்காரனின் முகத்தில் இருந்த ஒளி மங்கிப்போவதையும் தசைகள் இறுகுவதையும் பார்த்துக்கொண்டு நிற்பது அவளுக்கு மகிழ்வாக இருந்தது. அவனுடைய முகத்தில் அப்படியொரு மூச்சுமுட்டடல்.

மற்றவர்களின் இயல்பான மகிழ்ச்சியைப் பிடிக்காதவர்களின் மூச்சுமுட்டல். 'ஆண்டவர் என்கூட இருக்காரு, ஃபாதர்,' அவள் சிரித்தாள். 'இந்தத் தீர்ப்புனால என்னக்கு என்ன தடை? எனக்கு எதிரா கிரிமினல் கேஸ் போடறதுக்கு கோர்ட் சொல்லியிருக்கும்போல. கேஸ் எடுக்கட்டும். அதைவிடப் பெரிய கோர்ட்ல நான் அப்பீல் செய்வேன். கேஸ் நடக்கட்டும். நான் இந்த நகரத்துலதான் இருப்பேன். ஒவ்வொரு நாளும் ஒவ்வொருத்தங்கூட. உங்களால என்ன செய்ய முடியும்? ஜெரோமால என்ன செய்ய முடியும்?'

ஜார்ஜ் ஜெரோம் மரக்காரனின் முகத்தில் கோபமும் வெறுப்பும் நிறைந்தது. அவன் தனது முகத்தில் காரித் துப்புவான் என்று அவளுக்குத் தோன்றியது. அவள் தன்னுடைய கேலியை ரசித்துச் சிரித்துக்கொண்டிருந்தாள். அவனிடம் இதையெல்லாம் சொல்லி என்ன ஆகப்போகிறது என்று வெளியே வந்தபோது இளஞ்ஞிக்கல் பாதிரியார் கேட்டார். 'அவனோட மனசுல பரிசுத்த ஆவி இல்லை. இரக்கமில்லாத மனசுல கிறிஸ்து இல்லை. கிறிஸ்து இல்லாத மனசுல இரக்கம் இல்லை' - பாதிரியார் புலம்பினார்.

ஜார்ஜ் ஜெரோம் மரக்காரனின் நிலையில் விரைவான முன்னேற்றம் இருந்தது. தீர்ப்பு வந்த இரண்டாவது நாள் அவனை அறைக்கு மாற்றினார்கள். அது தெரிந்ததும் அவள் திரும்பிச் செல்வதற்கு டிக்கெட் போட்டாள். அன்று இளஞ்ஞிக்கல் பாதிரியார் வந்தபோது 'நாம ஜெபிக்கலாம் ஃபாதர்' என்று ஜார்ஜ் ஜெரோம் மரக்காரன் கேட்டான். 'உன்கூட ஜெபிச்சா தெய்வம் என்னை வெறுக்கும், ஜார்ஜ் குட்டீ' என்று பாதிரியார் கோபித்தார். ஜெஸபெல் அனுமதி கேட்காமலேயே ஜார்ஜ் ஜெரோம் மரக்காரனின் தலைமாட்டில் இருந்த பைபிளை எடுத்து ராஜாக்கள் 16 யை உரக்க வாசித்தாள்:

"யூதாவின் ராஜாவாகிய ஆசாவின் முப்பத்தெட்டாம் ஆட்சியாண்டில் உம்ரியின் குமாரனாகிய ஆகாப் சமாரியாவில் இஸ்ரவேல் மக்களின் ராஜாவானான். அவன் இருபத்தியிரண்டு ஆண்டுகள் ஆண்டான். உம்ரியின் குமாரனாகிய ஆகாப், தனக்கு முன்னிருந்த எல்லோரைப்பார்க்கிலும் கர்த்தரின் பார்வைக்குப் பொல்லாப்பானதைச் செய்தான். நேபாத்தின் குமாரனாகிய யெரோபெயாம் செய்த பாவங்களைச் செய்தது போதாதென்று அவன் சீதோனியின் ராஜாவாகிய ஏத்பாகாலின் மகள்

ஜெஸபெல்லைத் திருமணம் செய்ததோடு, பாகால் தேவனை வழிபடவும் செய்தான். சமாரியாவில் தான் கட்டிய பாகால் கோவிலில் பாகாலுக்கு அவன் ஒரு பலிபீடத்தை எடுப்பித்தான். அவன் ஒரு அஷேரா கம்பத்தையும் நிறுவினான். தனக்கு முன்னிருந்த எல்லோரைப் பார்க்கிலும் அதிகமாக ஆகாப் தனது இஸ்ரவேலின் தெய்வமான கர்த்தரைக் கோபமூட்டினான்."

அவள் வாசித்தது போதுமென்று இளஞ்ஞிக்கல் பாதிரியாரைப் பார்த்தாள்.

"பாவம் ஆகாப் ராஜா. இருபத்தியிரண்டு வருசம் ஆட்சி நடத்தினான். நல்ல ராஜாவா இருந்தான். செஞ்ச ஒரே குற்றம் சீதோனியோட ஜெஸபெல்ல கல்யாணம் கட்டிக்கிட்டதுதான். நாடுகளுக்கிடையில உறவ மேம்படுத்தவும் அந்த ராஜாவோட வியாபாரம் செய்யவுந்தான். கல்யாணம் கட்டினப்ப ஜெஸபெல் ராணி அவங்களோட தெய்வங்களையும் கொண்டுக்கிட்டுத்தான் சமாரியாவுக்கு வந்தாங்க. ஆகாப் அன்பான கணவனா இருந்தாரு. டாடி, மம்மிகிட்ட நடந்துக்கிட்ட மாதிரி ஆகாப் நடந்துக்கலங்கறதுதான் ஆகாப் செஞ்ச ஒரே குற்றம்..."

ஜார்ஜ் ஜெரோம் மரக்காரனின் முகம் கருவளித்தது. இளஞ்ஞிக்கல் பாதிரியார் சிரித்தார்.

"நாத்திகனுங்க அப்படிச் சொல்வானுங்க. உண்மையான தெய்வத்த ஆகாப் சவால்விட்டான். அவனோட தீர்க்கதரிசிகள ஜெஸபெல் கொன்னா..."

ஜார்ஜ் ஜெரோம் மரக்காரன் கோபித்தான். ஜெஸபெல் உரக்கச் சிரித்தாள்.

"இந்த டாடி ஒரு முட்டாள் ஃபாதர். ஒரு மண்ணாங்கட்டியும் தெரியாது. துண்டு துணுக்குகளத்தவிர பைபிளக்கூட முழுசா வாசிக்கல. ராஜாக்களோட புத்தகத்துல ஜெஸபெல் செஞ்ச சின்னத் தப்பக்கூட பெருசுபடுத்திக் காட்டியிருக்காங்க. ஆனா, இந்த தீர்க்கதரிசிகளக் கொன்னத ஒரே வாக்கியத்துல முடிச்சது அது உண்மையல்லங்கறதாலதான்னு பல பைபிள் ஆராய்ச்சிகள்லயும் சொல்லியிருக்காங்க. அதென்ன அதப்பத்தின ஒரு விளக்கமும் இல்லாம போச்சு? எல்லாரையும் வரிசையா நிறுத்திக் கொன்னாங்களோ? அல்லது ஒவ்வொருத்தராக்

கொன்னாங்களோ? அப்படி இருந்திருந்தா அதை ஏன் இந்தப் புத்தகத்துல சொல்லாம போனாங்க?"

ஜார்ஜ் ஜெரோம் மரக்காரன் ஆடிப்போனான். அது அவன் எதிர்பார்க்காத தாக்குதலாக இருந்தது.

"அப்ப ஆகாப் நாபோத்தக் கொன்னது? அத துல்லியமா எழுதியிருக்காங்க. நாபோத்தோட திராட்சைத்தோட்டத்த கைவசமாக்கறதுக்காக ஜெஸபெல் ஆகாப்போட பேரையும் முத்திரையையும் வச்சு நகரத்துல நாபோத்துகூட இருக்கற பெரியவங்களுக்கும் பிரபுக்களுக்கும் கடிதம் அனுப்பினது"

ஜார்ஜ் ஜெரோம் மரக்காரன் உதவிக்காக இளஞ்ஞிக்கல் பாதிரியாரைப் பார்த்தான்.

"நீ சொன்ன இடத்துக்கு நான் போயிருக்கறேன், ஜார்ஜ் குட்டீ. அங்க திராட்சைத் தோட்டம் போயிருச்சு. புல்லுகூட இப்பவும் இல்லை. அப்புறம் தண்ணிக்கு வேண்டி போர் நடந்திட்டிருந்த அந்தக் காலத்தப்பத்தி என்ன சொல்லுவே?"

இலஞ்ஞிக்கல் பாதிரியார் உரக்கச் சிரித்தார். ஜார்ஜ் ஜெரோம் மரக்காரனின் முகம் வாடியது. அப்படியென்றால் பாதிரியார் என்ன அர்த்தமாக்குகிறார் என்று அவன் நெற்றியைச் சுளித்தான்.

"திராட்சைத் தோட்டம்ன்னு சொல்றது பைபிள் பயன்படுத்தற ஒரு மெட்டஃபர். நாபோத்தோட பூமிய ஆகாப் வேணும்னு கேட்டிருக்கலாம் நாபோத்து அதை மறுத்திருக்கலாம்."

ஜார்ஜ் ஜெரோம் மரக்காரன் வாடிப்போனான்.

"அதுமட்டுமில்ல, சமீபத்துல ஜெஸபெல்லோட முத்திரைய கண்டுபிடிச்சிருக்காங்க. அப்ப ராஜாவுக்கும் ராணிக்கும் தனித்தனியா முத்திரை இருந்துச்சு. ராஜாவோட முத்திரைய ராணி பயன்படுத்தவேண்டிய அவசியம் இருக்கல. அப்புறம் இதெல்லாம் ஜெஸபெல்ல கெட்டவளா காட்டறதுக்கான முயற்சியாவே அறிஞர்கள் கருதறாங்க."

ஜெஸபெல் பரிகாசத்தோடு சிரித்தாள். ஜார்ஜ் ஜெரோம் மரக்காரன் மேலும் வாட்டமுற்றான்.

“அதனாலதான சீவிச் சிங்காரிச்சுக்கிட்டு ஜன்னல் வழியா கீழ பார்த்து என்னை ஏத்துக்கங்கன்னு கெஞ்சினப்ப யெகூ அவளக் கீழ தள்ளுங்கன்னு சொன்னார்...”

அவனுடைய குரலில் பிடிவாதம் கூடி அலையடித்தது. ஜெஸபெல்லுக்கு அவன்மீது பாசம் தோன்றியது.

“அது மயக்கறதுக்குவேண்டி அல்ல, டாடி. இல்லாட்டியும் ஜெஸபெல் மாதிரி அகங்காரியான ஒருத்தி எதிரிய அப்படி மயக்கறதுக்குத் தயாராவாளா? ஜெஸபெல் யெகூவ கூப்பிடறது, சிம்ரீ, எஜமானனக் கொன்னவனேன்னுதான். ஆயத்தமாகறதுன்னா அந்தக் காலத்துல போருக்குத் தயாராகறதுன்னுகூட பொருள் சொல்லலாம். போருக்குங்கூட அந்தக் காலத்துல அலங்கரிச்சுக்கிட்டுத்தான் போனாங்க...”

ஜார்ஜ் ஜெரோம் மரக்காரன் முற்றாகத் தோற்கடிக்கப்பட்டான். ‘நீ பெரிய அறிஞின்னு தெரியும். பல விசயத்துலயும் - சும்மா இல்ல, கோர்ட் உனக்கு எதிரா தீர்ப்புக் கொடுத்தது...’ என்று அவன் முணுமுணுத்தான். அப்போது ஜெஸபெல் பராக்கிரமம் கூடியவளாக உணர்ந்தாள்.

“கோர்ட்ல வச்சு எனக்கு கேட்க முடியல. இப்பவாச்சும் சொல்லுங்க. இப்படித் தண்டிக்கிற அளவுக்கு நான் என்ன தப்ப ஜெரோமுக்குச் செஞ்சேன்? ஜெரோமோட டாடிகிட்ட என்ன தப்புச் செஞ்சேன்?”

“நீ என் மகன கொன்னுட்டே!”

முன்பு உற்ற வாட்டத்தை மறைப்பதற்காக ஜார்ஜ் ஜெரோம் மரக்காரன் கர்ஜிக்க முயன்றான். ஆனால், அவனுடைய குரல் உடைந்து சிதறியது. ஜெஸபெல் அவனை இரக்கத்தோடு பார்த்தாள்.

“கொன்னது நானல்ல. நீங்கதான்.”

அவள் அவனுடைய கண்களைப் பார்த்தாள்.

“உண்மையாவே நீங்கதான் அவனக் கொன்னீங்க. முதல்ல ஒரு பொண்ண பணத்துக்கு வேண்டி மட்டும் கல்யாணம் செஞ்சீங்க. அந்தப் பொண்ண வாழ்க்கை முழுக்க அழவச்சீங்க. அவங்களோட மகன குரூரமா சித்தரவதை செஞ்சீங்க. அம்மாவ நேசிக்கவோ மதிக்கவோ செய்யாத அப்பன் வாழற

வீட்டுல வளர்த்து சொந்த மகனோட மனச முடக்குனீங்க. அவனோட சந்தோசத்தத் தடுத்தீங்க. அவனோட வாழ்க்கையக் கட்டுப்படுத்தினீங்க. எல்லாரையும் ஏமாத்தறதுக்கு அவனுக்குக் கத்துக்கொடுத்தீங்க. கேள்விப்பட்டதில்லையா, வஞ்சனையால் வந்த உணவு முதலில் இனிக்கும்; பின்போ வாயில் சரளைக்கற்கள் நிறையும்."

ஜெஸபெல் சிறிதும் கோபமின்றிச் சொன்னாள். ஜார்ஜ் ஜெரோம் மரக்காரன் கொள்ளிக்கட்டையால் குத்துப்பட்டதுபோன்று துடித்தான். ஜெஸபெல் அவன்மீது அனுதாபம் கொண்டாள். ஒரு மனிதன் தனது மனதில் எவ்வளவு வெறுப்பைச் சுமக்கமுடியும்? அவனால் எவ்வளவு தீமைகளின் பாரத்தைச் சுமக்கமுடியும்?

'நான் இனி வீட்டுக்குப் போறேன்' - ஜெஸபெல் ஜார்ஜ் ஜெரோம் மரக்காரனிடம் சொன்னாள். 'உங்களுக்கு ஏதாச்சும் உதவி தேவைப்பட்டா என்னைக் கூப்பிடுங்க. கூப்பிட்டுக் கேட்காம இனி நான் இங்க வரமாட்டேன்.' ஜார்ஜ் ஜெரோம் மரக்காரனின் முகம் சிவந்தது. 'நீ எங்க வேணும்னாலும் போயித் தொலையடீ. எனக்கென்ன' என்று அவன் புலம்பினான். இலஞ்ஞிக்கல் பாதிரியார் எழுந்து வெளியே சென்றார். பின்னாலேயே ஜெஸபெல்லும் வெளியேறினாள். அத்வைத் காரோடு வந்து அவளை ஏர்போர்ட்டில் விட்டான். அவன் அவளை மகிழ்விக்கத் தளராது போராடினான். ஏதாவது தேவைப்பட்டால் அழைக்கவேண்டும் என்று அவ்வப்போது நினைவூட்டினான். விடைபெறும்போது அவளுடைய கைகளை இறுகப் பற்றிக்கொண்டு கண்களை உற்றுப் பார்த்தான். அவள் உள்ளே போவது வரைக்கும் கண் இமைக்காமல் பார்த்துக்கொண்டு நின்றான்.

வீட்டுக்கு வந்துசேர்ந்தபோது இரவு வெகுநேரம் ஆகிவிட்டது. வழக்கு தள்ளுபடி செய்யப்பட்டதைப் பற்றி அப்பா ஏதோ சொல்லத் தொடங்கியபோது அவள் குறுக்கிட்டாள்: 'இனி அஞ்சு நாள்தான் இருக்கு, அப்பா. எனக்கு வேற வேலைகள் நிறைய இருக்கு. அதுக்கப்புறம் நாம கேஸப்பத்திப் பேசலாம்.'

அடுத்த ஐந்து நாட்களுக்கு அவள் ஃபோனை அணைத்து வைத்தாள். ஃபெலோஷிப் விவகாரங்களில் முழுமையாக மூழ்கிப்போனாள். ஐந்தாவது நாள் ஆவணங்களை அனுப்பினாள். இரண்டு நாட்களுக்குப் பிறகு அவர்களுடைய ஆஃபர் லெட்டர்

வந்தது. அதை வாசிக்க முடியாத அளவுக்கு அவளுடைய கண்கள் நீரால் மூடியிருந்தன. வகுப்பு தொடங்குவதற்குச் சரியாக முப்பத்தியிரண்டு நாட்களே இருந்தன. ஃபோன் சுவிட்ச் ஆன் செய்தபோது முதலில் வந்த கால் பாலகோபாலுடையதாக இருந்தது. ஏதாச்சும் விசேஷம் உண்டா என்று அவள் நட்போடு விசாரித்தாள். 'ஒரு சின்ன விசேஷம் இருக்கு' - அவனுடைய குரல் ஈரமானது. 'சந்தியா போய்ச்சேர்ந்துட்டா, இன்னிக்குச் சாயந்திரம் மூணு மணிக்கு.'

அடுத்தநாள் காலையில் சந்தியாவின் சவ அடக்கத்தில் ஜெஸபெல் கலந்துகொண்டாள். அந்தச் சிறிய வீட்டின் வரவேற்பறையில் சந்தியா இறந்து கிடந்தாள். கனத்த மௌனம் எல்லா இடத்திலும் நிறைந்தது. பாலகோபால் குழந்தையின் கையைப் பிடித்துச் சடங்குகளைச் செய்யவைத்தான். சடங்குக்குப் பிறகு குளித்து ஆடை மாற்றி குழந்தையின் தலையைத் துவட்டிக்கொண்டு அவளருகில் வந்தான். 'இவனோட உடம்பு தேறிடுச்சான்னு பாருங்க' - அவன் கேட்டான். குழந்தையின் முகத்தில் மினுமினுப்புக் கூடியிருந்தது. 'டாக்டர் சொன்னமாதிரி நான் இவனுக்கு நிறைய கீரைகள் கொடுக்கறேன்' என்று பாலகோபால் பெருமிதமாகச் சொன்னான். ஜெஸபெல் குழந்தையைக் கொஞ்சினாள். அவன் கொஞ்சம் வளர்ந்திருப்பதைக் கண்டாள்.

'டைவர்ஸ் கேஸ் என்னாச்சு?'

கார் நிறுத்தியிருந்த இடம் வரைக்கும் உடன் வந்தபோது பாலகோபால் கேட்டான்.

"தள்ளுபடி பண்ணிட்டாங்க. தள்ளுபடி பண்ணினது மட்டுமல்ல, நான் கிரிமினல் குற்றவாளின்னும் ஜட்ஜ் சொன்னார்."

அவள் சிரிக்க முயன்றாள். அவன் அதிர்ந்தான். 'வீட்டுல ஒருத்தன் ஒண்ணு ரெண்டு மாசம் தொடர்ச்சியா நினைவில்லாம கிடக்கிற நிலைய, இப்படிச் சொன்ன வக்கீலுங்களும் ஜட்ஜுகளும் துளியும் அனுபவிச்சிருக்க மாட்டாங்க. அப்படி இருந்திருந்தா இப்படி ஒரு தீர்ப்பு வந்திருக்காது.'

அவன் அவளைப் பரிவோடு பார்த்தான். பரவாயில்லை, எல்லாம் சரியாகும் என்று அவன் சமாதானப்படுத்தினான். என்ன சரியாகணும் என்று அவள் சிரித்தாள். 'விவாகரத்து சரியாகிவிடும். உங்களுக்கு நல்ல ஒருத்தர் கணவனா கிடைப்பார்.'

என்று அவன் சமாதானப்படுத்தினான். 'என்னை ஆளறதுக்கு ஒரு ஆள் எனக்கு வேண்டாம்' என்று அவள் கைகூப்பினாள். தான் நினைத்தது ஒரு நல்ல பார்ட்னரைத்தான் என்று பாலகோபால் திருத்தினான். 'இப்பவெல்லாம் நல்ல மனுசங்களயே காணோமே' என்று அவள் வாதிட்டாள். அவனும் ஒப்புக்கொண்டான்: 'சரிதான். பழைய காலத்து நல்ல மனுசங்களெல்லாம் எங்க போனாங்க? அல்லது நமக்கு வயசு கூடுறபோது நல்லதைப் பத்தின பார்வை மாறுதோ?'

'சிலசமயம் நாம நம்மளையே நல்லா புரிஞ்சுக்கிட்டதால இருக்கலாம்' என்று அவள் சொன்னாள். ஊருக்கே இடமாறுதலாகி வந்துவிட்டதாக அவன் தெரிவித்தான். ஏதாவது உதவி வேண்டுமென்றால் சொல்லவேண்டும் என்று நினைவூட்டினான். செய்தித்தாள் மூலம் ஏதாவது செய்தி கொடுக்கவேண்டுமென்றாலோ, யாரையாவது மிரட்டவேண்டுமென்றாலோ ஏதாவது தகவல் கண்டுபிடிக்க வேண்டுமென்றாலோ... காரின் கதவைத் திறந்துகொண்டிருந்த ஜெஸபெல் சட்டெனத் திரும்பி நின்றாள். 'ஒரு குடும்பத்துல நாலுபேர் விஷம் குடிச்சிட்டாங்க. மூணுபேர் செத்துப்போய்ட்டாங்க. இளைய குழந்தை ஏஞ்சல் மட்டும் தப்பிச்சுக்கிட்டா. அவ இப்ப எங்க இருக்கறான்னு கண்டுபிடிக்க முடியுமா?' பாலகோபால் சம்பவம் நடந்த தேதியைக் கேட்டான். ஜெஸபெல் வருடம், மாதம் அவளை இறுதியாகப் பார்த்த நீதிமன்ற இடம் ஆகியவற்றைச் சொன்னாள். எதற்காக அந்தக் குழந்தையை இப்போது கண்டுபிடிக்கவேண்டும் என்று அவன் விசாரித்தான். தேவையிருக்கு, ஜெஸபெல் சொன்னாள். தேவை என்னவென்று தனக்கே தெரியாது என்பதை அவள் ஒப்புக்கொள்ளவில்லை. அதைச் சம்மதிப்பதற்கு அவள் விரும்பவில்லை.

அன்றே வக்கீலையும் பார்த்தாள். தீர்ப்பு நகல் கிடைத்தவுடன் மின்னஞ்சல் செய்கிறேன் என்று வக்கீல் சொன்னார். அவள் அப்பீல் செய்வதற்காக வக்காலத்தில் கையெழுத்துப் போட்டுக் கொடுத்தாள். அட்மிஷன் கிடைத்துவிட்டது என்பதைத் தெரிவித்தாள். ஒரே ஒரு சீட்டுக்குத்தான் அவள் தேர்வெழுதி வென்றாள் என்பதைக் கேட்டபோது அவருடைய முகத்தில் சங்கடமும் பின்னர் மரியாதையும் நிறைவதை அவள் பார்த்தாள்.

அன்றே ஜெஸபெல் ஸெபினையும் சந்தித்தாள். செம்பருத்திகள் பூத்துக்கிடந்த வாசல் உள்ள வீட்டில் சிறிய படுக்கையறையில் பெரிய காயங்களின் வடுக்களோடு அவன் எழுந்து உட்கார்ந்திருந்தான். பிரின்ஸி குறைப்பிரசவத்தில் பெற்ற குழந்தையை அவள் பரிசோதித்தாள். அவள் ஆரோக்கியத்துடன் வளர்கிறாள் என்பதை உறுதிப்படுத்தினாள். பிரின்ஸி கொண்டுவந்த தேநீரும் முறுக்கும் சாப்பிடும்போது தோளில் சாய்ந்த மூத்த குழந்தை ரூபேஷின் முடியைக் கோதிக்கொண்டு ஸெபின் பழையமாதிரியே கேலி பேசினான்: 'நானும் உன்ன கட்டினவன் மாதிரியே ஆயிட்டேன், ஜெஸபெல்லே. நீ என்னைக் கட்டியிருந்தாலே போதும்.' 'ஆனா, தப்பில்லாம பத்துவரைக்கும் எண்ணணும்' என்று ஜெஸபெல் குரல் தாழ்த்தி நினைவுபடுத்தினாள். அவன் வெட்கப்பட்டான். அவர்கள் இருவரும் முன்பு போலவே சிரித்தனர்.

அடுத்த இரண்டு நாட்களும் ஜெஸபெல்லுக்கு மருத்துவக் கல்லூரியில் பயணத்துக்கான ஆவணங்களைத் தயார்செய்கின்ற பரபரப்பில் இருந்தாள். உடன் பணியாற்றுவோர் அவளுக்கு வழியனுப்புவிழா நடத்தினர். அவள் நண்பர்களுக்குச் சிறப்பு விருந்து அளித்தாள். அந்த நாட்களில் இலஞ்ஞிக்கல் பாதிரியாரை அழைத்தாளென்றாலும் ஃபோன் தொடர்பு எல்லைக்கு வெளியே இருந்தது. அடுத்த நாளும் இலஞ்ஞிக்கல் பாதிரியார் ஃபோனில் கிடைக்காமல் இருந்ததால் ஜெஸபெல் மன உலைவுற்றாள். அதற்கிடையில் அத்வைத் அழைத்து புதிய ஒரு வேலைக்காக வெளிநாடு செல்வது குறித்து யோசித்துக்கொண்டிருப்பதாகத் தெரிவித்தான். 'இனி என்ன ஜெஸபெல்லும் அங்க இருப்பீங்கில்லையா' என்று அவன் குறிப்பிட்டுச் சொன்னான். 'உங்க குரல்ல என்னவொரு ரொமான்ஸ்' என்று அவள் கிண்டலடித்தாள். 'குரல்ல இருக்கான்னு தெரியாது, இதயத்துல இருக்கு' என்று அவன் ஒப்புக்கொண்டான். ஜெஸபெல் தனக்குத்தானே புன்னகைத்துக்கொண்டாள்.

அடுத்த நாளும் இலஞ்ஞிக்கல் பாதிரியார் கிடைக்கவில்லை. அப்போது அவள் கிறிஸ்டினாவை அழைத்தாள். பாதிரியார் அங்கே வந்து இரண்டு மூன்று நாட்களாகின்றன என்று கிறிஸ்டினா சொன்னாள். ஜார்ஜ் ஜெரோம் மரக்காரனின் நிலை என்னவென்று ஜெஸபெல் கேட்டாள். 'அதப்பத்தி இங்க யாருக்கும் ஒண்ணும் தெரியாது. எந்த ஆஸ்பத்திரியில

இருக்கார்ன்னுகூடத் தெரியாது’ என்று கிறிஸ்டினா கைவிரித்தாள். ஜெஸபெல் கலங்கிப்போனாள். ‘அங்கே சென்றால் என்ன’ என்று யோசிக்கும்போது ஜார்ஜ் ஜெரோம் மரக்காரனின் எண்ணிலிருந்து அழைப்பு வந்தது - ‘டாக்டரே, என்னோட பில் கட்டணும். வீட்ல என்னோட செக் புக் இருக்கு. அத கொண்டுவாரதுக்கு யாரையாவது ஏற்பாடு செய்யமுடியுமா?’

ஜெஸபெல் இன்னொருமுறையும் பரலோகத்திற்கு எடுத்துச்செல்லப்பட்ட தருணமாக இருந்தது அது. மறக்கமுடியாத ஒரு மாலைப்பொழுது. பொன்னிறமான வானத்தில் ஒரு வெண்மேகம். மேகத்தின் மேல் மனிதகுமாரியைப்போல ஒருத்தி. தலையில் தங்கக்கிரீடமும் கையில் கூர்மையான அரிவாளுமாக அவள். யாரோ ஒருவர் மேகத்தில் அமர்ந்திருப்பவளிடத்தில் சப்தம்போட்டுச் சொன்னார்: அரிவாளை எடுத்து அறுவடை செய். அறுவடைக்கான காலமிது. பூமியில் பயிர் விளைந்துகிடக்கிறது. அப்போது மேகத்தில் உட்கார்ந்திருப்பவள் அரிவாளை பூமியில் எறியவும் பூமி அறுவடை செய்யப்பட்டது.

அப்பா, அம்மா, பாட்டி ஆகியோரின் தடுப்பு வாதங்களைக் கண்டுகொள்ளாமல் ஜெஸபெல் அவசர அவசரமாக ஜெரோமின் நகரத்திற்கு டிக்கெட் புக் செய்வதும் பயணத்துக்குத் தயாராவதுமாக இருந்தாள். பெட்டி அடுக்கிக்கொண்டு இருக்கும்போது சந்தீப் மோகன் அழைத்து அவளைப் பார்க்க வருவதாகத் தெரிவித்தான். அவள் ஜெரோமின் இடத்தில் இருப்பாள் என்று தெரிந்தபோது அவன் விவரங்களை விரிவாகக் கேட்டான். ஜார்ஜ் ஜெரோம் மரக்காரானின் நிலையை அவள் விவரித்தாள். எந்த மருத்துவமனையில் என்று அவன் விசாரித்தான்.

ஜெஸபெல்லை வரவேற்க அத்வைத் வந்திருந்தான். இலஞ்ஞிக்கல் பாதிரியார், இறையியல் பாடசாலையில் உடன் பயின்ற ஒரு பாதிரியாருக்கு ஹார்ட் அட்டாக் வந்ததை அறிந்து பார்க்கப் போனதும் ஃபுட் பாய்சன் ஆகி படுத்த படுக்கையாகியதும் அதற்கிடையில் ஃபோன் காணாமல் போனதுமான கதையை அத்வைத் விவரித்தான். இரண்டு நாட்கள் கழித்துத் திரும்பி வந்துவிடுவார் என்று மடத்தில் இருந்து தகவல் கிடைத்ததாக அவன் தெரிவித்தான்.

நெடுநேரப் போக்குவரத்து நெரிசலுக்குப் பிறகு அவர்கள் ஜார்ஜ் ஜெரோம் மரக்காரன் படுத்திருக்கும் மருத்துவமனையை அடைந்தபோது மணி இரண்டரை ஆகியிருந்தது. ‘மேடம் எங்கபோயிருந்தீங்க, தாத்தா ரொம்ப மனசு ஒடஞ்சு கெடக்கார்’ என்று ஆஷாலதா சிஸ்டர் திட்டினார். ஜெஸபெல் பழைய அறைக்குச் சென்றாள். அங்கிருந்து ஜார்ஜ் ஜெரோம் மரக்காரனை ஒரு சிறிய நான் ஏஸி அறைக்கு மாற்றியிருந்தார்கள். பரிதாபகரமான நிலையிலிருந்தான் ஜார்ஜ் ஜெரோம் மரக்காரன். ஜெஸபெல்லைக் கண்டதும் அவனுக்குக் கண்ணீர் கரை உடைத்தது. ஐந்து நாட்களுக்கு முன்பு இலஞ்ஞிக்கல் பாதிரியார் வந்து பில் கட்டுவதற்காகப் பணம் கொடுத்திருந்தார். அது தலையணைக்கடியில் இருந்தது. தூங்கி எழுந்து பார்த்தால் பணத்தைக் காணோம். ஜார்ஜ் ஜெரோம் மரக்காரன் ஹோம் நர்ஸை கெட்டவார்த்தையால் திட்டினான். அவள் கோபித்துக்கொண்டு போய்விட்டாள். அதன்பிறகு வரவில்லை. பில் கட்டுவதற்காக பணம் கேட்டு மருத்துவமனையினர் தொல்லைசெய்யத் தொடங்கினர். மருத்துவமனை ஊழியர்களை வைத்துத் தனது ஃபோனில் இருந்து இலஞ்ஞிக்கல் பாதிரியாரை அழைக்க முயன்றான். ஆனால், அந்த எண் சுவிட்ச் ஆஃப் ஆகியிருந்தது. அவினாஷை அழைத்தான். ரிங் போனாலும் அவன் திரும்ப அழைக்கவில்லை. ஆபிரஹாம் சம்மநாட்டை அழைத்தான். கிடைக்கவில்லை. கிறிஸ்டினாவின் எண் அவனுக்குத் தெரியவில்லை. அதற்கிடையில் மருத்துவமனையினர் சிறிய அறைக்கு மாற்றிவிட்டனர். வியர்த்தொழுகி செஸ்ட் இன்ஃபெக்ஷன் ஆகிவிட்டது. யூரினரி இன்ஃபெக்ஷன் வந்துவிட்டது. கொடும் வலியில் உடல் துடித்தது. இறுதியில் வேறுவழியின்றி ஜெஸபெல்லை அழைத்தான். கர்த்தர் என்னை அதைச் செய்யவைத்தார் - அவன் வெதும்பினான். ஜெஸபெல் மருத்துவரைப் பார்க்கப் போனாள். உடனே தீவிரச் சிகிச்சைப் பிரிவுக்கு மாற்றுமாறு கேட்டுக்கொண்டாள். தீவிரச் சிகிச்சைப் பிரிவில் அனுமதிக்கப்பட்டபிறகு அவள் அவனுக்கு அருகில் சென்றாள். அவர்கள் ஒருவரை ஒருவர் பார்த்துக்கொண்டனர். அவள் ஏதாவது சொல்வாள் என்று அவன் எதிர்பார்த்தான். ஆனால், அவளுக்குக் குரல் வெளியே வரவில்லை. இறுதியில் அவன் தோல்வியை ஒப்புக்கொண்டான்.

“ஜெரோம பார்த்தியா?”

அவன் ஓசையின்றிக் கேட்டான். ஜெஸபெல் இல்லையென்று தலையாட்டினாள். ஜார்ஜ் ஜெரோம் மரக்காரன் கலங்கிப்போனான். 'அவன் செத்துட்டானா அவங்க கொன்னுட்டாங்களா' என்று அவன் துடிதுடித்தான்.

"போயி பாருன்னு ஜெரோமோட டாடி சொல்லாம நான் போகமாட்டேன். நான் போயிப் பார்த்து ஜெரொமுக்கு ஏதாவது ஆயிருச்சுன்னா நான் கொன்னுட்டேன்னு நீங்க சொல்லீட்டா?"

அவள் மெதுவாகக் கேட்டாள். ஜார்ஜ் ஜெரோம் மரக்காரன் இன்னும் சற்றுக் கலங்கினான். 'கவலைப்படாதீங்க, அவினாஷ் போறான்' - ஜெஸபெல் சொன்னாள். 'அவினாஷ் இருக்கறபோது நான் எதுக்குப் போகணும்? அவினாஷ்தானே ஜெரோமோட உண்மையான மனைவி? டாடி அனுமதிச்சிருந்தா அவங்க ரெண்டுபேரும் சந்தோசமா வாழ்ந்திருப்பாங்க. எனக்கும் கொஞ்சம் நல்ல கணவன் கிடைச்சிருப்பான். ரெண்டு வருசம் ஒருத்தன்கூட இருந்தும் நான் கன்னிதானேன்னு அழவேண்டி வந்திருக்காது. இவன் சரியா இருப்பான்னு தோணற ஆம்பளைங்கள நினைச்சுத் தூக்கத்தக் கெடுத்துட்டிருக்கவேண்டி வந்திருக்காது.'

ஜார்ஜ் ஜெரோம் மரக்காரன் மேலும் நெளிந்தான். அவளுக்குள் பழைய எதிர்ப்பு மிச்சமிருந்தது. கோபம் இருந்தது. பழிவாங்கல் இருந்தது. ஆனால், எல்லாம் திடீரென்று அர்த்தமற்றதாகிப்போயின. மூத்திரம் போகாமல் வயிற்றில் நீர் கட்டிச் சோர்ந்து கிடக்கின்ற ஒரு மனிதனிடம் பகை இருந்தால் என்ன இல்லாவிட்டால் என்ன? நோய் ஒரு மனிதனின் ஆத்மாவைத் துவைத்து வெள்ளையாக்குவதையும் பிழிந்து காயவைப்பதையும் அவள் கண்களால் கண்டாள். வேதனையில் மனிதர்கள் புடம்போடப்படுகிறார்கள். அவ்வப்போது வேதனை முக்கலாக, முனகலாக, அனத்தலாக வெளியே குதிக்கிறது. 'என்னைக் கொஞ்சம் காப்பாத்து. கொன்னாவுதுபோடு. உனக்கு நான் எதாச்சும் செஞ்சிருந்தா மன்னிச்சிடு. எனக்குக் கொஞ்சம் உதவு. உனக்கு நாளைக்கி இப்படி முடியாம போனா அப்பத்தான் தெரியும், அதோட வலி' என்ற புலம்பலாகிறது.

'என் மகன் இருந்திருந்தா என்னை அவன் காப்பத்தியிருப்பான். அவன நீ இப்படிப்பண்ணிட்டதனால எனக்கு இந்தக் கதி வந்திருக்குது. நீ என் வீட்டுக்கு வந்ததுல இருந்து கஷ்டகால

தொடங்கிருச்சு' - ஜார்ஜ் ஜெரோம் மரக்காரன் சொன்னான். இதை முன்பும் அவன் சொல்லியிருக்கிறான். ஆனால், அன்று குரலில் பகையும் அகங்காரமும் இருந்தது. இப்போது அது புலம்பலாக மாறியிருந்தது. ஜெஸபெல் அவனுடைய நெற்றியில் கை வைத்தாள். 'டாடி யாரையாவது நேசிச்சிருக்கீங்களா' - அவள் கேட்டாள். 'ஆண்டவரை' என்று அவன் பெருமிதத்தோடு சொன்னான். 'ஒரு மனுசனுக்குத் தன்ன நேசிக்க முடியாம கர்த்தர நேசிக்க முடியுமா? நேசிச்சிருந்தா உங்களால மத்த மனுசங்கள வதைக்க முடிஞ்சிருக்குமா? பாவம் மம்மிய நீங்க எவ்வளவு வதைச்சீங்க? அவங்கள நேசிக்க முடியாட்டி நீங்க எதுக்காக கட்டிக்கிட்டீங்க? வாழ்க்கை முழுக்க அந்த அம்மாவ நீங்க கஷ்டப்படுத்தினது எதுக்காக? அந்த அம்மா பெத்த குழந்தைய நீங்க கொல்லாம கொன்னது எதுக்காக? அவனோட வலி நீங்களும் அனுபவிச்சதுதானே? நல்லது என்ன செய்யணும்னு உங்களுக்குத் தெரிஞ்சுதானே இருந்துச்சு? ஆன்மா கேள்வி கேட்கிற நாள்ல பதில் சொல்லமுடியாம நீங்க எங்க போயி ஒளிஞ்சுக்குவீங்க?'

ஜார்ஜ் ஜெரோம் மரக்காரன் அவளைக் கூர்ந்து பார்த்தான். 'உனக்கு இதெல்லாம் எப்படித் தெரியும்' என்ற கேள்வி அந்த முகத்தில் பளிச்சிட்டது. 'எனக்கு எல்லாம் தெரியும்' ஜெஸபெல்லின் கண்கள் நிறைந்தன. 'உங்களுக்கு உலகம் செஞ்ச கொடூரத்தத்தான் நீங்க என்கிட்டக் காட்டினீங்கங்கறது எனக்குத் தெரியும். இருந்தாலும் சிலசமயத்துல என்னால தாங்க முடியாம போகும்' - அவளுடைய குரல் தழுதழுத்தது. அப்போது ஜார்ஜ் ஜெரோம் மரக்காரன் துளை விழுந்த காற்றுச் சிலைபோன்று சுண்டிப்போனான். கண்ணோரங்களில் கண்ணீர்ச்சால்கள் வேகமாக வழிந்தோடின. அன்று பகல் முழுதும் ஜார்ஜ் ஜெரோம் மரக்காரன் சோர்ந்து கிடந்தான். அவன் தண்ணீர் குடிக்கக்கூட உடன்படவில்லை. வெகு நேரம் கழித்து அவன் கண்களைத் துடைத்துக்கொண்டு அவளைப் பார்த்து 'கொஞ்சம் தண்ணி' என்று முணுமுணுத்தான். அவள் தண்ணீர் கொடுத்தாள். அவன் களைப்போடு குடித்தான். அவள் அவனுக்கு ஓட்ஸ் கொடுத்தாள். அவன் உடன்பாடில்லாமல் சாப்பிட்டான். பின்னர் அமைதியாகப் படுத்துக்கொண்டான். மாலையில் மீண்டும் சந்தித்தபோது அவன் கேட்டான்: "நீ வேலைக்கு போகவேண்டாமா? இங்க இப்படியே இருந்தா போதுமா? லீவு இருக்கா?"

அது எதிர்பாராததாக இருந்தது. கேட்டது ஜார்ஜ் ஜெரோம் மரக்காரன்தானா என்று நம்புவதற்கு ஜெஸபெல் போராடினாள்.

அடுத்தநாள் மாலையில் பார்வையாளர்கள் நேரத்தில் அவளுக்கு மற்றொரு எதிர்பாரா அனுபவமும் கிடைத்தது: சந்தீப் மோகன், ஆன்மேரியின் வருகை. ஆன்மேரி ஓடிவந்து அவளைக் கட்டிப்பிடித்துக்கொண்டாள். முத்தங்களால் பொதிந்தாள். ஜெஸபெல் சிஸ்டரின் அனுமதியுடன் இருவரையும் தீவிரச் சிகிச்சைப் பிரிவுக்கு அழைத்துச் சென்றாள். ஜார்ஜ் ஜெரோம் மரக்காரன் தீவிர வலியிலும் முகம் சுளித்து அவர்களைப் பார்த்தான். 'இது யாருன்னு டாடிக்குத் தெரிஞ்சுதா? இதுதான் என்னோட ரகசிய காதலன் டாக்டர் சந்தீப் மோகன்' என்று ஜெஸபெல் பழி தீர்த்தாள். 'இது ஆன்மேரி. இவளத்தான் ஜெரோம் துன்புறுத்தப் பார்த்தான். அதனாலதான் நான் வீட்ட விட்டுப் போனேன்.' என்று காயத்தைத் தோண்டினாள். ஜார்ஜ் ஜெரோம் மரக்காரனின் முகம் வெளிறியது. 'சும்மா' என்று அவன் பரிகசித்தான். அப்போது ஆன்மேரி கோபத்துடன் தனது வலது கை மணிக்கட்டை அவனுக்கு நேராக நீட்டி: 'சும்மாவா? அங்கிளே, இதப் பார்த்தீங்களா, அன்னைக்கு என்னைப் பிடிச்சு நிறுத்தினப்ப ஜெரோம் அங்கிளோட மோதிரம் குத்தி ஏறிடுச்சு. இந்தத் தழும்பப் பார்க்கறப்ப எனக்கு இப்பவும் அந்த நாள் ஞாபகத்துக்கு வரும்.' 'அப்படீன்னா நீங்க அப்பவே ஏன் புகார் கொடுக்கல?' என்று அவன் முணுமுணுத்தான். 'இவ, ஷாக்காயி இருந்தா. அப்புறம் அதுக்குள்ள ஜெரோம் படுத்தபடுக்கையாயிட்டானே' என்று சந்தீப் பதிலளித்தான். 'இப்பவா இருந்திருந்தா போக்ஸோ சட்டப்படி நம்மளும் உள்ளபோயிருப்போம்' என்று நினைவூட்டினான். ஜார்ஜ் ஜெரோம் மரக்காரன் அவமானத்தால் நெளிந்தான்.

விடைபெறுவதற்காக சந்தீப் மோகன் வந்திருந்தான். அவன் யு.எஸ்.க்குப் போகிறான். ஆன்மேரியும் உடன் செல்கிறாள். ஆவணச் சரிபார்ப்பு முடிந்தது. விடைபெறுவதற்காக சந்தீப் இவ்வளவு தூரம் வந்தானா என்று ஜெஸபெல் நம்பமுடியாமல் பார்த்தாள். 'உண்மையா இன்னொருத்தங்கள பார்க்கத்தான் வந்தோம்' - ஆன்மேரி வெளிப்படுத்தினாள். 'சவிதாவ'- சந்தீப் சங்கடத்தோடு ஒப்புக்கொண்டான். 'சவிதா இந்த நகரத்துல இருக்கா. கடந்த சில மாதங்களா எங்களுக்குள்ள தொடர்பு

இருக்கு. சவிதா எங்ககூட இருக்கறதுக்கும் ஆன்மேரிய மகளா ஏத்துக்கறதுக்கும் ஒப்புக்கிட்டா.'

சந்தீப்பின் கையில் தொங்கிக்கொண்டு ஆன்மேரி அகன்று செல்வதைப் பார்த்துக்கொண்டு நிற்கையில், ஜெஸபெல் விவாகரத்து வழக்கின் விசாரணையை நினைத்தாள். இவர்கள் தனது வாழ்க்கைக்குள் வந்தது இதுபோன்று விடைபெற்றுப் பிரிந்துபோவதற்கு மட்டுமாகத்தான் என்பதை நினைத்தபோது அவளுக்குச் சிரிப்பு வந்தது. சந்தீப் மோகனையும் அனிதாவையும் சந்தித்ததையும் ஆன்மேரியைச் சந்தித்ததையும் அவள் தப்பியோடி வந்ததையும் தனது வீட்டில் தங்கியிருந்ததையும் ஜெரோம் அவளைத் தாக்கியதையுமெல்லாம் நினைக்கும்போது நம்பமுடியாத அனுபவமாக உணர்ந்தாள். வளைந்து நெளிந்த திருப்பங்களினூடே வாழ்க்கை தன்னை வழிநடத்தியது இந்த இடத்துக்குத்தான் என்று அவள் வேதனையுற்றாள். விஷம் அருந்தி மொத்தமாகத் தற்கொலை செய்த குடும்ப உறுப்பினர்களின் முகங்கள் கண்முன் தோன்றின. ஏஞ்சலின் பிஞ்சு முகத்தையும் அவள் மீண்டும் கண்டாள். பாலகோபால் அவளைக் கண்டுபிடிப்பான் என்று நம்பினாள்.

அடுத்த நாள் இலஞ்ஞிக்கல் பாதிரியார் வந்துசேர்ந்தார். அவர் உள்ளே வந்து பார்த்தபோது ஜார்ஜ் ஜெரோம் மரக்காரனுக்கு ஜெஸபெல் குரல் தாழ்த்தி பைபிள் வாசித்துச் சொல்லிக்கொண்டிருந்தாள். 'அதுசரி, மாமனாரும் மருமகளும் இப்ப நட்பாயிட்டீங்களோ' என்று கேட்டுக்கொண்டு பாதிரியார் உள்ளே வந்தார். 'நாமெல்லாம் மனுசங்கதானே ஃபாதர்' என்று ஜெஸபெல் கிண்டலடித்தாள். 'அதை மறந்துடாதே' என்று பாதிரியார் குத்திக்காட்டிச் சொன்னார்.

ஜார்ஜ் ஜெரோம் மரக்காரன் பாதிரியாரைக் கண்டதும் உணர்ச்சிவசப்பட்டான். 'ஃபாதர் ஜெரோம பார்த்தீங்களா?' அவனுக்கு எப்படியிருக்கு? அவன்கிட்ட யாரு இருக்கா?' என்று தொண்டை இடறினான். 'எல்லாரும் இருக்காங்க' - பாதிரியார் சமாதானப்படுத்தினார். 'ஜான் அவன கவனிச்சுக்கறதப் பார்த்து என்னோட கண்ணு நெறஞ்சுபோச்சு, ஜார்ஜ்குட்டீ. அந்த வீடு சுத்தமாயிருச்சு. உண்மையச் சொல்லனும்னா ஜார்ஜ்குட்டீ, ஜான் நல்ல புத்திசாலி. கிறிஸ்டினாவும் நல்ல புத்திசாலிப்பொண்ணு. ஜெரோமுக்கு லேசா காய்ச்சல்

இருக்குன்னு ஜான் சொன்னான். கொஞ்சம் சூடு. பயப்படாதே, அவினாஷ் மருந்து கொடுத்திருக்கான்.'

"குஞ்சூ, நீ கொஞ்சம் போயி பார்த்துட்டு வாரயா?"

ஜார்ஜ் ஜெரோம் மரக்காரன் ஜெஸபெல்லிடம் கேட்டான். எலி அழுவதுபோன்றதொரு சப்தமாக இருந்தது அது. இலஞ்ஞிக்கல் பாதிரியார் நம்பமுடியாமல் இருவரையும் மாறி மாறிப் பார்த்தார். ஜெஸபெல் கன்னக்குழிகள் மலரச் சிரித்தாள். 'இந்த நேரத்துல போனா டிராஃபிக்ல மூணு நாலு மணி நேரம் போயிடும். நாளைக்குக் காலையில் போறேன்' என்று அவள் வாக்குறுதி கொடுத்தாள். ஆனால், அன்று இரவு வெகுநேரமாகியும் ஜார்ஜ் ஜெரோம் மரக்காரன் உறங்கவில்லை. ஜெஸபெல்லைப் பார்க்கவேண்டும் என்று பிடிவாதம் பிடித்தான். ஜெஸபெல் தீவிரச் சிகிச்சைப் பிரிவுக்குப் போனாள். 'குஞ்சூ, எனக்கு முடியல, என் உயிர எடுக்கறமாதிரி தோணுது' என்று அவன் சப்தமின்றி அழுதான். 'எனக்கு என்னவாவது ஆயிட்டா ஜெரோம பார்த்துக்க' என்று கெஞ்சினான்.

ஜெஸபெல் பதறிப்போனாள். ரத்தத்திலிருந்து சிறுநீரகத்தால் பிரித்தெடுக்க முடியாத அசுத்தங்கள் மூளைச் செல்களைப் பாதித்திருக்கவேண்டும் என்று அவள் பயந்தாள். அவனுடைய நெஞ்சைத் தடவிக்கொடுக்கும்போது அவளுடைய கைகள் நடுங்கின. வலியால் நெளிந்துகொண்டு இப்படியும் அப்படியும் புரண்டு படுக்க முடியாமல் உயிர்போகும் துயரத்தில் ஜார்ஜ் ஜெரோம் மரக்காரன் அவளுடைய கையைப் பிடித்து: 'டைவர்ஸ் பெட்டிசனுக்கு நீ அப்பீல் கொடுத்துரு. நீ வேற கல்யாணம் கட்டிக்கோ. ஆனா, அப்பப்ப ஜெரோமப் பத்தி கொஞ்சம் விசாரிச்சுக்க. என்னோட அறியாமையால நான் உன்கிட்ட மோசமா நடந்துக்கிட்டேன்னு நினைச்சு நீ மன்னிக்கணும். அந்த நந்தகோபன்னு ஒருத்தன் வந்து என்னைப் பார்த்தான், உன்னப்பத்தி நிறைய குத்தம் சொன்னான். அந்த நேரத்துல நான் அதையெல்லாம் நம்பிட்டேன்.'

ஜார்ஜ் ஜெரோம் மரக்காரனின் தொண்டையில் எலிக்குட்டிகள் நிறுத்தாமல் அழுதுகொண்டிருந்தன. 'மூச்சடைக்குது' - அவன் ஓங்கி அழுதான். முகத்தில் யாரோ தலையணையை வைத்து அழுத்துவதுபோன்று தோன்றுகிறது. ஜெரோம் அழுகிறான். அவன் டாடீ என்று அழைக்கிறான் - அவன் புலம்பினான். இரவு

பன்னிரண்டரை ஆனபோது கிறிஸ்டினாவின் ஃபோன் வந்தது, ‘அக்கா, ஜெரோமுக்கு ஃபிட்ஸ், இழுத்துக்கிட்டுக் கெடக்கறான். என்ன செய்யறது?’ ஜெஸபெல் அத்வைத்துக்கும் இலஞ்ஞிக்கல் பாதிரியாருக்கும் ஃபோன் செய்தாள். அவர்கள் எப்படியோ ஜெரோமை மருத்துவமனைக்குக் கொண்டுவந்தார்கள். ஆம்புலன்ஸ் வாசலை அடைந்ததும் ஜெஸபெல் ஓடினாள். ஸ்ட்ரெச்சரில் எடுத்துப் படுக்கவைக்கும்போதும் ஜெரோம் ஜார்ஜ் மரக்காரன் நடுங்கிக்கொண்டு இருந்தான். அந்த உடலில் இருந்து உண்மையான ஜெரோம் வெளியே குதிப்பதற்கு முயன்றுகொண்டிருந்தான். குச்சிபோன்று எழுந்து நிற்கின்ற கைகளும் தலைமுடி கொட்டிப்போய் மொட்டையாகிச் சுருங்கிப்போன முகத்தில் வம்படியாகத் திறந்த கண்களும் பயங்கரமாக இருந்தன. அவள் அவனைச் சங்கடத்தோடு பார்த்தாள். தேவாலய முற்றத்தில் கல்யாண போட்டோவுக்கு போஸ் கொடுத்த இளம் மணமக்களுடைய படம் ஒரு கணம் மனதில் தோன்றியது. முகத்திரை வழியாக மணமகனைப் பார்க்கின்ற மணமகளும் தலைசாய்த்துப் பார்த்துச் சிரிக்க முயல்கின்ற மணமகனும்.

ஜெரோமின் காகிதம்போன்று வழவழப்பான உள்ளங்கையைப் பிடித்துக்கொண்டு ஸ்ட்ரெச்சருடன் ஓடும்போது அவளுடைய உடலும் நடுங்கியது. அவனுடைய உடல் நீலம் கலந்த சாம்பல் நிறமாக இருந்தது. டிரீட்மெண்ட் ரூமுக்குள் அவள் சென்றும் யாரும் தடுக்கவில்லை. ஜெரோம் வில் போன்று உயர்ந்து நடுங்கினான். வாயிலிருந்து நுரை தள்ளியது. விரல்கள் அவளுடைய கையை பலமாக இறுக்கின. பின்னர் தளர்ந்து நழுவிச்சென்றன. மெல்ல மெல்ல நடுக்கம் நின்றது. மெதுவாக, மிக மெதுவாக ஜெரோம் ஜார்ஜ் மரக்காரன் இறந்தான். நான்கு நிமிடம். எல்லாம் முடிந்தது. மிக எளிதான ஒரு மரணம். அந்த உடலின் பிடியிலிருந்து உயிர் கையை இழுத்து உருவியெடுத்துக்கொண்டது. அதுவரைக்கும் இறுகப்பிடித்திருந்த விரல்கள் தளர்ந்தன. பயந்து நடுங்கிய பறவை, வேடனின் பிடியிலிருந்து தப்பித்ததுபோன்று அவனுடைய உயிர் ஒரு நொடிக்குள் தப்பித்தது. அவனுடைய சரிகளும் தவறுகளும் விருப்பங்களும் குற்றங்களும் புகைபோன்று காற்றில் கரைந்தன.

ஜெஸபெல் வெளியே வந்தாள். சிறிதுநேரம் சுவரில் சாய்ந்து நின்றாள். சிறிது நேரம் அவளுடைய உடலும் நடுங்கியது.

அத்வைத் அருகில் வந்து தோளில் கை வைத்தான். அவள் அவனுடைய தோளில் சாய்ந்தாள். அச்சமயம் அவனுடைய தோள் ஒரு பெண்ணுடைய தோள் போன்று மென்மையாக இருப்பதை அவள் உணர்ந்தாள். அவள் அவனுடைய உள்ளங்கையை இறுக்கமாகப் பிடித்தாள். அந்தக் கை ஒரு ஆணுடையதுபோன்று சொரசொரப்பாக இருந்தது. அவன் அவளை ஜார்ஜ் ஜெரோம் மரக்காரனின் அருகில் கூட்டிச்சென்றான். டியூட்டியில் இருந்த செவிலியர் விவரம் அறிந்திருந்தனர். அவர்கள் அவளுக்கு வழிவிட்டனர். அவள் ஜார்ஜ் ஜெரோம் மரக்காரனின் உள்ளங்கையை மிருதுவாகப் பிடித்தாள். இரண்டு நிமிடம் கழித்து ஜார்ஜ் ஜெரோம் மரக்காரன் முணுமுணுத்தான்: 'அவனோட கைய தொடற மாதிரி. அவன் போய்ட்டான், இல்லையா?'

ஜெஸபெல் பதில் சொல்லவில்லை. ஜார்ஜ் ஜெரோம் மரக்காரன் சற்று அசைந்து படுக்க முயன்றான். அவனுடைய இரண்டு கன்னங்களிலும் கண்ணீர்ச் சால்கள் போட்டிபோட்டுக்கொண்டு ஒழுகின. அவன் போய்ட்டான் - ஜார்ஜ் ஜெரோம் மரக்காரன் தனக்குத்தானே சொல்வதற்கு முயன்று குரலெடுத்தான். ஒருவித நைந்து கிழிந்த சப்தம். அவன் போய்ட்டான் - அவன் திரும்பவும் சொன்னான். மென்மையான ஒரு புலம்பல்.

ஜெரோமின் இறுதிச்சடங்கில் கலந்துகொள்வதற்காக அப்பாவும் அம்மாவும் பாட்டியும் கோஷி மாமாவும் வர்கீஸ் மாமாவும் வந்திருந்தனர். மூன்று பிடி மண்ணுக்குப் பிறகு ஜெரோம் மண்ணுக்கடியில் மறைந்துபோனான். அவினாஷ் உடைந்து அழுதுகொண்டு அங்கிருந்து ஓடினான்.

இறுதிச்சடங்குக்குப் பிறகு, உணவு விநியோகத்தின் வரிசையில் கூட்டம் முண்டியடித்துக்கொண்டிருந்தபோது தொலைவில், தேவாலயத்தின் படிகள் ஒன்றில் பாட்டியின் அருகில் ஜெஸபெல் அமர்ந்தாள். கலைந்து செல்கின்ற கூட்டத்துக்கு இடையில் ஜெரோம் ஜார்ஜ் மரக்காரனும் நடந்துகொண்டிருப்பதாக அவளுக்குத் தோன்றியது. அவனுடைய சுருக்கமில்லாத பாலியஸ்டர் சட்டையின் பளபளப்பை அவள் தெளிவாகப் பார்த்தாள். அவனுடைய பெரிய உதடுகளின் ஈரத்தையும் இதயத்தில் ஒளித்து வைத்த காயங்களையும் அவள் தெளிவாகப் பார்த்தாள். அவனுடைய மனதில் இருக்கும் பயத்தையும் தாழ்வு மனப்பான்மையையும் கண்டாள். அவனுடைய குற்ற

உணர்வையும் இழப்புணர்வையும் கண்டாள். அவனுடைய முடிவற்ற இயலாமையைக் கண்டாள்.

அவள் பெருமூச்சோடு ஃபோனை சுவிட்ச் ஆன் செய்தாள். அது பீப் சப்தமெழுப்பியது. யார் என்று பாட்டி கேட்டார். அது வக்கீலின் ஈ-மெயிலாக இருந்தது. குடும்ப நீதிமன்றதில் அவள் தாக்கல் செய்த விவாகரத்து மனு மீதான தீர்ப்பின் முழு வடிவம்.

> “எதிர்க்கட்சிக்காரருக்கு உடல்நலத்தை முழுமையாக மீட்டெடுக்க முடியாது என்பது வாதியின் தரப்பு வாதம். எனவே கணவனோடு வாழ்ந்து தாம்பத்தியம் நடத்துவதற்கு முடியாதென்றும் திருமண வாழ்க்கை இனி ஒருபோதும் சாத்தியமாகாது என்றும் பிடபிள்யூ 1 வாதிடுகிறார். பிடபிள்யூ 1 மிகவும் இளமையானவர். அவருடைய வாழ்க்கையைப் பாழாக்க முடியாது என்று அவருடைய வழக்குரைஞர் வாதிடுகிறார். ஆனால், எதிர்க்கட்சியின் வழக்குரைஞரின் வாதத்தின்படி, பிடபிள்யூ 1 விபத்து நடந்த நாளுக்குப் பிறகு அவருடைய கணவரைக் கைவிட்டதோடு புறக்கணிக்கவும் தவிர்க்கவும் செய்திருக்கிறார். தனக்குப் பரீட்சைக்குப் படிக்கவேண்டி இருக்கிறது என்று காரணம் சொல்லி சொந்தக் கணவரை பிடபிள்யூ 1 தவிர்த்திருக்கிறார். பிடபிள்யூ 1 இன் வாழ்க்கையில் வேறு ஆண்களுடனும் தொடர்பு உண்டு என்றும் சந்தேகிக்கத்தக்க சூழ்நிலை இருக்கிறது. சந்தீப் மோகன் என்ற சக ஊழியருடன் அவருக்கு உள்ள உறவு சந்தேகத்துக்குரியது. கணவனை மோசமான நிலையில் அவருடைய வீட்டிற்கு எடுத்துச் சென்றபோதும் ஒரு முறைகூட பிடபிள்யூ 1 அங்கே போகவோ கணவனைக் காணவோ இல்லை. கணவரின் இப்போதைய உண்மையான நிலையைப் பற்றி பிடபிள்யூ 1 எதுவும் விசாரிக்கவோ அறியவோ இல்லை. செவிவழிச் செய்திகளின் அடிப்படையில்தான் அவர் இந்த விவாகரத்து மனுவைத் தாக்கல் செய்திருக்கிறார். ஆனால், எதிர்க்கட்சிக்காரரின் தந்தையான ஆர்டபிள்யூ 1 நீதிமன்றத்திற்கு அளித்த அறிக்கையின்படி எதிர்க்கட்சிக்காரரின் உடல்நிலை மிகவும் முன்னேறியுள்ளது. அவருக்குச் சிகிச்சை அளிக்கின்ற மருத்துவர்களின் அபிப்பிராயப்படி ஒரு வருடத்திற்குள் முழுமையான உடல்நலம் திரும்பக் கிடைத்துவிடும். எதிர்க்கட்சிக்காரருக்கு ஏற்பட்ட விபத்தைப் பற்றிக்

கணவரின் தந்தைக்குச் சந்தேகம் இருந்ததால் பிடபிள்யூ 1 கணவரின் தாய்தந்தையரின் வீட்டிற்குச் சென்று வசிப்பதற்கு உடன்படவில்லை என்று எதிர்த்தரப்பு வழக்குரைஞர் வாதிடுகிறார். சம்பவத்திற்குப் பிறகு அன்புள்ள ஒரு மனைவியிடமிருந்து எதிர்பார்க்கக்கூடிய தரத்தில் இருக்கவில்லை பிடபிள்யூ 1 நடந்துகொண்டது. உத்தமமான ஒரு மனைவி ஒருபோதும் இப்படி நடந்துகொள்ள மாட்டார். கணவரின் நோய்வாய்ப்பட்டநிலையிலும் கஷ்டகாலத்திலும் உடனிருக்கவேண்டியவள் ஒரு உத்தம மனைவி. இங்கே பிடபிள்யூ 1 நேர் எதிராக நடந்துகொண்டிருக்கிறார். அவருடைய சுபாவமும் நடத்தையும், விபத்துக்குப் பின்னால் இருப்பது அவர்தான் என்று சந்தேகத்தைத் தோற்றுவித்தால் அதில் குற்றம்சாட்டுவதற்கு யாதொன்றுமில்லை. இது தொடர்பாக வாதியின் தரப்பு சுட்டிக்காட்டிய இரண்டு சுப்ரீம் கோர்ட் தீர்ப்புகளும் இந்த வழக்குக்குக் பொருந்தக்கூடியவையல்ல. காரணம், இந்த வழக்கில் எதிர்க்கட்சிக்காரர் மனநிலை சரியில்லாதவர் அல்ல. இந்த வழக்கின் எதிர்க்கட்சிக்காரர் விபத்துக்குப் பிறகு சுயநினைவற்ற நிலையில் வீழ்ந்துவிட்டார். ஆனால், அதற்குப்பிறகு அவருடைய உடல்நலம் மிகவும் மேம்பட்டுள்ளதாக நீதிமன்றம் நம்புகிறது. ஒரு மனைவி, கணவன் எவ்வளவுதான் வழிதவறியவனாக இருந்தாலும் கணவனைக் கவனித்துக்கொள்ளவும் அன்புகாட்டவும் சேவை செய்யவும் வேண்டும். அதற்குப் பதிலாக அவரைக் கைவிட்டுவிட்டுப் போயிருக்கிறார் பிடபிள்யூ 1. இது கொடுமையானது. இதை ஒரு கிரிமினல் குற்றமாகவும் கருதக்கூடியதென்று எனக்கு அபிப்பிராயம் இருந்தாலும் அவருடைய வயதையும் வேலையையும் அந்தஸ்தையும் கணக்கில் கொண்டு கூடுதல் விமர்சனம் தவிர்க்கப்படுகிறது. சாட்சிகளின் வாக்குமூலங்களையும் பிற ஆவணங்களையும் ஆய்வு செய்ததிலிருந்து இந்த வழக்கில் எதிர்க்கட்சிக்காரருக்குச் சிகிச்சையளித்துக் குணப்படுத்த முடியாத சித்தபிரம்மையோ வேறு ஏதாவது உடல்ரீதியான பிரச்சனைகளோ இல்லையென்று எனக்குத் தெளிவாகிவிட்டது. சில மாதங்களுக்குள் எதிர்க்கட்சிக்காரர் இயல்பு வாழ்க்கைக்குத் திரும்புவார் என்று எனக்கு நம்பிக்கை இருக்கிறது. அதனால் வாதிக்கு

விவாகரத்து செய்வதற்கு உரிமை இல்லையென்று நான் முடிவுசெய்கிறேன்…”

பாட்டி வாய்விட்டுச் சிரித்தார். ஜெஸபெல் மௌனமாக பாட்டியின் தோளில் தலைசாய்த்து வானத்தைப் பார்த்தாள். தேவாலய வளாகத்தில் உள்ள மரங்களுக்கு மேலே வானத்தின் நீலப் புல்வெளிக்கு நடுவில் மேகங்கள் பெரியதொரு அரண்மனையைக் கட்டின. உச்சியிலிருக்கும் ஜன்னல் வழியாக ஒரு ஜெஸபெல் எட்டிப்பார்த்தாள். வெள்ளை ரோமம் படர்ந்த குதிரையின்மீது வந்த மற்றொரு ஜெஸபெல் அவளைக் கீழே எறியுமாறு கட்டளையிட்டாள். பழைய ஜெஸபெல்லைப் புதிய ஜெஸபெல் கீழே இழுத்தெறிந்தாள். குதிரைகள் அவளை மிதித்துச் சிதைத்தன. நாய்கள் தின்றன. அவளுடைய ஜடம் அடையாளம் காணமுடியாத வகையில் எதிர்காலத்தின் வயலில் சாணம் போன்று கிடந்தது. பழைய ஜெஸபெல் இல்லாமல்போனாள். புதிய ஜெஸபெல் திருவெளிப்பாடு கிட்டியவளாகின்றாள். இதோ, அவள் விரைந்து வருகிறாள்.

தேவாலயத்தின் படிகளில் வெயில் ஒரு நெருப்புத்தூண் போன்று இறங்கிவருகிறது. ஜெஸபெல் வெயிலில் முகம் நீட்டினாள். ஏனென்றால் நேரம் நெருங்கிவிட்டது. அநியாயம் செய்கிறவன் இன்னும் அநியாயம் செய்துகொள்ளட்டும். பாவக்கறை படிந்தவன் இன்னும் அப்படியே இருந்துகொள்ளட்டும். நீதிமான் இன்னும் நீதி வழங்கட்டும். பரிசுத்தமுள்ளவன் இன்னும் பரிசுத்தமாக்கப்படட்டும். பொய்யை நேசிக்கவும் அதைச் செயல்படுத்தவும்கூடிய சகலரும் வெளியே இருப்பார்கள்.

ஆகையால், சூரியனை அணிந்துவிட்ட பெண் இனி ஒருபோதும் அழுது புலம்பமாட்டாள்.

⊙